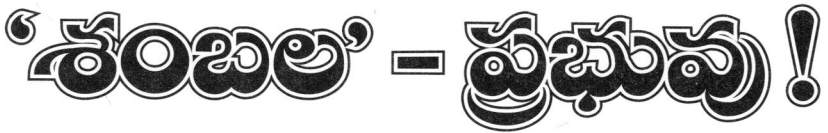

'శంబల' - ప్రభువు!

భవిష్యత్తుకై - పరిశోధనాత్మక నవలిక !

రెండవ-భాగము

రచన :

డా. వేదవ్యాస IAS., D.Litt.

ప్రచురణ :

భారతీయ సంస్కృతి సముద్ధరణ సంస్థ (USCEFI)

ఫ్లాట్ నెం.56, రోడ్ నెం.8, జూబ్లీహిల్స్, హైదరాబాద్ – 33
ఫోన్ నెం. 040-23547350

2013

Rs.100/-

ప్రధమ మద్రణ : 2005

ద్వితీయ ముద్రణ : 2013

Rs.100/-

కాపీలకు :

భారతీయ సంస్కృతి సముద్ధరణ సంస్థ(USCEFI)

ఫ్లాట్ నెం.56, రోడ్ నెం.8, జూబ్లీహిల్స్, హైదరాబాద్ - 33

ఫోన్ నెం. 040-23547350

'శంబల'-ప్రభువు - గ్రంథపరిచయం

— డా॥ సి. ఆనందారామం

ప్రఖ్యాత సినీరచయిత్రి;

ప్రొఫెసర్, కేంద్రవిశ్వవిద్యాలయం, హైదరాబాదు

పూజ్య గురుదేవులు **వేదిక్ యూనివర్శిటీ** (USA) అధ్యక్షులు డా॥ ఎక్కిరాల వేదవ్యాసగారు రచించిన **"శంబల ప్రభువు"** ఒక అపూర్వమైన తాత్త్విక నవల; "విశ్వశ్రేయః కావ్యం" అన్న సూక్తికి అక్షరాలా తగివున్నది. అన్ని దేశాలవారికీ, అన్ని కాలాలలోనూ అనుసరణీయమైన దివ్యసందేశాన్ని సాహిత్యపరంగా అందిస్తోంది.

ఈ నవలలోని ప్రధానపాత్ర — లామా దోర్జీ భోగ్యాల్

మహాశయుడు జపించే మంత్రం "ఓం మణిపద్మహుః" ఈ నవలకు నాయకమణి! ఈ మంత్రం ఏదేవుణ్ణీ ఉద్దేశించింది కాదు, ఏదేవుడికైనా వర్తించేది. ప్రత్యేకించి ఏ ఒక్క మతంవారికీ చెందిందికాదు. మతానికి అతీతంగా మానవుడిలోని ఆధ్యాత్మిక శక్తిని వెలిగించేది. అష్టదళపద్మం వంటి హృదయపద్మంలో మణిలా వెలిగే అంతర్యామికొరకై అన్వేషణ — ఈ నవలకు మూలసూత్రం. ఏమతంవారైనా కాదనగలరా ?

ఈ నవల అల్లిన ప్రణాళిక అద్భుతం. విభిన్నదేశాలకు చెందిన వివిధ మతస్థులు ఒక బృందంగా ఏర్పడి ఒక టిబెటియన్ లామాగురువు పర్యవేక్షణలో సాగించిన సాహసయాత్ర — దీనిలోని ప్రధాన ఇతివృత్తం. బాహ్యదృష్టికి ఈ యాత్ర హిమాలయ శిఖరాలలో సాగే యాత్రలాగ వర్ణిస్తూనే, అంతర్లీనంగా ఒక మహాయోగి లోపల జరిగే యోగసాధనా మార్గాన్ని ధ్వనిగా సూచించటం ఈ నవలలో గొప్ప విశేషం. నవలా రూపంలో ఇంతటి ధ్వనికావ్యం శ్రీ అరవిందుని **"సావిత్రి"** తరువాత ఇటీవలి ఆధునిక కాలంలో రాలేదేమో ! ఇంకొక్క విశేషం ! ఏఒక్క మతాన్నీ సమర్థించకుండా — మిగిలిన ఏమతాలవారికీ కోపంరాకుండా భారతీయ ఆధ్యాత్మిక సత్యాన్ని, తత్వాన్ని విశ్లేషించిన రచయిత గడుసుతనాన్ని కూడా ఈ నవలలో చూడగలం !

అన్ని మతగ్రంథాలలోను "సృష్టి-ప్రళయం-ప్రతిసృష్టి"-వర్ణన తప్పనిసరిగా వుంటుంది. ఈ కాలచక్రంయొక్క నిర్మాణమే అన్ని మతగ్రంథాలకీ ప్రాతిపదిక అనుకున్నా, అలా అనటంలో తప్పులేదు — భగవంతుడి కరుణతో సృష్టి — మానవుని అల్పత్వంవల్లా, వారి దుర్మార్గాలవల్లా ప్రళయం — మళ్ళీ ఒక భగవత్ అవతారపురుషుని, కృషితో జరిగే

ప్రతిసృష్టి — **"శంబల–ప్రభువు"** నవలలో ఈ చక్రీయ నిర్మాణాన్నే సూచించారు గురుదేవులు.

ఇది ఒక మహాయోగి ధ్యానంలో పొందిన 'దర్శనం'గా వర్ణించటం ఇంకొక గొప్ప విశేషం. భారతీయ వేదశాస్త్రాలన్నీ ధ్యానమే సృష్టికి మూలమని చెబుతున్నాయి. భూమిమీద జరిగిన సృష్టియొక్క ప్రారంభ దశను ఇందులో గొప్పగా వర్ణించారు.

హిమాలయాలలోని సాహసయాత్రకు ప్రారంభంలోనే వీరికి సిద్ధ పురుషులైన వేదవ్యాసాది మహామునీంద్రుల తేజోరూపదర్శనమౌతుంది. వారినుండి ఆశీర్వాదపూర్వకంగా అక్షతలు లభిస్తాయి. యోగసాధనా మార్గంలో పరమగురువుల ఆశీస్సులు ప్రధానంకదా !

ఇక ఇక్కడినుండి నవల ఉత్కంఠతో ఊపిరి బిగబట్టి చదివించే అద్భుత ప్రపంచంలో నడుస్తుంది. గడగడలాడించే చలితో, నరాలు బిగుసుకుపోతాయేమోనన్నంత భయాందోళనలు — అంతలో అడు గడుగునా అద్భుతాలు, ఆశ్చర్యాలతో లామా గురుదేవుల "రక్ష" — మణిలా మెరిసే మంచుపై ఇంద్రధనుస్సులు సృష్టించే సూర్యకిరణాలు; అద్భుతమైన స్ఫటికపర్వతం — గడ్డకట్టిన మంచునది క్రిందినుంచి నడిచే సొరంగమార్గం — హిమాలయ సానువుల్లో "మంచుకోతి"లా దర్శనమిచ్చిన ఆంజనేయస్వామి — తుఫానులు రాకుండా చేసే హోమాలు, మంచుకొండలమధ్య వేడిగా ఉడుకులెత్తే ఉష్ణగుండాలు; ప్రదక్షిణగా దిగవలసిన మెట్లు — ఆ సోపానమార్గాలకున్న రహస్య ద్వారాలు; గణితశాస్త్రంతోపాటు, జ్యోతిష యోగశాస్త్రములు — అన్నీ

కలబోసి నిర్మించిన కట్టడాలు — ఎట్టకేలకు స్ఫటికపర్వతములోని అంతరంగ మందిర దర్శనం... ఎంతో ఉత్సుకత కలిగించేలా వర్ణించారు డా॥ వేదవ్యాస గురుదేవులు. తరువాత అన్నింటికి నిగూఢ రహస్యాలు వివరించే వివరణలు లామాయోగి ఛోగ్యాల్ ముఖతః ఇచ్చారు. అది నేను నామాటల్లో వివరించటంకంటే స్వయంగా చదువుకోవటమే బాగుంటుంది — "ప్రకృతి పురుషుల సమ్మేళనానికి ప్రతీకఅయిన శ్రీచక్రమే స్ఫటికపర్వత నిర్మాణం. దాని అంతర్భాగపు మందిరానికి పోయే దారి, యోగపరిభాషలో వెన్నెముకలో దాగిన సుషుమ్నానాడియే — ఆ మార్గంలో పయనించటం అంటే, కుండలినీశక్తి మేల్కొని లేచి, సహస్రారంవైపుగా పయనించటం ! అష్టదళపద్మంవంటి స్ఫటికమందిరమే సహస్రారం ! అక్కడ తేజస్సుతో వెలిగే పరబ్రహ్మను చేరుకున్నాక యోగికి బాహ్యజగత్తుకు సంబంధించిన స్పృహ ఉండదుగనుక యాత్రికులందరూ స్పృహతప్పినట్లు వర్ణన" — మెలకువ వచ్చేసరికి వాళ్ళు మళ్ళీ క్షేమంగా యథాస్థానాల్లో ఉన్నారు !

ఇంకా ప్రపంచమంతా పర్యటించే చింతామణిశిల వర్ణన హృదయానికి హత్తుకునేలా — దానిలో మారే రంగులూ, ఆ రంగులననుసరించి ఆయా దేశాల భవిష్యత్తువర్ణన మరో గొప్ప అద్భుతం! వేదవ్యాసగారు జ్యోతిషపండితులు కూడా కావటంవల్ల ఆయా అంశాలు వచ్చినప్పుడు చక్కగా లెక్కలువేసి, విశదీకరించారు. ఆయన సైంటిస్ట్‌కూడా గనుక, అన్నింటికీ శాస్త్రీయమైన, సైన్సుపరమైన విశ్లేషణ ఇచ్చారు. అలానే "చిరంజీవులు" అంటే భౌతికశరీరం దాచుకొని ఉండేవారు కారని, ఎప్పటికప్పుడు వారి శరీరం అణువులుగా విడిపోయి ప్రకృతిలో చేరి,

మళ్ళీ సంకల్పానుసారంగా అణువులను చేర్చుకొని తేజోరూపం "నిర్మాణ కాయులు" గా శరీరం ధరించేవారనీ, వీరిచ్చిన విశ్లేషణ గొప్పగావుంది.

పిరమిడ్ల నిర్మాణానికీ, స్ఫటికపర్వత నిర్మాణానికీ పోలిక వివరించటం, దానికి గణితశాస్త్రాన్ని ఆధారంచేసుకోవటం, వీరి విద్వత్తును చాటుతోంది. ఇందులోని ప్రకృతి వర్ణనలు ఎంతో అందంగా ఉన్నాయి. మంచుకొండలమీద మారే సూర్యకాంతుల రంగులు; సారంగమార్గాలు; గంగపుట్టిన చోటు (గోముఖ్) మొదలైనవెన్నో కళ్ళకు కట్టినట్టు వర్ణించారు. అక్కడక్కడ చురకలు కూడా వేసారు. "ఈరోజుల్లో దేవాలయాలకు ట్రస్టీలుగా నల్లడబ్బు దాచుకున్నవారిని నియమిస్తున్నారు..." లాంటివి !

ఈ నవల సృష్టి ప్రారంభంతో మొదలయి, ప్రళయపు పొలిమేరల్లో ముగిసింది — గతించిన భూతకాలంనుంచి రాబోయే భవిష్యత్‌కాలం వరకూ — కాలపు కెరటాల మీదుగా సాగిందన్నమాట !

ముగింపు అద్భుతం! అంతర్జాతీయ సంస్థ **'నాసా'** (NASA) వారు **"శంబల ప్రభువు"** ను, కంప్యూటర్ స్క్రీన్‌మీద చూస్తారు. ఎవరీ శంబల ప్రభువు ? — అంటే "ధర్మశరీరుడు" ధర్మమే శరీరంగా గలవాడు — అని వేదవ్యాసగారి వివరణ... "ధర్మం"లో నిలిచే ప్రభువు అన్నమాట ! మరి ఆయన ఎక్కే తెల్లగుఱ్ఱమో ? అన్ని మతగ్రంథాలూ అవతార పురుషుడు తెల్లగుఱ్ఱంపైన వస్తున్నాడని వర్ణిస్తాయే — ఈ తెల్లగుఱ్ఱం ఈ విశ్వంలోని సాత్వికతేజస్సుకీ, సత్యయుగానికీ, ఆత్మతత్వానికి ప్రతీక — అని వివరించారు రచయిత.

భవిష్యత్తులో సత్యస్వరూపుడై, ధర్మశరీరుడై అవతారపురుషుడు వస్తాడన్న ఆశాకిరణంతో ఈ నవల ముగుస్తుంది.

ముందు ముందు మరో నవల "భవిష్యపురాణం" రానున్నదట ! దానిలో ఎన్ని అద్భుతాలు, ఎన్నెన్ని యోగరహస్యాలు ఉంటాయో, వేచి చూద్దాం!!

'శంబల-ప్రభువు' వంటి మహిమాన్వితమైన నవల వ్రాసిన గురుదేవులు డా॥ వేదవ్యాసగారు అభినందనీయులు ! పూజనీయులు !

(డా. సి. ఆనందారామం)

విషయసూచిక

ముందుమాట

'మీతో - ఒక మాట !

(రెండవ సంపుటిక)

ప్రాచీనకాలంనుంచీ హిమాలయ పర్వతం — తపస్సుచేసుకునే సిద్ధగురువులకు, మహాఋషులకు, యోగులకూ మహోన్నత తపోభూమి గానూ — అనేక పుణ్యనదులకు పుట్టిల్లుగానూ — వనమూలికలూ దివ్యమైన ఓషధులు, "సోమలత", 'జ్యోతిర్లత', 'ఋదంతి' వంటి అనేక మందుమొక్కలు చోటుచేసుకున్న ఒక పరమపవిత్రమైన ఆధ్యాత్మిక కేంద్రంగానూ — ప్రఖ్యాతి పొందింది.

మహర్షి వేదవ్యాసుడు తన ఐదవ-వేదమైన **"మహాభారతం"** లో పాండవాగ్రజుడైన ధర్మరాజు తన శరీరంతోనే స్వర్గాన్ని పొందటం — ఈ హిమాలయాలలోనే సాధ్యపడిందని వర్ణించాడు. అంతేకాదు ! ఆది కవి వాల్మీకిమహర్షి ఆదికావ్యమైన రామాయణంలోనూ, 'కాళిదాస మహాకవి తన "కుమారసంభవం" కావ్యంలోనూ, హిమాలయాలలోని

"కైలాస పర్వతాన్ని" శివతపోభూమిగా చిత్రిస్తూ, సప్తమహాఋషులు ఆకాశంనుంచి కిందకి దిగి శివదర్శనంచేసి, కుమారసంభవం నిమిత్తం — శివపార్వతుల కళ్యాణంకోసం పెళ్ళిపెద్దలుగా రాయబారాన్ని నిర్వర్తించిన — కళ్యాణవేదికగా వర్ణించడమేగాక — సిద్ధులు, విద్యాధనులు, గంధర్వులు, మహామునులు — దేవతలుకూడా నిత్యమూ సంచరించే దేవతాస్థానంగా వర్ణించాడు !

ప్రపంచానికే ఆత్మవంటిదైన బదరీనారాయణ క్షేత్రం కూడా ఈ హిమగిరిమీదే వెలిసింది ! ఇంకా, రక-రకాల నవరత్నాలు, వెలలేని మణులు, దేవతాత్మలైన సాలగ్రామాలు లభించే పుణ్యక్షేత్రంకూడా ఈ హిమవత్ పర్వతమే !! గంగా, యమునా, బ్రహ్మపుత్ర వంటి పుణ్య నదులు — అనేక పుణ్యక్షేత్రాలని పవిత్రంచేస్తూ ఈ భారతభూమిలోని మానవుల పాపాలను ప్రక్షాళనచేస్తూ ప్రవహిస్తూ వున్నాయి !

ఇంతలోకే **'కలియుగం'** ప్రారంభమైంది ! మానవులు చేసే పాపాలకూ, ఘోరాలకు, నేరాలకు, హింసలకూ అంతులేకుండాపోయింది! గోహత్య, బ్రహ్మహత్య, శిశుహత్య, స్త్రీహత్యలవంటి మహాపాతకాలు ఎన్నో లెక్కలేకుండా చేయడంవల్ల పాపములు, పాతకములు, మహాపాతకములు పేరుకుపోయి ఏపుణ్యనదులుకూడా ఈ పాపాలను కడిగివెయ్యలేక తామే కలుషితమైపోయే ఘోరమైన దుస్థితి ఇప్పటి — ఈ **"కలియుగం"**-చివరలో ఏర్పడింది !

ఫలితంగా హిమాలయాలు, పుణ్యక్షేత్రాలు, పుణ్యనదులూ తమ మహిమలనుకూడా కోల్పోయాయి ! దేవతలు — చాలాకాలంనుంచీ వారు నివాసంచేస్తూవున్న దేవాలయాలను విడిచిపెట్టి మాయమైపోయే

దుస్థితికూడా ఏర్పడింది !

ఫలితంగా సద్గురువులు, మహాత్ములు, యోగులు కూడా ఈ దేవాలయాలకు దూరంగా వుండవలసివచ్చింది. ఇదే అదనుగా భావించిన రాజకీయనాయకులు, నేరస్థులు, హంతకులు, గూండాలు — తమ డబ్బు సంపాదనకోసం ఆలయాలను వ్యాపారకేంద్రాలుగా మార్చి — విలాసపురుషులూ, సినిమావాళ్ళూ, నల్ల-డబ్బు సంపాదించినవారికి ఆలయాలను అధికారకేంద్రాలుగా తయారుచేసుకున్నారు !

ఈవిధంగా — **"కలియుగం"** చివరికి వొచ్చేసరికి ఈభూమీమ్మీద **'ధర్మానికే'** నిలువ నీడకూడా లేకుండాపోయింది !!! కలియుగం 5000 సంవత్సరాలు దాటిన మన మానవలోకం దీనస్థితి — ఇది !

ప్రపంచంలో ధర్మం నశించి, అధర్మం పెచ్చుపెరిగినపుడూ, అన్యాయం, హింసా, దుర్మార్గం పెచ్చుపెరిగిపోయి — అమాయకులను, బీదవారినీ, స్త్రీలనూ, పిల్లలను, అహింసగా జీవిస్తూ తపస్సుచేసుకునేవారికి, నిలవనీడ లేకుండా చేసి హింసించినపుడూ — ధర్మాన్ని రక్షించడానికి, సాధువులనూ కాపాడడానికీ భగవంతుడు ఈ ప్రపంచంలోకి అవతరిస్తాడని వేదాలు, పురాణాలు, శాస్త్రాలు ఘోషిస్తున్నాయి ! శ్రీకృష్ణభగవానుడే **'భగవద్గీత'**-లో —

"పరిత్రాణాయ సాధూనాం వినాశాయ చ దుష్కృతాం
ధర్మ సంస్థాపనార్థాయ సంభవామి యుగే యుగే !"

అంటూ తానే స్వయంగా ధర్మసంస్థాపనకోసం సాధువుల పరిరక్షణం కోసం యుగ యుగానికీ, అవతరిస్తానని వాగ్దానం చేశాడు ! ఇలా

భగవంతుడే కాకుండా అనేకమంది "కారణ-జన్ములు", సిద్ధ పురుషులు, యోగులు, "పరమ-గురువులు" కూడా ఈ "కలియుగం"-చివర వచ్చే "యుగసంధిలో అవతరించారు ! అప్రకారమే భగవంతుడు మాట ఇచ్చినట్టుగానే ఈ ప్రపంచంలోకి ఇప్పటికీ మళ్లీ అవతరిస్తూ వున్నారు !

ఈ పరిస్థితిలో పందొమ్మిదవ శతాబ్దం చివరిలో సుప్రసిద్ధ రష్యన్ యోగిని మేడమ్ బ్లావెట్స్కీ అనే కారణజన్మురాలు రష్యాలోని రాజకుటుంబంలో జన్మించింది. ఆమెకు చిన్నతనం నుంచి సంసారజీవితం అన్నా, రాజరికపు దర్బారు హోదాలన్నా విరక్తిగా వుండేది. తన "పరమ-గురువులు" ఎక్కడో దూరంగా తూర్పుదేశాలలో వున్నారని వారినిచేరు కోవటమే తన జీవిత-లక్ష్యమనీ తపించేది.

బంధుమిత్రులు, కుటుంబంలోని పెద్దలు ఈమెకు పెళ్ళిచేయాలని ఎంత ప్రయత్నించినా పెళ్ళి అన్నా సంసారిక జీవితంఅన్నా ఆమె విముఖంగా వుండేది ! చివరికి బలవంతాన చేసిన పెళ్ళికూడా అట్టేకాలం నిలవలేదు. భర్త చిన్నప్పుడే మరణించగా బ్లావెట్స్కీ కట్టుదిట్టమైన రష్యన్ కోటగోడలు దాటి తప్పించుకుని మగాడివేషంలో — తన "పరమ-గురువు"ల కోసం బయలుదేరింది.

అలా ఎక్కడినుంచో తనని దూరాన్నించే పిలుస్తున్న **'ఆధ్యాత్మిక కేంద్రం'** నుంచి సిద్ధగురువుల పిలుపును అనుసరిస్తూ ఆమె ప్రపంచం లోని అనేక ప్రాచీన ఆధ్యాత్మికవిద్యలు సాంప్రదాయంగావున్న — ఈజిప్టు, స్కాట్‌ల్యాండ్, మంగోలియా, "గోబీ-ఎడారి" దాటి —

హిమాలయపర్వతాలను చేరుకుంది. తళతళమని వెండికొండలాగ మెరిసే హిమవత్ పర్వత శిఖరాలను చూడగానే తాను వెళ్ళవలసిన గమ్యం ఇదేనని బ్లావెట్స్కీ అప్పుడే నిర్ణయించుకుంది.

ఆతరువాత అయిదు సంవత్సరాలు ఆమె బయట ప్రపంచానికి కనిపించకుండా మాయమై టిబెట్లోని రహస్య ఆధ్యాత్మిక కేంద్రంలో, తన గురువులవద్ద శిష్య శిక్షణ పొందింది. యోగం, మంత్రశాస్త్రం, తాంత్రికసిద్ధులు అనేకం ఆమెకు గురుదేవులు "శక్తిపాతం" ద్వారా ధారపోసి అనుగ్రహించారు. ఫలితంగా ఆమెకు ఎన్నో "యోగసిద్ధులు" లభించాయి. శరీరం విడిచి దూరంగా ప్రయాణించటం ఎదుటివారి మనస్సులోని ఆలోచనలను చదివేయటం మాత్రమేకాక వారి ఆలోచన లను మార్చి అతితక్కువ కాలంలో ఆధ్యాత్మిక సాధనకు అందని ఎత్తులపైకి తీసుకువెళ్ళడం వంటి "యోగ-సిద్ధులు" పొందింది.

ఆతరువాత ప్రపంచంలో పెరిగిపోయిన నాస్తికత్వం, స్వార్థం, హింస, భౌతికవాదం (Materialism) పేరుకుపోయిన **"కలియుగం"**ని పటాపంచలుచేసే నూతన ఆధ్యాత్మిక విజ్ఞానాన్ని అందించటంకోసం తన గురువుల ఆదేశంతో తిరిగి యూరప్లో అడుగుపెట్టింది.

ఆమె ఇంగ్లండు, అమెరికా, జర్మనీ వంటి దేశాలు పర్యటించి ప్రపంచ ప్రసిద్ధిపొందిన సైంటిస్టులను కలుసుకొని — సైన్సుకందని తన దివ్యశక్తులతో యోగసిద్ధులతో సైన్సు-ప్రపంచాన్ని తల్లకిందులు చేసింది.

"సైన్సు" శాశ్వతసత్యమని నమ్మే — పదార్థం అణువులు,

పరమాణువులు (Atoms & Molecules) నశింపుకాని శాశ్వత యదార్థాలని నమ్మే, "మూఢ-విశ్వాసాన్ని" భగ్నంచేసింది. సైంటిస్టులు పరీక్షించి ఇచ్చిన పాదరసాన్ని తనచేతిలో కొన్ని నిమిషాలు పట్టుకుని బంగారంగా మార్చి వేసింది ! గాలిలో చేతులు ఊపి కంటికి కనిపించని గాలిలోని అణువుల నుంచి వెండి, బంగారం సృష్టించేది ! ఇలా త్రుటిలో గరిటెలు, స్పూనులు, ఫోర్కులు క్షణాలమీద సృష్టించి అందరినీ ఆశ్చర్యపరిచింది !

సైన్సు చెప్పే పదార్థసిద్ధాంతం (Materialism) కేవలం ఒక మూఢ విశ్వాసమేనని — పదార్థం శక్తినుండి సృష్టించబడిందని — పదార్థము, శక్తి ఒకే ఆధ్యాత్మిక తేజస్సుయొక్క రెండు రూపాలని ఋజువుచేసింది. అధునిక సైన్సులైన కెమిస్ట్రీ (Chemistry), ఫిజిక్సు, బయాలజీ (జీవ శాస్త్రము) లోని మూలసిద్ధాంతాలను మార్చుకోవలసిన పరిస్థితి ప్రపంచ సైంటిస్టులకు కలిగించింది. 1897 చివర్లో ఆమె చూపిన సైన్సుకందని సిద్ధాంతాలు అర్థ శతాబ్దం తరువాత అణువులను బద్ధలుకొట్టి ఆటం బాంబును సృష్టించిన ఐన్‌స్టీన్ (Einstein) సిద్ధాంతాలను ఆమె తన పరమగురువుల జ్ఞానంతో ముందే ఋజువుచేసి సైన్స్ చరిత్రలోనే ఒక కొత్త యుగాన్ని ఆరంభించింది మేడమ్ బ్లావెట్‌స్కీ.

ఆతరువాత ఆమె ముసలితనంలో భోగము (Sex), డబ్బు, రాజకీయాల పిచ్చిలోపడ్డ — విదేశాలను వొదిలిపెట్టి పవిత్రమైన భారత దేశంలో మరణించాలని మద్రాసులో వచ్చి స్థిరపడ్డది. అక్కడే అడయార్‌లో వంద ఎకరాల భూమి అరణ్యంగా వున్నది సేకరించి — ఒక ఆశ్రమం తపోకేంద్రంగా ప్రారంభించింది బ్లావెట్‌స్కీ !

తన జీవితం చివరిదశలో ఆమె తన అనుభవాలను, హిమాలయా

లలో తాను దర్శించిన సిద్ధగురువులను వారి దివ్యజ్ఞానాన్ని తన రచనల ద్వారా ప్రపంచానికి అందించింది. — **The Secret Doctrine** (రహస్యజ్ఞానం) — **"భారతదేశంలోని కొండలు, గుహలు, దేవాలయాలు"** **(Caves, Temples and Legends of Hindustan)** అన్న రచనల ద్వారా ఎన్నో వింతలు బయటప్రపంచానికి ఆశ్చర్యపరిచేవి అందించారు.

ప్రపంచానికి త్వరలోనే **"కలియుగం"**-అంతం అయి **'సత్యయుగం'** ప్రారంభిస్తుందని దానికి మొదటిసందేశాన్ని తెచ్చే దూతగా **పరమ గురువులు** తనని పశ్చిమదేశాలకు పంపించారని తెలియజేసింది. ఆమె రచనలలో ప్రచురణ కాకుండావున్న రహస్యపత్రాలలో **"శంబల"** గురించీ, శంబలకుపోయే మార్గంగురించీ **కలియుగాంతం** చివరలో వచ్చే ప్రపంచానికి అంతటికీ ప్రభువు **(The Lord of the World)** త్వరలో రాగలడని ఖండితంగా తెలియజేసింది.

అంతేకాదు తనకు తెలిసిన **'బ్రహ్మజ్ఞానం'** అంతటినీ ఆనాటి గుడ్డి భౌతికవాదం నమ్మే యూరప్, అమెరికా వంటి స్వార్థంలో మునిగే దేశాలు జీర్ణించుకోలేవనీ — దానికి ఇంకా 20-వ శతాబ్దంలోగా రాగల పరమ గురువులు కారణజన్ములూ మార్చివేస్తారనికూడా ఆమె తెలిపింది. అందులో ఒక్కరు తాను పుట్టిన రష్యానుంచే వస్తారని స్పష్టంగా చెప్పింది.

జరిగిందికూడా అదే ! బ్లావెట్స్కీ (Blavatsky) తరువాత జార్జీ గుర్జీఫ్ (Georgi Gurdjieff) అనే సద్గురువు రష్యాలో కొండప్రాంతమైన జార్జియా రాష్ట్రంలో చదువులేని గొర్రెలకాపరులమధ్య జన్మించాడు ! ప్రపంచంలో అనేక భాషలు, అనేక మతాలగురించి, అనేక దేశాలను గురించి ఎవరికీ తెలియని వింతలూ విశేషాలు ఆశ్చర్యంగా చెప్పేవాడు.

ఆయన 16-భాషలు అనర్గళంగా మాట్లాడేవాడు. నిండు 89 ఏళ్ళు జీవించిన గుర్జీఫ్ మహాశయుడు లండన్‌లోను, ప్యారిస్‌లోనూ, రష్యాలోను పర్యటించి ఆశ్రమాలు నెలకొల్పి అనేకమంది సైంటిస్టులను, ఇంగ్లీషు నవలా రచయిత్రులను, రాజకీయనాయకులను ఒకచోట కలిపి, ప్రభావితంచేశాడు. అందులో కొందరు ఆయన ఆశ్రమంలో శిక్షణకూడా పొందారు.

ఇలా గుర్జీఫ్ ద్వారా ప్రభావితం చేయబడ్డవారిలో అప్పటి బ్రిటీషు ప్రధానమంత్రి చర్చిల్, రష్యా నియంత స్టాలిన్, 13-వ దలైలామా, **క్యాథరీన్ మ్యాన్స్‌ఫీల్డు (Catherene Mansfield)** వంటి ఇంకా ఎందరో బ్రిటీషు, అమెరికన్ మేధావులు — గుర్జీఫ్ శిష్యులలో కనిపిస్తారు. ప్రఖ్యాత అల్లోపతి వైద్యుడు డాక్టర్ **కెన్నెత్‌వాకర్ (Kenneth Walker)** ఇంగ్లీషు రచయిత **"సామర్సెట్-మామ్"**-వంటివారు అందులో కొందరు మాత్రమే.

సరిగ్గా భగవాన్ శ్రీ రమణమహర్షి సమకాలికుడు గుర్జీఫ్ ! అలానే, ఇంకా ఎందరో మహాత్ములుకూడా ఈమధ్యలో అవతరించారు. అలాంటి వారిలో శ్రీరామకృష్ణ పరమహంస, స్వామి వివేకానంద, అనిబీసెంటు, సోదరి నివేదిత, స్వామిరామతీర్థ, దయానంద సరస్వతి — ఆ **'యుగ సంధి'**లో అవతరించిన నక్షత్రాలు, కలియుగం చీకటిని కాంతిమయం చేశాయి.

బ్లావెట్‌స్కీ తన చివరికాలంలో తన పరమగురువులలో ఒకరు దక్షిణభారతదేశంలో తెలుగు బ్రాహ్మణ శరీరంలో అవతరించారని — ఆయన రానున్న కుంభయుగంలో (Aquarian Age) యుగసంధికి

రానున్న కొత్తయుగానికి ధృవనక్షత్రంవంటివారని రాసింది ! సరిగ్గా అలానే తమిళనాడులో కుంభకోణంలో **మాస్టరు–C.V.V.** పరమగురువు అవతరించారు !! పరమాశ్చర్యం ఏమిటంటే ఒక మనిషే రెండు శరీరాలను ధరించినట్టు పోలివుంటే రష్యన్ సిద్ధగురువు గుర్జీఫ్ తెలుగు బ్రాహ్మణులైన మాస్టరు-C.V.V. ఒకరికొక్కరు "ఫోటో-కాపీ"ల లాగ కనిపిస్తారు. అలాగే వీరి సిద్ధాంతాలు కూడా !

కనబడే ఈ బ్రహ్మాండానికి చిన్నసైజు కాపీవంటి ప్రతిరూపమే, మానవశరీరం అనీ శరీరంలో గ్రహాలు, కర్మలు జయించటం — పది సంవత్సరాలలో జన్మరాహిత్యం వంటివి మాస్టరు C.V.V. గారి ముఖ్యమైన సిద్ధాంతాలు ! ఇంగ్లీషులో మంత్రాలను దర్శించి వాటితో — మరణించిన 80 ఏళ్ల ముసలమ్మను — ఆమె మరణించిన మూడోరోజున బ్రతికించి — ఇంకా అనేకమైన మహిమలను చూపించి మాస్టరు C.V.V. 60-వ ఏట తన శరీరాన్ని విడిచిపెట్టారు.

తనకు పైలోకాలలో వేరే పనివుందనీ — నూరేళ్ళలోపుగా తిరిగి వస్తానని ఈలోపుగా భూగోళం ఉత్తర, దక్షిణ ధ్రువాలు ఏటవాలుగా వొంగి వంకరగా వున్నాయని — వాటిని సరిచేస్తానని చెప్పారు. అప్పుడు భూమిమీద సునామీలు, భూకంపాలు ఏర్పడగలవని — ఇవి రానున్న నూతన **"సత్యయుగా"**నికి ప్రారంభసూచికలు కాగలవని మాస్టరుగారు తన డైరీలలో గుప్తరచనలుగా మనకోసం విడిచిపెట్టి వెళ్ళారు.

తమ శిష్యవర్గం వారిలో ప్రియశిష్యులు బ్రహ్మశ్రీ **వేటూరి ప్రభాకర శాస్త్రి**గారు మాస్టరుగారి **"నూతన-యోగం"** ద్వారా — ఎన్నో అసాధ్యమని డాక్టర్లు విడిచిపెట్టిన రోగాలను — నిముషాల్లో నయంచేశారు !

మాస్టర్ C.V.V. ప్రపంచానికి ఇచ్చిన ఈ "నూతన-యోగం"లో

అనేక ఆశ్చర్యకరమైన విషయాలు కనిపిస్తాయి. అందులో మొదటిది ఈ మానవశరీరం బయట కనిపించే విశాల విశ్వానికి చిన్నసైజు ప్రతిరూపం అన్నవిషయం ! అందుకనే, బైటి విశ్వంలో జరిగే మార్పులన్నీ ఆకాశంలో ఎగిరే పక్షుల ప్రతిబింబం — చెరువులో కనిపించినట్టు మనిషి శరీరం మీద ప్రతిబింబిస్తాయి ! ఈ విశాలవిశ్వం ఒక గడియారం వంటిదైతే మనలోని 'విశ్వం' చేతికి పెట్టుకునే 'రిస్టు-వాచీ' వంటిది ! రెండిటిలోనూ 'టైము' — ఒకటే. సైజుమాత్రమే తేడా !

ఒకటి నాలుగురోడ్లూ కలిసిన ట్రాఫిక్ సెంటర్‌లో వున్న **"టవర్-క్లాక్"** వంటిదైతే మనలోని బ్రహ్మాండం చిన్నసైజు గడియారంవంటిది ! అందుకని సిద్ధపురుషుల శరీరంలోని 'యోగ-కేంద్రాలు' బయట విశ్వంలోని సూర్యుడు గ్రహాలలాగే పనిచేస్తాయి.

దీనివల్ల 'మాస్టర్-యోగం' ప్రకారం మానవశరీరంలోని **"యోగ-చక్రాలు"** ఏడూ — ఏడువారాలకు అధిపతులైన సూర్యునినుంచీ శని వరకూ వారాధిపతులైన — **ఏడుగ్రహాలు** ! ఇవి **"మాస్టరు C.V.V."** అనే గ్రంథంలో ఇంకా వివరంగా చూడవచ్చు.

ఇంద్రధనుస్సులోని ఏడురంగుల వలే పరమాత్మ యొక్క ఏడు రకాల కిరణాలద్వారా దిగివచ్చిన 'పరమ-గురువులే' — "సప్త-మహర్షులు"గా మొదటి **కృతయుగంలో** మానవజాతికి వేదాలూ, సైన్సులూ, యోగశాస్త్రము, మంత్రశాస్త్రము అన్నిటినీ కలిపే **'ఆత్మవిద్య'** ద్వారా బ్రహ్మజ్ఞానమూ — ఇవన్నీ జంతుదశలోని మనిషికి రుచిచూపించారు ! ఆతర్వాత క్రమంగా మానవజాతి ఇప్పటికి అంతరిక్షయుగంవరకూ ఎదిగి ఇతర గ్రహాలమీద కాలుపెట్టేదాకా వచ్చింది !

ఇప్పుడు రాబోయేది ఒక **"కొత్త-యుగం"** లేక "కుంభయుగం !"

అందుకే కుంభరాశితో సంబంధించిన పరమగురువుగా మాస్టర్-CVV ధనిష్ఠా నక్షత్రంలో అవతరించడం జరిగింది ! దీనికి నిదర్శనంగా అన్నీ ఒకే పేరుతో — "కుంభకోణం"లో "కుంభరాశి" లో జన్మించిన మాస్టర్-CVV అవతారం "కుంభసంభవుడై"న అగస్త్యుని అనుగ్రహంవల్ల "కుంభ మాసం"లో — ఆవిష్కారంకావడమే ఆశ్చర్యకరమైన సన్నివేశం ! ప్రపంచంలో కుంభరాశికి సంబంధించిన రష్యాలో పుట్టిన సద్గురువులే — **మేడమ్-బ్లావెట్స్కీ**, 'గుర్జీఫ్', "ఔస్పెన్స్కీ"ల గురుపరంపరగా రావడంలో విశ్వాత్మయొక్క సంకల్పమిదే !

ఇంగ్లీషులో మంత్రాలు — కేవలం మూడుసార్లు ఉచ్చరించడం తోనే మనిషి పూర్వజన్మ కర్మలన్నీ నశించి — పదిసంవత్సరాలలోనే మోక్షం సిద్ధించే వాగ్దానం అభయంగా ఇచ్చారు మాస్టర్ CVV. ఈ పరంపరలోని వారైన వేటూరి ప్రభాకరశాస్త్రిగారి **"ప్రజ్ఞా-ప్రభాకరం"** అన్న గ్రంథంలో మాస్టరుగారి దివ్యానుగ్రహంతో చేసిన అనేక మహిమలు రోగనివారణ వంటివి నేటికీ చూడచ్చు !

II

భగవంతుని అవతారాలు పది ! **దశావతారాలు** అనబడే వీటిలో (1) మత్స్యావతారం, (2) కూర్మావతారం, (3) వరాహావతారం, (4) నారసింహావతారం, (5) వామనావతారం, (6) పరశురామావతారం, (7) రామావతారం, (8) శ్రీకృష్ణావతారం — గడిచిపోయాయి ! ఈ కలియుగంలో ధర్మచక్రాన్ని తిరిగి ప్రవర్తింపచేసిన **"ధర్మచక్ర ప్రవర్తకుడు"** శాస్తగా **బుద్ధదేవుని** రూపంలో భగవంతుడి (9) తొమ్మిదవ అవతారంకూడా 3000

సంవత్సరాలక్రితమే — మన భారతదేశంలో అవతరించడం కూడా జరిగింది !

ఇలా వొచ్చే దశావతారాల్లో తొమ్మిది అవతారాలూ భగవంతుడిచ్చిన వాగ్దానం ప్రకారం అవతరించడం జరిగినట్టుగానే — భగవంతుడి దశావతారాల్లో ఆఖరుదైన — **పదవ** అవతారంకూడా ఈ కలియుగం చివరలో **"కల్కి-భగవానుడి"**గా శంబల అనే మణిద్వీపంలో అవతరిస్తాడని వేదవ్యాస మహర్షి భాగవతంలోనూ, మహాభారతంలోనూ వర్ణించడమేకాక — ఈ **"శంబల-ప్రభువు"** అవతారంలో జరిగే భగవత్ లీలలు, మహిమలు, ధర్మసంస్థాపనా మహాయజ్ఞం ఎలా జరుగుతుందోకూడా సంగ్రహంగా వర్ణించాడు ! రానున్న ఈ పదవ అవతారం అవతరించే పవిత్రమైన పుణ్యక్షేత్రమే ఈ — **'శంబల !'**

అయితే ఈ **"శంబల"** ఎక్కడవున్నదీ ఎవరికీ నిర్ధారణగా తెలియదు ! అది ఒక దేవరహస్యం ! అంటే సిద్ధగురువులు భగవంతుని అవతారం వచ్చినపుడు రామావతారంలో వశిష్ఠ, విశ్వామిత్ర, అగస్త్య మునులలాగా మళ్లీ — అలానే కృష్ణావతారంలో నారద, వేదవ్యాస, ధౌమ్య, మైత్రేయ మహర్షులలా — రానున్న శంబలప్రభువు అవతారంకోసం చిరంజీవులుగా ఇంకా ఈ భూమిమీదే జీవిస్తున్న మహర్షులు — ఈ అవతార రహస్యాన్ని **జాగ్రత్తగా కాపాడుతున్నారు** — దుర్మార్గులకు, స్వార్థపరులకూ అందకుండా !

ఈ శంబల హిమాలయాలలో **'స్ఫటిక పర్వతం'** వద్ద మంచు కొండలు గుండ్రంగా తామరపూవు రేకులవలే నెలకొన్న లోయలో నడిమధ్యనగా — పద్మంలో మణిలాగా వున్నదని రహస్య నాడీగ్రంథాలలోను ఇంకా **భవిష్యపురాణం, కల్కిపురాణం, భవిష్యోత్తర** పురాణాలలోనూ

నిగూఢంగా చెప్పబడివున్నది !

విదేశీయులైన జర్మన్, రష్యన్, బ్రిటీష్ పరిశోధకులు ఈ శంబలను అన్వేషించి అది, ఎక్కడవున్నదో స్వయంగా చూడాలని 1903-1909 లో హిమాలయాల్లో చేపట్టిన సాహసయాత్రయొక్క గాథయొక్క — మొదటి భాగం దీనికిముందరి ఒకటో-సంపుటంలో అందించాను ! అందులో — హిమాలయాలలో శంబలకోసం పరిశోధించే బృందం ఎలా ఏర్పడిందో వారందరూ **"స్ఫటిక-పర్వతం"** ఎక్కడవుందో కనిపెట్టాలని **'మణిపద్మహుం'** అన్న మంత్రంయొక్క రహస్యార్థంలో — పద్మంలాగా వున్న పర్వత శిఖరాలమధ్య 'మణి' అంటే — స్ఫటికంతో చేసిన శ్రీచక్రం మధ్యగా ఈ స్ఫటిక మందిరం ఏర్పడివున్నదని టిబెటన్‌లామా తెలియచేసిన రహస్యంవల్ల తెలుసుకుని దానికోసమని ప్రయాణం మొదలుపెట్టి సగం వరకూ పూర్తిచేశారు !

మంచుతో గడ్డకట్టుకొని వున్నది — ఓ నది అడుగున సొరంగం! అందులోంచి ప్రయాణిస్తే చేరుకునేది, **"సిద్ధగురువుల-తపోభూమి"** ఆపైన పరమగురువుల అనుగ్రహంకలవారికి మాత్రమే కనిపించే "**శంబల**కు పోయే దారి" ఈ సాహసయాత్రికులకు — తలదువ్వుకుంటే మధ్యగా పాపిట ఏర్పడినట్టుగా మార్గం దొరికింది ! ఆతర్వాత ఎన్నో ఆశ్చర్యాలూ, కలియుగం మొదటినుంచీ జీవించివున్న వేదవ్యాసమహర్షివంటి సిద్ధ మునుల దర్శనమూ, ఆంజనేయప్రభువు సాక్షాత్కారం వంటివి ముందుగా చెప్పటంకన్నా — జరిగింది జరిగినట్టు యథాతథంగా ఈ **రెండవ సంపుటంలో** మీకు అందిస్తున్నాను !

III

ప్రతి మనిషీ ఒక జన్మరాశిలో పుట్టినట్టే ప్రపంచంలో ప్రతి భూఖండమూ ఆకాశంలో దానిపైన వెలిగే "రాశి"కి సంబంధించి — ప్రపంచ చరిత్రలో దాని పాత్రను అది నిర్వహిస్తుంది !

రష్యాతోపాటు టిబెట్ కాశ్మీర్‌నుంచి 'గోబీ-ఎడారి' వరకూ గల **'కుంభరాశి'**లో చేర్చబడ్డ దేశాలు వుండే మంచుపర్వతాల మధ్యనే **"శంబల"** కూడా వున్నది ! ఈ శంబల ప్రపంచానికే ఆధ్యాత్మిక కేంద్రం ! ఈ కేంద్రానికి బాహ్యంగా బైటకనిపించే చిహ్నం — మంచుకొండలమధ్య స్ఫటికంతో వున్న **'స్ఫటిక-పర్వతం'** — ప్రత్యక్ష సాక్షి !

ఈ స్ఫటిక పర్వతంలో రహస్యంగా నిక్షేపించివున్న "స్ఫటిక-మందిరం" యొక్క ప్రతిరూపమే ఆదిశంకరులనుండీ అందరు శంకర పీఠాధిపతులూ పూజించే **"స్ఫటిక-శ్రీచక్రం"** !

ఈ **'స్ఫటిక-మందిరం'** కోసం అన్వేషణ కథయే ఇది ! ఇందులోని పాత్రలు కల్పితాలేకాని — వారి వెనుక యదార్ధమైన శాస్త్రరహస్యాలు సైన్సు విశేషాలు, యోగరహస్యాలు రంగురంగుల పూలమాలలాగా కట్టి ప్రతివారూ చదువుకునేలా ఆసక్తికోసం నవలారూపంలో పాఠకలోకానికి అందించడం జరిగింది !

దీనిని కేవలం కథలాగా కాకుండా రానున్న పదవ అవతారం అయిన శంబల ప్రభువుయొక్క అవతార రహస్యానికి సంబంధించిన దేవరహస్యంగా గ్రహిస్తారని ఆశిస్తూ — అనేక అమూల్య రహస్యాలు పాఠకుల ముందుంచుతున్నాను !

దీనివల్ల ప్రపంచానికి ఇంకొక ఉపయోగం కూడా జరగాలని కోరుతున్నాను ! అదేమిటంటే — ప్రపంచంలో రానున్న ఈ అవతార మూర్తికోసం ఎంతోమంది భక్తులు ఎదురుచూస్తున్నారని — తెలిసి, అమాయకులను విశ్వాసంగల మంచివారిని ధోపిడీచేస్తూ డబ్బు దండు కోవాలనే "మేమే కల్కిభగవానులం !" అంటూ తయారైన దొంగలు, అనేకమంది — అరెస్టుకావటం — చివరికి పోలీసు బందీలుగా మనం రోజూ చూసే T.V. న్యూస్ మీడియాలో కనిపించే సత్యం !

ఇలాంటి మోసగాళ్లకు తెలియని రహస్యం ఒకటి వుంది ! — అదేమిటంటే **'శంబల ప్రభువు' "కల్కిభగవాను"డి అవతారం ఇక్కడ మన జిల్లాలలో, ఈ మైదానాల్లో ఎక్కడా పుట్టడం అనేది — జరగనే జరగదు !** ఆయన అవతరించేది కేవలం హిమాలయ పర్వతాలలోని, గాఢమైన మంచుకవతల 'స్పటిక-పర్వతం' అవతల ఉత్తరంగావున్న — **శంబలలోనే !**

ఇది చాలామందికి తెలియక — ప్రచారం చేసుకునే ప్రతీ వేషధారినీ నమ్మి — వేలు లక్షలు గుమ్మరించి పరువు మాన-ధనము లను పోగొట్టుకొనే స్త్రీలకు ఆత్మీయులకూ, — ఇలాంటి అన్యాయం చేసేవారిని ఆశ్రయించే ప్రమాదం లేకుండా... **అసలు నిజమైన శంబల ప్రభువుయొక్క అవతారం గురించి** విదేశీయులు చేసిన హిమాలయ పరిశోధనలో వెల్లడైన రహస్యాలు తెలియపర్చడంవల్ల — ఇకముందు **ఇలాంటి దొంగవెధవ లను ఎవ్వరూ నమ్మకూడదని** — భగవంతుని నిజమైన అవతారంయొక్క లక్షణాలు, అవతరించే పుణ్యభూమిలోని మహిమలూ — అన్నీ ఇందులో ప్రత్యేకించి పొందుపరిచాను!

వీటిని **పరిశోధనాదృష్టితో** గమనికగా చదివి, అసలు భగవంతుని అవతారానికి నకిలీలకు తేడా గుర్తుంచుకోవడానికి — ఇది ఉపయోగ పడాలని మాత్రమే ఈ రహస్యాలను మీకు అందిస్తున్నాను !

ఇందులో నా పాత్ర నిమిత్తమాత్రమే ! కథ రాయడంలో కాగితమూ పెన్నూలాగే — నాశరీరాన్నీ మనస్సునూ ఒక పనిముట్టుగా వాడు కున్నాను ! **"శంబల-శక్తి"** యొక్క పరమానుగ్రహయే ఈ కథను నడిపించింది !

"పలికెడిది భాగవతమట !
పలికించెడివాడు రామభద్రుడట !!
అది నే పలికిన భవహరమగునట
... ..."

— అంటూ దీన్ని మీకు ఒక **పూజాపుష్పంగా** అందిస్తున్నాను భగవత్ సమర్పణగా !!

అనేక మంగళాశాసనములతో

ఇట్లు,

మీ

డా. వేదవ్యాస IAS, Ph.D., D. Litt

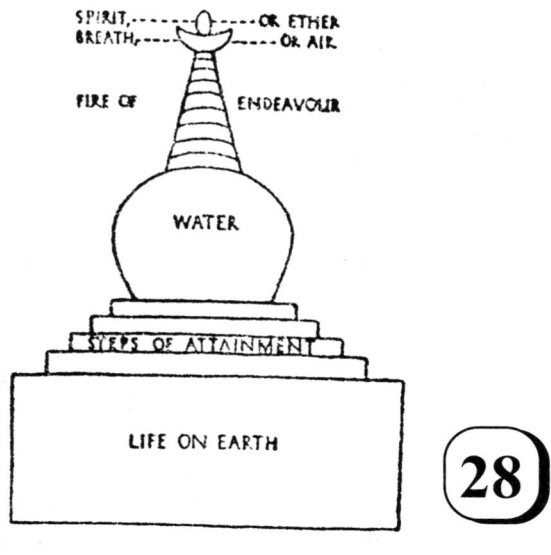

SPIRIT,
OR ETHER
BREATH,
OR AIR
FIRE OF
ENDEAVOUR
WATER
STEPS OF ATTAINMENT
LIFE ON EARTH

28

ధ్యానంలో - కాలం !

ఆరోజుల్లో నేను మా గురుదేవులు తాషీలామాగారి ఆశ్రమంలో విద్యార్థిగా శిక్షణ పొందుతున్నాను. అప్పటికింకా నాకు ఇరవై ఇరవైఐదు ఏళ్ళ మధ్యవయస్సు ! నాకు ధ్యానంలో శిక్షణపొందాలని ఎంతో కోరికగా వుండేది. ఒకరోజున నాకు యోగం, ధ్యానం గురించి బోధించే టీచర్ లామా వంటి బోధనాగురువును ఇలా అడిగాను.

"గురుదేవా ! ధ్యానంలో మనం కాలంలో వెనక్కివెళ్ళి గతించిపోయిన ప్రపంచ చరిత్రను తెలుసుకోవచ్చా ?" ఈ మంచుకొండలపైన ఎత్తుగా ఎదిగిన మన టిబెట్ పీఠభూమి — ఈ భూమ్మీద ఇలా ఏర్పడి ఎంత

కాలమయ్యింది ? అంతకుపూర్వము టిబెట్ ఎలావుండేది? ఈ భూగోళం మీద చాలా మార్పులు జరిగాయని మన పురాణాలు టిబెటన్ ప్రాచీన గ్రంథాలలోనూ వర్ణించబడివున్నాయికదా ! నాకు దాన్ని ప్రత్యక్షంగా చూడాలని ఎంతో కుతూహలంగా వుంది" అంటూ ప్రశ్నించాను.

దానికి మాగురుదేవులు నావంక తీవ్రంగా దృష్టిని కేంద్రీకరించి చూస్తూ — నా గతజన్మను చదివేస్తున్నట్టుగా నన్ను పరిశీలిస్తూ — ఇలా అన్నారు. "అబ్బాయీ ! నువ్వింకా గురుకులంలో ఛాత్రనివాసంలో వుంటున్న విద్యార్థివే ! కాని, నువ్వు అడిగే విషయాలుమాత్రం చాలా పెద్దవిషయాలు ! మన శాస్త్రాల్లోని దేవరహస్యాలు !! ఇలా ఎందుకు అడుగుతున్నావా ? అని నేను నీ గతజన్మను పరిశీలించాను — నీ పూర్వజన్మ దృశ్యాలు ! బొమ్మలుగా కనిపించాయి అవి చూసి గతజన్మలో నీ సంస్కారాలే నీకీ విషయాలను గురించి ఆసక్తిని ప్రేరేపిస్తున్నాయని గమనించాను. అందుకే నీకు చెప్తాను శ్రద్ధగా విను."

"ఈ ప్రపంచంలో జరిగే ప్రతి సంఘటనా కాంతి చిత్రాల రూపంలో బొమ్మలలాగ ఆకాశంమీద ముద్రించబడివుంటుంది. దానినే — మన టిబెటన్ యోగపరిభాషలో **'ఆకాశ చరిత్ర' (Akasic Record)** అంటారు! నీ మనస్సును గనక శుభ్రంచేసి నీ సొంత ఆలోచనలు అడ్డంపడకుండా చూసుకోగలిగితే ఈ గుహలో కూర్చుని — లక్షల సంవత్సరాలక్రితం జరిగిన విషయాల్ని ఈ కొండగుహ గోడలమీద పురాతనమైన శిలలమీద ముద్రించినట్టు ఎలా రికార్డు కాబడివుంటాయో ప్రత్యక్షంగా అవన్నీ నీకు కనిపిస్తాయి. ఐతే దానికి ప్రత్యేకమైన ప్రాణాయామం అవసరం

ఎందుకంటే మన ఊపిరిపీల్చేవిధానం మీదనే ఆధారపడివుంటుంది — శరీరానికి ఆత్మకు వుండే సంబంధం ! మన శ్వాసను గనక మారిస్తే మనలోని జీవుడు తన శరీరంలోంచి బయటకువచ్చి ప్రాణమయ-శరీరంతో మన కళ్ళముందరే నిలబడి కనిపిస్తాడు — వేరే మనిషిలాగ! ఇతడే జీవాత్మ !! అతని శరీరమే సూక్ష్మశరీరము ! దానిపైనవుండే పొర మనలోని ప్రాణశక్తితో తయారైన 'ప్రాణమయ శరీరం'. అందుకే అది శ్వాసవల్లే శరీరంనుంచి విడివడి వేరుగా గాలిలో బెలూన్‌వలే ఎగిరిపో గలదు. యోగులు దాని ద్వారానే కాలంలోకి ప్రయాణిస్తారు. గతంలో గడిచిపోయిన శతాబ్దాల చరిత్ర చూడాలన్నా — లేక రాబోయే శతాబ్దాల భవిష్యత్తును కాలజ్ఞానరూపంలో సినిమాలా దర్శించాలన్నా దానివలననే సాధ్యం.

ఇప్పుడు నీకీ ప్రత్యేక ప్రాణాయామ ప్రక్రియ నేర్పుతాను. ముందుగా దానికి నీ ఆహారం మార్చుకోవాలి. తేలికైన మూలికలు, ఆకుపసర్లు, మొలకెత్తిన ధాన్యము, పండ్లరసం మాత్రమే ఆహారంగా తింటూ జీవించాలి — కనీసం మూడునుంచి ఏడురోజులదాకా ! అప్పుడే ఈ అన్నంతో తయారైన నీ స్థూలశరీరం నిర్మలమై — మనలోని మనస్సును ఒక స్ఫటికం వంటి అద్దంలాగ తయారుచేస్తుంది" అంటూ నాకు ఆ శిక్షణవిధానం అంతా బోధించారు.

బోధించటమేకాక మరి ముగ్గురు పెద్ద లామాల సహాయంతో కొండలలో దొరికే **'సంజీవని'** యొక్క ఆకుల పసరు తీసి నాచేత తాగించారు. పసరు చేదుగాను, వెగటుగానూ అనిపించింది. అయినా

ఓర్పుగా తాగాను. అన్నమూ, మామూలు వంటకాలతో తినే భోజనం మానిపించేశారు. దానితో నిద్ర పూర్తిగా పోయింది — రాత్రంతా మేలుకునే వుండేవాడిని గంటలు లెక్కపెడుతూ ! రెండవరోజునుంచీ నాచెవుల్లో రింగుమనే హోరులాంటి శబ్దం వినిపించసాగింది. దానికి భయపడ్డ నేను గురుదేవులవద్దకు వెళ్ళి చెప్పాను కంగారుగా.

దానికాయన నవ్వి నావంక వింతగాచూస్తూ — "నీచెవుల్లో విని పిస్తున్న ధ్వని ఏమిటి? అలా ఎందుకు వినపడుతోందనుకుంటున్నావు ?" అన్నారు.

గురుదేవా ! "నీరసం వలన, ఆకలి — భోజనం తగ్గించటంవలనా నా చెవులు రెండూ గళ్ళుపడ్డాయని భావిస్తున్నాను — కాదా ?"

గురుదేవులు భళ్ళున నవ్వి — "నువ్వు అలా అనుకుంటున్నావని నాకు ముందరే అనుమానంవేసింది! ఉపవాసం అంటే భయపడి ఛస్తారు చాలామంది! నిజానికి మనిషి నెలరోజులదాకా నిరాహారంగా బ్రతికివుండగలడు. పైగా నీకు విధించింది నీవనుకున్న ప్రకారం పూర్తి నిరాహారమూ కాదు. తేలికైన ఆహారం తీసుకునే విధానం! దానివలన నీ శరీరంలోని ఇంద్రియాలు నిర్మలమవుతాయి.

"గురుదేవా! ఇంద్రియాలు అంటే మనకళ్ళు, ముక్కు, చెవులు ఇవేనా?"

"కాదు! ఈ కళ్ళు, ముక్కు, చెవులు మనయొక్క — స్థూలశరీరానికి అతికించబడివున్న ద్రాక్షపళ్ళ గుత్తిలాంటివి! కరెంటుతీగకు తగిలించబడివున్న లైట్ల, బల్బులవలే! నిజానికి మన **'ఇంద్రియాలు'** వీటికి లోపల వుంటాయి. మనం కళ్ళుమూసుకున్నా బొమ్మలు కనిపిస్తాయి గదా! అవి చూసేవే, ఇంద్రియములు! మనకి కలలోకూడా మాటలు వినిపిస్తాయే అవి వినేవే — ఇంద్రియములు. ఇవి మన లోపలవుండే ఇంద్రియాలు అసలీ జీవాత్మకుండే లోపలి ఇంద్రియాలు పనిచేయటం వలననే మనిషి బ్రతికివుంటాడు.

ఎందుకంటావా! చచ్చిపోయిన శవానికికూడా ఈ కళ్ళు, చెవులూ, ముక్కూ అలాగే వుంటాయికదా! బైట ఇంద్రియాలు మామూలుగానే వున్నాయికదా? కాని, అతడు చూడలేడు, వినలేడు, మాట్లాడలేడు — ఎందుకు? ఎందుకంటే లోపల చూసే 'తెలివి' అనే — మనస్సులో ఏర్పడ్డ ఇంద్రియాలు మరణిస్తే పోతాయి! — ఇవి జీవాత్మకు అంటి

పెట్టుకునేవుంటాయి. అవే మనం నిద్రపోతే కూడా పనిచేస్తాయి. అందుకే మనకి కలలు కనిపిస్తాయి ! కలల్లో మాటలు వినిపిస్తాయి. అవన్నీ ఈ బయటవున్న శరీరానికి అతి కించివున్న చెవులవల్ల కళ్ళవలనా — కానే కాదు !

'యోగం' అనేది మనలో జీవాత్మకున్న ఇంద్రియాలను పరిశుద్ధం చేయడంతో మొదలవుతుంది ! దానివలన **"కాలం"** లోకి చూస్తాం. ఆకాశంలో ప్రదేశందాటి ఈ విశ్వానికి అవతలవున్నవి కూడా కనబడ తాయి. దానివలననే **'దివ్యదృష్టి'** కలుగుతుంది.

ఆ దివ్యదృష్టితోనే కాలంలోకి వెనక్కి కూడా చూడవచ్చు. గతించిన శతాబ్దాలు — కాదు లక్షల, కోట్ల సంవత్సరాల చరిత్రకూడా చూడవచ్చు. అలానే భవిష్యత్తులోని కాలంలోకి ప్రయాణించి జరగబోయే కాలంలోని రికార్డ్ సినిమాలాగ చూడవచ్చు చిత్రాలరూపంలో ! దీనినే మనవాళ్ళు **'కాలజ్ఞానం'** అంటారు తెలిసిందా ?" అన్నారు వేగంగా తన జపమాల తిప్పుకుంటూ!

కొంతసేపు ఆగి — మళ్లీ ఇలా సమాధానం ఇచ్చారు.

29

కాలజ్ఞానం

"నీవు అడిగినప్రశ్న చిన్నదేగాని దానికి సమాధానం చెప్పాలంటే చాలావున్నది. ఒకప్పుడు నేను నీవయస్సులో వుండగా మా గురుదేవులు పీఠాధిపతి తాషీలామా ధ్యానంలోని ఉన్నతస్థితులను బోధించటానికి, నాకు ప్రత్యేకశిక్షణ ఇవ్వాలని నిర్ణయించారు.

అప్పుడా 'లామాసరీ' లోని విద్యార్థులకు వారివారి ఆత్మసంస్కారాన్ని బట్టి ఆధ్యాత్మిక శక్తినిబట్టి రెండు, మూడు తరగతులుగా విడదీసి — ప్రత్యేక శిక్షణనిచ్చేవారు. అందులో నన్ను నా జాతకంలోని గ్రహాలు ప్రత్యేకంగా పరిశీలించినమీదట ఒక దివ్యదృష్టిగల లామాను నా సూక్ష్మ శరీరాన్ని దివ్యదృష్టితో పరిశీలించమని చెప్పి — నా పూర్వజన్మలలోకి చూసి నేను చేసిన సాధనలు, నా ఆత్మ ఎంతవరకూ ఆధ్యాత్మికంగా ముందుకు పురోగమించిందో — అన్నీ పరిశీలించిన మీదట నా పరిస్థితి

సంతృప్తికరంగా వున్నదని నిర్ణయించారు. అందువల్ల నన్ను ఉన్నత బ్రహ్మచారులు ఉన్న మొదటితరగతి శిష్యులలో చేర్చారు.”

“మా రోజుల్లో ఇలా ఒక విద్యార్థిని ఎంతో పరిశీలించినమీదటనే అతడికి ఏవిధమైన ఆధ్యాత్మిక శిక్షణ ఇవ్వాలో నిర్ణయించేవారు. నాకు దివ్యదృష్టినీ, భవిష్యత్తు గురించిన జ్ఞానమును, జ్యోతిషంలో ప్రావీణ్యత, ఆసక్తి వున్నాయన్న సంగతి నిర్ణయించి నాకా ప్రత్యేకశిక్షణ ఇవ్వటం ప్రారంభించారు. అందులో భాగంగా ఈ టిబెట్‌లోని అతిప్రాచీన భాగమైన హిమాలయ పర్వతాలక్రింద — పూజ్య దలైలామాగారి భవనం “పోతాలా” పునాదుల క్రింద-వున్న గుహలను పరిశీలించమని ఆదేశించారు.

నాతోపాటు తొంభైఏళ్ళకు పైబడ్డ ముసలిలామాలు మండుతున్న నేతికాగడాలను తీసుకుని నాముందునడిచారు. ‘జుంమ్మని ఓంకారం చేస్తూ టిబెటన్ మంత్రశాస్త్రంలోని మంత్రాలను, స్తోత్రాలను స్వరయుక్తంగా శ్రావ్యంగా చదువుతూ వారు ముందు నడుస్తున్నారు. అలాగే నావెనుకనే నాతోపాటు శిక్షణగా ఎంచుకున్న పది, పదమూడుమంది లామాశిష్యులు తలవంచుకుని నడిచొస్తున్నారు.

మాకు మామూలుగా లామాలు ధరించే ఎర్రటి ఊదారంగు వస్త్రాలకి బదులు నారింజపండు రంగూ ఎరుపూ కలిసిన చెంగావి రంగులో ఉదయించే సూర్యునికాంతివంటి పీతాంబరం రంగు కాషాయ వస్త్రాలను ఎడమభుజం పైనుంచి ఐమూలగా చుట్టి సన్యాసులమాదిరిగా ధరింపచేశారు.

ఒకరోజు ముందుగా ఉపవాసం చేయించి పాలుమాత్రమే ఆహా

రంగా యిచ్చారు ! ఆరోజు ఉదయాన్నే జాము పొద్దుండగానే లేచి కాలకృత్యాలు, స్నానము, నిత్యజపము పూర్తికాగానే పైనచెప్పిన ముసలి లామాలతోసహా వారి పరివారంతోపాటు నేనూ బయలుదేరాను. నడుస్తున్న కొద్దీ నేల ఏటవాలుగా పల్లంగా కిందకి తూర్పుగా వంగివుంది ! అడుగుక్కి నేలలో సొరంగంలాగ ప్రయాణిస్తున్నాము. నేల పల్లంగా వుండటంవలన మా నడక ఎవరో ముందుకు నన్ను నెట్టుకు వెళ్తున్నంత తొందరగా అడుగులు ముందుకు పడుతున్నాయి. నా ఆశ్చర్యాన్ని గమనించిన నా ముఖ్య గురుదేవులు :

"ఓ లామా ! (శిష్యుడా) ఆశ్చర్యపడుతున్నావా ఏమిటి ? ఇక్కడి నుంచి నేల పల్లంగా భూగర్భంలోకి సొరంగంలోకి వెళుతోంది. అందుకే నీకీ అడుగులతొందర — ఎవరో వెనకనుండి నెట్టుతున్నట్టు" అంటూ నవ్వారు నా మనస్సును శాంతపరుస్తూ ! అలా సుమారు ఒక గంటసేపు మంత్రాలు చదువుతూ ధ్యానస్థితిలో మనస్సు ఏకాగ్రంచేసి భూగర్భంలోకి ఆ లోతు మార్గంగుండా నడచివెళ్ళగా ఒక మనిషి తలవంచుకుని నడవవలసినంత ఎత్తుమాత్రమే వున్న — గుండ్రని విశాలమైన ఓ గుహ లోకి ప్రవేశించాము. కొంచెం ముందుకుపోగానే దూరాన గుహ అంచు లకు నీరు తగులుతూ ఊటగా వూరిన జల సన్నగా గలగల శబ్దంతో ప్రవహిస్తున్నది ! ఆశ్చర్యంగా తలఎత్తి పైకిచూశాను. ఆ సొరంగం కప్పు మీద ఆల్చిప్పలు, నత్తగుల్లలు రాతిపొరమీద అంటిపెట్టుకుని కనిపిం చాయి — స్పష్టంగా ! రాతిపొరలు తెలుపు, ఆకుపచ్చ, గులాబీ రంగు రంగులుగా పొడలు పొడలుగా ఉప్పునీటిలో ఆ శిలలు చాలాకాలం నానినట్టుగా చిత్ర విచిత్రంగా వున్నది.

నేల కుడి ఎడమలకు పల్లంగా ఏనుగువీపు ఆకారంలో గుండ్రంగా వొంపుతిరిగి ఏటవాలుగా క్రిందకు దిగిపోయింది ! కాగడాల వెలుతురులో చూస్తే జిగేల్మనే బంగారుకాంతితో తళుక్కున మెరుపులు లాంటి గీతలు — రాతిపొరలలో కనిపించాయి ! వాటి మధ్యలో నక్షత్రాల వంటి స్ఫటికశిలలు జిగేల్మని కళ్ళు మిరుమిట్లుగొలుపుతూ కనిపిస్తున్నాయి.

"అవి నేలలో బంగారం లభించే గనియొక్క అంచులు ! — అందుకే మెరుపుతీగలలాగా కొండపొరలలో బంగారం మెలికలు మెలికలు తిరుగుతూ జరీలాగ కనిపిస్తున్నాయి. అందుకే ప్రాచీనకాలంలో మన పూజ్య దలైలామా మందిరానికి 'సువర్ణ మందిరము' — లేక **"హిరణ్యగర్భ దేవాలయము"** అన్నపేర్లు వుండేవి.

ఈ బంగారము ఇక్కడి గుహలలో టన్నులకొద్దీ వుండటంవలన ఇది భూలోకంలోకల్లా పరమ పవిత్రభూమిగా పూజించే నేల ! ఈ గుహ ఒక జీవించే-శిల ! అంటే ప్రాణంతోవుండే స్వయంగా కదలిక కలిగిన **సాలగ్రామ శిల** ! అందరూ పూజించే ఆ సాలగ్రామశిల యొక్క గుహ — ఇది! ఇంతకన్నా పవిత్రస్థానం ఈ భూగోళం మొత్తంమీద లేనే లేదు ! అందుకే జపధ్యానాలకు అతిపవిత్రస్థలంగా దీన్ని ఎంపికచేసి నీవంటి ఆధ్యాత్మిక సాధకులకు ఇక్కడ ధ్యానంచేసే అవకాశాన్ని కల్పించాము !

ఇక్కడ కూర్చొని నీ **మూడవ-కన్ను** తెరిచి, భవిష్యత్తును చూసే దృష్టిని సాధించి నిశ్శబ్దంగా నీ ఆలోచనలు శాంతించేదాకా ధ్యానించు. అంటే ధ్యానంలో స్పష్టంగా చూడు.

"నీకు తెలుసుగా ? ఈ ధ్యానం — మనం, మామూలుగా మనస్సును లోపలివైపు తిప్పి సమాధిలోకి ప్రవేశించే అంతర్ముఖ దృష్టికాదు ! ఇప్పుడు కావలసింది — ఆ రకం ధ్యానంకాదు, మనస్సు లోపలికి పోవటంకాదు !"

"మనస్సును బయటవైపుకు తిప్పి — మేఘములు, ఆకాశము దాటి పైకి వ్యాపించి, సూర్య చంద్ర గోళాలు దాటి ఈ విశ్వమంతా వ్యాపించే నీ మనస్సు — కాలాన్నీ, ఆకాశాన్నీ దాటాలి ! అప్పుడే కాలంలో ఏమి వుందో నీకు దర్శనమిస్తుంది. దాన్నే మన టిబెట్ ప్రాచీనగ్రంథాల్లో **"కాలజ్ఞానం"** అంటారు !

"అందుకే నిన్నొక గురుదేవుల పర్యవేక్షణలో కూర్చోబెట్టి నుదుటి మీద రెండు కనుబొమ్మలమధ్యన నీ **"మూడో-కన్ను"** తెరిపిస్తాము" — అంటూ నా భ్రూమధ్యంలో చుక్క-బొట్టు పెట్టుకునేచోట నొక్కి పూర్వం వర్ణించినవిధంగా నా మూడవకన్ను తెరిపించారు.

అంతే! ఒక విశాలమైన ఆకాశం నాఎదుట ఒకపెద్ద తివాచీ పరిచినట్టు పొడుగూ వెడల్పు తెరచాపలా తెరుచుకుని వ్యాపించి విస్తరించింది. కాసేపు నీలాకాశంలాగ మరికొంతసేపు నీలంరంగుతోనూ, ఇంకోసారి స్ఫటికంలాగ, మరికాసేపు స్వచ్ఛమైన ఎరుపురంగులోనూ, ఆకుపచ్చని నారింజ రంగులోనూ ఇలా — రక రకాలుగా రంగు రంగులుగా నా మూడవనేత్రం ముందు చేరాయి. వాటిని నిశితంగా పరిశీలిస్తూ నా సొంత ఆలోచనలు కరిగిపోయాయి ! చివరికి, అలాంటి వాటిని పట్టించుకోవటం మానేశాను. అప్పుడే నాఎదుట ఈ **'మన ఈ**

ప్రపంచంయొక్క గతచరిత్ర' మొత్తం — ఒక సినిమా చిత్రంలోని దృశ్యాల్లాగా ఒకదానివెంట ఒకటి కనిపించాయి అంచెలంచెలుగా !

అలా మూడురోజులవరకు నాకు కనిపించినవి, నాకు వినిపించినవీ దృశ్యాలు, చిత్రాలు, శబ్దాలూ వివరాలతో నేను వర్ణించి చెపుతూంటే మా పూజ్య గురుదేవులు తలపంకిస్తూ ఆసక్తిగా ఏకాగ్రతతో అంతా విన్నారు. ఆయన వెనకాలగా కూర్చుని ఇద్దరు నడివయస్సులోని లామాలు ఇనుప దబ్బనం వంటి ఘంటంతో నేను వర్ణించిచెబుతున్న వివరాలను శరవేగంతో తాళపత్రాలమీద రాసుకుపోతున్నారని తరవాతగాని, నాకు తెలియలేదు.

అలా నేను చూసినవి — నాకు వినిపించినవి నామనస్సుకు ఎలా అనిపించినవి అన్నీ అలా వర్ణించిచెప్పగా రాస్తే — అది ఈ ప్రపంచం యొక్క చిన్నప్పటి అంటే బాల్యంలోని గతచరిత్ర అని తెలిసింది — విని ఆశ్చర్యపోయాను నేనే ! అలా నేను చెప్పినది, రాసుకున్నది మళ్ళీ మన ప్రాచీన పురాణగ్రంథాలతో సరిచూసి హెచ్చుతగ్గులు గమనిస్తూ పూర్వఋషులు వర్ణించిన కాలజ్ఞానపు వర్ణనలో గతించిన **'బ్రహ్మకల్పముల'** చరిత్రతో సమన్వయం చేసి కాలజ్ఞానంలోనూ, పురాణాలలోనూ ఇవ్వ బడిన వివరాలతో సమన్వయం చేయటం జరిగింది. అదంతా చెప్పా లంటే ఆ వివరాలతో — అది ఒకపెద్ద గ్రంథమౌతుంది" — అంటూ పూర్తిచేసారు మా పూజ్య గురుదేవులు తాషీలామా.

గురుదేవులు నాకు అన్నీచెప్పారుగాని — ఏమీ చెప్పలేదు అని పించింది నేను వారి పాదాలవంకే చూస్తూ ఇంకా ఇలా అడిగాను.

"ఓ పూజ్య గురుదేవులైన తాషీలామా ఆచార్యా ! మీరు నాకు అన్నీచెప్పి, ఏమీ చెప్పలేదు ! ధ్యానదృష్టితో మీరు చూసిన ఈ విశ్వంయొక్క గత చరిత్ర మీరు నాకు అందీ, అందకుండా అన్నీచెప్పి ఏమీ చెప్పలేదు.

"మీరు దర్శించిన ఈ విశాలవిశ్వంయొక్క చరిత్ర, మన టిబెట్ యొక్క ప్రాచీనచరిత్ర మీరు దివ్యదృష్టితో చూసినది చెపితే వినాలని నాకు చాలా ఆసక్తిగానూ ఆతృతగానూ వున్నది. దయచేసి నాకు అన్నీ వివరంగా చెప్పండి" అన్నాను. వారు చెప్పినదంతా విస్తరించి వ్రాయాలంటే అదంతా ఒకపెద్ద గ్రంథమే అవుతుంది.

అయినా నాలో కలిగిన ఆసక్తిని గమనించి మా గురుదేవులు నాకు వర్ణించిచెప్పిన **కాలజ్ఞానం** వివరాలు — ఈ తరువాత అధ్యాయంలో వర్ణిస్తాను.

(30)

ప్రపంచం యొక్క - బాల్యం

అలా నేను హిమాలయపర్వతం అడుగున భూగర్భంలోని గుహలో కూర్చుని నెమ్మదిగా ఒక నిద్రవంటి ధ్యానస్థితిలోకి జారుకున్నాను. అప్పుడు కనిపించిందా దృశ్యం !

కాలంయొక్క 'వేగం' మారింది ! :-

"ఇదంతా ఎంతో ప్రాచీనమైన — 'ఆదికాలంలో' జరిగింది ! ఎంత కాలంక్రితం జరిగిందో సరిగ్గా లెక్కించి చెప్పడంకూడా చాలాకష్టమే !

ఎందుకంటే కాలగమనంలో కూడా ఎన్నో మార్పులు జరిగాయి అప్పటికీ — ఇప్పటికీ ! ఈ భూగోళం తిరిగే **'వేగం'** ఇప్పటికన్నా

ఆకాలంలో మూడు, నాలుగురెట్లు ఎక్కువవేగంగా తిరిగేది ! దానివలన రోజు-యొక్క పొడవు ఇరవైనాలుగు గంటలే అనిపించినా — అదే ఇరవైనాలుగు గంటలు ఎంతో త్వరగా గడిచిపోయేవి ! సంవత్సరచక్రము అతివేగంగా తిరిగిపోయేది — ఇప్పటికన్నా నాలుగురెట్ల వేగంతో !! కాలంలోని కనిపించని ఈమార్పుని గడియారాలుకూడా గమనించలేవు.

ఎందుకంటే భూగోళంతిరిగే వేగంగనక మారితే దానియొక్క ఆకర్షణ శక్తి, అయస్కాంత బలముకూడా మారుతుంది. అందువల్ల గడియారాలు తిరిగే వేగంకూడా మారుతుంది. దానివల్ల భూమ్యాకర్షణబలం తగ్గి భూమిపై పెరిగే చెట్లు, నడిచే మనుషులు, జీవించే జంతువులు ఇప్పటి కంటే — పెద్దవిగానూ, పొడుగ్గానూ వుండేవి ! దానితోపాటు ప్రతి జీవి, ప్రతి మనిషి, జంతువులు, చెట్లు ఎక్కువకాలం జీవించినట్టు కనిపించేవి !

నిజానికి జరిగింది ఏమిటంటే అంతే జీవితకాలంలో భూమి గుండ్రంగా తిరిగే వేగం పెరగటంవలన సంవత్సరంయొక్క వేగంకూడా పెరిగింది. అలా కాలవేగము హెచ్చుగా వుండటంవలన — అదే ఆయుష్షులో అనేక సంవత్సరాలు గడిచినట్టు తిరిగిపోయేవి ! అందువల్ల పూర్వయుగాలలో మనుషులు **ఎక్కువకాలం** జీవించినట్టు కనిపించే వారు ! అప్పుడు కాలంవేగం అలావుండేది. అందుకే మనుషులు కొన్నివేల సంవత్సరాలు జీవించినట్టు పురాణాలలో కూడా వివరించబడివున్నది."

"అందుకనే అన్నాను ఆనాటి ఆదికాలంలో కాలంయొక్క వేగము ఇప్పటికన్నా చాలా హెచ్చుగా తిరిగేది అని ! అందువల్ల మనకు పూర్వసృష్టిలో కనిపించిన చరిత్రా — అది జరిగేకాలమూ మనం చూస్తూ

వుంటే ఇప్పుడు పట్టే సమయం సరిగ్గా లెక్కించి చెప్పటం చాలాకష్టం. ఇన్ని సంవత్సరాలు అని చెప్పలేము — లెఖ్ఖగా ! ఏసంవత్సరాలో అవి తేల్చటం ఎలా ? ఏకాలం ?

"అది ప్రపంచంయొక్క బాల్యము ! అంటే పసిపిల్లవాడి జీవితంలో అన్నీ వేగంగా జరిగినట్టే చురుగ్గా ప్రపంచములోని చరిత్రకూడా త్వర త్వరగా నడిచిపోయింది. అప్పటి ఆకాలంలో భూమి సూర్యునికి నిఠారుగా తిరిగేది — అంటే నీకు అర్థంకాకపోవచ్చు !

ఇప్పుడు భూగోళం ఆకాశంలో ఉత్తరధృవము, దక్షిణధృవము ఒకవైపునకు వాలి ఏటవాలుగా వొంగి వుంటుంది భూమి ఇరుసు. అందువల్ల ఒక సంవత్సరంలో భూమి సూర్యునిచుట్టూ తిరిగే సమయం కూడా ఉత్తర, దక్షిణ ధృవాలలాగే ఒరిగినందువల్ల రాత్రీ-పగలూ హెచ్చు తగ్గులతో వుంటుంది ! దానివల్ల మనకి సంవత్సరంలో అతివేడిగా వుండే వేసవికాలము లేదా చల్లగావుండే శీతాకాలమూ, ఏర్పడతాయి. కాని ఆరోజుల్లో అలా వుండేది కాదు. భూమి నిఠారుగా వుండి, ఉత్తర దక్షిణ ధృవాలు సమానమైన తలములో నిలిచి సూర్యునిచుట్టూ లంబముగా తిరిగేది. అందువల్ల ఒకవృత్తంలో, తిరిగే చక్రంలా — మూడువందల అరవై (360°) డిగ్రీల కోణంలో తిరుగుతున్న భూమియొక్క సంవత్సరము పొడుగు — మూడు వందల అరవైరోజులే వుండేది !

దానికి పూర్వచరిత్రలో సాక్ష్యంకూడా లభిస్తోంది. ప్రాచీన జ్యోతిష గ్రంథాలలో రాసిన పరాశర మహాఋషి వంటి ఋషులు సంవత్సరంలో మూడువందల అరవైరోజులే అని **'సావన-సంవత్సరం'**గా లెక్కించారు.

వారి లెక్కలు ఇదే తెలుపుతున్నాయి. ఆరోజుల్లో కాలం ఆవిధముగానే వుండేది. అందువల్ల మనకి ఒక సంవత్సరంలో కలిగేమార్పులు వేసవి కాలము, వర్షాకాలము, శీతాకాలము అనే ఆరు ఋతువులూ అన్నీ — ఒకేరోజులో ఆరూ తిరిగేవి !

అంటే ఏమిటి ? ప్రతీరోజు సూర్యోదయంవేళ వసంతఋతువుతో రోజు ప్రారంభమై, మధ్యాహ్నం సమీపించేసరికి వేసవికాలము వచ్చి ఎండవేడిమి పెరిగేది ! మధ్యాహ్నము గడిచేసరికి వానలుపడి, వర్షా కాలంగానూ సాయంత్రముకాగానే శరదృతువుగా నీలాకాశంలో వెన్నెల కురిసేది ! రాత్రి శీతాకాలమువలే వణికించే చలిగాలులూ తరువాత శశిరఋతువూ — ఇలా సంవత్సరంలో ఆరుఋతువులు ఒకరోజులోని 24 గంటలలోనే — చక్రాకారంగా తిరిగేవి — భూగోళం సమానంగా సూర్యుడిచుట్టూ తిరగటంవల్ల !

ఇదంతా ఎందుకు చెబుతున్నానంటే ఆరోజుల్లో కాలగమనమే వేరు ! అయినా ఇదంతా ప్రధాన విషయముకాదు ఒక్కదానికి తప్ప ! ఈ కాలగమనాన్ని గురించి రహస్యం మరిచిపోతే పూర్వఋషులు వర్ణించిన విధంగా ఈ సృష్టిలో కనిపించే జంతువులు, "మనుష్యులు, చెట్ల జీవిత కాలం వేల సంవత్సరములు" అనిచెప్తే అది మనకు అసంబద్ధముగా తోచవచ్చు.

"అందుకే కాలాన్ని అర్థంచేసుకోవాలంటే ఖగోళశాస్త్ర పరిచయం అవసరము. అందుకే ముందరే చెప్పాను ! అది మన ఈ విశ్వంయొక్క **బాల్యము** అని !" — అంటూ నాగురుదేవులు గతించిన ప్రళయాలూ

గ్రహగోళాలు తిరిగే పరిభ్రమణాల్లో మార్పులూ తెలియజెప్పారు. నేను నిర్ఘాంతపోయాను ఆయనయొక్క — అపారమైన జ్ఞానంచూసి !

"అది ఈ విశ్వంయొక్క బాల్యం ! ఆకాలంలో భూమియొక్క — 'భ్రమణం' వేరుగా తిరిగేది. అప్పుడీ టిబెట్ ఒక సముద్రతీరం ! టిబెట్‌యొక్క దక్షిణతీరం మీదికి అలలుగా సముద్రకెరటాలు వచ్చి పడుతుండేవి. ఆరోజుల్లో, ఉదయభానుడి బంగారుకిరణాలు ఇప్పటి దక్షిణధృవం మీదనుంచే ఉదయిస్తూవుండేవి.

కాలం ప్రశాంతంగానూ ప్రకృతి సమృద్ధిగా, పండ్లూ, కాయలూ, పూలు, తేనే లెక్కకుమిక్కిలిగా మనుష్యుల అవసరాలకంటే ఎక్కువగా ఇస్తూవుండేది ! గాలిలో, ఆకాశంలో వాతావరణం ఏకాలుష్యమూ, పొగా లేకుండా నిర్మలంగా నీలంగా వజ్రంలాగ, స్ఫటికంలా ప్రకాశించేది ! ప్రజలకు సమృద్ధిగా ఆహారమూ, మంచివాతావరణమూ, నిర్మలమైన నీళ్ళూ పుష్కలంగా లభించడంతో బలంగానూ, దృఢంగానూ, ఆరోగ్యంగానూ వుండి మనుష్యులు చాలాకాలం జీవించేవారు. చాలాకాలం యవ్వనంతో, శరీరంలో బలమూ, ఉద్రేకమూ, సమృద్ధిగా వుండేవి. దానితో విచ్చలవిడిగా జీవించడం మొదలుపెట్టారు, కోరికలు ఎలా నడిపిస్తే అలా ! — ఏది కోరితే అది అనుభవించాలని చేతులుజాచే మనిషి జీవితం గాడితప్పింది.

దేనికైనా అతి మంచి, చెడుకే దారితీస్తుందన్న సత్యం నిజమైంది. 'మనిషి ధర్మంతప్పి నడిస్తే ప్రకృతికూడా తాను నడిచే గాడితప్పి విజృంభిస్తుంది' అన్న సత్యం మరొక్కసారి ఋజువైంది.

ఇంతలో ఏమైందో తెలియదు ! సూర్యునిచుట్టూ తిరిగే గ్రహగోళాల గతిలో ఏదో మార్పుకలిగింది — దీనితో ఒక బ్రహ్మాండమైన తోకచుక్క వంటి గ్రహం ఉల్కలాగా భూమికి దగ్గరగా దూసుకువచ్చింది.

ముందుగా ప్రజలకేమీ అనుమానం రాలేదు ! ఒకరోజున రాత్రి రెండుజాములవేళ ఆకాశంలో ఒకపెద్ద నక్షత్రం కనిపించింది! పొలాల్లో పనిచేసేవాళ్ళూ, వీధిలో తిరిగేవాళ్ళూ గమనించారు — కాని అదేమీ వింతగా అనిపించలేదు వారికి. చాలారోజులు నిలిచి వెలిగింది ఆకాశంలో ఆ తెల్లనిచుక్క — ఉదయించడం, అస్తమించడంలేకుండా. దానితో కొందరు కంగారుపడ్డారు, ఏమిటా? ఈవింత అని !

ఇంతలోకే ఆచుక్క పట్టపగలుకూడా కనిపించింది ! కనిపించడమే కాదు, చూస్తూవుండగానే రోజురోజుకీ పెరిగి పెద్దది కాసాగింది, భూమికి దగ్గరౌతున్నట్లుగా. ముందు నిమ్మకాయంత కనిపించింది, ఆతరువాత దబ్బకాయంత, మరికొంతకాలం తరువాత చంద్రబింబాన్ని కప్పేసింది. దానితో ప్రజలు ఆందోళనపడి, కల్లోలంగా దానినిగురించి చర్చించుకోవడం మొదలైంది.

ఇంతలోకే బత్తాయిపండుసైజులో పెరిగిన ఆ నక్షత్రంవంటి వింత వస్తువు వెనకాల — పొడుగాటి నాలుకవంటి మంటతో ప్రజ్వలించింది.

క్రమంగా ఆ నాలుకవంటి జ్వాల తోకలాగా పెరిగి — చివర నల్లటి పొగా, కొసన తెల్లటి తోకచుక్క తోకవంటి మంచూ, ఆవిరీ, పొగా కలిసిన చీపురుకట్టవంటి తోకతో వెలిగింది. రాత్రీపగలూ అనే భేదంలేకుండా అలా వెలుగుతున్న ఆచుక్క భూమివైపునకు దూసుకు

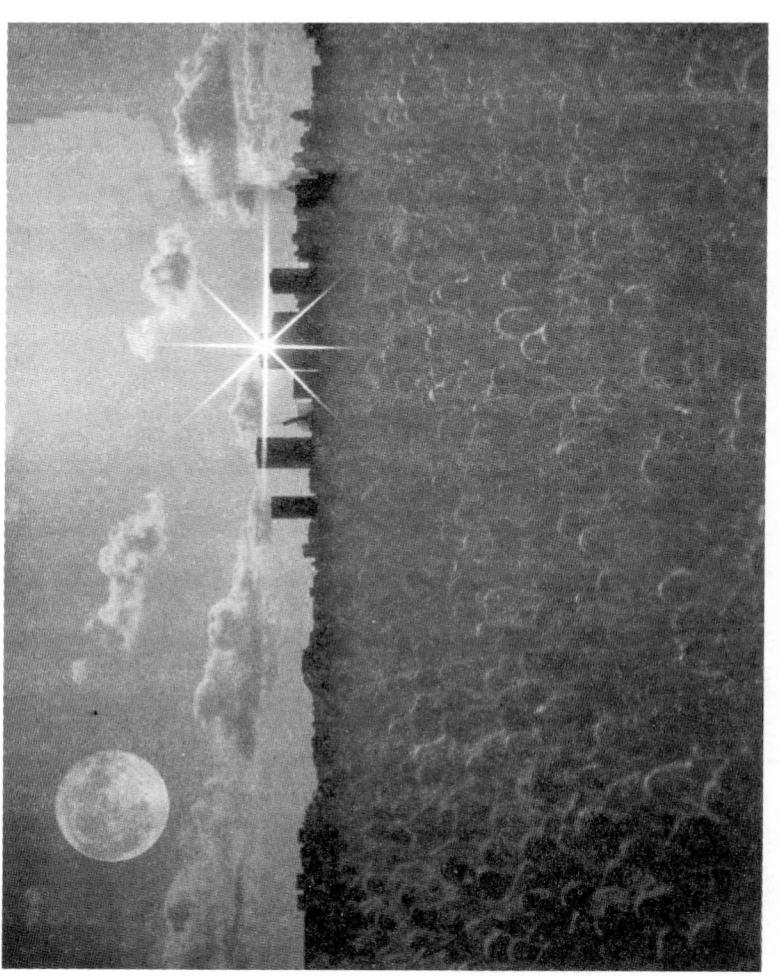

"యుగంమార్పు"–చుక్క !

వస్తున్నదేదో 'వింతవస్తువు' అని గుర్తించారు కొందరు జ్యోతిషశాస్త్రజ్ఞులు. దానితో ప్రజలలో భయం, కంగారు ఎక్కువైపోయాయి. రోజురోజుకీ గంటగంటకీ దాని సైజు పెరిగిపోతూ, అది భూమికి దగ్గరగా దూసుకు వస్తున్నట్టు అర్థమైంది అందరికీ.

దానితోపాటు ప్రచండమైన చలిగాలీ, ఈదురుగాలులూ, తుఫాను లాగా భూమ్మీద వీచసాగాయి. వారంరోజుల్లో ఆ తుఫానుగాలి మరింత ప్రచండమైంది. అదో సుడిగాలిలా పెరిగిపోయి, భూమిమీది ఇసుక, ధూళీ, దుమ్మూ ఆకాశానికి చిమ్మేసింది! క్షణాలమీద ఆకాశం ఎర్రటి ధూళితో నిండిపోయింది. తట్టలకొద్దీ ఇసుక వర్షంలాకురిసింది. ఆకాశం అంతా ఓనీడలాగా, నల్లటి కారుమబ్బులాగా క్రమంగా చీకటిలో మూసుకుపోయింది.

సముద్రాలు, ప్రచండమైన అలలతో లేచి తీరంవెంబడి విరుచుకు పడ్డాయి తుఫానుగాలితో. దానితో ప్రజలలో విపరీతమైన భయాందోళనలు మొదలయ్యాయి. ప్రతి ఊళ్ళోనూ ఉప్పెనా, ప్రతి సముద్రతీరంలోనూ తాటిచెట్టు అంతఎత్తున కెరటాలు విరుచుకుపడి తుఫానులాగా వందల, వేల గ్రామాలను ముంచివేసింది. అయినా భయంకరమైన ఈదురు గాలులు తగ్గలేదు. సముద్రకెరటాలు ఒకదానివెంట ఒకటి ఇలా వందలు వేలు అలలుగా లేచి — పెంకుటింటిపైన పేర్చిన పెంకులవలే దొంతరలుగా పరుగెత్తివచ్చి భూమిమీద విరుచుకుపడ్డాయి. భూమిపైన జీవనం అతలా కుతలమైంది. ప్రపంచం మొత్తం అల్లకల్లోలం కాసాగింది.

అప్పటికి — ఆ భయంకర గ్రహం ఒక తోకచుక్కలా మారి

భూమివైపు గర్జనవంటి ధ్వనితో దూసుకు రాసాగింది — ఒక రాకెట్ లాగ ! దాని వేగానికి భూగోళం మొత్తం సముద్రకెరటాలమీద తేలిపోయే తెప్పలాగా ఇటూ అటూ ఊగిపోసాగింది భయంకరంగా !

ఇంతలో — అకస్మాత్తుగా ఉత్తర దిక్కు కిందకువొంగి దిగిపోయింది. దక్షిణం పైకి లేచిపోయింది — ఆకాశంలోకి ! మరుక్షణమే తటాలున దక్షిణందిక్కు పడిపోయి ఉత్తరం మళ్లీ పైకిలేచింది మెరుపువేగంతో! అలా ఉత్తర-దక్షిణాలు గిరగిరా బొంగరంలా తిరగసాగాయి. భూమి క్రిందా, ఆకాశం పైనా వుండవలసిన చోట కనిపించకుండా — భూమ్యా కాశాలు తల్లక్రిందులుగా కనిపించాయి. ఇదంతా ఆ ప్రళయాగ్ని సృష్టించే ఉల్కవంటి తోకచుక్కలా కనిపించే గ్రహం ప్రభావమని అందరికీ తెలిసి పోయింది ! అదింకా ఆకాశంలో క్రమంగా పెరిగిపోతూ బంతిలాగా సూదులవంటి కిరణాలతో భయంకరంగా ప్రకాశించింది.

ఇలా రాత్రీపగలూ ఏకధాటిగా ప్రకాశిస్తున్న ఆ గ్రహం వెలుతురూ, దాని వేడీ, ప్రచండమైన వాయువు తుఫానులకంటే లక్షరెట్ల వేగంతో ప్రభంజనంలా వీచి భూగోళాన్నే ఎగరగొట్టేసేలా ప్రళయంగా వీచే పెను గాలుల్ని సృష్టించాయి. ఆ పెనుగాలికి పర్వతాలూ, రాళ్ళూ పైకెగిరి, లేచి ఆకాశంలో నాట్యమాడాయి. తట్టలకొద్దీ ఇసుకా, మట్టీ దేశాలమీద పారబోసినట్టు ధారగా కురిసింది. నగరాలూ, పల్లెలూ, దేశాలే దాని మట్టిలో కూరుకుపోసాగాయి.

చూస్తూవుండగానే ఆ గ్రహం ఇంకా భూమికి దగ్గరై మరింతదగ్గరగా సూర్యుడికన్నా పెద్దగా పెరిగిపోయి — చివరికి ఆకాశం పట్టనంత గుండ్రని వస్తువుగా అన్నివైపులా నిండిపోయి — తానే ప్రకాశించింది!

అది నిటారుగా భూమివైపుకు ఢీకొనబోయే వేగంతో మనవేపు దూసుకు వస్తున్నట్టు అందరికీ తెలిసిపోయింది ! పిచ్చిభయంతో దిక్కులకు పారిపో సాగారు, జంతువులూ, మనుషులూ, పక్షులూ అన్నీ! కాని, ఎటు పారిపోగలరు — భూమ్మీదనుంచి ?

ప్రపంచమంతా ప్రళయమే తాండవించింది. చెట్లు వేళ్ళతోసహా పెకలించుకుపోయాయి. వందల, వేలమైళ్ళ ఎకరాల అడవులు వేళ్ళతో సహా పెకలించబడి తోటమాలి కలుపుగడ్డిపీకినట్టు, ఆకాశంలోకి విసిరి వేయబడ్డాయి. ఇలా భూమిమీద కనిపించే చెట్టూ చేమా అన్నీ పెళ్ళ గించుకునిపోయి, ఎర్రగా ప్రజ్వలించే ఆగ్రహం మంటకి నిముషంలో భూమి కరిగి బెల్లపు పాకంలా పైకిలేచింది లావాతో అగ్నిజ్వాలలు చిమ్ముతూ! అగ్నిపర్వతాలు సర్వత్రా ప్రజ్వలించాయి.

నల్లటి పొగ, ఎర్రటి జ్వాల, విపరీతమైన వేడి, ప్రాణులన్నీ దాదాపు నశించిపోయాయి, ఆ మహాప్రళయానికి.

అది భూమికి దగ్గరగా దూసుకునివచ్చిన ఏదోఒక గ్రహంయొక్క ఆకర్షణశక్తియొక్క ధాటి అని తెలుసుకున్నారు — దూరంగా కొండల మీద తపస్సుచేసుకునే ఋషీశ్వరులుమాత్రం ! అందులో కొందరు ఒంటి కాలిపై నిలిచి కంటికి కనిపించని **'విశ్వాత్మ'**ను ప్రార్థించారు — ప్రపంచం శాంతించాలని ! వున్నట్టుండి తటాలున భూమి ఓప్రక్కకు ఒరిగిపోయింది. సముద్రంనీళ్ళు పెద్దకెరటంలా లేచి ముంచివేశాయి — ఆ వేగంతో దూసుకునివచ్చి సుడిగుండంలా ! ఇలా పర్వతాలు సముద్రంగానూ — సముద్రం పర్వతాలగానూ మారిపోయి భూగోళం ఆకారమే గుర్తుపట్ట కుండా మారిపోయింది.

ఇంతలో భయంకరమైన గర్జనవంటి ఉరుములతో భూమి వొణికి పోతూ కంపిస్తూవుండగా, సముద్రంలోంచి ఒక పర్వతశిఖరం పైకిలేచింది. క్షణాలమీద ఆకాశం అందుకునేఅంత ఎత్తుకు పెరిగిపోయింది ! చిచ్చు బుడ్డిలోని మంటలాగా పర్వతశిఖరాల్లోంచి అగ్నిజ్వాలలు పేలి కరిగిన రాయి, లావా తారులాగా మండుతూ అడవులను కాల్చేసింది. భూకంపంలా ఫెళఫెళా కదిలిపోయింది పునాదులతోసహా — ఈ భూమి !

అలా ఎంతకాలం జరిగిందో ఎవరికీ తెలియదు ! కాలమే ఆగి పోయింది! కొన్నిరోజులు భూగోళమే తిరగడం మానివేసింది. అటు సూర్యోదయమూ లేదు — ఇటు సూర్యుడస్తమించడమూ లేదు ! కొన్ని దేశాల్లో నెలల తరబడి రాత్రి !! మరికొన్నిచోట్ల ఒకటే ఏక పగలు, మాడిపోయే ఎండలు ! ఆతరువాత రాక్షసిబొగ్గుపొగతో ఆకాశం మూసుకు పోయింది. అది రాత్రో పగలో ఎవరికీ తెలియలేదు.

ఇలా సుమారు 49 రోజుల కాలం అయివుంటుందని వూహించిన ఆసమయంలో — దూరంగా దూసుకుని వెళ్ళిపోతున్న గ్రహం చుక్క లాగా చిన్నదైపోతూ తగ్గి, కనుమరుగైపోయింది.

కాని — అప్పటికే ఓపెద్ద గండిపడింది భూమిమీద ! అలా దూరంగా పారిపోతున్న ఆ గ్రహం ఆకర్షణశక్తికి భూమిలోంచి ఒకపెద్ద పెళ్ల పెచ్చులా వూడి ఆకాశంలో గిరగిరా తిరుగుతూ పెళ్లగా పగిలి ఎగిరి పోయింది ! అదే క్రమంగా ఇప్పటి **చంద్రుడుగా** — ఆకాశంలో వెలుగు తోంది, సూర్యరశ్మి పడి !

ఆ ప్రళయమంతా సర్దుకున్నతరువాత కొండలమీద తపస్సు చేసుకునే మునీశ్వరులు పొడుగాటి తాడు, ఇనుపదబ్బణాల సాయంతో

దిక్కులకు కొలిచారు. కాలమానం కనుగొన్నారు. ఆకాశం గమనించారు — పెదవి విరిచారు.

"కాలం మారిపోయింది. తూర్పున ఉదయించే సూర్యుడు ఇప్పుడు దక్షిణంగా ఉదయిస్తున్నాడు" అనుకున్నారు, అంతకుముందు దిక్కులను బట్టి. సముద్రతీరంగా వుండే టిబెట్ అకస్మాత్తుగా పర్వతంలాగా ఆకాశం వైపుకు పెరిగిపోయింది. రోజులలో ఎత్తుకు ఎదిగిపోయిన పర్వతపంక్తి మధ్యన మంచుతో కప్పబడి ఇప్పటి హిమాలయాలుగా మారిపోయింది.

తూర్పు-పడమరలు, ఉత్తర-దక్షిణాలు — ఇప్పుడంతా మారి పోయాయి. ఇంతెందుకు, భూమి తిరిగే ప్రదక్షిణమే అప్రదక్షిణగా, అపసవ్యంగా తిరుగుతున్నట్టు మారిపోయింది ! కాలమే వ్యతిరేకంగా నడుస్తోంది ఇప్పుడు ! ప్రకృతి అంతా గతితప్పింది. అలాగే మనుష్యుల బుద్ధి కూడా గాడితప్పి నడుస్తూంది. ధర్మం రోజురోజుకీ తరిగిపోసాగింది. సత్యం, దానం, తపస్సు — అన్నీ ఆశ్చర్యంగా అణగిపోయాయి రోజు రోజుకీ !

ఇలా ఒకప్పుడు సముద్రతీరంగావుండే మన టిబెట్‌దేశం పర్వత శిఖరాలమధ్య బంధింపబడి, మంచుకొండలమధ్య ఇప్పటి పీఠభూమిగా నిలిచిపోయింది — ఓ లామాసరీ శిష్యుడా ! ఇదే, నేను దివ్యదృష్టితో చూసిన ఆనాటి నా **'కాలజ్ఞానం'** లో చూసిన కథ !" — అంటూ ముగించారు తాషీలామా గురుదేవులు అని తన అనుభవాన్ని పూర్తి చేశాడు లామా దోర్జీ చోగ్యాల్ ! దాంతో మాసాహసయాత్రికుల మనస్సు లలో అనేక ప్రశ్నలు తలెత్తాయి !

❀

31

మానవ-సృష్టి జరిగిందిక్కడే!

"ఇక్కడ ఈ హిమాలయాల్లో అనేక మహిమగల ప్రదేశాలు, రహస్యమైన శక్తికేంద్రాలు ప్రపంచానికి జ్ఞానాన్నీ, విశ్వప్రేమనూ ప్రసారంచేయగల దివ్యశక్తిగల మహిమాన్విత ప్రదేశాలెన్నో వుంటాయని విన్నాం ! అలాంటివి ఏవైనా స్వయంగా మీరు చూశారా ? అవన్నీ గొర్రెలకాపరులూ కొండజాతి గిరిజనులు చెప్పేకథలూ, నమ్మే — కట్టుకథలా ? మూఢవిశ్వాసాలేనా ? లేక అందులో ఏదైనా సత్యం వుంటుందా ? ఇలాంటి 'రహస్య-స్థావరాల' గురించి మీనుంచి తెలుసుకోవాలని చాలాకాలంనుంచీ మా మనస్సులో ఉత్సాహం చెలరేగుతోంది. ఇన్నాళ్లకు మాకీరోజున ఇలా మీతో ఇంతసేపు విశ్రాంతిగా గడిపే సావకాశం లభించింది ! దయచేసి మాకు మీకు తెలిసిన వింతలూ, విశేషాలూ కొన్ని మాకుకూడా తెలియజేయండి !"

"ఇది మిమ్మల్ని పరీక్షించడానికో లేక మీ విజ్ఞానాన్ని పరిశీలించడానికో మేం అడగడంలేదు ! ఈప్రశ్న కేవలం ఇక్కడి 'పవిత్రస్థలాల' గురించిన యదార్థవిషయాలు మీకు నిశ్చయంగా తెలిసివుంటాయని భావించి వాటినిగురించి మీనుంచి తెలుసుకోవాలని మా కుతూహలం. మీకు తెలిసినవి చెప్పండి లామా మహాశయా !" — అంటూ వేడి వేడి పాల్ పాయసాన్ని కొబ్బరిచెక్కదొప్పలో పోసి అందిస్తూ అడిగాడు మాలోని రహస్యమార్గాల పరిశోధనలో కీలకవ్యక్తి నికోలాస్ రోరిఖ్ !

లామా మహాశయుడు ఆయనకి అందించిన వేడి వేడి క్షీరాన్నం పళ్ళాన్ని అయితే వెంటనే అందుకున్నాడుగాని మేం ఎంతసేపు వేచి చూసినా — ఆయన అందులోని పాయసాన్ని జుర్రుకోవడంలో చూపిన ఆసక్తి మా ప్రశ్నలకు సమాధానం చెప్పడంలో చూపించలేదు. చుట్టూరా నిలబడ్డ మేమందరమూ ఆయనచుట్టూ అర్థచంద్రాకారంగా కూర్చుని — రాత్రి చలికి వెచ్చటిమంటను అందించే చలిమంటలోని నెగడులోని కట్టెల్ని ఎగసంతోసి మంటను మరింత పెద్దదిచేస్తూ అడిగాము ఇంకొక్కసారి.

ఈలోపల 'లామా' గురువుగారు తనకిచ్చిన పాయసం దొన్నెను ఖాళీచేసి తిరిగి మాకు అందించాడు, దాంట్లోవేసిన వెడల్పాటి స్పూన్‌తో సహా భద్రంగా ! కాని నోరువిప్పలేదు. చివాలున లేచి ఎదురుగావున్న వేడినీళ్ళతో చేతులు, పెదవులు శుభ్రంచేసుకొని మళ్ళీ తన స్థానంలోకి వచ్చి కూర్చున్నాడు — జపమాల వేగంగా త్రిప్పుతూ !

క్షణాలు గంటల్లా గడుస్తున్నాయి. అందరం నిశ్శబ్దాన్నే వింటూ ఆయనవంకే ఏకాగ్రతతో కళ్లు కేంద్రీకరించి చూస్తున్నాం !

అలా కొన్ని నిముషాలు గడిచాయి. చివరికా 'లామా' మహాశయుడు క్షణకాలం కన్నులు మూసుకుని ధ్యానించాడు. తుమ్మెద జంకారం వంటి స్వరంతో ఓంకారం వీణానాదంలా ఆలాపనచేస్తున్నట్టుగా జపించాడు. ఇంతలో తటాలున తన కాషాయవస్త్రంలోనుంచి ఒక చెక్క పెట్టెను తీసి అందులోంచి అడుగున్నర పొడుగు గల టిబెటన్ అగరువత్తిని వెలిగించి మామధ్యలో గుచ్చాడు. దాని సాంబ్రాణి, చందనం, కస్తూరి కలిసిన పరిమళం వాసనలు గుడారంలో మామధ్యన గుండ్రంగా చక్రాకారంగా సుళ్లుతిరుగుతూ పైకిలేస్తుంటే మా లామా పురోహితుడు నెమ్మదిగా మంద్రస్వరంలో అందుకున్నాడు తనలో తానే మాట్లాడుకుంటున్నట్టుగా !

"మీరు అడిగింది చాలా లోతైన విషయం ! అందుకు సూటిగా సమాధానం ఒక్కటే చెప్పగలను — "ఈ హిమాలయ పర్వతాలలో పవిత్రమైనవి, ఆధ్యాత్మికశక్తిగల కేంద్రాలు ఏమైనా వున్నాయా ? అంటే — దానికి ఒక్కటే నా సమాధానం ! అసలు — ఈ హిమవత్ పర్వతమే గొప్ప ఆధ్యాత్మిక శక్తి-కేంద్రం ! శతాబ్దాల తరబడి ఈ హిమాలయ శిఖరాలు మానవజాతికి తలలోని మెదడువంటి కేంద్రంలా పనిచేస్తున్నాయి, ఒక ఆధ్యాత్మిక మానసికకేంద్రంలా ! శరీరంలో కపాలం అనగా మెదడు మన జ్ఞానానికి కేంద్రం అయినట్టే ఈ హిమాలయంలోని "సిద్ధుల-తపోభూమి" కి కూడా 'బ్రహ్మకపాలం' అని పేరెందుకువచ్చిందో అని ఆలోచిస్తే కారణం మీకే తెలియకపోదు".

"ప్రపంచంలోని జ్ఞానులు, మునులు ఇక్కడ తపస్సుచేస్తూవుంటారని కదా మీరుచెప్పేది?" అంటూ మాలో కుతూహలం ఎక్కువైన సైన్సు

పరిశోధకుడు ఔస్పెన్‌స్కీ ముందస్తుగా మాట్లాడాడు. అతడి ప్రసంగం అనవసరంగా తోచింది మాకు. అయినా ఓర్పుతో నిదానించి —

"లామా గురుదేవులు ఏంచెబుతారో విందాం ! మనం చెప్పేదాని కంటే ఆయన చెప్పేది వినటంవల్లనే లాభంకదా !" అంటూ గౌరవంగానే మందలిస్తూ లామా మహాశయుడి ప్రసంగానికి ఆతని అడ్డు తొలగించాము.

"ప్రపంచానికి జ్ఞానకేంద్రం వంటివి, ఈ హిమాలయాలు అని చెప్పాను గదా! దానికి కారణం మీ సైన్సు పరిశోధకులకు అందని రహస్యాతి రహస్యమైన — నిగూఢసత్యం ఒకటి చెప్పబోతున్నాను మీకు !"

అందరం ఊపిరిబిగపట్టి వినసాగాం ఏం చెపుతాడోనని!

"మీరందరూ ఎంతో చదువుకున్నవాళ్ళు గదా ! సైన్సు పరిశోధకులు, వృక్షశాస్త్రజ్ఞులు ఇంకా భూగర్భశాస్త్రం, ఆకాశంలో గ్రహాలు, నక్షత్రాలు గురించి — ఖగోళంగురించీ, చదివినవాళ్ళున్నారు, మీలో ! ప్రపంచ చరిత్రను కూడా మీలో కొందరు ప్రత్యేకించి పరిశోధన చేసివుండవచ్చు, కాని ప్రపంచానికి మొత్తం తెలియనిప్రశ్న ఒక్కటే !

"ఈ భూమ్మీద "మనిషి" సృష్టి ఎక్కడ జరిగిందీ?"

లామా కన్నులు జ్యోతులవలే వెలిగిపోతున్నాయి, మాఅందరివంకా తీవ్రంగా పరికించిచూస్తూ అడిగాడు — మళ్ళీ అదేప్రశ్న ! సమాధానంగా మేం ఒకళ్ళవంక ఒకళ్ళం చూసుకున్నాం ! చివరికి సణుగుతున్నట్టుగా ఇద్దరు ముగ్గురం కలిసి —

"మానవజాతి పరిణామం (Evolution) గురించి ప్రపంచ సైంటిస్టు లకే అనేక రకాల సిద్ధాంతాలున్నాయి ! మానవుడు కోతినుంచి పరిణా మంతో పెరిగా డని కొందరంటారు. మరికొందరు — మనిషికీ కోతికీ గల రెండు లక్షణాలూ కలిసిన 'వంతెనవంటి-జీవి' కోసం ఇంకా అన్వేషణలు పరిశోధనా చేస్తూనేవున్నారు. ఎన్నోకోతులకి మనిషికీ దగ్గర పోలిక వున్నప్పటికీ ఖచ్చితంగా మనిషీ — కోతీ కలిసిన వంతెనవంటి (Missing Link) జీవి ఇప్పటి వరకూ కట్టని Missing వంతెన Link గానే మిగిలిపోయింది. మిగతా సిద్ధాంతాలు చాలావరకూ ఊహాగానాలు గానే నడుస్తున్నాయి" అన్నాము సమాధానంగా !

దానికి లామా మహాశయుడు గంభీరమైన కంఠస్వరంతో "వేలాది సంవత్సరాల క్రిందట; కాదు — లక్షల సంవత్సరాల క్రితమే ! మానవ జాతి మొట్టమొదటిగా ఓ జాతిగా ఏర్పాటుచేయబడివున్నది ఈ హిమా లయ పర్వతాలమీదే — అన్న విషయం మీకుతెలుసా ? తెలియదు ! ఇది సృష్టిరహస్యాలలో ఒక్కటైన ఆధ్యాత్మిక రహస్య విజ్ఞానమునకు సంబంధించినది !

అసలు మనిషి ఎలా సృష్టించబడ్డాడు ? మీ మత గ్రంథాలు — అంటే బైబులు, ఖురాను, పార్సీగ్రంథం వంటివి దేవుడు ప్రపంచాన్ని సృష్టించడం గురించి వర్ణనచేసి — మనిషియొక్క సృష్టి మాత్రం అస్పష్టంగా వదిలేశాయేం ? దానికి కారణం ఏమిటో తెలుసా ? మానవుడు నేరుగా భగవంతుడి సృష్టికాదు !!

"ఏమిటీ — మనిషి భగవంతుడి సృష్టి కాదా ?"

అందరం ఆశ్చర్యంతో నోరుతెరిచాం ! ఇంకేం మాట్లాడలేక ! మాకా సావకాశమే ఇవ్వకుండా 'లామా' మహాశయుడు చెప్పుకుపోతున్నాడు గంభీరమైన కంఠస్వరంతో !

"కొన్ని లక్షల — బహుశా కోట్ల సంవత్సరాల క్రితమే ఈ భూమి మీదికి అంతరిక్షంనుండీ వేరే నక్షత్ర గ్రహమండలాలనుండి — అతీతమైన మేధావులైన జీవులు సాహసయాత్రగా వచ్చారు — మనలాగే !"

"ఇతర గ్రహాలనుంచీ వచ్చారంటారా ?" వృక్షశాస్త్రజ్ఞుడు జగదీశ్ చంద్రబోస్ ప్రశ్నించాడు.

"ఈ సూర్యమండలంలోని వేరే గ్రహాలనుంచి కాదు ! — నేను చెప్పేది... వేరే కొన్ని "కాంతి-సంవత్సరాల" దూరంలో — అంటే కాంతి ప్రయాణించే వేగంతో మనం ప్రయాణిస్తే ఎన్ని లక్షల కోట్లమైళ్ళు ప్రయాణిస్తామో అంత దూరానికి ఇంకా అవతలనుంచే వేరే నక్షత్ర మండలంనుంచి రావటంజరిగింది — ఆ "బుద్ధిజీవులు !"

మాలోని సైంటిస్టులందరూ తుళ్ళిపడ్డారు ! మూఢాచారాలతో పుట్టి పెరిగిన 'లామా' మహాశయుడి నోటివెంట అతి ఆధునిక సైంటిస్టులకు రావలసిన 'కాంతి సంవత్సరం' పరిభాష రావడంతో ! దాంతో మాలో అందరికీ లామా మహాశయుడి గురించీ అతడొక మతగురువు మాత్రమే అన్న దురభిప్రాయం పటాపంచలైంది ! ఆయన ఓ గొప్ప మేధావి. ఎంతో మంది గురువులు జ్ఞానులవద్ద ఆయన సేకరించిన విజ్ఞానం ఈనాటి సైన్సువంటి విజ్ఞానం మాత్రమేకాకుండా — ఇప్పటి సైన్సుకు మించిన "రహస్య-జ్ఞాన" మేదో ఆయనకు తెలుసునన్న భావం కలిగింది ! అదే నిగూఢమైన అనుమానం అడుగడుగునా రూఢిఐంది ఆయన మాటలలో.

లామా మహాశయుడు ఇంకా ఇలా ప్రవచనం చేస్తున్నట్టు మాట్లా
డాడు.

"అనంతమైన ఈ విశ్వంలో సముద్రం వంటి అగాధ-దూరతీరాలకు
ఆవల, కాలంకంటే దూరంగా — ఎన్నో నక్షత్రమండలాలూ, ఇతర
ప్రపంచాలూ, అంతరిక్షంలో తేలుతున్నాయి — సముద్రంలోని నౌకల్లాగా !
వాటిలో రకరకాల జీవులు అక్కడి పరిస్థితులనుబట్టి అనేకవిధాలుగా
'పరిణామం' చెందారు.

అనవసర విషయాలను వదిలేసి మీకు సంగ్రహంగా అంతా
చెప్పాలంటే — వాళ్ళు ఇప్పటి మన సైన్సుకన్నా కొన్నివేల సంవత్సరాలు
పురోగమించి, భూమ్మీద మానవజాతికంటే ఎన్నో వేలరెట్లు మనకంటే
పరిణామంలో ముందడుగు వేసినవాళ్ళే ! వారు సాధించిన విజయాలలో
మనస్సుకంటే వేగంగా ప్రయాణించే విమానాలుండడమేకాదు —
మనస్సుతో నడిపిస్తే పనిచేసే కరెంటువిద్యుద్-అయస్కాంత శక్తితో నడిచే
పరికరాలుకూడా వున్నాయి.

"అంటే ఒక్కమాటలో చెపుతాను — మీకు అర్థమయ్యేలాగా !
ఇప్పటి మానవుడు విమానాలు, అంతరిక్షనౌకలు నడిపిస్తున్నాడు, పెట్రోలు
తోనూ విద్యుత్తు, అణుశక్తి వంటి శక్తి ప్రసారంవల్ల ! కాని వీటి అన్నిటి
కన్నా మించినది మానవుడి మెదడులోని "మేధాశక్తి"! సైన్సు ఇంత
పురోగమించినా ఇప్పటి భూమ్మీద మానవజాతికి — **మనస్సుతో నడిపే**
విమానాలు మన ఊహలకంటే ఎంతో ముందుకాలంలో భవిష్యత్తులో
కూడా తయారీలో లేవు."

"కాని ఇతర నక్షత్రమండలాలనుంచి వచ్చిన ఆ గ్రహాంతరవాసులకు మాత్రం మనస్సులతోనే వాళ్ళ విమానాలు నడిచేవి ! కళ్ళతోనే వాళ్ళ కెమెరాలు ఫోటోలు తీయగలిగేవి ! మనం ఇప్పుడట — మాట్లాడితే వినబడే "టెలిఫోన్"లు కనిపెట్టాం ! కాని మాట చెప్పగానే విని మలుపు తిరిగే విమానాలూ, నోటితోనే "ఆగు" అనగానే ఆగే యంత్రాలు కని పెట్టడం మాట అటుంచి ఊహించనైనాలేము ! అంటే ఇప్పటి మానవ జాతి ఊహకు కూడా మించిన పురోగతిని సాధించారు ఆ జీవులు."

"వారిలో కొందరు ఈ భూమికి వినోదయాత్రగానో విహారయాత్రగానో లేక పరిశీలనాయాత్రగానో వచ్చి అంతా చూశారు ! అప్పుడీ భూగోళం చుట్టూరా ఇంత గాలిలేదు. భూమి ఇంకా అగ్నిపర్వతాలతోనూ మండే లావా జ్వాలలతోనూ భూకంపాలలో ఆకాశానికి ఎగిసే గంధకపు పొగ, రాక్షసి-బొగ్గు మండే బొగ్గుమేఘాలూ ఆవరించివున్నాయితప్ప ప్రాణులు పీల్చేందుకు అవసరమైన 'ప్రాణవాయువు' లేదు! భూమిమీద నీరు కూడా నామమాత్రమే!"

"పరిస్థితిని పరిశీలించారు. వారివద్ద విద్యుత్ మెరుపులవంటి తళుకు (sparking) లతో గాలిలోని ప్రాణవాయువునూ కలిపి నీటిఆవిరిని సృష్టించారు — 'కృత్రిమ మెరుపులతో' అంటే విద్యుత్తుతోనే మెరుపులను సృష్టించారు. దాంతో 'మేఘాలు' ఏర్పడి నీటి ఆవిరి పోగుబడి కొన్ని సంవత్సరాలకు అవి వానచినుకులుగా వర్షించడం ఆరంభమయ్యింది. ఇలా కొన్ని వందల సంవత్సరాల కాలం గడిచిపోయింది ! కాని వాళ్ళు ఆకాశంలోనే ఎగురుతూ అలాగే నిలిచివున్నారు — వెనక్కివెళ్ళకుండా" తూనీగలలాగే !

"ఇలా భూమ్మీద వాతావరణం మారడంచూసి వాళ్ళ విమానాల్లో తెచ్చిన సన్నటి ఆవాలవంటి, ధూళిరేణువులవంటి ఏదో పొడిని చల్లారు, హెలికాప్టరువంటి విమానాలద్వారా ! ఇప్పుడు మన విజ్ఞానంతో వెనక్కి చూస్తే తెలుస్తుంది. వాళ్ళు స్ప్రేద్వారా చల్లింది మొక్కల వివిధ జాతి విత్తనాలని. అలా మరి నూరేళ్ళు గడిచాక చూస్తే మేఘాలలోని తడితో ఈ విత్తనాలు మొలిచి క్రమంగా పెద్దపెద్ద వృక్షాలుగా పెరిగి బలిసి పచ్చని ఆకులతో భూగోళంపైనంతా కప్పేశాయి సూర్యరశ్మి కూడా చొరకుండా !"

"ఇలా జరిగినట్టు మీ టిబెటన్ మతగ్రంథాలలో ఎక్కడైనా రాసి వుందా ?" — అన్న వైష్ణవ పండితకుటుంబంలో జన్మించిన శ్రీనివాస చక్రవర్తి ప్రశ్నవిని 'లామా' మహాశయుడు భళ్ళున ఎగతాళిగా నవ్వాడు.

"చక్రవర్తీ ! నువ్వేనా ఈప్రశ్న వేస్తోంది ? మీ బ్రాహ్మణులు పురాణాలు చదువుతూవుంటారే ! వినలేదా ?"

"విన్నాను 'లామా' మహాశయా ! అందులో మీరు చెప్పే కథంతా లేదే ?"

"ఎందుకు లేదు ? మీరు **"భాగవతం"** రోజూ పురాణంగా చెబుతూంటారుగదా గుడిలో మీ తాతగారి టైమునుంచీ ?" ఈసారి ఉలిక్కి పడ్డం చక్రవర్తి వొంతైంది 'లామా' పురోహితుడి భయంకర విజ్ఞానానికి ఆశ్చర్యబోవడంతో !

"ఔను ! **'భాగవతం'** మేము ఎక్కువగా చదువుతాం !"

"మీకు సంస్కృతం వచ్చుననుకుంటా !"

"ఏదో కొంచెం పరిచయంవున్నది". ఈసారి కొంచెం జంకుతూనే సమాధానమిచ్చాడు చక్రవర్తి.

"ఐతే వినండి ! — మీ భాగవతంలో 'ప్రాచేతసులు' అనే మానవ జాతికి పూర్వీకుల కాలంలో ఈ భూమీ్మద పెద్దపెద్ద వృక్షాలు ఎన్నో ఆకాశానికి పెరిగి సూర్యరశ్మిని కూడా కప్పేశాయని లేదూ !"

"ఔను వున్నది".

"మీ భాగవతంలో మానవజాతి సృష్టి ఎక్కడా భగవంతుడే చేసినట్టు లేదుగదా ! తాళాలపనిని తాళాలు బాగుచేసేవాడే చేస్తాడు — భగవంతుడు చేయడుగదా ? అలాగే ! 'మానవసృష్టి'ని భగవంతుడు చెయ్యలేదు !"

"లేదా !" — తెల్లబోతూ అడిగాడు చక్రవర్తి !

"మీ దేవుడు విష్ణుభగవానుడు బ్రహ్మదేవుడనే సృష్టికర్తను సృష్టించాడు భగవంతుడు ! కాని, మనిషిని సృష్టించినవాడు మనవంటి మనుష్యులే !"

"ఏమిటి ? మనవంటి మనుష్యులా ? ఆశ్చర్యంగావుందే !"

"**ప్రజాపతులు** — అన్న పేరు వినలేదూ ? 'దక్షప్రజాపతీ' పులస్త్యో బ్రహ్మ, బ్రహ్మమానస పుత్రులు, సనత్కుమారుడూ, దశబ్రహ్మలకథా !... ఇలా !"

"ఔనవును ! వాళ్ళందరూ దివ్యపురుషులు !"

"కాదు ! '**ప్రజాపతులు !**' అంటే మానవజాతిని సృష్టించిన విజ్ఞానవేత్తలు!" అన్నాడు 'లామా' దృఢంగా.

"మరి... మీరు... ఇతర గ్రహమండలాలనుంచీ అంతరిక్షయానంలో ప్రయాణించిన జీవులంటున్నారుగా !"

"..........."

"కంగారుపడకండి ! మీరు చదివింది జీర్ణించుకోలేదు — అంతే ! మీ పురాణాలలో అంతా స్పష్టంగానే వున్నది. మానవజాతిని సృష్టించిన శాస్త్రజ్ఞులే ఈ "**ప్రజాపతు**"లు ! ఇందులో కొందరు భూమియొక్క ఉపరి తలంలో అంతరిక్షానికి అవతలిభాగాన సంచరించేవారనీ, వారు విమానాలలో ప్రయాణించారనీ లేదూ...? '**ఉపరిచర–వసువు**' అనీ, దక్ష-ప్రజాపతి, కర్దమప్రజాపతి, ఇంకా ఆయన భార్య దేవహూతి, 'శతరూపా' అంటే వందల రూపాలను సృష్టించే "క్లోనింగ్" వంటి విద్య !"

"'ఏమిటో మీరు చెపుతూంటే ఆశ్చర్యంగా మాలో ఏదో మబ్బుతెర విడిపోయినట్టు మా పురాణాలన్నీ కొత్తగా — ఒక 'సైన్సు' వెలుగులో కనిపిస్తున్నాయి చిత్రంగా !"

'చిత్రం' ఏమీలేదు ! మిత్రులారా మనం పురాణాలనగానే వాళ్ళను మనకంటే చిన్నచేసి ఆలోచిస్తాం. నిజంగా మనమే చిన్నవాళ్ళం ! అప్పటి సైన్సుకి మనమే ఇంకా ఇప్పటి సైన్సుతో పోలిస్తే మరుగుజ్జుల్లా ఎదగనే లేదు ! నిజం చెప్పండి ! ఏదేశపు సైంటిస్టుగానీ తన మెదడుతోనే — విమానాన్ని నడపగలడా ?"

'లామా' మహాశయుడు పరిహాసంగా అడిగాడు సూటిగా ! సిగ్గుతో తలదించుకున్నాం మాలో సైంటిస్టులం ఐనప్పటికీ, అస్సలు అలాంటి ఆలోచనే మాకు రానందుకు ! అసలు ఏదో 'సైంటిస్టులం' అనుకునే

మాకంటే ఈ 'లామా' మహాశయుడే నిజమైన 'సైంటిస్టు'-అంటే సైన్సు దృక్పధం గల ఆలోచనావేత్త అనుకుంటూ !

తెల్లబోయిన మా ముఖాలవంక చూసి 'లామా' మహాశయుడు, ఇంకా ఇలా అన్నాడు :

"సరే ! ఈ పురాణాల విషయం ఇంతటితో వదిలేయ్యండి ! ఆ 'అంతరిక్షం'-నుంచి వచ్చిన "జీవులే" భూమ్మీద వాతావరణాన్ని, మొక్కల సాయంతో సూర్యరశ్మి సహకారంతో — అంతటా ప్రాణవాయువుతో నింపేశారు ! అందువల్లనే ఇపుడు మనం ఇలా ఊపిరితో 'ప్రాణ వాయువు'ను పీల్చి ఇలా జీవించగలుగుతున్నామంటే — ఈ "వాతా వరణం" అంతా, ఆనాడు వారు ఏర్పరచినదే ! అదే — ఈ "ప్రజా పతులు" "**ఉపరిచరవసువు**" అనబడే అంతరిక్ష విమానంలో ఉపరి తలంలో "చర" అంటే చరించే — అంతరిక్ష నావికుడు !

అలా ప్రారంభించిన "మానవ-సృష్టి" ఈ హిమాలయంలోనే ఒక రూపం ధరించింది 'మనిషి' ఆకారంలో — క్లోనింగ్ వంటి జీవకణా లను రకరకాలుగా మార్చే ఓ సైన్సు ప్రక్రియతో ! ఇలా మొట్టమొదటి మనిషి ఆకారంతో రెండు కళ్ళూ, రెండు కాళ్ళూ, చేతులు, ఇంద్రియాలూ ఇలా ఏర్పాటుతో ఒక "ప్లాను" గీసి నిర్మాణం చేసినవారే **"మనువులు"**. మనువు అంటే — మానవుడి ఆకారాన్ని సృష్టించిన శాస్త్రజ్ఞులు అని అర్థం తీసుకోండి. మీకు ఏబాధ వుండదు" అన్నాడు లామా మహా శయుడు. జీవకణాలతో జన్యుపరిశోధనలద్వారా జంతువులయొక్క శరీర నిర్మాణం దేవతలయొక్క మేధాసంపత్తినీ — రెంటినీ కలుపుతూ సృష్టిం

చారు ఈనాటి మానవుడిని. అందుకే మనిషి ఇప్పటికీ — మనస్సులో దేవతలస్థాయిలోని ఆలోచనలతో — శరీరంలో జంతువులస్థాయిలోని కామక్రోధాలతోనూ...

— ఇప్పటికీ ఈరెండింటితో కొట్టుకు చస్తున్నాడు మనిషి — చెక్కభజన చేసినట్టు !! అర్థంగావటంలేదుటయ్యా ?" అన్నాడు లామా మహాశయుడు.

III

"సంగ్రహంగా ఒక్కమాటలో చెప్పాలంటే ఇప్పటి మానవుడు భూమి మీద జంతువులనుండీ పరిణామంతో పుట్టలేదు ! అతడు విశ్వాంతరాళం నుండి కాంతిని మించిన వేగంతో ప్రయాణించే **'దేవతలు'** అనబడే విమానాలలో ప్రయాణించే **'బుద్ధిజీవుల'** సైన్సు ప్రక్రియలద్వారా ఇప్పటి **'క్లోనింగ్'**-వంటి విధానంతో మనిషియొక్క జీవకణాలు సృష్టించబడ్డాయి ! మొదట్లో చేసిన ప్రయోగం ఫలితంగా పుట్టిన మానవజాతి తక్కువ బుద్ధిబలంతోనూ, ఎక్కువ శరీరబలంతోనూ వుండేవారు ! మీరడిగిన ప్రశ్నకు సమాధానం ఇక్కడ లభిస్తుంది. ప్రాచీన టిబెటన్లో వాయవ్య దిశగా గనక ప్రయాణిస్తే ఎత్తైన హిమాలయపర్వత పీఠభూములనుంచి, ఇప్పటి "హిందూ-ఖుష్" కనుమలద్వారా వెళితే ఎత్తైన గుహలవంటి మకరతోరణాలతో ఆదిమమానవుడి "నమూనా"-విగ్రహాలు కనిపిస్తాయి ! అవి సుమారు 20-అడుగుల ఎత్తువుండి 'మానవజాతి — ప్రథమసృష్టికి' చెందిన రూపాలు అక్కడ దాచబడ్డాయి — 'బామియా' (Bamiya) అనేచోట గుహలలో !

ఆతరువాతగా జరిగిన ప్రక్రియల ఫలితంగా తయారైన మానవ జాతి 15 నుండి 12 అడుగుల ఎత్తుండేవారు ! మూడవ ప్రయోగం ఫలితంగా సృష్టి ఐవచ్చిన మానవజాతి ఇప్పటి ప్రస్తుతం జీవిస్తున్న మానవులకి పూర్వీకులు !! ఈ గుహలలో వుండే శాసనాలు చదివితే అపుడు నేచెప్పిన మొదటివిషయం — మానవసృష్టి ఈ హిమాలయ పర్వతాలలో జరిగిందన్న సంగతి రూఢిఅవుతుంది. దీనికి గుర్తులుగా కొన్ని చిన్నమణులు ఇప్పటికీ కనిపిస్తాయి. మానవ మేధస్సును సృష్టించిన కలశంవంటి పాత్రలో జీవకణాలు పెంచానన్నానే ఆ కలశంపేరే "బ్రహ్మ కపాలం !" అంటే బ్రహ్మదేవుడు మానవజాతియొక్క మేధస్సును రూపొం దించిన పవిత్రక్షేత్రమే ఈ 'బ్రహ్మకపాలం !' 'బ్రహ్మ' అనగా మేధస్సు అన్న సంగతి మీకు తెలుసుగదా ?" — అన్నాడు 'లామా' మహాశయుడు.

" 'కలశం'లో "సృష్టి"-చేశారంటున్నారే ! దీనికేమైనా సాక్ష్యాధారాలు లభిస్తాయా మన ప్రాచీన మతాలలో ఎక్కడైనా?" — అంటూ ప్రశ్నిం చాడు జగదీశ్చంద్రబోస్.

"జగదీశ్‌బాబూ ! మీరూ, సాంప్రదాయ పరాయణులైన బెంగాలీ బ్రాహ్మణులుగదా ! మీలో అనేక శుభకార్యాలలో పురోహితులు పూజలు నిర్వహిస్తారుగదా మీకు తెలిసేవుంటుంది ! అందులో మొదటిగా చేసే పనేంటి ?" — అన్నాడు 'లామా'...

"కలశపూజ" అంటాం దీన్ని !!! అంటే గుండ్రని వెండిపాత్రనుగాని పంచలోహపు పాత్రగాని "కలశం"గా పెట్టి అందులో జలం నిండుగా పోసి ఆ కలశాన్ని పూజిస్తాం !" అన్నాడు.

“మీకు సంస్కృతమంత్రాలకు అర్థం తెలుసునుకదా ? — ఆ కలశపూజలో కలశాన్ని ఏమని పూజిస్తారు. సృష్టికి సంక్షేపరూపమైన ‘కుంభాకార’ రూపంలోని “కలశం” అనిగదూ !

“అవును ఈ విశ్వమే ఒక కలశాకారంగా సృష్టి జరిగిందనీ ఆ మంత్రాలకి అర్థం ! ఆ కలశంయొక్క ముఖంలో విష్ణువూ కంఠంలో రుద్రుడు, గర్భంలో సమస్తమైన సముద్రాలు, పవిత్రజలాలు ప్రాణ చైతన్యంతో నింపినట్టు సరిపోల్చి అందులో నవధాన్యాల విత్తనాలన్నీ వేసి — వనమూలికలుకూడా కలశంలో వేసి “కలశ-పూజ” చేస్తాం ! చందనంపొడి గూడా వేస్తాం !” అన్నాడు జగదీశ్చంద్రబోస్.

ఆ కలశమే ఇపుడు సైన్సుపరిభాషలో గుండ్రని ‘గాజుసీసా’గా పిలిచే గుండ్రని ‘రౌండ్-ఫ్లాస్క్” వంటి సీసా ! ఒకమాదిరి రకం పెద్ద ‘సెంటు-సీసా’ వంటిది, అనుకోవచ్చు ! అందులో పరిశుద్ధమైన నీళ్ళుపోసి జీవకణాలను అంటే పురుషబీజాలనూ స్త్రీ జీవకణాలనూ వేసి క్లోనింగ్ వంటి ప్రక్రియతో మానవజీవుల పిండాలను ముందరగా ఇలా కలశంలో సృష్టించారు. ఆతరువాత దాన్ని గర్భాశయంలో ప్రవేశపెట్టి పెంచి పోషించారు. తద్వారా క్రమంగా మానవసృష్టి ఏర్పడింది” మీ “భారతం” అన్న గ్రంథంలోనూ వ్యాసమహర్షి గాంధారి గర్భపిండాన్ని నూరు కలశాల్లో పెంచాడని వ్రాసివుందిగదా? — అన్నాడు ‘లామా !’

“మరి వివాహవ్యవస్థ ఎప్పుడు ఏర్పడింది? తెలివిగా ప్రశ్నించానని కాస్తగర్వంగా అడిగాడు నోటోవిచ్ రాయబారి.

“అప్పుడు వివాహంతో పనేమిటి ?” తిరిగి ఎదురుప్రశ్న వేశాడు

లామా! నోరుతెరిచి ఆశ్చర్యంతో కళ్ళార్పకుండా చూడటం మావంత య్యింది. "మరి వివాహం లేకుండా ఎలాగ ?" — అందరం ప్రశ్నించాం.

"ఆగండాగండి ! — అప్పటి ప్రథమ మానవజాతికి స్త్రీ పురుష భేదం లేదు — అంటే ఒకేశరీరంతో స్త్రీయొక్క అవయవాలూ, పురుషావయవాలు కలిసివుండేవి."

"దానికి ఋజువేమిటి ?"

"మీ హిందువుల దేవాలయంలోకి వెళ్ళిచూడండి. శివాలయంలో ఏమి కనిపిస్తుంది ? శివలింగం, పానవట్టం అంటే అర్థం స్త్రీపురుష భేదం కలిసి ఒకేశరీరంతో ఏర్పడిన జీవరాశి అనిగదా".

"అదెలా అనుకుంటాం. శివలింగం రాతితో చేసిన మతచిహ్నాం కావచ్చు" అన్నాడు.

"పోనీ అలా అనుకున్నా — మీ శివుడు అర్థనారీశ్వరుడు గదా ? సగభాగం పార్వతిగా మిగిలినభాగం శివుడిగా అంటే సైన్సు పరిభాషలో అర్థం ఏమిటి ? మీరు జీవశాస్త్ర పండితులుగదా. మీరు చెప్పండి జగదీశ్‌బాబూ ! ఇప్పటికీ వృక్షశాస్త్రములో పురుషావయవాలు, గర్భాశయం ఏర్పడివుండలేదా ?

అంతేగాక వానపాములు, ఇంకా ప్రాథమిక ప్రాణికోటిలో జీవరాశి అంతా స్త్రీ పురుష భేదాలు కలిగిన జంట-శరీరాలతోనేగదా సృష్టించ బడింది ? ఇది మీ జంతుశాస్త్రజ్ఞులకే తెలుసు.

అదే మానవజాతికి కూడా ప్రారంభంలో ఏర్పడివుండేది. ఇదే

కథలరూపంలో పురాణాలలో ముందుగా శివపార్వతులు కలిసి అర్థనారీ శ్వరుడుగా ఆతరువాత దక్షయజ్ఞం మన్మధుని భస్మంచెయ్యగా, ఆతరువాత శివుడు రుద్రుడిగా పార్వతి ఉమాదేవిగా స్త్రీపురుషులుగా విడి-**విడి**గా జన్మించడం జరగలేదా ? ఇదంతా సైన్సు సత్యాలను కథల రూపంలో అందించిన నీతికథలని మీకు తెలియదా ?'' అన్నాడు లామా !

మాలోని మిగతా సైంటిస్టులందరం విస్తుపోవడం మావంతయ్యింది. కేవలం మతఛాందసులైన పురోహితులైన లామా అనుకున్న ఈ బౌద్ధ గురువుకున్న విజ్ఞానాన్ని చూసి ఆశ్చర్య పోవలసివచ్చింది.

"ఆవిధంగా మానవజాతి మొదటిదశలో స్త్రీపురుష లింగబేధం ఏర్పడకుండా జరిగింది. అందుచేత వివాహవ్యవస్థ ప్రసక్తే లేదు.''

"ఆతరువాత యుగంలో స్త్రీపురుషుల శరీరాలు వేరై సృష్టి మొద లైంది. ఇదే మన్మధుడి బాణంతో శివపార్వతుల కళ్యాణంగాధలోని అర్థం ! సరే ఈ విషయాన్ని ఇంతటితో వదిలేద్దాం.

మీరడిగిన అసలు ప్రశ్నకి వద్దాం. ఈ హిమాలయాలలో వింతలూ, విశేషాలు గురించి అడిగారు. ఇక్కడ జీవించే శిలలువుంటాయి — సాలగ్రామాలు అంటారు.

"అంతేనా ! స్పటికములు గూర్చి స్ఫటిక శివలింగాలు గూర్చి వినలేదా?''

"విన్నాం ! చూశాంకూడా ! మహారాష్ట్రలోని దత్తపీఠాలలో ఒకచోట అడుగున్నర ఎత్తుగల స్పటికంతో సహజంగా తయారైన శివలింగం వున్నది. అలానే కాశీలోనూ మరెక్కడో స్ఫటికంలో చెక్కిన శ్రీచక్రం —

అనబడే శ్రీయంత్రం వున్నదట" అన్నాడు.

"అదెక్కడవున్నదో మీకు తెలియదా ?" అన్నాడు లామా చోగ్యాల్ ! అందరం భయంగా అపరాధపరిశోధకుడు ఛార్లెస్‌బెల్‌వంక చూశాం ! దీనితో సాహసయాత్ర గుట్టు బయటపడుతుందేమోనన్న భయంతో.

ఇంతలో బయట కాపలావున్న గుర్ఖాల బాకాలు భం — 'భం' అని మోగించటంతో తెల్లవారుతున్నదని గ్రహించి కంగారుగా అందరం లేచిపోయాం !

లామా మహాశయుడు పెద్దగా నవ్వాడు, మా కంగారు గుర్తించి నట్టు "వెతకబోయే రహస్యాలు ముందుగానే అడగడం దేనికి ? చూడడమే మేలుకదా !" — అంటూ ఆనాటి చర్చను అకస్మాత్తుగా ముగిస్తూ తాను కూర్చున్న సోఫాలోంచి లేచాడు.

ఆయనతోటే అందరం లేవక తప్పలేదు. ఆనాటి చర్చ అంతటితో ముగిసింది.

"అయ్యో ! తెలీకుండానే రాత్రి అంతా మేలుకొని మిమ్మల్ని కూడా మాట్లాడించాం ముసలివాడైన మన లామా పురోహితుడిని" — అను కుంటూ.

కాని ఆయనకేమీ అలాంటి బడలిక కనిపించలేదు. ఏమీ జరగ నట్టే తటాలున లేచి తన స్నానం, జపం, పూజ నిమిత్తం తన గుడా రానికి వెళ్ళిపోయాడు, మావైపు తిరిగి చూడనైనా చూడకుండా !

❀

32

పద్మంలో మణి - స్ఫటిక పర్వతం !

దారిపొడుగునా రాత్రి కురిసిన మంచుతో దట్టంగా మేం నడిచే మార్గం కూరుకొనిపోయి ఉన్నది. అతికష్టంమీద ముందుకు సాగాల్సి వస్తోంది. మా కుడి, ఎడమప్రక్కల ఎత్తైన పర్వతాలు కంటిచూపు ఆనే సరిహద్దుదాకా ఆకాశంలోకి నిటారుగా పెరిగిపోయివున్నాయి. అవి మంచుపర్వతాలు కావడంచేత నడిమధ్యగా నాగటిచాలు వంటి సన్నని కాలువ వంటి మార్గంగుండా నడిచి మేము వెళ్ళాల్సివస్తోంది. అదంతా రాత్రి మంచుకురిసి ఉప్పురాళ్ళ పొడివలే పేరుకుపోయివుండటంచేత మాముందు 5, 6 అడుగుల ఎత్తున మంచుతో పేరుకుపోయింది — మార్గమంతా !

చాలాచోట్ల శ్రమపడి పొడుగాటి రైల్లో బొగ్గువేసే — పారలవంటి మంచు పారలతో త్రవ్వి ఎడమవైపుకి, కుడివైపుకి దూరంగా విసిరివేస్తూ మాదారిని శుభ్రంచేసుకుంటూ నడవాల్సివచ్చింది. అందువల్ల మా ప్రయాణం అతినెమ్మదిగా సాగుతోంది. దానికితోడు నిటారుగా ఎత్తుమీదకి ఎక్కుతూ మెరకదారి వెంట నడవటం ఆయాసం కలిగిస్తే శ్వాస అంద కుండా మరింత ప్రయాసపడుతున్నాం అందరం. అలా ఒకగంటదాకా నేలమీద మంచు తవ్వుకుంటూ ప్రయాణంచేసి అలసటగా ఒకరి ముఖాలు ఒకరుచూస్తూ నిలబడ్డాం — ఆశ్చర్యంగా !

మా ముక్కులలోని శ్వాస తెల్లటి పొగమంచు వంటి రంగుతో — రైలింజన్‌లోని ఆవిరిలాగా గుప్పుగుప్పుమని — చలివాతావరణం కావడంచేత మేమంతా సెగలు, పొగలు కక్కుతూ ఉన్నాం శ్రమతో ! ఆస్థితిలో మమ్మల్ని చూస్తే మాకే నవ్వు వచ్చింది. కుడివైపు తిరిగి నోటోవిచ్‌వంక చూస్తే నిగనిగలాడే అతని నల్లనిగెడ్డం తెల్లగా మంచుతో కప్పబడి క్రిష్టమస్‌తాత లాగ నెరిసినట్లు కనిపించాడు, కనుబొమ్మలమీద కూడా మంచుతో — నేనూ అలాగే ఉండివుంటాను ! — కాకపోతే ఇంకాస్త భయంకరంగా ! ముందుకు చూస్తే చార్లెస్ బెల్ పెట్టుకున్న ఎండకళ్ళద్దాలమీద మంచు పొడిగారాలి పేరుకొని పోయింది. అతడు ఒక భూతంలా కనిపిస్తున్నాడు వింతగొలిపేలాగా ! వెనుకగా నడుస్తున్న నికొలాస్ వీపుమీద 5-6 కిలోల మంచుపొడి కురిసి అతడు ఒకచిన్న మంచుశిఖరంలా ఉన్నాడు. అందరం భళ్ళున నవ్వుకున్నాం, ఒక్కొక్కళ్ళను చూస్తే ఇంకొకళ్ళకు నవ్వువచ్చింది. టైము 10-30 దాటుతుంది. సూర్యుడు కుడివైపు కోణంలో సూదిలాంటి పదునైన మంచుశిఖరంపైనించి

వెలుగుతూ, సూర్యకాంతిలోని ఇంద్రధనస్సు లాంటి ఏడురంగుల కాంతి చక్రంలో ఎంతో వింతగొలుపుతున్నాడు.

"ఇక సూర్యుడు ఉదయించాడు, పర్వాలేదు. ఇంక ఈ మంచు కరుగుతుంది, మన మార్గం కొంత తేలిక అవుతుంది" అన్నాడు ప్రొఫెసర్ రే లంకాష్టర్.

"సూర్యుడు ఎంత ఆలస్యంగా ఉదయిస్తాడో — అంత త్వరగానే అస్తమిస్తాడు ఎత్తైన కొండలచాటుకు వెళ్ళి ! దాంతో ఈ లోయ అంతా నీలం, సిరారంగు చీకటితో దారి కనిపించకుండాపోతుంది. చలి మరింత వణికించేస్తుంది. మంచుసంగతి అనుకోకుండా ఉంటేనే మంచిది" — అంటూ భావనగర్ మహారాజ్ భళ్ళున నవ్వాడు. మా అందరి నడక చురుగ్గా సాగించాలని నిర్ణయించుకున్నాము. దానికి ముందుగా ఆగి రెండునిముషాలు విశ్రాంతి తీసుకొని వేడి వేడి కాఫీ ఫ్లాస్కులోంచి ప్లాస్టిక్‌మగ్గులో పోసుకుని ఆత్రంగా త్రాగేస్తున్నాం, వేడి చల్లారిపోకుండా !

కడుపులోకి వెచ్చగా కాఫీ ద్రావకం ప్రవహించగానే చురుకు అందుకుంది మాలో ! మూడుగంటలు శ్రమపడి మేము నడుస్తున్న ఆ రెండు కొండల మధ్యవున్న లోయచివరికి వచ్చేశాం.

కుడివైపుగా మాదారి మలుపుతిరిగింది. విశాలమైన మైదానంవంటి ఓ ప్రదేశం కనిపించింది. ఆశ్చర్యపోయాం ! ఒక వెయ్యిగజాలు ముందుకీ, 2000 గజాలు కుడి, ఎడమవైపులకూ, ఎవరో శుభ్రంగా పారతో మంచును చెక్కినట్లు బల్లపరుపుగావుంది ఎటుచూసినా ఈ మైదానం చివరగా ఎదురుగుండా — ఒక నిటారుగా నిలబెట్టిన పిరమిడ్ ఆకారంలో,

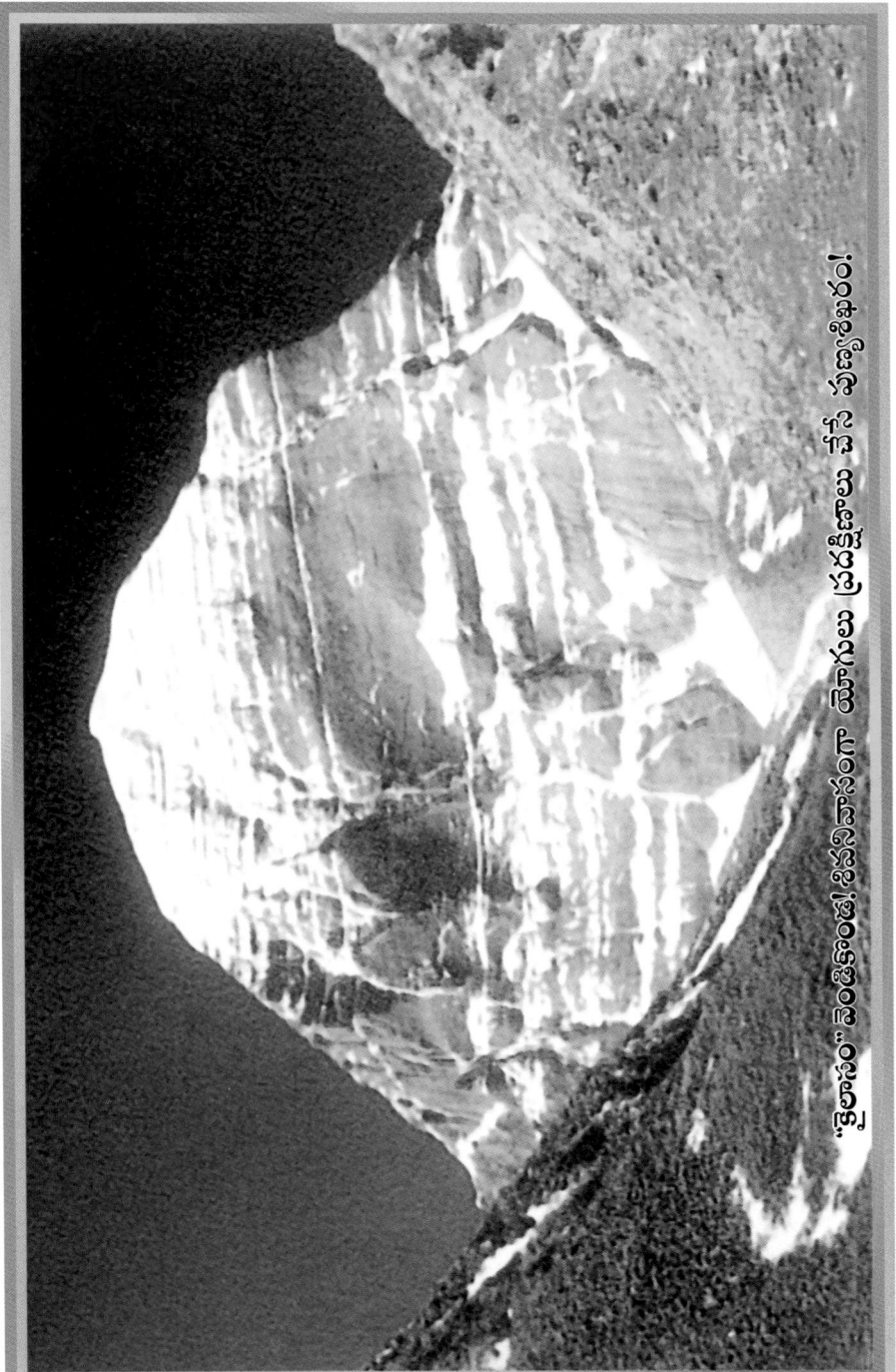

"కైలాసం" వెండికొండ! శివనివాసంగా యోగులు ప్రదక్షిణాలు చేసే పుణ్యశిఖరం!

ముక్కోణాకారంలా — ఒక శిఖరం కనిపించింది.

"ఆగండి ! మన యాత్రలో దాదాపు ఆఖరి మజిలీకి చేరుకుంటు న్నాం. ఇదే మనకి కావలసిన మైదానం, జాగ్రత్తగా పరిశీలిస్తే కుడివైపున ఒకచిన్న ధ్యాన బుద్ధవిగ్రహంకలిగిన చిన్న దేవాలయం కనిపిస్తుంది" అన్నాడు నోటోవిచ్.

"ఆ ఎదురుగుండా వున్న పర్వతం చూడు ! అది మన ఫోటోలలో కనిపించే ఈజిప్ట్‌లోని పిరమిడ్ ఆకారంగా మంచు ఎలా కురిసిందో !" అంటూ ఆశ్చర్యాన్ని వెలిబుచ్చాడు జగదీష్ చంద్రబోస్. మా వెనకాలే వస్తున్న చార్లెస్ బెల్ గుప్పుగుప్పుమని పొగ పీలుస్తున్న పైపును ఆర్పివేసి చటుక్కున తన ప్రక్కజేబులో పెట్టుకున్నాడు.

"వాట్ మిస్టర్ చార్లెస్ బెల్ ! మీరు ముఖ్యమైన పని పడినపుడు పైపును వెలిగిస్తారే ? ఇప్పుడు పైపును ఆర్పివేస్తున్నారేమిటి ?" అంటూ ప్రశ్నించాము మా సాహసయాత్రీకులం. వెంటనే సమాధానం చెప్పకుండా తన కోటుజేబులోంచి బైనాక్యులర్స్ తీసి ఎదురుగా ఉన్న శిఖరాన్ని పరిశీలించాడు.

"మైగాడ్ ! అది మంచుపర్వత శిఖరం కాదు — మనం రోజూ చూడాలని కలలుగనే **స్ఫటిక–పర్వతం** అదే !" అన్నాడు ఉద్రేకపడుతూ. చార్లెస్ బెల్ పొగపీలుస్తున్న పైపును ఎందుకు ఆర్పివేశాడో — ఇప్పుడు అర్థమైంది మాకు.

"అరే ఇంత దగ్గరకు వచ్చేశామా స్ఫటిక పర్వతానికి మనం, అంటే వెంటనే చేరుకుంటామన్నమాట" అన్నాడు ఔస్పెన్స్కీ ఉత్సాహంతో.

అలా మన కంటికి కనిపిస్తుందిగాని కనీసం 15–20 కిలోమీటర్లు అయినా నడవాల్సివుంటుంది, ఆ స్ఫటికపర్వతం పాదపీఠం చేరుకోటానికి !

"బాబోయ్ ! ఇంకా అంత దూరమే !" — అంతా ఏకకంఠంతో ఆశ్చర్యపోయాం, చూడటానికి ఎంత దగ్గరగా కనిపిస్తుందో ఆ శిఖరం. అప్పుడు గుర్తుకు వచ్చిందికూడా మేము 28,000 అడుగుల ఎత్తుకుపైన — అతి నిర్మలమైన ధూళి, దుమ్ములేని వాతావరణంలో వుండబట్టి ఎంతోదూరంగా ఉన్న వస్తువులు కూడా ఆ హిమాలయ వాతావరణంలో దగ్గరగా వున్నట్టు కనిపిస్తాయని !

మరో గంటప్రయాణం కాస్త సాఫీగా సాగింది. ఈసారి మా కుడి ఎడమవైపుల పర్వతాలు లేవు — విశాలమైన మైదానం ! చుట్టూరా కనుచూపు అనే దూరంలో కోసుగా సోగలుతేరిన తామరపద్మం రేకల వంటి శిఖరాలతో చుట్టూరా గుండ్రని ప్రహరీగోడ కట్టినట్లు పర్వత శిఖరాలు తీర్చిదిద్దినట్లు కనిపించాయి — ఒక మహాపద్మం చుట్టూవున్న రేకులులాగా !

"ఓం మణి పద్మహుం" — అంటూ మాతోపాటే నడచివస్తున్న లామా దొర్జీ చోగ్యాల్ మహాశయుడు తటాలున ఆ మంచుమైదానంమీద సాష్టాంగపడి — స్ఫటికపర్వతానికి భక్తితో తలవంచి నమస్కరించాడు. అందరం ఒక్కసారిగా త్రుళ్ళిపడ్డాం ! మా తలలో ఏదో మెరుపు మెరిసి నట్లు విద్యుత్‌వలే వెలిగింది — మరుక్షణమే మా మనస్సులలో భాసిం చింది ఆ చుట్టూరా ఏర్పడిన పర్వతశిఖరాల ఆకారం — దాని మధ్యనే వున్న స్ఫటికపర్వత శిఖరం !! — ఇదే కదా? ఆ మంత్రానికి అర్థం ! అనుకుంటూ.

"లామాదోర్జీ గురుదేవా ! తటాలున మీరు ఇలా సాగిలపడి మొక్కి — ఈ మంత్రాన్ని ఇక్కడిలా పఠించారే ! అందుకు ఏదో ప్రత్యేకమైన అర్థం, సందర్భం ఏదైనా వున్నాయా ? దయచేసి మాకు వివరంగా తెలియ జెప్పండి" అంటూ భక్తితో ప్రార్థనాపూర్వకంగా ప్రశ్నించాను నేను. మిగతా సాహసయాత్రీకుల బృందం అందరమూ చూపులతోనే అదే ప్రశ్నను అడుగుతున్నట్టుగా తలలు పంకించి వింటున్నాం సమాధానంకోసం.

లామా-మహాశయుడు వెంటనే సమాధానం చెప్పకుండా లేచి నిలబడి ఎదురుగా ఉన్న స్ఫటికపర్వతంవైపు తిరిగి చేతిలోని జపమాలను పైకెత్తి తన రెండు కనుబొమ్మల మధ్యన ఆనించి ఆతర్వాత హృదయా నికి తాకించి — మళ్ళీ దాన్ని పైకెత్తి తన శిరస్సుపైన ఆనించి — ఇలా మూడుసార్లు అదే మంత్రం జపిస్తూ చేతితో సూర్యనమస్కారం వంటి తాంత్రిక-యోగముద్రలు పట్టి ధ్యానించాడు. ఆపైనగాని ఆయన మాతో మాట్లాడలేదు. చివరికి తన్మయంనుంచి భక్త్యావేశంనుంచీ నెమ్మదిగా తేరుకుంటూ ఇలాఅన్నాడు :

II

"మీరు గతంలో టిబెట్ గురించీ ఈ హిమాలయపర్వతాలలోని వింతలూ, ఆధ్యాత్మిక రహస్యాలగురించి అనేక పుస్తకాలు, చదివేవుంటారు ఈయాత్ర చేపట్టేముందే ! అందులో తప్పకుండా ఈ మంత్రం —

"ఓం-మణి-పద్మ-హుం"!

అన్న పవిత్ర లామాగురువులు నిత్యం జపంచేసే మంత్రం

గురించి కూడా చదివేవుంటారు. ఇది భవిష్యత్తులో అంటే ఈ "కలి యుగం" చిట్టచివరగా దశావతారాలలో వచ్చే అవతారమూర్తి పవిత్రస్థలం "శంబల" గురించిన — రహస్య సంకేతాలను తెలిపే మంత్రం ! దీని అర్థం కూడా ఏ కాస్త సంస్కృతం తెలిసినవాళ్ళకయినా తేలికగా అర్థం ఔతుంది.

'ఓం' అనగా విశ్వం అంతా వ్యాపించి ఉన్న ఆత్మశక్తి లేక పర తత్వానికి గుర్తు ! అది, సృష్టి ప్రారంభంలో తనంతట తానుగా పుట్టిన ప్రణవ మంత్రం. ఇందులో త్రికాలాలు అంటే రాబోయే భవిష్యత్తూ, జరిగిపోయిన కాలమూ, ఇప్పుడు నడుస్తున్న వర్తమాన కాలమూ — ఈ మూడింటిని కలిపే **'శాశ్వతకాలము'** అనబడే బ్రహ్మ ఆయుష్షు లేక బ్రహ్మకల్పం అంతటా నిలిచివుండేదే — ఈ ఓం !

ఇకపోతే **"మణిపద్మ–హుం"** అన్న మంత్రంలో **'మణి'** అనగా నిర్మలంగా కాంతిని ఇటునుంచి అటు ప్రసరించేలాగ పరిశుద్ధిపొందిన ఆత్మ అని అర్థం ! అది ఈ శంబలప్రభువు కేంద్రస్థావరమైన ఈ స్ఫటిక పర్వతాన్ని సూచిస్తుంది ! అదే మీకు ఎదురుగా కనిపించే ఈ ముక్కోణంలా నిలబడివున్న ఈజిప్టులోని పిరమిడ్ల వంటి స్ఫటికపర్వత శిఖరం !! అదే ఈ మంత్రంలోని 'మణి'కి రహస్యగుర్తు ! 'మణిపద్మ' అంటే పద్మము లోని మణి — అంటే వెయ్యిరేఖలుగల తామర రేకులమధ్యన వుండే 'బొడ్డు' లాంటి "స్ఫటికమణి" పీఠం — అని రహస్యార్థం ! అదే ఈ స్ఫటికపర్వతం చుట్టూ గుండ్రంగా తామరపువ్వు రేకలవలే "పద్మాకారం"లో ఏర్పడివున్న పర్వత శిఖరాలు !!

ఇదే ప్రాచీనశాస్త్రాలలోను పురాణాలలో 'సృష్టికర్త' అయిన భగవంతుడు ఈ సృష్టిని ప్రారంభించేముందు — వెయ్యిరేకల తామర-పద్మంలో కూర్చుని "సృష్టి" చేశాడన్న రహస్యమైన ఆధ్యాత్మిక సంకేతం — ఈ పర్వత పంక్తుల మధ్యన పద్మంలాగవున్న ఈ హిమాలయ పర్వతాల మధ్యనవున్న స్ఫటికద్వీపంలో (దీనినే మణిద్వీపం అనికూడా అంటారు) కేంద్రంలో వున్న 'స్ఫటిక-సింహాసనం'! దీనిమీదనుంచే మానవజాతి అతి ప్రాచీనచరిత్రలో భూమ్మీద 'మనిషి'గా సృష్టించబడిన రహస్యాన్ని సూచిస్తుంది! అదే మన ప్రయాణాలలో మీరు అడిగిన ప్రశ్నలకు వ్యంగ్యంగా సమాధానం చెప్పానే — మానవసృష్టి హిమాలయాలలో జరిగిందని — ఇంతకుముందే చెప్పలేదూ!

'శంఖ-నిధి'

"అబ్బా! మైగాడ్! ఎక్కడినుండి ఎక్కడికి లింకుపెట్టారు. ఈ సమన్వయం అద్భుతమైన నాటకంలోకన్నా, గూఢచార నవలకన్నా చిత్రమైంది, అద్భుతమైనది!" అంటూ తన రెండుచేతులతో మూడుసార్లు చప్పట్లుకొట్టి ఆశ్చర్యంతో, ప్రశంసించాడు చార్లెస్ బెల్!

"ఇందుకే కదా ! మిమ్మల్ని ప్రపంచంలోకల్లా ఆశ్చర్యం కలిగించే నిగూఢ రహస్యాలను చేధించే 'డిటెక్టివ్ చక్రవర్తి' అంటారు ! గతంలో మీరు 'చార్లెస్ బెల్ గూఢచార కథల'లో షెర్లాక్‌హోమ్స్‌గా చూపిన రహస్యాలను పీఠముడి విప్పినట్లు విడగొట్టి గొప్ప తర్కంతో కూడిన విశ్లేషణ !"

"అసలు మీరు మీ ఇంగ్లండులో మాయమై ఎక్కడో మారు మూలలోవున్న ఈ భారతదేశంలోని హిమాలయ పర్వతాలకు మీ సాహస యాత్రను చేపట్టింది — ఈ శంబల గురించేకదా ! ఎలాగో ఎప్పుడో తెలుసుకునివున్నారు మీరు ఈ ప్రపంచంలోని రహస్య స్థావరమైన ఈ స్ఫటికపర్వతం గురించీ — అక్కడి **"స్ఫటిక శ్రీచక్ర మందిరం"** గురించి ! అవునా ? మిష్టరు చార్లెస్ బెల్‌గారూ" అంటూ లామా దోర్జీ చోగ్యాల్ ఆనందబాష్పాలతో చార్లెస్ బెల్‌ని అభినందించాడు. అందరూ విస్తుపోతూ ఆశ్చర్యంగా చూస్తూవుండగా లామాదోర్జీ తటాలున చార్లెస్ బెల్‌ను గట్టిగా హత్తుకుని కౌగలించుకున్నాడు — ఆశ్చర్యంతో, ఆత్మీయతతో.

"అభినందనలూ, శుభాకాంక్షలకు సమయంతర్వాత ఇంకా చాలా వున్నది. ఇప్పుడు ముందుగా మనం చేరుకోవలసింది ఆ స్ఫటికపర్వతానికి దారి ఎలాగో చూడండి ! త్వరలోనే సూర్యాస్తమానం కానున్నది." అంటూ అనుభవంతో కాకలుతీరిన నికోలాస్ రోరిఖ్‌తో రష్యన్ రాయబారి అలెగ్జాండర్ నోటోవిచ్‌కూడా కలిసి ఏకకంఠంతో హెచ్చరించాడు.

"అదిగో ! ఆ ఎదురుగా కనిపించే మంచుమైదానం దాటివెళ్ళాలి — మనం! చకచకా నడిస్తే మూడు నాలుగు గంటల్లో అక్కడికి మనం

చేరుకోవచ్చు !" అన్నాడు వృక్షశాస్త్రజ్ఞుడు జగదీష్ చంద్రబోస్. స్ఫటికపర్వతానికి ఎదురుగావున్న మైదానంవైపు చూపిస్తూ! మిగతా సాహసయాత్ర మిత్రబృందం గుంపుగా ముందుకు కదిలేలోగా "ఆగండి ఎక్కడికి పరిగెత్తుకుపోతున్నారు ? ఇది ఏమన్నా మంచుమైదానం అనుకున్నారా ఏమిటి ? పంచదార పొడిలాంటి మంచులో నిట్టనిలువునా పీకలదాకా ఊబిలాగ బురద-మంచులోకి కూరుకుపోతారు — జాగ్రత్త ! అంటూ లామాదోర్జీ చోగ్యాల్ తన జపంచేసుకునే యోగదండం అడ్డుపెట్టి వారిని ఆపుతూ ఆందోళనగా అరిచాడు. ఆ హెచ్చరికకు కరెంటుషాకువలే ఆశ్చర్యపడి తటాలున ఆగిపోయాం అంతా

— "ఏమిటి ? అది మంచుమైదానం కాదా ? మరేమిటి ? ఏమిటి మీరుచెప్పేది ?" అంటూ ఆందోళనగా ప్రశ్నించాం. లామాదోర్జీ చోగ్యాల్ సావధానంగా తన రెండుచేతులను ఆకాశంపైకి ప్రార్థనలాగ ఎత్తి ఇలా అన్నాడు.

"ఇది — ఒక ప్రవహించే నది !" ఇది, శీతాకాలంగనక నీరు పైన మాత్రమే గడ్డకట్టి ఒక మంచు-పొరలా ఏర్పడి ఇలా పైకి చూడటానికి 'మైదానం'లా కనిపిస్తున్నది ! కాలుపెట్టగానే మంచుపెళ్ళ అద్దంపెంకులాగ పగిలి అడుగుపొరలో వేగంగా ప్రవహిస్తున్న మంచుకన్నా చల్లని నదీ ప్రవాహంలో పడి కొట్టుకుపోతాం — గంటకి 90 మైళ్ళ వేగంతో ! క్షణాలమీద ఈ పర్వతపులోయనుంచి క్రిందకిదూకే జలపాతంలో కలిసి నేరుగా వెళ్లి సముద్రంలో కలవడానికి ఎంతోసేపు పట్టదు !" అన్నాడు. దాంతో ఎక్కడికక్కడ అందరం భయంతో బిగుసుకుపోయాం లామాదోర్జీ చోగ్యాల్ మాటలతో.

"ఓరి భగవంతుడా ! ఇది నిజంగా మంచుమైదానమే అనుకున్నాను సుమా ! ఒక్కక్షణం మీరు హెచ్చరించడం గనక ఆలస్యమైతే ఈపాటికి పరిగెత్తేసే వాళ్ళం ! బాబోయ్ !! నాకు పెద్దల ఆశీస్సులూ, అనుగ్రహం వుండబట్టి బతికాను" అంటూ అంత చలిలోనూ దిగచెమటలు పోసి, ఆయాసపడుతూ అన్నాడు శ్రీనివాసచక్రవర్తి.

ఇప్పుడిహ మనం ముందుకువెళ్ళే మార్గం చూడండి — ఈ నదిని దాటేదెలా ? పడవలు దొరుకుతాయా ?" అన్నాడు అలెగ్జాండర్ నోటోవిచ్ దిగులుగా మొఖంపెట్టి

"ఇక్కడ హిమాలయపర్వతాల శిఖరాలపైన 26 వేల అడుగుల ఎత్తులో వీళ్ళకి పడవలు కట్టడానికి ఎవరూ సిద్ధంగా వుండరని అందరికీ తెలుసుగనక — నిస్సహాయంగా లామా దోర్జీ చోగ్యాల్ వైపు చూడటం మా అందరివంతూ అయింది.

"మనం ఈ నదిని దాటడం అసంభవం ! మన టిబెటన్ భాషలో ఇది ప్రాచీన వేద-కాలంలోని **సరస్వతీ** నది ! దీనిని దాటినవాడు ఈ ప్రపంచంయొక్క మాయను దాటినట్టే ! — ఇక అవతల చూచేది బ్రహ్మ జ్ఞానమే "అంటే స్ఫటిక పర్వతం బ్రహ్మస్థానమే అన్నాడు" లామా !

"మరేమిటి దారి? — ఎలావెళ్ళాలి? త్వరగా చెప్పండి మహాశయా ! మీకు పుణ్యంవుంటుంది" అంటూ జగదీష్‌బాబు, మేఘనాధ్ సాహ, శ్రీనివాస చక్రవర్తి, పాటియాలా మహారాజా అంతా చుట్టూరా గుంపుగా చేరి ఒక్కసారే ప్రశ్నించారు !

"ఈ నదిని — దాటలేము" అవతలికి పోవడానికి ఒక్కటే ఒక్క

మార్గం వుంది ! అది భూమిలోపల అడుగున ఈ నదీప్రవాహానికింకా అట్టడుగు లోయనుండి అవతలివైపుకి దాటాలి ! మన బట్టలుకూడా తడవకుండా దాటివెళ్ళాలి !"

"అదెలా సాధ్యం ? నదిని దాటాలంటే నీళ్ళు తగలకుండా ఎలా ?" ప్రొఫెసర్ ప్రశ్నించాడు.

"ఆగండి ! నిదానించండి ! నేను ఇదివరకు చెప్పిన విశేషాలను గుర్తుతెచ్చుకోండి. ఇక్కడే భూమి అడుగున రంధ్రం చేసుకుని బిలం లాగ — అంటే ఎలుక కన్నంవలే సొరంగ ద్వారంగుండా ప్రయాణించాలి ! ఆ బిలద్వారం ఎప్పుడూ మూసుకునివుంటుంది ఒక పెద్ద బండరాయితో!! అది సంవత్సరంలో ఒక్కరోజునే — అంటే సూర్యుడు మేషరాశిలోకి ప్రవేశించిన పదవరోజునే ఈ పైనున్న మంచు కరిగి — భూగర్భంలోకి ప్రవేశించే ఆ సొరంగ ద్వారబంధం కనిపిస్తుంది. దానిగుండా ప్రయాణిస్తే మనకి ఎదురుగా కనిపించే నదీప్రవాహం అడుగున నూరు అడుగులు లోతుగావున్న భూగర్భ బిలంలోంచి నడిచి అవతలకి చేరుకుంటాం. అలా చేరుకుంటే అక్కడ ఆ సొరంగం తెరుచుకుని — గుహద్వారం సరిగ్గా స్ఫటికపర్వతం ముందరకు తీసుకొనివెళుతుంది !" అంటూ లామా చెబుతూవుంటే శరవేగంతో ఒక కాగితంపైన ప్లాన్‌లాగ గీతలుగీసి చిత్రం వేశాడు గూఢచారి చార్లెస్ బెల్.

అప్పటికే సూర్యాస్తమానం అయ్యింది. ఇక్కడి చీకటి నీలం, గులాబిరంగు, ఊదారంగు క్రీనీడతో హిమాలయపర్వత కొండ పక్కగా వ్యాపిస్తూ — చరియలు ఒక అద్భుతమైన రంగుల కలగా మారి — రాత్రి కావడాన్ని సూచిస్తూ క్షణక్షణానికి రంగులు మారిపోసాగాయి.

"చచ్చాంరా దేవుడా ! ఇక రాత్రి చీకటికూడా పడ్తుతోంది." ఇక్కడ మనకు బస ఆకాశమే — మనకీ మేఘాలక్రిందనే మకాం" అంటూ కూలబడ్డాడు నిరాశతో శ్రీనివాస చక్రవర్తి.

"అధైర్యపడకండి ! మనం ఈ మార్గంలో ఎడమవైపుకు మళ్ళితే ఒక ఫర్లాంగు దాటినతర్వాత ఎత్తైన సూదిగావుండే ఓ పర్వతశిఖరం కనిపిస్తుంది".

"కనిపిస్తే ? ఇంత చలిలో కొండమీద ఎలావుంటాం ? చలికి బిగిసి చస్తాం !" అన్నాడు జగదీష్‌బాబు.

"కొండమీద నిద్రచెయ్యడం కాదయ్యా ! దిగులుపడకు. నేచెప్పేది కాస్త ప్రశాంతంగా విను" అంటూ నికోలాస్ రోరిఖ్ఛ్ వారించాడు.

"ఈ పర్వత పాదపీఠంకింద — ఒకచిన్న గుహవంటి ద్వారం వెనుకకుపోతే వెనకవైపున అవతలివైపు తెరచుకుంటుంది. అందులోంచి గుహలోకి — గుహఅంటే ఒకపెద్ద హోలులాగ బల్లలాగావుంటుంది. కాని లోపల ఎంతో వెచ్చగా వుంటుంది. అంతా పర్వతంకదా ! తెల్లవారే దాకా మనకి ఇదే చక్కటి రక్షణ ఇచ్చే మకాం" అంటూ దారి చూపించాడు లామా మహాశయుడు. తాను ఇతరులకు దారిచూపిస్తూనే — ముందుగా నడుస్తూ.

అలా ఒక గంటసేపు నడిచి ఎడంవైపు మలుపుతిరిగి అర్థచంద్రాకారంగా ప్రదక్షిణంచేస్తూ వెళ్ళి ఎత్తైన గుడిసెలాంటి పర్వతాన్ని చూశాము. అది గుడిమీద గోపురంలాగ సూదిగావున్న శిఖరం. దానికి తూర్పు ఉత్తరాల మధ్యగా ఒక గుహవంటి ద్వారంవుంది. ఆ ద్వారబంధంలోకి

ప్రవేశించగానే ఎదురుగా అడ్డుగోడ వంటి రాయి నిలబడివుంది.

పాత గుడ్డపీలిక చుట్టి నూనెతో తడిపి కాగడావంటిది వెలిగించాడు లామా ! దాని వెలుగులో గాలించగా సరిగ్గా నేలలోకి వెళ్ళి దిగే నేలమాళిగ వంటి సొరంగంలోకి మెట్లు నిటారుగా క్రిందకు దిగుతూ — కనిపించాయి !

బైటి చలికి జంకుతూ శ్రీనివాసచక్రవర్తి లోపలికి పరిగెత్తబోయాడు. తటాలున అతడిని చొక్కాపట్టుకుని ఆపారు మిగతా మిత్రులు !

"ఆగండి ! పర్వతంలోపల గుహ అనగానే లోపలికి వెళ్ళిపోవట మేనా ? — ఇది నిర్మానుష్యప్రదేశం. ఇందులో పాములుగాని, గబ్బిలాలు గాని" — అంటూ వాక్యం పూర్తిచేసేలోగానే "దెయ్యాలు, భూతాలు కూడానా ?" అంటూ ఎగిరి గంతేశాడు చార్లెస్ బెల్ !

"అలాంటివి ఏవీ ఇక్కడ వుండకపోవచ్చు. కాని గుహలలో నివశించే సాధువులు తపస్సుచేసుకుంటూ వుంటారు. వారి నిశ్శబ్దానికి భంగం కలిగించకూడదు. పాములు వంటి విషజంతువులు కూడా వుండ వచ్చు. అందువల్ల మనం జాగ్రత్తగా వుండాలి !" అంటూ నిచ్చెన వంటి నిటారుమెట్లుదిగి పర్వతగర్భంలోకి ప్రవేశించాము — ఆరాత్రి అక్కడే మకాంచేయాలని నిశ్చయించుకుని.

33

"సిద్ధుల-కొండ" లోపల!

"ఏమిటీ ? ఈ మంచుతో గడ్డకట్టిన నదీప్రవాహం అడుగునుంచి మనం సొరంగమార్గంలో ప్రయాణించి — అవతలికి చేరుకోవాలా ? మరి అలాగయితే ఈ సొరంగంలోకి ప్రవేశించే బిలద్వారం అంటే భూగర్భం లోకి దిగేమార్గం — ఈ కనిపించే నేలమాళిగలోకి ఈ మెట్లు దిగుతూ నిటారుగా వెళ్ళాలా ? అలా ఎంతదూరం వెళ్ళాల్సివుంటుందో — ఎంత సేపు పట్టవచ్చునంటారు ?" — అంటూ ఒకరినొకరం ఆసక్తితో ప్రశ్నల వర్షం కురిపించడం మొదలయ్యింది — కాలక్షేపానికి ! అందరమూ కొండ లోపలికి ప్రవేశించి, ఒక పెద్ద గుడిసెలాగా లోపల గుల్లగా వున్న — ఈ పర్వతంలోనే ఈ రాత్రి గడపాల్సి వుంటుందా ? అలాగైతే — మరి కాలక్షేపం ఎలా ?

"ఈ కొండగుహలో మనం వంటలూ, వార్పులు చేసుకునే అవ కాశం లేదే ? — అలా చేస్తే ఇక్కడి పవిత్రతను పాడుచేసినవారమౌతా మేమో ? — ఏంచేయాలో ఎటూ పాలుపోవడంలేదు" అన్నాడు శ్రీనివాస చక్రవర్తి ఆశ్చర్యంగా ఆ పర్వతం లోపలి పైకప్పువంక చూస్తూ —

"వింతగా వున్నదే ! ఇంత పెద్ద కొండలోపల — అంతా తొలిచేసి నట్టు ఒక పెద్దహాలులాగా కల్యాణమండపంలాగా — ఇంత ఖాళీస్థలం వున్నదని బయటనుంచి చూసేవారికి ఈ కొండలోని ఈ రహస్యబిలం వున్నదని కూడా తెలిసే మార్గమేలేదు ! ఎన్నెన్ని చిత్రాలో ఈ హిమా లయాలలో !" అంటూ జార్లాపడి నేలమీద అలసట తీసుకుంటున్న శ్రీనివాస చక్రవర్తితో తనలో తానే అనుకుంటున్నట్టుగా పైకేఅన్నాడు లామాదోర్జీ చోగ్యాల్ ఆలాపనగా !

"మా టిబెటన్ లామాలకి — ఒకరోజు భోజనం తినకుండా ఉపవాసం చేయటం వెన్నతో పెట్టిన విద్య ! ఎందుకంటే లామాసరీలో మాశిక్షణలో పీకలదాకా భుజించే భోజనంకంటే ఆహారనియమానికే ఎక్కువ ప్రాధాన్యతనిస్తాం ! ఎక్కువగా లామా బ్రహ్మచారులకు జావల వంటి ద్రవాహారమే ఇస్తాం ! పౌర్ణమి అమావాస్యలవంటి పర్వదినాలలో ఒక్కపూటే భోజనంగాని లేక రెండుపూటలు ఉపవాసంగాని ఆ పర్వదినం యొక్క పవిత్రతనుబట్టి వుంటుంది. కాబట్టి నాకేం బాధలేదు — ఒకరోజు భోజనంలేకుండా ఉపవాసం చేయ్యాలంటే !" — అంటూ తన మనస్సులో మాట పైకే అనేశాడు, లామాదోర్జీ చోగ్యాల్ మహాశయుడు. దాంతో ఒక చెరువులో కొండరాయి పడితే అలలు చెలరేగినట్టు అందరి మనస్సు

లోనూ కంగారు, ఆందోళనా ! 'ఒకరాత్రి ఉపవాసమా ! అందులోనూ చచ్చీ చెడీ మంచుకొండలమీద ప్రయాణించి అలిసిపోయిన ఈ జీవులకి ఇక రాత్రికూడా భోజనంకూడా లేకపోతే రేపు మన పరిస్థితి ఎలా వుంటుందో ఏమో ? అనుకుంటూ ఎవరికి తోచినట్టు వారు తలోరకంగా మాట్లాడుకో సాగాం ! ఇంతలో లామా చోగ్యాల్ మహాశయుడు లేచి ఆ హాలు వంటి విశాలమైన కొండగుహలోకి వెళ్ళి పరిక్షగా చూసి — "ఇక్కడో హోమగుండం కనిపిస్తున్నది ! అంటే ఇక్కడ ఋషీశ్వరులు రహస్యంగా బయటిప్రపంచానికి తెలియకుండా యజ్ఞయాగాలు జరిపే పవిత్రస్థలమిది !" అంటూ ఆ హోమగుండానికి ప్రక్కగా అరుగుమీద పెట్టిన భోషాణం వంటి ఓ చెక్కపెట్టెను తెరిచాడు.

అందులోకి ఆశ్యర్యంగా చూస్తూ — "ఓహో ! నేను ఊహించింది యదార్థమే ! ఇవి యజ్ఞం చేసినపుడు మిగిలిన ప్రసాదాలు ! బార్లీగింజల తోనూ, గోధమలతోనూ వేయించి చేసిన పేలాలు, హోమంచేయగా మిగిలిన నెయ్యికూడా తీసి, ఇక్కడొక చిన్న మట్టిపిడత వంటి పాత్రలో దాచివుంచారు. మీలో ఆకలికి తట్టుకోలేనివారు ఈ ప్రసాదం తిని ఈ రాత్రికి కాలక్షేపం చేయవచ్చు" అంటూ అందరికీ వినపడేలాగా కేకవేసి చెప్పిన మాటలు శ్రీనివాసచక్రవర్తి చెవులకు అమృతవర్షంలా అనిపించాయి. బడలికగా నిస్సత్తువగా నేలమీద జార్లాపడి విశ్రాంతి తీసుకుంటున్న వాడల్లా తటాలున లేచికూర్చున్నాడు. "ఏమిటీ ! యజ్ఞం చేసిన ప్రసాదమా ! ఆశ్చర్యంగా వున్నదే ! దేవతలు మనకోసమే పెట్టివుంచి నట్టుగా ఈ ప్రసాదం మనకిక్కడ లభించడం దైవసహాయంగా నాకు తోస్తున్నది పైగా ఇలాంటి పవిత్ర ప్రసాదం మనం స్వీకరించకపోవడం

ఇక్కడ యజ్ఞంచేసిన పెద్దలకు అవమానం, అపచారం కూడా" — అంటూ లామావద్దకు నడిచాడు.

ఆ చెక్కపెట్టెలోంచి పది పదిహేను దోసిళ్ళు బార్లీపేలాలను ఇంకా ఇతర ప్రసాద వస్తువులను తీసి అందరికి తలా కొంచెం ప్రసాదంగా ఇచ్చాడు. ఇష్టంగా వాళ్ళు హోమంచేసిన శేషంగావున్న నెయ్యిని కూడా ఆరగించారు. తలావొకరివద్దవున్న మంచినీళ్ళబాటిల్ తీసి కడుపునిండా నీరుతాగారు. మరికొద్దిసేపట్లో ఒళ్ళు తెలియకుండా నిద్రపోయారు మిగతా సభ్యులందరూ ! ఒక్క లామాదూర్జీ చోగ్యాల్ మహాశయుడు మాత్రం ఒక గుప్పెడు పేలాలు తిని ఆ హోమగుండంవద్దనే పద్మాసనంలో కూర్చుని కుడిచేతిలో జపమాల తిప్పుతూ జపధ్యానములు చేస్తున్నాడు శ్రద్ధగా !

అలా ఒక గంటసేపు గడిచింది ! కొండగుహలో లేత నీలపుకాంతి పొగలాగా ఒక మబ్బులాగా హోమగుండంపైన ఏర్పడింది. అది సాంబ్రాణి పొగ గుహలో పైన పోగుబడినట్టే కనిపించింది. అది లేత నీలపుకాంతితో మొదలై క్రమంగా ఒక వెలుగు-మబ్బులా వెలుతురుతో ప్రకాశించ సాగింది. ఆశ్చర్యంగా దానివంకే చూస్తూ లామా మహాశయుడు తన జపధ్యానాలని మరింత ఏకాగ్రతతో కొనసాగించాడు. ఈసారి నెమ్మదిగా మంద్రస్వరంతో ఒక వీణానాదంలాగా మొదలుపెట్టి లామాల మూల మంత్రాన్ని **'ఓం మణి పద్మహూం'** అంటూ జపించసాగాడు. అలా మరొక అరగంట గడిచేసరికీ హోమగుండంపైన లామాకి ఎదురుగా వెలుగుతున్న మబ్బులా పొగరూపంలో ఒక ఆకారం కనిపించింది.

అస్పష్టంగా మబ్బులాగా రూపురేఖలు అల్లుకుపోయివున్నాయి. పొగ రాజుకున్నట్టే తలచుట్టూ జడలుకట్టిన జుట్టుముడితో ఆజానుబాహుడైన

ఒక ఋషి రూపంగా ఏర్పడింది. ఆశ్చర్యంగా దానివంకే చూస్తూ శ్రద్ధా భక్తులతో జపధ్యానాలు మరింత తీవ్రంగా చేశాడు లామా ! మరికొద్ది నిమిషాలలో తన రెండు చేతులూ జోడించి నమస్కరిస్తూ తలవంచి లేచి నిలబడ్డాడు లామా మహాశయుడు. ఈసారి పొగమంచులాంటి ఆకారం నిష్పష్టంగా ఒక ఋషిరూపం ధరించి ఏర్పడసాగింది తెలుపు నలుపు కలిసిన బూడిద రంగులో ! గుండ్రటి భుజాలు, లావుగా ఏనుగు తొండం లాంటి పొడవైన చేతులు, బొద్దుగా పసిబిడ్డశరీరంలాగా బలిసిన రొమ్ములు, పూర్ణకుంభం లాంటి గుండ్రనిబొజ్జ, చిందరవందరగా ధరించిన మోకాళ్ళపైకి ఎగదోపుకున్న పంచె, రెండుపాదాలకూ పాదుకలు ధరించి వున్నాయి. ఎడమ చంకలో గుండ్రంగాచుట్టిన జింకచర్మం, కుడిచేతిలో కమండలువూ, కుడి చంకలో యోగదండం స్పష్టంగా కనిపించసాగాయి. గుబురుగా పెరిగిన పీచువంటి గడ్డమూ, జడలు కట్టిన సింహం జూలు వలే వెనక్కి మెడల మీదుగా భూజాలపైకి వ్యాపించిన జడలు ! కంఠంలో నిమ్మకాయలంతేసి రుద్రాక్షల మాల ! రొమ్ముపైన పొట్టమీద నామం ధరించివున్నాడు. నుదుట దీపారాధన వెలుగుతున్నట్టు మూడవకన్ను ! బంగారుకాంతితో వెలిగిపోతున్నది.

నెమ్మదిగా తుమ్మెదనాదంలా అయనలోంచి ఓంకారనాదం పైకిలేచి తారస్థాయిలోంచి మంద్రంలోకి కిందకి పైకీ — గంగానదిలోని అలల లాగా ప్రణవం ఆలాపించబడుతూంటే జపం చేస్తున్నవాడల్లా ఆశ్చర్యంతో తటాలున లేచి నిలబడ్డాడు లామా చోగ్యాల్ మహాశయుడు. కళ్ళవెంట ఆనందభాష్పాలు పొంగిరాగా ఉద్రేకంతో ఆవేశంతో తొణికే కంఠంతో ప్రార్థిస్తున్నట్టుగా — రెండుచేతులు ఎత్తి తలపై నమస్కరిస్తూ గట్టిగా

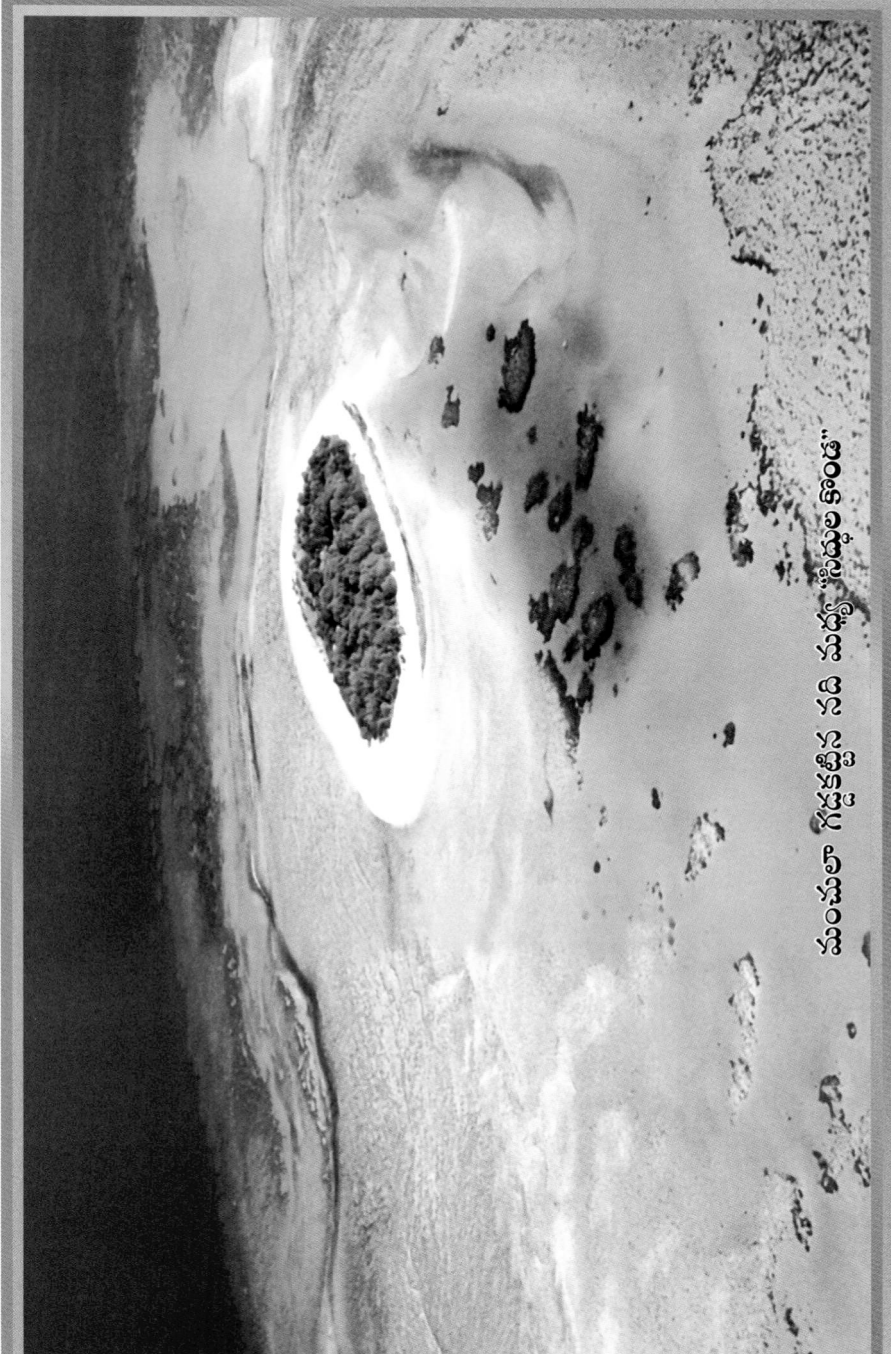

మంచులా గడ్డకట్టిన నది మధ్య "సిద్ధుల కొండ"

ఎలుగెత్తి పైకే అన్నాడు.

"నమో నమః ! **వ్యాస మహామునులకు** — నమస్కారములు !" తల పంకించినట్టు నుదుటిపైకి ఒంగిన జుట్టుముడితో కుడిచేయి పైకెత్తి "శాంతి ! శాంతిః ! తథాస్తు !" అంటూ దీవించినట్టు తంబూరా ఆలాపన వంటి ధ్వని వినిపించింది. ఈసారి నేలమీద పడుకునివున్న మిత్రులలో కొందరు తుళ్ళిపడి లేచి కూర్చున్నారు. ముందుగా నికోలాస్ రోరిఖ్చ్ తన బూట్లు తీసేసి నిలబడ్డాడు. అతడి వెంటనే చార్లెస్ బెల్ లేచి నించున్నాడు, పైపును దూరంగా విసిరేసి !

II

జగదీష్ చంద్రబోస్, మేఘనాధ్ సాహా మోకాళ్ళమీద కూర్చుని భయభక్తులతో వంగి నమస్కరిస్తున్నారు. ఇక శ్రీనివాసచక్రవర్తి సరేసరి — ఆనందంతో కన్నీళ్ళు పొంగిరాగా దుఃఖిస్తూ ఎక్కిళ్ళు వస్తూఉంటే ఆపుకోలేనంత భక్తి, ప్రేమ కలిగిన ఆవేశంలో సాష్టాంగపడి ముమ్మారు నమస్కరించాడు. టపటపా రెండు లెంపలూ వేసుకొని తను చెవులు తానే పట్టుకొని "భరధ్వాజస గోత్రే" అంటూ తన ప్రవరను చెప్పుకున్నాడు. ఆ హోమగుండం పైన పొగమబ్బులా అలా ప్రత్యక్షమైన వ్యాసభగవానునినుంచి సుగంధపరిమళాలు వెలువడ్డాయి ! ఆపైన జల్లులాగా అందరిపైనా గులకరాళ్ళు గుచ్చుకున్నట్లు చురుక్కునా వర్షం జల్లులా పడ్డాయి. ఆశ్చర్యంతో తేరిపారచూస్తే అవి మంత్రాక్షతలు !

"అరే !!! ఎవ్వరూ చల్లలేదు ! ఎక్కడినుంచి వచ్చిపడ్డాయి ఇన్ని

అక్షింతలు మనందరిమీదా ?" అనుకుంటూ, క్రిందపడినవి ఏరుకొని భద్రంగా పొట్లం కట్టుకున్నారు — ఎవరికి అందినవి వారు జాగ్రత్త చేసుకుంటూ ! తీరా ఆశ్చర్యంతో పైకిచూస్తే ఎవరూ చల్లినవి కావు. పైకిచూస్తే ఆకాశంలోంచి, వాటంతట అవే వానజల్లులాగా ఆశీస్సులుగా కురిశాయి — దోసెడు పారిజాతపుష్పాలు ఘుమఘుమా పరిమళిస్తూ — గుహలో అన్నివైపులా వెళ్ళిపడ్డాయి.

అలా చూస్తూండగానే ఆ పొగమబ్బు గుండ్రంగా సుడిగుండంలా ప్రదక్షిణంగా తిరుగుతూ మేఘంలా మారిపోయింది. హోమగుండంనుంచి వచ్చిన పొగ ఆ హోమగుండంలోకే వెళ్ళి లీనమై మాయమైపోయింది.

అందరూ ఆశ్చర్యంగా చుట్టూ చూస్తే అప్పటికే లేత నీలపు కాంతులు కొండగుహ గోడలనుంచి లోపలికి ప్రకాశిస్తున్నాయి — తెల్లవారేముందు బ్రహ్మ ముహూర్తకాలం అని సూచిస్తూ !

నెమ్మదిగా ఒక గంటసేపటిలో ఒక్కొక్కరే మేలుకోసాగారు. ఒకటి రెండు గంటలలో ఒకమూలగా ఎత్తైన అరుగుమీద గ్యాస్‌స్టౌ వెలిగించి వేడినీళ్లు మరిగించి, పొగలుకక్కే టీని పాలపొడితో కలిపి తయారు చేశాడు. మద్రాసీ పరిమళంతో గుబాళించే వేడి టీని అందరికీ తలామగ్గు పోశాడు శ్రీనివాస చక్రవర్తి. అందరూ కృతజ్ఞతతో వెచ్చని టీని త్రాగి కాళ్ళు, చేతులు చైతన్యంతో, శక్తితో ఉత్తేజమై — ఎవరి మటుకు వాళ్ళు రానున్న ఇంకోరోజు ప్రయాణానికి సిద్ధపడుతున్నారు.

34

“నదిక్రింద సొరంగంలో” !!

అందరం ఎవరి డ్రస్సులు, మంచుకోట్లు, టోపీలూ వాళ్లు ధరించి గుహద్వారం విడిచి ఒకలైనులో నిలబడ్డాం. “ఇప్పుడిక మనం తెల్లవారే దాకా ఇక్కడ కాలాన్ని వృధాచేస్తూ గుహముఖద్వారంకోసం వెతకాలి” — అంటూ పర్వతం బైటికివచ్చి కుడివైపుగా మళ్ళీ ప్రదక్షిణంగా ఒకమైలు నడిచి, కొండని దాటివచ్చేశాం ! అందరూ భక్తితో వెనక్కితిరిగి కృతజ్ఞతా పూర్వకంగా రాత్రి వెచ్చగా ఆశ్రయం ఇచ్చిన ఆ కొండగుహ వైపు తిరిగి నమస్కరించి — చూసి ఒక్కసారిగా తుళ్ళిపడ్డాం !

“ఏమిటిది ? మహాశ్చర్యంగా వుందే !” — అంటూ విస్తుపోయాడు డేగ కన్నులతో ఆ ప్రాంతాన్ని పరిశీలిస్తున్న చార్లెస్ బెల్ ! దాంతో అందరూ

అటువైపుచూసి తుళ్ళిపడ్డాం — "అరె ! తీరాచూస్తే రాత్రి మనమందరం సుఖంగా బసచేసి, వెచ్చగా నిద్రచేసిన ఆ కొండలోపలి గుహ — అసలు నిజంగా ఇక్కడ లేనేలేదా ? మరి మనమంతా చూసిందేమిటి ? మనకు హోమగుండం వద్ద దొరికిన పేలాల ప్రసాదం మాటేమిటి ?"

పోనీ ఇవన్నీ అబద్ధం అనుకున్నా — కొండకూడా మాయే కావచ్చు గాని నేను కళ్ళతో స్పష్టంగా చూసిన ఋషీశ్వరులు 'మాయ' కాదే ! ఆయన సాక్షాత్తూ **"వ్యాస భగవానుడు !"**

ఈ 'కలియుగం' ప్రారంభం కాకముందునుంచీ 'చిరంజీవి'గా భూమిపైనే తన తపోమయ శరీరంతో నిలిచివున్న "చిరంజీవుడు !!!" ఆయన దర్శనం ఎన్నటికీ మరువలేము" అనుకుంటూ — ఆ పర్వతం మాయమైన ఖాళీ జాగావేపుగా తిరిగి చేతులెత్తి నమస్కరించాడు జగదీష్ చంద్రబోసు !

"అదిగో ! మనం వెళ్ళాల్సింది ఆ కుడివైపు కనిపించే గ్రామదేవత గుడివంటి దేవాలయం ముందుకే !" — అంటూ చార్లెస్ బెల్ ఆవేశంగా ముందుకు దారితీస్తూ నడిచాడు. "ఆశ్చర్యంగావుందే ! నిన్నరాత్రి, మనకు గ్రామదేవత వంటిది ఎక్కడా కనిపించలేదే ! మనకి ఎవ్వరికీ కూడా ఎంత వెతికినా కనిపించని — ఈ గుడి !! ఈ దేవాలయం మళ్ళీ ఇక్కడే వుందే ! పదండి ! పోదాం అంటూ, పరుగువంటి నడకతో అందరూ తమ కాన్వాస్ బ్యాగులు, మంచుగొడ్డళ్ళు, ఆక్సిజన్‌డబ్బాలూ మోసుకుంటూ నడుస్తున్నాం. ఒక అరగంటసేపట్లో అంతా మంచుగా ఘనీభవించిన నదివొడ్డుకి చేరుకున్నాం. కుడివైపున ఎత్తుగా ఎర్రమట్టితో

ఓ అరుగులాంటిది అర్ధచంద్రాకారంగా ఒక కోటగోడలా ఏర్పడివున్నది — ఆ గుడిచుట్టూ ! అందుకే వెనకవైపునుంచి చూస్తే — అది కేవలం ఓ మట్టిదిబ్బలాగే కనిపిస్తుంది. గుడిగాని, దాని ఆకారంగానీ ఏమీ కనిపించవు" అనుకున్నాం ఆశ్చర్యంగా !

గుడితలుపులు మూసుకొనివున్నాయి, బరువైన టేకుచెక్క కంటే బరువైన — గుగ్గిలం చెట్టు కలపతో చెక్కబడివున్నది, ఆ ద్వారం ! ద్వారబంధంపైన రెండు ఏనుగులూ, మధ్యలో పద్మం, దానిలో పద్మాసనంలో కూర్చున్న లక్ష్మీదేవి విగ్రహమూ చెక్కబడివున్నాయి. లక్ష్మీదేవి రెండుచేతులలో విరబూసిన తామర పద్మాలు ! ఒకటి కుడిప్రక్కగా, మరొకటి ఎడమప్రక్కగా, ముందుకాళ్ళను పైకెత్తి ఆనందంతో ఘీంకరిస్తున్న — రెండు తెల్లఏనుగులు తమ తొండాలతో పాలను ధారగా పోస్తూ అభిషేకిస్తున్నాయి. ద్వారబంధం మధ్యగా చెక్కతలుపు బంధించబడివున్నది. తలుపుమీద మంచు అడుగున్నర మందంగా గాజురాళ్ళవలే దిమ్మ కట్టుకొనిపోయి, పేరుకొనివున్నది !

"బహుశా రాత్రి కురిసిన మంచు — చలికి బిగుసుకు పోయి ఈ ద్వారాన్నిలా బంధించేసివుండాలి. మనమిప్పుడు పారలతో గాని, గడ్డపారలతోగాని, ఈ మంచును తవ్వితీస్తే — ఈ ద్వారం తెరుచుకుంటుందా ?" అనుకుంటూ సాహసయాత్రికులలో ఇద్దరం — ముందుకు వచ్చి ద్వారబంధానికి రెండువైపులా పరిశీలించసాగాం ! రెండు తలుపులు మూసివున్నా ద్వారం ఆకారం — కుడి ఎడమవైపులలో ఉబ్బెత్తుగా వొంగి ఒక వడ్లగింజవలే విచిత్రంగా వున్నాయి.

"ఈ ద్వారంయొక్క రహస్య శిల్పం ఎంతో చిత్రంగావున్నదే !" — అన్నాడు చార్లెస్ బెల్ — తన కోటుజేబులోంచి భూతద్దం తీసి లెన్స్‌ద్వారా పరిశీలిస్తూ చూసి !

"ఇప్పుడీ మంచుగడ్డలను తవ్వి తలుపు తీయడానికి మనకి — కొన్ని గంటలైనా పట్టవచ్చునేమో ?" అన్నాడు అలెగ్జాండర్ నోటోవిచ్, అడుగున్నర మందంగావున్న గాజురాళ్ళవంటి మంచు శిలలను పరిశీలిస్తూ !

"మీకు నేను ముందే చెప్పానుకదా? ఈ ద్వారం అలా తెరుచుకోదు ! మా టిబెటన్ పంచాంగ గణితం ప్రకారం టిబెటన్ సంవత్సరం మొదలుపెట్టేది ఇంగ్లీషువారి క్యాలెండర్ ప్రకారంచూస్తే — ఫిబ్రవరి 5-వ తేదీన ! ఐదువేల సంవత్సరాల క్రితం ఇప్పటి ఈ **'కలియుగం'** ప్రారంభించింది కూడా — సరిగ్గా ఆరోజునే ! కాలగమనంవల్ల మన భూగోళం తిరిగే ఉత్తర, దక్షిణ ధృవాల దిశ ఒకప్రక్కగా వాలి వొంగిపోయి వుంది. డెబ్భైరెండు సంవత్సరాలకు ఒక డిగ్రీ 1° చొప్పున పెరిగిపోతూ ఖగోళంయొక్క ఈ వొంపు ఇప్పుడు 72° కు చేరుకుంది ! అంటే 18 ఫిబ్రవరి నుంచి 72 రోజులు లెఖ్ఖిస్తే ఏప్రిల్ 21వ తేదీకి ఇది సరిపోతుంది — ఆరోజే సూర్యుడు మేషరాశిలోకి ప్రవేశిస్తాడు. ఈ మేషం అగ్నిరాశి గనుక సరిగ్గా ఈరోజు పగలు పదకొండున్నర గంటలకే సూర్య కిరణాలు అకస్మాత్తుగా వేడెక్కుతాయి ! — అదే గుర్తు మనకి !!

"సరిగ్గా అదే నిముషంలో ఎండవేడికి ఈ మంచు కరిగి ఈ ద్వార బంధం తెలుపులు తెరిచేందుకు వీలు కలుగుతుంది, అందాకా వేచి

వుండాలి !" అని లామాదోర్జీ చోగ్యాల్ తన పురాతన తాళపత్రాలను తీసి దానిలో వున్న తాళపత్ర గ్రంథంలోంచి చదువుతూ ! "**కలియుగ ప్రారంభంలో సూర్యుడు ప్రవేశించిన మేషరాశియొక్క మొదటి డిగ్రీలోకి** మన ఈకాలంలో ఈరోజే ప్రవేశిస్తాడు" అంటూ ఆకాశంవంక చూశాడు. సమయం పదిగంటలు దాటుతోంది.

ఎండకూడా ఏటవాలుగా బంగారుకాంతితో దేవాలయద్వారంమీద పడి — అది గర్భాలయంలోకి వెళ్లి, తెల్లని కిరణంగా వెలుగుతోంది ఆశ్చర్యంగా ! అది చూడగానే లామా-దోర్జీ చోగ్యాల్ కంగారుగా గుడి తలుపులు తెరిచి చందనమూ, కస్తూరి కలిపిన టిబెటన్ అగరువత్తులు వెలిగించి గుండ్రంగా తిప్పి ధూపం సమర్పించాడు. రాత్రి హోమగుండం దగ్గర సేకరించిన నువ్వులనూనె, నెయ్యి కర్పూరంతో వెలిగించి దీపారాధన చేశాడు. భక్తితో చేతులు జోడించి తనకు ఇష్టమైన గురుమంత్రం —

"ఓం మణిపద్మ హుం"

— అని సరిగ్గా నూటఎనిమిదిసార్లు జపించాడు.

అంతే ! ఒక మహాశ్చర్యం కనిపించింది. సూర్యకిరణం — వెళ్లి ఏటవాలుగా గుడి ద్వారబంధంలోకి ప్రకాశిస్తూ — బుద్ధుడి విగ్రహంవున్న అరుగుమీద పడింది !! మరో అరగంటకు సూర్యుని పొద్దు అటు వాలగానే అదే సూర్యకిరణం క్రమంగా పైకి పైకి — పాకిపోతూ గుడిలోని బుద్ధవిగ్రహం అరచేతిపైన పడింది — సరిగ్గా నిమ్మకాయంత సైజులో !

అలా బంగారుకాంతులతో పడిన సూర్యకిరణాలు బుద్ధవిగ్రహం

యొక్క అరచేతిలో పడి, వెలిగి క్రమంగా సూర్యుని పొద్దుతోపాటు క్రిందకు వాలి — ప్రాకుతూ వెళ్లి, "భూమి-స్పర్శముద్ర"తో వున్న బుద్ధుని విగ్రహం చేతికింద నేలను తాకుతూ గుండ్రని బిందువులాగా మధ్యగా చేరింది. దాంతో లామామహాశయుడు ఒక్కసారిగా — మంత్రాన్ని మరింత హోరుగా జపిస్తూ గుడి పునాది పీఠంవద్దకు పరుగెత్తాడు! ఇంతలోగా సూర్యకిరణం వెలుగుతూ వెళ్లి గుడిమెట్లు దిగి పొద్దుతో కుడివైపుగా వాలి అక్కడవున్న ఓ ప్రాచీన మఱ్ఱిచెట్టువేళ్ళు పాకివున్న దిశగా పోయింది !

అక్కడ మోకాళ్ళమీద కూర్చుని గట్టిగా శ్వాసపీల్చి రెండుచేతులూ ద్వారానికి ఒక కోణంలో అదిమిపట్టి **"ఓం !"** అంటూ ఒక్కతోపు తోశాడు.

అంతే! పెద్ద ఉరుమువంటి శబ్దంతో గర్జనలాంటి ధ్వని వినిపించి — ఆచోట ఒక బండరాయి గరగరా ఐమూలగా తెరుచుకుంటూ లోపలికి తిరిగి, వాలి ఓ ఎత్తైన ద్వారబంధాన్ని బయల్పరచింది! అందరూ హడావుడిగా లోపలికి పరుగెత్తబోయేలోగా — లామాదోర్జీ చోగ్యాల్ ఆదుర్దాగా అరుస్తూ "ఆగండి ! ఆగండి ! ఎవ్వరూ లోపలికి దూరకండి ! మళ్ళీ ఆ తలుపు బరువుకు ద్వారం మళ్లీ ఇప్పుడే మూసుకుపోతుంది ! దాంతో అందులోనే మీరూ బంధించబడి మరణిస్తారు" — అంటూ, "ఇప్పుడు అందరూ మోయగల్గినంత కొండరాళ్ళను తెచ్చి తెరుచుకున్న ద్వారబంధం వద్ద అడ్డంగా పెట్టండి. అప్పుడే ద్వారం మళ్ళీ మూసుకు పోకుండా తెరిచే వుంటుంది !" — అన్నాడు !

భయంతో ఎగిరి గంతేశాము అంతా ! మెరుపులా పరుగెత్తి ఎవరు మోయగలిగినంత పెద్ద బండరాళ్లను వాళ్ళు మోసుకొనివచ్చి అలా

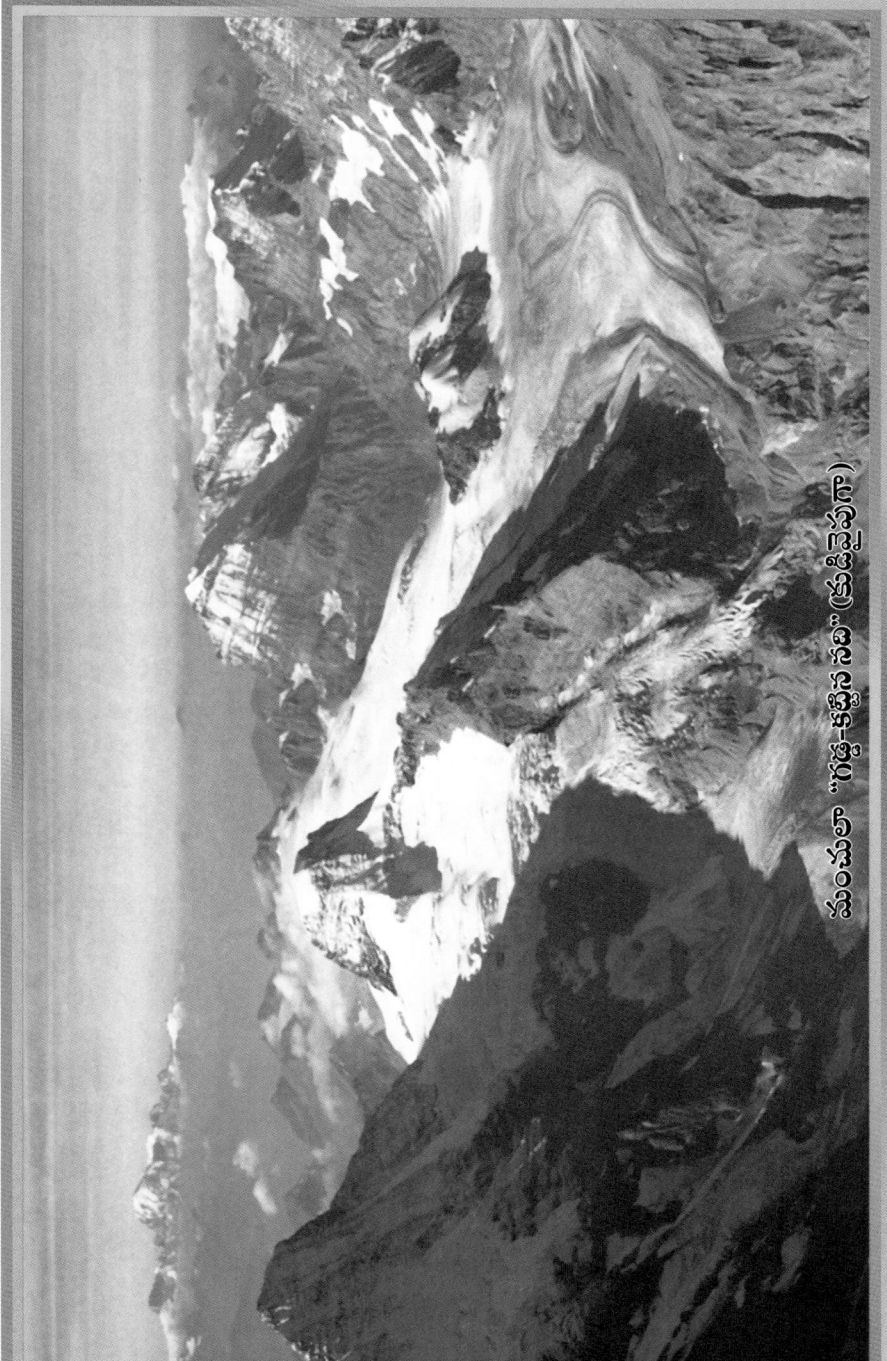

మంచులా "గడ్డ-కట్టిన నది" (కుడివైపుగా)

తెరుచుకున్న రాతిద్వారంవద్ద గడపలో తలుపుకు అడ్డంగాపెట్టాం — ఈసారి గట్టిగా తోసినా ఆ తలుపు మూసుకొనిపోకుండా !

"మనం ఇప్పుడు ఏంచేయాలి ?" అన్నాము అంతా ఒకే కంఠంతో లామాదోర్జీ చోగ్యాల్‌వైపు తిరిగి !

"లోపల గాలి వుందోలేదో ముందే చూసుకొని, ప్రాణవాయువు లేకుంటే ప్రవేశించినవారి ప్రాణం గాలిలో కలిసిపోతుంది ! అందుకని ఎవరిచేతిలో వాళ్లకి ఒక కాగడా వుండాలి ! అలా కాగడాలేనివాళ్ళు గుహ బయటే వేచివుండాలి" అన్నాడు హెచ్చరికగా !

అలెగ్జాండర్ నోటోవిచ్ తన లెదర్‌బ్యాగ్‌లో నుంచి ఓ గుండ్రటి రూళ్ళకర్రతీసి జేబురుమాల చుట్టి తన కారులో వాడే పెట్రోలుతో దాన్ని తడిపి పొట్టి కాగడావంటిది తయారుచేశాడు. నికోలస్ రోరిఖ్ తన మంచు గొడ్డలికర్రను తిరగేసి పట్టుకొని తన జేబురుమాలును చుట్టి కాగడా సిద్ధంచేశాడు. చార్లెస్ బెల్ తన పెద్దటార్చిలైటు తీసి ఐదు వందల వోల్టుల వెలుతురుతో ప్రకాశించే లైటు వెలిగించి దాన్ని ఫోకస్ చేస్తే తెల్లటి సూర్యరశ్మిలాంటి దాని కాంతి ఓ గడకర్రలా ఫోకస్‌తో వంద గజాల దూరందాకా వెళ్లిపడి గుహను వెలిగించే టార్చిలైటు వెలిగించాడు.

ఇలా ఎవరికి చేతనైనవాటితో వారు సిద్ధమయ్యారు. అపుడు లామా దోర్జీ చోగ్యాల్ తాను రోజూ భోజనంచేసే కొబ్బరిపెంకు చిప్పను నేతితో నింపి దాంట్లో గుడ్డలతోచేసిన ఓ లావుపాటి వొత్తివేసి ఆ చిప్పకు పెరుగుపిడతకి ఉట్టివేసిన తాళ్ళ మాదిరిగా "ఉగ్గం" (చిక్కం) లా కట్టి చేతితో పట్టుకొని ఏవో మంత్రాలు చదువుతూ గుహ ముఖద్వారంకి

రెండువైపులా అక్షింతలు చల్లి మంత్రించాడు !"

"ఇవి మనకి కొండగుహ లోపల వ్యాసమహర్షి అనుగ్రహించి ఇచ్చిన మంత్రాక్షతలు ! ఇవి మనకు కంటికి కనిపించే ప్రమాదాలనుండి, కనిపించని దుష్టశక్తులనుంచీ, యక్షిణీ తాంత్రిక ప్రయోగాలనుంచీకూడా రక్షణ కల్పిస్తాయి" అంటూ మెట్లవెంబడి లోపలికి విసిరాడు. స్పష్టమైన స్వరంతో వేదమంత్రాలు చదివి గుహమెట్లు నెమ్మదిగా దిగసాగాడు. ఆయన పాదుకలచప్పుళ్లు టక టకామని గుహ అంతా ప్రతిధ్వనిస్తూ మారుమ్రోగాయి.

లామా వెనుకనే కుడివైపున అలెగ్జాండర్ నోటోవిచ్, ఎడమవైపున చార్లెస్ బెల్, ఆ వెనకాతలే మిగతామిత్రులూ, అలా మూడువరుసలుగా నెమ్మదిగా గుహ మెట్లుదిగుతూ సొరంగంలోకి నడవసాగారు.

సొరంగం లోపల విపరీతమైన చలిగా ఉంది ! కాని, ఆశ్చర్యం ! మేము ఊహించినంత చీకటిగాలేదు ! ఎక్కడినుంచో మసక వెలుతురు పెంకుటింటి కప్పులమీద కిటికీలోంచి ఎండ లోపలికి పడినట్టు నేరుగా సూర్యుడు వెలుగుతూ గుహలోపలికి ప్రకాశించుతున్నాడు. పొద్దుతో సూర్యుని వెలుగు కూడా మూలకు తిరిగి గుహలో ప్రదక్షిణంగా సూర్య బింబం — మధ్యాహ్నం కాగానే — మళ్లీ ఎడమవైపుకి తిరిగి అదే విధంగా అర్ధచంద్రాకారంగా వెలుగుతూ గుహ మిగతాభాగాన్నికూడా వెలిగించాయి ! అలా ఆ గుహలో అనేకచోట్ల కిటికీల వంటి రంధ్రాలు ఎంతో జ్యోతిషం తెలిసిన, గణితంలో కోణాలుకొలిచి, కొండరాళ్ళతో పెట్టిన కిటికీలవంటి కన్నాల ఏర్పాటుకు అందరూ విస్తుపోయారు.

"ఎవరో గొప్ప శిల్పులు ! సిద్ధహస్తులైనవారే ఈ ద్వారబంధాన్నీ, ఈ కిటికీలనూ కూడా ఏర్పాటుచేశారు" అన్నాడు ఆశ్చర్యపోతూ అలెగ్జాండర్ నాటోవిచ్ !

"అంతేకాదు ! ఆ శిల్పాలు, సూర్యకిరణాలు వెలిగే కోణం ఖచ్చితంగా కొలిచే మందిరాన్ని నిర్మించినవాడు పంచాంగ గణితంతెలిసిన ఖగోళశాస్త్రజ్ఞుడు, జ్యోతిష పండితుడూ, కూడా అయివుండాలి !" అన్నాడు చార్లెస్ బెల్ విస్తుపోతూ ఆ కిటికీలవంకే చూస్తూ !

"అంతేకాదు మహాశయా ! ఐదువేల సంవత్సరాల తరువాత రాగల ఈకాలంలో సూర్యకిరణాలు వంగే కోణంను కూడా కొలిచే **'భవిష్యత్ తెలిసిన'** ఋషులవంటి మహాత్ములెవరో ఈ గుహలోని కిటికీలూ, గుహ ద్వారం ఇలా ఏర్పాటుచేశారు మన ఊహకే అందకుండా !

"అన్నిటికన్నా చిత్రం — సరిగ్గా సూర్యుడు మేషరాశిలో ప్రవేశించినపుడే ఆ వేడికిరణాలు తగిలి మంచు కరిగి ఈ సొరంగద్వారం కూడా తెరుచుకోవడానికి అనుకూలంగా మలచారు" అన్నాడు నికోలాస్ రోరిఖ్ ఆశ్చర్యపోతూ !

రష్యన్ పరిశోధకుడు 'ఔస్పెన్స్కీ' — లేచి తన టేపుతో సొరంగం మెట్లమీదనుంచి, సూర్యకిరణాలు పడే దిక్కువరకూ కొలతలుతీసుకొని చక చకా లెఖ్ఖలుకట్టి ఆశ్చర్యపోతూ — "ఇక్కడి కొలతలూ, ఈ గుహల ద్వారాల కోణాలూ, చెక్కిన మహాత్ములు ఎవరో — ఈజిప్టులోని పిరమిడ్‌లు కట్టిన ఖగోళ-గణితాన్ని తూచా తప్పకుండా అనుసరించారు ! అంటే ఏమిటి ? ఇక్కడి టిబెట్‌లోనూ, ఈజిప్టులోని పిరమిడ్‌లలోని

ఖగోళగణితాన్ని తెలిసిన **"పరమ-గురువులు"** మాత్రమే ఈ పని చేయ గలరు ! ఈ గణితాన్ని సాధించగలరు" అన్నాడు ఆశ్చర్యంగా !

"ఎందుకంటే ఈజిప్టులోని 'పిరమిడ్'లో నిర్మాణంచేసినవన్నీ ఆశ్చ ర్యంగా ఈ గణితంతో ఖచ్చితంగా సరిపోతున్నవి ! ఈ గుహలోని సూర్యరశ్మి కిరణాల కొలతలుకూడా — సరిగ్గా అలానే పడుతున్నాయి !"

అన్నాడు ఔస్పెన్ స్కీ విస్తుపోతూ.

"దీనికి కారణం ఈజిప్టులోని పిరమిడ్‌లు కట్టిన 'పరమ గురువులూ' — ఈ గుహలోని మంచు పర్వత ద్వారాన్ని ఏర్పరచిన 'మహర్షులూ' ఒక్కరేనని మనం తెలుసుకోవాలి !" — అన్నాడు లామా దోర్జీ-చోగ్యాల్.

"ఏమిటి ? ఈజిప్టులోని "ఫారో"ల కాలంనాటి కొలతలు — ఇక్కడ మీ టిబెట్‌లోని ఈ లామాలకి కూడా తెలుసునంటారా ? అదెలా సాధ్యం ? ఎన్నో వేలమైళ్ళదూరం ప్రయాణంచేస్తే గాని "ఈజిప్టు"కు చేరుకో లేరు ! పైగా ఆరోజులలో విమానాలు కూడా లేవు" — అన్నాడు వెంటనే మేఘనాథ్.

"ఇంతే కాదు నేనింకో మహాశ్చర్యం చెప్పనా ? ఇది వింటే మీ ఊపిరే ఆగిపోతుంది !! అదేమిటంటే నేనిప్పుడు "ఈజిప్టు"లో వున్న గొప్ప "పిరమిడ్" గురించి చెప్పానే — అలాంటివి ఇంకా మా టిబెట్‌లోనూ చాలావున్నాయి" — లామాదోర్జీ చోగ్యాల్ బాంబుపేల్చినట్టు !

— "ఏమిటి ? చాలా వున్నాయా ? ఆశ్చర్యంగావున్నదే ! ఈజిప్టు లోని 'పిరమిడ్స్' లాంటి పిరమిడ్‌లు టిబెట్‌లోనూ వున్నాయంటే దీని అర్థమేమిటి ?" అన్నాడు ఔస్పెన్‌స్కీ, మరింత విస్తుపోతూ.

"అంటే ! — దాని అర్థమొక్కటే ! ఒకప్పుడు ప్రపంచవ్యాప్తంగా ఉండేది — ఈ పరమగురువుల "జ్ఞానం" ! అది ఈనాటి యంత్రాల మీద ఆధారపడ్డ సైన్సువంటి విజ్ఞానంకాదు ! నా మూడవకన్ను తెరిపించిన తాషీ-లామా మాదేశపు పరమగురువు 'దలైలామా' ఇంకా మన మిప్పుడు దర్శించిన 'సిద్ధగురువులందరికీ గురువైన **శ్రీవేదవ్యాస మహర్షి** ఈ శరీరంతోనే ఎగిరి 'ఆకాశయానం'తో ఎంతదూరమైనా ఈ భౌతికశరీరంతోనే వెళతారు — ఈజిప్టువరకూ అన్నమాటేమిటి భూగోళాన్ని అంతా కూడా చుట్టిరాగలరు క్షణాలమీద ! దానికితోడు సూక్ష్మశరీరంతో ప్రయాణం చేయడం — మందబుద్ధినైన నాకే వచ్చునుగదా ? మరి వారికెందుకు రాదు ?

కాబట్టి ఒకే విజ్ఞానం ఇటు యోగాన్ని అటు జ్యోతిషాన్నీ, ఇటు మంత్రశాస్త్రాన్ని, అటు వాస్తుశాస్త్రాన్నీ, ఇటు స్పటికాలమీద కాంతికిరణాల ప్రసారాలయొక్క ప్రభావాన్నీ — అన్నీ తెలిసి ఆ తేజస్సు మనస్సుమీద, మెదడుమీదా ప్రసరించి బ్రహ్మ-జ్ఞానాన్ని తెలుసుకునే అతీంద్రియ 'సిద్ధి'ని విద్యుత్తులైటు వంటి వెలుగునూ — వెలిగించగలదనీ ఎరిగిన అలాంటి వారి "బ్రహ్మ-జ్ఞానమే" ప్రపంచమంతటా ఒకప్పుడు వ్యాపించి వుండేది ఆనాటి 'ఆదికాలం'లో ! అదే ఈనాటి ప్రపంచంలోని అన్ని ప్రాచీన మతాల మూలగ్రంథాలన్నిటికీ ఆధారం" అన్నాడు లామా.

"దీనికి ఋజువేమిటి ?" అన్నాడు దుడుకుగా భావనగర్ మహారాజా.

"దానికి ఋజువు కావాలంటే ప్రపంచంలోని అన్నిమతాలూ కలిపి

మీరు విశ్లేషించాలి — సైన్సు విజ్ఞానంతో ! అప్పుడు మైలురాళ్ళ వంటి కొన్నిసత్యాలు సమానంగా అన్ని దేశాలలోని మతాలవెనకా దాగివున్నాయే — ఆ సత్యాలే కనిపిస్తాయి !!!

ఉదాహరణకు ఏడురోజుల — **'వారం'** ! ఇది ప్రపంచంలో అన్ని మతాలలోనూ ఉన్నదిగదా ? అందరివీ — ఏడురోజుల వారాలే ! అందరికీ వారాధిపతులూ అవే గ్రహాలు ! — అదే ఇంద్రధనుస్సులోని రంగుల వరుసలోనే అవి ఏర్పడివున్నాయిగదా ! అదీ ఇప్పటి మీ "సైన్సు"లో కూడా కనుగొన్న సత్యం — ఏడురంగులూ కలిసి తెల్లని కాంతిలో ఉన్నాయనిగదా ?

అలాగే తొమ్మిది (9) అంకెలు, ఒక సున్నా ! ఇంకా అక్షరాల్లో అందరికీ 'అ'-కారమే మొదటిది ! ఇలా చెప్పుకుంటూపోతే ఇంకా చాలావున్నాయి ఆలోచించి చూస్తే మీకే తెలుస్తుంది !!! టిబెట్‌లో కూడా ఈ పిరమిడ్‌లు ఎలావున్నాయోనని మీరేం విస్తుపోనక్కరలేదు !" అన్నాడు లామా దోర్జీ-చోగ్యాల్ మహాశయుడు మెరుపువేగంతో !

ఆయన అత్యద్భుతమైన సమయస్ఫూర్తికీ, సమన్వయ దృష్టికీ మాలోని సైంటిస్టులతోసహా అందరం ఆశ్చర్యంతో నోరుతెరిచాం !

"ఇది ఈజిప్టులోని అతి ప్రాచీనమైన 'రాశి-చక్రం' ! దీన్ని — **"డెండెరా రాశిచక్రం" (Dendera Zodiac)** అంటారు, మీరు !! ఈజిప్ట్‌లో 3200 B.C. కంటె పూర్వమే చెక్కిన ఈ రాసులూ, నక్షత్రాలు తెలిసిన ఖగోళశాస్త్రవేత్తలైన, పండితులెవరో ఈ కిటికీలను కూడా చెక్కివుండాలి ! ఎందుకంటే ఇప్పుడీ నక్షత్రాలూ లేవు ! ఆకాశంలో **ఈ రాసులూ**

కనిపించవు ! దానికి తోడు రాశిచక్రంలోని రాసులన్నీ చిందర వందరగా ఇప్పటి క్రమానికి **వ్యతిరేకంగా** — ఏర్పడివున్నాయి" అన్నాడు 'ఔస్పెన్స్కీ'.

'వెలికోవిస్కీ' తటాలున ముందుకువచ్చి ఆ కొలతలు చూసి — విస్తుపోతూ "ఆశ్చర్యం ! సరిగ్గా ఈ రాశిచక్రం — గతంలో ఈ భూమ్మీద జరిగిన **'మహాప్రళయం' కాలానికి ముందు** ఇలా వుండేది ! ఇక్కడకూడా సరిగ్గా అలాగే చెక్కారు !! అక్కడ ఈజిప్టులోని రాశిచక్రం — మూడు సార్లు ఇలా గిరగిరా తిరిగిపోయింది ! దానినిబట్టి చూస్తే ఇది క్రీస్తు పూర్వం 50,000 B.C. నాటి ప్రళయానికి ముందుగా వుండిన రాశిచక్రం" అన్నాడు.

"అదెట్లా చెప్పగలరు ? ఈ గుహలో ప్రళయం గురించి ఏమైనా రాసివున్నదా ?" — అంటూ ప్రశ్నించాడు "చార్లెస్ బెల్"! అందరూ ఆశ్చర్యంతో నోరు వెళ్ళబెట్టారు — "'ఏమిటి ? **ప్రళయమా ?**" అంటూ !

"ఈజిప్టు ప్రాచీన చరిత్రలో కొన్ని లక్షల సంవత్సరాల క్రితం ఈ భూమికి అడ్డంగావొచ్చి ఆకాశంలోంచి — వేరేగ్రహం లాంటిది ఢీకొనే లాగా వేగంగా వొచ్చి, భూమి ప్రక్కనుంచే దూసుకుపోయింది ! దాని ప్రచండమైన వేగానికి మన భూగోళం తిరగడమే గల్లంతుపడి — పూర్తిగా మారిపోయింది ! ఒక్కసారిగా భూమి ఉత్తర-దక్షిణ ధృవాలు తల్లక్రిందు లైనాయి ! దానితో తూర్పు పడమరగానూ, పడమర తూర్పుగానూ — తిరగబడిపోయాయి."

"అప్పటిదాకా టిబెట్ ఒక సముద్రతీరంగా వుండేది ! ఆ ప్రళయం తరువాత ఏర్పడ్డ — భూకంపాలు, అగ్నిపర్వతాలు చెలరేగి కొండలు, రాళ్ళు కరిగి — ఆ వేడికి బెల్లంలాగా కొండ మెత్తబడి పాకంపట్టినట్లు

బండరాళ్లు కరిగి 'లావా'గా ప్రవహించి అగ్నిపర్వతాలు పేలి భూమిమీద ఆ ఒత్తిడికి హిమాలయ పర్వతాలు ఇప్పుడున్న "ఎవరెస్ట్ శిఖరం" వున్నంత ఎత్తుకు ఒక్కసారిగా లేచిపోయాయి ! దాంతో టిబెట్ ఒక్కసారిగా ఇప్పటి ఈ ఎత్తుకు పెరిగిపోయి మంచుకొండలతో కప్పిన చలిప్రదేశంగా, ఓ పీఠభూమిగా మారిపోయింది ఆ **ప్రళయం** తర్వాతే !" — అనగానే

"ఇదంతా మీ టిబెట్‌లోని ప్రాచీన పురాణాలలో రాసివుందా ?" అంటూ ప్రశ్నించాడు సైంటిస్ట్ జగదీష్‌చంద్రబోసు.

"పురాణాలలో రాసివుండటం మాత్రమే కాదు ! నేను మీకు ఇదివరకే చెప్పానుకదా? మా గురుదేవులు "తాషీలామా" వారి అనుగ్రహంతో !" నాకు మూడవ కన్ను తెరిచినపుడు కాలంలో వెనకకు ప్రయాణించి నేచూసిన ఆ "కాలజ్ఞానం"లో ఈ భూమ్మీద జరిగిన ప్రళయాలు — ముఖ్యంగా గత "మహాప్రళయం" కూడా (చూ. **ప్రపంచంయొక్క బాల్యం**) ఎంతో స్పష్టంగా చూశాను !

"అరె ! మాట్లాడుతూనే మనం ఈ సొరంగంలోంచి పూర్తిగా ప్రయాణించి — అది దాటికూడా పోయాము అవతలి ఒడ్డుకి ! పైనించి చుక్కలు చుక్కలుగా తడినీటి బిందువులు పడినా — మనపైన ఒక మంచు నది ప్రవహిస్తుందని కూడా — మనకి గుర్తుకు రాలేదు" అన్నాడు ఆశ్చర్యంతో 'చార్లెస్ బెల్'.

"ఇదంతా మహాత్ముడైన **వేదవ్యాసమహర్షి** దివ్యానుగ్రహ ప్రభావమే! మనం స్ఫటికపర్వత ద్వారం — త్వరగా చేరుకోగలమన్న నమ్మకం నాకిప్పుడు వుంది" అన్నాడు — లామా దోర్జీ-చోగ్యాల్.

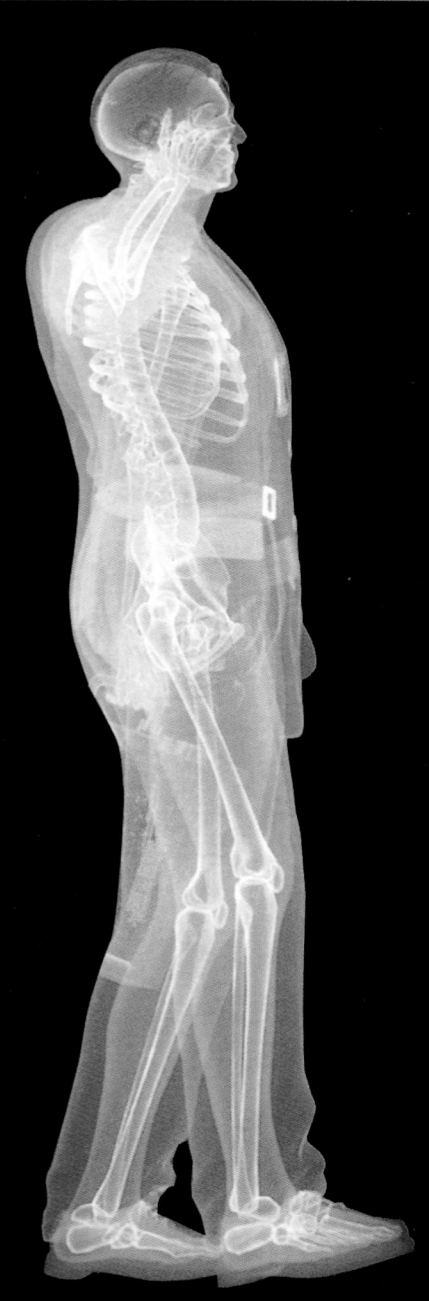

"గంగపుట్టిన గౌముఖ్" లోని పవిత్ర జలం త్రాగిన 'స్ఫటికం' లా నిర్మల శరీరం (Astral body)

అలా వాళ్ళు మాట్లాడుకుంటూవుండగానే సొరంగంలోకి ప్రవేశించే గుహ ముఖద్వారంలోంచి **"ఓం"** అంటూ ఖంగుమనే కంచుగంట వంటి శబ్దం గుహంతా ప్రతిధ్వనిస్తూ — ఎవరో పర్వతమంతటి శరీరం గల మహాపురుషులు శ్వాసంతనీ దమ్ముపట్టి గుహలోంచి ఓంకారాన్ని చేస్తున్నాడా అన్నంత స్వరంతో ధ్వనించింది ఆ ప్రణవనాదం !! ముందు అది, నెమ్మదిగా ప్రారంభించి క్రమంగా ఒక తరంగం లాగా వ్యాపించి సంగీతంలో ఆలాపనకంటే నెమ్మదిగా — నిశ్శబ్దంలోకి వెళ్లి కరిగి పోయింది !

మేమంతా ఆశ్చర్యంతోనూ, భయంతోనూ తుళ్ళిపడి ఒకరివంక ఒకరు చూసుకున్నాం చార్లెస్ బెల్ — నికోలాస్ రోరిఖ్ఛ్‌తోసహా ఇతర సభ్యులందరూ ! అందరం కలిసి మాఆశ్చర్యానికి సమాధానంకోసం లామాదోర్జీ-చోగ్యాల్ వంక భయంతోనూచ ఆశ్చర్యంతోనూ చూశాం — ఒక ప్రశ్నార్థకంగా ముఖంపెట్టి ! వీళ్ళకి మాటలు పెగలడంలేదని గ్రహించి ప్రశ్న అడగడానికి కూడా ధైర్యం కూడదీసుకోవాల్సి వస్తోందని వాళ్ళు వశంతప్పిన ఆశ్చర్యం, భయం కలిసిన అద్భుతమైన అనుభూతిని వ్యక్తం చేస్తున్నదని గ్రహించిన లామాదోర్జీ — ఇలా అన్నాడు !

"ఇది కాలపురుషుని హృదయంలోని — గుహవంటిది ! ఇది ఈ ధ్వని, ఆకాశంలోంచి పుట్టే ఓంకారం ! మా ముసలిలామా గురువులు తాషీలామావంటి పీఠాధిపతుల విశ్వాసం ఏమిటంటే ఇలాంటి ఓంకారం పుట్టేది హిమాలయాలలోంచే !! గతంలో ఇలా పుట్టే — ఈ **సృష్టి ప్రారంభించింది** "బ్రహ్మకల్పం" ఆదిలో ! ప్రణవంనుంచి అన్నీ సృష్టి కాబడ్డాయని — వేదాలలోని మంత్రాలకు నిదర్శనంగా ఇప్పటికీ ఇలా

వినిపిస్తూనే వుంటుంది !" అంటూ గుహవైపుతిరిగి వందనపూర్వకంగా నమస్కరించాడు !

వెంటనే తన పూజా దస్త్రం విప్పి రెండు టిబెటన్ అగరువొత్తులు వెలిగించి ధూపం సమర్పిస్తూ గుండ్రంగా తిప్పి గుహకు రెండువైపులా గుచ్చాడు! ఆపైన గుహ ముఖద్వారంవద్ద తాను భక్తితో తటాలున సాష్టాంగపడి నమస్కరించాడు ! అప్పటిదాకా బెంబేలుపడ్డట్టు నిలబడ్డ మా మిగతాసభ్యులంతా మారు మాట్లాడకుండా నేలపై సాగిలపడి లామాతో పాటే నమస్కరించాం చచ్చినట్టు !

మరుక్షణంలోనే అందరం గుహలో ప్రవేశించాం! ఇంతలో ఉరుము తున్నట్టు భయంకరమైన ధ్వని ఒక రధచక్రం రాతి రధంతో చేసినది కొండరాళ్ళపై ఎక్కడో పరిగెత్తుతున్నట్టు ధ్వని వినిపించింది ! ఆశ్చర్యంగా అందరం పైకి చూసేలోగా లామా ఇలా అందుకున్నాడు.

"ఇవి పైన గర్జించే ఉరుములు కాదు ! **శంబల గుర్రాల** డెక్కల చప్పుళ్ళు !!"

"మీరేం కంగారుపడకండి! ఇక్కడేమీ భూతాలూ, పిశాచాలు లేవు ! మనం బ్రతిమాలి ఆహ్వానించినా రాలేవు ! భయంతో వణికిపోతాయి శంబల అన్న — ఈపేరు చెపితేనే !" అన్నాడు లామా మహాశయుడు.

దాంతో — అందరికీ భక్తి, విశ్వాసం కలిగింది ఓ వెచ్చటి స్పర్శ లాగా !

35

గంగ-పుట్టిన "పాద-తీర్థం" !

ఆటవిడుపుగా విశ్రాంతి తీసుకున్నాక మా సాహసయాత్రాబృందం ఆలస్యం అయిపోతున్నదన్న బెంగతో అతివేగంగా నడక సాగించాము. ఈసారి దారి ఎత్తుపల్లాలుగా మంచుశిఖరాలపై ప్రయాణించకుండా విశాలమైన మంచుమైదానంలోంచి అర్థచంద్రాకారంగా ఒక కళాయిపాత్రలా పల్లంగావున్న తళతళా వెండిలా మెరిసే మంచులోయలో నడుస్తుంటే గల గలా నీళ్ళు ప్రవహిస్తున్న శబ్దం దగ్గరగా వినిపించింది ! కాని కుడి ఎడమ లకు చూస్తే కనుచూపుమేరలో ఎక్కడా సెలయేళ్ళుగాని, వాగులు, వంకలూ వంటివిగాని — కనిపించనే లేదు. మరి, ఈ నీళ్ళశబ్దం ఎక్కడ నుంచీ వస్తోందా ? అని ఆశ్చర్యపోతున్న మా చూపులకు సమాధానంగా లామా చోగ్యాల్ మహాశయుడు చిరునవ్వుతో ఇలా అన్నాడు.

"ఇది 'గౌముఖ్' అనే హిమాలయాలలోకల్లా పవిత్రాతి పవిత్రమైన గంగానది పుట్టిన చోటు ! కిందాపైనా దట్టంగా ఓ పర్వతంలా మంచు ఏర్పడి దాని మధ్యలో సొరంగంలోంచి పొగలుకక్కుతూ ఉడుకు నీళ్ళు ప్రవహిస్తూ — ఆవు ఆత్రంగా గుటకలువేస్తూ నీళ్ళు తాగుతున్నట్టు శబ్దం వస్తుంది గనక — ప్రాచీన ఋషులు, లామాలూ, ఈ ప్రదేశానికి **'గౌముఖ్'** అనగా **'ఆవుయొక్క ముఖము'** అన్న పేరుతో భక్తితో పిలుస్తారు. ఇక్కడ పుట్టిన గంగ తెల్లటి మంచునేలలో వజ్రంలాగ నీలంగా ప్రవహిస్తూ నిర్మలంగా ఎక్కడా భూమికి స్పర్శలేకుండా స్ఫటిక నిర్మలమైన జలంతో పారుతూ వుంటుంది.

"ఈ నీళ్ళు తాగితే ఇంతవరకూ గతజన్మలలో చేసిన చెడుకర్మలూ, పాపములు, రోగాలూ, దోషాలూ, అన్నీ — సమస్తమూ నశించిపోతా యని కొన్ని వేల సంవత్సరాలుగా వస్తున్న ప్రతీతి !" అంటూ తటాలున కుడివైపు తిరిగి ఆవు ముఖంవంటి సన్నని బిలంలోంచి గోరువెచ్చటి నీళ్ళు మంచుపైన పడి అతి చల్లగా మారి ప్రవహిస్తూంటే లామాదోర్జీ భక్తిశ్రద్ధలతో మోకాళ్ళమీద సాగిలపడి దోసెడునీళ్ళు తలపైన కుమ్మరించు కున్నాడు. అందరమూ ఆయనను అనుసరించి అలాగే చేశాము. మరో రెండు దోసిళ్ళు ఆ పవిత్రజలంతో కళ్ళు, చెవులు, చేతులు, పాదాలు కడుక్కుని నోరు పుక్కిలించి — ఆపైన పరిశుద్ధమైన ఆ జలం మూడు దోసిళ్ళు తాగాము.

అలా ఆ మంచుకరిగిన నీళ్ళు తాగామో లేదో మా గుండెలలో చల్లగా ప్రశాంతమైన శక్తీ, విద్యుత్తువంటి కరెంటూ, ప్రవహించినట్ట య్యింది ! ముఖమూ చేతులూ పొడితువ్వాలుతో తుడుచుకుని —

గాఢంగా ఊపిరితీసుకున్నాము. ఒక్కసారిగా మా శరీరం బరువంతా దిగి పోయినట్టయింది. మాకు 'శరీరం' అసలు వున్నదా ? లేదా ! అన్నంతగా తేలికపడిపోయింది ఒళ్ళంతా ఆశ్చర్యంగా !!

మరుక్షణమే కడుపులో బొడ్డువద్దనుంచి ఓ సుడిగుండంవంటి చక్రంలాగా ఏదో తిరుగుతున్నట్టు కరెంటు వంటి స్పందన కలిగి శరీరం ముందుకీ వెనక్కీ మత్తునిద్రలో జోగుతున్నట్టు ఊగిపోసాగింది. దాంతో మా మనస్సు అటు మెలుకువ కాకుండానూ ఇటు పూర్తి నిద్రాకాని 'ధ్యానస్థితి'లో నిలబడిపోయింది ఏ ఆలోచనా లేకుండా ! ఆశ్చర్యం ! మా మనస్సు మాకే వింతగా తోచింది — మనస్సు అలా నీలాకాశంలా, నిర్మలంగా, ఖాళీగా, శాంతిగా ఏ ఆలోచనాలేకుండా అంత నిశ్చలంగా వుండటంతో — పట్టరాని ఆశ్చర్యం కలిగింది ! అసలు అలాంటి స్థితి వుంటుందంటేనే ఎవరు చెప్పినా నమ్మలేము ఇపుడు మాకే నిజంగా అలాంటి 'భావాతీత-స్థితి' కలిగింది ! మరుక్షణంలోనే మా కళ్ళు మూతలు పడ్డాయి.

ఇంతలో మా శరీరం, తలా అంతా గాజులాగా స్ఫటికంలా అయినట్టూ, మా శరీరంలోని రక్తనాళాలు అవయవాలు గాజుతో చేసిన ఓ పేపర్ వైట్‌లాగా ఇటునుంచి అటు కనిపిస్తున్నట్టుగా మా దృష్టికి మాకే అనిపించింది ! ఇది భ్రాంతా ! నిజమా ! లేక యదార్థ ప్రపంచానికి పైన తేలుతుంటే ఓ, జ్ఞాన-భూమికా ?

అని ఇలా ఆశ్యర్యపడుతుండగానే మా తలలోని రక్తనాళాలు మాకే కనిపించాయి — ముందుగా గాజుగొట్టంలాగా తలలో రక్తం ప్రవహిస్తు

న్నట్టు ! మరుక్షణమే అవి సైజులో పెరిగిపోయి పెద్ద పెద్ద నదుల్లాగా వెలుగుతూ రక్తనాళాలలోని రక్తం గలగలా రొదచేసుకుంటూ నదీప్రవాహ వేగంతో పరిగెత్తుతోంది !

ఆశ్చర్యపడేలోపలే తలంతా నిండి అల్లుకుపోయిన రక్తనాళాలు వందల వేల నదులుగా సెలయేళ్ళుగా గలగలా రొదచేస్తూ మాతలలోనే పరుగులెత్తుతున్న అనుభూతి కలిగింది. ఆ హోరు" ఎక్కువై — చెవులలో ఘోషపెట్టే సముద్రం హోరులాగా వున్నట్టుండి అలలు ఎగిరిపడుతున్నట్టూ, ఆగి — ఆగి నిశ్శబ్దం మళ్ళీ రొద ! మళ్ళీ హోరు ! — రక్తం అంతా సముద్రంలాగా పొంగి తల గుండ్రంగా భూమిలాగా సముద్రాలన్నీ మా తలలోనే పొంగుతూ వెనక్కిపోతూ 'ఆటు-పోటు'ల్లా దర్శనమిచ్చాయి. ఇదేదో మా 'తలతిప్పు' అనుకుని కళ్ళుమూసుకున్న వికారమేమో అంటూ భయపడి మెడపైకెత్తి తల నిటారుగా పెట్టి కూర్చుంటే చెవులలో 'ఓం' — అని 'భం' — అని శంఖధ్వని మరుక్షణంలో 'భం' 'భం' అని దిక్కులు మారుమోగేలా ప్రతిధ్వనించింది.

అదుగో !! "**శంబల-శంఖం !** విన్నారా ?" అంటూ లామా దోర్జీ కంఠస్వరం ఎక్కడో దూరంగా కొన్ని మైళ్ళ అవతలనుంచీ వినిపించినట్టు వినిపిస్తోంది.

ఇంతలో మా కళ్ళలోంచి నిప్పురవ్వలు జిగేల్‌మని మెరుస్తూ ఛట్ ఫట్‌మని రాలుతూ నక్షత్రాలు దీపావళి కాకరపూవొత్తుల్లో రవ్వల్లాగా పూలులాగా పూలుగా బయటికి చిమ్మాయి, ఆ నక్షత్రాలు — నక్షత్రాల లోంచి గ్రహాలు — గ్రహాలలోంచి గ్రహమండలాలూ, రక్తనాళాలనిండా

నదులూ ప్రవహిస్తూ మెదడు పైభాగం అంతా నీలాకాశంలా నక్షత్రాలతో నిండి పోయి — ఈ సమస్త విశ్వమూ మా తలలోనే కనిపించింది.

తల-అంతా 'విశ్వమే!' :

"అయ్యో ! తలలో నక్షత్రమండలాలా ? ఏమిటిది ? గెలాక్సీలా ! నాలోంచే గ్రహాలు తిరుగుతూ పోతూ కనిపిస్తే — ఏదో కళ్ళుతిరిగిన వికారంలా 'భ్రాంతి' కలిగింది !

ఇంతలో చార్లెస్ బెల్ చెవులల్లో మాటలు — స్కాట్‌ల్లెండ్‌లోని తనభార్య "సెల్‌ఫోన్‌లో తనతో మాట్లాడినట్టు — అతని చెవుల్లో నోరుపెట్టి అరుస్తూ ఆమె నాకోసం మాట్లాడాలని అంటున్నది! ఆమె ప్రసవించిందట ! మగబిడ్డ ! అంటోంది" అంటూ తన మాటలకు తానే తుళ్ళిపడి చార్లెస్ బెల్ —"ఇదంతా ఈ చల్లని పవిత్రజలంతో మనం ముఖం కడుక్కున్న ఫలితం !"

"కాలం — దూరం — విశ్వం — మనలోని ప్రాణం — అన్నీ కలిసిపోయి అంతా 'సంగ్రహం'గా అయిపోయి నా తలలోనే తాండవం చేస్తున్నాయి ! నిజంగానే నాభార్య నాతో సెల్‌ఫోన్‌లో మాట్లాడాలని అరుస్తూ ప్రయత్నిస్తోందా ? అయ్యో ! మరి నా 'సెల్‌ఫోన్' — డార్జిలింగ్ లోనే విడిచిపెట్టి వచ్చానుగదా ? — బ్యాటరీ అయిపోతే !" — అంటూ విస్తుపోయాడు.

"ఆశ్చర్యపోకండి గూఢచారి మహాశయా ! ఇక్కడి "శంబల" నీళ్ళు 'కాలజ్ఞానాన్నీ' ఈ విశాల విశ్వంయొక్క దూరాన్నీ — జయించగలవు ! మీ ఆత్మయొక్క శక్తి పెరిగి — మీకే ఆశ్చర్యం కలిగిస్తుంది. అంతటి

'దైవత్వం వున్నదా?' అని ! ఇక్కడగనక ఇంకా కొద్దిరోజులుంటే ప్రతిరోజూ 'స్ఫటిక-పర్వతం' దర్శనం, చల్లని గోముఖ జలంలో ప్రవహించే గంగా స్నానంతోనూ మీ మనస్సు పూర్తిగా స్థంభిస్తుంది ! యోగంతో — "మనోనాశం" అయిపోతుందని చదవలేదా ?

వయస్సు-స్థంభన అంటే ఏమిటి ? — అంటే మీరు ఎప్పటికీ ఇదే వయస్సులో నిలిచిపోతారు ! ఎన్ని సంవత్సరాలయినా అంతే వయస్సుంటుంది — మీ శరీరానికి ! బంధుత్వాలన్నీ పూర్తిగా మరపుకొస్తాయి. మీకు ఎవరూ లేనట్టూ ! ప్రపంచంలో మీరొక్కరే వున్నట్టూ ! ఆ "మీరు" అనబడే ఆ **"నేను"** తోనే, ఈ ప్రపంచమంతా నిండిపోయినట్టూ ప్రపంచ జాతులూ, దేశాలూ, అందులోని ప్రజలూ — అందరూ మీ కడుపులోంచి బియ్యపు గింజలలా వచ్చిన మీబిడ్డలు కుటుంబంలా కనిపిస్తుంది ! ఈ విశ్వమంతా మన కుటుంబంలా ! మనలో వారికోసం ప్రేమ, దిగులు బెంగ పుట్టుకొస్తాయి. ఇక్కడేవుంటే **'మోక్షం'** కూడా మానేసి — మీరు ఒక కన్నతల్లిలా వారికోసం పిల్లాడికోసం తల్లి తన సుఖాలు అన్నీ త్యాగం చేసినట్టూ — ఇక వాడే తన 'జీవితం' అయిపోయినట్టూ — ఇలా మోక్షం కూడా మాని ఈ భూమ్మీదే వుండిపోతారు, ప్రజల ముక్తికోసం పాటుపడుతూ ! అసలు 'తన' ముక్తి ధ్యాసే మరచిపోయి — 'తాను' అన్న భావాన్నే మరిచిపోతారు చివరికి ! ఈ పవిత్ర జలాల ప్రభావం "అంతటిది !"

ఇదంతా **"శంబల"-ప్రభువు** సన్నిధియొక్క పరమ పవిత్ర ప్రభావంలోని దివ్యశక్తిలో ఒక్క ఆవగింజంత — నిప్పురవ్వ మాత్రమే ! ఆయన ప్రత్యక్షంగా గనక ఈ ప్రపంచంలోకి వస్తే మన ఊహలుకూడా పట్టవు !

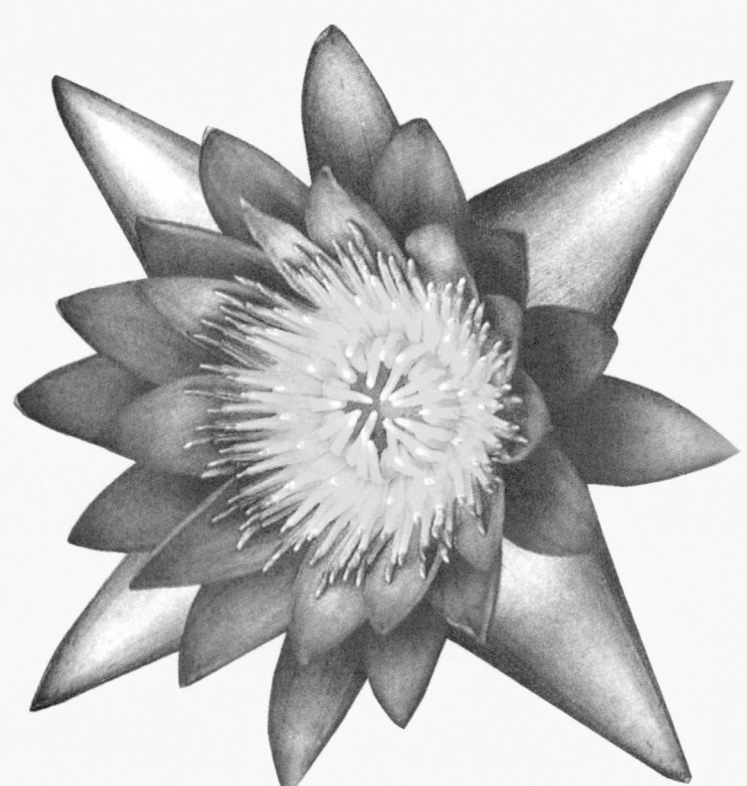

మంచులోపూసే "బ్రహ్మకమలం"

ఆశ్యర్యానికి'' — అన్నాడు లామా దోర్జీ చోగ్యాల్ మహాశయుడు.

మాలో కలిగిన దివ్యానుభవానికి అందరం విస్తుపోతూ **'పవిత్రత'** — అంటే ఏమిటో మొదటిసారిగా జీవితంలో తెలుసుకున్న పసిపిల్ల వాడిలా 'లామా'-మహాశయుడి వెంట నడిచాం — తల్లివెంట నడిచే పసిపిల్లాడిలా ! మౌనంగా !

36

మంచు కోతి !

అలా ధర్మరాజు వెనకాలే నడచివెడుతున్న విశ్వాసంగల కుక్కపిల్లలా మా సాహసయాత్రా బృందం అంతా ఆశ్చర్యంతో మౌనంగా తలలు వాంచుకొని నడకసాగిస్తున్నాం !

నడుస్తున్నామన్నమాటేగాని మాలో ప్రతీ ఒక్కరికీ లోలోపలే గొప్ప అంతర్మధనం జరుగుతోంది — అసలీ హిమాలయాలలోవున్న ఈ అద్భుతశక్తి ఏమిటి ? మామూలు ఇనుపముక్కను సూదంటురాయిగా మార్చి కరెంటుప్రవహించే తీగలా స్పందించేలా ఇక్కడి వాతావరణం నిర్మలమైన మంచుకరిగిన నీళ్లూ — అబ్బా ! 'అసలేమిటి మన జీవితం ?' మన జీవితానికి అర్థమేమిటి? బయటి ప్రపంచంలో నిత్యం మనం బ్రతికే "ఫ్యాను"లా గిర్రునతిరిగే అర్థంలేని నిత్యజీవితంలో కాలయాపనేనా ? జీవితమంటే ! — మరణం ఎదురుగుండావచ్చి కోర్టు నుండి వచ్చే సమన్‌లాగా మనలను పిలిచేదాకా ?

అసలు మన జీవితంలో ఇంతవరకూ సాధించిందేమిటి ? ఈ శరీరంతో, భోజనము, నిద్ర, సుఖదుఃఖాలు, రాత్రిపగలు తిరిగే కాలంతో వయస్సుమళ్లీ ముసలితనం వచ్చి ఆకులు రాలిన చెట్టు మోడుబారినట్టే ముసలితనంతో ఎండిపోతూ నిస్సారంగా చచ్చేదాకా కాలాన్ని భారంగా మోస్తూ అర్థంతెలీకుండా బతకటమేనా ? జీవితమంటే ! ఓహో ఇంకోపక్క తలలోనే ప్రపంచమంతా చూపించే ఈ పరిశుద్ధ జలంతో తల్లిలా తాకే గంగామాత ! — అవి కేవలం నీళ్ళేనా ? ఎంతటి ప్రభావం వాటికి ! కాలాన్నీ, దూరాన్నీ, శరీరం పరిమితినీ జయించే అద్భుతశక్తి — కేవలం ఒక్కసారి తలమీద ఆనీళ్ళు పోసుకుంటేనే ఇంత అద్భుతంగా కనిపించిందే ! — అవి నిజంగా శివ పరమాత్ముని జటా జూటంనుంచి ప్రవహించిన శక్తివల్లనేనా ? — లేక విష్ణుభగవానుని పాదములనుండి పుట్టిన ఆకాశగంగ పవిత్రతయొక్క శక్తిదా ? ఇవి తప్ప వేరే ఏమీ కారణం కనిపించదే ? — ఇంతటి అద్భుతమైన ప్రభావం ఆ జలంలో వుండటానికి !

ఇలా ఆలోచిస్తూనే సెలయేరులా ప్రవహించే గోముఖం ప్రవాహాన్ని దాటి సన్నటి రోడ్డువంటి దారివెంబడి నడకసాగించాం ! రోడ్డుకి కుడి ఎడమ వైపుల కొండచరియలు ఏటవాలుగా పెరిగిపోయిన ఆకుపచ్చని చెట్లతో నిండివున్నాయి. అవి మామూలు చెట్లవలే కాక — ఆకులులేని దేవదారు వృక్షాలు. నిటారుగా పెరిగి, ఒక బల్లెం ఆకారంలో సూటిగా పెరిగిన చెట్లవరస !

దట్టమైన ఆకుపచ్చని అడవిలాంటి తోటంతా మరింత చల్లగా కనిపించింది. వింత వింత పక్షులు విచిత్రంగా కూస్తూ కుడివైపునుంచి

గుండ్రంగా తిరుగుతూ — మా తలలవైపుగా ప్రదక్షిణంగా ఎగిరి పోయాయి ! ఎక్కడినుంచో ఓ చల్లని గాలి ! ఏదో వింతైన పరిమళంతో ఘుమ ఘుమా వీచింది !! మరుక్షణంలో ఎడమపక్కనుంచి బాగా మగ్గిన అరటిపండ్ల పరిమళం ఘుమఘుమా మా ముక్కులను అదరగొట్టింది ! ఆ వాసనకు మాఅందరికీ నోటివెంటా నీళ్ళుకారి నోరూరింది — ఎన్నాళ్ళ య్యిందోకదా ? మనప్రాంతపు అరటిపళ్ళు తిని ! అనుకున్నాం, అప్రయత్నంగానే !

ఎడమవైపునుంచి నెమళ్ళు, జింకలు గుంపులు గుంపులుగా అరుస్తూ కుడివైపుగా పరిగెత్తిపోతున్నాయి. ఇంతలో ఒక వింత పరిమళం పారిజాతపు పూలవంటిది ఎత్తైన కొండచరియమీంచి మావైపు వీచ సాగింది.

"చూశారా ! ఆ విచిత్ర పరిమళం దేనిదనుకున్నారు ? మీలో ఎవరైనా చెప్పగలరా !" అంటూ లామా దోర్జి చోగ్యాల్ ఈసారి తానే మమ్మల్ని సూటిగా ప్రశ్నించారు.

"అదేదో సుగంధపుష్పాల పరిమళంలా వున్నది గురుదేవా !" అన్నాడు జగదీశ్ చంద్రబోస్, వృక్షశాస్త్రజ్ఞుడు కాబట్టి !

"అది పూల పరిమళంలా వున్నదని అందరికీ తెలుసు ! అసలా పరిమళం ఎలావస్తుంది, ఎందుకువస్తోందీ చెప్పగలరా ?"

"మాకేంతెలుసు ?" అన్నాం అందరం ఒకే కంఠంతో.

"ఇది ఒక హిమాలయాలలో మాత్రమే పెరిగే మంచులోంచి పుష్పించే **'మంచు-కమలం'** సువాసన ! 'సౌగంధికం' అంటారు ! ఇది

పన్నెండేళ్ళకొక్కసారి మంచుకొండపైన మంచులోంచి పొడుచుకొనివచ్చి శిఖరంలాగా మొలుస్తుంది. ఆపైన ఏడు-నెలలు ఆ మొగ్గ ఎదిగి — చివరికి సూర్యుడు మేషరాశిలోకి ప్రవేశించిన వసంతకాలంలో పుష్పిస్తుంది ! అరచేతులు రెండూ దగ్గరగా పెట్టినంత వెడల్పుగా — పెద్ద తామర పుష్పంలా విచ్చుకుంటుంది ! దీనికోసం ఎంతోమంది యోగులు, సాధువులు పడిగాపులు పడి ఎదురు చూస్తారు. ఇక్కడివాళ్ళు దీన్ని 'బ్రహ్మ-కమలం' (సౌగంధికం) అంటారు".

"బ్రహ్మ-కమలమా ? ఆపేరెప్పుడూ వినలేదే ?" అన్నాం అందరం — ఒక్క జగదీశ్చంద్రబోస్ తప్ప ! ఆయన ఆలోచనగా ముఖంపెట్టి —

"ఎప్పుడో నా చిన్నతనంలో జర్మన్ "బోటనీ సైంటిస్టు"లు వృక్ష శాస్త్రజ్ఞులతో కలిసి అరుదైన మందు మొక్కలకోసం విచిత్రమైన ఓషధుల కోసం ఒక 'బొటానికల్ టూర్' వెళ్ళాము. అప్పుడు హిమాలయాలలో నివసించే టిబెటన్ మందుమొక్కలు ఏరే లామా వల్ల వీటి గురించి విన్నాను. అతడు ఎంతో అద్భుతంగా చెప్పాడు కాని దాన్ని చూడటం మాత్రం కుదరలేదు. అవి ఎప్పుడో అరుదుగాగాని పుష్పించవు ! అని మాత్రం విన్నాను గురుదేవా ! ఇప్పుడా బ్రహ్మకమలం మనకి కని పిస్తుందా !" అన్నాడు లామావైపు తిరిగి ఆశ్చర్యంగా ! లామా మహా శయుడు కుడివైపుగా తిరిగి కొండశిఖరంవైపు చేతులెత్తి నమస్కరిస్తూ ఇలా అన్నాడు.

— "అదే పవిత్రాతి పవిత్రమైన సౌగంధిక కమలం ! మీ మహా భారత కథలో చదవలేదూ ? ఘుమ ఘుమా పరిమళించే పుష్పంఒకటి

— ద్రౌపదీదేవి ప్రక్కన గాలికి ఎగిరివచ్చి పడ్డదనీ — ఆమె అలాంటి పుష్పాలు కావాలని భీముడిని కోరడం ! దానికోసం భీముడు హిమాలయాలలోని అరణ్యాలు గాలించడమూ !... గుర్తుకువస్తోందా — ఆ కథ ?” అన్నాడు.

దాంతో శ్రీనివాస చక్రవర్తి సంతోషంతో ఎగిరి గంతేశాడు !

“ఆహా ! అదే **“సౌగంధిక”** పుష్పంగదా ? దివ్యపరిమళాలను వెద జల్లుతుంది. దానినే బ్రహ్మకమలం అంటారా ? నాకు తెలియదే ! నాకు తెలిసిందల్లా సౌగంధిక పుష్పాల వనం ఒకటి హిమాలయాలలో ఎక్కడో మామూలు మనుష్యులకు కనిపించని కొండచరియలలో దాగివుందని !

“ఔనౌను ! — అంతే కాదండోయ్ ! ఇంకొకటి కూడా ఇప్పుడు గుర్తుకువస్తోంది, సౌగంధికపుష్పం పేరు వినగానే ! ఆ పుష్పాలు లభించే చోటనే మహావీరుడు — **ఆంజనేయుడు** భీముడికి ముసలికోతిలా దర్శన మిచ్చాడు” అంటూ భయం భయంగా అటూ ఇటూ చూశాడు కొండ చరియలవైపు.

అందరం అక్కడి ప్రకృతి క్షణక్షణానికీ విచిత్రంగా మారిపోవడం గమనించాం ! నెమళ్ళు, రొదచేస్తూ కుడివైపునుండి ఎడమవైపుకి పరిగెత్తాయి ! లేళ్ళు ఆశ్చర్యంగా బెదురుగా పైకి, గెంతుతున్నాయి — వెనకాలనుంచి ఎవరో తరుముకు వస్తున్నట్టు !! ఇంతలోనే కుడివైపు దేవదారుచెట్లు పదిహేను, ఇరవై అడుగులఎత్తుకు పెరిగినవి గుబురుగా జల జలా ఊగిపోతూ ఎవరో బలంగా కదిలిస్తున్నట్టు చెట్లకొమ్మలను విదిలిస్తున్నట్టుగా పెద్ద శబ్దంతో అలికిడి వినిపిస్తే అందరం కరెంట్‌షాక్

కొట్టినట్టు అటేచూస్తూ, ఆగిపోయాం !

మరుక్షణమే ఏదో వింతవాసన గుప్పున వ్యాపించింది. అందరం లామా మహాశయుడి ముఖంవంక చూశాం — భయంగా ఆశ్చర్యంగా ! ఈసారి లామా ముఖంకూడా మారిపోతూ భయంగానూ, కంగారుగానూ కనిపించింది మాకే వింతగా !

"విన్నారా ఆ అలికిడి ! అది ఎప్పుడో అరుదుగా కనిపించే **'మంచు కోతి !'** మీ ఇంగ్లీషులో దాన్ని **"యేతీ"** (Yeti) అంటారు. దానిని చూసిన వారే లేరు బయటి ప్రపంచంలో ! ఇక్కడ మా టిబెటన్‌లు కూడా మా పూర్వీకుల తరంలో తొంభైఏళ్ళ ముసలి లామాలు మాత్రం చూడగలిగా రట ! అదీ దూరంనుంచే !

"ఇక్కడి లామాల విశ్వాసం ప్రకారం 'యేటి' (Yeti) మనిషీకాదు, కోతికాదు. నర-వానరం ! అంటే ఇంగ్లీషులో **ఏప్-మాన్** (Ape-man) అంటారే ! — సుమారు ఇరవై అడుగుల ఎత్తువరకూ పెరుగుతుంది. బలంగా వున్న శరీరం, దట్టమైన ఆకుపచ్చరంగు బొచ్చుతో వింతగా అరుస్తూ అడవి జంతువులను భయపెట్టి అదిలిస్తుంది. ఈ కనిపించే సందడంతా అలాగే వుంది. ఇపుడేం చేద్దాం ? ఈ పరిస్థితిలో దానికి ఎదురువెళ్ళడం మంచిది కాదు." అన్నాడు లామా.

మరుక్షణంలో ఓ వింతదృశ్యం ! మా అందరికీ ఊపిరి ఆగిపోయే టంత ఆశ్చర్యం ! పదిహేను ఇరవై అడుగుల ఎత్తుగావున్న మనిషిలాంటి కోతి ! ముందుకువొంగి నడుస్తోంది ! చేతులు నేలకి తగిలేటంత పొడుగ్గా వున్నాయి ఆజానుబాహువుగా !! తల గుండ్రంగా రెండు-మూడడుగుల

చుట్టుకొలతతో పెద్ద గుమ్మడికాయంత వున్నది ! ఆ కోతి రొమ్ముమవద్దకూ, భుజాలవద్దకూ మాత్రమే చెట్లలోంచి పైకి లేచింది. కళ్ళు మాత్రం లేత తేనెరంగుతో కలిపిన పసుపువన్నెలో నిప్పురవ్వల్లా మెరుస్తున్నాయి !!!

మాకు, భయంతో గుండె పగిలినంత పనయ్యింది ! కుడివైపు నుంచి కొండచరియమీంచి దూకుతూ మా దారికి అడ్డంగావచ్చి — అది, ఎడమవైపుగా దిగి లోయలోకి అంతర్థానమయ్యింది ! పొడవాటి సరుగుడూ, దేవదారుచెట్లు జవజవా తోటకూరకాడల్లాగా ఆ మహావానరం పరిగెత్తిన దిక్కుగా వెనకాలే ఇటూ అటూ ఊగిపోతూ సందడిగా కనిపించాయి ! అందరం ఆశ్చర్యం భయంతో కూడిన భక్తిభావంతో నిండిపోయాం.

"చూశారా ! అది కోతికాదు, యేటీకూడా కాదు. అది **ఆంజనేయ** స్వామి ! మాయారూపంతో సౌగంధిక పుష్పవనంలోనే కదా ? భీముడికి దర్శనమిచ్చాడు" అన్నాడు శ్రీనివాసచక్రవర్తి కన్నీళ్ళతో ఆవేశపడుతూ. "ఆ కోతి ముఖాన తెల్లటి 'V' అక్షరంలోని ఆకారంతో స్పష్టంగావున్న గుర్తుచూశారా ? అన్నాడు చార్లెస్ బెల్ బైనాక్యులర్స్‌తో ఆ మహావానరం పరిగెత్తిన దిక్కుగా చూస్తూ ! లామాదోర్జీ చోగ్యాల్ మాత్రం మౌనంగా ఏ కదలికలేకుండా శిల్పంలా వున్నాడు.

ఇలా ఎడంపక్కగా వచ్చిన అడవి గుబురులోంచి అలికిడి సందడి సర్దుకోగానే అకస్మాత్తుగా అడవిలోని పక్షుల కిలకిలారావాలన్నీ వెంటనే ఆగిపోయాయి ! మేం ఆదుర్దాగా ఆ దారివెంట పదడుగులు ముందుకు వేసి ఆశ్చర్యంతో నిలబడిపోయాం ! — మా ఎదురుగా మంచులో పాదాల గుర్తులు స్పష్టంగా అచ్చుపడి కనిపిస్తున్నాయి ! దగ్గరగావెళ్ళి

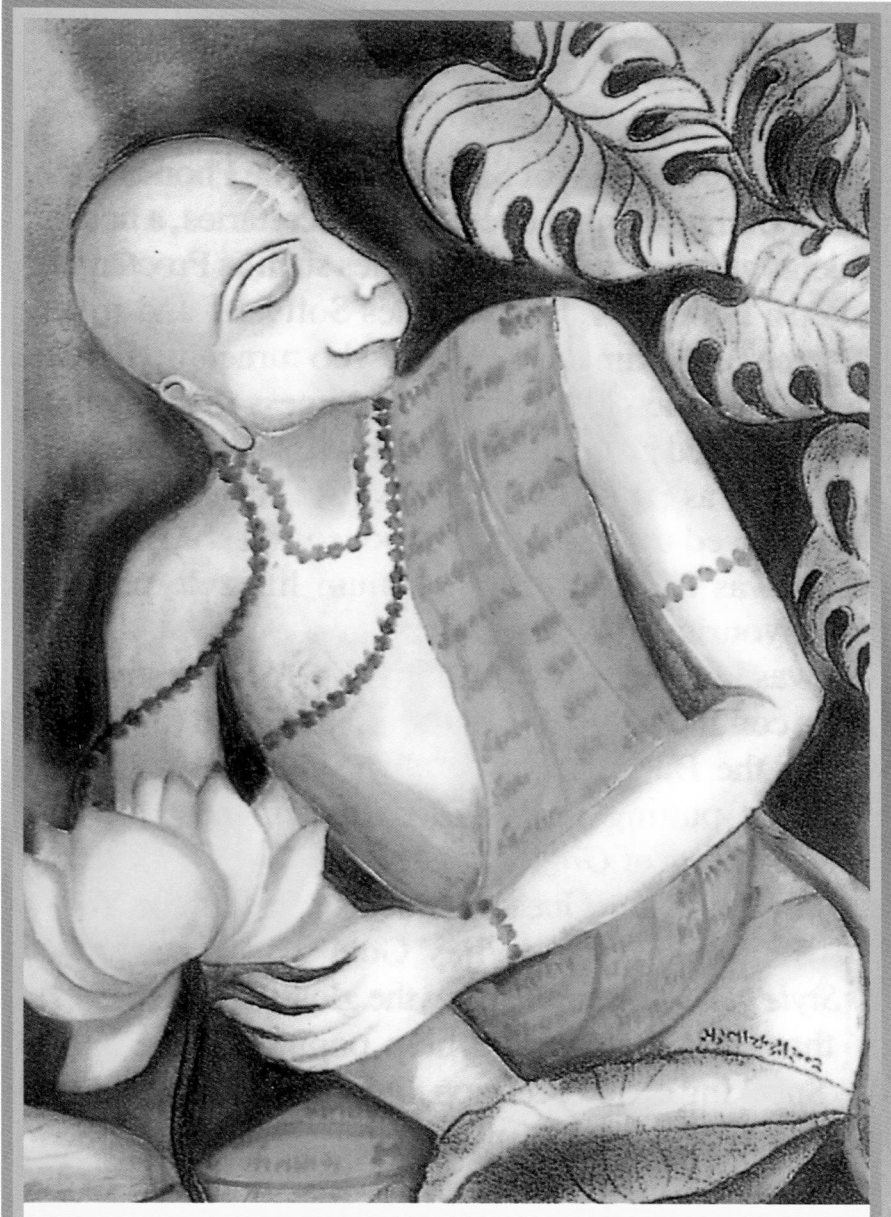

"సౌగంధిక" బ్రహ్మకమలంలో 'పరమ-గురువు'
"హనుమాన్ బ్రహ్మ!" రానున్న - 'కల్పం'లో బ్రహ్మ! ఈయనే!!

తన చేతిలోని భూతద్దంతో నిశితంగా పరిశీలించాడు చార్లెస్ బెల్ — అసలుసిసలైన గూఢచారిలా !

జేబులోంచి టేపుతీసి కొలతలు తీసుకున్నాడు ఔస్పెన్స్కీ తన కళ్ళద్దాలు సర్దుకుంటూ ! ఆ కొలతలు చూసి విస్తుపోయి వెల్లకిలా పడినంత ఆశ్చర్యపోయాడు నికోలాస్ రోరిఖ్ !! మా మిత్రుల కంగారు చూసి లామా మహాశయుడు ముందుకివెళ్లి వొంగిచూస్తే — అక్కడ అడుగున్నర పొడుగున్న పాదాల గుర్తులు స్పష్టంగా కనిపించాయి ! అవి మనిషి పాదాల గుర్తులమాదిరే గుండ్రని మడమ, పొడుగాటి పాదము లకు, ఆరేసి వేళ్ళు — ఆశ్చర్యంగా కనిపించాయి.

మా వెనకాలే వచ్చిన లామా ఆ గుర్తులవంకచూస్తూ ఆశ్చర్యంగా మౌనంతో అలాగే వుండిపోయాడు మాకెవరికీకూడా నోటమాట రాలేదు. అందరం మతులుపోయినట్టున్నాం ! ఆతరువాత మేం ఎంత ప్రయ త్నించినా ప్రశ్నించినా నోరువిప్పలేదు — ఆ విషయం గురించి లామా మహాశయుడు ! మాలో చాలామంది ఆశ్చర్యంగా, భయంగా, దిగులు కలిగిన అద్భుత భావంతో ఆ అనుభవాన్ని నెమరువేసుకుంటూ ఆ యాత్రలో చివరిమజిలీ చేరుకున్నాం !

అప్పటికే షేర్పాలు అక్కడికి మాకంటె ముందువెళ్ళి కాన్వాస్ గుడ్డతో గుడారాలు ఏర్పాటుచేసి — వంటలుచేయడం మొదలుపెట్టేసి, వున్నారు. వాళ్ళు మేం నడిచివచ్చిన కొండలోయకన్నా ఐదారువేల అడుగులు పల్లంలోవున్న కొండచరియకు చాటుగా ఈదురుగాలికి మరుగుగా వుండేలా గుడారాలు కట్టారు ఎంతో నేర్పుగా అర్థచంద్రా కారంలా ! ఆ గుడారాలమధ్య వంటపొయ్యిలను చూడగానే మాకడుపులో

అగ్నిహోత్రం వెలిగించినట్టైంది ! అప్పటిదాకా ఆకలినే మరచిపోయామని — మాకు అప్పుడు గుర్తుకువచ్చింది !

"హిమాలయాలలో 'చిరంజీవులు'ంటారని నా చిన్నప్పుడు కథలుగా వినేవాణ్ణి ! తరువాత హైస్కూలులో చదివేరోజుల్లో చిరంజీవులలో ఒక్కరుగా వ్యాసమహర్షీ, మార్కండేయులవారు, ఆంజనేయస్వామీ, అశ్వద్ధామా, ఇంకా ఇప్పటికీవున్నారని ఈ **కలియుగాంతం** వరకూ వుంటా రనీ చదివాం ! వుంటేమాత్రం వాళ్ళని చూసేదెలా? ఒకవేళ చూస్తేమాత్రం గుర్తుపట్టేదెలా ! వాళ్ళ అనుగ్రహంవుంటేనే వారిని గుర్తించగలం ! అది ముమ్మాటికీ సత్యమని ఈనాటి వానరమూర్తి ఋజువుచేశాడు.

ఆయన ఎవరైనప్పటికీ — నా మనస్సులో మాత్రం భక్తితో ఆంజనేయస్వామిగా తలచి అప్రయత్నంగా నా రెండుచేతేలూ జోడించాను.

"ఓ వీర హనుమంత !
నీ ముందు నేనెంత !"

— "ప్రభూ ! నా అజ్ఞానాన్ని మన్నించు ! భీముడంతటి మహా వీరుడే నిన్ను గుర్తించలేదు !" అంటూ శ్రీనివాసచక్రవర్తి !

37

శంబల ప్రభువు !

అలా మేము 'గోముఖ్' జలప్రవాహంనుంచి బయలుదేరి కొంత దూరం నడిచేసరికి మామూలు మనుషులమయ్యాము. మా ఆలోచనలు, సందేహాలు, ప్రశ్నలు దీపప్పురుగుల్లా మళ్లీ ముసురుకోసాగాయి ! శ్రీనివాస చక్రవర్తి, లామాదోర్జీ వంకకు తిరిగి ఇలా ప్రశ్నించాడు — భయం

— భయంగానే !

"ఓ లామా గురుదేవా ! మనం 'శంబల-శంఖం' గురించీ, స్ఫటిక పర్వతం గురించీ గడ్డకట్టిన మంచు నదీప్రవాహం గురించీ, ఇలా మీనుంచి, ఎన్నో వింతలు, విశేషాలూ తెలుసుకున్నాంగదా ! వీటన్నిటినీ విన్నాక నాలో ఇంకో అనుమానం భూతంలా వెంటాడుతోంది. అడగ మంటారా ?"

"అడగండి ! సందేహమెందుకు ?" అన్నాడు లామా మహాశయుడు.

“ఈ వింతలూ, విశేషాలూ, ఆశ్చర్యాలూ ఇవన్నీకలిసి ఒకే ఆలోచన వైపుకి మా మనస్సులను తీసుకువెళుతున్నాయి — అది.

‘శంబల-ప్రభువు !’ ‘శంబల-ప్రభువు !’ అన్న ఒకే ఒక్క ఆలోచనే మళ్లా మళ్ళా మాలో సుళ్లుతిరుగుతున్నది ! ఎంతసేపటికీ ఇదే ఆలోచన ! — అణచుకున్నకొద్దీ ఆ ఆలోచనే జపంలా మళ్ళీ మళ్ళీ మనస్సులో తిరుగుతోంది !

“శంబల-ప్రభువు” — వొస్తాడంటారే ? ప్రపంచ మతగ్రంథా లన్నింటిలోనూ ఆయన గురించిన వర్ణన ఒకేవిధంగా వున్నదిగదా ? చివరకు ‘బైబిలు’లోకూడా భగవంతుని అవతారం — ‘ఒక తెల్లగుర్రం’ మీద ఎక్కి వస్తాడనీ, ఆయన చేతిలో చంద్రవంకలా ‘పదునైన ఖడ్గం, ఒకటి మెరుస్తూ వుంటుందనీ ఆయన దుర్మార్గులను లక్షలూ, కోట్లలో నశింపచేస్తారనీ — ఈ ప్రపంచమంతా ధర్మాన్ని స్థాపిస్తాడనీ — చదువు తాం; వింటున్నాం ! కాని, నాకేమీ అర్థంకావడంలేదు, నిజంగా ఆయన ఒక్క మనిషే, చేతిలో ఒక్క కత్తిమాత్రమే పట్టుకుని ఇన్ని కోట్లమందిని నరకడానికా ! ఆయన పైనుండి దిగివచ్చేది ?” నాకేదో అంతా గందర గోళంగా వుంది ! అసలు దీనికేదో వెనుక ఇంకొక నిగూఢమైన రహస్యా ర్థమో లేక ఏదో నిగూఢమైన ఆధ్యాత్మిక రహస్యమో, దేవరహస్యం వంటిదేదో ఈ భావన-వెనుక దాగివుంటుందేమో అని నా అనుమానం !

అది మీనుంచే వినాలని నా తాపత్రయం ! మీరు ఈ మంచు కొండలలో పుట్టిపెరిగినవాళ్ళు, ఇక్కడి కథలు, గాథలు, వింతలు, విశేషాలూ ఎన్నో తెలిసినవారు. అందులోనివి, మూఢనమ్మకాలు ఏవో,

Vajradhara Buddha

నమ్మలేని-నిజాలూ యదార్థ సత్యాలేవో తెలుసుకోగల అనుభవం తెలుసుకునే విచక్షణా మీకుంటాయని నానమ్మకం ! నిన్న **"మణి-పద్మ-హుమ్ !"** అన్న మంత్రానికి అర్థం మీరు చెప్పినది — 'పద్మంచుట్టూ తెల్లటి రేకలు అమర్చివున్నట్టుగా చుట్టూరా మంచు-పర్వతాలు చక్రంలా వుండే పీఠభూమి మధ్యగావున్న — **స్ఫటికపర్వతం** !' అనే ఈ **"మణి"**-గురించిన అర్థమే — ఆ పర్వతాలు అలాగే కళ్ళకు కనిపించగానే నాకు ఆశ్చర్యంతో మతిపోయింది !! అలాగే శంబలప్రభువు గురించిన నా ఈ సందేహాలు కూడా మీరే తీర్చరా ! దయతో !" అన్నాడు.

ముందు నడుస్తున్నవాడల్లా 'లామా-దోర్జీ చోగ్యాల్' మెరుపు మెరిసినట్టు తటాలున వెనక్కితిరిగాడు.

"శ్రీనివాసప్రభూ ! నీకు మీపెద్దలు — నిజంగా సరైన పేరే పెట్టారయ్యా ! అందరిలాగా ఏవో చెత్తప్రశ్నలు అడగకుండా — ఇంత వరకూ ఎవరూ అడగని, ప్రశ్నించని "శంబలప్రభువు — చిహ్నాలగురించి" నీవే అడిగావు ! నాకెంతో ముచ్చటవేస్తోంది !! సంతోషంతో చెపుతాను, విను" అంటూ చక్రవర్తి పక్కకు చేరి — అతని పక్కనే నడుస్తూ తన జపమాలను వేగంగా తిప్పుతూనే చెప్పుకుపోతున్నాడు —

"శంబలప్రభువు చేతిలో తళతళా మెరిసే 'చంద్రవంక'-వంటి పదునైన "కత్తి"-అంటే తెల్లని ఒక కత్తి వుంటుందనిగదా ? మీరు విన్నది ! దానితో ఈ కలియుగంలోని పాపులను, కోట్లసంఖ్యలో నశింపజేస్తాడని కూడా విన్నారు ! ఔనా ? 'పాపులను నశింపజేయడం' — అంటే ఏమిటి ? దానికి ఒకేఒక వ్యక్తి పాతకాలపు కత్తితో ఎంతమందినని

నాశనం చెయ్యగలడు ? అదికాదు ! దీనికి నిజమైన అర్థం — అసలు మీ భగవద్గీతలోనే వుంది !" — అన్నాడు !

శ్రీనివాస చక్రవర్తి దాంతో తుళ్ళిపడ్డాడు ఒక్కసారిగా ! "ఏమిటి?" **"భగవద్గీత"**లోనా ? — నేనెప్పుడూ శంబలప్రభువు ప్రస్తావన గురించి అందులో ఏమీ చదవలేదే ?" అంటూ సందేహంగా తను చదివిన భగవద్గీతను గుర్తుకుచేసుకుంటూ అడిగాడు. లామా నిశ్చలంగా చూస్తూ — "భగవద్గీతలోని పదిహేనవ అధ్యాయంలో **'పురుషోత్తమ ప్రాప్తి !'** — అనగా 'పరమపురుషుడు' లభించే విధానం గురించి అప్పటి అవతార మూర్తిఐన శ్రీకృష్ణప్రభువు — "నీలోని పదునైన వివేకం, వైరాగ్యం అనే "ఖడ్గం" (కత్తి) తో నీచుట్టూ పెనవేసుకున్న అశ్వత్థం కొమ్మలవంటి 'సంసార-బంధనాల'ను ఖండించు !" అన్నాడు గదా ? గుర్తుకువచ్చిందా ! అక్కడ చెప్పిన "పదునైన ఖడ్గమే" ఈ శంబలప్రభువు చేతిలోవుండే "ఖడ్గం" ! అంటే కత్తి !

అంటే ఆధ్యాత్మిక పరిభాషలో "పదునైన-ఖడ్గం" ఏమిటి ? 'చురుకైన-బుద్ధి'తో నిజమేదో అసత్యమేదో — కత్తితో నరికినట్టుగా విడదీసి తెలుసుకోగల 'జ్ఞానమే' ఖడ్గం ! ఇదే 'శంబల-ప్రభువు' చేతిలోని ఖడ్గం ! పదునైన కత్తి ! దీంతో "సత్యయుగం" స్థాపిస్తాడట ! — అంటే ఏమిటి ? ఇది సత్యయుగంకి సరైన — "కాలం" రాగానే తటాలున మానవుల తలలోని **"సత్య-పురుషుని"** స్థానమైన **"సహస్రార-దళ పద్మం"** నుంచి తళుక్కున మెరుపులా మెరిసి తెల్లని ఖడ్గంలా "జ్ఞానం" ప్రకాశిస్తుంది మెదడులో ! ఇది ఒక 'యోగప్రక్రియ' ! దీనితో మనిషికివుండే

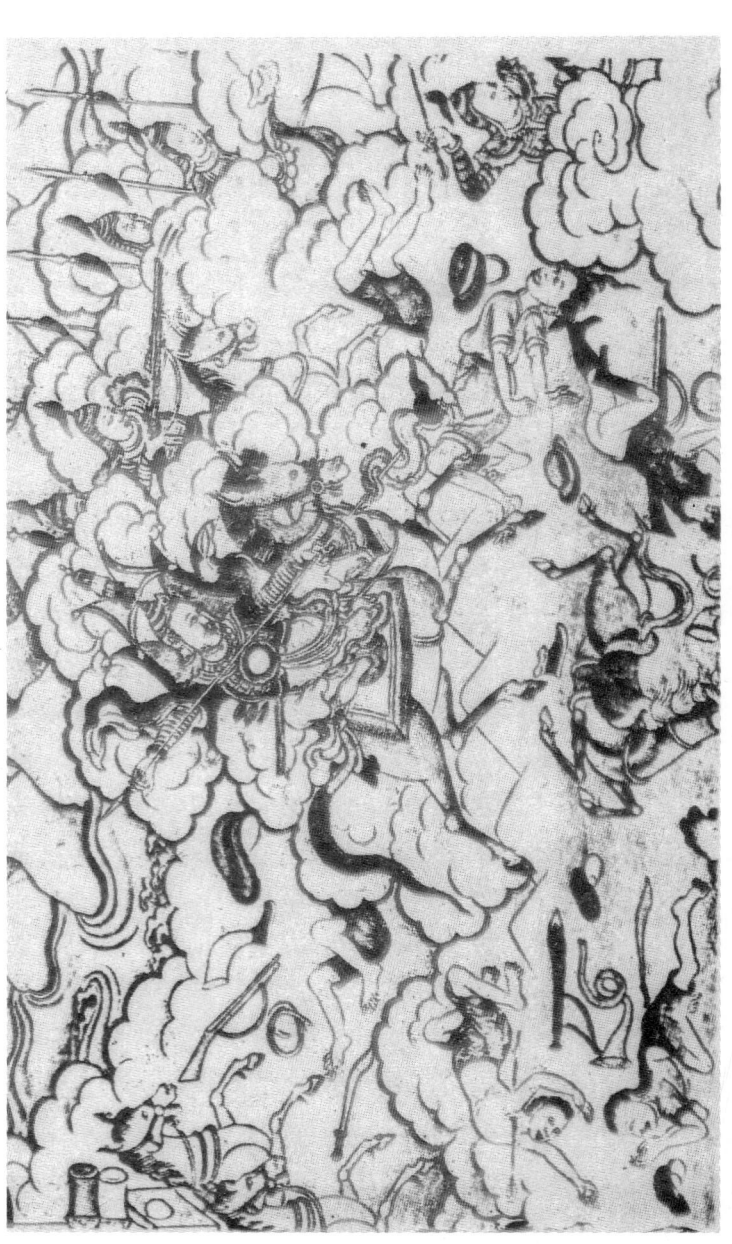

'శంబల ప్రభువు!'

(కిందపడివున్న 'మ్లేచ్ఛసైనికుల కాళ్లకు ఇంగ్లీషువాళ్ల బూట్లు వేలఏళ్లక్రితమే చిత్రించివున్నాయిందులో!!!)

భ్రాంతి, లోభాలు, పిచ్చి పిచ్చి ఆశలూ, కామం, క్రోధం వంటి బలహీనతలమీద వుండే మమకారం — అన్నీపోతాయి ! దాంతో ప్రతీ మనిషిలోని — 'దుర్మార్గుడూ' నశిస్తాడు ! అంటే ఏమిటి ?

భగవంతుడు ఈవిధంగా అవతారంగా దిగి శంబలప్రభువు రూపంలో వచ్చినపుడు — అందరి మనస్సులలోకీ తన ఖడ్గంవంటి వివేకంతో జీవుడి లోపలవుండే 'పాప-పురుషుడి'ని సంహరిస్తాడు. ప్రతీ మనిషిలోనూ వున్న **'దుర్మార్గత'**ను చంపివేస్తే — దుర్మార్గులందరినీ చంపేసినట్టే కదా ! అలాకాక ఊరికే యుద్ధంలో సైనికుడిలా ఎదుటివాడి శరీరాన్ని మాత్రమే చంపి ప్రాణాలుమాత్రమే తీసేస్తే వాడు మరణిస్తూ పట్టరాని క్రోధంతో, ద్వేషంతోనూ వాడిలోని 'జీవాత్మ' బయటికి వస్తుంది. గనుక మళ్లీ అలాగే పుడతాడు. అలా దుర్మార్గులు పెరిగిపోతారు హింస ద్వారా !

కాని శంబలప్రభువు — తన ఆత్మలోని భగవత్ శక్తివల్ల మానవుడి లోని — 'దుర్మార్గుడు' అంటే "పాపపురుషుడి"ని సంహరిస్తాడు — అంటే లోపలినుంచే నశింపజేస్తాడు ! అపుడు "మానవజాతి — నిర్మల మౌతుంది" అని భాగవతంలో శుకయోగీంద్రుడు చెప్పినదికూడా — ఇదేకదా ! ప్రపంచం మొత్తం సమాజం దుర్మార్గతలేని వ్యక్తులతో నిండి పోయి నిర్మలంగా వెలుగుతుందని — అర్థం ! అప్పుడు మానవజాతి అంతరాత్మ స్ఫటికంలా నిర్మలమవుతుందిగదా ? అదే మనలోవున్న **'స్ఫటిక-పర్వతం'** — అంటే పద్మంలో **'మణి !'**

అలాంటి నిర్మల స్ఫటికంలాంటి ఆత్మస్థితికి అద్దంపట్టే "శ్రీ-యంత్ర"మే

అనగా మంత్రశాస్త్రంలోని శ్రీచక్రమే — మేరుప్రస్తార యంత్రం వంటిదైన — ఈ **స్ఫటికపర్వతం !**" అంటూ లామా దోర్జీ, తన ప్రసంగాన్ని ముగించాడు.

శ్రీనివాస చక్రవర్తితోపాటు వింటున్న అందరి మనస్సులూ, ఒక్కసారిగా తెరుచుకున్నాయి — అలానే ఆశ్చర్యంతో అందరినోళ్ళూ తెరుచుకున్నాయి, లామాయొక్క ఈ అద్భుత విశ్లేషణాశక్తికీ, ఆధ్యాత్మిక సూక్ష్మదృష్టికీ ! శ్రీనివాస చక్రవర్తి సంతోషంతో పొంగిపోతూ మళ్ళీ ఇలా అడిగాడు.

"లామాగురుదేవా ! శంబలప్రభువు భూమీమ్మదకి ఎప్పుడు అవతరిస్తాడు ? ఆయన నిజంగా ఒకమనిషి రూపంలో శరీరం ధరించి ప్రపంచానికి కనిపిస్తాడా ?" అంటే ఆ ప్రశ్నవిని — ఆశ్చర్యపోయినట్టు అతని వంక చూశాడు లామాదోర్జీ చోగ్యాల్ !

"అసలు — నీకా సందేహం ఎందుకువచ్చింది ? పూర్వం భగవంతుడి అవతారాలు ఒక రూపం ధరించి రాలేదా ? బుద్ధభగవానుడి రూపంలోనూ ధర్మావతారుడైన రామచంద్రప్రభువు రూపంలోనూ, అలాగే భగవంతునికి శంబలప్రభువు రూపంలోనూ అవతరించడానికి వచ్చే ఇబ్బంది ఏముంటుంది ?

'ఇహపోతే, ఆయన ఎప్పుడు అవతరిస్తాడో !' — అన్నది ఇక్కడి లామాలకు పరమ గురువులైన 'తాషీ-లామా'ల వంటివారికి దలైలామాలకీ — అందరికీ తెలుసు ! కానీ ఎవ్వరూ నోరువిప్పరు !!! పైగా ఏమీ తెలియనట్టు మనల్నే అడుగుతారు — "ఏమిటీ ? భగవంతుని

అవతారమా ! ఎప్పుడు వస్తుంది ?" అని ! ఎందుకంటే అది ఒక దేవ రహస్యం ! అతిజాగ్రత్తగా గుప్తంగా ఉంచబడిన పరమ రహస్యం ! అలా రహస్యంగా వుంచాల్సిన అవసరం ఏమిటని మీలాంటివారికి సందేహం కూడా కలగవచ్చు !"

"ఎప్పుడెప్పుడైతే ఈ భూమ్మీదకి భగవంతుని అవతారాలు దిగి వస్తాయో — అప్పుడప్పుడల్లా భగవంతుని శక్తిని వ్యతిరేకించే **'ఆసురీ-శక్తులు'** కూడా పుట్టుకునివస్తాయి — సూర్యుడు ఉదయించే ముందు చీకటి పేరుకునివున్నట్టే !

అంతేగాక భూమియొక్క ఆకర్షణశక్తి పదార్థంయొక్క "తమో గుణం" — అంటే నిద్రావస్థలాంటి 'చీకటి-గుణం' కలిగిన సోమరితనం, స్వార్థం కలిసిన — ఒకానొక దైవతత్వాన్ని వ్యతిరేకించే పొగరుబోతు లక్షణం ! దీనికి ప్రతిరూపాలే భగవంతుని అవతారం వచ్చినపుడల్లా — వెలుతురు దీపంక్రిందా, వెనకాలే చీకటివున్నట్టుగానే పుట్టుకొస్తారు !

అలాంటివే శ్రీకృష్ణప్రభువు అవతారం వచ్చినపుడుకూడా కంసుడు, నరకాసురుడు, దుర్యోధనుడు వంటి ఆసురీశక్తులు ఆయనని వీలైతే నాశనం చేయ్యాలని అవకాశంకోసం కాచుక్కూచునేవారుకదూ ? రామావ తారంలో రావణుడూ ఇలా ప్రతీసారీ వెలుతురు వెలిగినపుడు దానివెనక కీనీడ-పడినట్టే — ఇది, ప్రకృతిలోని సహజలక్షణం !

అలాంటి 'దుష్ట-శక్తుల'వల్ల పసిబిడ్డల్లాంటి దేవతాత్మల వంటి అమాయకులకు కష్టం కలగరాదని దేవతలు, వారి జననం గురించి గుప్తంగా వుంచుతారు. నిజానికి అవి — అలావుండటమే మంచిది !

మనం అవన్నీ ముందే తెలుసుకునిమాత్రం చేసేదీ ఏముంది ? — ఏమీ లేదు !" అన్నాడు లామా మహాశయుడు.

వెంటనే భావనగర్ మహారాజు అడిగాడు "భగవంతుని అవతారం ఎక్కడ జన్మిస్తాడో ఎప్పుడు జన్మిస్తాడో మనకు తెలియకపోతే — మనకి వారి అనుగ్రహం లభించేదెలాగ ?"

సమాధానంగా లామా — భళ్ళున నవ్వాడు. దానికి మహారాజుకి కోపంకూడా వచ్చింది. లామా ఇలా వివరించాడు.

"భగవంతుని అవతారంయొక్క అనుగ్రహం మనమీద ప్రసరించడానికి కావలసింది — మనకి ఆయన అడ్రస్సూ, వివరాలూ తెలియాల్సిన పనేమీలేదు ! ఎందుకంటే 'దైవానుగ్రహం' మన నుంచి కాదు ప్రసరించేది ! ఆయననుంచి !! వారి దృష్టి మనమీద పడ్డప్పుడేగాని అవతారమూర్తి ఎక్కడపుట్టాడో తెలుసుకుని మనంవెళ్ళి తలుపుతట్టి తెలుసుకునేది తెచ్చుకునేదీ కాదు 'అనుగ్రహం !' అందుకే పూర్వ ఋషీశ్వరులు, లామాలు తరచూ చెపుతూవుండేవారు.

"ఈ కలియుగం చీకటిరాత్రి వంటిది ! ప్రతిమనిషీ చెయ్యగలిగినదల్లా తన ఇంటిలో దీపంపెట్టినట్టు తన గుండెల్లో భక్తినీ, వినయవిధేయతనూ, నిస్వార్థతనూ దీపంలా వెలిగిస్తే చాలు ! ఒక చీకటిరాత్రిలో పర్వతంమీద అంతా చీకటిమయంగా వున్నపుడు ఎక్కడో ఒక గుడిసెలో పెట్టిన దీపంవల్ల — ఆ గుడిసె ఎక్కడవున్నదో దూరానవాళ్ళకి కూడా తెలుస్తుంది ! అలాంటిదే ప్రతీఒక్కళ్ళ గుండెల్లోనూ వెలిగించుకునే — 'దీపం !' ఆ దీపంయొక్క వెలుగే అవతారమూర్తి దృష్టిని మనలోపలి

దీపారాధనవైపు ఆకర్షిస్తుంది.

అనగా తాత్పర్యం ఏమిటంటే మనం చేయ్యవలసిందేమిటో మనం ఆలోచించుకుంటే చాలు, అవతారమూర్తికి మనమేమీ సాయం చేయ వలసిన పనిలేదు ! మనకి మనం సాయం చేసుకోవాలి ! అంటే భగ వంతునికీ మనకీవున్న అడ్డుగోడ తొలగించడమే !" అంటూ లామా తన జపమాలను వేగంగా తిప్పుతూ నడవసాగాడు.

ఈరోజు మా సాహసయాత్రలో అట్టె కష్టమైన పర్వతశిఖరాలు ఎక్కాల్సిన శ్రమలేనట్టే పవిత్ర గంగానదీ పుట్టుకస్థానం లభించినట్టే ఎన్నో ఆధ్యాత్మిక సందేహాలూ ఇట్టే చీకటి విడిపోయినట్టు తొలగిపోయాయి — మా ఈ అతిముఖ్యమైన ప్రయాణం మజిలీలో !

38

"ధర్మ"-శరీరుడు !

గురుదేవా ! లామామహాశయా ! 'శంబల-ప్రభువు' అవతరించి "ధర్మాన్ని" ఉద్ధరిస్తాడంటారే ? ఏమిటా 'ధర్మం ?' ధర్మం — అన్న మాటకు అర్థమేమిటి ? మనిషి నిత్యజీవితంలో "ధర్మాన్ని ఆచరించా లంటే చెయ్యాల్సిందేమిటి ? మనమేం చేయాలి !

'సాధన'-అంటే ఏమిటి ? దేనికోసం సాధనచేయాలి ? హిమాల యాలలోని మంచుకొండలమీద అనాదిగా సత్యయుగకాలంనుంచీ జీవిత లక్ష్యంగా 'ధర్మాన్ని' లక్ష్యంగా ఎంచుకొని సత్యాన్ని ధ్యానిస్తూ, పుణ్యాన్నే జీవిస్తూ, తపస్సునే జీవితంగా జీవించే 'ధర్మప్రభువుల' సంగతి ఏమిటి ? ఇంతవరకూ మేము మీతో కాలినడకనే ఈ యాత్రచేశాం. కొండలూ, లోయలూ, మంచుపర్వతాలూ చివరకు స్ఫటికపర్వతాన్నికూడా — మా అదృష్టంవల్ల మీ దయతో చూడగలిగాము !

ఇప్పుడీ "ధర్మయాత్ర"లో ఈ టిబెట్, నేపాల్, శంబల వంటి పుణ్యక్షేత్రాలలో ప్రపంచానికి సూర్యరశ్మిలాగా ప్రజ్వలించే జ్ఞానంయొక్క స్వరూపస్వభావాలేమిటి ? — మావంటి అజ్ఞానులైన మానవులకు తెలిసేలాగా వివరించండి" అంటూ అర్థించారు — ముందుగా శ్రీనివాస చక్రవర్తి, ఆతరువాత జగదీశ్ చంద్రబోస్, మేఘనాథ్ సాహాలతోపాటు చార్లెస్ బెల్, నికోలాస్ రోరిఖ్, అలెగ్జాండర్ నోటోవిచ్ రేలంకాస్టర్ వంటి సైంటిస్టులు కూడా జతకలిపి.

అందరి "శ్రద్ధ" గమనించాక వారి 'ఆసక్తి' కేవలం ఏదో తమాషా కోసమో లేక వినోదంకోసమో అడిగిన ప్రశ్నకాదని నిర్ధారించుకున్నాక లామామహాశయుడు పద్మాసనంలో ఉత్తరదిశగా తిరిగికూర్చుని ఇలా అన్నారు — "మీరు ధర్మప్రవచనం చేయమని నన్ను కోరుతున్నారు ! ముందుగా మీరు తొడుక్కున్న బూట్లూ, దుమ్ముకొట్టుకున్న చర్మం కోటింగులూ తీసివేసి శుచిగా తూర్పుముఖంగా కూర్చుని వినండి ! అప్పుడు చెబుతాను !! పవిత్రంగా తయారుచేసిన పాయసాన్ని మురికి కాలువలోని నీళ్ళతోనిండిన కుండలో పోస్తే — ఏం ప్రయోజనం ! అలాగే పవిత్రమైన "విజ్ఞానాన్ని" పరిశుద్ధమైన మనస్సుతోనూ, శుచిగా ఉన్న శరీరంతోనూ "ఆస్వాదించాలి" ! — అంటే అమృతాన్ని రుచి చూస్తున్నట్టు కొద్దికొద్దిగా చప్పరిస్తూ రుచిగా అనుభవించాలి — ఆత్మకు పట్టేలాగా ఆప్యాయంగా !!" అనగానే మావారందరూ నిమిషాలమీద స్నానాలుచేసేసి లామామహాశయుడు చెప్పినట్టు శుచిగా కూర్చున్నారు — అందరూ ఒక అర్థచంద్రాకారంగా, తూర్పువైపు ముఖంచేసి, వారికి ఎదురుగా కూర్చున్న లామాదోర్జీ చోగ్యాల్ మహాశయుడు కళ్ళుమూసుకొని తన గుండెల్నిండా

ప్రాణాయామంతో శ్వాసపీల్చి శంఖంవంటి తన కంఠస్వరంతో "ఓం !" అనే శబ్దాన్ని తన శ్వాస పూర్తయ్యేదాకా ఉచ్చరించాడు. ఆపైన కొన్ని నిముషాలు నిశ్చలంగా ఏదో ధ్యానించి తన జపమాలను మధ్యవేలితోను ఉంగరంవేలితోనూ తిప్పుతూ చూపుడువేలును 'ఉపదేశ-ముద్ర'లో పట్టి — ఇలా ప్రారంభించాడు !

"ధర్మం"-అంటే ఏమిటనికదూ ? మీరు ప్రశ్నించింది ? — వినండి ! "ధర్మం" అనేమాట ఎంతో పురాతనమైనది ! వేదాలకంటే కూడా అతి ప్రాచీనమైంది !

ఈ కలియుగం ప్రారంభించకముందు సుమారు వందయేళ్ళ పూర్వమే ఈ మంచుపర్వతాలలో గంగపుట్టినచోట గుహలోకూర్చుని మునులకు చక్రవర్తివంటివాడైన 'వేదవ్యాసఋషి' ధ్యానించాడు. ఆయన తపస్సులో గోచరించినదే 'ధర్మం' అనే జ్ఞానజ్యోతి ! సంస్కృతంలో "ధర్మం" అనేమాటకు అర్థం 'ఈ ప్రపంచాన్ని ధరించివుండేది ! అని. "ధరించి" — అంటే మనలోవున్న ప్రాణం, మనలోని 'ఆత్మ' మనసూ ఈ నాలుగూ కలిసి శరీరాన్ని ఎలా ధరించివున్నాయో — సరిగ్గా అదే విధంగా ఈ సమస్తవిశ్వాన్నీ ప్రాణంలాగా సజీవంగా జీవించివుండేలాగా 'ధరించి' వుండేదే 'ధర్మం' !

ఇకపోతే — రెండవఅర్థం **'ధరతీతిధర్మః'** — అంటే ఈ భూమి మనందరికీ ఆధారభూతమైనది కనుక 'ధరణి' ! అలాగే సమస్త ప్రాణికోటినీ మనుష్యుడినుంచి చీమదాకా అందరినీ ధరించిన 'ధరిత్రి'లా ధరించి వుండేదే 'ధర్మం !' ఈ ధర్మానికి సత్యమూ, శౌచమూ, దయా, త్యాగమూ,

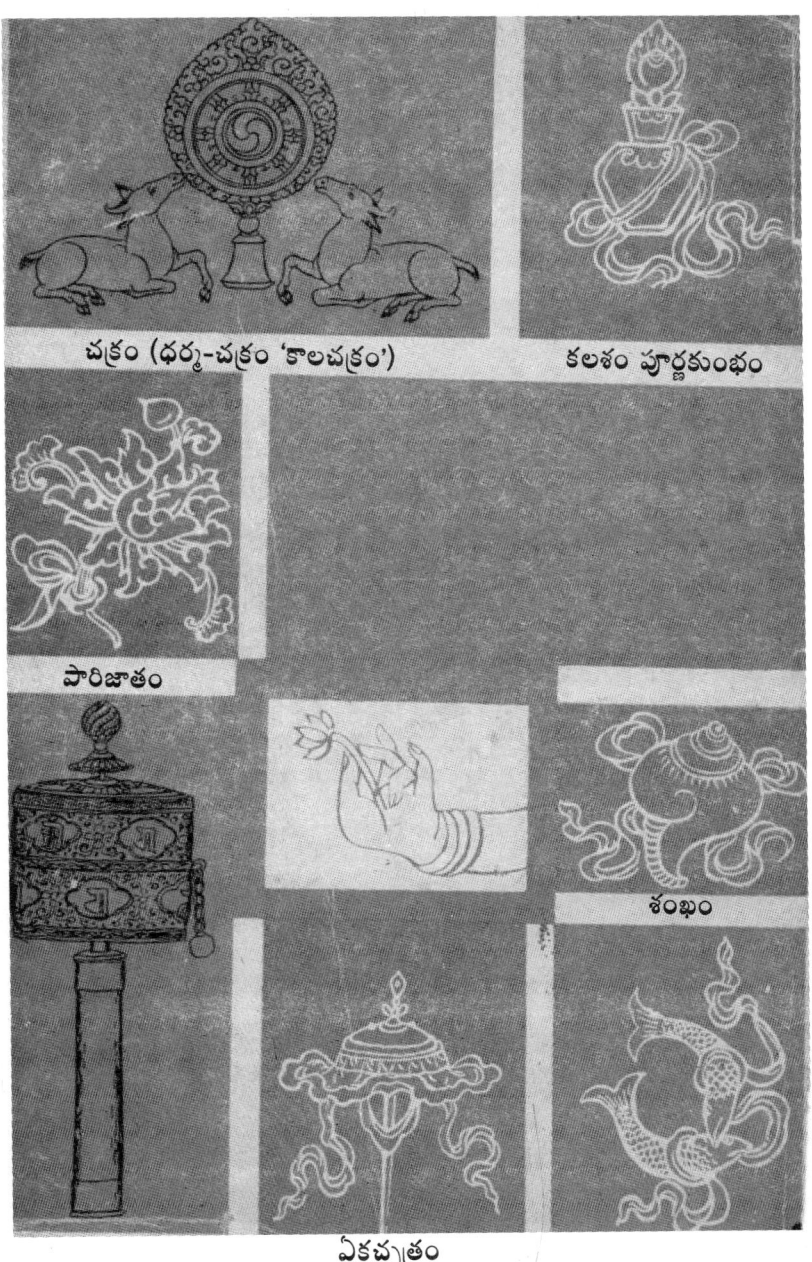

చక్రం (ధర్మ-చక్రం 'కాలచక్రం')   కలశం పూర్ణకుంభం

పారిజాతం

శంఖం

ఏకచ్ఛత్రం

శాంతీ అన్న ఐదు మూలస్తంభాలూ మన శరీరాన్ని మనసు, ప్రాణమూ, ఆత్మ, బుద్ధి ఎలా ధరించివున్నాయో అలాగ నిలబెట్టి పోషించి జీవించే లాగా 'సజీవంగా' నిలిపివుంచేది ! ఎవరైతే తమజీవితాన్ని ఈ నాలుగు సత్యాల్నీ ఆచరణలో — ఆచరిస్తూ జీవిస్తూవుంటారో అలాంటి మహా పురుషులను "ధర్మాత్ము"లని అంటారు. అంటే వాళ్ళ ఆత్మయే ధర్మ స్వరూపమని, వాళ్ళకు సహజంగానే కావలసిన జ్ఞానాన్ని వాళ్ళ ఆత్మయే బోధిస్తుందని తాత్పర్యం — 'ధర్మ-ఆత్మ'కులంటే !

టిబెటన్‌భాషలో ధర్మం అనే పదానికి 'ఛో'-అన్న మాటతో ఉచ్చ రిస్తారు "తత్"-అన్నట్టు ! టిబెటన్ చరిత్రలో అనాదికాలంలో బుద్ధదేవుడు ఉపదేశించిన ఈ "ధర్మం"యొక్క ఆచరణవిధానాన్ని ఒక యోగసాధన లాగా ఉపదేశించిన 'ధర్మచక్రప్రవర్తన' అనే 'తాంత్రిక-యోగప్రక్రియ' ను ముందుగా ఆయన శిష్యులలో సమర్థుడైన — గురుపద్మసంభవుడు టిబెట్‌కు దివ్యసందేశంగా అందించాడు ! అదే ఈ మంచుకొండల్లోని జీవులకు అందిన 'ధర్మసందేశం' — ప్రాణంవంటిది !

'ధర్మచక్రం'–"కర్మచక్రం" :–

ఈ ధర్మాన్ని కేవలం ఆలోచనద్వారా లేక తర్కంవల్లా — అదీ కాకపోతే మీ 'సైన్సు'లోలాగా "తప్పులుచేస్తూ — దిద్దుకుంటూ" (Trial and Error) అన్న పద్ధతిలో గ్రహించడానికి వీలుకాదు! దీనిని ఆత్మ లోనే గ్రహించాలి ! ఎందుకంటే ఆత్మయొక్క స్వరూపం ఆకాశంలాగా అతినిర్మలంగా, అతిసున్నితంగా మిక్కిలి కోమలంగా వుంటుంది గాలి కన్నా సుకుమారమైనది ఆత్మప్రవృత్తి. కేవలం తడికాళ్ళకే పొడిఇసుక

'ధర్మ-చక్రం'

అంటినట్టు — పరిశుద్ధమైన ఆత్మకే ధర్మం అంటుతుంది. అందుకని ధర్మంగా జీవించే మహాత్ములకే ఆత్మలో ధర్మం సాక్షాత్కరించిన ధర్మా త్ములుగా, ధర్మరాజులుగా ప్రపంచానికి సూర్యుడు ఎండవేడిమి ప్రసా దించినట్టు జీవితాలలో వెలుగును అందిస్తారు. అలా అందించినది తరతరాలుగా నశించిపోకుండా కాపాడే సిద్ధగురువులే ఈ ప్రపంచంలో ఋషీశ్వరులూ, దలైలామాలు, తాషీలామాలు వంటి అనేకమంది ! వారం దరికీ రహస్యంగా మంచుకొండలమధ్య దాగివున్న స్ఫటికపర్వతంలోని శంబలప్రభువు తపస్సూ, శక్తీ, జ్ఞానమూ, బలమూ రైలు నడవడానికి విద్యుత్తుకరెంటులాగా నడిపిస్తాయి.

అందుకే ప్రపంచంలో ఎప్పుడు ధర్మం అడుగంటిపోతుందో, అధర్మం పెచ్చుపెరిగి ధర్మాన్ని నాశనంచేయాలని ప్రయత్నంచేస్తుందో, ఎప్పుడైతే

ఈ ప్రపంచంలో పసిపిల్లలకూ, అమాయకులకూ, తపస్సుచేసుకునేవారికీ, మంచినీళ్ళకీ, నిజానికీ, నిజాయితీకి స్థానంలేకుండాపోతుందో — ఎప్పు డెప్పుడైతే ఈవిధంగా బ్రతికేవారికి జీవితం నరకప్రాయంగా చేయాలని దుర్మార్గులు చూస్తారో అప్పుడు ఈధర్మాన్ని రక్షించడానికి ఈ భూమిపైన అవతరిస్తాడు ధర్మప్రభువు" అనగానే ఇలా ప్రశ్నించారు.

"ఎవరీ అవతరించే ధర్మప్రభువు ?" అంటూ వింటున్నవారిలో చాలామంది.

"అవతరించేది ఎవరని అనుకుంటున్నారు ? "కొందరు, మీభాషలో చెప్పాలంటే శ్రీరాముడనో, శ్రీకృష్ణుడో, మరికొందరు ఏసుక్రీస్తుఅనో ఇంకా కొందరు బుద్ధదేవుడనో ఇలా రకరకాలుగా ఊహిస్తారే — వాళ్ళ పేర్ల వెనుక దాగివున్న శక్తి, వారి శరీరంలోపల చొక్కాధరించినట్టు మనస్సునీ, ప్రాణాన్నీ ధరించి జన్మించేదెవరో — అది ఒక్కరే !"

"ఆయనకు పేరులేదు అనామకుడు ! అంటే నామం, రూపం లేనివాడు. సత్యమే ఆయనయొక్క స్వరూపం. అందుకని సత్యపురుషుడు అని అంటారు. హిందువులు ఆయనను నారాయణుడనీ, విష్ణుభగవాను డనీ, శ్రీసత్యన్నారాయాణస్వామిఅనీ గౌరవంతో భక్తితో ఎవరిప్రేమకు తగినట్టు ఎవరి రుచినిబట్టి వారు పేరుపెట్టి పిలుచుకుంటారు. మరి కొందరు బాలక్రిష్ణుడిగానో, బాలసుబ్రహ్మణ్యుడిగానో భావించి పూజిస్తారు. ఈ అనామయపురుషుడు ఒకే అక్షరంగల పేరుతో — 'ఓం' అన్న ప్రణవస్వరూపుడు. ఈయనను మొట్టమొదటగా గ్రహించి ఉపాసించిన పరబ్రహ్మయే ఆదిఋషి. తరువాతకాలంలో తన మోక్షాన్నికూడా విడిచి

పెట్టి ప్రపంచంలో మానవులకోసం మళ్ళీమళ్ళీ జన్మిస్తూ ఈ సత్యాన్ని బోధించేవాడు నారాయణఋషి! మన కలియుగంలో మూడువేల సంవత్సరాలకు పూర్వం ఆయన గురుపద్మసంభవుడిగా అవతరించాడు. ఆతరువాత శివాజీప్రభువు రూపంలోనూ, స్వామి వివేకానందునిగానూ ఇలా అనేకసార్లు అనేకపేర్లతో అవతరించి తన కార్యాన్ని తనుచేస్తూ వున్నాడు. ఆయన విషయం ఆయన చూసుకుంటాడు, అంతటితో వదిలేద్దాం.

ఇక మనవిషయం చూసుకుందాం. ధర్మం లేక చ్యో అనే టిబెటన్ శబ్దం నీతి, నియమం, న్యాయం, శ్రద్ధ, నిష్ఠ అన్నీ మెట్లుమెట్లుగా ఎక్కుతూ పైకివెళ్ళవలసిన ఒక నిచ్చెనవంటి మార్గం! ధర్మమనేది మార్గం — ఆ మార్గం చేరే గమ్యంకూడా ధర్మమే. ఈ ధర్మాన్ని ఆచరించే వాడికి లాభంఏమిటి అంటే వారి అంతరాత్మే లాభం. అంటే మనిషిచేసిన అనేక చెడుకర్మల ఫలితంగా పాపాలవల్ల, చెడు ఆలోచించడం వల్లా, చెడ్డ అలవాట్లవల్ల మనలోని జీవుడు మసిపూసిన వెండిపాత్రలాగా వుంటాడు. దానిని తపస్సుతోనూ కఠినసాధనా నిష్టలతోనూ తోమి తళతళా మెరిసే లాగా చేసి నిర్మలమైన మనస్సుతో ప్రాణాయామం, ధ్యానం, యోగం వంటి ఎనిమిదిమెట్ల నిచ్చెన ఎక్కుతూపోతే మనగుండెలోనే ఒక పెద్ద అఖండజ్యోతి వెల్గిన ధర్మం కలుగుతుంది. ఆ జ్యోతి, ఆ వెలుగు ఎక్కడిదోకాదు — మన ఆత్మయే. మనమే ఆ జ్యోతి. మన స్వరూపమే జ్ఞానం. మనలోని బలమే ధర్మం. నిత్యజీవితంలో నిజాయితీగా జీవించే పట్టుగలే నిష్ఠ. ఇటువంటి మార్గాన్ని 'చ్యో' అంటారు.

దీనిని సంగ్రహంగా చెప్పాలంటే ప్రతివారూ ఆచరించవలసిన

నియమాలు ఇలావుంటాయి. ఇతరులకు అపకారం, హాని ఏమరుపాటున కూడా కలుగకుండా జీవించగల్గడం. ఇది మొదట్లో సాధ్యపడదు! అడుగడుగునా మన స్వార్థం అడ్డంవస్తుంది — 'ఎదుటివాడికి హానికల్గితే మంచిదా? నాకే అపకారం జరిగితే మంచిదో!' అన్న ధర్మాధర్మ సంఘర్షణ కలుగుతూవుంటుంది. ఇదే 'కురుపాండవయుద్ధం' అంటారు మీ భారతదేశంలో. త్యాగంతోనూ, పట్టుదలతోనూ, ఘర్షణను జయించి జీవితాన్ని ధర్మంవైపుకు చుక్కానిపట్టి నీటిప్రవాహానికెదురుగా పడవను నడిపినట్లే — ఈదుకుంటూపోతే కొంతకాలానికి ధర్మప్రవాహంవైపుకు చేరుకుంటాం. అప్పుడు ధర్మంయొక్క వేగమే మనల్ని ముందుకుతోస్తూ ప్రవాహవేగం నావను నెట్టినట్టు మనల్ని ఈ జీవితగమ్యంవైపు ఈ ప్రపంచానికి ఆధారమైన ధర్మనిష్ఠవైపు జీవితాన్ని లాక్కునివెళ్తుంది మన ఎట్టిప్రయత్నమూ లేకుండానే!

ఇలా నదిలోని వేగంతో ప్రవహించే ప్రవాహానికి చేరడాన్ని బౌద్ధ మతంలో 'శ్రోతాపత్తి' అంటారు! శ్రోతస్సు అంటే నది 'ప్రవాహం'! అందులో చేరినవారు గాలికి కొట్టుకుపోయే ఎండుటాకులా, వారిని ధర్మమే ముందుకు తోసుకువెళ్తుంది 'అధర్మం'లో పడిపోకుండా. అప్పటి దాకా తానే కష్టించి కృషి, శ్రమ, సాధన చెయ్యాలి! అలాంటివారిని "ఉపాసకు"లంటారు. ఇలా కొన్నిదశలుగా మనిషి ఆధ్యాత్మికంగా ఎదుగుతూపోతే — క్రమేణా ఒకపువ్వు గర్భం ఫలించి పిందెగామారి కాయరూపం ధరించగానే దాని రేకులూ, కేసరాలు రంగురంగుల ఆకర్షణలూ అన్నీ రాలిపోతాయి — అనవసర-భాగాలుగా! అలానే మన జీవితంకూడా ఫలవత్తరం కావడం మొదలుకాగానే మనలోని

అనవసరభాగాలుగా ఊడిపోతాయి — ఇట్లా, సంసారమూ, ధనమూ, స్వార్థమూ, కోరికలూ, సుఖం, దుఃఖం వంటివి ! ఒకదశలో వాటిని బలవంతంగా ప్రయత్నంచేసి వదిలించుకోవాల్సివస్తుంది — కర్మసంకెళ్ళు త్రుంచివేయడానికి ! దానినే 'సన్యాసం'-అంటారు.

అలాగ జీవితాన్నుంచి తప్పించుకోవడానికి ధర్మాన్ని శరణుపొందే వారిని 'అవధూతలు' అంటారు. అలాంటి ధర్మాన్ని గ్రహించగల్గుతారు. అప్పుడు వారిని "జ్ఞానులు" అంటారు ! ఆతరువాత ధర్మాన్ని నిత్యం ఆచరించగలరు ! వారిని 'ఋషులు' అంటారు. మరికొంత పుణ్యం గడించాక వారే ధర్మస్వరూపులుగా, ధర్మరాజులుగా మారిపోతారు ! సాధనలో చివరిదశలోకి చేరిన ఇలాంటివారు మళ్ళీ జన్మించనవసరం లేకుండా — కర్మలనుంచీ, జన్మంనుంచీ శాశ్వతవిముక్తిని పొందుతారు. అట్లాంటివారిని 'నిర్వాణి' లేదా నైర్వాణికులు అంటారు. వారినే మునీశ్వరులు అంటారు.

ఇలాంటి ధర్మంకోసం జీవించేవారికోసమే పైనుంచి "ధర్మప్రభువు" దిగివస్తాడు అవతారంగా, అనేకరూపాలలో ! ఆయనయే "శంబల ప్రభువు !" కనబడే ప్రపంచానికి ఆయన ఒక్కడే ప్రభువు ! జ్ఞానప్రదాత ! ప్రపంచంలో జ్ఞానానికి మూలస్థానమైన స్ఫటికపర్వతానికి చక్రవర్తి ! ధర్మాన్ని సత్యాన్ని చక్రంలా ప్రవర్తింపచేస్తాడు కనుక ఆయనను ధర్మ చక్రవర్తి అంటారు.

మిత్రులారా ! సోదరులారా ! నాకు తెలిసినంతవరకూ సంగ్రహంగా ఇదీ ధర్మస్వరూపం ! ఇదే "శంబలప్రభువు అవతారం ఎందుకు

వస్తుందీ ?" — అంటే కారణం !" అంటూ ముగించాడు లామాదోర్జీ మహాశయుడు తన కన్నులలో ఆనందభాష్పాలు జాలువారుతుండగా — నక్షత్రాల్లాంటి కళ్ళతో మావైపుచూస్తూ !

39

"తెల్ల-గుఱ్ఱం" - అర్థం !

"గురుదేవా ! లామా మహాశయా ! మీరు చేసిన అద్భుతమైన విశ్లేషణ ద్వారా 'శంబల-ప్రభువు' అవతారం గురించిన రహస్యాలను ఎంతో దయతో విశదీకరించి మాకు వినిపించారు ! ఇప్పటిదాకా మేమంతా కూడా అజ్ఞానంతో ఆలోచించే అనేకమంది పామరజనంమాదిరిగానే **'శంబల-ప్రభువు'** ఈ భూమ్మీద దుర్మార్గులందర్నీ ఒక-కత్తితోనే నరికి చంపుతాడని అనుకునేవాళ్ళం ! ఈ భూమ్మీద దుర్మార్గులందరినీ "నశింపు చేస్తాడంటే" — తమరు విశ్లేషించిన రహస్యార్థం నిశేషంగా మా మనస్సులోని అజ్ఞానం, అపోహలనూ పోగొట్టింది !

"అలాగే నాకు ఇంకొక సందేహం !" — అనగానే లామా దోర్జీ చోగ్యాల్ —

"నిస్సందేహంగా అడగండి. నాకు తెలిసినంతవరకూ 'దేవ రహస్యాలు' కాకుండా, నేచెప్పగలిగినవన్నీ నాశక్తికి సాధ్యమైనంతవరకూ ఏమాత్రం దాచకుండా వివరిస్తాను" అన్నాడు.

దానికి ప్రఖ్యాత రష్యన్ చిత్రకారుడు ఆధ్యాత్మిక రహస్యాలగురించి పరిశోధనచేసిన విజ్ఞానీ ఐన నికొలాస్ రోరిఖ్ ఇలా అడిగాడు.

"లామా గురుదేవా ! శంబలప్రభువు అవతరించటం గురించిన ప్రాచీన భవిష్యగ్రంథాలన్నిటిలోనూ ఆయన ఒక **'తెల్ల–గుఱ్ఱం'** మీద ఎక్కివస్తాడని చెబుతున్నాయిగదా ? ఇది మాకు మామూలు గుఱ్ఱమని తోచదు ! ఎందుకంటే ప్రపంచంలోని మతగ్రంథాలన్నింటిలోనూ ఒకే విధంగా వివరించబడిన భగవంతుని అవతారం గురించిన వర్ణన ఇలా వుంది — ఒక "తెల్లగుఱ్ఱం" ఆకాశంలో తెరతీసినట్టుగా పొరవిచ్చుకోగానే అతితెల్లగా కనిపిస్తుందనీ ఆయన 'ఆకాశంనుంచి' దిగివస్తాడనీ వర్ణించారు !

ఇది మామూలు "గుఱ్ఱం"కాదని మా అల్పబుద్ధికే తోస్తోందిగదా ! మరి ఈ 'గుఱ్ఱం' అనేమాటకి అర్థం ఏమిటి? దయచేసి మా సందేహాలు తీర్చండి ! సంశయాల్ని నివారించండి" అన్నాడు ఎంతో ఆసక్తితో శ్రద్ధగా ప్రార్థిస్తున్నట్టే ప్రశ్నిస్తూ !

లామా 'దోర్జీ–చోగ్యాల్' ఇంతవరకూ ఎప్పుడూ లేనంతగా మౌనంలోకి వెళ్ళిపోయి — అలా కొన్ని నిమిషాలు గాఢమైన ఏకాగ్రతలోకి తన మనస్సును మళ్ళించి, ఒకరకమైన ధ్యానంలోకివెళ్ళినట్టు కనిపించారు; మాకళ్ళకి ! ఈసారి ఆయన చేతిలోని జపమాలకూడా ఆగిపోయింది —

ఆశ్చర్యంగా ! ఇంతలో తటాలున ఆకాశంలో మబ్బు తెరతీసినట్టు ఎడమిచ్చి తెల్లటి వెండిలాంటి కాంతితో సూర్యకిరణాలు లామా నుదుటిపై రెండు కనుబొమ్మలమధ్యా ప్రతిఫలించగా — పచ్చని శరీర కాంతితో మెరిసిపోయే దోర్జీ చోగ్యాల్ చర్మం — చూడటానికి ఓ కంచువిగ్రహంలా మెరుస్తోంది ఆ ఎండలో ! అలా ఎంతసేపు ఆయన ధ్యానంలో వుండిపోయారో మాకే ఆశ్చర్యంవేసింది — ఆయన ఊపిరి తీసుకోవటంలేదని గమనించగానే !

ఆయన బాహ్యస్మృతిలోకి వస్తూనే వీణానాదంవంటి ఖంగుమనే కంచు గంటలాంటి శ్రావ్యమైన కంఠంతో ఓంకారం చేస్తూంటే — ఆయన కనురెప్పలనుంచి నీటిబిందువులు ముత్యాలహారంనుండి తెగిపడ్డ ముత్యాల్లా జలజలా, క్రిందకి జారాయి ! మాకెంతో ఆశ్చర్యం వేసింది ! మేమేమైనా తప్పుగా మాట్లాడామా ? అడగకూడని దేదైనా ప్రశ్నించామా ? లేక, ఆయనకు ఏమైనా బాధ కలిగించామా ? ఈ కన్నీరేమిటి ? అనుకుంటూండగానే — ఆయనే నోరువిప్పి ఇలా సమాధాన మిచ్చారు.

ఈప్రశ్న మీరు అనుకున్నంత తేలికైనది, ఏమాత్రమూ కాదు ! శంబల ప్రభువు అవతారం గురించి బౌద్ధగ్రంథాలలో ఇప్పటి 15-వ తాషీలామా గురు పరంపరలోని పరమగురు పీఠపరంపరలో మనం వెనక్కి గనక వెళితే — నాలుగవ తాషీలామాగారొక మహాయోగి ! ఆయన జీవితంలో చాలాభాగం తాను బైటికివచ్చి ఎవరికీ కనిపించే వారుకాదు. అప్పటి తమ 'లామాసరీ' ఆశ్రమంలో మఠాధిపతిగా తన పీఠంలోనే ఏకాంతంగా గడిపేవారు, కేవలం జపధ్యానములూ, మౌనంతోనూ !

ఆయనో గొప్ప సిద్ధగురువనీ — తాషీలామాలందరిలోకీ వారే చాలా గొప్ప యోగీశ్వరుడనీ ఇప్పటికీ మా టిబెటన్ లామాలు అందరూ నమ్ముతారు ! ఆయన తన దివ్యదృష్టితో రాబోయే "శంబల ప్రభువు" అవతారంగురించిన చూసిన చిత్రపటాలు "గొప్ప గొప్ప చిత్రకారులతో చిత్రింపించి తాను చెప్పినట్టుగా బొమ్మలుగీయించి వాటిని పటాలుకూడా కట్టించి రహస్యంగా దాచివుంచారు. అవి — ఇప్పటికీ వున్నాయి !"

"అవి శంబలప్రభువు అవతరించినప్పుడు ఆయన చేసే ముప్ఫై రెండు (32)-దివ్యలీలల మహిమలగురించిన చిత్రాలు !"

ఒకసారి టిబెట్‌లోని 'ద్రేపాంగ్' లామాసరీపీఠంలోని పీఠాధిపతులు, దలైలామా పీఠంవద్ద నిత్యపూజలు, హారతులూ, జపాలుచేసే తొంబైయేళ్ళ ముసలిలామాలూ, టిబెట్‌లోని ఒక ఎత్తైన మంచుపర్వతంపైన ఒక ధ్యానమందిరం కట్టారు ! అది పూర్తికావడానికి దాదాపు రెండు పుష్కరాల కాలంపట్టింది. అందులోని ప్రతీ శిల్పమూ, ప్రతి నగిషీ బొమ్మా, తాషీలామా పీఠాధిపతులే స్వయంగా చెప్పి చేయించిపెట్టించారు — గొప్ప సమర్థులైన శిల్పులచేత.

"చివరికి పూజాస్థానమైన పీఠస్థానంలోని, ధ్యానమందిరం పూర్తికా వచ్చింది. దానిని తెరవడానికి, ప్రారంభానికీ శుభముహూర్తంకూడా ఆయనే చెప్పారు. బృహస్పతి, శుక్రుడు, పూర్ణచంద్రుడు, బుధుడు, సూర్యుడూ — అన్నీ ఒక ప్రత్యేకమైన రాశిలోకివచ్చే విశేషమైన 'గ్రహకూటమి' వచ్చినపుడే అది తెరవాలని !

ఆ 'లామాసరీ'లోని పీఠాధిపతులందరూ కలిసి అప్పుడే వారిని

ప్రార్థించగా ఆయన అతికష్టంమీద అంగీకరించారు — తానే స్వయంగా వచ్చి పూజామందిరం లోపలికివెళ్ళి దీపాలు వెలిగించి 'ప్రాణప్రతిష్ఠ' చేస్తానని ! కాని, ఆ మందిరం కట్టడం పూర్తికాకముందే ఆయన శరీరాన్ని విడిచిపెట్టారు యోగసమాధిలో ! దాంతో టిబెట్‌లోని లామాలు, తాషీ లామాలు, 'తుల్కూ'లూ, అవధూతలవంటివారంతా ఎంతో నిరాశ పొందారు — 'ఆధ్యాత్మికత' అంటేనే సందేహం కలిగేటంత పెద్ద నిరుత్సాహం కలిగించింది తాషీలామాగారి మరణం వారికి !

కాని, మా గురుదేవులైన 'డ్రెపాంగ్' లామాసరీ పీఠాధిపతిగారు ఏమాత్రం నిరుత్సాహపడలేదు. "ఒరేయ్ ! లామాబ్రహ్మచారీ మింగ్యోర్ దోండప్ ఎందుకురా ! నువ్వింత నిరుత్సాహపడుతున్నావు ? ఆయన శరీరం వదిలేశారని అధైర్యపడుతున్నావా ? ఆయన వాక్కు, ఎన్నటికీ అసత్యం కాదు ! అది తప్పక జరిగితీరుతుంది !" అని ధృవీకరించారు.

అప్పటికి నాకు పన్నెండు పదమూడు సంవత్సరాల వయస్సు మాత్రమే ! నాకు చాలా ఆశ్చర్యంకలిగింది వారి మాటలకు ! ఆయన శరీరమే విడిచిపెట్టారుగదా ? పైగా ఆ శరీరాన్ని సమాధికూడా చేశారు గదా ? ఇంకా ఆయన "ప్రారంభోత్సవానికి" వచ్చి ఎలాగ ప్రాణప్రతిష్ఠ చేస్తారు ?" అనుకున్నాను.

అక్కడి 'లామాసరీ'లోని ఆచారంప్రకారం తాషీలామా గురుదేవుల "పాదుక"లను అంటే ఆయన పాదాలకు నిత్యం ధరించే స్ఫటికంతో చేసిన పాదుకల్ని ఆయనకు మారుగా నిత్యం పూజించేవారు ! వాటిని ఆయన పాదయాత్రకు మారుగా ఒక పల్లకీలో ఉత్సవంగా ఊరేగించే

వారు, మేళతాళాలతో ! వాటికే నిత్యమూ ధూప, దీప, నైవేద్యమిచ్చేవారు — ఆయన నిజంగా బ్రతికివున్నట్టుగానే !"

"ఇలావుండగా ఆ ప్రార్థనా మందిరంలోని పూజాపీఠం నిర్మాణం కూడా పూర్తయ్యింది ! తాషీలామా గురుదేవులు చెప్పిన 'అపూర్వ-గ్రహ స్థితి' కలిగిన శుభముహూర్తంకూడా సకాలంలో వచ్చింది ! "ఇప్పుడెలాగ ? తాషీలామా గురుదేవులే స్వయంగా పూజాపీఠంలో దీపారాధన వెలిగించి "ప్రాణప్రతిష్ఠ" చేసి దాన్ని ఆవిష్కరిస్తామన్నారే ! — అనుకుంటూ అందరమూ వారి మఠానికి వెళ్ళి ఆయన జీవించివుండగా విశ్రాంతి తీసుకునే 'పవళింపుసేవ' జరిగే పడకగదివద్దకి పల్లకీని తీసుకునివెళ్ళాం ! ద్వారం బయట, శంఖాలు, డోలు, మద్దెల, బాకాలు ఊది వైభవంగా గంటలుమోగిస్తూ కర్పూర హారతులిచ్చారు.

ఆశ్చర్యం ! — సరిగ్గా ఆయన మఠం తలుపులు వాటంతట అవే తెరుచుకున్నాయి ! వారి గదిలోంచి తాషీలామా గురుదేవులే పూర్తిగా శరీరంతో బయటకి ఒక మహారాజులా నడిచివచ్చి — ఆ పల్లకీలో కూర్చున్నారు ! మాకందరికీ మతులుపోయాయి ! ఆయన ఎడమచేతిలో వెండి పొన్నుకర్ర "యోగ-దండం" ధరించి, తన కుడిచేతితో పల్లకీని, "బయలుదేరమ"ని సంజ్ఞచేశారు !!!"

"ఆశ్చర్యంతో మేమందరమూ బ్రహ్మరథంపట్టేశాము దాదాపు నూటఎనిమిదిమందిమి లామాలం — ఆ పల్లకీని మోస్తూ ఊరేగింపుగా బయలుదేరి క్రొత్త 'పూజామందిరం' ముందుగా దించాము !"

"పల్లకీ తెర తొలగించుకుని తాషీలామా గురుదేవులు ఒక మహా

రాజులాగ ఠీవిగా పల్లకీలోంచి దిగి నేరుగా నడిచివెళ్ళి ఆ పూజా మందిరంలోకి ప్రవేశించారు — కుడి ఎడమవైపులో నుంచున్న మా అందరివైపు అనుగ్రహంగా చూస్తూ చిరునవ్వుతో కుడిచేతితో ఆశీర్వదిస్తూ మరీవెళ్ళారు, ఎవ్వరికీ అనుమానం కలగకుండా జీవించివున్నప్పటిలాగే !!

"మరుక్షణమే శంఖం ధ్వనిచేస్తూ బాజాభజంత్రీలు మారుమ్రోగుతూంటే 'ప్రాణప్రతిష్ఠ' చేసే సమయానికి జ్యోతులు ఆశ్చర్యంగా వాటంతట అవే దీపపు సెమ్మాలలో అంతటా వెలిగాయి ! కాని — తాషీలామా గురుదేవులుమాత్రం ఎంతసేపటికీ ఆ పూజామందిరంలోంచి బయటకు రాలేదు ! అలా దాదాపు ఒక గంటసేపు అందరం — బయటే వేచివుండి, చివరకు ధైర్యంచేసి మాలోని కొందరు 'లామా'లు — లోపలికిపోయి చూస్తే ఏముంది ? — అక్కడ ఎవ్వరూ లేరు ! పూజామందిరమంతా ఖాళీగా వుంది !

తాషీలామా గురుదేవులు వెలిగించిన దీపారాధనలు మాత్రం బంగారురంగు జ్వాలలతో దేదీప్యమానంగా వెలుగుతున్నాయి ! అంతటా చందనమూ, కస్తూరి అగరువత్తుల పరిమళం ఎవ్వరూ ధూపం వెలిగించకుండానే ఘుమఘుమా పరిమళిస్తోంది ! బైట ఎండకాస్తున్నప్పటికీ సన్నటి వాన పూలజల్లువంటి 'అమృతజల్లు'గా వర్షించింది ! ఆయనను ఆనాటి నుంచీ ఈనాటివరకూ ఎవ్వరూ మళ్ళీ ఎవ్వరూ శరీరంతో చూడలేదు.

ఇదంతా ఎందుకు చెబుతున్నానంటే ఆయన చిత్రింపించిన **"శంబల ప్రభువు"** చిత్రాలలో పరమాశ్చర్యమైన విషయం ఏమిటంటే — శంబల ప్రభువు దుష్టులను శిక్షించే బొమ్మలో ఆయన గుఱ్ఱం

చుట్టూ అనేకమంది విదేశీయులను చిత్రించారు ! ఆశ్చర్యంగా వాళ్ళ కాళ్ళకు విదేశీబూట్లు, మేజోళ్లూ, తలకు యూరోపియన్ టోపీలూ (Hats) ధరించి వారి చేతులలో తుపాకులు పట్టుకుని నిలబడివున్నారు ! ఆశ్చర్యం ! — అప్పటికి తుపాకులుగాని, బూట్లు, మేజోళ్ళూ ధరించిన విదేశీయులనుగానీ, ఎవ్వరికీ తెలిసే సావకాశమే లేదు ! ఎందుకంటే యూరప్ చరిత్రే అప్పటికింకా అసలు — ప్రారంభమే కాలేదు, ఈ బొమ్మలువేసిన పదిహేనువంద (1500) ల సంవత్సరాలదాకా ! ఆతరువాత గానీ యూరపు జాతుల చరిత్ర ప్రారంభించలేదు. అంటే — అంతకుముందే "భవిష్యత్తు"లో రాగల విదేశీయులనూ, వాళ్ళ డ్రస్సులూ, టోపీలు, బూట్లు, తుపాకులతోసహా చిత్రకారులచేత తాషీలామా గురుదేవులే విశదంగా వర్ణిస్తూ బొమ్మలు వేయించారు ! నాకే పట్టలేని ఆశ్చర్యం కలుగుతోంది అది తలచుకుంటేనే.

"ఇదంతా ఎందుకు చెపుతున్నానంటే ఆయన చివరిరోజుల్లో ఒక రహస్యగ్రంథాన్ని తాటిఆకులమీద రాశారు తాళపత్రగ్రంథం శైలిలో, **'శంబలప్రభుని అద్భుత యాత్ర'** అని ఆగ్రంథం పేరు ! అందులో ఆయన స్వయంగా శంబలప్రభువు ధరించే "కత్తి" గురించీ శంబలప్రభువు దగ్గరవుండే "చింతామణి శిల" గురించి ఇంకా ఎన్నో వింతలు, విశేషాలు రాసివున్నాయి ! ఆ గ్రంథం పరమరహస్యమని — ఎవ్వరికీ చూపించరు ! ముసలి లామాలు కూడా ఎవ్వరూ ఇంతవరకూ కూడా ఆ గ్రంథాన్ని తెరిచి చూడలేదు. అది తెరిచి చదివే టైము వచ్చి — భవిష్యత్తులో ఆ భవిష్యాలన్నీ జరిగే కాలం దగ్గరికి వచ్చినప్పుడు — ఆయనే ప్రత్యక్షమై ఆ గ్రంథాన్ని చదివి వినిపిస్తారుట !

ఇంకా మాగురుదేవులు "ద్రెపాంగ్" లామాసరీ ఆశ్రమ పీఠాధిపతి తాషీలామాగారు చెప్పగావిన్నాను — శంబలప్రభువు ఎక్కివచ్చే గుఱ్ఱం గురించి ! "గుఱ్ఱం అంటే అది మామూలుగా గడ్డితిని, నీళ్ళుతాగే మామూలు గుఱ్ఱంలాంటిది కాదనీ, అది ఒక "దివ్య-శక్తి"కి చిహ్నామనీ !

ప్రాచీన భవిష్యగ్రంథాలలో మూడురకాల గుఱ్ఱాల్ని వర్ణించారు ! అందులో ఒకటి "తెల్లని శంఖంవంటి" శంబలప్రభువుతో అవతరించే గుఱ్ఱము ! ఇది శుద్ధ సత్యజ్ఞానము, సాత్వికులైన యోగుల ఆత్మశక్తికి గుర్తు ! రెండవది ఎఱ్ఱని గుఱ్ఱము ! దీనిని "అశ్వమేధాశ్వం" అంటారు. ఇది రాజరికానికీ, ప్రపంచ సార్వభౌమత్వానికీ గుర్తు ! దీని వీపున ధరించే 'జీను'పైన పొడుగాటి గొడుగు — తెల్లటి కర్పూరం రంగుతో వున్న ఛత్రంనకు ముత్యాలు కట్టివుంటాయి ! ఇంక మూడవది నల్లగుఱ్ఱము. ఇది ప్రపంచంలో నడుస్తున్న ఈ "కలియుగం" లోని పాపాలూ, అజ్ఞానం, చీకటికీ గుర్తు ! దీనిపై కలియుగానికి రూపమైన **"కలిపురుషుడు"** వస్తాడు సైతాన్ అవతారంగా ! ఇంక నాలుగవది — ఆఖరుది తెలుపూ-నలుపూ కలిసిన మచ్చలగుఱ్ఱం ! దీని నాలుగుకాళ్ళకు నాలుగురకాల అందెలు వుంటాయి ! ఒక చెవి నలుపూ, ఒక చెవి తెలుపు రంగులో నలుపు-తెలుపు వెంట్రుకలు కలిసిపోయిన — మిరియాలపొడి రంగులో వుంటాయి ! ఇది కలియుగమూ, సత్యయుగముల "సంధి" "యుగ సంధి" కాలానికి గుర్తు ! దీనినిబట్టి ఎవరికి ఎంత అర్థమైతే అంత అర్థమౌతుంది."

ఇంకొక సూచన — 'గుఱ్ఱం' అనే మాటకు సంస్కృతంలో "అశ్వం" అని అర్థము. అదే శ్రీరాముడు అశ్వమేధయాగములోను, ధర్మరాజు

చేసిన యజ్ఞంలోని యజ్ఞాశ్వమూ ఇదే !

వేదంలో "అశ్వం" అనగా అగ్ని ! రెండు రావి సమిధలుగాని, మోదుగ కర్రలతోకాని చేసిన "ఆరణి"తో మధిస్తే పుట్టే "అగ్ని"యే — ఈ అశ్వము !! అలాగే మహాయోగులు జపం చేసేటప్పుడు పైదవడా క్రిందిదవడల మధ్య బీజాక్షరముల రాపిడివల్ల పుట్టే 'కరెంటు' వంటి శక్తిపేరూ అశ్వమే !

మెదడును వెన్నెముక కలుసుకునే చోట చివరి వెన్నుపూసని కూడా **"అశ్వం"** అంటారు ! ఇదికూడా గుఱ్ఱం ఆకారంలోనే ఉండబట్టి ! అలా ఆశ్చర్యపోకండి ! — లంకాస్టర్ మహాశయా ! మీ సైంటిస్టులు కూడా మెదడులోని ఈభాగానికి 'హిప్పోక్యేంపస్' (Hippocampus) అంటే "గుఱ్ఱం" అనే అర్థం వచ్చే పేరేపెట్టారుగాని ఎందుకో మీకు తెలియదు !

మొత్తానికి అశ్వం అంటే రెండు మేఘాలమధ్య పుట్టే పిడుగువంటి అణుశక్తి ! దీనినే బయట **'శంబల-ప్రభువు'** వాహనంగా వర్ణించే 'అశ్వం' అంటే ఆకాశంలో పుట్టే ఒకానొక 'దివ్యశక్తి !'

అయితే ఇది మామూలుగా మీ సైన్సుకు తెలిసిన విద్యుత్తో మరే ఇతర శక్తీ కాదు ! యోగులూ, సిద్ధపురుషులలో వుండే అణుధార్మిక శక్తి వంటి ప్రచండశక్తి ! ఇది ప్రపంచాన్ని నశింపుచేసే శక్తి కలిగినది ! కాని ఇది యోగశక్తి కాబట్టి — అది శంబలప్రభువు ప్రయోగించే దుష్టులపైనే పనిచేస్తుంది ! ఇది ఆకాశంలో పిడుగులా మెరుపు వేగంతో పరిగెడుతూ పాములా మెలికలుగా జరజరా పాకిపోయే అద్భుతశక్తి ఇది. దీనినే అశ్వం అనిచెప్పారు.

అయ్యా ! మా, పీఠాధిపతి తాషీలామా గురుదేవులవల్ల నాకు తెలిసింది — ఇంతవరకే ! మీరందరూ బాగా చదువుకున్నవారిలా కనిపిస్తున్నారు ! పరిశోధనా సైంటిస్టులు !! దీనిపై పరిశోధించగలరు. నేనా ఒక పామరుడైన లామాసరీలోని మామూలు పూజారిని మాత్రమే ! నేను. దలైలామాను కాను, తేషూలామానూ కాను !" అన్నాడు ఆనంద భాష్పాలతో ఆశ్చర్యంగా వింటూన్న మాతో లామా దోర్జీ చోగ్యాల్.

ఆయన మాటలు వింటున్న మాకు ఇంక మాట్లాడటానికి ఏమీ మిగలలేదు ! ఆలోచనలు ఆగిపోయాయి ! తలకుమించిన విషయం ఇది !

❀

40

శంబల ఎక్కడ ?

ప్రపంచంలోని మతగురువులందరూ — గౌతమబుద్ధుడు, ప్రవక్త జోరాస్టరు, యవనుల శాసనకర్త మోసెస్ ప్రవక్త, ఏసుక్రీస్తుగా యూరప్‌లో ప్రచారంకాబడిన **'యోగి ఈశా'** మతగురువు, ఇంకా సిక్కు మతగురువు గురునానక్ మహాశయుడు ఇంకా అనేకులు రహస్యమార్గాలద్వారా హిమాలయాలలో ప్రయాణించి శంబలప్రభువు పాదముద్రలను దర్శించి భక్తితో పూజలను సమర్పించినట్టు టిబెట్, నేపాల్, భూటాన్, సిక్కింలలో వున్న పర్వతాలలో ప్రతీ గొర్రెలకాపరులు సైతం కథలు కథలుగా చెప్పుకుంటారు — "శంబలప్రభువు ! శంబలప్రభువు !!" అంటూ ఇప్పటికీ!

టిబెటన్ భాషలో **'రిగ్డెన్‌గ్యాపో'** అని పిలిచే శంబలప్రభువే మహాయాన బౌద్ధమతంలో మైత్రేయ బుద్ధుడుగా భవిష్యత్తులో రానున్న అవతారమూర్తిగా భవిష్యత్ కాలజ్ఞానగ్రంథాలలో వర్ణించివున్నది —

ఆయనగూర్చే ! ఆయన ఎవరు ? ఎక్కడ పుడతాడు ? ఈ ప్రపంచాన్ని మొత్తం మార్చివేయడానికి — ఆయన ఏంచేస్తాడు ? ఆ ప్రపంచ ప్రభువును గురించి తెలిపే నాడీగ్రంథాల వంటి భవిష్యత్ కాలజ్ఞాన గ్రంథాలు హిమాలయ పర్వతాలలో తాళపత్రగ్రంథాలలో భద్రపరచబడి లామాసరీలలోనూ పీఠాధిపతులచేత ఇప్పటికీ సంరక్షించబడుతున్నాయి.

ఇందులోని విషయాలు వాటికి ఉద్దేశించబడిన నిర్ణీతసమయం రాకముందే బహిర్గతం చేయటం గొప్పనేరం ! చాలాపెద్ద అపచారం ! అని భావిస్తారు టిబెట్‌లోని లామాలు, బౌద్ధమత భిక్షువులు, మంగోలియా లోని చెంఘిజ్‌ఖాన్ మతానికి చెందిన తురేనియా మతస్థులు అందరూ ఆ ప్రపంచప్రభువుయొక్క రాకకోసం ఎదురుచూస్తున్నారు.

ఇంతకీ శంబలప్రభువు గ్రామం అని టిబెట్‌లోని గొర్రెలకాపరులు పిలిచే ఆ దివ్యపురుషుడు హిమాలయపర్వతాలలో — కైలాసశిఖరానికి ఈశాన్యంగా పవిత్ర గంగానదికి పుట్టకస్థానమైన ‘‘గౌముఖ్’’ మంచు జలపాతానికి ఈశాన్యంగా పర్వతశిఖరాలమధ్య ఒకపెట్టని కోటవలే రక్షించ బడుతూ వున్నది ఒక మారుమూల హిమాలయపర్వతగ్రామం ! దానిపేరే ‘శంబల’ !

ఈ ‘శంబల’ గ్రామం హిమాలయపర్వతాలలో ఎక్కడవున్నదో తెలుసుకోవాలని రష్యన్, జర్మన్, బ్రిటీష్ రహస్య పరిశోధకబృందాలు 1810 నుంచి 1940 వరకూ రహస్యంగా పరిశోధిస్తూనే వున్నాయి. ఆ రహస్య పరిశోధనల నివేదికలుకూడా యూరప్‌లోని లైబ్రరీలలోనూ క్రైస్తవ మతాధిపతులు, రోమన్ కేథలిక్ పీఠాధిపతి పోప్‌పీఠం అయిన

వాటికన్ నగరంలోని "రహస్య గ్రంథాలయంలో" ఇప్పటికీ దాచబడి
వున్నాయి. చాలామంది పోప్ పీఠాధిపతులకు కూడా ఈ నివేదికలగూర్చి
తెలుసు. హిమాలయపర్వతాలలో యోగి ఈశా పర్యటనగురించి కూడా
వారికి తెలుసు. రహస్య కాగితాలలోని విలువైన సమాచారం యూరోపి

యన్ దేశాల పోలీసుశాఖవారు, మిషనరీలవంటి సంస్థలూ అనేకమందిని నోరువిప్పకుండా తాళంవేశారు. అయినప్పటికీ విదేశాలలోని రహస్య గ్రంథాలపై పరిశోధనచేసేవారికి శంబలనుగూర్చిన అనేక రహస్యాలు ఆశ్చర్యంలో ముంచెత్తేవి ఎన్నోవున్నాయి. వాటికోసమే ఇంగ్లండ్ మొత్తానికి ఎటువంటి రహస్యమైనా సాధించగల గొప్ప అపరాధ పరిశోధకుడు, గూఢచారిఅయిన చార్లెస్ బెల్ ఈ హిమాలయ సాహసబృందం వెనుక వుండి నడిపించే రహస్యం — ప్లానుప్రకారం ఈయన బ్రిటీష్ ప్రభుత్వానికి ఒక రహస్యనివేదిక కూడా పంపించాడు.

ఇంకా లండన్‌లోని గూఢచారి పోలీసువ్యవస్థ స్కాట్‌లాండ్‌యార్డ్ వారితోకూడా రహస్య ఉత్తర ప్రత్యుత్తరాలు నడిచాయి. కాని, టిబెట్‌లోని బుద్ధదేవుని అవతారమైన దలైలామా ప్రభుత్వం అనుమానించటంవలన అనేక రహస్య నివేదికలు మధ్యలోనే అటకాయించబడి ఇప్పటికీ టిబెట్ లోని లామాసరీలలోనూ, బౌద్ధమఠాలలోనూ వుంచబడ్డాయి. ఇవి ఇప్పటి దలైలామాకంటే పూర్వీకుడైన పదమూడవ దలైలామా నిర్యాణం లేక మరణించేముందు సుమారు 1933 ప్రాంతంలో భద్రంచేయబడ్డాయి. ఈ పదమూడవ దలైలామా గొప్ప యోగి, తాంత్రికుడు, భవిష్యద్రష్ట ! టిబెట్‌కు జరగబోయే రక్తపాతము — చైనా దండయాత్ర, ఎంతోమంది మతగురువులు, వేలాదిమంది ప్రజలు చిత్రహింసలకు గురికావడము, వేల సంవత్సరాలనాటి పురాతన తాళపత్రగ్రంథాలు తగలపెట్టబడటము — అన్నీ భవిష్యత్తులో ముందే దర్శించాడాయన.

“ఇనుప పక్షి ఆకాశాన ఎగురుతూ టిబెట్ వచ్చినదే గుర్తు — టిబెట్‌కు కష్టకాలం ఆరంభమవుతుందని ! విదేశీయులు తెల్లవాళ్ళు

కోతులవంటి వానరముఖం కలిగినవారు (అంటూ వర్ణించబడిన యూరో పియన్ జాతివారు) ఆవుమాంసం తింటూ మధ్యము, వ్యభిచారము ఇష్టారాజ్యంగా చేస్తూ పవిత్ర టిబెట్‌మీద కాలుపెట్టటమే కష్టకాలానికి మొదలు. ఘోరమైన కలియుగం చివరి అంతర్దశ ఆరంభమౌతుంది. ప్రపంచయుద్ధాలలో కోట్లాదిమంది జనాన్ని నశింపచేసి భూమిని రక్త పాతంతో తడుపుతారు. ఎక్కడా ఎవరికీ మనశ్శాంతి వుండదు. కుటుంబా లకు రక్షణవుండదు ! ఒకమతాన్ని ఒకమతం ద్వేషించుకుంటూ, హింసించుకుంటూ ఇళ్ళు, ఊళ్ళూ తగలబెట్టుకుంటూ, మంచివారిని చిత్రహింసలు పెట్టటం వంటివి పెరిగిపోతాయి ఎక్కడచూసినా.

"ప్రపంచమంతటా అమాయకులు, భగవంతుడినే నమ్ముకున్న వారు, పవిత్రంగా జీవిస్తూ, స్వార్థంలేకుండా జీవించే సాధువులూ, కన్నీళ్ళతో విలపించేకాలం రానున్నది ! ప్రపంచమంతా ఈ బాధలు తట్టుకోలేక గోలుగోలున విలపిస్తూ —

"భగవంతుడా ! నువ్వేదిక్కు ! రక్షించు ! రక్షించు !! అంటూ ప్రతీ వారూ విలపించినప్పుడే శంబలప్రభువు భూమికివస్తాడు ! అదే ప్రపంచా నికి శుభవార్త !" అంటూ పదమూడవ దలైలామా చెప్పిన భవిష్యాలు ఇప్పటికీ టిబెట్‌లోని దలైలామా ప్రభుత్వం రహస్యగ్రంథాలయాలలో భద్రపరచబడివున్నాయి అంటూ ఆపాడు చార్లెస్ బెల్.

"ఎక్కడండీ ! మీరుచెప్పే ఆ 'శంబల' ?" — వారాలతరబడి కాళ్ళు పీక్కుపోయేలాగ మంచుకొండలు ఎక్కుతూ, దిగుతూ నడుస్తున్న సాహస యాత్ర బృందంలోంచి నికోలస్ రోరిఖ్ మహాశయుడు బాధాకరమైన

ఆర్తనాదంవంటి పొలికేకపెట్టాడు. ఆయన అరచిన కేక హిమాలయ పర్వతాలలోని లోయఅంతా ప్రతిధ్వనించింది సమాధానంగా !

"ఎవరిని అడుగుతున్నారు మీరు ? ఇక్కడ సమాధానం చెప్ప టానికి ఎవరున్నారు మీప్రశ్నకు" అంటూ తన పైపును గట్టిగా దమ్ములాగి పొగపీల్చి వదిలాడు గూఢచారచక్రవర్తి అయిన చార్లెస్ బెల్ వింతగా చూస్తూ !

"ఇది మనం తవ్వి తెలుసుకోవలసిన రహస్యంకదా ! తొందర పడకండి. ముందుగా మనం ఆ స్ఫటికపర్వతం ఎక్కడవుందో వెతికి పట్టుకోవాలి అన్నీ దానితోనే ముడిపడివున్నాయి" అంటూ.

ఒక గుడారంలో టేబుల్‌మీద తన ఎదురుగా పరిచివున్న పర్వతాల చిత్రపటాన్ని పరిశీలిస్తూ అన్నాడు చార్లెస్ బెల్ మహాశయుడు !

41

స్ఫటిక-పర్వతంలోకి దారి!

మా హిమాలయపర్వత యాత్రలో మిగతా మూడురోజులూ కార్య క్రమం ఒకటేలా నడిచింది — ఉదయాన్నే లేవటం. కాలకృత్యాల తరువాత పింగాణీ మగ్గులో వేడి వేడి "హిమాలయన్"-టీ-తో పాటు కడుపునిండా ఫలహారం సేవించి, అది అరిగేదాకా మధ్యాహ్నంవరకూ మంచుకొండలు ఎక్కడం, దిగడం — మధ్యలో కన్నులుమిరుమిట్లు గొలిపే వెలుతురుతో ఎండగానో, లేక చీకట్లు కమ్ముకువచ్చి మేఘాలు ధారాపాతంగా వర్షించడమో — సాయంత్రానికల్లా ఒకచోట "క్యాంపు" చేసుకుని కాస్సేపు విశ్రాంతి, రాత్రి వేడిగా భోజనము, మంచుకొండల మీంచి వీచే చలిగాలికి రక్షణగా వెచ్చటి ఉన్నిరగ్గుల్లో ఒళ్ళుమరచి నిద్రపోవటం — దానికే సరిపోయేది మాశక్తి అంతా ! మిగతా దేనికీ ఓపికేవుండేదిగాదు.

దీనికి ఒక ప్రత్యేక కారణంకూడా వుండవచ్చని తోస్తోంది. హిమాలయపర్వతాలలో — ముందుకి ప్రయాణించినకొద్దీ పదివేల అడుగులఎత్తును దాటినప్పటినుంచీ గాలి తక్కువైపోతుంది. దానితోపాటు అయాసమూ, ఊపిరి అందకపోవటం మొదలవుతాయి. ఎత్తుకువెళ్ళేకొద్దీ వాతావరణంలో ప్రాణవాయువు తగ్గుతుంది, గాలివొత్తిడి కూడా పడి పోతుంది. దాంతో శరీరంలో రక్తనాళాలలో ప్రవహించే రక్తపోటు హెచ్చి పోతుంది. దానికితోడు విపరీతమైన శ్రమపడి నిటారుగా ఎత్తుకి ఎక్కాల్సి రావటంవల్ల గుండెకొట్టుకోవటం కష్టంగా ఇంజను పంపింగుచేసినట్టు రక్తాన్ని తోడవలసిరావటంతో త్వరగా నీరసం, నిస్త్రాణా, బడలిక పెరిగి పోతాయి. ఇవన్నీ కలిసి అలసి డస్సిపోయిన మా కడుపులో వేడివేడిగా కాస్త భోజనంపడేసరికి మరే విషయాలమీదా, బుర్ర పనిచేయదు. చాలా మందికి వెంటనే నిద్ర ముంచుకువస్తుంది ! లేకపోతే నాలాంటివాళ్ళకు ఏదో హిమాలయాల గురించిన పుస్తకాలో, టిబెట్‌చరిత్ర యాత్రాదర్శిని వంటి పుస్తకాలో చదువుతూ పడుకోవటం — ఇలా గడిచిపోయింది ఈ మూడు నాలుగురోజులూ !

ఆతరువాత దొరికింది కాస్త విశ్రాంతి, విరామం. అందరూ ఏకగ్రీవంగా తీసుకున్న నిర్ణయం మా యాత్రలో కాస్త ఒకరోజు ఆట విడుపుగా శెలవుదినం అంటే విశ్రాంతిగా గడపాలని ! ప్రయాణం, సాహస యాత్ర అన్నీ నిలిపివేసి ఇరవైనాలుగు గంటలు చిల్లరదెబ్బలు, గాయాలు, కీళ్ళనొప్పులు వంటి శరీరబాధలకు అమృతాంజనం వంటివి మర్ధనాచేసి ఎండలోకూచుని విశ్రాంతిగా గడపడం. దానికితోడు పేరుకుపోయిన మురికిబట్టలను ఉతికి శుభ్రంచేసుకోవటం, మా మంచు ప్రయాణంలో

అవసరమయ్యే పరికరాలు మంచుగొడ్డలి, మంచుఇసుకలో నడిచే బూట్లూ, తుపాకీలకి కాస్త చిల్లర రిపేర్లు చేసుకోవటం శుభ్రంచేసుకోవటం ! అలా శరీరానికి విశ్రాంతి ఎప్పుడైతే లభిస్తుందో మనస్సుకు అప్పుడే పని తగులుతుంది.

సాయంకాలం నీరెండ వెచ్చగా తగులుతూంటే కప్పులలో వేడివేడి డార్జిలింగ్ టీ యాలకులపొడితో దమ్ముచేసినది చప్పరిస్తూ మా మిత్ర బృందం అంతా విశ్రాంతిగా సమావేశమయ్యాము.

అందులో ఎవరు మొదలుపెట్టారో తెలియదు చర్చ ! ఎవరో ప్రశ్నించారు ఉన్నట్టుండి...

"స్ఫటికపర్వతం" అన్నపేరుతో ఈ హిమాలయాలలో రహస్య ఆధ్యాత్మిక కేంద్రంవంటిది ఎక్కడవున్నదో దయచేసి మీకు తెలిసిన రహస్యాలు చెప్పండి ! మీరే మాకు మార్గదర్శకులు — కేవలం కొండలలో నడిచే సాహసయాత్రలో కాలినడకలో మాత్రమేకాదు నిజంగా ఆధ్యాత్మికంగా మీనుంచి ఎన్నో తెలుసుకోవలసిన ఆధ్యాత్మికరహస్యాలు, గాథలు, దైవరహస్యాలు ఈ దేవతాస్థానమైన హిమాలయాలలో ఎన్నో వుండివుంటాయి. అవి మీలాంటివారు మాకు దయచేసి చెప్పకపోతే — ఇక మాకు తెలిసే మార్గమేముంటుంది ?" అంటూ ఒక దీపారాధ వత్తిని సన్నగా దీపంలా వెలిగించినట్టు చర్చను ప్రారంభించింది — ఎవరో సరిగ్గా గుర్తులేదుగాని మరుక్షణమే అందరం అత్యంత ఆసక్తికరమైన ఆ చర్చలో తలమునకలుగా మునిగిపోయాం. అందరమూ తలోకటి మాట్లాడుతూ గోలగోలగా చెప్పసాగారు. ఒక్కసారే ! చివరికి

అతికష్టంమీద అదుపుచేస్తే మేము అడగవలసిన ప్రశ్నలు ఒక్కొక్కరినే వేయ్యమని ప్రశ్నలు ఒకటి తరువాత ఇంకొకప్రశ్న అడగాలని నిశ్చయించాం !

మొదటిప్రశ్నకు సమాధానంగా నెమ్మదిగా ఆకాశంవంక చూస్తూ ఏదో అగాధమైన విషయాన్ని గుర్తుచేసుకుంటున్నట్టు తన సమాధానం మొదలుపెడుతున్న లామా గురుదేవులు —

"స్ఫటికపర్వతం అంటే మీఉద్దేశం ఏమిటి ? తాజ్‌మహల్ లాగ ఎవరైనా మహారాజో లేక మతగురువో ఈ హిమాలయాలలో నిర్మించిన స్థూపం లాంటిదనా ? లేక అసలు స్ఫటికపర్వతమంటే మీకున్న అభిప్రాయం ఏమిటి సాహసయాత్రికమహాశయా ?"

"నాకు తెలిసింది మీకు విశదంగా చెబుతాను. భూగర్భశాస్త్రజ్ఞులు రాళ్ళను రకరకాలైనవి పరిశీలించి గాజులాగ ఇటునుంచి అటువైపుకు నిర్మలంగా కాంతిని ప్రసరింపచేసే రాళ్ళను స్ఫటికం అంటారు. దానినే సైన్సు పరిభాషలో భూగర్భశాస్త్రజ్ఞులు 'క్వార్ట్జ్' (Quartz) అనే రసాయనశిల భూమిలో సహజంగానే గడ్డకట్టి ఏర్పడుతుంది పారదర్శకంగా ! ఇలా సహజంగా దొరికే స్ఫటికాలు గాజురాళ్ళవలేకాక, తళుక్కున మెరుస్తాయి — చీకట్లో కూడా ! ఇలాంటి రాళ్ళతో తరచూ సాధువులూ, యోగులూ జపంచేసే పూసలతో స్ఫటిక జపమాలను తయారుచేస్తారు. ఇలాంటి స్ఫటిక జపమాలలో ప్రత్యేకమైన శక్తి కరెంటువంటిది దాగివుంటుందని మన పూర్వీకుల నమ్మకం ! ఇలాంటి దాన్ని స్ఫటికం అంటారు. కాని స్ఫటికపర్వతం అంటారా? — అబ్బో ! అది చాలా పెద్దమాట !" అంటూ

లామా ఆశ్చర్యంగా గౌరవంతోనూ తన రెండుచేతులూ ఆకాశంవైపు మర్యాద సూచకంగా పైకెత్తాడు — నుదురుకు ఆనించుకుంటూ ! ఈ ప్రశ్నకి సమాధానం పూర్తిగా వినకుండానే మాలో బుద్ధి స్థిరంలేని ఇంకొకరు ప్రశ్నలు అడగటమే ఒక దురదవంటి వ్యాపకంగా ఇంకొకప్రశ్న విశిరాడు "అసలీ స్ఫటిక జపమాలలు నిజమేనంటారా లేక గాజురాజు రాళ్ళతో మందుసీసాలు తయారుచేసినట్లు బల్లమీద కాగితాలు ఎగిరి పోకుండాపెట్టే పేపరుబరువులాంటి గాజువస్తువేనా ?" అన్నాడు పాటియాలా యువరాజా, ఆధ్యాత్మిక విషయాలలో తనకు పరిపాకంలేని తేలికప్రశ్నలతో.

"అసలు నిజమైన స్ఫటికాలకు — గాజురాళ్ళకూ తేడా తెలుసు కోవటం ఎలాగ ?" మీలాంటి అనుభవజ్ఞులనుంచి వినాలని ఎప్పటి నుంచో కోరికగా వున్నది" — అన్నాడు మొదటిప్రశ్నకు సమాధానం పూర్తి కాకుండానే. ఇంతలో మళ్లీ ఇంకొకరు అడిగారు.

లామా పురోహితుడు కాస్త అసహనంగా నుదురుచిట్లించి చిరాకుగా చూస్తూ పైకిమాత్రం సౌమ్యంగా అన్నాడు తనని తాను నిగ్రహించుకుంటూ — "మీలో ఒకప్రశ్నకు సమాధానం పూర్తిగా వినే ఓపిక వున్నవారికే నేను కష్టపడి సమాధానంకోసం వెతుకులాడటం అవసరంకదా !"

దానితో అందరూ చప్పగా చల్లారిపోయారు తమ తప్పును గుర్తించి నట్లుగా ఫీలవుతూ !

"స్ఫటికానికీ, రంగురాళ్ళకూ తేడా తెలియనివాడు లేతబుర్ర అను కోవాలి. అంటే నాభావం — జీవితంలో అనుభవం, సాధన, పెద్దలకు

సేవ చేసే అవకాశం కలిగి — విన్న ప్రతివిషయాన్ని లోతుగా ఆలోచించే నిదానం కలిగిన వ్యక్తికే జీవితంలో పరిపాకం లభిస్తుంది. అదెలాగంటే — మనం బజార్లో కొబ్బరిబోండాం కొట్టించి నీళ్ళు తాగుతున్నాం. అందులో లేతకొబ్బరి లభిస్తుంది. అలాగే టెంకాయ ముదిరితే కొబ్బరినూనె తీసే ఎండుకొబ్బరి లభిస్తుంది. అలాగే 'కురిడీ' కూడా తయారువుతుంది. మన తలలోని మెదడూఅంతే! "కురిడీ"-కాయ పెంకుకు అంటుకోకుండా — కాయలోనే వుంటూనే విడిగావున్నట్టే, శరీరంలోనే వుంటూ దానికి అంటకుండా 'వైరాగ్యం'గా జీవిస్తాడు — జీవించివుండగానే 'ముక్తి' పొందిన — "జీవన్ముక్తుడు!" ఆలోచన తగినంత ముదిరితేనే, మనిషి మెదడు, మనస్సుకూడా ముదురుతాయి అనుభవంతో! అనుభవంలేని వారు నిదానంగా ఆలోచించరు. లోతుగా ఆలోచించే స్వభావం వుండాలి! అలాంటివారికే ఇలాంటి ఆధ్యాత్మిక విషయాలపై చర్చ అర్థమవుతుంది ఉపకరించటం అలావుంచి !

చివాట్లువేస్తున్నట్లు మెత్తగానే విమర్శనగా అంటూ ఇలా అందు కున్నాడు సమాధానం.

"ముందుగా చిన్నప్రశ్నతో మొదలుపెడదాం" —

"స్ఫటికానికి, గాజురాయికి తేడాఏమిటి ?"

"స్ఫటికం సజీవమైంది — గాజురాయి ప్రాణంలేనిది, నిర్జీవం ! అంటే స్ఫటికంలో ఒక కరెంటువంటి అయస్కాంతశక్తి, ఆకర్షణీయమైన తేజస్సూ, దాగివుంటాయి.

"అదెలా తెలుస్తుంది ?"

మళ్ళీ ఓ తెలివితక్కువప్రశ్న ! అందరం చిరాకుగానూ, అసహనం తోనూ చూశాం అతడివంక. ఆ వ్యక్తి తలదించుకున్నాడు (పేర్లు ఇవ్వటం లేదు !)

“స్ఫటికంతో చేసిన పూసలు చీకట్లో కూర్చుని ఒకదానికి ఇంకొకటి గట్టిగా తాకించితే నిప్పురవ్వలు చిటపటగా కనిపిస్తాయి. ఇది మొదటి గుర్తు. స్ఫటికం సజీవం అన్నానుకదా ? ఇది రెండవగుర్తు — అంటే స్ఫటికంలో ప్రాణంవుంటుంది సాలగ్రామ శిలమాదిరిగా. రంధ్రంచేసి కన్నంపొడవని స్ఫటికం ప్రాణశక్తితో గుండ్రంగా తిరుగుతుంది సాలగ్రామ శిలమాదిరిగా. గాజురాళ్ళలో ఇలాంటి సజీవమైన శక్తివుండదు ! ఎందు కంటే గాజు నిప్పులోకాల్చిన ఇసుకను కరిగించి — రసాయనికంగా తయారుచేసిన నిర్జీవమైన పదార్థం కాబట్టి !

స్ఫటికంలో ఇంకొక రహస్యంకూడా దాగివుంది. సజీవమైన స్ఫటిక శిలనుంచి అయస్కాంత తరంగాల వంటి — ఆధ్యాత్మిక తరంగాలు రేడియేషన్ లాంటి అప్రకాశమైన కాంతికిరణాలు ప్రసరించినట్టు ఆకాశం లోకి వ్యాపిస్తాయి.

అందుకే ఈ స్ఫటికానికి మనిషి మెదడుమీద, మనస్సుపైన మన శరీరంలోని ప్రాణశక్తిమీదా గొప్ప విద్యుత్ వంటి ప్రభావం కలిగి వుంటుంది. అందుకే వైద్యశాస్త్రంలో కూడా డాక్టర్లు కేన్సర్ వంటి అసాధ్య మైన రోగాల చికిత్సకోసం ఈ స్ఫటికశిలలను ఉపయోగిస్తున్నారు. ఈ సంగతి మన ప్రాచీన ఋషులకు, యోగులకు, అనేక వేలసంవత్సరాల క్రితమే తెలిసిన రహస్యం. అందుకే స్ఫటికాలను పూజావస్తువులుగా భావించారు.”

"మంచు-సొరంగం" "స్ఫటిక-పర్వతానికి" దారి

"మీలో చాలామంది చూసేవుంటారు. స్ఫటికంతో చేసిన శివ లింగాలు, గణపతి విగ్రహాల... వంటి పవిత్ర పూజావస్తువులు అనేక శంకర పీఠాలలోకూడా అభిషేకించి పూజిస్తారు. వాటినుంచి జ్ఞానశక్తి తరంగాలు మన శరీరంపై ప్రవహించి, ప్రాణశక్తి ప్రసారాన్ని ఉత్తేజపరచి శరీరానికి శక్తివంటిది ప్రసారంచేస్తుంది.

నియమనిష్ఠలు పాటించేవారికీ, మధ్యమాంసాలు, స్త్రీవ్యసనం లేనివారికి, యోగులకు బ్రహ్మనిష్ఠాగరిష్ఠులకూ, ఈ స్ఫటికాలు ఆత్మని ఉత్తేజపరచి జ్ఞానశక్తిని, ఆధ్యాత్మిక సాధననూ, ప్రకోపింపచేస్తాయి ! అందుకనే హిమాలయాలలోని అనేక లామాసరీలలోనూ, టిబెటన్, మంగోలియన్, జపనీస్, చైనా దేశాలలోనూ స్ఫటికాలను పూజించి గౌరవిస్తారు. నమస్కరిస్తారు. ఎందుకంటే స్ఫటికం — ఆధ్యాత్మిక కేంద్రం !

ఒక స్ఫటిక జపమాలలోని స్ఫటిక పూసకే అంత శక్తివుంటే ప్రపంచంలోకల్లా ఎత్తైన హిమాలయపర్వతాలలో సహజంగా స్ఫటికంతో ఏర్పడిన **స్ఫటిక పర్వతం** గనక వుండివుంటే — ఇక చెప్పేదేముంది !

"లామా మహాశయా ! ఒకచిన్న ప్రశ్న అడగవచ్చా ?" అంటూ అలెగ్జాండర్ నోటోవిచ్ సౌమ్యంగా అడిగాడు.

"అడగండీ !" అన్నాడు సౌమ్యంగా లామా !

స్ఫటికం, స్ఫటికపర్వతం వాటిలోని గాజు వంటి లక్షణంవల్లనే మనిషి వాటిని విలువైన వస్తువులుగా భావిస్తున్నాడా ? అసలీ స్ఫటికంలో విశిష్టత ఇంకేమైనావుందా ? వేదాంతపరంగా — ఆధ్యాత్మికపరంగానూ !

"స్ఫటికం" — కాంతిని ప్రసారంచేస్తుంది, తనలోంచి ! అందుకే స్ఫటికం నిర్మలత్వానికి, స్వచ్ఛతకూ గుర్తు ! మనస్సు నిర్మలమైతే అది జ్ఞానానికి సూచనకదా !

"మనస్సు నిర్మలమైతే ఆతరువాత నిశ్చలమౌతుంది.

అదెలాగంటే నీళ్లు, స్ఫటికంలాగే నిర్మలం ! కానీ చంచలం ! అంటే క్షణంసేపుకూడా గాలికి కదలకుండా, అలలు లేకుండా నిశ్శబ్దంగా వుండలేవు."

"అలా నిత్యం కదిలే నీటివంటిది మనస్సు ! మనస్సు నిర్మలమైతే నిశ్చలం అవుతుంది. నిశ్చలము, నిర్మలము అయినదే స్ఫటికము ! అందుకే స్ఫటికం చంచలంకాదు నీళ్ళవలే ! అంటే స్ఫటికం 'అచలం' — కాలానికి చలించదు ! కాలంలో మారదు ! నిశ్చల-సమాధి స్థితికి చేరిన బుద్ధి — స్ఫటికంతో సమానం; అందుకే స్ఫటిక శివలింగానికి అంత ప్రత్యేకత.

"మంచులింగం — అమరత్వానికి ఎలాంటిగుర్తో, అమరనాధుని గుహలో శ్రావణపూర్ణిమనాడే "మంచు-లింగం" ఎలా ఏర్పడుతోందో, అది యోగసమాధికి గుర్తు. ఆధ్యాత్మికసాధనకు సూచిక. అందుకే కర్కాటక రాశిలో వచ్చే పౌర్ణమినాడు — శ్రావణపౌర్ణమిరోజున ఈ హిమాలయాల లోని అమరనాధుని గుహలో మంచులింగం సహజంగానే ఏర్పడుతుంది. శ్రావణపౌర్ణమి పోగానే అది కరిగిపోతుంది ! అంటే ఏమిటి దానిఅర్థం ! భగవంతుని అవతారం. ప్రపంచంలో ఎప్పుడో అరుదుగాగాని ఈ భూమ్మీద అవతరించదు. మళ్ళీ ఆధ్యాత్మికసాధన తగ్గిపోగానే అది మంచులింగం లాగ కరిగిపోతుంది — అమరనాధుని గుహలోని మంచులింగంలాగ.

కాని మన 'స్ఫటిక లింగం' అలా కరిగిపోదు ! స్థిరంగా శాశ్వ తత్వాన్ని పొందిన ఆత్మసాక్షాత్కారానికి సూచనగా — ఆత్మయొక్క నిర్మ లత్వానికి గుర్తు ! అదేవిధంగా 'శ్రీచక్రం' — శక్తికి చిహ్నం ! ప్రత్యేకించి స్ఫటిక శ్రీచక్రం — శుద్ధజ్ఞానంతో ఏర్పడిన శుద్ధ శక్తిస్వరూపిణియగు జగన్మాతకు సూచిక !! — అదే ఘనీభవించిన పరాశక్తి ! అంటే పారదర్శక మైన నిర్మలమైన శక్తి !! అటు జ్ఞానశక్తిలోవున్న నిర్మలత్వమూ, ఇటు క్రియాశక్తికి వున్న సామర్థ్యమూ రెండూ కలిగి — శక్తిలో సామాన్యంగా వుండే దోషాలైన అహంకారము, గర్వము లేనట్టి, దైవత్వము ! కాబట్టి శుద్ధశక్తి స్వరూపమైన ఆది-పరాశక్తికి చిహ్నం !

అదలావుంచండి; అచలం అనగా చలనంలేనిది నిశ్చలం — అంటే, దానికి **కొండ** అనికూడా అర్థం. పర్వాలు కలిగిందిగనక పర్వతం. కాలచక్రంలో పౌర్ణమి, అమావాస్యలే పర్వాలు ! అదేవిధంగా సముద్రంలో ఏర్పడే ఆటుపోట్లు కూడా పర్వాలే కదా !

కాలానికి ధర్మం, అధర్మం ఆటుపోట్ల వంటివి. పర్వములు కలిగినదే పర్వతము. ఇలాంటి పర్వతమే స్ఫటికం; అంటే కాలంలో శుద్ధిచేయబడి, జ్ఞానంతో ఘనీభవించి, నిర్మలమైన ప్రేమ, శుద్ధజ్ఞానము రెండూ ఐక్యమైతే అదే దైవప్రేమ. ఈ ప్రపంచంలో యుద్ధాలూ, రక్త పాతాలూ, స్వార్థము, హింస నిర్మూలించి నిర్మలమైన దైవప్రేమను చేరుకుంటేనే — 'స్ఫటికపర్వతం' ఎక్కడవున్నదో మనకి ఆచూకీ లభించే కాలం వచ్చినట్టు.

"అదే శుద్ధ **సత్యయుగం** లోని సత్యకాలం యొక్క అంతర్దశ !"

— ఇది, రాబోయే కలియుగాంతం తరువాత వస్తుంది !" అంటూ ప్రసంగిస్తున్న లామాకు అడ్డుతగిలారు మాలో ఎవరో !

"అది, పరమాత్మ భూమ్మీదకి వచ్చేకాలమా ?" — గర్వంతో మా అందరి వంక చూశాడు తానే చాలా తెలివైనప్రశ్న అడిగాననుకుంటూ !

"ఐతే పరమాత్మ — భూమ్మీద లేడా ? వున్నాడు ! కాని మనుషుల్లో డబ్బుపై కాపీనం, స్వార్థం వున్నంతకాలమూ, ఆయన మనకి కనిపించనే — కనిపించడు ! అంటే ప్రపంచమంతటా శాంతి రావాలి.

శంబల అనేమాటకు సంస్కృతంలో **'శం'** అంటే శాంతి — **'బల'** అనగా బలం — అంటే శాంతియే ఆత్మబలం ! ఈరెండూ మనిషిలో ఆవిష్కరించినప్పుడు

శం+బల = శంబల

శం+కర = శంకర అన్నట్టు

శాంతియే బలం — ఆత్మకి ! అక్కడేవుంటుంది భూమ్మీద దైవశక్తి ! మనస్సు ఆలోచనలు లేకుండా నిర్మల స్ఫటికంలా ఘనీభవించినప్పుడే మానవుడి ఆత్మలో దైవశక్తి వెలుగుతుంది. అదేవిధంగా జ్ఞానంతో బుద్ధి ఐక్యమైతే — అదే స్ఫటిక శ్రీచక్రం !

అంటే మామూలు మాటల్లో చెప్పాలంటే నిర్మలమైన నిశ్చల సమాధి వంటి 'దైవత్వం' ఈ భూమిమీదకి దిగినప్పుడే — అచలంగా అదృశ్యరూపంలో వున్నది ప్రత్యక్షంగా కనిపించే కాలంవస్తే — అప్పుడు కనిపిస్తుంది స్ఫటికపర్వతం. ఇదే శాంతితో కలిగే బలం — శంబలకు ద్వారం ! కలియుగాంతానికి అంత్యభూమి !"

"మరి ఈ స్ఫటికపర్వతానికి చేరుకునే రహస్యగుహనుండి లోపలికి ప్రవేశించే ద్వారం ఎలా కనుక్కోవడం ?" — అడిగాడు నికోలాస్ రోరిఖ్.

మళ్ళీ ప్రశాంతంగా చెప్పటం మొదలుపెట్టారు లామా !

శంబలకు పోయే దారి :

"యోగశాస్త్రం ప్రకారం మన శరీరం ఈ విశాల విశ్వానికి ప్రతిరూపం ! మన శరీరంలో మూడు ముఖ్యమైన కేంద్రాలు వున్నాయి.

(1) ఒకటి ఆలోచనలకు స్థానమైన మెదడు, ఇది, **మనస్సు**కు నివాసం.

(2) రెండవది **ప్రాణానికి** శరీరంలోని రక్తస్పందనకి మూలస్థానమైన గుండెకాయ లేక **హృదయం**.

(3) మూడవది ఆహారము జీర్ణంకావటం, సృష్టికార్యం జరగటం అనేవి జరిగే **మూలాధార** స్థానము.

వాటినే మన వేదకాలపు ఋషులు ఒకటి కైలాసగిరి పర్వతం అన్నారు ! అంటే శిరస్సు — ఇదే మనస్సుకి స్థానము కాబట్టి మానస సరోవరానికి పుట్టినిల్లు.

"కైలాసం తు శిరస్థానం
ముఖం కేదార నామకం..."

అలానే **"నాసిక్"**-క్షేత్రం మన నాసికాగ్రం.

రెండవది హృదయస్థానం **అమరనాథ** గుహ ! ఇక్కడ మంచు లింగము హృదయంలోని ఆత్మజ్యోతియే మూర్తికట్టి వెలిగే జ్యోతిర్లింగము. ఈ ఆత్మదర్శనమిచ్చే హృదయగుహయే అమరనాథగుహ.

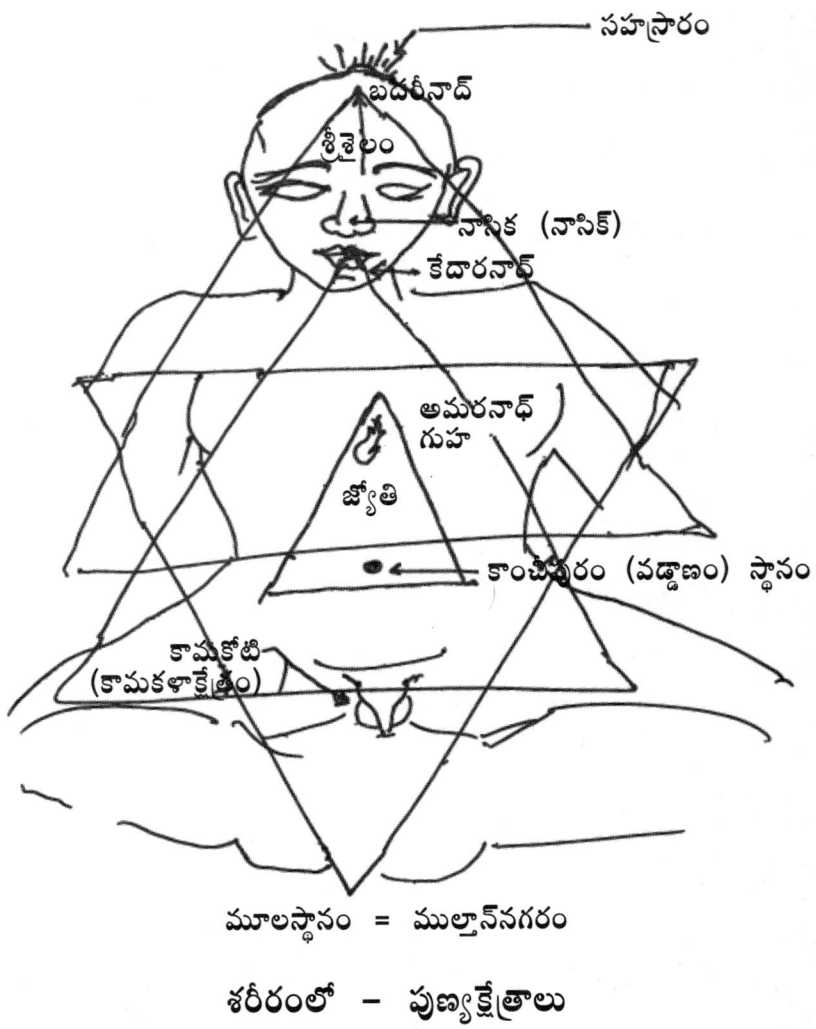

శరీరంలో – పుణ్యక్షేత్రాలు

ఇక మూడవది 'నర-నారాయణ' స్థానమైన బదరీనాథ్! అదే మూలాధారము. ఇక్కడనుంచే మలమూత్ర విసర్జన, మానవునికి సృష్టి కార్యక్రమముల — కామకోటికేంద్రము! ఈరెండూ ఒకేతాడునుండి

పుట్టిన రెండుకొసలు నరనారాయణులవలే ఒకటి వేడినీటి జలపాతం గాను, రెండవది మంచుకరిగిన చన్నీటి జలపాతంగాను — ఒకటి నరుడు, రెండవది నారాయణుడు ! ఒకటి జీవుడు — రెండవది పరమాత్మ !!

ఇవి కేవలం కొన్నిమాత్రమే చెప్పే ఈ విశ్వం మన శరీరానికి ప్రతిరూపమని చెప్పే ఉదాహరణలు.

ఐతే ఇందులో చిత్రం ఒకటి వున్నది — మనకి బుద్ధినిచ్చే కేంద్రం శరీరంలో ఎక్కడా కనబడదు. అలాగే మనశరీరంలో ప్రాణం ఎక్కడ పుడుతుంది, ఎక్కడవున్నది ప్రత్యేకంగా చెప్పబడలేదు. శరీర మంతా రక్తం ప్రవహించినట్టే, ప్రాణం, శ్వాస, వేడి శరీరమంతా వ్యాపించి సూర్య, చంద్ర నాడులరూపం శుక్ల, కృష్ణపక్షాల కాలచక్రం రూపంలో కనబడుతుంది !

నిజానికి మోక్షం కలిగించేది నిర్మలజ్ఞానం మాత్రమే. ఈ నిర్మల జ్ఞానానికి చిహ్నమే స్ఫటిక పర్వతము. ఇది శిరస్సులో నడినెత్తినవుండే సహస్రారానికి, హిమాలయశిఖరాలలోని సహస్రారకేంద్రం వంటిదైన శంబలకు దారి చూపించే మార్గం ! — యోగులు ధ్యానం చేసే కేంద్రంగా రెండుకళ్ళ మధ్యగావున్న భ్రూమధ్యంనుండి నిటారుగా పైకి ప్రయాణించి తల శిఖరానవున్న సహస్రారానికి పోయే దారే — శంబలకి పోయే రహస్యమార్గం. సహస్రారచక్రంలో వెలిగే నవరత్నాల కాంతులను వెదజల్లే వెలుగే, స్ఫటిక పర్వతంమీద పడి వెలిగే శంబలప్రభుని దివ్య కాంతులు — జ్ఞానకిరణాలు !

ఇది తెలుసుకున్నప్పుడే **'కల్క్యావతారం'** భూమికి ఎప్పుడువచ్చేదీ, అంటే మనిషిలో జంతు లక్షణాలతోపాటు, దైవలక్షణాలు, దానవత్వంలో మానవత్వం లేక మానవత్వంలో దైవత్వంలా కనిపిస్తాయి — శరీరంలో ! వెన్నునుండి నిటారుగా పైకి — గొంతునుండి నోటిలోనికి తూర్పుగాను, గొంతులోంచి శ్వాసనాళం వెనకగా తలనుంచి రెండుకళ్ళమధ్యకి చేరుకునే కాలవ — గంగా యమునలు కలిసి ప్రయాణించే, విష్ణు-రుద్ర-ప్రయాగల సంగమ స్థానం !

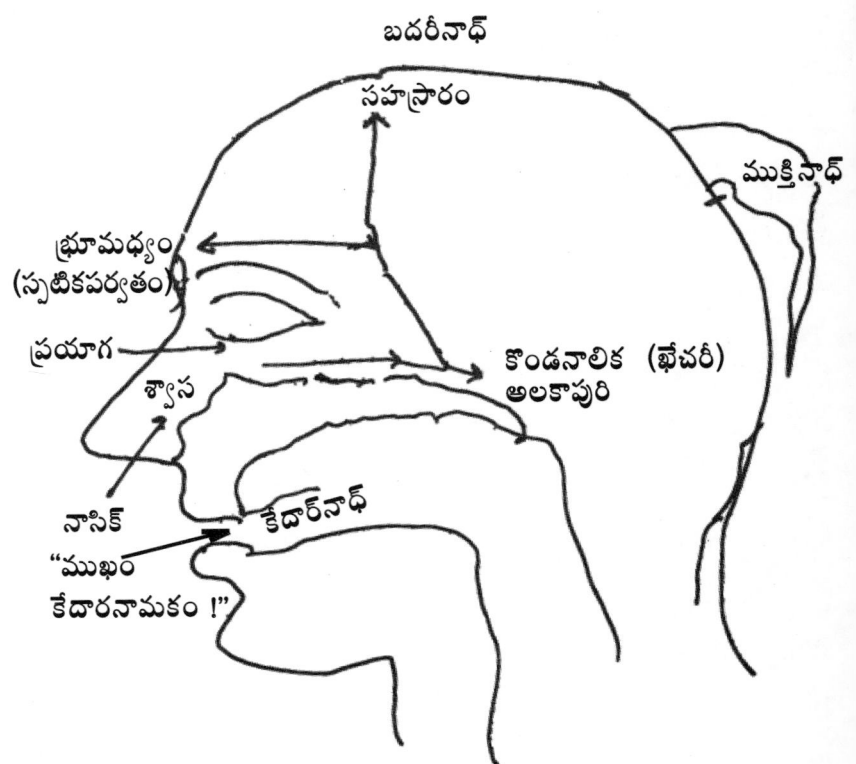

దీనినిబట్టి బుద్ధిమంతుడైనవాడు తన బుద్ధిని ఉపయోగించి శంబలకుమార్గం కనిపెట్టాలి. మన శరీరంలో ప్రయాణించే దిక్కులే బయట హిమాలయపర్వతాలలోనూ వుంటాయి ! అదే దిక్కులకి మన మంతా ప్రయాణిస్తాము. అయితే దీనికి దగ్గర మార్గాలున్నాయి — వాటికే సద్యోముక్తి, క్రమముక్తి అనిపేరు. అనేకజన్మలలో క్రమంగా సాధించే ముక్తి — క్రమముక్తి ! అలాకాక ఒకేజన్మలో ఒక్కసారిగా సాధించే ముక్తి సద్యోముక్తి అని ఇలా "రెండురకాల — మార్గాలు" అంటూ ఆ యోగి-లామా మహాశయుడు తన ఆధ్యాత్మిక ప్రసంగాన్ని హిమాలయ పర్వతాలలో దాగిన శంబలమార్గానికి ముడిపెట్టి జటిలంగా ఘాటుగా ఉపన్యసించాడు.

అయితే మాలో చాలామంది, కేవలం భోజనం, నిద్రల గురించి మాత్రమే ఆలోచించే పామరులు గనక ఈ యోగమార్గ రహస్యాలను పట్టుకోవడం మావల్ల సాధ్యంకానిపనిగా భావిస్తూ కనీసం ఈ యోగి చెప్పిన గుర్తులు జ్ఞాపకం పెట్టుకుని మా టేబుల్‌పైన పరచిన మేప్‌ను హిమాలయపర్వతాలలో లోయలను, కొండచరియలను చూపే మేప్ సహాయంతో దీనిని అన్వయించి ఏలోయలో ఏనదిప్రక్కనుండి ఏదిక్కు గుండా వెళ్ళాలో — అందరం కలిసి చర్చించటానికి మా గుడారాలలో మీటింగ్‌పెట్టాలని నిశ్చయించుకున్నాము.

పగలంతా బరువైన మా సామానులు మోసుకుంటూ హిమాలయ పాదపీఠంలో లోయలు, కొండలు దాటుకుంటూ నడిచొచ్చిన ప్రయాణ బడలికలోవున్న మేము సాయంత్రం చలిగాలి తగలకుండా వెచ్చగా

వుండేలా వేసిన మా గుడారాలలో మీటింగ్ పెట్టుకుని చర్చించాలని నిశ్చయించుకున్నాము.

"సంస్కృతంలో — గుహ అంటే హృదయంలోని **'ఆత్మగుహ'** ! ఆత్మలో వెలిగే జ్యోతియే గుహుడు — లేక **'గుహేశుడు'** అనబడే పరమాత్మ. వేదాలలో చెప్పినట్టు భగవంతునిగా ప్రతీజీవి హృదయం లోనూ వెలిగే జ్యోతి —

"యో వేదః నిహితం గుహాయాం"

— అంటే ఎవరైతే మనుషుల హృదయ గుహలో రహస్యంగా ప్రతిష్ఠించబడి స్ఫటికంలా వెలుగుతున్నాడో — వాడినే తెలుసుకో ! వాడినే చేరుకో !"

అన్నారు. కాబట్టి స్ఫటికపర్వతానికి రహస్య ద్వారంకూడా — అలానే మనలోంచే వెతుక్కుని — ప్రార్థనాభావంతో అన్వేషిస్తే ఆపైన మన అదృష్టం, ఆపైన పరమాత్మ దయవుంటే తప్పక కనిపిస్తుంది బిలద్వారానికి దారి !"

అంటూ చివాలున లేచాడు లామా మహాశయుడు — చర్చను అకస్మాత్తుగా కట్‌చేస్తూ — "నాకు సాయంకాలం సంధ్యకు, ధ్యానానికి సమయం మించిపోతోంది" అంటూ !

దాంతో ఆనాటి చర్చకు తెరపడింది.

42

తుఫానులు రాకుండా–
హోమం !

ఆరాత్రికి వేరే ఇతర గ్రామస్థులెవ్వరినీ ఇబ్బందిపెట్టకూడదని నిర్ణ
యించుకున్నాం అందరం ! వెంటనే ఆకొండచరియకు దిగువగా మా
గుడారాన్ని నిమిషాలమీద గొడుగులా పరచి గట్టిగా మోకుతాళ్ళతో బిగించి
కట్టాము. మర్నాడు పొద్దున్నే చీకటితో ప్రయాణం కావలసివున్నందున
రాత్రిభోజనం బరువుగా చేయకుండా తేలికపాటి ఫలహారంతో సరిపెట్టా
లని మాబృందంలో అందరం నిర్ణయించుకున్నాం ! ఏంచేస్తే బాగుం
టుంది? అని మేము తర్కించేలోపునే మాతోవచ్చిన షేర్పాలు పెద్దగాడి
పొయ్యిలాంటిది తవ్వి అడుగున్నరఎత్తు మంట వెలిగించారు. మూటగట్టిన
డబ్బాలలోంచి గోధుమపిండినీ వేడినీళ్ళతో చక్కెరతో సోడాఉప్పును కలిపి

రబ్బరుతో పిసికి ముద్దచేశారు అరచేతులతోనే మర్దనాచేస్తూ! మేం వినోదంగా చూస్తుండగానే పెద్దసైజు నిమ్మకాయంతసైజు ముద్దలు అరచేతితో నొక్కి అప్పుడంలా తట్టి క్షణంలో దాన్ని నిప్పులపైన కాల్చిన వేడివేడి చపాతీలు పొగలుకక్కుతుంటే పింగాణీ బేసిన్‌లోపెట్టి ఒక గుండ్రని టేబుల్‌పైన మాముందుంచారు. మిగతా వంటవాళ్ళు వేడిగా బంగాళదుంపలు ఉడికించి జారుగా పులుసువంటి కూర టమోటాలు కలిపి రుచిగా తయారుచేశారు. అదే మాకు భోజనం, ఫలహారం !! వేడిగానూ, రుచిగానూవున్న ఆ చపాతీలు కూరతో కలిపి ఒక్కొక్కళ్ళూ కడుపునిండా లాగించాము గోరువెచ్చటి ఉడుకునీళ్ళతో చేతులుకడుక్కొని ! పింగాణీమగ్గులలో పొంగుతున్న పాలుపోసి అందరికీ అందించారు. అంతే నిమిషాలమీద అందరం కంబళీలకింద దూరి వెచ్చగా గురకలువేస్తూ నిదురించాం ! అసలు ఎప్పుడు తెల్లవారిందోకూడా మాకు తెలీదు వేడి వేడి టీపోసిన మగ్గులు మాచేతులకు అందించేదాకా !

ఆరోజు మాతో పరుగుపందెం వేసినట్టు సూర్యుడు మాకన్నా ముందే ఉదయించాడు. తళాతళా చలిమంటలాంటి వేడివేడి సూర్య కిరణాలు మా వీపులమీద తగిలిస్తూ చురుకువేసినట్టు ! గంటలోగా అందరం ప్రయాణానికి సిద్ధపడ్డాం !

మాపనివాళ్ళు ఆదుర్దాగా గుడారపు తాళ్ళుపీకి మాటెంట్‌ను ఎత్తి వేస్తుంటే మామధ్యలోంచి చార్లెస్ బెల్ గొంతు బొంగురుగా వినిపిస్తోంది.

“లామామహాశయా ! రాత్రిమీరు మాకుచేసిన హామీని మరచి పోలేదుగా ! దాని విషయం ఏం చేస్తారు ? అన్నాడు. రాత్రి చలిగాలికి వడగండ్లవానకు జలుబుతో గొంతుపట్టేసినట్టుగా మాట్లాడుతూ.

"దేన్నిగురించి మీరడిగేది ?" లామామహాశయుడు ప్రశ్నించాడు.

"అప్పుడే మరిచిపోయారా ? మన ప్రయాణానికి మంచివాతావరణం కావాలిగదా ! ఇక్కడ ఎవరన్నా తాంత్రికలామా వున్నాడేమో వాకబు చేయిస్తారా ? ఖర్చు ఎంతైనా పరవాలేదు. మన ప్రయాణం సాఫీగా సాగాలి ఎలాంటి మంచుతుఫానులు, వడగండ్లవానలూ లేకుండా ! నిజానికి 'ఇది ఎలా సాధ్యము స్వయంగా చూడాలని మాకు ఆసక్తిగా వున్నది !"

దానికి సమాధానం ఏమీ చెప్పకుండా లామా పక్కకివెళ్ళి మా గుడారాన్ని తాళ్ళువిప్పుతున్న కూలీలతో టిబెటన్ భాషలో ఏదో మాట్లాడాడు. వాళ్ళు ఆశ్చర్యంగా ఆయనవంక చూస్తూ కళ్ళు వెడల్పుగా చేసి నమస్కారం పెడుతున్నట్టు దోసెడుపడితే ఐదు వందరూపాయలనోట్లు వారిచేతిలో గిరాటువేసాడు. అంతే ! అరగంటలో మాపనివాళ్ళు గుడారాలు పూర్తిగా ఎత్తివేసి మా మకాములు ఖాళీచేసేలోగా మమ్మల్ని ఆ కూలీ వాండ్లు ఒక భూటాన్ దేవాలయానికి తీసుకొనివెళ్ళారు. అది పదడుగుల కంటే ఎత్తులేదు, నలుచదరంగా కట్టబడివున్నది, ఒక తులసికోటలాగా ! దానిమధ్యలో రెండున్నర అడుగులఎత్తు అరుగు నిర్మించివున్నది. ఆ అరుగుమధ్యన నలుచదరంగా ఒక హోమగుండంవంటిది ఎర్రటి ఇటుకతో కట్టబడివున్నది. దానిచుట్టూ ఆంజనేయస్వామి విగ్రహానికి పూసినట్టు ఎర్రటి సింధూరంరంగు ఆముదంతో కలిసి పట్టించారు, ఎర్రగా మెరుస్తోంది ! ముగ్గులతో పసుపు కుంకుమలతో అలంకరించబడివున్నదా హోమగుండం. దానికి పడమటిదిక్కుగా పంచలోహాలతో చేసిన మూడు అడుగుల ఎత్తుగల దీపారాధనసమ్మెలో అఖండదీపం వెలుగుతోంది.

ఆ మందిరం అంతా సాంబ్రాణివాసనలతో టిబెటన్ అగరుబత్తుల పరిమళంతో ఒక పవిత్ర పూజాస్థలంగా చూస్తూనే తెలిసిపోతోంది, దానిముందర పద్మాసనంలో కూర్చునివున్నాడు. పొట్టిగా, లావుగా కుదిమట్టంగా వున్న పూజారివంటి లామాబ్రాహ్మణుడు ! అతడు బ్రాహ్మణుల పూజలు, లామాల తాలూకు హోమాలు రెండూ చేసేవాడిలాగా కనిపించాడు.

మాతో వచ్చిన లామా భూటానీభాషలో అతివేగంగా మాట్లాడాడు, మాకు ఒక్కమాటకూడా అర్థంకాకుండా ! చేతిలో ఐదు వందరూపాయల నోట్లు పడగానే ఆ పూజారి ముఖం ఆనందంతో వెలిగిపోయింది. తన పంచెబొందీలో దోపుకున్న ఒక రేకుడబ్బీ తీసి పొగాకుతో కలిపి తమలపాకు కిళ్లీగా చుట్టి ఉత్సాహంగా నమలసాగాడు. గుప్పున జరదావాసన ఎర్రటి తాంబూలంరంగు మాకందరకూ ఘాటుగా తగిలింది. ఇంతలో అతడు పొడుగాటి కర్రలవంటి గరిటెలులాగావున్న హోమంచేసే పరికరాలు తీసి ప్రక్కనపెట్టాడు. ఇంతలో నౌకరుతెచ్చిన నెయ్యి, నవధాన్యాలు, పూజాకుంకుమ, పసుపు సిద్ధంచేసుకున్నాడు. పక్కనేవున్న గంటతీసి గట్టిగా మోగిస్తూ సొట్టలుపడ్డ పాత రాగిపాత్రలోంచి తీర్థం ఆచమించాడు. మీతో వచ్చిన టిబెటన్ లామా ఆయనతో వేగంగా మాట్లాడేస్తున్నాడు. తన చూపుడువేలు ఆకాశంవైపు చూపిస్తూ గుండ్రంగా చక్రంలా తిప్పుతూ ఆయన పైకిచూసి నవ్వి ఇష్టంగా తలవూపినట్టు అంగీకారసూచకంగా తన పీఠంపైన కూర్చున్నాడు.

ఏంజరుగుతోందో మేం గమనించేలోగా అందరం ఒక్కసారిగా తుళ్ళిపడ్డాం.

'భం' 'భం' అంటూ భయంకరంగా మావీపు వెనకాలనుంచి మోగిన శబ్దానికి వెనక్కితిరిగి చూస్తే తెలిసింది ఆ పూజారి శంఖం పూరించాడని — భూతాలు, గాలిసంబంధమైన దుష్టశక్తులను పారద్రోలే కుడివైపు తిరిగిన దక్షిణావర్త శంఖంతో. క్షణకాలం ప్రాణాయామంచేసి హోమగుండంలో కర్పూరంగడ్డ తీసి జ్వాలగా వెలిగించాడు. చిన్నచితుకుల మంట పెద్దదిచేసి పెద్ద కట్టెలు సమిధలువేస్తూ జ్వాలను అడుగున్నర ఎత్తుకు ప్రజ్వలింపజేశాడు. చేతిలో అక్షింతలు తీసుకొని తీర్థంతో సంప్రో క్షించి ప్రదక్షిణంగా తనచుట్టూ హోమగుండంచుట్టూ చల్లాడు. వెలుగు తూన్న జ్వాలలోకి గరిటెల వంటి హోమంచేసే శృక్శృవాలు ముంచి నేతితో హోమంచేశాడు. సరిగ్గా పదిహేనుసార్లే ! అంతే ! అదికూడా నవ ధాన్యాలు తొమ్మిది రెండేసిసార్లు అగ్నిలో హోమంచేశాడు. పటికబెల్లం గడ్డ, టెంకాయ నైవేద్యమిచ్చి నిమ్మకాయలు కోసి నాలుగుదిక్కులా విసిరివేశాడు. ఆశ్చర్యపోయేలోగా తటాలున నిలబడి తనపళ్ళెంలోని కుంకుమతో మా నుదుట నిలువుగా బొట్టుదిద్దాడు.

"ఇక భయంలేదు మనకి ధైర్యంగా వెళ్ళవచ్చు అంటున్నాడు పూజారిమహారాజు" అన్నాడు లామా మా అందరివంకా చూస్తూ !

"ఏమిటి దీంతోనే తుఫానులు, గాలివానలు, వడగండ్లవానలు ఆగిపోతాయా ? ఏమిటీ ?" అన్నారు సాహసయాత్రీక బృందంలోని ఒక రిద్దరు తప్ప అందరూ ! మాతోవచ్చిన లామా సమాధానం చెప్పేలోగా పూజారిమహారాజు అందరినీ తోసుకుంటూ ముందుకువచ్చాడు. ఆయన కళ్ళు ఎఱ్రబడి క్రోధంతో జేగురించినట్టు కనిపించాయి. మాఅందరి

చేతులలో చందనము తన వేళ్ళతోరాసి దోసెడుపట్టు ఆకాశంవైపుకి అన్నాడు మాకు తెలియని భూటానీ భాషలో ! లామామిత్రులు అనువాదం చేస్తే తెలిసింది ఆశ్చర్యంగా అందరం ఆకాశంవంక చూస్తూ రెండు చేతులూ పట్టాము ! మరుక్షణమే హోమగుండంపైన ఖాళీస్థలంలోంచి మాచేతులలో ధారగా పసుపురాసిన బియ్యం అక్షింతలుగా పడ్డాయి. ఏదో అదృశ్యశక్తులు చల్లుతున్నట్టుగా — చూస్తే ఆకాశంలో ఏమీలేవు ! కాని అక్షింతలు, కుంకుమ మాఅందరి దోసిట్లో అలా రెండునిమిషాల పాటు ధారగా వచ్చిపడింది. మాకు మతిపోయినంతపనయింది, మాకు కళ్ళ ఎదుటే చూపిస్తున్న ఈ మంత్రసిద్ధికీ మహిమకూ !

ఆతరువాత మూడురోజులవరకూ మా ప్రయాణంలో ఏ బాధా కలుగలేదు వాతావరణంవల్ల ! ప్రశాంతంగా ఎండకాసింది. చల్లటిగాలి సౌమ్యంగా విసిరింది. మబ్బులుగానీ, వానజల్లుగాని, మంచుతుఫాను గాని మచ్చుకు కూడా కనిపించలేదు, ఆ మూడురోజులూ.

మావెనుకే భూటానీభాషలో పూజారి మహారాజు అన్నమాటలు —

"అనవసరంగా కష్టపడ్డారు, మీరంతా ! నాతో చెప్పివుంటే ఒక వెయ్యిరూపాయలతోనే ఈ తాంత్రికహోమంచేసి గాలిలోని దేవతలనూ వాతావరణ శక్తులనూ శాంతింపజేసేవాడను. మంచుదెయ్యాలను దిగ్బంధం చేసి పెట్టేవాడిని మీకు ఏబాధా కలుగకుండా" అంటూ మావేపు ఆశీర్వదిస్తున్నట్టుగా చేతులూపసాగాడు ముందుకి ప్రయాణంగా సాగిపోతున్న మావెనకాలే !

హోమం చేయడం మాత్రం గంటసేపన్నా పట్టలేదుగాని — అలా

హోమంతో పంచభూతాలను అదుపుచేయడం మేము జీర్ణించుకోలేని ఆశ్చర్యం రాత్రీపగలూ మెదడుని తొలిచేసింది ! ఎంత బుర్రపగలగొట్టుకున్నా మాకది ఎలా సాధ్యమయ్యిందో మాకసలు అర్థముకాలేదు.

"ఏమిటో ! ఈ హిమాలయాలలో అన్నీ వింతలే !" అనుకుంటూ ప్రయాణం చేశాము.

43

ప్రపంచం-భవిష్యత్తు తెలిపే - 'నాడీగ్రంథం'! - "పురాణ సంహిత!"

అప్పటికే పొద్దు వాలిపోయింది ! సూర్యుడు పడమరకి చేరుకునీ చేరుకోగానే ఎత్తైన మంచుశిఖరాలవెనక్కి దిగిపోతాయి ! దాంతో — వాతావరణమంతా ఒక్కసారిగా మంచుగడ్డలా చల్లగా చలి-వొణికించేస్తూ బిగుసుకు పోసాగింది ! అప్పుడు గుర్తుకువొచ్చింది "స్పటిక-పర్వతం" — సూర్యకాంతిలోని వేడినీకూడా గ్రహించి దాన్ని మనమీదకి ప్రతిఫ

లించడమే కాక సూర్యుడి ఎండయొక్క వేడిమినికూడా ఒక భూతఅద్దం లాగా దాన్ని మరింత వెచ్చగాచేసి గ్రహించి ఆప్రాంతాన్నంతా వేడినికూడా ప్రసారంచేస్తూ చలినుండి కాపాడిందనీ !

అంతేగాదు ! ఇప్పుడా చలి పెరిగిపోవడంతో — అదే స్ఫటిక-పర్వతం మళ్లా అదేవిధంగా చలినికూడా ఆకర్షించి మరింత తీవ్రంగాచేసి పగటి వేడికిరణానికి బదులు ఇప్పుడు 'చలి-కిరణా'లను మరింత 'ఫోకస్'-చేస్తున్నట్టుగా మాపైన ప్రసరించసాగింది — మేం తట్టుకోలేనంత చలిగా.

అలా ఓగంట దాటేసరికి మా సాహసబృందంలో ఇక ఎవరికీ ధైర్యం లేకపోయింది. "ఇంతఎత్తునవున్న ఈ స్ఫటిక పర్వతం చరియలో మనమీరాత్రి ఈ చలికి తట్టుకొని తెల్లారేదాకా — అసలు బ్రతికి వుంటామా ? అనే ఆశకూడా అడుగంటి పోసాగింది !

భయంభయంగా మేము ఒకరి వంక వొకరం చూసుకుంటూ దిక్కుతెలియక బిక్కముఖాలతో దిగులుపడసాగాం ! మాలో ఎవ్వరూ ఒక్క మాటకూడా పైకి మాట్లాడటానికి సాహసించకపోయినా — అందరం ఒకరి భయాలను ఇంకొకరు వ్యక్తం' చేయ్యసాగాము ! మా పరిస్థితిని గమనించిన 'లామా' దోర్జీ చోగ్యాల్ మహాశయుడు ఇహ ఊరుకోలేక ఇలా అన్నాడు :

"మిత్రులారా ! మనమందరం ఇప్పుడొక గొప్ప విషమ పరిస్థితిలో చిక్కుకున్నాం ! ఈ 'స్ఫటిక-పర్వతం' చేరుకోగానే సమస్య అంతా తీరినట్టే అనుకుంటే ఎలా ? ఇల్లు అలికినవెంటనే పండక్కాదుగదా ! ఇప్పుడీ చలిని తట్టుకునే మార్గంకోసం వెతకడం ఒక్కటే కాదు ! మనం చేయ

వలసిన పని — ఇక్కడ ఇంకొకపని మిగిలిపోయివున్నది — అదికూడా పూర్తిచేస్తే మన ఈ 'సాహస-యాత్ర' సఫలీకృతమైనట్టే !" అన్నాడు తన జపమాలను వేగంగా తిప్పుతూ !

"దోర్జీ మహాశయా ! ఏమిటి మీ ఆదేశం ? మాకు త్వరగా సెల వియ్యండి స్వామీ !" — అన్నాం, అందరం ఒకే కంఠంతో ! ఆయన ఏమి చెపుతాడోనని ఆతృతతో ! ఓ రెండుమూడు నిముషాలు మౌనంగా వుండి ఆపైన ఇలా ప్రారంభించాడు.

"ఇక్కడ ఈ **'స్ఫటిక-శ్రీచక్రం'** మేరు ప్రస్థారంవంటి ఆకారంతో నిర్మాణమైవుండటాన్ని గమనించాంగదా ? అందులో నిటారుగా పైకి కనపడే 'స్ఫటిక-పర్వతం' — ఒక పిరమిడ్ ఆకారంలో వున్నట్టే అలాగే తలక్రిందులుగా 'బోర్లించిన-పిరమిడ్' ఆకారంలోవున్న ఖాళీ పెట్టెలా — అంటే ఒక కోనేరులా లేక 'పుష్కరిణి' ఆకారంలో మెట్లు మెట్లుగా అడుగుక్కి దిగుతూ పోవాలి మనం ! ఇలా పధ్నాలుగు-మెట్లూ, దిగుతూ వెళ్లి ఆ **'పుష్కరిణి'** అడుడుకు చేరుకోవాలి !"

"అదెంతసేపు గురుదేవా ! క్షణాలమీద మేమామెట్లన్నీ దిగుతాం !" అన్నాడు శ్రీనివాస చక్రవర్తి ఉత్సాహంగా ! తల అడ్డంగా తిప్పాడు 'లామా-చోగ్యాల్ మహాశయుడు. "మిత్రులారా ! ఇది మీరనుకున్నంత తేలిక పని కాదు ! ఈ **'స్ఫటిక-శ్రీచక్రాన్ని'** నిర్మించిన మహాత్ములెవరో అడుక్కి దిగే ఈ కోనేరువంటి పుష్కరిణిలోతుకి దిగే మెట్లలాగా 'క్రిందకి దిగే'-ఆకారంతో నిర్మాణంచేస్తూ, ఆ — 'కోనేరు' లోకి దిగే ప్రతీమెట్టూ ఎడమవైపు నుంచి ప్రదక్షిణంచేస్తూ కిందకి దిగి, పిరమిడ్‌లా ఒక ప్రదక్షి

ణంగా చుట్టివచ్చేలాగ దిగాకే మళ్లీ దానికిందవున్న తర్వాతమెట్టుకి దారి దొరుకుతుంది ! అలా అడ్డుగోడలా ఒక పిట్టగోడను కూడా నిర్మాణం చేశారు ! ఇది ఒక 'వైకుంఠపాళి' లోని చిక్కుప్రశ్నదారి వంటి — దారి !

అంటే — 'తలక్రిందులుగా' నిర్మాణంకాబడ్డ "పిరమిడ్" ఆకారంలో వున్న ఈ 'పుష్కరిణి' లోపలికి ప్రదక్షిణంగా మెట్లన్నీ దిగుతూ వెళ్ళాలంటే — ప్రతీమెట్టూ దిగేవారు ప్రదక్షిణంగా తిరుగుతూనే దిగాలి ! అలా — 14 సార్లు ఈ పధ్నాలుగు మెట్లూ దిగుతూవెళ్ళాలి ! చివరగా, అట్టడుగున వున్న ఓ బోర్లించిన 'త్రిభుజం' వంటి **'బిందు'** స్థానానికి చేరతాం ! అక్కడినుంచి ఒక నలుపలకల చదరంలాంటి "గది" వుంటుంది ! దానిలోంచి 'దక్షిణ ముఖంగా' వెళ్ళే 'ద్వారం' తెరుచుకుని మనంగనక దాంట్లోకి ప్రవేశిస్తే అక్కడ ఒక 'సొరంగ-మార్గం' కనబడుతుంది !

ఆ 'సొరంగమార్గం' — మన వెన్నెముకలోని, రహస్యంగా ఏర్పడి వున్న **"సుషుమ్నా-నాడి"** వంటి బ్రహ్మజ్ఞానానికి చేర్చే **"బ్రహ్మరంధ్రం"** వంటి దారి ! కాబట్టి దారి మనకే తెలుస్తుంది !

ఈ కోనేరువంటి 'బోర్లించిన-పిరమిడ్' ఆకారంలోవున్న పుష్కరిణి అడుగునుంచి ఈ రహస్య సొరంగమార్గంగుండా మనం ప్రయాణిస్తే అక్కడ వేడిగా పొగలు సెగలు గక్కుతూ 'బుడ-బుడ' మని ఉడుకుతూండే 'వేడినీటి-బుగ్గ'లు కనిపిస్తాయి ! అది ఒక — హిమాలయాల అడుగున భూగర్భంలోవున్న అగ్నిపర్వతాల వేడికి మంచుకొండల మంచు కరిగి సలసలా మరుగుతున్న **"వేడినీటి-పుష్కరిణి"** వంటి చెరువు ! అక్కడికి చేరుకోగలిగితే మిగతా సంగతుల విషయం ఎలావున్నా ఈ చలినుంచి మనం వెచ్చగా ఈరాత్రిని గడపగలుగుతాం !

అక్కడినుంచి అసలైన "స్ఫటిక-మేరుప్రస్థారం" యంత్రం వుండే, — 12 అడుగుల చదరంగావుండే మూల "గర్భాలయం" లోకి దారి దొరుకుతుంది ! అక్కడే మనకి ఈ మన సాహసయాత్రకు ఫలితమూ — మనం చేరుకోవలసిన గమ్యమూ దొరుకుతుంది ! నేను ఇంతకంటే చెప్పగలిగేదేమీ లేదు. ఆతరువాత మీఇష్టం !" అంటూ ముగించాడు లామా.

అప్పటికే రాత్రి ముదిరి మంచుకొండలన్నీ లేతనీలం రంగు మారి ఊదారంగుతో గాఢనిద్రలోని మనస్సులాగా — చీకటిలో అస్పష్టంగా తెల్లగా వెలుగుతున్నాయి ! ఆకాశంలో దట్టపు సిరావంటి నల్లని మఖమల్ తెర పరచినట్టు చుట్టూరా ప్రహరీగోడవలే వున్న 'మంచుపర్వతాల' శిఖరాల మధ్యనుంచి ఒక రంధ్రంలా ఆకాశం అష్టదళపద్మం ఆకారంలో కనిపించింది! దానిమధ్యగా వెన్నముద్దలాగా తెల్లటి లేతనీలపు కాంతితో వెలుగుతూ శుక్రగ్రహం ధగ ధగా ప్రకాశిస్తోంది !

మిగతా ఆకాశం అంతా వజ్రాలపొడి చల్లినట్టు నక్షత్రాలు దట్టంగా అలుముకుని పంచదార అద్దినట్టుగా మెరుస్తున్నాయి — సూదుల్లాంటి కిరణాలతో ఏడు రంగుల కాంతులుచిమ్ముతూ ! ఆ దృశ్యం ఎంత మనోహరంగావున్నా — చలి మా మాంసం తినేసి ఎముకలను నమిలి, నరాలను పట్టి తెంపి గుంజుతున్నట్టుగా బాధిస్తోంది ! మా పాదాలు మంచుతో చలికి ఒక టన్ను బరువున్నట్టుగా 'ఫీలై' అడుగుతీసి అడుగు వేయలేకపోతున్నాం !!

ఇక ఆలస్యం చేస్తే లాభంలేదని స్ఫటికపర్వతం అడుగున 'కోనేరు' లావున్న ఆ మెట్లవెంబడే క్రిందికి ఓ గుడిప్రాకారంలా చుట్టూరా

'మరచెంబు' లోని మరల్లా ప్రదక్షిణం చేస్తూ కిందికి దిగుతూ పోయాం ! అది కొన్నిగంటలు పట్టింది ! ఆ శ్రమకి మా శరీరం వేడెక్కి చెమటతో తడిసిపోయింది. చివరకు ఎలాగయితేనేం, ఆ కోనేరు అట్టడుగున వున్న 'త్రికోణాన్ని' చేరుకుని వీలైనంత హడావిడిగా అట్టడుగున — చదరంగా వున్న ఓ గదిలోకి ప్రవేశించాం !

ఆ గది సరిగ్గా 12-అడుగుల వెడల్పూ 12 అడుగుల ఎత్తూ 12 అడుగుల పొడవూగల 'ఆరుముఖాల' పెట్టె వలే — కట్టబడివున్నది ! దాని గోడలు చీకటికంటే నల్లగా తళతళా మెరిసే నల్లటి చలువరాతితో పాలిష్‌చేయబడి వున్నాయి. అంత లోతున అలాంటి నల్లటి చలువ రాయితో ఆ గోడలను తాపడంచేయడం ఎందుకా ? అని ఆలోచిస్తే పైనున్న నక్షత్రాలలో శిఖరంపైన వెలిగే 'శీర్ష-నక్షత్రం' — సరిగ్గా ఆ నల్లని చలురాయిమీద అద్దంలాగా ప్రతిఫలించి చెరువులో చంద్రుడిలా దాని ప్రతిబింబం నల్లటి ఫలకంమీద పడి, కనిపిస్తోంది ! అదేదో ఖగోళ గణితంతో లెఖ్ఖించి కట్టినట్టుగా అనిపించింది ! కాని అదేమిటో తెలుసు కునే ఆసక్తిగానీ అర్థంచేసుకోగల శక్తిగాని అప్పుడు మాకులేదు !

అలా ముందుగా 'లామా-దోర్జీ చోగ్యాల్' నడుస్తుంటే వెనకాలే మేమంతా చకచకా అడుగులు వేసుకుంటూ 'సొరంగ-మార్గం' ద్వారా ప్రయాణించి అగ్నిపర్వతం గర్భంలో బుడ బుడా ఉడుకుతూవున్న వేడినీళ్ళ 'నీటి-బుగ్గ' వద్దకు చేరుకున్నాం ! దాంతో అందరం ఒక్కసారిగా ఎంతో హాయిగా ఊపిరిపీల్చుకున్నాం ఆ వెచ్చటి 'స్పర్శ'-యొక్క సుఖానికి! కాళ్ళూ, చేతులూ, ముఖంలో ఆ వెచ్చటి నీళ్లవేడికి రక్త-

స్పర్శ కలిగించి, మళ్ళీ ప్రాణంతో బ్రతికినవాడిలాగా మాప్రాణం ఎంతో హాయిగావున్నది.

ఇంతలోనే 'ఉన్నానంటూ' మాకడుపులో ఆకలి దంచేస్తోంది! ఎలుకలు పరిగెత్తినట్టు కాదు — మా పేగులను ఆ ఎలుకలే కరిచి తింటున్నట్టుంది ! ఆ ఉడుకు నీళ్ళల్లో అందరం హాయిగా స్నానంచేసి మా బూట్లూ, యూనిఫారంలూ తీసేసి ఆ వెచ్చటి నీళ్ళల్లో శరీరాన్ని కాపడం పెట్టినట్టు మైమరచి ఆ నీళ్ళల్లోకి దిగి ఓలలాడాం !

"ఇక్కడ ఎక్కువ సేపువుంటే ఈ గంధకపు పొగ ఘాటుకి కొన్ని గంటల్లోనే మనమంతా స్పృహతప్పి పడిపోతాం !" అన్న లామా మహాశయుడి ఉరుమువంటి కంఠం మమ్మల్ని అందర్నీ తుళ్ళిపడేలా చేసింది భయంతో !

"గంధకం పొగ" అంటారేమిటి మహాశయా ?" — అంటూ అందరం ఏకకంఠంతో ప్రశ్నించాం ఆందోళనగా !

"మీరు అడిగారు గనక చెపుతాను. ఈ ఉడుకునీళ్ళ కుండం యొక్క రహస్యం ! ఒకానొకప్పుడు — అంటే కొన్ని లక్షల సంవత్సరాలకి పూర్వమే — బహుశా కొన్ని కోట్ల సంవత్సరాలకి పూర్వమేకావచ్చుకూడా — ఈ హిమాలయపర్వతాలు ఇలా ఆకాశాన్నంటే ఎత్తుకి పెరిగిపోక ముందు — ఇదంతా ఒక అగ్నిపర్వతం ! భూగర్భం లోని ప్రళయాగ్ని జ్వాలలు దాంట్లో నిత్యం చెలరేగుతూ ఆకాశాన్నంటుతూ ఎర్రగా మండిపోయేవి ! అవి, మన టిబెట్ సముద్రతీరంగావుండే రోజులై వుండాలి !

ఆతరువాత జరిగిన "గ్రహాలు ఢీకొన్న" గ్రహ-ప్రళయంలో ఆ వేడికి పాలు పొంగినట్టుగా గులకరాళ్ళు కొండరాళ్లూ కరిగి లావా ఎత్తుగా

ఓ అలలాగ భూమిపైకి లేచి ఇప్పటి హిమాలయపర్వత శిఖరాలుగా గట్టిపడి, ఆకాశాన్నంటుతూ ఇలా పెరిగాయి !

సరిగ్గా అదే సమయంలో — మీ దక్షిణ భారతదేశంలో ఆకాశాన్నంటే అంత ఎత్తులో చుక్కలను కూడా కప్పేస్తూ ఒక పర్వత శిఖరం వుండేది ! అదే 'వింధ్యపర్వతం' ! జరిగిన ఆ ప్రళయానికి ఆకాశంలోని 'అగస్త్య-నక్షత్రం' తటాలున భూమధ్యరేఖకి అవతలికి మళ్ళి — దక్షిణం వైపుగా వాలింది ! దానివల్ల భూమియొక్క ఉత్తర ధృవం కుడివైపుకు వొంగి భూమి ఏటవాలుగా తిరుగుతూవుంటుంది — ఇప్పటికీ !

ఆవిధంగా వింధ్య పర్వతం అగస్త్యునిచేత అణిచివేయబడి హిమాలయపర్వతాలు పైకి-ఎత్తుగా పెరిగిపోయాయి ! అంత ఎత్తుకు పెరిగినందువల్లనే చలి పెరిగి — అవి మంచుతో కప్పబడిన పర్వతాలుగా ఇప్పటికీ "హిమాలయ" పర్వతాలుగా రూపుదిద్దుకున్నాయి !"

"సరిగ్గా అదే ఆ ప్రళయ కాలంలోని అగ్నిపర్వతాలలోని ఉడుకు నీళ్ళే ఇప్పుడీ "వేడినీళ్ళ కుండం"లోని ఉడుకునీళ్ళు !! అందువల్లనే ఇవి గంధకం కరిగిన మంటతో వేడిగా మరుగుతూ వుండడంవల్లనే వేడీ, ఆవిరీ, గంధకపు వాసనా అన్నీ కలిసి ఈ వెచ్చటి ఈ వాతావరణాన్ని కలిగిస్తున్నాయి ! ఇక్కడగనక మనం ఈ నీళ్లలో ఎక్కువసేపుంటే ఈ గంధకపు వాయువు పీల్చినందువల్ల మనకి స్పృహతప్పిపోయి — తెలివి తప్పిపోతాం స్మారకం లేకుండా ! అందుకని మనం ఈ ప్రదేశంలోనుంచి త్వరగా బైటపడి మన యాత్రని కొనసాగించాలి !" అన్నాడు లామా-దోర్జీ !

మా సాహసయాత్రాబృందం అంతా ప్రాణాలు అరచేతిలో పెట్టుకొని విన్నాం, లామా మహాశయుడు చెప్పిన ప్రతీమాటా ! "ఇప్పుడు మన మంతా ఎటువెళ్ళాలో త్వరగా చెప్పండి మహాశయా !" అంటూ — అరుస్తూ న్నట్టుగా ప్రార్థించాం ! — బడలికనూ ఆకలినీ తట్టుకొనలేక !

'ఈ వేడినీటి-కుండం' చుట్టూరా సుమారు 10 అడుగులు ఓ అరుగు వంటిది గుండ్రంగా నిర్మించబడివున్నది. దాని అడుగున తూర్పు ముఖంగా వెళ్ళే గొట్టంవంటి 'తూము'లోంచి ఉడుకునీళ్ళు 'గలగలా' శబ్దంతో ప్రవహిస్తూ ఎటోవెళ్ళిపోతున్నాయి కొండలోకి ! అంటే ఆ వేడినీటికుండంలోకి ప్రవేశించిన నీళ్ళు ఆ కుండంలో గుండ్రంగా సుళ్ళు తిరిగి, తూర్పుగావుండే 'తూము'లోంచి మరెక్కడికో ప్రవహిస్తోందన్నమాట — అనుకుంటూ ఆ తూముపైన వున్న ఎత్తైన గోడను సమీపించగానే లామా తనచేత్తో — ఒక ముక్కోణంగావున్న రాతిని లోపలికి నెట్టాడు ! అది ఒక 'కాలింగ్-బెల్' స్విచ్‌లాగా, లోపలికి అణగారి — ఓ బరువైన పెద్ద రాతిగోడ-ద్వారం తెరుచుకుంది !

దానిగుండా లోపలికి ప్రవేశించాం అంతా ! ఒక ఫర్లాంగుదూరం వెళ్ళేసరికి తళతళా వెలిగిపోతున్న దీపాల వంటి కాంతితో ఏడు-రంగుల **'గాజుగోడల-గది'** వంటిది కనపడింది ! దాని అడుగున నేల 'అష్టదళ పద్మం'లాగ చెక్కబడివున్నది ! చుట్టూ ప్రహరీగోడకూడా అష్టకోణాలతోనే అమర్చబడివున్నది ! పైన కప్పుకూడా పద్మంలా ఎనిమిది-పలకలుగా పేర్చబడివున్నది. ఏడురంగుల స్పటికాలతో తాపిన గోడలలోంచి ఎంతో వెలుతురు పది ట్యూబ్‌లైట్లు వెలిగించినంత కాంతి ఆ లోపల ఎలా వస్తుందో మాకు అర్థంకాలేదు !

ఆ గదిలోకి ప్రవేశించగానే గంధపు-చెక్కతో చేసిన ఒకపెద్ద భోషాణం వంటి పెట్టె కనపడింది !

లామా మహాశయుడు ఏనుగుతొండంలా వున్న దాని గడియను గట్టిగా పైకెత్తాడు ! గర గరమనే పెద్దశబ్దంతో ఆ భోషాణంమూత తెరుచుకుంది! అది చాలా బరువుగా వుండటంవల్ల — మేం మరి నలుగురం అరచేతులతో బలంగా ధట్టించి పైకెత్తితేనే — అది తెరుచుకో లేదు ! ఆశ్చర్యం !! ఆ భోషాణంనిండా రంగురంగుల సిల్కుగుడ్డలలో చుట్టిన 'దస్త్రాల' వంటివి, కనిపించాయి! అవేమిటో లామా మహా శయుడిని అడుగుదామనుకుంటుండగానే ఆయనే ఆకట్టలలో పైదాన్ని తీసి మాకు చూపించాడు. అందరం ఆశ్చర్యపోయాం ! అవి ప్రాచీన తాళపత్ర గ్రంథాలు !! ఆశ్చర్యంగా లామా దోర్జీ చోగ్యాల్‌వైపు చూశాం — ప్రశ్నార్థకంగా !

"ఇదేమిటి ? అనిగదూ ఆశ్చర్యపడుతున్నారు ? ఇందులో **'ప్రపంచ-చరిత్ర'** అంతా — ఇప్పటిదాకా జరిగింది ఈ తాళపత్రాలపైన స్ఫటికపర్వతం నిర్మించిన 'మహర్షుల' చేత అతిపురాతన — **"పురాణ సంహిత"** అనే గ్రంథంగా రాయబడివున్నది. ఇది వేదాలకంటే బహు పురాతనమైనది !

"ఇందులో ఏముంటుంది గురుదేవా ?" అన్నాం అంతా ఏక కంఠంతో.

"ఇందులో మానవజాతి పుట్టకముందు కాలంలోని ఈ భూగోళం మీద జరిగిన కథంతా రాయబడివున్నదని — నేనిదివరకే మీకు చెప్ప

లేదూ ? అంతరిక్షంలోంచి భూగోళంమీదకి 'విమానాల' లో వచ్చిన "ప్రజాపతుల" వల్ల మానవ-సృష్టి ఎలా ప్రారంభించబడిందో ? దాన్ని ఇంకా వివరంగా పూర్తి సైన్సు వివరాలతో ఈ గ్రంథాలలో రాయబడి వున్నాయి ! అలాంటివి 18-సంపుటాలుగా "సృష్టి" ప్రారంభంనుంచి ఇప్పటిదాకా జరిగిన చరిత్ర యావత్తూ ఎలా జరిగిందో అలా, రికార్డు చేయబడివున్నది ఈ గ్రంథాలలో !

ఇకపోతే ఆ — కుడిచేతివైపుగావున్న ఈ 'తాళపత్ర-గ్రంథం'లో రాగల **'భవిష్యత్తు'** మొత్తం ఎప్పుడెప్పుడు ఏం జరుగబోతోందో అంతా "కాలజ్ఞానం"లా దివ్యదృష్టితో చూసిన భవిష్యత్తు — అంతా వుంది !" అన్నాడు లామా మహాశయుడు.

"ఈ భవిష్యత్తు ఎప్పటిదాకా రానున్న కాలంలోకి రాశారు గురు దేవా ?" అన్నాడు శ్రీనివాస చక్రవర్తి ఆసక్తిగా !

"ఇది రెండు భాగాలుగా రాయబడివున్నది! అందులో (1) మొదటి భాగం ఈ "కలియుగం" ప్రారంభంనుంచి అంటే శ్రీకృష్ణప్రభువు అవతారం చాలించినప్పటినుండీ మొదలై ఈ 21వ శతాబ్దం చివరివరకూ రాయబడి వున్నది ! ఇదంతా "గత-చరిత్ర" క్రిందే లెఖ్ఖ, మహర్షుల దృష్టిలో !"

"ఇకపోతే (2) రెండోభాగంలో మిగతా ఐదు తాళపత్రగ్రంథాల లోనూ అంటే తాటాకుల పుస్తకాలలో రానున్న ఐదువేల (5000) సంవత్స రాలల్లోనూ జరగబోయే "భవిష్యత్తు" అంతాకూడా విశదంగా రాసి వున్నది ! దీనిని **"సంహిత !"** అంటారు. అంటే "కూర్చబడినది" అని అర్థం !

ఈ 'సంహిత'లో మొదటి భాగంలో దేశాలు దేశాల భవిష్యత్తూ, ప్రపంచయుద్ధాలు, కరువులు, కాటకాలు, జననష్టం, తోకచుక్కలూ, భూకంపాలు, మహాత్ముల అవతారాల వంటివన్నీ, ప్రపంచం మొత్తానికి సంబంధించినవి వుంటాయి.

ఇకపోతే ఈ (2) రెండవగ్రంథంలో ముఖ్యమైంది — **"జాతక కాండ"** అంటే 'నాడీ-గ్రంథం' వంటిది. ఇందులో ఈ కలియుగంలో పుట్టబోయే జీవుల జాతకాలు, వాటిపేర్లు, నక్షత్రాలు, తల్లిదండ్రుల పేర్లదగ్గరనుంచీ మూడు జన్మల వరకూ రాబోయే తరాల వారి జాతకాల భవిష్యత్తు అన్నీ రాయబడివుంటాయి. "ఇవేనా ? **నాడీగ్రంథాలంటే ?**"

"గురుదేవా ఈ గ్రంథాలను చూస్తే అడుగున్నర మందమే వున్నాయి కదా ! అంటే కొన్ని వందలపేజీలో, వేలపేజీల్లో వుండవచ్చు. మరి ప్రపంచంలో పుట్టే జనాలసంఖ్య కోట్ల లోనో లేక వేలకోట్లలోనో వుంటుంది కదా ! అంతమంది జాతకాలు ఈ కాస్తగ్రంథంలోనే రాసిపెట్టడం ఎలా సాధ్యం ?" అంటూ తన అనుమానాన్ని వెళ్ళబెట్టాడు ఖగోళపరిశోధకుడు ఔస్పెన్స్కీ.

"అదా మీ సందేహం ? అంటే ఇందులో పుట్టినవాళ్ళు అంటే బాల్యంలోనే పుట్టి చనిపోయే, బాలారిష్టంగలవారి జాతకాలు రాయరు ! అలాగే జ్యోతిషం అంటే నమ్మకంలేనివాళ్ళు, నాడీగ్రంథాల దగ్గరకు రాలేని దురదృష్టజాతకుల జాతకాలు రాయరు.

మరి ఎవరి జాతకాలు రాస్తారంటే ఎవరికైతే భక్తివిశ్వాసాలు, దైవ చింతన, పాపభీతి కలిగి దేవుళ్ళు, దేవతలు, ఋషులు, ధర్మం, పాపం,

పుణ్యం అన్న విషయాలమీద నమ్మకంవుంది, నైతికమైన నడకా, వుంటాయో అలాంటివారి జాతకాలు మాత్రమే ఇందులోవుంటాయి.

ఇప్పటికే ఇందులోవే, వెయ్యిదాకా గ్రంథాలు మీ భారతదేశంలో అనేక రాష్ట్రాలలోకి తరలి వెళ్ళిపోయాయి. ఇహ ఇక్కడ ఈ హిమాలయాల ప్రాంతాలలోకి రాగల పుణ్య-జీవుల జాతకాలుమాత్రమే ఇక్కడ మిగిలివుంటాయి" అన్నాడు లామా.

"ఐతే ఇందులోని మన జాతకాలుచెప్పే ఫలితాలు చదువుకోవడం ఎలా ? ఎవరి జాతకం ఎక్కడ లభిస్తుందో తెలిసేదెలా ?"

లామా మహాశయుడు దీర్ఘంగా ఊపిరిపీల్చుకొని ఇలా ప్రారంభించారు.

ప్రతి మనిషికీ — కుడిచేతికి బొటనవేలిముద్ర వుంటుంది. అందులో తల వెంట్రుకలవంటి సన్నని రేఖలుంటాయి. ఆ రేఖలను లెఖ్ఖించిచూస్తే వారి జీవిత రహస్యాలన్నీ అందులోనే వుంటాయి. అంటే చేతి రేఖల సంఖ్యను 60-తో భాగిస్తే ప్రభవనుంచీ 60-ఏళ్లలో వీడు పుట్టిన సంవత్సరం వస్తుంది. అదే 24-గంటలతో భాగిస్తే జననకాల గడియా, 12-తో నెలా, 27తో నక్షత్రమూ వస్తాయి ! వారు వేలిముద్ర తీసి లెఖ్ఖించే సమయానికి లగ్నం కడితే వారి జన్మలగ్నం వస్తుంది ! జీవితం గురించి ప్రశ్నించే జాతకంతీసే సమయానికి ఆరోజున వున్న సమయానికి వున్న గోచారం తీసి ఫలితాలను తీసి దానినిబట్టి సమీప భవిష్యత్తు రాసివుంటుంది. ఇలాంటి "భవిష్యత్-శాస్త్రాల" జన్మభూమి వంటిది — అంటే ఆధ్యాత్మిక జ్ఞానానికే జన్మభూమివంటిది ఈ 'శంబల' !

"ఇందులోని ఈ రహస్య తాళపత్ర గ్రంథాలలో భూమిమీదకు పుట్టే ప్రతివాడి జాతకాలూ భూమ్మీదకి వచ్చే అవతారాలు వంటి అందరి విషయాలుకూడా రాయబడివుంటాయా ?" — రోరిఖ్స్.

"అవన్నీ ఈ గ్రంథాలలో వెతికితే లభిస్తాయా గురుదేవా ?" — అన్నాం !

"లభించవు !"

"ఎందుకని ?"

"ఎందుకంటే — ఈ గ్రంథాలు రాసినవారు సిద్ధపురుషులు ! ఏవైతే దేవరహస్యాలూ, బ్రహ్మజ్ఞాన రహస్యాలు, స్వార్థపరుల చేతిలో పడకూడని ఆధ్యాత్మిక రహస్యాలు ఏవివుంటాయో అవి రాసిపెట్టిన గ్రంథాలవంక వారు తీవ్రంగా ఒక టార్చిలైటు వంటి దృష్టితో చూస్తారు. మరుక్షణమే ఆ గ్రంథం మాయమై పోయి హారతి కర్పూరంలా గాలిలో హరించుకుపోయింది !

దానికి సరిగ్గా ఎవరికి లభించాలో వాళ్ళు లభించే టైముకు వాళ్లు అక్కడికి వచ్చినపుడే, అవి నీటిఆవిరి నుంచీ వడగండ్లు గడ్డకట్టి నట్టుగా — ఈ రహస్యగ్రంథాలు సాక్షాత్కరించి — ప్రత్యక్షమై కని పిస్తాయి !

ఇక మీరు ఆ విషయాన్ని వదిలేయండి !! ఇక్కడనే ఒక చిన్న బౌద్ధదేవాలయం వున్నది. అక్కడ తెల్లవారుజామున సుప్రభాత పూజ కావస్తున్నది. మీరుగనక చురుగ్గా నడిస్తే మీకడుపులోని ఆకలి తీరే ప్రసాదం లభించవచ్చు !" అన్నాడు లామా మహాశయుడు.

మంచి ఆకలిమీదున్న మాకు మరో ఆహ్వానం అక్కర లేకుండానే ఆ తాళపత్రాల భోషాణం మూసివేసి మోకాళ్ళమీద వంగి నమస్కారంచేసి పరుగులాంటి నడకలతో ప్రసాదంకోసం పరిగెత్తాం !

44

'శ్వేతద్వీపం' - సిద్ధుల తపోభూమి !

అక్కడ, ఎటుచూసినా తెల్లని మంచుకొండలు ! నీరెండకి తళతళా కరిగించిన వెండిలా మెరిసిపోతున్నాయి. కళ్ళు జిగేలుమనేలా, సూర్యుడి కిరణాలు కళ్ళల్లోకి పొడిచేలాగ ప్రతిఫలిస్తూ మంచురాళ్ళు అక్కడక్కడ స్ఫటికాల్లాగ మెరుస్తున్నాయి !

తెల్లని ఆ మంచు మైదానంవెనకాతల ఆకాశం ముదురు నీలం రంగుతో కొట్టవచ్చినట్లు ఒక నీలం సిల్కుతెరలా కనిపిస్తోంది, దుమ్ము లేని ఈ హిమాలయపర్వతాలలోని నిర్మల వాతావరణంలో ! ఎంత దూరాన్నుంచి చూసినా శిఖరాలూ, లోయలూ స్పష్టంగా కనుచూపుకు అందుతున్నాయి. ఎండలో తెల్లగామెరిసే ఆ నిర్జన మంచు మైదానంలో

వెండిపళ్ళెంలో పొదిగిన నీలం కెంపులాగ నిర్మలం అయిన నీళ్ళతోవున్న **'మానస-సరస్సు'** దూరానికే మెరుస్తోంది నీలంగా ! నీలినీడలున్న ఆ సరస్సులోంచి అమాయకుడి మనస్సులాగ — అడుగున నేలంతా కన బడుతోంది.

ఆ వాతావరణం అంతా ఎటుచూసినా ఒక స్వచ్ఛతా, నిర్మలతా, నిశ్శబ్దతా, ప్రశాంతీ గూడుకట్టుకొని రాజ్యం చేస్తున్నది. చుట్టూరా కనుచూపుమేర వరకూ ఎక్కడా మనుష్యసంచారం అనేది కనబడని మంచుఎడారి ! ప్రకృతి అంతా నిర్మలమై — ఒక అగాధమైన నిశ్శబ్దంలో మునిగి యోగనిద్రలో జోగుతున్న యోగి మనస్సులాగ — కాలం ఆగి నట్టుగావున్నది ఆ నిశ్చలదృశ్యం.

ఆగి ఆగి హోరుగా వీచే ఆ చలిగాలిలో దూది మూటల్లా కొట్టుకు పోతున్న మంచు పింజలు ! ఆ మంచు ఈదురుగాలులు వాటి మార్గంలో వున్న, చుట్టూమొలిచిన చెట్ల కొమ్మలనుకూడా తెల్లగా మంచుతో కప్పేసి — ఆ కొమ్మలను అనేక రకరకాల ఆకారాలతో చిత్రమైన మంచు శిల్పాల్లాగ తొలిచేస్తున్నాయి !

ఆ తెల్లటి మంచు లోయ మీదికి చూస్తూ ఒక కొండగుహ !! లోపలాబయటా అంతా మంచుతో పూతలా పూయబడివుంది. ఆ గుహ లోంచి నీలాకాశంలోకి చేసిన సొరంగంలాగ "కోలగా" మంచుపర్వతం మధ్యలోంచి తొలిచిన ఒక ద్వారం ! ఆ ద్వారంగుండా కనబడుతున్నది — బయటి నీలాకాశంలో త్రవ్విన నీలపు సొరంగంలాగ. గుహపైనుంచి నీటిబొట్లు చుక్కలు చుక్కలుగా రాలుతూ అలాగే — మధ్యలోనే

అవి మంచుకర్రలాగా అయిపోయి — పైన చాందినీలకు కట్టిన ముత్యాలులాగ, మణులలాగ మెరుస్తున్నాయి — అలా డజనుకుపైగా గుహపైనుండి వ్రేలాడుతున్న నీటిబిందువులే వజ్రాలలాగ తళుక్కుమంటు న్నాయి !

అచ్చటి సరస్సులు కూడా చలికి పెరుగుతోడుకుపోయినట్టుగా గడ్డకట్టి పోయినాయి ! జలపాతాలు పైనుంచి పడుతున్నవి అలానే గడ్డగట్టుకుపోయి ఘనీభవించినాయి — హిమవంతుని తెల్లని గెడ్డంలా మంచుగానే మధ్యలోనే స్థంభించి గాలిలోనే నిశ్చలంగా నిలిచి — చూసేవారికే విచిత్రంగా కనిపిస్తున్నాయి ఏ కదలికాలేకుండా — బొమ్మ జలపాతాలులాగ !

అక్కడక్కడా కొన్ని గుహలు — వాటిమధ్యన ఆశ్రమ కుటీరాలు, కుటీరాలకు మధ్యగా నిలిచిన గోపురంపై గాలికి రెపరెపలాడే నారింజ రంగు జండాలు !! ఆరుబయట మంచుపైనే కూర్చుని ధ్యానిస్తూవున్న ఆజానుబాహులైన మునులు — నిరంతర ధ్యానసమాధిలో మునిగి వుండిపోయి ఊపిరిపీల్చటంకూడా ఏనాడో మరచిపోయి, అంతటి గాఢ తపస్సులో వున్నారు.

వారిలో కొందరు తెల్లని జడలుకట్టి కనుబొమ్మలుకూడా తెల్లగా నెరిసిన మహామునులు — అలా వేల సంవత్సరాలనుంచీ తపస్సు చేస్తూనేవున్నారు. అందులో కొందరు వెయ్యేళ్లవాళ్లూ, అయిదారువేల సంవత్సరాల వాళ్ళుకూడా వున్నారు. వారిలో కొందరికి వెయ్యి, రెండువేల ఏండ్లు, మరికొందరికి — ఎన్నేళ్లోకూడా ఎవరికీ తెలియదు. అలా

నిరంతర తపస్సులో ఎన్నియుగాలనుంచో ఉన్నారు !!! అందులో ఒకాయన — "మహావతార్-బాబాజీ" అంటారు — జీసస్‌కు గురువు ! 5000-ల ఏళ్లుంటాయి ! అలా కాలాన్నీ వయస్సునీ మరిచిపోయి నిరంతర తపస్సులో వున్నారెందరో !

ఇది సిద్ధుల తపోభూమి అయిన — **"శ్వేతద్వీపము"**. అది ఎల్ల కాలం తెల్లటి మంచుతో కప్పబడివుండటం వల్ల దీనికి ఈ 'శ్వేతద్వీపం' అనే పేరు వచ్చిందని కొందరు భావిస్తున్నారు. కొందరు అచట "శుభ్ర మార్గానికి" చెందిన బ్రహ్మఋషులు ఏకోశానా వారిలోకి స్వార్థమూ, ఐహిక ఆలోచనలూ తగలని పరిశుద్ధ హృదయంతో, నిరంతరం సత్యాన్ని ఆరాధిస్తూన్న తెల్లని మనస్సులు కలిగిన, తొలివెలుగుల సిద్ధమునుల జ్ఞానవాటిక గనుకనే — దానికి **'శ్వేతద్వీపం'** అనే పేరొచ్చిందని కొంద రంటారు.

ఒక్కటి మాత్రం నిజం ! — ఇది ఈ భూమిమీద ఈ ప్రపంచాని కంతటికీ పవిత్రప్రదేశం! మానవజాతికే పరిశుద్ధమైన ఆత్మవంటి స్థానం !! ప్రపంచంలో జరిగే సంఘటనలన్నింటినీ ఇక్కడనుంచే దివ్యదృష్టితో దర్శిస్తూ, వారి తీవ్రతపస్సుతో పదునుపెట్టబడిన మనస్సులతో జరుగు తున్న సంఘటనలనే తీర్చిదిద్దుతూ మానవ పరిణామాన్ని నడిపిస్తూ ప్రేమతో ప్రపంచాన్ని పరిపాలించే **'అంతరంగ-పరిపాలన'** కేంద్రం. ఇదే ప్రపంచానికంతటికీ ఆధ్యాత్మిక కేంద్రం.

వీరి పరిపాలన మన ప్రభుత్వాలలాగ బైటనుంచి పరిపాలించేది కాదు. మనస్సు ఇంద్రియాలను పాలిస్తూన్నట్టు — మన లోపలనుంచే

శంబల‌ప్రభువూ – మహామునుల – 'మండలం' (కింద – 'కల్ప‌-వృక్షం').
ఆకాశంలో 'సిద్ధచారణ గంధర్వులు'.

మనస్సు, మనచేతలను, సంకల్పాలను లాగుతూ పరిపాలించినట్టే బైట ప్రపంచంలో జరిగేవాటిని పరిపాలించేవిధానం. అందుకే ఇది సృష్ట్యాది నుంచీ భూమ్మీద "లోకగురువుల" — నివాసభూమి. జగత్తుకే ఆధ్యాత్మిక కేంద్రం.

ఇలా లోపలనుంచే మానవజాతిని పరిపాలించే పరమగురువుల ఆధ్యాత్మిక పరిపాలనా కేంద్రము. లోకపాలకులైన పరమఋషిమండలి యొక్క నివాసభూమి "శ్వేతద్వీపం".

ప్రపంచంలో ధర్మరక్షణా — దుర్మార్గుల శిక్షకూ ఆధ్యాత్మికశక్తి ఎక్కడ అవసరంవచ్చినా అక్కడ ఆదేశాలలో జన్మించే జగద్గురువులు అవతారమూర్తులు ప్రవక్తలూ — అంతా ఇక్కడినుంచే పంపబడతారు. వారు పోయి ఆయాదేశాల్నిబట్టి వేరువేరు భాషలలో వేరుపేర్లతో — వారు జన్మించడం జరుగుతుంది. వాళ్ళే ఈ సనాతన ధర్మంయొక్క శాశ్వతసత్యాన్ని ప్రజలలో బోధించి తిరిగి మళ్ళీ అక్కడ ధర్మాన్ని స్థాపించ టం జరుగుతుంది ! 'ధర్మపరిపాలన అంటే ఇదే' ! అదంతా జరుగు తున్నదీ — అది జరిపేదీ ఇక్కడినుంచే.

అంతేగాదు ! ఇది — ఈ భూమిమీదవున్న రహస్య ఆధ్యాత్మిక కేంద్రం !! ఇది — మనిషికి మెదడు ఎలాంటిదో అలాంటిదే ! మానవ జాతికి ఆత్మవంటి 'బ్రహ్మ ఋషి మండలి' వీరే ! ఇతర లోకాలలోని, గ్రహమండలాలమీదా ఉన్న 'సిద్ధగురుమండలి'తో ఆలోచనలు రేడియోలాగ దివ్యదృష్టితో నిత్యం ప్రసారంచేసే దివ్యకేంద్రంకూడా — ఈ 'శ్వేతద్వీపమే' !

ఆదికాలంలో మానవుడిని తెచ్చి, ఈ భూమిమీద నెలకొల్పినప్పుడు

— అతడికి కావలసినవన్నీ సమకూర్చి, మొట్టమొదటి మానవ కుటుంబంగా వారిని ఏర్పాటుచేసి, వారు క్రమక్రమంగా జంతుదశనుంచి మానవ పరిణామంలో పొందే వారికి అవసరమైనంత విజ్ఞానం ఆధ్యాత్మిక శిక్షణా ఇస్తూ — ఈనాడు మనుష్యుడిని ఈ స్థితికి తెచ్చినది ఈ ఆది గురువులే ! మానవజాతి వీరికి **శిష్యులుగా** ఇంతవరకూ పెంపొందించబడ్డారు. అందుకే ప్రపంచంలోని అన్నిమతాల స్థాపకులూ ఇక్కడినుంచే వెళ్ళి జన్మించి ఒకే ధర్మాన్ని ఆయాదేశంలోని కట్టూబొట్టూ భాషావంటి బైటి మార్పులకు తగినట్టుగా మలచి ఇలా ప్రతి వెయ్యిఏళ్ళలోనూ ఒకక్రొత్త **ఆధ్యాత్మిక 'తరంగాన్ని' (Wave of Consciousness)** ప్రపంచంలో సృష్టిస్తారు. ఆ పని నిర్వహించేది ఈ పరమగురువులే ! అలాంటి సత్యకాలపు ఋషుల **తెల్లని సిద్ధవాటిక** ఆ **"శంబల"** గ్రామం.

ఇప్పుడు **'కలియుగం'** అంతమై రానున్న **"సత్యయుగం"** మొదలు పెట్టే మధ్యకాలంలో — అవతారంగా ప్రపంచానికి దర్శనమిచ్చే **"కల్కి-భగవానుడు"** కూడా ఈ 'శంబల' గ్రామంలోనే జన్మిస్తాడు ! అలా అన్ని పురాణాలలోనూ స్పష్టంగా **వర్ణించినదీ ఈ సిద్ధభూమియే.** ఇదే ఆ సిద్ధుల నివాసభూమి.

ఆ సిద్ధాశ్రమం చుట్టూరా ఎత్తైన పెద్ద పెద్ద పర్వతపంక్తులు పైకి లేచి అన్నివైపులా పెట్టనిగోడలా చుట్టూరా చుట్టుకొని చూడడానికివీలు లేని లోయ ! దాని మధ్యగావున్నది. పైనుంచిచూస్తే ఆ చుట్టూరావున్న కొండలు ఎలాక్కనబడతాయంటే అవి ఒక తెల్లని తామరపూవు రేకుల మధ్యనవున్న బొడ్డు చుట్టూరా పద్మంలా చుట్టూ చక్రాకారంగా వ్యాపించి వుంటాయి. అలా వుండటంవల్లనే దీనికి మణిద్వీపమని కూడా పేరు పురాతన కాలంనుంచీ వుంది.

ఒక బ్రహ్మపద్మంలావుండేది — ఈ దివ్యతపోభూమి. ఇక్కడ ప్రతి ఏటా ఒకానొక ప్రత్యేక పూర్ణిమనాడు ప్రపంచంలోని పరమగురువులు అనేకమంది ఇక్కడ సమావేశమౌతారు. అప్పుడు చంద్రోదయ సమయంలో వారంతా గుండ్రంగా మండలాకారంగా నుంచుని ధ్యానిస్తారు. వీరికి మధ్యన లోపలగా — ఒక నక్షత్రాకారంలో నిలబడి, రెండవ మండలాకారంలో — ప్రార్థనలు చేస్తున్నవారు **'లోకపాలక వర్గం'** !

అందులో నిలుచున్నవారిలో నల్లని గెడ్డంతో వంపుతిరిగిన మీసాలతో రాజఠీవితో నిలుచున్న ఆజానుబాహుడైన వ్యక్తియే — **వైవస్వత మనువు** ! ఆయనచేతిలో ఒక స్ఫటికదండం రాజదండం వంటిది ధరించి — ఆయన లోకపాలకుడి అధికారానికి సూచనగా వున్నది.

ఆ 'స్ఫటిక-దండం' లోని సిద్ధి అద్భుతశక్తి అపారం ! ఊహించడం కష్టం. ఆయన తలమీద వెంట్రుకలు నల్లగా తళతళ మెరుస్తూ — వెడల్పాటినుదురు, పొడుగాటి కోటేరు ముక్కు రాజసం ఉట్టిపడే విశాలమైన గంభీరనేత్రాలు చూస్తే — ఆయన ఈ ఏడవ మానవజాతికి ఆదిపురుషుడని — ఇప్పటి **"మనువు"** అని చెప్పకచెబుతున్నాయి.

కొంచెం మధ్యగా ఆయన ప్రక్కన నిలబడినవారే — మైత్రేయ మహర్షి. వారే ఈ కలియుగం అంతం అయ్యేదాకా ప్రస్తుత మానవజాతికి ఆధ్యాత్మిక శిక్షణభారం వహించిన పరమగురువులు !

ఈయనే గౌతమబుద్ధునితర్వాత భూమికి లోకగురువుగా అవతరించబోయే — **"మైత్రేయబుద్ధుడు"** రానున్న కాలంలో ఎదురుచూచే బౌద్ధుడి అవతారమూర్తి !

వారివెనుక స్ఫటికంలాగ ఇటునుంచి అటు కనబడేలా శుద్ధ "జ్ఞాన-శరీరం" గలవ్యక్తి సన్నటి పొడుగాటి — తెల్లని జుట్టుముడీతో తెల్లని మంచులాంటి నెరసిన కనుబొమ్మలూ, సన్నగా జ్వాలవలే పొడుగ్గా వున్న గడ్డంతో నుదుట తెల్లని గీతలుగా కర్పూరనామంతో — ఆయనే నారదమహర్షి ! దేవతలకు కూడా ఋషి-వారు.

నుదుట నాజూకుగా దిద్దిన నిలువుబొట్టు, మెడలో స్ఫటికాలూ, ముత్యాలూ తాపిన మాలతో వీణధరించి తనలోతానే తేలిపోతున్నట్లున్న సంపెంగ రేకులవంటి కనురెప్పలతో మహాభక్తిని స్రవించే ఆ కన్నులూ, వారే దేవర్షి నారదులవారని చెప్పకనే చెబుతున్నాయి.

వారివెనుక నిలబడ్డది వాల్మీకి, ప్రక్కగా పరాశరులవారూ, — ఆ వెనుక పొడుగాటి గడ్డాలూ మీసాలతో నల్లని శరీరంతో నిల్చున్నది — కుంభసంభవుడైన — అగస్త్యులవారు ! ఇంకా ఎందరో సిద్ధగురువులు మండలాకారంగ అక్కడ నిల్చునివున్నారు. ఈనాడు జరగబోయే ఆధ్యాత్మిక "గురుమండలి" అద్భుత సమాగమంలో పాల్గొనటానికివచ్చిన మహామును లంతా కూడిన — యోగమండలి — అది.

అందరూ ఒకరొకరే వొచ్చి, వారివారి నిర్ణీత స్థానాలలో నిలుచు న్నారు. యోగమిత్రమండలి సదస్సు అలా ఆరంభమయింది ! ముందుగా అందరూ కలిసి సామూహిక ధ్యానం చేయడానికి సూచనగా, **ఓంకారం**-ప్రారంభమై అతినెమ్మదిగా సన్నగా వినిపించింది. ఆ నాదం నెమ్మదిగా పెరిగిపోతూ ఝుంకారంలా స్పష్టంగా అందరిలోంచీ ఒకే నాదంగా వస్తోంది.

అది వారి మనస్సులోంచే వస్తోందో, లేక — కంఠంలోంచే వొస్తోందో, చెప్పటానికే వీల్లేకుండా వుంది.

అలా వారందరూ కళ్ళుమూసుకుని — నిశ్చలధ్యానంలో తమను తాము మరచిపోయి ఆనందపారవశ్యంలో మునిగివున్నారు. అందరి లోంచీ ఒక్క 'ఓం'కారనాదమే వినవస్తోంది !

చూస్తుండగానే అందరు వ్యక్తులూ ఒక్కటిగా కలసిపోయి — ఒక్కటిగా లయమై సమాధిస్థితిలో మునిగిపోయారు. అలా నిల్చునివుండే ధ్యానించారు అందరు గురువులూ — అలా తీవ్రంగా ధ్యానంలో ఒకే శరీరంలోని అవయవాలలాగ మునిగిన ఋషిమండలి మధ్యగా ఒక విచిత్రం !!

వాళ్ళముందరగావున్న — చిన్న స్ఫటిక శిలావేదికమీద ఖాళీప్రదేశం మీదకి, వారి ఏకాగ్రత సూర్యకిరణాలలాగ ప్రసరించసాగింది. ప్రతిమహర్షి లోంచి — ప్రసరించే తేజస్సూ ఆ మధ్యనున్న కేంద్రంలో గురికాసాగి అన్నిరంగులూ సూర్యుడి కిరణాలవలే ఆ మధ్యనున్న ఖాళీప్రదేశంపై కేంద్రీకరించాయి. అందరి శరీరాలను కలిపివుంచే ఆ యోగశక్తి అనేక తీగల వలలను కలిపే కరెంటు ముద్దలాగా వారిలోనించి ప్రసరించే శక్తి అందరినీ ఒకటిగా ఏకంచేసింది !

ఎదురుగా వారిముందు విచిత్రమైన లేత నీలంరంగుతో పొగమంచు లాంటి నీలితేజస్సు ఓవలయంగా ఏర్పడింది ! అది క్రమంగా ఊలుతో చేసిన బంతిలాగ గుండ్రటి తేజోరాశిగా పొగమంచుగోళంలాగ పెరిగి పెద్దదయింది.

అందరి మనస్సులోనుంచి వచ్చే, ఆ జ్ఞానకిరణాలు — ఒక గుర్రానికి తగిలించిన అనేక కళ్ళాలలాగ — ఆ తేజస్సుతో వారి ఆత్మలను కలిపివున్నాయి ! అందరి మనస్సులోంచి వచ్చిన జ్ఞానకిరణాలతో అలా

అభివృద్ధిపొందిన ఆ తేజం పెద్ద-ఓ పనసకాయంత ఆకారంలోకి పెరిగింది.

సన్నగా ఓంకారం ధ్యానం నడుస్తూనే వున్నది ! స్వరం నెమ్మదిగా లేస్తూపడుతూ వేదంలాగ ఉదాత్తంగానూ వస్తోంది.

అందులో ఎవరిలోంచి ఆ స్వరం వస్తోందో తెలియడంలేదు. అందరూ ఒకటిగా అయి అన్ని శరీరాలలో వున్న ఏకవ్యక్తిగా లయించిపోయి అందరి ఆత్మలు కలిసి 'ఏకాత్మ'-భావంతో చేసే 'సత్-గురువుల' **"సత్సంగం"**లా వుంది ! అలా ఒళ్ళుతెలియని సామూహిక ధ్యానంలో అందరూ తన్మయత్వంలో మునిగిపోయి వున్నారు పరమగురుమండలి అంతా — తమ వ్యక్తిత్వాలనే మరిచిపోయి !"

ఇంతలో అకస్మాత్తుగా ఆమధ్యనున్న చిన్న అరుగువంటి 'వేదిక' మీదుగా ఆజ్యోతి, నిలువెత్తు పెరిగి గుండ్రంగా కోలగావున్న ఒక తేజశ్చక్రంలా అయి, చూస్తువుండగానే — ఒక మానవాకారంధరించి క్రమక్రమంగా మేఘమే ఒక ఆకారం ధరించినట్టుగా, ఆమూర్తి దూదిపింజ వలే అస్పష్టమైన రూపురేఖలతో అయి, అందులోనుంచి తెల్లని గడ్డం, జడలూ, తెల్లని పంచ, కమండలము — చేతిలో ఒక జపమాల — స్ఫటికంలాగ తెల్లని శరీరమూ, జుట్టూ, అంతా స్ఫటికంలాగ ఒకేరంగులో ఒక కర్పూరం బొమ్మలాగై నిలిచిందావిగ్రహం.

"**లోకగురువు**" ! — అన్నమాటలు అందరి హృదయాలలోంచి వినిపించి — అందరిలోనూ ఒకే ఆలోచన. ఒక్కటే ఆనందం ఆనాడు అక్కడ గుమికూడిన పరమగురుమండలి లోని సిద్ధగురువులందరి గుండెల

లోనూ స్పష్టంగా తెల్లటి పూర్ణిమచంద్రుడు వెలగటం — స్పష్టంగా ధ్యానంలో ఎవరి గుండెలలో వాళ్ళు దర్శించారు! దాన్ని హృదయంతో దర్శించటమే కాదు. ఆ చల్లని తియ్యని, ప్రేమ తేనెకలిపిన పాలవంటి అమృతపు రుచితో, వారికి గుండెలలోనే జ్ఞానంలో తడిసిన దయలా, తగిలింది! అందరి శరీరాలు ఒక్కసారిగా పులకించినాయి ఆ అమృత స్పర్శకు.

దాంతో — అందరి మనస్సులూ ఒక్కసారిగా వెలిగాయి! ఆనాటిది, ఓ అద్భుతమైన ఆ 'ఆత్మపూర్ణిమ'! గురువును పూర్ణంగా హృదయంలో స్పర్శించినట్టుగా అనుభవించిన ఆనాటి పూర్ణిమయే అసలైన **గురు పూర్ణిమ**! లోకగురువే పూర్ణచంద్రునిగా ఆత్మలో దర్శనమిచ్చాడు.

అంతేకాదు కాలంలో రానున్న పన్నెండు "పుష్కర-సంవత్సరాల" లోనూ — రానున్న పన్నెండు సంవత్సరాలలో జరుగనున్న ప్రపంచ పరిస్థితుల్లో మార్పులు ఇంకా భూమిమీద జరిగే మార్పులూ, పరిణా మాలూ అన్నీ వారికి చూపించబడినాయి — మాటలు లేకుండానే — కాంతిచిత్రంతోనే! వారి మనస్సులు మాట్లాడుకున్నాయి — మాటలు అవసరం లేకుండా! మనస్సులూ మనస్సులు ఆలోచనలను అందించు కున్నాయి — నోరుమెదపని అద్భుతసదస్సు అది. గురువుయొక్క మౌనమే సంభాషణగా ఆత్మలోంచి అనుభూతిగా సందేశం అందించటమే అయింది. అప్పుడు అందరూ కన్నులారా దర్శించారు ఆ లోకగురువు రూపాన్ని.

ఆతర్వాత క్రమంగా వారిమధ్యన ప్రత్యక్షమైన ఆ దివ్యమూర్తి శరీరంలోంచి అణువులు ఒక్కటొక్కటే ఎగిరిపోసాగాయి — అలా

చూస్తూండగానే ! శరీరంలోని అణువులు, ఒక సుడిగాలిలాంటి వాయు గుండంలో ధూళి రేణువుల్లాగ ఎగిరిపోయి — ఆరూపం కరిగిపోయి, పదార్థం విడిపోయి, మళ్లీ ఎప్పటిలా అక్కడ స్థలం ఖాళీగా అయింది. పరమగురువు ! ఎలా సంకల్పించి, గాలిలో అణువులను తన మనస్సుతో రప్పించుకొని అలా దాంతోనే శరీరం కట్టుకుని దర్శనంయిచ్చి, మళ్లీ అలానే అణువులన్నీ విడిపోగా అనంతాకాశంలోకి అదృశ్యం అయ్యారు — లోకగురువు !!!

ఇలాగే సిద్ధగురువులు "**నిర్మాణకాయం**"తో సంకల్పమే శరీరంగా ఎక్కడ కావాలంటే అక్కడ సాక్షాత్కరించే — **ఆధ్యాత్మిక ప్రక్రియ.** అణువుల కలయికతో ఏర్పడిన యోగమయ శరీరం అలానే కరిగి పోతుంది. అందుకే ఆ అణుశరీరానికి చావులేదు ! అందుకే వారు చిరంజీవులు. ప్రళయంలోకూడా ఇలానే అణువుల చేరికతో వారు ఎక్కడ కావాలంటే అక్కడ — ఏర్పడతారు సంకల్పంతోనే ! పదార్థాన్ని జయించిన మనస్సువారిది. అణువులను ఆజ్ఞాపించగలరు అందుకే.

ఇదే నిత్యం సృష్టిలోనేవుండి ప్రళయాలు వచ్చినా నశించని అణు శరీరాలు కలిగిన మహాత్ములూ, చిరంజీవులూ గత యుగాలలోని అవతారమూర్తులూ చలనంలేకుండా ఎలా నిలిచి వుండగలటంలోని రహస్య ప్రక్రియ !

పరమాణువులతో ఏర్పడినదే ఈ పదార్థంతో తయారైనదే ఈ ప్రపంచం అంతా. నీటిఆవిరిగా ఆకాశంలో తేలిపోతూ సంచరించే నీటి అణువులే మళ్లీ — ఆ నీళ్ళు గడ్డకట్టితే 'మంచు' ముక్కలా అయి నప్పుడు వాటికొక గట్టిరూపం ఏర్పడినట్టే అణువుల కలయికవల్ల

ఏర్పడిన వారి శరీరాలుకూడా ఎక్కడ కావలిస్తే అక్కడ ఘనీభవించి కావలసిన 'ఆకారం' ధరిస్తాయి.

గాలిలాగ కంటికి కనిపించని నీటిఆవిరి గాలి ఒక్కసారిగా చల్లబడ గానే అకస్మాత్తుగా గడ్డకట్టి 'వడగండ్లు'గా మారి, ఆకాశంలోంచి పడినట్టే — అదృశ్యమైవున్న సర్వవ్యాపకమైన సిద్ధగురువుల ఆత్మకూడా సంకల్ప బలంతో ఒక తీవ్రమైన ఆకర్షణచక్రంతో సుడిగుండం ఏర్పరచుకుని అందులోకి గాలిలో తిరిగే అణువులన్నీ చేర్చి సుడిగాలిలో చిక్కుకున్న ధూళిరేణువులలాగ ఏర్పడతాయి. అలా ఏర్పడే శరీరాన్ని యోగ-పరిభాషలో **"నిర్మాణకాయం"** అంటారు !!! **ఇది అయోనిజ సంభవులకే సాధ్యం ! ఈ శరీరం తల్లి ప్రమేయం లేకుండా ఏర్పడిన జన్మకనుక అయోనిజం.**

శరీరం ఉంటేనేగదా చావు-పుట్టుకలు ? శరీరంలోని అణువులన్నీ గాలిలోకి తప్పుకుంటే, అందుకని ఇక — '**చావు**' దేనికి వస్తుంది ? శరీరంలేని సిద్ధులకు మరణంలేదు ఇందుకే. అంతేకాదు శరీరంవుంటే దానికి బోలెడు బెడద ! ఒకచోటనుంచి ఇంకోచోటుకి దాన్నికూడా మోసు కుంటూ వెళ్లాలి — ఒక సామానో బెడ్డింగో తీసికెళ్లినట్టు ! ఆ శరీరమే లేనివాడు ఎక్కడికి వెళ్ళాలన్నా — టికెట్టు లేకుండా మనస్సుతో వెళ్ళ గలడు. ఆ శరీరంవుంటే దాని **పోషణా**, దానికి తిండీ, పైన బట్టలూ, వాటికోసం ఉద్యోగాదులూ... ఇలాంటి శరీరంలేని వారికేవీ లేవుగదా ? శరీరంలోవున్న 'తాను' మనస్సుగా ఎక్కడికి వెళ్లాలని అనుకుని ఆ ప్రదేశాన్ని ఆలోచించగానే ఆలోచనతోనే వెళ్లి అక్కడ వుంటుంది. ఇప్పుడు మనస్సేగదా శరీరం ! దీనినే **'మనోమయ శరీరం'** అంటారు.

"అలా అనేకరకాల 'కరెంటు' శరీరాలతో సంచారంచేసేవారినే 'చిరంజీవులు' అంటారు. కాని వారి శరీరాలన్నీ ఒకే మాదిరివి కావు !"

"అలాంటి చిరంజీవులవర్గంలోని వారే అనేకులు మృత్యువును జయించి, శరీరాలు లేకుండా ఆత్మలుగా తిరుగుతూ వుంటారు అవసరం వచ్చినపుడు దర్శనం ఇస్తూ — ఆ పూర్ణిమనాడు సామూహిక ధ్యానంలో పాల్గొన్నారు !

"ఆనాటి పూర్ణిమ వైశాఖ శుద్ధ పూర్ణిమగా బుద్ధపూర్ణిమగా సిద్ధుల సంబుద్ధుల సామూహిక ధ్యానసమాధి పండుగగా నిలిచిపోయింది ! పరిపూర్ణజ్ఞానమే నిర్మలమైన స్ఫటికం వంటిది. ఇదే పూర్వశాస్త్రాలలో

"జ్ఞానానందమయం దేవం
నిర్మల స్ఫటికాకృతిం
ఆధారం సర్వవిద్యానాం
హయగ్రీవ ముపాస్మహే"

అన్న నిర్మల స్ఫటికాకృతిగా మనలో వెలిగే జ్ఞానజ్యోతియే బ్రహ్మానంద సమాధిలో చలించకుండా అచలంగా అంటే పర్వతంలాగా వుండే జ్ఞానసమాధియే హయగ్రీవమూర్తి స్వరూపంగా వేదాలు ప్రార్థించాయి !" — పిచ్చాపాటిగా లోకాభిరామాయణం మాట్లాడుతున్నట్టుగా ఈ విషయాలన్నీ అలవోకగా చెప్పుకుపోతున్నాడు లామా ద్యోర్జీ చోగ్యాల్ మహాశయుడు !

తన్మయత్వంతో వింటూ అనుసరించాము — సాహసయాత్రికుల బృందం అందరం ! కానిమాకు ఆతర్వాతగాని తెలియలేదు —

లామాదోర్జీ చోగ్యాల్ మహాశయుడు మమ్మల్ని ఏదో పైలోకాలలోకి తీసుకుపోయే విషయాలగురించి చెప్పుకుపోతూవుంటే మా దృష్టిని బయట ప్రయాణం ఎటువైపు నడిచివెళ్తున్నామో తెలియనీయకుండా మాకే దారి తెలియకుండా — దారితీశాడు ! అలా స్ఫటికమందిరాన్నీ, స్ఫటికపర్వతాన్ని చూపించేదారి — గడ్డకట్టిన నది అడుగున గుల్లగావున్న పర్వతంలోపలి మార్గంవైపుగా తీసుకువెళ్ళాడు !

అకస్మాత్తుగా ఆకాశం మబ్బులు విడిపోయి నీలంగా స్ఫటిక వజ్రంవంటి కాంతితో ప్రకాశిస్తోంది ! వెండివంటి తెల్లటి మధ్యాహ్న సూర్యకాంతి కళ్ళు మిరుమిట్లు గొలిపేలా చేసింది ! మా కాళ్ళకింద నలుగుతున్న మంచుపొరల మీంచి సూర్యకాంతి పడి కళ్ళు మిరుమిట్లు గొలిపేలా ప్రతిఫలించి మాకు ఎటు నడుస్తున్నామో తెలియకుండా వెండి వంటి కాంతిలోకి నడుస్తున్నట్లు ఒక విచిత్రమైన అనుభూతికలిగింది ! ఆ తర్వాత గాని తెలియలేదు మమ్మల్ని దోర్జీ చోగ్యాల్ మహాశయుడు **స్ఫటిక పర్వతం** వైపు దారితీయిస్తున్నాడని ! ఆయన మధ్యలో వెనక్కి తిరిగి —

"మిత్రులారా ! జరగబోయే భవిష్యత్తును ముందే దర్శించడం సాధ్యమా ? — అసాధ్యమా ? మీ అనుభవాల్ని పురస్కరించుకొని మీ సమాధానం చెప్పండి" అన్నాడు ! ఆయనవేసిన ఆ ఆకస్మిక ప్రశ్నకు తృళ్ళిపడి అంతా బయట ప్రపంచంలోకి వచ్చాము!

మాలో డిటెక్టివ్ మహాశయుడైన ఛార్లెస్ అనుమానంగా చూస్తూ — "గురుదేవా ! మీరీ ప్రశ్న మమ్మల్ని ఇప్పుడు ఎందుకు అడుగు

తున్నారు ? ఏకారణం లేకుండా మీరు అకస్మాత్తుగా ఈ ప్రసంగం తీసుకురారే?'' అన్నాడు.

దానికి చోగ్యాల్ మహాశయుడు భళ్ళుమని నవ్వి శరీరమంతా భూకంపంలాగా కదిలిపోయేలాగా ఫకాలున నవ్వాడు. మళ్ళీ అంతలోనే తనను తాను తమాయించుకుని వెనకాలే వస్తున్న మావైపు తిరిగి

“ఏమీ లేదు ! మీకీ అనుమానం వొస్తుందని నాకు ముందే అనిపించింది ! ఎప్పుడో భవిష్యత్తులో జరగబోయే విషయాలను కళ్ళముందే చూసినట్టుగా దర్శించే కాలజ్ఞానం గురించి మనం ఇదివరకే ముచ్చటించుకున్నాం ! కాని అలాంటివి ప్రాచీన తాళపత్రాలపైన లేక రాతి శిలాశాసనాల రూపంలోకాని **“శంబల-భవిష్యాల”** రూపంలో రాసివుంటే చూస్తారా ?'' అన్నాడు ! అంటూనే మా సమాధానం కోసం వేచివుండకుండానే చకచకా అడుగులువేస్తూ ముందుకు దారితీశాడు !

ఎందుకో ఆతర్వాత గాని మాకు తెలియలేదు !!

45

'స్ఫటిక' - పర్వతం !

మధ్యాహ్నపు సూర్యుడు — కరిగించిన వెండిలాగ కళ్ళు జిగేల్ మనే కాంతితో ప్రకాశిస్తూవుంటే ఎవరైనా ఒక కత్తెర తీసుకుని అందు లోంచి ఆ బింబం మధ్యలోంచి సరిగ్గా ముక్కోణాకారంగా వుండే ఆ తేజస్సును కత్తిరించి మా ఎదురుగా నిలబెడితే ఎలావుంటుందో సరిగ్గా అలాగే మాఎట్టఎదుట గుహలో మాకళ్ళు జిగేల్‌మనే తేజస్సుతో తెల్లగా మిరుమిట్లుగొలిపే వెండిలాంటి తేజస్సుతో వెలిగిపోతోంది ! సూటిగా దానివైపు చూడలేక మాకళ్ళు చీకట్లు కమ్మినట్లై దృష్టి బూచులు బూచులుగా చెదిరిపోయింది !

"చూశారా ! అదే 'స్ఫటిక-పర్వతం' ! మధ్యాహ్నపు సూర్యకాంతిపడి ధవళాతిధవళంగా — అతి శుద్ధమైన తెల్లటి తేజస్సుతో వెలిగిపోతోంది ! అదే మీరు వెతుకుతున్న "స్ఫటిక-పర్వతం" — చూశారా ? కన్నులారా వీక్షించండి, మీకన్నుల కరువుతీరా ! ఇదే, జీవితమంతా మనం చూడా

లని కలలుకన్న మనందరి కలలపంట ! ఈ భూమ్మీద వేలకొద్దిమంది వుంటే అదృష్టవంతులలో ఏకొద్దిమందికో ఈ కళ్ళతో చూసే భాగ్యం కలిగింది, దివ్యజ్యోతి వంటి ఈ పర్వతాన్ని !" — అంటూ లామా దోర్జీ చోగ్యాల్ ఒక ఆవేశంతో గుండెలలో ఆనందం పొంగి పరవళ్ళుతొక్కుతూ వుంటే చెంపలమీద కన్నీరు ధారలుకట్టి కారుతూంటే తుడుచుకోకుండా అలాగే చూస్తూ ప్రార్ధన చేస్తున్నట్టుగా చేతులెత్తి నమస్కరిస్తూ చెబుతున్నాడు.

"అది మీకు ఎదురుగా సుమారు మైలుదూరంలో వున్నది ! భూమ్మీంచి సుమారు ఇరవై-రెండువేల (22,000) అడుగుల ఎత్తుకు పైకి ఆకాశంలోకి పెరిగిపోయి, త్రిభుజాకారంతో నిలబడివున్నది."

"ఇది మీకంటికి ముక్కోణాకారంతో కనిపిస్తున్నదేగాని నిజానికి ఒక నలుపలకల చదరపు పీఠంపైన నిర్మాణంకాబడినట్లు — నాలుగు పలకలా నాలుగు త్రిభుజాలు అతికించినట్టు — త్రిభుజాలు నాలుగు దిక్కులకూ తిరిగివుండి, ఒక 'పిరమిడ్'-ఆకారంలో ఆకాశంలోకి చొచ్చుకు పోతూ మహాగంభీరంగా దర్శనమిచ్చింది !

మా అందరికీ ఒక్కసారిగా ఒళ్ళు జల్లుమన్నది, ఏదో వెయ్యి కిలోవాట్ల కరెంటువంటి శక్తి వరదలాగ మాగుండెల్లోకి, మెదడులోకి, నరాలగుండా ప్రవహించినట్లుగా పులకింతలు కలిగాయి ! మాలో ప్రతీ ఒక్కరూ రోమాలు శరీరమంతా నిక్కపొడిచి చూస్తున్నారు. అలా నిలబడి ఎంతసేపు చూశామో మాకే తెలియలేదు.

దాని వివరాలు ఆతరువాత నిదానంగా మా మార్గదర్శకుడు 'లామా దోర్జీ చోగ్యాల్' విశదీకరిస్తే తెలిసింది ! "ఇదే **'స్ఫటిక-పర్వతం'**

స్ఫటిక-పర్వత శిఖరం (వెనకగా)

— అనబడే మానవ మేధస్సుకే అందనంతటి ఎత్తుగా కల్పించే 'సంక ల్పంతో' జరిగిన — వాస్తు-నిర్మాణం ! అనేక తాంత్రిక గణిత ఖగోళ-జ్యోతిష రహస్యాలెన్నో కలబోసిన — 'దివ్య-జ్ఞాన మందిరం' ఇది !

ఈ "స్ఫటిక-పర్వతం" నిలబడివున్న నలుచదరపు పీఠం — నాలుగువైపులా చుట్టుకొలతలు గనకచూస్తే పదమూడు (13) ఎకరాల విస్తీర్ణంలో కట్టబడివున్న ఈ స్ఫటికశిఖరానికి అడుగునవున్న 'అరుగు' వంటి వేదిక నూటఇరవై అడుగుల ఎత్తు !!

నాలుగువైపులా సమానంగా అతి తెల్లటి పాలరాయివంటి ధృడమైన శిలలచేత పునాదిలాగ పీఠంలా కట్టబడివున్నది. ఆ పీఠం పైనుంచి ఆకాశంలోకి చొచ్చుకునిపోతూ నాలుగు పలకల ముఖాలతో పైకి కోసుగా పెరిగిన శిఖరం — చిట్టచివరగా సూదిలా చెక్కబడిన

— స్ఫటికం 'నవరత్నాల'లోని వజ్రంకంటే తీక్షణమైన తేజస్సుతో కళ్ళు జిగేల్‌మనేలాగ గడ్డకట్టిన పాదరసం రంగుతో మెరుస్తోంది !

అది రసబంధనంతో పాదరసాన్ని స్థంబింపచేసి అలా శిలలాగ త్రిభుజాకారంగా నాలుగు ముఖాలతో ఏర్పాటుచేసిన **'శిఖరం'** స్ఫటిక పర్వతంపైన — మండుతున్న వెలుగులా కనిపిస్తోంది — ఓ 'కార్తీక శిఖరదీపం' లా ప్రకాశిస్తూ !

నాలుగు దిక్కులకూ ఆ నాలుగు ముఖాల 'పిరమిడ్' వంటి స్ఫటికరాయితో — మంచు గడ్డకట్టినట్టు పర్వతంలా ఏటవాలుగా సుమారు రెండువేల నూటఅరవై (2160) అడుగుల ఎత్తువున్నది ! దాని నాలుగు ముఖాలు సమానంగా నిర్మాణం చేయబడినాయి. అందులోని ఉత్తరముఖంమీద ఏటవాలుగా భూమికి ఇరవైమూడు 23^0 డిగ్రీల కోణంలో తూర్పునుంచి పైకి ఎత్తున పెట్టబడిన — ఒకచిన్న 'సూది-బెజ్జం' వంటి రంధ్రం కనిపించింది జాగ్రత్తగా పరిశీలనగా చూస్తే !

మాలో గణితశాస్త్రం, ఖగోళం, జ్యోతిషం, సైన్సులలో సిద్ధహస్తుడూ, గొప్ప ఆసక్తికల రష్యన్ పరిశోధకుడూ, 'ఔస్పెన్‌స్కీ' ఆశ్చర్యంతో తెరిచిన కళ్ళువిప్పి, నోటమాటరాక తెరిచిన నోరుతో విస్తుపోతూ అలాగే నిలబడ్డాడు ! కొన్ని క్షణాలకు తేరుకుని — "గురుదేవా ! లామా మహాశయా! ఆ పిరమిడ్ వంటి కట్టడానికి ఉత్తరముఖాన వున్న సూదిబెజ్జం వంటి రంధ్రం పెట్టబడివున్నదికదా ! దాని ప్రయోజనం ఏమిటి ?" — అన్నాడు జేబులోంచి తన నోట్‌బుక్‌తీసి వివరాలు నోట్‌చేసుకుంటూ చకచకా ఆ స్ఫటిక పర్వతం ఆకారాన్ని రేఖాచిత్రంగా వేస్తూ.

దానికి లామా మహాశయుడు ప్రశ్న వేస్తూంటే మళ్లీ అతడే ఇలా సమాధానం చెప్పసాగాడు.

"అది ఏముఖంగా వున్నది ?"

అది సరిగ్గా ఉత్తరంవైపు తిరిగివున్నది గురుదేవా !

"భూమికి ఎంత ఎత్తులో వున్నది ?"

"సరిగ్గా భూమి ఆకాశం కలిసేరేఖకు — ఇరవైమూడు 23°-డిగ్రీల కోణంలో ఎత్తున ఏర్పడివున్నది.

"సరిగ్గా చూడండి ! అది ఉత్తరం తూర్పులకు నడిమధ్యన అంటే — ఈశాన్యదిక్కుగా భూమీ ఆకాశం కలిసే రేఖకు ఇరవైమూడు భాగల కోణంలో ఎత్తుమీదగా వుండే నక్షత్రం ఏది ?" ఔస్పెన్స్కీ తన జేబు లోంచి చిన్న నోట్‌బుక్ తీసి ఒక ఆకాశం మేప్ (Map) లాగ చిన్నగా అందులో ప్రింటుచేసివున్న నక్షత్రాల డిగ్రీలను కొలిచి — ఆశ్చర్యపోతూ అన్నాడు "అది ధృవనక్షత్రం గురుదేవా ! సరిగ్గా అదేఎత్తున ఈశాన్యంగా అదేకోణంతో ఈ పిరమిడ్ రంధ్రం కూడా నిర్మించబడి వున్నది."

"దానివల్ల కనిపించే విచిత్రం ఏమిటి ?"

"విచిత్రమా !" అంటూ తలపై టోపీని తీసి బుర్రగోక్కుని మళ్ళీ టోపీ పెట్టుకుని "ఈ ధృవనక్షత్రానికి కుడివైపున — అంటే తూర్పుదిశగా సప్తమహాఋషుల మండలం ఉదయిస్తుంది ! అది పల్లకిలాగ అర్ధచంద్రాకారంగా ఆకాశంలో పన్నెండుగంటల స్థితికి వచ్చి — చివరకు వాయవ్యంగా అంటే పడమర ఉత్తరం మధ్యగా — అస్తమిస్తుంది మామూలుగా. కాని మనం ఇక్కడ హిమాలయాలమీద ఎంతో ఉత్తరంగా

ఉండబట్టి సప్తమహర్షులు అస్తమించరు ! పడమరవైపునుండి నేలవైపుకు దిగి అర్థరాత్రంతా నేలబారుగా ప్రయాణించి తిరిగి, తూర్పువైపుకు తిరుగుతూ గుండ్రంగా తూర్పు-ఉత్తరం వైపున ఈశాన్యంగా ఇరుసులా తిరుగుతుంది.''

సప్తమహర్షి మండలం అంటే ఏమిటి? ఈ సప్తమహర్షి మండలం ఉత్తర దిక్కు వుండే ధ్రువనక్షత్రం చుట్టూ చక్రాకారంగా తిరుగుతుంది — అని. నాకున్న అతి తక్కువ జ్యోతిష పరిజ్ఞానంతో ఆలోచిస్తే ఈ స్ఫటికంతో నిర్మాణంకాబడ్డ పిరమిడ్ 26,000 వేల సంవత్సరాలకి ఒక్కసారి ఈ రాశిచక్రము దాటి అయనాంశల గతితో కొలతలు నమోదు చేసిన **జ్యోతిష యంత్రంగా** — ఇది ఎవరో మహానుభావులు అసాధ్యమైన ఖగోళ, జ్యోతిష పరిజ్ఞానం కలిగినవారు — అద్భుతమైన తపశ్శక్తితో భవిష్యజ్ఞానము కలిగి రానున్న కలియుగములోని ఆఖరిపాదం వరకూ — ఇంకా ఆపైన మరి రెండువేల నూటఅరవై సంవత్సరాలవరకు (2160) తిరిగే కాలచక్రానికి ఒక గడియారంలా దీనిని నిర్మించారు ! ఇంత శ్రమపడి ఇంతటి ఆగాధమైన జ్యోతిషపరిజ్ఞానంతో దీనిని పూర్వపు సిద్ధగురువులు ఎవరో — ఎందుకు నిర్మించివుంటారు ?''

లామా దోర్జీ చోగ్యాల్ మహాశయుడు చిరునవ్వుతో వింటూ స్ఫటిక పర్వతంవైపు కన్నార్పకుండా చూస్తూ తన చేతిలోని జపమాలను అతి వేగంగా తిప్పుతూ అతి నెమ్మదిగా మంద్రస్వరంతో ఇలా అన్నాడు — "అది ఏదో ఖగోళ, జ్యోతిష, తంత్రరహస్యాలతో నిర్మించబడ్డ రాశిచక్రము వంటి నిర్మాణం ! బహుశా రానున్న **అవతారమూర్తి గురించి** అంటే

శంబలకు, స్ఫటికపర్వతానికి లింకుగావుండే నిగూఢమైన దేవ రహస్యాలు ఈ స్ఫటిక నిర్మాణంలో బంధించబడివున్నవి — ఒక చిక్కుముడిలాగ.

మరుక్షణమే లామా మహాశయుడు తటాలున వెనక్కితిరిగి తన వెనక నుంచుని ఆనందభాష్పాలతో ఆ స్ఫటికపర్వతాన్ని చూస్తూ రెండు చేతులూ ఎత్తి నమస్కరించి తన్మయుడైవున్న శ్రీనివాస చక్రవర్తి వీపుమీద ప్రేమగా నిమురుతూ తన ముందుకు లాగి ఇలా అన్నాడు.

"చక్రవర్తీ ! నీవు పరిశుద్ధ వైష్ణవకుటుంబంలో జన్మించావు, వేదకాలం సాంప్రదాయంలో ! అందుకే నీకు మంత్రశాస్త్ర సాంప్రదాయం బాగా తెలుసు ! బయటకి స్ఫటికంతో నిర్మాణంకాబడ్డ ఈ స్ఫటికపర్వతం కట్టుబడిలో నీకేమయినా విచిత్రం గోచరిస్తోందా ? నీకు తోచింది తోచి నట్టు నాకు చెప్పు !" — అన్నాడు లామా దోర్జీ !

శ్రీనివాస చక్రవర్తి కాసేపటికి నోరు పెగుల్చుకుని అతికష్టంమీద మాట్లాడగలిగాడు.

"గురుదేవా ! ఇది జ్యోతిష, ఖగోళ, తాంత్రిక రహస్యాలతో నిర్మాణం కాబడివున్న కట్టడంలా నాకు తోస్తున్నది ! అంటే ఏమిటో వివరంగా చెబుతాను."

"మా బ్రాహ్మణులు నిత్యం పూజిస్తారే. '**శ్రీచక్రం**' అనే యంత్రాన్ని ! అది ముఖ్యంగా రెండురకాలు — ఒకటి త్రికోణాకారం కలిగిన గీతలతో త్రిభుజాకారంగా చిత్రించబడివుండేది శ్రీచక్రం అనే యంత్రం.

ఈ చక్రంలో కొన్ని త్రిభుజాలు తలక్రిందులుగాను, మరికొన్ని త్రిభుజాలు నిలువుగానూ నిలబడివుంటాయి. అలాంటి ప్లాన్ తీసుకొని,

స్పటికశిలతో తలక్రిందులుగా నిలబెట్టిన త్రికోణపుశిలలు నాలుగు దిక్కులా కలిగిన పిరమిడ్లవంటి కట్టడాలు ఒక్కదానిపై ఒక్కటి పేర్చి రెండు రకాలుగా కట్టారు. అలానే నిటారుగా నిలబడివున్న త్రికోణాకారంగా వున్న నాలుగు ముఖాలతో నిలబడి పిరమిడ్ల ఆకారంలో కొన్ని పలకలు ఒకదానిపై ఒకటి నిలబెట్టివున్నాయి. దానివల్ల ప్రతీ పిరమిడ్ వంటి ఆకృతీ — మెట్లు మెట్లుగా అంటే మా వైష్ణవ ఆగమశాస్త్రంలో దేవాలయంయొక్క 'విమానం'లాగ కట్టబడివున్నది ఈ మందిరం.

సరిగ్గా ఇలాంటి కొలతలే కలిగివున్న ఈ పిరమిడ్‌లకు నాలుగు దిక్కులకూ రకరకాల దేవతల శిల్పాలు అంటిస్తే — అది సరిగ్గా మా దక్షిణ భారతదేశంలోని **"తిరుమల"** అనే పుణ్యక్షేత్రంలో **"శ్రీనివాస ప్రభువు"** అనబడే భగవంతుడి దేవాలయంపైన వుండే ఆలయ విమానశిఖరంలా కనిపిస్తున్నది !" అంటూ కరెంటుషాక్ కొట్టినట్టు తుళ్ళిపడి చేతులు దులిపేస్తూ ఆశ్చర్యంగా అన్నాడిలా ! "అది తిరుమల వేంకటేశ్వరప్రభువు ఆలయ విమానపు గోపురశిఖరంలా వున్నదే ! మాపూర్వీకులు చెప్పిన దేవాలయ గోపురాల నిర్మాణంనుంచే ఈజిప్టులోని పిరమిడ్‌ల నిర్మాణం కూడా జరిగిందని ! అది ఇప్పటికి ఇన్నాళ్లకు కళ్ళముందుకు వచ్చింది ఆశ్చర్యమైన ఈ స్ఫటికపర్వతం రూపంలో !

"గురుదేవా ! నాకింకో ఆశ్చర్యం కలిగించే రహస్యంకూడా తట్టింది దైవికంగా ! అదేమిటంటే — మనమీ స్ఫటికపర్వతాన్ని చేరుకునేముందు నదికి అడుగున భూమిలోంచి సొరంగమార్గంలో ప్రయాణించాం కదా ?"

"అవును శ్రీనివాస చక్రవర్తీ — ఏమిటిప్పుడు నీసందేహం ?" — అన్నాడు లామా దోర్జీ.

"ఆ సొరంగ మార్గంలో మనకి కుడివైపున **'భూమిస్పర్శ'** ముద్ర పట్టిన రూపంతోవున్న భవిష్యత్తులో అవతరించే బుద్ధవిగ్రహం చూశారు కదా !

"అవును చూశాము ! ఐతే ?"

"ఆయన సరిగ్గా ఆ మైత్రేయబుద్ధుడు భూమిని చూపే మార్గంలో ఏదో రహస్య మార్గాన్ని చూపిస్తూవుండేలాగ హస్తం చెక్కబడివుందిగదా ? సరిగ్గా అలాగే నేనిప్పుడు చెప్పిన తిరుమలక్షేత్రంలోని మీ శ్రీనివాస ప్రభువు విగ్రహంకూడా ఒక చేతిని క్రిందకు చూపిస్తూవుంటుంది — భూమి స్పర్శముద్రలో ! తిరుమల క్షేత్రంలోని దేవరహస్యాలు తెలిసిన పండితులు చెప్పగా విన్నాను — శ్రీవేంకటేశ్వరస్వామివారి ఈ హస్తం — ఆయన పాదాలక్రింద అడుగున **రహస్యబిలంగా** ఏర్పడివున్న ఓ సొరంగ మార్గాన్ని చూపిస్తోందని ! ఇది, మా వైష్ణవులు, వైఖానసులలో — ఎవ్వరికీ తెలియదు ! ఈ రహస్యం నాకు కూడా ఇప్పుడే ఈ స్ఫటికపర్వతానికిచేరే భూమిలోని సొరంగమార్గాన్ని చూపించే బుద్ధవిగ్రహాన్ని చూస్తే — దాని లోని రహస్యార్థం వలన **శ్రీనివాసప్రభువు పాదాల అడుగునకూడా ఒక సొరంగమార్గం** వున్నదని **గుర్తుకువచ్చింది !**" అంటూ ఆశ్చర్యంగా చెప్పుకు పోతున్నాడు శ్రీనివాసచక్రవర్తి.

లామా దోర్జీ సావధానంగా వింటూ ఇలా అన్నాడు.

"చక్రవర్తీ ! నీకు ఎక్కడెక్కడో దేవరహస్యాలను కలిపే బ్రహ్మముడి వంటి సంధులు స్ఫురిస్తున్నాయి నీబుద్ధికి. నీవు చెప్పిన భూమిలోని సొరంగమార్గం "నరసింహ బిలం" అంటారని కూడా నీకుతెలుసా ?

"అలాగని ఎక్కడవున్నది గురుదేవా ?" అన్నాడు చక్రవర్తి ఆశ్చర్యంగా !

"మీ వెంకటేశ్వరస్వామి భక్తులలో మహాయోగిని, సిద్ధురాలు ఒకామె వుండేది !" — చోగ్యాల్ అందుకున్నాడు.

"తరిగొండ వెంగమాంబగారా ?" ఆశ్చర్యపోతూ అడిగాడు శ్రీనివాస చక్రవర్తి ! "అవును ! ఆమెను ఒకసారి ఆలయంలోకి ప్రవేశించకుండా మీ ఆలయ అర్చకులు గడితలుపులు బంధిస్తే — ఆమె భూమిలో ఈ రహస్య సొరంగం ద్వారానే నరసింహబిలంలో ప్రయాణించి చివరికి గర్భగుడిలోని శ్రీనివాస ప్రభువుని దర్శించేది.

అంతేకాదు ! శ్రీవేంకటేశ్వరస్వామి కలియుగదైవం అంటారు గదా ? అంటే ఈ కలియుగాంతానికి ఆయన పాదాల క్రిందవుండే రహస్య మార్గాన్ని నృసింహబిలాన్ని చూపించే రహస్యమార్గానికి — ఇక్కడ స్ఫటిక పర్వతం అడుగున ప్రవేశించే రహస్య సొరంగమార్గానికీ రెండింటికీ ఏదైనా సంబంధంవున్నదా ?" అన్నాడు సూచనప్రాయంగా.

ఇంతలో జగదీష్ చంద్రబోస్ ఆసక్తిగా ముందుకువచ్చి లామా దోర్జీ చోగ్యాల్‌ను ప్రశ్నించాడిలా —"లామా గురుదేవా ! నేను పవిత్ర బెంగాలీ బ్రాహ్మణుల సాంప్రదాయంలో పుట్టాను. మా బెంగాలీలు జగన్మాత ఐన ఆదిశక్తిని పూజించే భక్తులు ! నవరాత్రులలో దేవీపూజలు తప్పక చేస్తాం మేము. ఇప్పుడు నేను చెప్పేది ఒకటే. మా పూజలలో శ్రీచక్రం — ప్రధానమైంది. ఈ శ్రీచక్రము రెండు రకాలుగా వుంటుంది. ఒకటి బల్లపరుపుగా రేకుమీద త్రిభుజాకారపు గీతలతో వేసిన రేఖాచిత్రము.

రెండవది పంచలోహాలతో మెట్లు మెట్లుగా శిఖరంలాగా **పోత**పోసిన మేరుప్రస్థార శ్రీచక్రం — ఇంకొకటి ! ఈ రెండవది గీతలతో వేసిన చిత్రానికి పొడవు వెడల్పు ఎత్తుగల స్థూలమైన ఆకారమే !

సరిగ్గా అదేశైలి ఈ స్ఫటికపర్వతం కట్టడంలో నాకు స్పష్టంగా కనిపిస్తోంది. ఒక త్రిభుజం తలక్రిందులుగావుంటే మరొక త్రిభుజం దానిపై నిటారుగా పెట్టినట్టుగా, కట్టుబడివున్నది. దానినే **"మేరుప్రస్తార శ్రీచక్రం"** అంటారుగదా ? మా బెంగాలీ శాక్తేయ సాంప్రదాయంలో."

"ఇంతకీ నీ సందేహం ఏమిటి జగదీష్‌బాబూ ?" సూటిగా ప్రశ్నించాడు లామా దోర్జీ.

"లామా గురుదేవా ! నా సందేహం ఒక్కటే ! ఇటు మా తూర్పు బెంగాలీల శాక్తేయ సాంప్రదాయంలో శ్రీచక్రమూ అటు దక్షిణాదిన తెలుగు వారి గడ్డమీద శ్రీనివాసప్రభువు దేవాలయ నిర్మాణమూ — రెండూ ఒకే మూలసూత్రాల వాస్తుపైన ఎలా నిర్మించబడివుంది ? ఈ రెండింటికీ ఏదైనా సంబంధం వుండవచ్చునేమో అని నా సందేహం !"

దాంతో లామా మహాశయుడి కళ్ళు జిగేల్‌మని తళుక్కున మెరిశాయి ఆనందంతో !

"ఏముంది? ఒకటి **'శ్రీచక్రం'** మేరుప్రస్తారం — అంటే ప్రకృతి స్వరూపిణి అయిన **జగన్మాతకు** సూచిక ! రెండవది ఈ ప్రకృతికి **ప్రభువైన** భగవంతుడు **'శ్రీనివాసునికి'** సూచిక !

ఒకటి **"శ్రీ"** అయితే — రెండవది ఆ "శ్రీ" నివసించడానికి ఆధారమైనవాడు — అంటే **"శ్రీనివాసుడు"** ! ఈ సృష్టికి ఆధారమైన శక్తికి

శరణ్యమైన భగవంతుడు ! మరి ప్రకృతికీ పురుషునికి సంబంధంలేకుండా ఈసృష్టి ఎలావుంటుంది ? ఒకటి "శ్రీ" అయితే రెండవది ఆమెకు **"నివాసుడు"** — తెలిసిందా ?" అన్నాడు లామా దోర్జీ చోగ్యాల్.

దానితో మా మనస్సులోని సందేహాలన్నీ తీరి — మాబుర్రలో ఏదో ఒక లైటు వెలిగినట్టయింది !

46

శంబల - భవిష్యాలు !

స్పటికపర్వతం చుట్టూరా ప్రదక్షిణంగా చేతులు జోడించి నమస్కారంతో తిరిగాం ! ఆ వెలుగుకూ, తీవ్రమైన దాని శక్తితరంగాలకూ మా కళ్ళు జిగేల్‌మంటూ సూర్యబింబం చుట్టూరా కనిపించే ఒక వెలుగులాగ ఒక 'వెండి-దూది' వంటి తేజస్సుతో కనిపించగానే మా మనస్సులూ, శరీరాలు ఈ ప్రపంచంలోనే లేనట్టూ, ఏదో స్వప్నలోకాలలో తేలిపోతున్నట్టూ ఫీలయ్యాం !

అలా పదమూడు (13) ఎకరాల వైశాల్యం గల ఆ 'స్ఫటిక-మందిరం' చుట్టూ ప్రదక్షిణంగా తిరగడానికి మాకు కొన్నిగంటలు

పట్టింది ! బాగా అలిసిపోయాం ! మాలో అందరికీ దిగచెమటలు పోసి బట్టలన్నీ తడిసిపోయాయి ! మేమంతా చల్లటి మంచుకొండలైన హిమాలయ శిఖరాలపైన వున్నామన్న విషయంకూడా — ఆ సమయంలో మాకు గుర్తురానేలేదు !

అలా ప్రదక్షిణం పూర్తి-అయి మేమంతా దాని ఉత్తరపు దిక్కున ఏటవాలుగావున్న దిక్కుకువున్న కొండచరియవేపు రాగానే — "ఈ స్ఫటిక-పర్వతం లోపలికివెళితే ఏముంటుంది గురుదేవా ! ఈ స్ఫటికమందిరం లోపల నిర్మాణంకాబడ్డ వాస్తుచిత్రాలూ, గణిత, ఖగోళ, జ్యోతిష అద్భుతాలూ ఇంకా ఎన్నోవుంటాయని నాకు గట్టిగా అనిపిస్తోంది !" అన్నాడు ఆధ్యాత్మిక విషయాలలో నిగూఢమైన పరిశోధనలుచేసిన రష్యన్ వేదాంతి — 'ఔస్పెన్-స్కీ' !

"దానిలోకి ప్రవేశించడానికి ఎటువేపునా ద్వారంలాంటిది ఆ నాలుగుదిక్కులలో ఎక్కడా కనిపించటంలేదే ? ఈజిప్టులోని 'పిరమిడ్' లాగే ఈ "స్ఫటిక-పర్వతం" కూడా దళసరిగా స్ఫటిక శిలతో నిర్మాణం కాబడి వుండవచ్చు !" అన్నాడు లామా-దోర్జీ ! తన ప్రదక్షిణం పూర్తిచేసుకుని పిరమిడ్‌వంటి స్ఫటికశిఖరానికి తూర్పుదిక్కున నిలబడి వెనక్కి తిరిగాడు — ఆయన వీపు వెనక స్ఫటికపర్వత శిఖరం వుండేలాగ !

అది ఇంక మాకు అందరమూ వెనక్కితిరిగే సూచనగా భావించి — ఆయన వెనకే మేమంతా బారుగా లైనుకట్టి నిలబడి నడవసాగాం ! అలా ఒక వెయ్యిగజాలు నడిచామో లేదో — అక్కడొక విచిత్రమైన 'శిల్పం' వంటిది కనిపించింది !

దాన్ని జాగ్రత్తగా పరిశీలిస్తే అది ఓ సింహం ఆకారంలోవుండే శరీరమూ — మనిషి ఆకారంలోవున్న తలా కలిసి ఏర్పడివున్నాయి ! రెండుభుజాలకూ గరుడపక్షి రెక్కలవలే రెండు రెక్కలూ — ఎగురుతూన్నట్టుగా తెరుచుకుని, దాని కళ్ళు అరమోడ్చి ధ్యానముద్రలో వున్నాయి. మనిషిముఖం వున్న గరుత్మంతుడి ముక్కులాగ కోసుగా వంపుతేలి పొడవుగా ఎండుమిరపకాయ తొడిమెలాగ వున్నది దాని ముక్కు !! ఈ విగ్రహం సరిగ్గా 'ఈజిప్టు'లోని మనిషీ సింహం కలిసిన "స్ఫింక్స్" (Sphynx) ను పోలిన ఆకారాన్ని పోలివున్నది.

ఆ విగ్రహంముందు ఒక చిన్న అరుగువంటి రెండడుగుల చదరంగా ఓ 'బలి-పీఠం' లా వున్నది. దానిమీద లోతుగా దీపారాధన ప్రమిదవంటి గుంటలో లామా-దోర్జీ తన చేతికి తగిలించుకున్న జోలెవంటి సంచీలోంచి ఓ గుప్పెడు 'ధూపం-పొడి' తీసి దాంట్లో వేశాడు ! అది సాంబ్రాణీ, పచ్చకర్పూరం, చందనమూ, నెయ్యీ వంటి అనేక సుగంధ వస్తువులతో చేసినట్టుగా 'ఘుమ-ఘుమ' లాడిపోతున్నది ! ఏమిటదీ ? అని నేను ఆశ్చర్యపోయేలోగా రెండు నల్లటి రాళ్ళవంటివి, తన సంచీలోంచి తీసి గట్టిగా — ఒకదానికొకటి కొట్టి, రాపాడించగా సర్రున మూడు నిప్పురవ్వలు రాలి, ఆ పొడిమీద పడి దాంతో నిప్పంటుకున్నది ! అవి నిప్పు వెలిగించే 'చెకు-ముకి' రాళ్ళని అర్థమైంది !

అలా వెలిగించిన ధూపం పొడి వెంటనే అంటుకుని — దట్టమైన పొగలు ధూపంగా ఘుమ ఘుమా, పరిమళాలు వెదజల్లుతూ ఓ అడుగున్నర ఎత్తున జ్వాలగా మంటలేచింది 'ఛట్-పట్' మనే శబ్దాలతో !

లామా మహాశయుడు దానికెదురుగా నిలబడి రెండుచేతులూ ఎత్తి నమస్కరిస్తూ కళ్ళు మూసుకుని ధ్యానించాడు నోటిని కదుపుతూ ఏవో మంత్రాలు అస్పష్టంగా ఉచ్చరిస్తూ !

అలా ఐదారునిమిషాలు గడిచింది ! వెలిగించిన మంటవేడికి కాబోలు అనుకున్నాం ! 'ఛట్'-'ఫట్' మనే చప్పుడుతో పేలి ఆ విగ్రహం ముందు ఒక సూటిగా నిటారైన సందువంటి ద్వారం ఏర్పడింది !

అది క్షణాలమీద విచ్చుకుంటూ — కుడి ఎడమవైపులకు ఒక 'డ్రామా-తెర'లా రెండుపక్కలకూ తెరుచుకుంది ! ఆశ్చర్యంతో నోరు తెరుచుకుని చూస్తూ అలాగే నిలబడ్డాం అందరం — విస్తుపోతూ !

"ఈక్రిందనుంచే ఒక రహస్య ద్వారం భూమిలోపలికి తెరుచు కుంటూవుంది — చూడండి !" ఈ సొరంగం లోపలినించి అడుగునకు దిగి ఆ 'స్ఫటిక-పర్వతం' దిక్కుగా నడిచిపోతే సొరంగంద్వారా నేరుగా ప్రయాణిస్తే అది సరిగ్గా — పోయి పోయి, అదిగో ! ఎదురుగా కనిపించే స్ఫటిక 'శ్రీచక్రం' వంటి పీఠం అడుగునకు చేరుకునే ఓ లోతైన బావి లోకి దారితీస్తుంది ! ఆ 'దారి' లోపలకి కిందికి మెట్లుగా దిగుతూపోతే సరిగ్గా పైనవున్న ఆ 'పిరమిడ్-ఆకారం' గల స్ఫటిక-శిఖరం క్రిందవున్న ఒక "పుష్కరిణి" వంటి కోనేరు మెట్లమీదుగా భూమి అడుగుకు దారి తీస్తాయి !

అవి క్రమంగా వెడల్పుతగ్గుతూపోతూ — ఆ పదమూడుఎకరాల పిరమిడ్ పీఠం-లోపల పన్నెండు ఎకరాల వైశాల్యంతో, అలా తగ్గుతూ పోయి — 13, 12, 11, 10, 9, 8, 7, 6, 5, 4, 3, ... ఇలా తగ్గి

చివరికి త్రికోణంయొక్క సూదిగా వుండే మొనక్రింద వుండే పుష్కరిణి అడుగుభాగానికి చేరుతుంది !

అది — ఈపైన కట్టబడిన 'స్ఫటిక-పర్వతం' ఎంతఎత్తు వున్నదో — భూమిలోపలకి కూడా మెట్టుమెట్టుగా కిందికి దిగుతూ ! — అడుగుకి వెళితే **అంతే లోతు** వున్నది !

అలా, అట్టడుగున వుండే సూదిలాంటి 'పిరమిడ్-కొస'నుండి నిచ్చెనవంటి మెట్లు నిటారుగా పైకి తీసుకువెళతాయి ! అవి చాలా మెరకగా నిట్టనిలువుగా వుండి ఎక్కడానికి కష్టమైనవి ! అవి క్రమంగా ఆ బోర్లించిన పిరమిడ్‌వంటి 'స్ఫటిక-పర్వతం'లో గుల్లగావుండే — లోపలి గర్భాలయం ఒకటి — అందులో దర్శనమిస్తుంది ! సరిగ్గా స్ఫటిక పర్వతం లోపల నడిమధ్యన తలక్రిందులుగా రివర్స్‌గావున్న 'పిరమిడ్' కు చేరుకునే మార్గం ఇది ! నిలబెట్టిన పిరమిడ్‌కు కేంద్రంకిందగా దాని నడిమధ్యన వుండే 'బిందువు' !

అక్కడ స్ఫటికపర్వతం గర్భాలయంలో — దాని హృదయంలాంటి ఒక గుహలావుండే 'చదరం' ఆకారంలో పన్నెండు అడుగుల పొడవూ, పన్నెండు అడుగుల వెడల్పుతో కట్టబడిన ఒక నీలం స్ఫటికం రంగు గది దిగుతూవుంటుంది ! దానిలోకి 'మహాయోగులు' తప్ప మామూలు మనుషులు ఎవ్వరూ ప్రవేశించరాదు ! ప్రవేశించలేరు కూడా !! ఒకవేళ ఎవరైనా బలవంతంగా ప్రయత్నించి — అందులోకిగనక వెళితే నీలం రంగు వజ్రంవంటి ఆ స్ఫటికగదిలోని నీల-లోహిత (Ultra Violet) తరంగాల తీవ్రతకి శరీరంలో రక్తప్రసరణ ఆగిపోతుంది ! గుండె కొట్టు

కోవటం నిలిచిపోతుంది !! ఊపిరి తీసుకోలేక, చివరికి శ్వాసకూడా బంధించబడుతుంది !!!" — అన్నాడు లామా-దోర్జీ !

"అది యోగంలోని 'కేవల-కుంభకం' లోకి దారితీస్తుందా ? గురు దేవా !" అన్నాడు శ్రీనివాస చక్రవర్తి తనకున్న కొద్దిపాటి యోగసాధన లోని 'ప్రాణాయామం' లో కలిగిన "కేవల-కుంభకం" లోని స్థితిని అనుభవంలో గుర్తుచేసుకుంటూ !

"అది సమాధిస్థితిలోకి అంటే "నిర్వికల్ప సమాధి" లోకి లాగేస్తుంది సుడిగుండంవలే ! ఇదంతా నాడీగ్రంథం వంటి ఒక ప్రాచీన తాళపత్ర గ్రంథంలోవున్నది చదివి నా గురుదేవులు చెప్పగా విన్నాను ! అందులో ఇంకా శంబలప్రభువు వొచ్చినప్పుడు జరిగే విషయాలు ఎన్నో రాసి వున్నాయి !" — అన్నాడు లామా.

"అందులో ఏమున్నాయి లామా గురుదేవా ? మేము ఎలాగూ 'స్ఫటిక-పర్వతం'లోకి ప్రవేశించలేము ! ప్రవేశించినా మనం ప్రాణాలతో బయటపడలేం ! కనీసం మీరు చెపితేనైనా విని సంతోషపడతాము." అన్న — మా మాటలు వినగానే తటాలున వెనక్కితిరిగాడు లామా దోర్జీ చోగ్యాల్ మహాశయుడు — మాకు ఎదురుగా నిలబడుతూ !

"అందులో ఏమున్నదో మాలో ఎవ్వరూ చదవలేదు ! కాని కొన్ని కొన్ని విచిత్రమైన వ్యాఖ్యలు, పొడిశ్లోకాలు, వచనములూ, కలిసి కొన్ని చదవగలిగేవి వున్నాయి. వాటిని **"శంబల-భవిష్యాలు"** అంటారు ! అవి పెద్దలు చెప్పగా నేను విన్నవి — ఇలావున్నాయి !

༎ དབང་ཟང་བསྟན་སྐད་གཉིས་ལོ་ཤིང་ཕོ་འབྲུག

།ལོ་སྟོང་རྒྱལ་པོ་གཉེན་ནུ་འི་སྤྱོད།

།ཚོམ་རྒྱན་ཐེན་ཚེ་རྡོད་འབྲུག་གོང་།

།དགྲ་རྒྱན་ལ་སོགས་འཚེར་བ་མང་།

།མཚོན་གྱི་ལྷུག་བསྐུལ་སྣ་ཚོགས་འབྱུང་།

།ཚར་བབས་སྐྲ་རྒྱལ་ཕ་བུ་འཕྲུག

།སོ་སྨད་གཡུལ་རྒྱལ་སྟན་དག་མཁན༎

★ ఆకాశంలో ఓ కొత్త నక్షత్రం కనిపిస్తుంది !

★ 'సైతాన్' వస్తాడు !

★ మానవులు అణువును బ్రద్దలుచేస్తారు ! దాని మంటలకి వినాశం చెల రేగుతుంది.

★ రాత్రి ఎర్రగా — పగలు లాంటి, సంధ్యాకాంతితో మండి పోతుంది.

★ ప్రపంచమంతా భగ్గున మండిపోతుంది !

★ మండుతూవున్న దేశాలపై ఎగురుతూవున్న తెల్లగుఱ్ఱం

పోతూ కనిపిస్తుంది ! 'శంబలప్రభువు' చేతిలో 'మృత్యు కిరణం' అర్థ-చంద్రునిలా ఖడ్గంఆకారంలో ఫోకసింగ్‌చేస్తూ !

★ స్త్రీ పురుష లింగాల మార్పిడి జరుగుతుంది.

★ సృష్టిధర్మం తలక్రిందులవుతుంది. ఓజంతువుకు ఇంకో జంతువు పుడుతుంది. అప్పుడే 'యుగసంధి' పుట్టును.

★ అన్నిమతాలూ నశించిపోయి వాటి పేర్లుంటాయి అంతే !

★ పుట్టుకతో దివ్యశక్తులుగల పిల్లలు పుట్టుకొస్తారు ! వేదాలు చదువుతారు, భవిష్యత్తు చెబుతారు.

★ వారి వాక్యం అప్పుడే జరుగుతుంది.

★ వాళ్ళే ఋషులు !!!

★ ఋషుల — వెనకాలే 'శంబలప్రభువు' వస్తాడు.

★ ప్రపంచవ్యాప్తంగా వరదలు, మంచుతుఫానులు !

★ సముద్రాలు గట్టునుదాటి ఊళ్ళను ముంచుతాయి.

★ భూకంపాలు వస్తాయి.

★ భూపరిభ్రమణం మారి భూమి చలిస్తుంది.

★ టిబెట్‌కు 'ఎర్రబోయలు' వస్తారు. ఆలయాలను, లామాసరీ లను అపవిత్రం చేస్తారు.

★ 'ఇనుప-పక్షి' టిబెట్‌పై ఎగురుతుంది — నిప్పులు కక్కుతూ !

★ ఒకేమాసంలో సూర్య చంద్ర గ్రహణాలు రెండుపక్షాలలోనూ వస్తాయి.

★ 'పదమూడు-రోజుల' పక్షం వస్తుంది ! ప్రళయాన్ని తెస్తుంది !

★ తురక క్రైస్తవ జాతులమధ్య భయంకర యుద్ధం వస్తుంది.

★ ప్రపంచంలోని అన్నిమతాలు నశిస్తాయి. సత్యధర్మం ఒక్కటే 'శంబలప్రభువు' — మతం నిలుస్తుంది !

★ ఒక్కడే భగవంతుడు — ఒక్కటే మానవజాతి ! సత్యం ఒక్కటే అన్నదే చివరకు మిగులుతుంది.

★ 'కలిమాయ' అంతమవుతుంది. 'నిజం' నిలకడమీద నిలబడుతుంది.

★ ధర్మచక్రంతో ధర్మమూర్తిగా పాలించే రాజు వస్తాడు.

★ ఆయనే ప్రపంచాన్ని ఏకంచేస్తూ, నిర్మలంచేస్తూ ఈ స్ఫటిక పర్వతాన్ని ఇలా నిలబెట్టి ప్రభుత్వాన్ని స్థాపిస్తాడు.

★ సత్యయుగం తప్పదు ! సత్యపురుషులే దానిని చూడగలరు.

ఇవి — "శంబల-భవిష్యాలు" !

47

"వజ్ర-శ్రీచక్రం" - 'మేరువు !'

ఆ స్ఫటికపర్వతం అడుగునే నడుస్తూ లామా దోర్జీ-చోగ్యాల్ వెనకే అనుసరిస్తూ వెళ్ళాం.

వాతావరణం వెచ్చగావున్నదిగాని మరీ అంత ఇబ్బందిగా ఉక్కగా లేదు, మరీ చల్లగానూ లేదు ! మేము చేరుకున్న ఈ నలుచదరపు గదిలో, తాళపత్రాలలో రాసివున్న **'భవిష్యాల్ని'** విన్నాక — మా అందరికీ ఒకగొప్ప అనుమానం కలిగింది. అసలీ తాళపత్రగ్రంథాలు దాచివుంచిన గదికి అడుగునగానీ ఎత్తున గానీ అసలైన ఇంకో సజీవమైన ఆధ్యాత్మిక పూజామందిరం వంటిదేదో వుండివుండాలనీ, అక్కడినుంచే ఈ శక్తివంత

మైన 'ఆధ్యాత్మిక-తరంగాల' వంటివి మనస్సులను బలవంతంగా ఆకర్షించి నిర్మలంచేసే జ్ఞానతరంగాలు వస్తూవుండివుండాలని ! ఆమాటే ధైర్యంచేసి లామా చోగ్యాల్‌తో అన్నాను. ఆయన తుళ్ళిపడ్డట్టుగా ఉలిక్కి పడి నావంక ఆశ్చర్యంగా చూస్తూ ఇలా అన్నాడు :

"నీవు అసాధ్యుడివయ్యా ! నీ పూర్వీకులు చేసిన పుణ్యం — సంస్కారాల రూపంలో నీ శరీరంలో, అంతటా జీర్ణించుకుపోయివున్నది. ఆ పూర్వపుణ్యం వల్లనే నీకిలాంటి శరీరం లభ్యంకావటం కూడా సాధ్య మైంది ! ఎందుకంటే ఈ శరీరం ఒక పనిముట్టు ! అంటే — మీ భాషలో చెప్పాలంటే ఒక టెలిఫోన్, టెలివిజన్ వైర్‌లెస్ లేదా కంప్యూటర్ వంటి యంత్రంలా పనిచేసే పనిముట్టు !! మనలోని నరాలు, మెదడు మనలోని సూక్ష్మ-శరీరమూ, మనచుట్టూ రెండు, మూడు అడుగులదాకా వ్యాపించి వుండే తేజస్సులాంటి 'జ్ఞానచక్రమూ', ఇలా ఎంతో దూరంనుంచి ప్రస రించే విషయాలనుకూడా ఇలా — ఆలోచన అక్కర్లేకుండానే గ్రహించ గలుగుతాయి! నువ్విప్పుడు ఇక్కడికి దగ్గరలోనేవున్న స్ఫటికవజ్ర పూజా మందిరం గురించి అలానే అడిగావు! నువ్విలా అడగకపోయి వున్న ట్టయితే నేనీయాత్రను ఇక్కడినుంచే పూర్తిచేయించి — మిమ్మల్ని వెనక్కి తీసుకువెళ్ళేవాడిని ! కాని, మీకు శంబలప్రభువు అనుగ్రహం సంపూర్ణంగా వున్నది. ఇకనుంచీ ఏ విషయం మీనుంచి, దాచను.

"మనం చూడని స్ఫటిక మందిరం — కేవలం మన శరీరంవంటి బాహ్యరూపం మాత్రమే ! దీని అడుగున మనం ప్రయాణించిన భూగర్భ సొరంగమార్గం — మన వెన్నెముకలోని బ్రహ్మరంధ్రంమధ్యలో ప్రసరించే

సుషుమ్నానాడి వంటి మార్గం అనుకుంటే — ఇప్పుడు మనం చేరుకో బోయేది **ఆత్మవంటి** అసలు మందిరం !

ఈ అతిపవిత్రమైన ఆధ్యాత్మిక జ్ఞానకేంద్రానికి మిమ్మల్ని ఇప్పుడే తీసుకువెళతాను !" అంటూ పది అడుగులు నడిచి ఓ మెట్లవంటి మార్గాన్ని సమీపించాడు. ఆ మెట్లు — నేలమీదనుండి ఏటవాలుగా ఇరవైమూడు (23°) డిగ్రీల కోణంలో పైకిలేస్తూ నిర్మాణంకాబడ్డాయి.

ఇక్కడ కాగడాలవంటివి ఏవీ అక్కరలేకుండానే సహజమైన రేడియం కాంతిద్వారా వెలుగుతున్న లైట్లలో ఈ మెట్లెక్కేమార్గం ఆశ్చ ర్యంగా వెలిగి — పగడాలతో తాపడం చెయ్యబడివున్నది ! కొన్ని పగడాలు ఎర్రగాను మరికొన్ని లేతనీలంగానూ మలచబడివున్నాయి. ఇంకొన్ని పగడాలు చిత్రవిచిత్రంగా డిజైన్‌లతో మెలికలు మెలికలుగా ఆకుపచ్చని రంగులో వైడూర్యంలానూ మెరిసిపోతున్నాయి !

ఇంతలో అకస్మాత్తుగా మెట్లు ఆగిపోయాయి ! ఎదురుగా ఒక పెద్ద ద్వారబంధం — ఏడడుగుల ఎత్తూ నాలుగుఅడుగుల వెడల్పూ, వున్నది ! నేను, లామావంక చూశాను ఆశ్చర్యంగా — ఆ ద్వారబంధాన్ని గురించిన సందేహాలను, సంశయాలను తీరుస్తాడని.

"ఇక్కడి కట్టడాలన్నీ సైన్సు గణితశాస్త్ర రహస్యాలలో నిర్మాణం చేయబడివున్నాయి. మీరు గణితశాస్త్రజ్ఞులు కదా ! ఈ ద్వారబంధం ఏడు అడుగుల ఎత్తువున్నది. మీ సైన్సు ప్రకారం కూడా గుండ్రంగావుండే వృత్తం కొలతను ఇరవై-రెండును ఏడుపెట్టి భాగిస్తే వచ్చే $\frac{22}{7}$ "పై"-కి సూచన ! ఇది ఇరవైరెండులోని అంకెలైన 2+2 ను కలిపితే వొచ్చే

నాలుగు అడుగుల వెడల్పుతోనే, ఈ ద్వారబంధం ఏర్పాటుచేశారు ! చూశారా?"

అంటూ ముందుకు దారితీశాడు గర్భాలయంవంటి ఓ షట్కోణ మందిరంలోకి !! దాని గోడలు స్ఫటికాలతో తాపడం చెయ్యబడి వున్నాయి. అవి, తళతళా అద్దాలవలే మెరుస్తూ మమ్మల్ని మాకే కని పించేలా విచిత్రంగా వందలు, వేలసంఖ్యలో ప్రతిఫలిస్తూ వింతగొలుపు తున్నాయి" అని.

ఆశ్చర్యపోతున్న మాతో లామా దోర్జీ ఇలాఅన్నాడు — "ఇది మన ఆత్మకు ప్రతిరూపం ! మన ఆత్మ భగవంతుని ప్రతినిధి ! శరీరం లోని ఆత్మ ఇంద్రియాలద్వారా, తన్మాత్రలచేత పంచభూతాలలోనూ ప్రతిఫలించి మాయవలే అందరిలో కనిపిస్తుంది. ఈ మాయను దాటిన వారే శంబలప్రభువును చేరగలుగుతారు, అని తెలిపేందుకే ఈ గర్భా లయం గోడలు మన బొమ్మల్ని మనకే బైటవాళ్లలా ప్రతిఫలించేలాగా ఇలా స్ఫటికపు అద్దాలతో నిర్మాణం చేయబడివున్నాయి.

"మీరు గమనించారో లేదో — ఈ స్ఫటికం అద్దాలు తెలుపు రంగువి కావు ! ఇందులో కొన్ని నీలంరంగు, కొన్ని ఆకుపచ్చా, మరికొన్ని ఎర్రటి అరుణవర్ణం కలిగి — ఇంద్రధనుస్సు కాంతివలే ఈ అద్దాలు ప్రతిఫలిస్తున్నాయి. మన సూర్యమండలంలోని ఏడుగ్రహాల కాంతులూ మన జాతకంమీద పడి ప్రతిఫలించినట్లే — ఇక్కడా ఇవి, మనని ప్రభావితం చేస్తాయి !" అంటూ

"ఇదిగో ఇక్కడ ఈక్రింద చూడండి !" — అంటూ గర్భాలయం నేలమీద స్థాపించబడివున్న పూజాప్రతిమను చూపించాడు. ఆశ్చర్యం ! అది వెయ్యి నక్షత్రాల కాంతితో కళ్ళు జిగేల్‌మనే వెలుగుతో తళతళా మెరిసిపోతున్న **మేరుప్రస్తార-శ్రీచక్రం** — పధ్నాలుగు త్రిభుజాలూ దళసరిగా ఒకదానిపైన ఒకటి పేర్చబడి 'శివ-శక్తి' స్వరూపాలుగా రూపొందించ బడ్డాయి !

మేము నోరుతెరుచుకుని దానివైపే ఆశ్చర్యంగా చూస్తూవుంటే లామా మహాశయుడు మాతో "ఇది ఒకే ఒక్క శిలతో నిర్మాణం చేయ బడిన ఏకశిలా నిర్మాణంగా చెక్కబడ్డ **శ్రీచక్రం మేరుప్రస్తార యంత్రం !** దానిచుట్టూ పన్నెండు గదులుగల ద్వాదశారచక్రం — ఇది ఆకాశంలోని పన్నెండుమాసాల సంవత్సరానికి ప్రతిరూపమైన కాలచక్రానికి ప్రతిమగా పైన వెలిగే రాశిచక్రము.

"ఇంతపెద్ద స్ఫటిక శ్రీచక్రమే !!" — అన్నాను ఆశ్చర్యంతో నా ఊపిరి ఆగిపోగా.

"శ్రీనివాస చక్రవర్తీ ! మీరేదో నిద్రలో వున్నట్టున్నారు ! — మేలు కోండి !! ఈ మేరుప్రస్తార శ్రీచక్రయంత్రం — **స్ఫటికం కాదు.**"

"మరేమిటి ? నిర్మలంగా గాజులాగా, స్ఫటికంలాగే మెరుస్తోంది గదా ?" అన్నాడు శ్రీనివాస చక్రవర్తి.

"అయ్యా ! ఇది స్ఫటికం అయితే ఇంతలా వేలకి వేల నక్షత్రాలు మెరిసిపోతున్నట్టు కనిపిస్తుందా ? కాదు ! కానే కాదు !! ఇదంతా — ఒకే ఒకపెద్ద **వజ్రం** ! మీరు **'డైమండ్'** అంటారే అదే ! కోహినూరు వజ్రం

కన్నా నూరురెట్లు పెద్దది ! చెక్కి ఇలా మేరుప్రస్తార శ్రీచక్ర యంత్రంగా రూపొందించారు. చూడండి జాగ్రత్తగా !!" అంటూ పీఠంవైపు చూపాడు — వేలితో తాకకుండా !

దానిపై బీజాక్షరాలు స్పష్టంగా చెక్కబడివున్నాయి. కాని, అవి — అప్రదక్షిణంగా **'ఓం మణిపద్మహుం'** అని ! దానిలోపల బాణంగుర్తులు సవ్యంగా ఎడంవైపు చూపబడివున్నాయి.

ఇదేమిటని ఆశ్చర్యపోయేలోగా లామా మహాశయుడు మోకాళ్ళ మీద కూలబడి ముందుకువొంగి తన రెండుచేతులతో శ్రీచక్ర మేరు ప్రస్తారాన్ని ఒడిసిపట్టి — అపసవ్యంగా తిప్పాడు ! దానితో గర గరమని శబ్దంచేస్తూ ఉరుములా ప్రతిధ్వనించి నిప్పురవ్వలు చెలరేగాయి ! దాంతో, ఆ యంత్రం ఒక మరలాగా, స్క్రూలాగా కుడివైపుకు తిరిగి — తెరుచుకుంది ! మరుక్షణమే లామా దానిపైన వున్న మిగతా త్రిభుజాలను కూడా అదేవిధంగా నొక్కిపట్టి — ఒకటి సవ్యంగానూ, ఒకటి అపసవ్యం గానూ, మార్చిమార్చి తిప్పాడు. "ఇదేం చిత్రం ?" — అని నేను అడిగితే నవ్వి **"సవ్యా–ప–సవ్య మార్గస్థ !"** — అన్నదీ "శంబలలోనిదే నండీ !" అన్నాడు లామా !

దాంతో అదేవిధమైన ధ్వని వినిపించి ఈసారి మందిరమంతా భూకంపంలా ఒణికిపోయింది ! ఇలా మేరుప్రస్తార యంత్రంలోవున్న త్రిభుజాలను ఒక్కొక్కటీ, ముందుకీ, వెనక్కూ తిప్పుతూపోతే — చివరికి ఆ శ్రీచక్రయంత్రం పీఠంతోసహా ఊడివచ్చింది ! మాలో నలుగురి సహాయంతో దానిని బలవంతంగా ఎత్తి పైకితీయించాడు.

దాని అడుగున పన్నెండు అడుగుల చతురస్రం ఆకారంలో ఒక **ద్వారబంధం** నిటారుగా భూమిలోకి చెక్కబడివున్నది ! దానిలోకి తొంగి చూసేలోగా అందులో పద్మం. ఆ పద్మంకేంద్రంలో వజ్రపుపీఠం ! పీఠం మధ్యలో — ఓ గుండ్రటి గోళంవంటిది పాదరసంలా మెరిసిపోతూ కోటిచంద్రుల కాంతితో జిగేలుమని మెరుస్తూ — క్షణకాలం మాకళ్ళు కనిపించకుండా పోయాయి. చెవులు వినిపించకుండా పోయాయి. చెవులలో 'ఓంకారం' హోరుమనే శబ్దంతో వినిపిస్తూంటే మరుక్షణమే మాచుట్టూవున్న ప్రపంచమంతా గిర్రున తిరిగిపోయినట్టు ఓ చిత్తభ్రమ వంటిది కలిగింది. మరుక్షణమే మేం స్పృహ కోల్పోయాము.

అలా ఎంతసేపున్నామో మాకే తెలియలేదు ! మాకు తెలివివచ్చి చూస్తే ఆ పర్వతం బయట — మొదట మేము స్నానంచేసిన వేడినీటి బుగ్గవద్ద వెల్లికిలా పడుకునివున్నాము. ఇక్కడికి ఎలావచ్చామా ? అని ఆశ్చర్యంతో చుట్టూ చూస్తూవుంటే ఏడుగురు సాధువులు ఆరు అడుగుల ఆజానుబాహువులు — మాచుట్టూ నిలబడివున్నారు ! వాళ్ళు చేసిన ఉపచారములవల్లే మేమింకా బతికి బయటపడ్డామని అర్థమైంది. ఆతరువాత కొన్నిగంటలకు మాశరీరం మాస్వాధీనంలోకి వచ్చి జ్ఞాపకశక్తి కలిగి స్ఫటిక పర్వతంలో ఈ ముందు మాకు జరిగినదంతా నెమ్మది నెమ్మదిగా గుర్తుకు రాసాగింది — అదంతా కాలచక్రం గిర్రున వెనక్కి తిరిగినట్టుగా — మా జీవితమంతా ఒక సినిమారీలులాగ వెనక్కి తిరుగుతూ మాకే కనిపించింది !

"మిత్రులారా ! మీరిప్పుడు చూసిన విద్యను టిబెటన్ పరిభాషలో

"కాలచక్ర-తంత్రం" అంటారు. ఇది ఒక్క శంబలప్రభువుకే సాధ్యం !" అంటూ మమ్మల్ని అక్కడినుంచి తొందరగా నడిపించాడు.

అలా ఎంతో సేపు నడిచి మేము మళ్లీ బయలుదేరినచోటికి తిరిగి చేరుకున్నాము. అక్కడ కొందరు లామాలు ఎండుకొబ్బరి చిప్పలతో వేడివేడి అన్నం వంటి పొంగలిని మాకు తినబెట్టారు ! అప్పటికి మా శరీరానికి సత్తువవొచ్చింది ! మా అనుభవాలను వాళ్ళకు అంతా వివరించాము.

అదంతా వేరే కథ !

(48)

శంబల - రహస్యం !

"ఈ విశ్వమే మన శరీరం — అన్నారుగదా ! కైలాస పర్వతమే శరీరానికి శిఖరమైన శిరస్థానమైతే — మరి శంబలకువెళ్ళేదారి ఏది ? మన శరీరంలోకూడా శంబలకు వెళ్ళేదారిలాంటి ద్వారం వున్నదా ? అదికూడా మూసుకుపోయి వుంటుందా ? ఎలా తెరుచుకుంటుంది ?

"మన శరీరంలో అయితే "శంబలకు చేరుకోవటం" అంటే యోగ సాధనలో ఏంజరుగుతుంది ? ఓ యోగి-లామా గురుదేవా ! దయచేసి మాకు తెలియజెప్పండి !" — అని అడిగాం అందరమూ !

లామా మహాశయుడు తనలో తానే మాట్లాడుకుంటున్నట్టుగా స్వరయుక్తంగా చెప్పటం ప్రారంభించాడు — "శరీరంలో సుషుమ్నానాడి తెరుచుకోవటం అంటే — శంబలకు మార్గం తెరుచుకోవటమే !"

మనలో 'బ్రహ్మనాడి' అని వెన్నెముకలోని నాడులలో — ఇడ, పింగళనాడులకు నడిమధ్యన — మధ్యగా వుండే ద్వారాన్ని 'సుషుమ్న' ద్వారం అంటారు. యోగసాధనచేసి దానిని తెరవడానికి ప్రయత్నం చేయనివారిలో అది తెరవడానికి వీలుకాకుండా మూసుకుపోతుంది.

అలాంటివారు — తాముచేసిన పూర్వ చెడుకర్మ అడ్డంపడి శంబలకు దారి కనుక్కోలేరు.

తన గతజన్మ చెడుకర్మ, ఇహలోకానికి సంబంధించిన పుణ్యకర్మా — ఈరెండూ నశించిపోయి, ఆత్మ నిర్మలంగా, ఎట్టి పూర్వకర్మ వాసనలు లేకుండా నశించినవారికే — మనస్సులో చాలా గాఢంగా ముక్తిమీద ఆసక్తికలవారికే శంబల గురించిన కుతూహలం కలుగుతుంది. వారికే శంబల గూర్చి తెలుసుకోవటం సాధ్యపడుతుంది. దానికి సంబంధించిన భోగట్టా ప్రశ్నలు ఆరాతీయాలన్న ఆతృతకూడా కలుగుతుంది" — అంటూ ఆ ముసలి లామా ఆగాడు. అలా ప్రారంభమైంది శంబల యాత్రలోని మొదటి అంకం.

"ఆత్మ సాక్షాత్కారానికి — శంబలకుపోయే మార్గం గురించిన అన్వేషణకూ చాలా లోతైన సంబంధంవుంది ! అందుకే కేవలం పర్వతా లెక్కే విదేశీ యాత్రికులకూ ఏవేవో సాహసకార్యాలు చేసేద్దామనే యవ్వనో ద్రేకపు ఉడుకు రక్తంగల యువకులకు — ఈ శంబలకు మార్గం గురించిన ఆసక్తి కలగదు ! అలాంటివారు ఏ ఆల్ఫ్పర్వతాలకో లేక ఉత్తరధృవంలోని మంచుకొండలకో అదీకాకపోతే చీకటిఖండం అనబడే ఆఫ్రికాలోని కిలిమేంజరో పర్వతాన్ని ఎక్కడానికో సాహసయాత్రలు చేస్తారు

గాని **'శంబల'** గురించి వీరికి తెలియదు ! అది చాలా రహస్యంగా వుంచబడివున్నది — కొన్ని శతాబ్దాలనుంచీ కూడా ! ఇది నిగూఢమైన ఆధ్యాత్మిక రహస్యం !"

యోగి లామా మహాశయుడు తనలో తానే మాట్లాడుకుంటు న్నట్టుగా లయబద్ధంగా ఒక మంత్రం సస్వరంగా చదువుతున్నట్టుగా చెప్పుకుపోతున్నాడు! ఇంతలో నేను :

"గురుదేవా ! లామా మహాశయా ! ఎందుకిలా శంబలగురించీ — శంబలకు పోయే రహస్యమార్గం గురించీ ఇంత రహస్యంగా దాచి వుంచారు ? అలా రహస్యంగా వుంచాల్సిన అవసరమేమిటి ? శతాబ్దాల తరబడి ఈ శంబల సంకేతాల్ని నిగూఢమైన ఆధ్యాత్మిక రహస్యాలుగా దాచివుంచబడడానికి కారణం ఏమిటి ?" అన్నాను.

ఈ ప్రశ్నలకు లామా మహాశయుడు వెంటనే సమాధానం చెప్ప లేదు ! క్షణకాలం తుళ్ళిపడ్డట్టు ఆల్లోచనలోకి మునిగిపోయాడు ! ఆతర్వాత తనలోనే తనకు లోపలనుంచి ఏదో అంతర్వాణి మౌనభావంగా అందిస్తున్నట్టుగా లోపలిసందేశాన్ని వింటున్నట్టు నిశ్శబ్దంగావున్నాడు ! కాసేపటికి నెమ్మదిగా మళ్ళీ బాహ్యస్మృతిలోకి వచ్చి — ఇలా చెప్పడం మొదలుపెట్టాడు !

"ఈ శంబల రహస్యాలు నాకూ పూర్తిగా తెలియవు ! మీరంతా నేనేదో పెద్ద గురుదేవుడినని, ఒక జ్ఞాని లేక ఋషి వంటి మహా పురుషుడుగా భావిస్తున్నారేమో !" అంటూ భళ్ళున పగలబడి నవ్వాడు ముసలి లామా — కళ్ళవెంబడి నీరు వచ్చేదాకా ! "నాకేదో ఇక్కడా

అక్కడా విన్నవీ, కన్నవీ, తెలిసినవీ, తెలియనివీ అన్నీ కలగాపులగంగా నాబుర్రలో కలిసిపోయాయి ! దానికితోడు నా వయస్సా — 98 దాటింది ! నాకా మీలాగ ప్రపంచజ్ఞానం లేదు !"

"నాకు పెళ్ళీలేదు ! పెటాకులూ లేవు ! అసలు భార్య అంటే ఎలావుంటుందో కూడా తెలియదు ! అంతెందుకు అసలు మనిషికి సంసారం చేయాల్సిన అగత్యం ఏమిటో కూడా నాకింతవరకూ ఏమీ తెలియదు ! దానికి కారణం కూడా వుంది."

"నన్ను చిన్నప్పుడే అయిదారేళ్ళ వయస్సులో వుండగా మాతల్లి చనిపోయింది ! మా నాయనగారు తల్లిలేని నన్ను ఒంటరిగా సాకలేక ఒక ప్రాచీనమైన మఠంలో 'లామాసరీ' ఆశ్రమంలో దానం ఇచ్చినట్టుగా అప్పగించేశాడు ! అక్కడి గురువులు లామాలు నన్ను చూసి — నా అరచేతిరేఖలు శరీర సాముద్రికం పరిశీలించారు ! ఆపైన ముగ్గురు పెద్దలు జ్యోతిషంలో గొప్ప పండితులు నేను పుట్టిన సమయం రాసుకొని — నా జాతకం — అంటే నేను పుట్టినపుడు ఆకాశంలో వున్న గ్రహస్థితి ఎంతో శ్రద్ధగా గణితంచేసి లెక్కించారు ! ఆతర్వాత ఆ మఠంలోని ఆశ్రమంలో ప్రాచీన తాళపత్రగ్రంథాలు వెతికి అందులోని పురాతనమైన **'నాడీగ్రంథం'** తీశారు ! దాంట్లో — ఒకదాంట్లో — ఎక్కడో నాపేరు దొరికింది !

అంతేకాదు నా గతజన్మచరిత్ర — నేనెవరో పూర్వజన్మలో ఎక్కడ పుట్టానో ఏం జరిగిందో — మళ్ళీ ఇక్కడ ఎందుకు జన్మించానో అంతా వివరంగా రాసివుందిట ! ఇంతేకాదు నా చిన్నప్పుడే తల్లి చనిపోతుందనీ

నాతండ్రి నన్ను తీసుకొచ్చి సరిగ్గా ఇదే లామాసరీ ఆశ్రమానికి సమర్పిస్తాడనీ కూడా ఇక్కడ నాడీగ్రంథంలో రాసివున్నది ! దాన్నిబట్టి నన్ను అక్కడ మఠంలో గురుకులంలో బాలశిష్యుడిగా చేర్చుకున్నారు ! భోజనం, నిద్రా, నివాసం అన్నీ మఠంలోనే !

'సత్రంభోజనం — మఠంనిద్రా' అన్న సామెతలా నా జీవితం గడిచింది ! పాతికేళ్ళు వచ్చేదాకా తోటి గురుకుల శిష్యులతో మంత్రాలు, పద్యాలు వల్లించడం, పాఠాలు చదవడం, ఖాళీసమయాల్లో వాళ్ళతో కుస్తీలు పట్టడం, మధ్య మధ్య దెబ్బలాటలు, మళ్ళీ స్నేహంగా కలుసుకోవడం, నవ్వులు, ఏడ్పులు — మా మఠంపెద్ద గురువుగారినుంచి చీవాట్లు ఇవే తెలుసు నాకు ఇరవైఅయిదేళ్ళు వచ్చేదాకా ! అసలు ఆడది అంటే ఎలావుంటుందో కూడా నాకూ — ఇంకా మా మిగతా గురుకులం పిల్లలకు ఎవరికీ తెలియదు ! బాల్యంనుంచీ మాకు యోగ సాధన, ధ్యానం, ఆసనాలు, ప్రాణాయామం, జపం నేర్పిస్తారు ! కొంచెం యుక్తవయసు అంటే 12-16 ఏళ్ళు వచ్చేసరికి దేవతావిగ్రహాల్ని అభిషేకించడం, పూజాపాత్రలు, పళ్ళాలు తోమి శుభ్రంచేయడం, ఆలయ ముఖమండపం ఊడ్చి దీపం పెట్టడం, గురువుగారు పూజా, జపం, ధ్యానం చేస్తుంటే నిశ్శబ్దంగా ధ్యానించడం ఆయన మనస్సుతోనే నామనస్సు కూడా లీనంచేస్తూ — ఇదే నాకు తెలిసిన జీవితం ! అందుకని మీలాగ ప్రపంచం ఎరిగినవాడిని కాదు ! ఏదో చదువులేని మూర్ఖుడైన ముసలి లామాను ! నేను చెప్పినదంతా వేదంగా మీరు భావించరాదు" అంటూ మొహమాటంగా తలవంచి మౌనం వహించాడు ముసలి లామా !

మాకు క్షణకాలం నోటమాటరాలేదు — ఆయన మమ్మల్నీ మా నిజాయితీని అనుమానిస్తున్నాడా ? — మాకెందుకు శంబలగురించిన వివరాలు చెప్పకుండా తప్పించుకో చూస్తున్నాడు ? మిమ్మల్ని ఏమాత్రం నొప్పి కలిగించకుండా బాధ కలగనీయకుండా, మా జ్ఞానాన్నీ, మా గొప్ప తనాన్నీ తక్కువచేయకుండా అవసరమైన శంబల రహస్యాలు దాచేశాడు ! దాంతో మాకు ఈయనతో ఎలా ప్రవర్తించాలో ఏంచేస్తే శంబలగురించిన దేవరహస్యాలు ఈయన చెబుతాడో అంతుపట్టలేదు ! క్షణకాలం నిశ్శబ్దంగా మేమందరం ధ్యానించాము ! ఏమంత్రమూ జపించలేదు ! అదికూడా ఆయన మనస్సు చికాకు కలిగిస్తుందేమో అన్న భయంతో ! కేవలం దయాసముద్రుడు ప్రపంచంలో జీవులందరికీ ముక్తిని కోరి తన మోక్షాన్ని త్యాగంచేసే బుద్ధదేవుడు భోదిసత్వుడి దయకై ప్రార్థించాము !

ముసలిలామా కళ్ళుతెరిచి మావంకే చూస్తూ చిరునవ్వు నవ్వాడు — మా ఆలోచనలు గ్రహించినట్టు ! "బోధిసత్త్వుని దయ ఒక్కటే మనకి సరైనమార్గం చూపించే ఉపాయం ! ఓపికతో వుండండి ! తొందర, చికాకు, అమిత ఉత్సాహం పనికిరాదు అధ్యాత్మిక విషయాలలో" అంటూ కాసేపు ఆయన పూజాకార్యక్రమంలో మునిగిపోయాడు ! మేమంతా తలోపనీ చేసిపెట్టి ఆయనకు చేతనైన సాయంచేసి తోడ్పడ్డాం ! మళ్ళీ ఏదైనా మామీద జాలిగలిగి శంబల రహస్యాలు చెప్తాడేమో అన్న ఆశతో !

పూజ పూర్తిచేసిన లామా ఇత్తడి ప్రమిదలో వెన్నతో వెలిగించిన దీపారాధన ప్రదక్షిణంగా ముమ్మారు తిప్పి గంట మోగించాడు ! మళ్ళీ పచ్చకర్పూరం పొడి ఆ దీపారాధనపై చల్లి ఉద్ధరిణిలో తీర్థంతో మంట చుట్టూరా తిప్పి దీపారాధనపైగా తీసి హారతి, నీరాజనం బుద్ధదేవునికి

సమర్పించాడు ! ఆయన వెలిగించిన పొడుగాటి టిబెటన్ అగరువత్తులు, కస్తూరి, జవ్వాది, చందనం కలిసిన పరిమళంతో గుబాళిస్తూ లేతనీలం పొగ మబ్బులాగా మఠంలోని పూజామందిరం అంతా వ్యాపించింది ! ఆ ప్రశాంతతకు మాకు శరీరం పులకరించి వెంట్రుకలు నిక్కబొడుచు కుని కళ్ళవెంబడి నీరు పొంగిరాసాగినాయి ! ఇక లామా మహాశయుడి తర్వాత సందేశం కోసం ఎదురుచూస్తూ కూర్చున్నాం — ఎవరూ ఏమీ మాట్లాడకుండా ! కాసేపటికి మళ్ళీ ఆయనే ఇలా అందుకున్నాడు — మా క్రమశిక్షణ నచ్చినట్టుంది!

"శంబల గురించిన వృత్తాంతం రహస్యంగా వుంచడంలో ఇంకొక ముఖ్యకారణంకూడా వున్నది ! శంబలయొక్క రహస్యం ఈ **కలియుగం** యొక్క **'అంతం'**తో సంబంధించి వుంటుంది ! ఇప్పుడు ప్రపంచంలో జరుగుతున్న కలియుగం ఆరంభమైనది — అప్పటి అవతారమూర్తి శ్రీకృష్ణుని నిర్యాణ సమయంలో ! ఆయన తిరిగి అవతరించేది మళ్ళీ కలియుగాంతంలోనే ! కలియుగాంతంలో వచ్చే అవతారమూర్తితో సంబంధించివున్నందున ఈ శంబలవృత్తాంతం రహస్యంగా వుంచబడింది !

"ఎందుకంటే కలియుగంలో అనేకమంది క్రూరులు, దుర్మార్గులు, స్వార్థపరులు, అధికారదాహం, ధనదాహం, కామదాహం, రక్తపిచ్చితో రక్త పాతాలు చేసే దుర్మార్గులు పుట్టే కాలం గనక, వారికి శంబల గురించి తెలిస్తే భవిష్యత్తులో అవతరించే కారణజన్ములకు అవతారమూర్తికి అనవ సరమైన ప్రమాదాలు ఇబ్బందులు కలిగిస్తారు !

ఎవరు పుణ్యాత్ములో మన సొంతబుద్ధితో తెలియడం కష్టం కాబట్టి

— ప్రతీవాడు తనని తాను చాలా పుణ్యాత్మునిగానూ, ధర్మాత్మునిగానూ భావిస్తాడు కాబట్టి అలాంటివానికి శంబలగురించి చెప్పడం అంటే ప్రపంచంలో ఎంతో నరరూపరాక్షసుడు అయిన క్రూరుడికి ఆటంబాంబుకు మించిన విధ్వంసశక్తిని చేతికిచ్చినట్టేకదా ! అందుకని ఈ శంబలగురించిన భవిష్యాలు అవతారమూర్తి జన్మించే పుణ్యభూమియొక్క వింతలూ, విశేషాలూ — ఎవరికి చూసినా అర్థంకాకుండా గుప్తంగా వుంచారు ! అంతేకాక సరైన కాలం వచ్చినపుడు తెలియవలసిన దేవరహస్యాలు — సరిగ్గా ఆ టైములోనే తెలియాలి ! ముందు తెలియడంవల్ల వాటిపై భారంగా మొద్దుబారిపోయి ప్రజల మనస్సుపై ఒక మందు పనిచేసినట్టు పనిచేయకుండా పోతాయి ! ఇవికాక ఇంకా ఎన్నో రహస్యాలు వున్నాయి ! అవి శంబల వెళ్ళేదారిలో మీకే ఎదురవుతాయి ! వాటిగురించి మీకు ఎవరూ చెప్పకుండానే — అనేక ఆశ్చర్యకరమైన విషయాలు మీకు అవే తెలుస్తాయి !

"బోధిసత్త్వుడు, బుద్ధభగవానుడు మీపై తన దయాకిరణాలను వర్షించుగాక మీ మనస్సులు, హృదయాలు నిర్మలంగా ప్రకాశించాలి ! మీ బుద్ధి, స్వార్థంవైపు, అహంకారంవైపు పరుగులుపెట్టకుండా శంబల ప్రభువు కాపాడాలి !"

"అహంకారం కలియుగంలో పుట్టిన పెద్దవిషం ! ఇది హృదయాన్ని చేదుగా విషమయం చేస్తుంది ! ప్రేమతో నిండి మధురంగా వుండాల్సిన మన హృదయాన్ని విషపూరితంచేసి ద్వేషంతో నింపేస్తుంది ! ఈపని ప్రత్యేకించి కలియుగం చివరలో అవతారమూర్తికంటే ముందుగా జన్మించే సైతాను చేపట్టే దుర్మార్గపు కార్యక్రమాల్లో ముఖ్యమైంది ! శంబల రహ

స్యాలు వీడికి అందకుండా వుండేందుకే మహాత్ములు, యోగులు, దేవరహస్యాలను ముఖ్యంగా శంబలవెళ్ళే మార్గాన్ని అది ఎక్కడవున్నదో భౌతికంగా కనుగొనే గుర్తులను చెరిపివేశారు ! అంటే కనపడకుండా కాలంతోనూ, మాయతోనూ కప్పేశారు" — అని అంటూ ఆ ముసలి యోగి లామా తన కమండలువూ, జపమాల, తాటియాకుల గ్రంథాలు కట్టగట్టుకొని వడివడిగా నడుస్తూ వెళ్ళిపోయాడు దూరంగావున్న ఒక లామాసరీ ఆశ్రమంవైపు !

ఆయన ఎక్కడికి దారితీస్తున్నాడో తెలియక మేంకూడా ఆయన్ని అనుసరించాం — "బహుశా ఈయన స్పటిక పర్వతానికి దారితీస్తున్నాడేమో మేం ఎంతవరకు ఆయనని నమ్మి పూర్తి విశ్వాసంతో ఆయనని అనుసరిస్తామో చూద్దామని !" అనుకుంటూ — ఆయన వెనకే మేం అంతా పరుగులాంటి నడకతో అనుసరించాం! మాఊహే నిజమైంది ! తుళ్లిపడ్డాం లామా దోర్జీ మహాశయుడు మమ్మల్ని ఎక్కడికి చేర్చాడో ఎదురుగా — "స్పటికమందిరం" చూడగానే !!!

49

స్ఫటిక-మందిరం !

అది స్ఫటికశిలలతో నిర్మాణంచేయబడ్డ ఒక మందిరం ! సూర్యరశ్మి ఇటునుంచి అటు గాజులాగా ప్రసరించే నిర్మలమైన చంద్రకాంత శిలలతో అద్భుత నైపుణ్యంతో చెక్కబడినదానిలో — స్ఫటికాలు, ఒక వెంట్రుక వాసి సందుకూడా లేకుండా ఒక ఉంగరంలోని రాళ్ళు బిగించినట్టుగా ఎంతో బిగుతుగా ఇమిడ్చి పేర్చబడివున్నాయి !

ఆ శిలలు నిర్మాణంలో ఎంత చక్కగా చెక్కబడివున్నాయంటే ప్రతీ స్ఫటికంసైజూ అది పట్టే సందువుండేటంత పరిమాణమే — సరిగ్గా కొలత ఒక వెంట్రుక మందంకూడా తేడాలేకుండా — ఎంత ఖాళీవున్నదో అంతేసైజుతో చెక్కిన స్ఫటిక శిలలను — మంచి పనితనంతో వాటిని ఆ స్థంభంలోకి బిగించి లోపలికి దిగగొట్టినందువల్ల రాళ్లమధ్య సిమెంటు

వంటి అతికే వస్తువేదీ లేకుండానే ఆ స్పటికశిలల నిర్మాణం ఎంతో అద్భుతంగా చెక్కినట్టు చెక్కబడింది !

అంతెందుకు? ఎవరైనాసరే అధాట్టున ఆ స్పటికశిలల మందిరాన్ని చూస్తే — అదంతా ఏకస్పటికంతో చెక్కబడినట్టుగా ఒక శ్రీచక్రం ఆకారంలో అది కనిపిస్తుంది — కోటి నక్షత్రాల కాంతిని విరజిమ్ముతూ !

ఆ మందిరం నిర్మాణం రెండు అరలుగా నిర్మించబడివున్నది ! బయటవున్న అరలో త్రిభుజాకారంగా నిలబడివున్న ఈజిప్టు పిరమిడ్‌వంటి శిఖరం కలిగిన లోపల హాలువలే నిటారుగావున్న త్రిభుజంలోకి — దిగుడుబావిలాగా మెట్లు మెట్లుగా కిందకి దిగుతూపోయి — ఒక ఆలయంలోని కోనేరుమెట్లు చెక్కినట్లు మెట్లు మెట్లుగా అలా కిందకు దిగుతూ వెళతాయి ! త్రిభుజంయొక్క అడుగుకోణం సూదివలే తలక్రిందుగా బోర్లించిన త్రిభుజాకారంలోవుంది ! ఆ అట్టడుగు ముక్కోణం నుంచి ఒకద్వారం — ఉత్తరంగా తెరుచుకుంటోంది ! ఆశ్చర్యపోతూ ఆ ద్వారం సమీపించగానే ఉత్తర దిక్కునుండి సన్నటి వెలుతురు సూదివలే ఒక కాంతికిరణంలా లోపలికి ప్రకాశిస్తున్నది ! దాని వెలుగుతో మందిరం లోని ఆ స్ఫటిక ఫలకం — జిగేల్‌మని మెరిసింది !

ఆతర్వాత తెలిసింది — అది ఉత్తరదిక్కునుండి ధృవనక్షత్రంనుండి లోపలికి ప్రసరించే కాంతికిరణమని !

సూదిబెజ్జంవంటి ఆ సందులోంచి సరిగ్గా ధృవుడు మాత్రమే ప్రకాశించేటంత రంధ్రం ఏర్పడివున్నది — స్పటికశిలలతో కట్టిన గోడ మధ్యలో ! ఆశ్చర్యంగా ఆ ధృవనక్షత్రపు కాంతికిరణం వెలుగుతున్న

దిక్కుగా నడిచి, చూస్తే అది ఏటవాలుగా కిందకి 23° డిగ్రీల — కోణంలో వెలుగు ప్రకాశిస్తూ నేలకి తాకుతున్నది !

ఆశ్చర్యం ! ఆ కోణం సరిగ్గా — మన భూమియొక్క ఉత్తరధృవం ఎంత పక్కకి వంగివుంటుందో — అంతే కోణం సరిపోయేలాగా ఇరవై మూడు (23°) డిగ్రీలపైచిలుకు వంపుతిరిగి వున్నది ! ఆశ్చర్యపోతూ ఆకాంతి నేలపై స్ఫటికఫలకంమీద పడ్డచోట కుతూహలంకొద్దీ ముట్టుకుని తాకి చూశాను ! అంతే ! — వెంటనే ఓ ఉరుములాంటి పెద్దశబ్దం వినపడి ఒక పంజరంలోనికి తెరుచుకునే స్ప్రింగుమూత వలే 'స్ఫటిక-గోడ' పక్కకి తిరిగి — తెరుచుకుంది ! ఒక్కసారిగా నా ఊపిరి ఆగి పోయింది ఆశ్చర్యంతో !

ఆశ్చర్యంతోనూ, సంతోషంతోనూ ఒకరిమొహాలు ఒకరు చూసు కున్నాం ! చివరకు రష్యన్ పరిశోధకుడైన నికోలాస్ రోరిఖ్, తెగించి — ఆ తెరుచుకున్న ద్వారంలోంచి ముందుకువెళ్ళాడు ! అంతే ! రెండు అడుగులు వేశాడోలేదో అతడు లోపలికి ప్రవేశించిన ద్వారబంధంనుంచీ ఎదురుగా నేల మెరకగా గోడవలే పైకిలేచివున్నది — సరిగ్గా అంతే కోణంలో 23° ల వంపుతో ఒక జారుడుబల్లలాగా !!!

దానిమీద జారిపడకుండా జాగ్రత్తగా నడుస్తూ పైకి పైకి పోతే — రెండవ అంతస్థులోని స్ఫటిక మందిరంలోని వరండాలోకి చేరు కున్నాము ! అది నలుచదరంగా దేవాలయంలోని కోనేరు మెట్లవలే ప్రదక్షిణంగావున్న పైగట్టుమీదకి తీసుకువెళ్ళింది ! అక్కడినుండి త్రిభుజా కారంగా అడుగుకు పోయే ముక్కోణపు హాలులోకి దిగుడు బావిలా — కిందకిపోతూ మెట్లు ! ఇదేమిటి ?

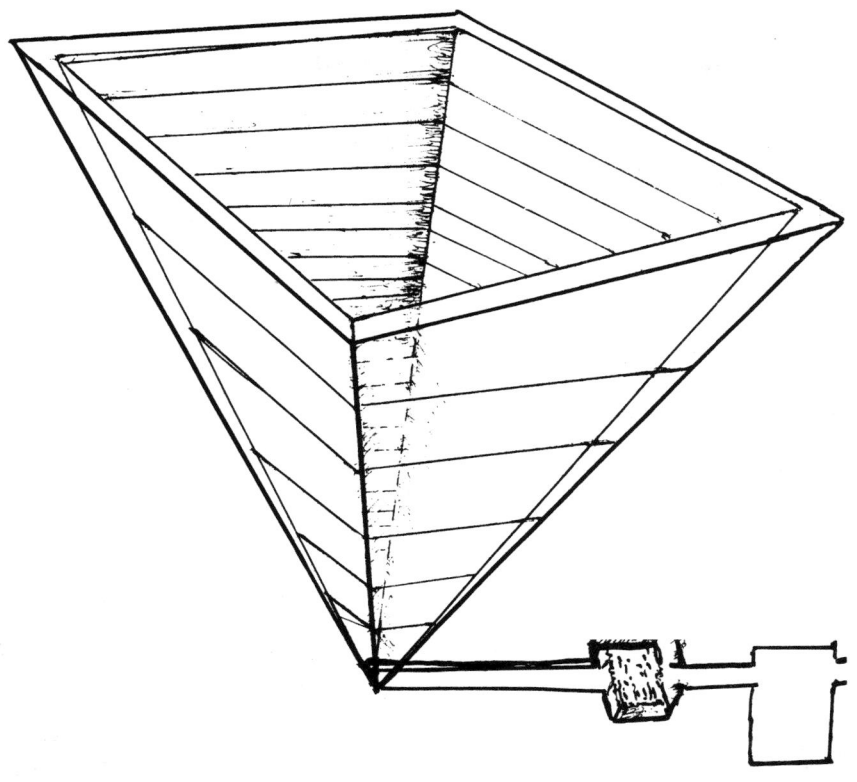

ఈ స్ఫటికమందిరం — ఉల్లిపాయపొరల్లాగా వున్నదే ? ఒక
వరండా నిలబడిన త్రిభుజాకారంలో వుంటే దాని బయటవున్న వరండా
— తలక్రిందులుగా వున్న త్రిభుజంలా వున్నది ! మళ్ళీ దాని బయట
వున్న వరండా నిలబడివున్న త్రిభుజంలా వుంది అలా మెట్లుమెట్లుగా !
చివరకు ఈ స్ఫటికమందిరంలో మేమందరం దారితప్పిపోయామేమో
ఇక్కడిక్కడే తిరుగుతూ 'జంతర్ మంతర్' లోని చిక్కు-వరండాల వలయం
లోకి వెళ్ళి — అక్కడే ఇరుక్కుని చస్తామేమో ! అన్న భయంకూడా
పట్టుకుంది మాలో కొందరికి !

ఇంతలో పైప్ తీసి జేబులో పెట్టుకొన్న చార్లెస్ బెల్ తటాలున తన తలపై టోపీతీసి మోకాళ్ళమీద కూలబడ్డాడు ! ఏమైనా తలత్రిప్పు గాని, చక్కర్ వంటిది ఏమైనా వచ్చిందేమోనని — ఆయనచుట్టూ చేరాము !

"బ్రదర్ ! హలో ! ఏమిటిలా నాచుట్టూ చేరుకున్నారు ? నాకేమీ పైత్యవికారం లేక తలతిప్పుడూ రాలేదు ! నేనిక్కడ మోకాలుమీద వంగి నమస్కరిస్తున్నది ఈ స్ఫటికమందిరంలోని ఆఖరిద్వారం — గర్భాలయం లోకి తీసుకుని వెళుతున్నది — ఎక్కడికంటే నేరుగా శంబల ప్రభువు అంతరాళ మందరింలోకి !

ఇది ప్రపంచంలో అన్ని దేవాలయాల్లోకీ, అన్ని మశీదులూ, అన్ని చర్చిలూ, ఈజిప్టులోని పిరమిడ్ల వంటి త్రికోణాకారంలోని మందిరాలకు అన్నిటికీ మూలమైన ప్లాన్ — అదే మీ హిందువులు గీతలు గీతలుగా రాసి **"శ్రీచక్రం"** అని పిలుస్తారే — సరిగ్గా దాని గర్భాలయంలోకి తీసుకెళ్ళే ముఖద్వారాన్ని మనం సమీపిస్తున్నాం !

అక్కడి శక్తితరంగాలు కరెంటు కాంతి నా మెదడులోని విద్యుత్తు శక్తినంతా గుంజి జివ్వున ఓ సుడిగుండంలా తిప్పి లాగేస్తున్నాయి — ఓ కేంద్రబిందువులోకి ! ఆహా ! ఎవరు నిర్మించారోకదా ? ఈ స్ఫటిక మందిరాన్ని ! ప్రపంచంలోని నిగూఢ రహస్యాలన్నీ కలబోసి ఒక్కచోట నిక్షిప్తంచేసి మంత్రశక్తి, తాంత్రికం, యూదుల కబాలా, అరబ్బుల అబ్-జద్ అనే అంకెలు అక్షరాలూ సరిపోయే సంఖ్యాశాస్త్రానికి మాతృకైన విద్య ఇది! ఇవన్నీ కలిపి ఒక ఆకారంలో మూర్తి కట్టి నిర్మించారు !

ఇది మన ఈ విశ్వానికే మూలమైన ప్లాన్ ! సృష్టిరహస్యాలన్నీ ఇందులో అమర్చిన సైన్సుఫార్ములా వంటిదీ — **"శ్రీయంత్ర-నగరం"** అంటూ వంగి వంగి తన నుదురు నేలకితాకించి మూడుసార్లు ప్రణామంచేసినట్టు ఒంగి — తటాలున లేచి నిలబడ్డాడు, నడినెత్తిన ఆకాశంలోకి చూస్తూ !

మళ్ళీ ఉరుములాంటి శబ్దంతో ఒక తలుపు తెరుచుకుంది ! అక్కడనుంచి నిటారుగా పైకి నిచ్చెనవలే ఏటవాలుగా మెట్లు మెట్లుగా స్ఫటిక ఫలకాలు పేర్చివున్నాయి ! ఆ మెట్లుకూడా ఎలావున్నాయంటే ప్రతి మెట్టూ, ఎక్కుతుంటే దానిపై మెట్టు — వెడల్పు తక్కువవుండి — అలా చివరిదాకా కోసుగా త్రికోణాకారంలో పైకి చేసిన నిచ్చెనలాగా ఆ మెట్లు కట్టబడివున్నాయి !

ఆ పిరమిడ్‌వంటి భవనానికి చివర శిరస్థానంలో పైన, ఓ నలు పలకల రంధ్రం వుంది ! సరిగ్గా మనిషిమాత్రమే దూరగలిగే సందు ! అందులోంచి ఒక మనిషిమాత్రమే పైకి ఎక్కి వెళ్లగలడు. అలా ఎక్కి పైకి తలదూర్చి, తొంగిచూశాడు ! మానవుడి కళ్ళు మిరుమిట్లు గొలిపే తెల్లటి కాంతి — ఆ పిరమిడ్ శిఖరంమీద కరిగిన వెండితో చేసిన దూది పింజలా వున్నది — జిగేల్‌మని మెరిసిన ఆ వెలుతురు పుంజం ! దాన్ని తట్టుకోలేక కళ్ళు తిరిగినట్లై క్షణకాలం స్పటికమందిరం గోడ పట్టుకుని పడిపోకుండా నిలబడవలసి వచ్చింది చార్లెస్ బెల్ అంతటి వాడికి కూడా !

చుట్టూరా ప్రదక్షిణంగా వున్న నలుపలకల వరండా — పైకి పోయినకొద్దీ కోసుగా కోణంతో ఓ త్రిభుజంలా కట్టిన గాజుపలకల వంటి

ఆ స్పటికమందిర — శిఖరం కళ్లముందు, గిర్రున తిరిగిపోసాగింది !

ఇంద్రధనుస్సులోని ఏడురంగుల కాంతులు చిమ్మే వెయ్యి సూర్యుల కిరణాలనుంచి భూమీ, ఆకాశమూ కలిసే — రేఖ చుట్టూరా వెలుగుతూ కుమ్మరిసారెలా తిరిగిపోతున్న కాంతిచక్రం ! అది చూడగానే తళుక్కున మెరిసింది ఒక ఆలోచన ! నాదికాని ఆలోచన — **"రాశిచక్రం తిరిగిపోతున్నది !"** అని !!

ఇంతలోనే స్పృహతప్పిపోయాను ! ఏం జరుగుతుందో కూడా నాకు ఏమీ తెలియలేదు ! అంతా మైకం ! శూన్యంలో కరిగిపోయాను **'నేను'** అన్న భావంకూడా !

50

జీవించే - 'నడిచే-శిల' "చింతామణి !"

ఆ వజ్రంలో చెక్కిన **'శ్రీచక్ర-మేరుప్రస్తారం'** ఒక మరలాగా గుండ్రంగా తిప్పి మూతలా తీయగానే వెలవడిన ఆ **'భూపురం'**లో, అంటే — భూమికివున్న కేంద్రం వంటి పురంలో ఒక గోళాకారంగా పెద్ద పంపరపనాస కాయసైజులో వున్నది, కోటిసూర్యుల కాంతీ, లక్ష చంద్రుల కాంతీ కలిసి వేలకిరణాలతో తేజస్సు విరజిమ్ముతూ ! అదే — **'చింతామణి'** అన్న ప్రపంచప్రఖ్యాతిపొందిన దివ్యప్రభావంగల మణి — శంబలప్రభువు దగ్గరవుంటుందని అపూర్వమైన మహిమల వర్ణనలతో పురాణాలలో గుర్తుగా చెప్పబడ్డ దివ్యమణి ! దానిని చూడడమనేది ఏ కోటిజన్మల పుణ్యం ఫలితమో !

అది 'రసలింగం' — అనగా గడ్డకట్టినట్టు ఘనీభవించిన పాదరసాన్ని బంధించిచేసినట్టూ, పాదరసబంధంలో సప్తధాతువులూ కలిపి తయారు కాబడ్డ ఓ సజీవమైన సాలగ్రామమంవంటి మణి !!

దానికి ఒకపక్క అర్థచంద్రాకారంలో ముఖం, అంటే రెండు పెదవులూ తెరచినట్లు సన్నటి ద్వారం వుంది ! ప్రతినిత్యం ఐదుసేర్ల పాలు దానికి అభిషేకించాలి — తేనె, పచ్చకర్పూరం, కుంకుమపువ్వు, యాలకులవంటి దివ్యపూజావస్తువులతో కలిపిన టెంకాయ నీటినీ, తేనెనూ కలిపి అభిషేకమంత్రాలతో అభిషేకిస్తారు — శివ, విష్ణు, శక్తి వేదమంత్రాలతో సుదర్శనమంత్రం సంపుటిచేసి సుదర్శనచక్రార్చన, ఆవరణపూజలతో శ్రీచక్రార్చన చేసి పూర్తిచేశారు — పురుషసూక్తం, శ్రీసూక్తం మొదలైన సస్వరమైన వేదమంత్రాలతో !!! అప్పుడు జరిగింది ఒక అద్భుత మైన ఆశ్చర్యం.

అకస్మాత్తుగా బంగారుపాత్రలో అభిషేకించిన పాల-అమృతం బుడ బుడ మని అవుత్రాగి గుటకలువేస్తున్న శబ్దం కలిగి — ఆ పాలన్నీ చింతామణి త్రాగేసింది ! అంటే లోనికి పీల్చుకున్నది !

అలా ఒక ముహూర్తకాలం గడిచాక పూజామందిరంలో మంగళ హారతి, పుష్పాంజలి ఇచ్చిన తరువాత గలగలమని — పెద్ద శబ్దంతో ఒక జలపాతంలా అభిషేకంలో త్రాగిన పాలన్నీ బయటికి ధారాపాతంగా కక్కి ధారపోసింది. అలా మళ్ళీ బయటికి చింతామణి త్రాగి ఇచ్చిన ప్రసాదమే ఇక్కడి లామాలకు పవిత్ర తీర్థం ! శరీరంలో ధాతువుల లోపాలు, దోషాలు పోగొట్టే పుణ్యతీర్థం !

ఈ చింతామణి సజీవమైన శిల ! అంటే ప్రాణం కలిగిన **సాలగ్రామం** వలే తనంత తాను గిర్రున ప్రదక్షిణగా భూగోళంవలే తిరుగుతుంది. అప్పుడు ప్రపంచానికి రానున్నకాలంలో — శుభములే కలుగుతాయి. యజ్ఞయాగాది కర్మలు అనేకచోట్ల వెల్లివిరుస్తాయి. వేదములకూ, బ్రాహ్మణులకూ, గోవులకూ, తపస్సుచేసేవారికీ, సిద్ధగురువులకూ మేలు జరుగుతుంది ! — కోట్లాది జనం ఆనందిస్తారు.

ఒక్కొక్కసారి అది ఎర్రగానూ, ఉదయిస్తున్న సూర్యునిలాగా, నిప్పు కణికలాగా భయంకరంగా వెలుగుతుంది ! అప్పుడది చూశేందుకు ఆకాశం లోని అంగారక గ్రహంలాగా ఇటుకరంగు మంటతో ప్రకాశిస్తుంది ! అప్పుడు ప్రపంచంలో యుద్ధాలు చెలరేగి బాంబులవర్షం కురిసి రాజులు నశిస్తారు ! కోట్లాదిమంది సైనికులు హతమౌతారు ! వర్షాలులేకుండా పోతాయి. కరువుకాటకాలతో ప్రజలు అలమటిస్తారు.

మరొక్కప్పుడు అది నీలంగా మెరుస్తూ శుక్రగ్రహంలా ప్రకాశిస్తుంది. అప్పుడు గొప్పగొప్ప కళాకారులు జన్మిస్తారు — కాళిదాసమహాకవి, భవభూతి ఇంగ్లీషువాడు షేక్స్‌ఫియర్ ఇంకా ఇతరభాషలలో మహాకవుల వంటివారూ, ఆధ్యాత్మికదృష్టికలవారూ, ఎందరో జన్మిస్తారు.

ఇంకోసారి అది ఆకుపచ్చరంగులో మరకతంపచ్చలాగా ప్రకాశిస్తుంది, బుధగ్రహంవలే ! అప్పుడు ప్రపంచంలో పంటలూ, ఫలపుష్పాలూ సమృద్ధిగా ఫలించి చెట్లూ, ఆకులూ, తోటలూ, వ్యవసాయం తామరతంపరగా ఫలితాన్నిస్తాయి !

అదే **చింతామణి** ఇంకొకసారి తెల్లగా పూర్ణిమ చంద్రునివలె వెలుగు

తుంది. తళతళామెరిసే చింతామణి — అలా చంద్రకాంతితో వెలిగి నప్పుడు అదోపెద్ద ముత్యంలాగా వెలిగిపోతుంది కోటిచంద్రుల కాంతితో ! అప్పుడు ప్రపంచంలో ఆవులూ, దూడలూ వృద్ధిపొంది సమృద్ధిగా పాలిస్తాయి. పాడిపంటలు వృద్ధికావడం జరుగుతుంది. బియ్యమూ, బార్లీవంటి తెల్లధాన్యాలు సమృద్ధిగా పండుతాయి. బ్రాహ్మణులకూ, పురోహితులకూ, మంత్రశాస్త్రవేత్తలకూ, యజ్ఞయాగాలు చేసేవారికీ — గొప్పమేలు జరుగుతుంది.

ఒక్కోసారి — అది, లేతపసుపువర్ణం కలిగిన ముత్యంలాగా ప్రకాశిస్తే అప్పుడు యోగులూ, మహాత్ములూ, సిద్ధగురువులూ జన్మిస్తారు ! ఇంకోసారి నల్లగా తళతళామెరుస్తూ నల్లని చలువరాయిలాగా వెలిగితే — ప్రపంచంలో భయంకరవ్యాధులూ, ప్లేగు, మారి, మశూచి వంటి వ్యాధులు ప్రజ్వలించి ప్రపంచంలోని జనాభాను లక్షల్లో పొట్టనపెట్టు కుంటాయి — జనక్షయమౌతుంది ! కరువుకాటకాలతో ప్రజలు తిండికి లేక అల్లాడతారు. వర్షాలు కురవక కాలమేఘాలు కూడా దూదిపింజల్లా ఎగిరిపోతాయి.

ఇలా ఇది రాబోయే ప్రపంచ భవిష్యత్తును ముందుగానే సూచి స్తుంది. అందుకని దానికి 'కాలగర్భ చింతామణి' అనిపేరు ! **శంబల ప్రభువు** దానికి తాంత్రిక ప్రయోగశాస్త్ర ప్రక్రియతో 'కాలచక్రతంత్రంలోని పూజావిధానంతో తన దివ్యశక్తినీ భగవద్భక్తినీ ధారపోస్తారు. అప్పుడు ప్రపంచం దైవికమైన శక్తితో నిండిపోతుంది !

ఆయన తన శరీరంలోని కాలచక్రంయొక్క తిరగడాన్ని నక్షత్ర

మాస ఆయన ఋతు సంవత్సరాల విభాగంలో నాలుగుయుగాల చతుర్యుగ చక్రందాకా సమస్త కాలవిభాగాన్నీ ఒక దివ్యదృష్టితో దర్శింపజేస్తుంది. అప్పుడే శంబలప్రభువు అవతరించే సందర్భం వారికి తెలుస్తుంది ! అవతారమూర్తి గురించిన వివరాలు తెలుస్తాయి" — అంటూ లామాదోర్జీ మహాశయుడు మా సాహసబృందాన్ని ఆ వజ్రమందిరం నుంచి బయటికి నడిపించుకునివచ్చి బయట మంచు మైదానంలో బంగారపు పొడిలాగా మెరిసే మంచుమీద వెచ్చగాకాస్తున్న ఎండలో ప్రసాదాలు తినిపిస్తూ వివరించారు.

చింతామణి అభిషేకతీర్థంకూడా మాకు తలోచుక్కా చేతిలో పోశాడు. అమృతంలాగా అద్భుతమైన రుచి ! అది త్రాగగానే తలలు గిర్రునతిరిగి కాలచక్రమంతా మాతలలోనే తిరుగుతున్న భ్రాంతికలిగి గతించిన ప్రపంచపు చరిత్ర అంతా అతివేగంతో సంగ్రహంగా తిరిగి — తెలిసింది !

"ఈ చింతామణి ఒక్క శంబలప్రభువుదగ్గరే — వున్నా ఈ స్ఫటిక మందిరంలోని ధ్యానమందిరంలో మీరు ఎక్కివచ్చిన పగడాలమంటపంలోని వజ్రపు శ్రీచక్రంలోనే వుండదు ఎల్లకాలం.

ఇది ప్రపంచమంతా సంచారంచేస్తుంది !! ఎప్పుడు ఎక్కడ ఎందుకు సంచారంచేస్తుందోకూడా ఎవరికీ తెలియదు ! అది ఎవరికీ కనపడదు. కానీ అది ఏదేశంలో కనపడితే లేక సంచారంచేస్తే ఆ దేశానికి ప్రపంచ కేంద్రంగా అత్యంత ప్రాధాన్యత ఏర్పడుతుంది ! అన్నిదేశాలవారూ ఆ దేశం నాయకత్వాన్ని అంగీకరించి ఆ దేశాన్నే వారి కేంద్రంగా భావిస్తారు" అంటూ పూర్తిచేశాడు లామాదోర్జీ.

"అప్పుడు నిద్రలాగా మగతవచ్చినట్లు సమాధిస్థితివంటి — దశలో కాలచక్రంయొక్క భూతభవిష్యత్తులు రెండూ అతివేగంగా ఒక సినిమా రీలువలే తిరిగిపోతూ కనిపించాయి !

నక్షత్రాలు శరవేగంతో ట్రైన్‌లో నిప్పురవ్వలలాగా వెనక్కిపరిగెట్టాయి. కానీ అదంతా విస్తరించి వివరించాలంటే వేరే ఒక **'భవిష్యపురాణం'** లాగా అవుతుంది ! ఎవరైనా భక్తులు కోరితే దానిని వేరేగ్రంథంగా అంది స్తాను" — అంటూ లామాదోర్జీ మహాశయుడు అయిష్టంగానే మమ్మల్ని ఇంటికి తిరిగివెళ్ళే మార్గంవైపు నడిపించాడు.

మా మనస్సులుమాత్రం వెనక్కి స్ఫటికమందిరంవైపుకూ, చింతామణి విషయంమీదకీ, లాగుతూ శంబలప్రభువు ఆకారాన్నూహించుకుని (మాకు తోచినట్టుగా) సంతుష్టిగా మా మిగిలిన జీవితాన్ని నడిపించమని కోరు కున్నాము.

51

శ్రీచక్రం - అర్థం !

"గురుదేవా ! లామామహాశయా ! ఇక్కడ స్ఫటికమందిరం అడుగున వున్న శ్రీచక్రం త్రికోణపు ఆకారంలో స్ఫటికపర్వతంలోవున్న బుద్ధమందిరం లోని స్ఫటిక శ్రీయంత్ర మేరుప్రస్థారాన్ని ఇలా త్రిభుజాలు త్రిభుజాలుగా అమర్చడంలో ఏదైనా ప్రత్యేకమైన ఆధ్యాత్మికరహస్యం దాగివున్నదా ?" అంటూ ప్రశ్నించాడు గూఢచారి మహాశయుడు చార్లెస్ బెల్ భయం భయంగానే !

"ఒకటి మీకిదివరకే చెప్పానుగదా ! ఇది స్ఫటికపర్వతంయొక్క ప్లానువంటిదని" అన్నాడు లామాదోర్జీ చోగ్యాల్ నవ్వుతూ !

"మీరు మాకు అంతకంటే ఎక్కువే చూపించారుగదా ! ఇప్పుడు దానిలో మీకే తెలియని రహస్యార్థం దాచబడివున్నదని — అది మీవంటి

భారతదేశంలోని ఆధ్యాత్మిక సాంప్రదాయంతో పరిచయంవున్న మహాత్ములు ఉపదేశంగా నేర్చుకొనివున్న వారికిమాత్రమే సాధ్యంఅని నాకిప్పుడు తెలుస్తుంది ! అందుకే మిమ్మల్ని ప్రశ్నించాను" అన్నాడు చార్లెస్ బెల్ !

"కాలచక్రతంత్రం అంటే ఏమిటి గురుదేవా ? దీనికీ దలైలామాకు వున్న సంబంధం ఏమిటి ?" అంటూ ప్రశ్నను జోడించాడు నికోలాస్ రోరిఖ్చ్ చిత్రకారుడు.

"ఇవన్నీ త్రిభుజాలు త్రిభుజాలుగా ఏర్పడినప్పటికీ అన్నీ సమవర్తులంగా ఒక చక్రంవంటి వృత్తంలోపల చక్కగా ఇమిడిపోతాయి !" అన్నాడు అలగ్జాండర్ నోటోవిచ్ బూటాన్‌లోని లామాసరీ పీఠంతో పరిచయంవున్న సంస్కారంతో !

"ఈ శ్రీచక్రంలోని త్రిభుజాలలో — తలక్రిందులుగావున్న త్రికోణం ప్రకృతిలోని స్త్రీశక్తికి చిహ్నమని నిట్టనిలువుగా నిలబడివున్న త్రిభుజం పురుషశక్తి అయిన శివశక్తికి చిహ్నమని చెపుతారే — అంటే దానికి అర్థమేమిటి మహాశయా ?"

"అంతేకాదు ఇక్కడ మీ టిబెట్‌లోని హేవజ్జరతంత్రం తారాతంత్రం అవలోహితేశ్వరతంత్రం అనబడే తాంత్రికసాంప్రదాయంలోకూడా — ఈ స్త్రీపురుషశక్తుల సమ్మేళనం ఇలా మంత్రంతో కాకుండా శరీరంలోనే చేస్తూ తాంత్రికసాధనచేసే యోగులుకూడా వున్నారని విన్నాను. అదెంతవరకు నిజం ? స్త్రీపురుషులు కలిస్తే సంతానం కలగడం ఎరుగుదుముగాని మోక్షవిద్యకు, దానికి సంబంధమేమిటి ? అదీగాక మీ టిబెటన్ సాంప్రదాయంలో మహాయోగి రూపంలోవున్న అవలోకితేశ్వర పద్మపాణి ఒడిలో

కూర్చుని సంయోగక్రియలో ఆనందంలో తేలియాడుతూ ఆ పురుషుని గట్టిగా ఆలింగనంచేస్తూవున్న పూజావిగ్రహాలు అంత బహిరంగంగానే మీ టిబెటన్ దేవాలయాలలో పూజిస్తారెందుకు ? దీనికి శ్రీచక్రంలోని స్పటికపర్వతం యంత్రానికి ఏదైనా సంబంధంవున్నదా ? అని నన్ను చాలాకాలం పీడిస్తున్న సందేహం ! ఇవన్నీ మీరే తీర్చాలి" అన్నాడు బెంగాలి శాక్తీయ సాంప్రదాయంలో పుట్టిన జగదీశ్ చంద్రబోస్ అదనపు ప్రశ్నగా తన సందేహాన్ని జోడిస్తూ.

"అయినాయా ? — ఇంకా ఏమైనా ప్రశ్నలున్నాయా ? అన్నీ చెప్పండి ఒకేసారి ! నాచేతనయినంతవరకూ మీకు సందేహాలను తీర్చే ప్రయత్నం చేస్తాను" అన్నాడు లామాదోర్జీ. మిగతావాళ్ళెవరూ మాట్లాడ లేదు ఒకరి ముఖాలొకరు చూసుకున్నారంతే ! ఇంక ఎవ్వరివీ ప్రశ్నలు లేవని నిర్ధారించుకున్నాక లామా దోర్జీ చోగ్యాల్ తన వివరణాత్మకమైన ప్రవచనాన్ని ఈవిధంగా కొనసాగించాడు.

"ఈ ప్రపంచంయొక్క తత్వమే ద్వంద్వమైనది ! అంటే వెలుగుంటే నీడ. భూమివుంటే ఆకాశము. సూర్యుడుంటే చంద్రుడు పగలుంటే రాత్రి ప్రకృతిలోనే సహజంగా ఏర్పాటుచేయబడివున్నాయికదా ! అంతెం దుకు మనలోని వాక్కు — అంటే మాటకూడా కిందదవడ పైదవడ కిందపెదవి పైపెదవి రెండూ లేకుండా శబ్దంపుట్టదుకదా ! ఒకవేళ ఏదైనా పేరు ఉచ్ఛరిస్తే — దానియొక్క అర్థంఅంటే దానిలోని ప్రాణంవుంటేనే గాని మంత్రం దగ్గరనుంచి మామూలుమాటదాకా ఏదీ ఏర్పడదు ! అంతెందుకు మనచూపుకూడా కంటికి పైరెప్ప కిందిరెప్ప రెండూ వుంటేనే

గాని దృష్టి అనేది సాధ్యపడదు. కాబట్టి సృష్టిమొత్తం ద్వంద్వము అనగా రెండుగా ఏర్పడివున్నది.

"మీరేదో పురుషుడనీ స్త్రీఅని రకరకాలుగా మాట్లాడుతున్నారే ? మన శరీరంలో కుడిఎడమ భాగాలు ఒకేరకమైన అవయవాలతో ఏర్పడి లేవా ? కుడికన్ను, ఎడమకన్ను, కుడిముక్కు, ఎడమముక్కు అలాగ మనలోని ప్రతిదీ జంటగా ఏర్పడినవేకదా ?" అనగానే శ్రీనివాసచక్రవర్తి అడ్డుప్రశ్న వేసాడు — "అలా జంటగాలేని అవయవాలున్నాయికదా నాలుక హృదయము... వంటివి అన్నాడు నసుగుతున్నట్టుగా !

"ఊ... సందేహమెందుకు ? అడగండి. పురుషలింగము, యోని, మలద్వారము అనిగదా మీ ఉద్దేశ్యము అని భళ్ళున నవ్వాడు లామా మహాశయుడు. శ్రీనివాస చక్రవర్తి ఒక్కసారిగా చిన్నబోయినట్టు తలదించు కున్నాడు తన సందేహానికి సిగ్గుపడుతూన్నట్టు.

"దీనిలో సిగ్గుపడవలసినదేమీలేదు ! అని మళ్ళీ అందుకుని మీరు చెప్పిన నాలుక పైకెత్తి చూడండి. దాని అడుగున సన్నని ఈనె రావిఆకు లాగా ఏర్పడివున్నదాన్ని చూస్తే మీ నాలుకలోగూడా రెండు భాగాలున్నా యని జంట-కలసి నాలుక ఏర్పడినదని తెలుస్తుంది! ఇంకా — వైద్యుల నడగండి గుండెలో కుడిఎడమభాగాలు ఇలాగే జంటగావున్నాయని ! ఇక లింగము, యోని అడుగునకూడా సన్నని దారంతో కుట్టిన కుట్టువేసినట్టు అతుకు ఈనెలా కనిపిస్తుంది — శరీరంలోని రెండుభాగాలు, కుడిఎడమ సగాలు — అతికినట్టుగా ! ఇలా ప్రతీ అవయవమూ జంటగా ఏర్పడి వున్నాయి ! కిడ్నీలు, జననేంద్రియాలు దగ్గరనుంచి చెవులదాకా —

చేతులు సరేసరి ! ఇది ప్రతీ వైద్యుడికీ తెలిసినది ! అలా ఎందుకు ఏర్పడివున్నాయని ఆలోచించలేరు ఎందుకంటే ఈ శరీరం ఎందుకు నిర్మాణం కాబడిందో అట్టి భగవత్ సంకల్పం ఏమిటో ఆలోచించే తీరికా, ఓపిక లేదు తెలుసుకుందామన్న శ్రద్ధకూడా లేదు. కాని అలా ఎందుకేర్పడింది అని ఆలోచిస్తే — ఈ సృష్టిలో ప్రతిదీ ద్వంద్వము ! అనగా రెండింటితో ఏర్పడింది అని తెలుస్తుంది! యోగశాస్త్రంలో కుడముక్కుతో పీల్చే శ్వాస సూర్యనాడిఅనీ, ఎడమముక్కుతో పీల్చే శ్వాస చంద్రనాడిఅని శరీరాన్ని అది చల్లబరుస్తుంది అని ఈరెండింటికీ మధ్యవుండే సుషుమ్నా నాడి మాత్రమే బ్రహ్మజ్ఞానానికి సంబంధించిన కుండలినీశక్తి మేల్కొని నిద్రలేచేలా చేస్తుందని తెలుస్తుంది.”

“ఇప్పుడింకొక రహస్యం చెపుతాను. ప్రపంచంలో అన్నీ జంటలతో ఏర్పడివున్నాయని కదా చెప్పాను. ఇలా రెండుకళ్ళతో చూసేదంతా మాయ ! అంటే శివుడు శక్తికలిసి ఆడే నాటకమన్నమాట. ఈ నాటకంలో మూడుపాత్రలుంటాయి. ఒకటి ఈనాటకానికి రంగస్థలమైన ఈ ప్రపంచం లేక జగత్తు ! రెండవది ఇందులో పాత్రధారిఅయిన జీవుడు నాటకంలోని పాత్ర. మూడవది ఈ నాటకాన్ని కథరాసి నడిపించే కర్త అంటే తెర వెనుక వుండి అంతా నడిపించేవాడు ఈశ్వరుడు. ఇలా జగత్తు జీవుడు ఈశ్వరుడు అనే ముక్కోణాలుగల త్రిభుజమే ఈ శ్రీచక్రపీఠానికి ఆధారము. దీన్ని తిరగేసి తలక్రిందులుగావుండే త్రిభుజమే సృష్టిస్థితి సంహారం అనబడే పుట్టుట, పెరుగుట, నశించుట అనే కాలచక్రంలోని మూడు శక్తులసూచిక ! వీరే బ్రహ్మవిష్ణుమహేశ్వరులనే త్రిమూర్తులు ! ఓంకారాన్ని విడగొడితే వచ్చే మూడు అక్షరాలకు అకార ఉకార మకారములనే

త్రివృత్ అనే ఓంకారము. ఇవే మనలోని నిద్ర మెలుకువ, యోగజ్ఞానం అనబడే మూడుశక్తులకు అధిపతులు ! వీటి కలయికయే శ్రీచక్రము."

"ఇకపోతే ఈ కాలచక్రం ఎలాగో చెపుతాను వినండి ! ఈ శ్రీచక్రంలో 14 త్రికోణాలు ఏర్పడివున్నాయి. ఇవి మాసంలోని 14 తిథులు. అలానే ఒక సృష్టిలోని బ్రహ్మకల్పంలోని 14 మనువులకు ప్రతీకలైన శక్తులు దీనిలోపల త్రిభుజాలలో 10 త్రిభుజాలు కలిగిన దశకోణములు — ఇవి తల్లిగర్భంలో జీవుడు పెరిగే 10 మాసములవంటి — శరీరంలోని నవద్వారములతో బ్రహ్మరంధ్రమైన గురుద్వారం కలిసే ఏర్పడే పది ద్వారములుగల ద్వారక అనే పురి అంటే మన శరీరమే ! ఇందులోవుండే జీవుడే ద్వారకాధీశుడు. అంటే పరమాత్ముడు. శరీరంలో బంధించబడి పుట్టాడు గనుక జైలులో పుట్టిన శ్రీకృష్ణుడు అన్ని కర్మబంధాలలో వుండి ముక్తిపొందాక జైలులో పుట్టిన శ్రీకృష్ణప్రభువే కల్కిభగవానుడిగా శంబలలో అవతరిస్తాడు.

దానిలోపల 9 త్రిభుజములు గర్భంలో జీవుడు పెరిగే నవమాస ములు ప్రకృతిలోని నవదుర్గలు అనబడే నవగ్రహాలశక్తులు బయట కాలాన్ని కొలిచే తొమ్మిది అంకెలుగా సంఖ్యగా ఏర్పడిన సాంఖ్యము. పది స్త్రీసంఖ్య, తొమ్మిది పురుషసంఖ్య అనుకుంటే తొమ్మిదిమాసాలలో సూర్యుని గతివల్ల లెఖ్ఖించబడే కాలంలో పది చంద్రమాసాలు జీవుడు తల్లిగర్భంలో పెరిగి జన్మించే కాలం — దశావతారాల రహస్యము. వీటన్నిటికీ లోపలవుండే తలక్రిందులు త్రిభుజం ప్రతి జంతువుకి మనిషికి చెట్టుకి జన్మనిచ్చే తల్లిగర్భం అనబడే మాతృమూర్తియైన ప్రకృతిశక్తికి చిహ్నం !

కాని ఎంతటి మాతృమూర్తియైనా తనంతట తానే గర్భవతికాలేదు గదా కనుక ప్రకృతికి భర్తయైన పురుషుడు ఆమె గర్భంలోనే కుమారుడిగా జన్మించే బిందువు శ్రీచక్రంలోని కేంద్రంలోని గుండ్రని వృత్తాకారంలోని బిందుప్రస్థారం. అదే పెరిగి మేరుప్రస్థారం శ్రీచక్రంపైన ముక్కోణాలు కలిగిన సూదిమొనవలే ఆలయశిఖరం పరబ్రహ్మస్థానం !

అనగా తానొక్కడే అయిన పరబ్రహ్మ పరమాత్ముడు పీల్చిన శ్వాసవలే రెండువిధాలుగా లోపలికి పీల్చే శ్వాసను బయటకు విడిచిపెట్టే నిశ్వాసమువలే సృష్టి ప్రళయములు జననమరణములు స్త్రీపురుషులుగా ఈ జగత్తునే లీలానాటకాలుగా నడిపించేదే ఈ శ్రీచక్రం ! ఇదంతా ఆనందం, ప్రేమ, మమకారం, ఆత్మీయత అనబడే పరమాత్మయొక్క అమృతవర్షంయొక్క ప్రతిఫలమే ! అందువల్ల జీవుడు తల్లిదండ్రులయొక్క ఆనందంలోనే గర్భస్థుడవుతాడు బిడ్డగా ! తల్లిదండ్రులకు ఆనందమిస్తాడు బిడ్డగా! భర్తగా భార్యకు ఆనందమిస్తాడు. చివరగా తనలోనే ఆనంద మనుభవిస్తూ ఆ ఆనందంలోనే లీనమైపోతాడు కనుక ఆనందమనే సముద్రంలో కెరటంవలే ఆనందలహరి అనేదే ఈ శ్రీచక్రం ! అర్థం తెలిసినవారికి ఇంతకంటే వివరణ అక్కరలేదు. తెలియనివారికి ఎంత వివరణఇచ్చినా అర్థమవ్వదు.''

“ఈ త్రిభుజాలమాట చెప్పారు గురుదేవా ! అద్భుతంగావుంది ! దీనిచుట్టూ ఏర్పడివున్న తామరరేకులవంటి పద్మాలు దానిచుట్టూరా వున్న దళాలగురించి చెప్పండి'' అన్నాడు శ్రీనివాస చక్రవర్తి !

“ఏమున్నది ! ఈ త్రిభుజాలకి బయట తామరపువ్వు బొడ్డులాగా

గుండ్రని వృత్తం పీఠంలావున్నది. దానికి అష్టదళపద్మం అనే 8 రేఖలుగల పరమాత్మ ప్రకృతి లేక పరాప్రకృతి ! — లక్ష్మి, పార్వతి, సరస్వతి అని ఏ పరాప్రకృతిని పిలుస్తారో దానియొక్క 8 భాగాలు — అవి ఏవంటే పంచభూతాలు అంటే భూమి, జలం, అగ్ని, వాయువు, ఆకాశము, మనస్సు, ఆత్మ, ప్రాణము అన్న 8 తత్వములు కలిస్తేనే జీవుడు ఏర్పడు తాడు అనే ఈ అష్టదళపద్మము ఇందులోని ప్రతీఒక్క దళమూ అష్ట లక్ష్ములు అనబడే ప్రకృతియొక్క శక్తులు ! — ఆనందలక్ష్మి, సంతానలక్ష్మి, సామ్రాజ్యలక్ష్మి, ధాన్యలక్ష్మి, ధైర్యలక్ష్మి అంటూ మీదేవాలయంలో ప్రతిష్టించే అష్టలక్ష్ములు సూచించే ఈ అష్టదళపద్మంలో 8 రేఖలు ! దీనిపైన వుండేది చక్రంలో 16 దళాలుగల షోడశదళ పద్మం ఇది ! పరిపూర్ణమైన రాత్రిపూటంతా వెలిగే 16 కళల పూర్ణచంద్రునివంటి పూర్ణానందస్వరూప మైన పరబ్రహ్మలోని 16 కళలే ! అంటే ఆత్మలోని అంశలన్నీ కలిస్తే 8 పురుషునివి, 8 ప్రకృతిశక్తులు మొత్తం 16 శక్తులుగల పూర్ణావతార పురుషుడే షోడశకళానిధి ! ఆయనయే పూర్ణావతారుడు. ఆనందోబ్రహ్మ అనబడే మానవ శరీరంలోని పరమాత్మ శంబలప్రభువు !" అంటూ తన చేతులెత్తి నమస్కరించి తన జపమాలను నుదుటికి ఆనించి ఆనంద భాష్పాలు రాల్చాడు లామా దోర్జీ మహాశయుడు.

అమృతప్రవాహం వంటి ఆ అద్భుతమైన ఆధ్యాత్మిక ప్రవచనానికి దిమ్మెరపోయిన మా సాహసయాత్రాబృందం మాటాపలుకూ లేకుండా అలా స్థంభించిపోయాం !

52

అంతర్జాతీయ అంతరిక్ష సంస్థ - "నాసా" - 'శిఖరాగ్ర సమావేశం!'-II

మా ముత్తాతగారైన శ్రీనివాస చక్రవర్తీ ఇతర సాహస పర్వతారోహకుల బృందం శంబలకోసం చేసిన యాత్ర ఇలా ముగిసింది. శంబల ప్రభువు ఈ కలియుగం చివర్లో రాబోయే అవతారంగా ప్రపంచ భవిష్యత్తును తెలిపే పురాణసంహిత, భవిష్యపురాణం — తాళపత్ర గ్రంథాలు కలియుగంలో పుట్టబోయేవారి జాతకాలు ముందే వ్రాసిన నాడీగ్రంథాలూ, ఒక్కసారి కర్పూరం హరించుకుపోయినట్టు గాలిలోకి

కరిగిపోయి మాయమయ్యాడు. గడ్డకట్టిన నీళ్ళు ద్రవంగామారి చివరికి ఆవిరిగా ఆపైన అణువులుగా, అణుధార్మిక విద్యుత్‌శక్తిగా మేఘాల్లో మెరుపులుగా లీనమైనట్లే — పదార్థంతో చేయబడిన వస్తువులన్నీ పంచ భూతాలలోకి మార్పుకాబడి చివరిదైన ఆకాశతత్వంలోకి లీనమైపోతాయి — ఈవిధంగా అంతర్జాతీయ సంస్థ యునైటెడ్ నేషన్స్ సైన్సు అంతరిక్ష కేంద్రం నాసా (NASA) కు వివరించబడింది. పూర్తి సైన్సు విశ్లేషణతో "ఎవరీ గుఱ్ఱంమీద వీరుడు ? ప్రపంచంలో అన్ని నగరాల్లోనూ ఒకేసారి కన్పించడం ఎలా సాధ్యం ? — ఆయనమీద పేల్చిన తుపాకులూ, ఆయుధాలూ తిరిగి పేల్చినవారినే చంపడం ఏమిటి?" అన్న విషయం పూర్తి విశ్లేషణకోసం నివేదికగా సమర్పించమని ఆదేశించి — యునైటెడ్ నేషన్స్ సభ తాత్కాలికంగా వాయిదా పడింది.

ఇలా ముగిసింది హిమాలయ పర్వతాల్లోని నిగూఢ రహస్యాలను ఆధ్యాత్మిక సత్యాలను కళ్ళతో స్వయంగా దర్శించాలన్న సాహస యాత్రీకుల రిపోర్టు ! ఇది ఎప్పుడో 1909 లోనే బ్రిటీష్ గూఢచారి ఛార్లెస్ బెల్ రాసిన సీక్రెట్ రిపోర్టు-212 అన్న ఫైల్‌లో నిబద్ధం చెయ్యబడి సాహసబృందం ఫోటోతోబాటు ఫైల్‌లో సీల్‌చెయ్యబడి భూమిలో పాతి వెయ్యబడ్డది.

నాకు ఇదెలా దొరికిందంటే ఈ సాహసయాత్రలోని శ్రీనివాస చక్రవర్తి మనవడైన రెండవ శ్రీనివాస చక్రవర్తికి తన పూర్వీకుల ఇంటి ప్రహరీ గోడను తవ్వి పునాదిని బాగుచేసుకోవాలని గోడక్రింద తవ్వినప్పుడు బయటపడింది. ఈవిధంగా — ఇప్పుడు జరుగుతున్న సంఘటనలు చాలావరకు 1909 లోనే 13వ దలైలామాగారి **"శంబల భవిష్యాలు"**

లో రాయబడ్డ వింతలు — ఈ సాహసయాత్రలో స్వయంగా చూసిన ఛార్లెస్ బెల్ రిపోర్టులో బయటపడటం జరిగింది !

కాబట్టి తెల్లగుఱ్ఱంమీద వీరుడు, మద్రాస్‌లో నడిరోడ్డుమీద అకస్మాత్తుగా ప్రజలముందు కనబడ్డంతో "గతం"లోని భవిష్యాలు — ప్రస్తుతంలోని నిజజీవితంలోని అనుభవాలుగా మారినప్పుడే అప్పటి సీక్రెట్ రిపోర్ట్-212 పరిశీలించిన అంతర్జాతీయ సంస్థ యునైటెడ్ నేషన్స్ యొక్క సర్వసభ్య సమావేశంలో ఈ విషయాన్ని పరిశీలించినప్పుడు — ప్రపంచంఅంతా ఆశ్చర్యంలో మునిగి ఉక్కిరిబిక్కిరి కావటం జరిగింది !

"ఇంతకీ ఇదంతా గతం చరిత్రా ? సరి-సరి ! మీరు ఈ సీక్రెట్ ఫైల్‌తో మాముందర ప్రవేశపెట్టి మాకు అంతా విశ్లేషించి తెలియజెప్పారు సరే ! ఈ పరిస్థితిని మనం ఎలా ఎదుర్కోవటం ? అది చూడండి మహాశయా !

ఓపక్కన లెక్కలేనంతమంది పోలీస్ అధికారులు, మిలటరీసిబ్బంది, రక్షణశాఖవాళ్ళూ ప్రయోగించిన తుపాకీలు, బాంబులు, లాఠీలు అన్నీ తిరిగి ప్రయోగించినవారిమీదే విరుచుకుపడుతున్నాయి. దానికితోడు ఒకచోట కనిపించిన గుఱ్ఱంమీద వీరుడు రోజుకొక కొత్తప్రదేశంలో అంచె లంచెలుగా హెచ్చవేసినట్టుగా కనిపిస్తున్నాడు !

మీరేమో "అది గుఱ్ఱంకాదు, ఒక ఎలక్ట్రానిక్ లేక అంతరిక్షశక్తితో నడిచే యంత్రం" అంటారు ! మీ కమిటీలోని టిబెటన్ లామా, యోగీ, సహాయకుడు — అది భూమ్మీద దిగిన బలమైన ఆధ్యాత్మికశక్తి తరంగం అంటున్నారు. ఇది న్యూక్లియర్‌శక్తివంటి దేనికీ లొంగని అంతరిక్షశక్తి

(Extra-terrestrial Cosmic Power) అంటున్నారు. ఏదైతేనేమి ? ఈ శక్తిని ఎదుర్కొనేదెలా ?'' — అన్నారు అంతర్జాతీయ కాన్ఫరెన్స్ బృందంలోని వివిధ దేశాల నేతలు ఏకకంఠంతో !

హ్యారీపాట్టర్ క్షణకాలం దీర్ఘాలోచనలో మునిగిపోయాడు — ఇంతలోనే తన మనస్సులోకి ఎవరో రహస్య సంకేతాలను పంపినట్టుగా తృళ్ళిపడి...

“అరే ! ఇప్పుడే అందింది ఒక సందేశం” ... —

గుజ్జుం-వీరుడూ ఒక అంతరిక్ష న్యూక్లియర్ తరంగాలతో స్పందించే పరికరం అయితే దానికో టెలిగ్రాఫ్‌వార్త వంటి ప్రశ్నను అందించి చూద్దాం; ఏమౌతుందో ? ఒకవేళ దానినుంచి సమాధానం ఎలక్ట్రానిక్ పరికరాల తరంగాలవంటి సిగ్నల్స్‌నుంచి సమాధానం రూపంగా లభిస్తే అది మన యంత్రాల డిస్ప్లేతెరమీద బొమ్మలరూపంలో కనిపించవచ్చు !'' అంటూ గబగబా తన టేబుల్‌ముందున్న ఎలక్ట్రానిక్ **“సూపర్ కంప్యూటర్”** బటన్ నొక్కగానే టి.వి. (T.V.) అద్దం వంటి తెరమీద నక్షత్రాల వంటి తరంగాలు చిటపటలాడి కనిపించటం అవి క్రమంగా విచ్చుకుని టి.వి. చిత్రాల్లాగ బొమ్మలుగా మారటం జరిగింది ! ముందుగా పెద్ద-అక్షరాలు ఇలా కనపడ్డాయి !

భగవంతుని – ఆఖరి హెచ్చరిక :–

అందరూ ఆసక్తిగా అటువైపే చూస్తున్నారు. ఆశ్చర్యం ! స్క్రీన్‌మీద ముందుగా నీలాకాశంలా కనిపించింది — దాని వెనకనుంచి తెల్లటి నక్షత్రం వంటిది దూసుకునివచ్చి పువ్వులా విచ్చుకుంది ! అది చెరువులో

రాయివేస్తే తరంగాలు ఏర్పడ్డట్టుగా రింగులుగా అలలు ఏర్పడి పువ్వులా విచ్చుకుని — తెల్లగుజ్జుం దానిమీద కూర్చున్న వీరుడూ మళ్లీ ఈ తెర మీద కనిపించారు. కరెంటు "షాక్" కొట్టినట్టు అందరూ ఒక్కసారిగా తుళ్ళిపడ్డారు !

"అతడేదో మాట్లాడుతున్నట్టున్నాడు — సంకేతాలతో ! చదవండి !" అన్నారు సభలోని శాస్త్రజ్ఞులు, దేశాధిపతులు ఏకకంఠంతో ! "అతడు మానవజాతికి ఏదో సందేశం ఇస్తాడట !" — అన్నాడు హ్యారీ ! ఇది ప్రపంచంలోని అన్నిదేశాల కోసం అని తెలిసేట్టుగా అతని గుజ్జుంనుంచి అన్నివైపులా వ్యాపించే కిరణాలులాటి బాణాలగుర్తులు (Arrow marks) భూగోళంమీద అన్నిదేశాలకూ ఒంపులు తిరిగి చూపిస్తున్నాయి. అందరూ కుర్చీలలో ముందుకు జరిగి సీట్లలో నిఠారుగా కూర్చున్నారు. వెంటనే యునైటెడ్‌నేషన్స్ సభలోని ప్రపంచ భాషలను తర్జుమాచేసే యంత్రాన్ని దానికి లింక్‌పెట్టగా — అది కంఠంతో మాటలాగా వినిపించింది ఇలా...

★ సందేశం

"ప్రపంచ మానవాళికి — ఈ భూమిమీద మానవజాతిని సృష్టించిన భగవంతుడినుండి సందేశం !"

'భగవంతుడు' అంటే ఈ భూగోళంమీద ఇప్పటికే అనేక మతాలు, అనేక జాతులు ఏర్పడివున్నాయికదా ! — అందుకని ఈ గ్రహంమీద ప్రాణికోటిని పెంచి పోషించిన తోటమాలి వంటి యజమానినుండి నానుంచి మీకు సందేశం ! వినండి !! మీకు మేము ఆలోచనా తరంగాలుగా అనుగ్రహించిన తెలివితేటల్ని — 'సైన్సు'గా మార్చుకుని

మారణాయుధాలు, అణుశక్తి ఆయుధాలు తయారుచేసి ఇప్పటికే మిమ్మల్ని మీరే — గంటల్లో నాశనం చేసుకోగల తెలివిని సంపాదించుకున్నారు ! ఇది మా సంకల్పానికి విరుద్ధం !

మీరే విజ్ఞానంతో మీ పిల్లలూ, ఏ సహాయంలేని బీదవారూ తిండి, నివాసం, బట్ట, ఆరోగ్యమూ — అందరికీ సమకూర్చాలని ఈ విజ్ఞానం మేము మీకిచ్చాం !

మీకున్న విజ్ఞానం మాకులేకకాదు. మీ మారణాయుధాలు ఏమీ చేయలేవని — అంతకుమించిన శక్తి మీ కళ్ళముందే మీసైన్సుకు అర్థమయ్యేలాగ చూపించాలని ఈ చిత్రాలను ప్రదర్శించాము. మీరు మానవజాతిఅంతా **ఒకటిగా ఏర్పడి** — **ప్రపంచ ప్రభుత్వంగా** ఏర్పడాలి ! ఇది మొదటిసందేశం ! ఆదేశం !!

ప్రపంచ – ప్రభుత్వం :

ఈ ప్రపంచ ప్రభుత్వంలో అన్నిదేశాలు, అందరి ప్రజలూ సభ్యులు కావాలి సమాన హక్కులతో ! ఇది ఇరవైనాలుగు గంటలలోగా టెలికమ్యూనికేషన్ ద్వారా జరగాలి. దానికి మీ అంగీకారం అంతర్జాతీయ సంస్థ శాసనంద్వారా వెంటనే నాకు తెలియజెయ్యాలి మీ ఎలక్ట్రానిక్ సంకేతాలద్వారా ! అలా ఎందుకంటే మీ ప్రపంచంలోని మానవుల భాషలు లెక్కకుమీరినన్ని రకాలుగా వున్నాయి. అందుకే ఆలోచనా తరంగాలుగా మార్చిన ఈ ఎలక్ట్రానిక్ సంకేతాలుగా నా సందేశాన్ని పంపిస్తున్నాను. పూర్తివివరాలు మీ అంతర్జాతీయ భాషలో ఒక లెటర్ (మీ ఇంగ్లీషులో) పంపిస్తున్నాను" అంటూ తెరమీద గుణ్ణం తటాలున

పెరిగి తెరఅంతా వ్యాపించింది. గుబ్బంమీద వీరుడు తన తలచుట్టూ కత్తి తిప్పి కత్తిసాము చేసినట్టు మెరుపులా తళుక్కున మెరిపించాడు నక్షత్రాలుగా నిప్పురవ్వల వలే చిటపటలాడి టి.వి. అద్దం మీదనుంచి గాలిలోకి T.V. తెరదాటి బైటికివొచ్చి విద్యుత్తు రవ్వలుగా ఎగిరిపడ్డాయి. ఆ శక్తియొక్క వేడికి టి.వి. నుంచి పొగ రాసాగింది. మరుక్షణమే తెరమీద వెలుగు మాయమై మామూలు వెలుగుగా మారిపోయింది.

అందరూ ఒకరి ముఖాలు ఒకరు చూసుకున్నారు ఆశ్చర్యంతో! ఇంతలో ఒకపెద్ద కవరు వంటిది కాన్ఫరెన్స్‌హాలు పైకప్పునుండి మెరుపులా వెలిగి కెమెరా ఫ్లాష్‌లాగా మెరిసి పొగమంచులాగ, దూది పింజలాగా వచ్చి కవరులాగా మారి కప్పునుండి క్రిందపడింది — 'టప్' మన్న చప్పుడుతో.

ఏదో పడింది ! చూడండి ! అన్నారు అందరూ. హ్యారీపాట్టర్ చేతికి తొడుక్కున్న అణుశక్తి నిరోధక ప్లాస్టిక్ వంటి గ్లౌజ్‌తో ఆ కవరును పటకారుతో పట్టి చాకుతో చింపి చూస్తే లోపల తావుసైజులోని తెల్ల కాగితంమీద రాసిన ఇంగ్లీష్ అక్షరాలలో లేఖ — అని తేలింది. దాన్ని టి.వి. తెరమీద పెద్దదిగా చేసి కంప్యూటర్‌ద్వారా అందరికీ చూపిస్తే — ఇలా చదివారు ఆ లెటర్‌లోని సందేశాన్ని !

మానవజాతికి — నా సందేశం ! — ఆదేశం !!

53

అంతర్జాతీయ సైనిక కూటమి NATO సేన రాకెట్లాంచెర్ తెల్లబూడిద ?

అంతర్జాతీయ సంస్థ యునైటెడ్ నేషన్స్ (UNO) లోని కార్యాచరణ కమిటీ — "సెక్యూరిటీ కౌన్సిల్"లో శిఖరాగ్రదేశాలు నేటో (NATO) మిలటరీసంస్థ వంటి అనేక అధికారాలుగల దేశాల ఎమర్జెన్సీ సమా వేశంలో — సైన్సు సంస్థ నాసా ఇచ్చిన విశ్లేషణ — **"అది గుజ్జుమూ**

కాదు ! ఆపైనుండేది వీరుడూ కాదు ! అంతరిక్షంనుంచీవస్తున్న "రిమోట్-కంట్రోలు' ద్వారా నడిపించబడుతున్నది" — అన్న సందేశాన్ని ఎలా ఎదుర్కోవాలి ? దీనికి ప్రపంచ అగ్రదేశాలు ఏంచేయాలి ? అని తలపట్టుకుని తర్జనభర్జనలు పడ్డారు. పక్కనేవున్న గూఢచారి విభాగం కాన్ఫరెన్స్ హాలు (Conference Hall) లోకి గుమికూడారు.

అక్కడకూడా ఒకపెద్ద టేబుల్‌మీద టి.వి. సెట్‌ద్వారా నాసా (NASA) నుంచి సైంటిస్టులు పంపే కంప్యూటర్ చిత్రాలు చూడవచ్చు.

టి.వి. స్క్రీన్ ఒక్క వెలుగు వెలిగి తళుక్కున నక్షత్రాల్లాగా నిప్పురవ్వలతో చిటపటలాడి టి.వి. అద్దంపైనుంచి విద్యుత్తురవ్వలు జారి పడ్డాయి. గుజ్జుంమీద వీరుడు పంపిన — ప్రపంచ ప్రభుత్వంగా ఏర్పడి ప్రపంచంలోని అన్నిదేశాలూ రాష్ట్రాలలాగ పనిచెయ్యాలనీ — మానవ జాతి అంతా ఒక్కటిగా ఏకంకావాలన్న సందేశం తిరిగి వెనక్కి "ప్లే" (Play) చెయ్యగా ఈసారి శిఖరాగ్రదేశాల నేతలందరూ దాన్ని మళ్లీ ఇంకోసారి విని తల పంకించారు.

అందరూ ఒకరి ముఖాలు ఒకరు చూసుకున్నారు. ఇంతలో యునైటెడ్ నేషన్స్ (UNO) సంస్థ సర్వసేనాని (Military Commander in Chief) లేచి సభకు సెల్యూట్ చేశాడు "నాదొక్క మిలిటరీ ప్లాన్ !"

"చెప్పండి త్వరగా, ఏంచేద్దాం ?"

"సర్ ! అతను అలా T.V. తెరమీద కనిపిస్తూ మనతో మాట్లాడుతూండగానే ఆ తెల్లగుజ్జాన్నీ, వీరుడినీ ఇక్కడినుంచే మిలిటరీ ఆయుధాల రిమోట్ కంట్రోల్ (Remote Control) ద్వారా మనం అంతరిక్షంలో

అంగారక గ్రహంమీదికి పంపే అణువిధ్వంసక రాకెట్ ద్వారా పేల్చి వేద్దామా ? మీవద్దనుంచి వెంటనే ఆదేశం కోరుతున్నాను."

"యస్! - చప్పున !!! ఇప్పుడే మొహరించండి" యునైటెడ్ నేషన్స్ (UNO) అధ్యక్షుడు ఆజ్ఞాపించే స్వరంతో అన్నాడు.

అన్నిదేశాల నాయకులూ, దానికి అంగీకారం సూచించారు. "నేనే వ్యక్తిగతంగా వెళతాను — మళ్ళీ మనం టెలీకంప్యూటర్ద్వారా ఈ విషయాన్ని సందేశంగా పంపితే గుట్టుంమీద వీరుడు దాన్ని కనిపెట్టేయ వచ్చు. అలా చెయ్యకుండా నా మనస్సులోనే రహస్యంగా దాచుకొని ఇక్కడినుంచి చల్లగా జారుకుంటాను ! కాగల కార్యమిప్పుడే పూర్తి చేస్తాను !" అంటూ సర్వసేనాని లేచి మరొకసారి సభకు వందనంగా సెల్యూట్ చేసి గిరుక్కున వెనుతిరిగి క్షణంలో బయటికి పోయాడు.

సంస్థలోని గోడమీద పెద్ద జెండామీద ఎర్రని చారలు నక్షత్రాలు గల NATO, యునైటెడ్ నేషన్స్ జెండాలకు సెల్యూట్చేసి మరీ వెళ్ళాడు. సభహాలు తలుపులు మూసివేశారు. చీకట్లో టి.వి. మీద కనపడుతున్నది. అందరూ ముందుకు ఆతృతతో వంగి మరీ చూస్తున్నారు.

అప్పుడు టి.వి. మీద కనిపించింది — అంతర్జాతీయ సంస్థ UNO ప్రపంచ అణుధార్మిక బాంబుల యుద్ధభూమి ! చెట్లూ, పొదలూ, మైదానం మధ్య నిటారుగా నిలబెట్టిన 70 అడుగుల అంతరిక్ష రాకెట్ నిలబడి వుంది. అందరూ ఆసక్తిగా ఊపిరి బిగపట్టి చూస్తున్నారు. ఇంతలోకే రాకెట్ అడుగున అన్నివైపులనుంచీ పొగలు మేఘాల్లా పైకిలేచాయి. ఉరుమువంటి పెద్దశబ్దంతో రాకెట్ అంటుకుని అంతరిక్షం

లోకి ఎగిరిపోయింది. దాని శక్తికీ పేలుడికీ భూమి దద్ధరిల్లిపోయింది. కాన్ఫరెన్స్ హాల్లోని అందరూ భూకంపం వచ్చినట్టుగా తుళ్ళిపడ్డారు.

టి.వి. స్క్రీన్‌మీద నీలాకాశం మెరుపులతో వెలిగిపోతోంది. దూరాన ఎగురుతున్న రాకెట్ తెల్లగా పెన్సిల్ వంటి అణుక్షిపణి కొనదేలి వెండిలా మెరుస్తోంది. నిటారుగా వెళ్తూనే రాకెట్ చటుక్కున కుడివైపుకి తిరిగి సమకోణంలో వొంగి, అందులో కనపడుతున్న వీరుడూ-తెల్లగుఱ్ఱం మీదకు దూసుకుపోయింది.

కింద నేలమీద పెద్దపెద్ద ట్యాంకులు, సైనికశకటాలు, యుద్ధ ఫిరంగుల, వాహనాలూ వరుసలు తీరి మోహరించబడి రాకెట్ గమనాన్ని ఆసక్తిగా చూస్తున్నాయి. వాహనాల్లో నిలబడిన సైన్యాధిపతులు బైనాక్యులర్స్‌తో అంతరిక్షంలో ఎగురుతున్న రాకెట్‌ను — వెలుగుతూ గుఱ్ఱం మీదకూ దానిమీదున్న వీరుడిమీదకి దూసుకువెళ్ళడం చూశారు.

కౌంట్-డౌన్ లేకుండా ఆ వీరుడికి ముందు హెచ్చరికలు లేకుండా గురిపెట్టించి — "ఫైర్ !" (Fire) అన్న కమాండ్ (Command) వినిపించింది. అగ్నిపర్వతంలాగా పొగలుచిమ్ముకుని నల్లగా దట్టంగా వ్యాపించి జ్వాల ఎర్రని తోకలా ముందుకు దూసుకునివెళ్ళి గుఱ్ఱం మీదకు మోహరించి పేలింది ! చెవులు బద్దలయ్యేంత ధ్వని ! తెల్లగుఱ్ఱం తెల్లటి కాంతినక్షత్రంలా వెలిగి వెయ్యిసూర్యుల వంటి కాంతితో మెరిసింది.

టి.వి.స్క్రీన్ ఆకాశంఅంతా కనులు మిరుమిట్లుగొలిపే ఆర్క్ (Arc) వంటి మంట, వెలుగు — అరసెకనులో అంతా చీకటి. భయంకరమైన

శబ్దం. పైనుంచి తుక్కు, చెదారంలా రాకెట్ శకలాలు క్రిందకి దిగుతూ సైనిక స్థావరంమీద పడ్డాయి.

"అరె ! మన జీపులూ, ఆయుధశకటాలూ, సేనాధిపతులూ ఎవరూ లేరే ! — ఏమయ్యారు?" అనుకుంటూ కాన్ఫరెన్స్‌హాల్లో టి.వి.ని దగ్గరగా జూమ్ చేశారు. దాంతో సైనికస్థావరం మీది వాహనాలు, ట్యాంకులు నిలబడ్డచోట తెల్లటి ముగ్గువంటి బూడిద — సరిగ్గా ఆ వాహనాల ఆకారంలో ఏర్పడింది. కొన్ని రాకెట్లు నిలబడి అదే ఆకారంలో మాడి పోయాయి — పిడకలు కాల్చిన కచ్చికలాగ, ఆకారంమాత్రమే వున్న బూడిదగా ! అంతా క్షణాలమీద జరిగిపోయింది.

అయ్యో ! అమ్మో ! 'చదరంగం' లో గళ్లలాగా నిలబడ్డ రాకెట్లూ, ఆయుధాలు మన NATO సర్వసేనాని, కమాండర్ మన అణుధార్మిక, సైనిక శకటాలూ మొత్తం తెల్లని బూడిద చదరంగంబల్లలాగా ఆకాశంలో విమానంలోంచి కనిపించాయి ! మరుక్షణమే టి.వి. తెరమీద తెల్లగుఱ్ఱమూ దానిమీద వీరుడూ యథాప్రకారం కనిపించాయి — ఈసారి అతని కళ్ళు ఎర్రగా నిప్పుకణికల వలే క్రోధాన్ని సూచిస్తున్నాయి. అతని తలపైన కిరీటంవంటి ఉక్కు శిరస్త్రాణం, అగరువత్తి పొగ వంటి ఆవిరితో పొగలూ సెగలు బయటికి వ్యాపించసాగాయి. కమిటీ హాలులో ఎవరూ మాట్లాడే ధైర్యం చేయలేదు. అలా క్షణంలో ప్రపంచదేశాల నేత లందరిలో వాళ్ళ యుద్ధట్యాంకులూ, రాకెట్లూ చదరంగంబల్లమీద గళ్ళవలే తెల్లని బూడిదగా — ముఖానికి రాసుకునే ఫేస్‌పౌడర్‌లా — భస్మీపటలం కావడంతో "ఇప్పుడేం చేద్దాం ? ఇంకేం చేయగలం ? కింకర్త వ్యం ?" అన్న ప్రశ్నార్థకం అంతటా నిశ్శబ్దంగా తాండవించింది.

II

రాకెట్లూ, అణుబాంబులూ, విధ్వంసక క్షిపణులు అన్నీ — ఈనాటి ప్రపంచదేశాలు తమశక్తి దేనిమీద ఆధారపడి వుందని నమ్మి గర్వంగా ధైర్యంగా బ్రతుకుతున్నాయో ఆ తెల్లజాతి గర్వం ఒక్కసారిగా బూడిదయ్యింది ! తెల్లని భస్మంలాగా నశించిపోయింది ! ఆయుధాలే కాదు, ఆయుధాలమీదా యుద్ధంమీదా వున్న నమ్మకం కూడా ఒక్కదెబ్బతో పటాపంచలైపోయింది. దాంతో "ఇప్పుడిక మనం దేన్ని నమ్మవచ్చు ?" అన్న శేషప్రశ్న మానవాళిని ఒక్కసారిగా భూకంపంలా కుదిపివేసింది. కుదిపేసి "ఇంక దేనిని నమ్మాలి ?" అన్న వెతుకులాట, అన్వేషణతో మానవజాతి సందిగ్ధంలో పడింది.

దానితో **"కలియుగం"** అనబడే ఆధునిక యూరోపియన్, అమెరికన్, ఆస్ట్రేలియన్ వంటి తెల్లజాతుల అధికారం — ఒక్కసారిగా తుడిచి పెట్టుకుపోయింది. అంటే కలియుగపు సంస్కృతి అంతా గంగలో కలిసిపోయింది. కలియుగం అంటే ఏమిటో, ఇన్నాళ్ళూ తమని చీకటిలాగా ఎలా మోసగించిందో — ఆ చీకటి తొలిగాకగాని తెలిసిరాలేదు. అహంకారం, మదం, బలహీనజాతులను బానిసత్వంతో అణచివేయడం లక్ష్యంగా పెట్టుకున్న యూరోపియన్ సంస్కృతి అంతా కలియుగం అన్న విషయం అప్పుడుగానీ గుర్తుకురాలేదు. డబ్బుబలం, ఆయుధాల బలంతో విధ్వంసం చేయడానికీ, మారణహోమం చేయడానికీ రక్తపాతాలతో భూమిని ఎర్రని వసంతంలా కలుషితం చేయగలమనే గర్వమూ, — ఈ ఆయుధాలే ఈ మదానికి కారణం ! తెల్లగుఱ్ఱంమీద అవత

రించిన కల్కిభగవానుని అవతారం ఈ శంబల ప్రభువు రూపంలో ఈ అధికారమదాలన్నింటినీ తుడిచివేసింది.

గుడ్డివాడికి తన చేతికర్ర పడిపోతే వెతుకులాట ఎలావుంటుందో అలాగ; కళ్ళజోడు దళసరిఅద్దాలు రాలిపోతే ఏమీ కనిపించని కబోది పరిస్థితిలాగ మానవజాతికి — మానవత్వం అంటే కొత్త నిర్వచనం అవసరమైంది.

పాత విలువలైన ఆయుధాలు, రాకెట్లు, విమానాలూ, డాలర్లూ, అధికారమదం అన్నీ తుడిచిపెట్టుకుపోగా — మానవత్వపు విలువలే ఇప్పుడు ఎంతో అవసరమయ్యాయి. అంతేకాదు, చాలామంది అసలు మానవత్వపు విలువలు అంటే ఏమిటో మొట్టమొదటిసారిగా తెలుసుకో వలసిన అవసరాన్ని ప్రపంచదేశాలు ఎదుర్కోవాల్సి వచ్చింది. ఇదే రెండు విలువల సంఘర్షణభరితమైన — యుగసంధి !

కలియుగం అంతమై సత్యయుగం ప్రారంభమయ్యే ఈ యుగసంధి లోనే అవతారమూర్తులు వస్తారని చెప్పిన కలియుగ ప్రారంభంలోనే శ్రీ వేదవ్యాస మహర్షి భవిష్యత్ కాలజ్ఞానమే నిజమైంది. దాంతో తెల్లగుబ్బంమీద వీరుడు చెయ్యదల్చుకున్న పనిలో **కలిరూపు** నాశనం చేయడం — పూర్తి అయింది.

ఇప్పుడీ ప్రపంచాన్ని తిరిగి పునర్నిర్మాణం చెయ్యాలి ! మానవ సమాజానికి కొత్తవిలువలు ఇవ్వాలి ! మానవజాతికి కొత్తపునాదులు సృష్టించాలి. మనిషిలో విలువైనదేమిటో గుడ్డివాళ్ళ కళ్ళు తెరిపించినట్లు కొత్త దృక్పథాన్ని ప్రసాదించాలి.

మనిషి శరీరం కుళ్ళిపోయి మట్టిలో కలిసిపోయే వ్యర్థపదార్థం. అందులోని మనస్సూ, ఆలోచనాశక్తీ, వివేకమూ, శాశ్వతమనే సత్యాన్ని గుర్తించే 'ఆత్మ' — వీటిని అభివృద్ధి చేసుకోవడానికే మానవజాతి ఈ భూమీ్మద సృష్టించబడిందని తెలిపే "నూతన యుగధర్మం" కల్కి భగవానుడు చేపట్టే గాధఅంతా రాయాలంటే అదంతా వేరే గ్రంథం అవుతుంది.

దుష్టసంహారం అన్న మొదటిధర్మం పూర్తయింది. ధర్మసంస్థాపన అన్న రెండవధర్మం ప్రారంభించాలి మరి ! ఎలాగో తెలుసుకుందామా ? — రానున్న గ్రంథంలో !

(54)

రానున్నది –
"భవిష్యపురాణం"
కల్కిపురాణం!

నేను నా "ముందుమాట" లో మీతో చెప్పినట్టు — ఇది కథకాదు! — కల్పిత నవలా కాదు! ఈ సంగతి మీరీపాటికే ఇంతకుముందరి అధ్యాయాలలో వర్ణించిన "హిమాలయాలలోని – సాహసయాత్ర" వివరాలు చదివితే ఈ విషయాన్ని గ్రహించేవుంటారు.

ఎప్పుడో దాదాపు మూడు దశాబ్దాలక్రింత అంటే సరిగ్గా చెప్పాలంటే — 1985-అక్టోబరు-23వ తేదీన మా తాతగారైన శ్రీనివాస చక్రవర్తి అంతర్జాతీయ సంస్థ "యునైటెడ్-నేషన్స్" (UNO) లో చేసిన గంభీరోప న్యాసంలో ఆయన చెప్పిన "జరగబోయే ప్రపంచ భవిష్యత్తు"లో —

రాగల ప్రళయాలూ, భూకంపాలూ, "సునామీ"లూ (అంటే సముద్ర ఉప్పెనలూ) **"కాలజ్ఞానం"** లో — వీరబ్రహ్మేంద్రయోగి వ్రాసిన 'భవిష్యత్తు' ఆధారంగానూ — ఇంకా హిమాలయపర్వతాలలోని **"శంబల భవిష్యాల"**ల్లో చెప్పబడినవీ ఇంకా ఎన్నో — జరుగుతాయనీ, వారిచ్చిన ప్రపంచ భవిష్యత్తు ఇప్పుడు యదార్థంగా జరుగుతున్నది ! — అందులోని ముఖ్య మైన — మెరుపుసంఘటన తెల్లగుఱ్ఱంమీద కత్తిపట్టుకుని కూర్చున్న వీరుడు ప్రపంచంలోని అనేకదేశాల ప్రధాన నగరాలలో ఒక్కసారిగా దర్శన మియ్యటంతో ప్రపంచమంతా ఒక్కసారిగా సంక్షోభంలో పడిపోయింది ! ఇది ప్రపంచవార్తలలోకల్లా సంచలనవార్త అయి — టీ.వి. వార్తలలోనూ, పత్రికలలోనూ, ప్రచార సాధనాలలోనూ, అంతర్జాతీయ వేదికలమీదా మారుమోగిపోయింది! ఇదంతా వొక ఎత్తూ !

ఇక దీనిని మించిన పరమాశ్చర్యం ఇంకొకటి వుంది — అది వేరే ఎత్తు ! అదేమిటంటే — మాతాతగారు శ్రీనివాసచక్రవర్తి చెప్పిన భవిష్యత్తులో ఉదహరించిన — **"శంబలకు సాహసయాత్ర"** అన్న రహస్య నివేదిక అంతర్జాతీయ యునైటెడ్ నేషన్స్ రహస్య కాగితాలలో **"సీక్రెట్ ఫైల్-212"** లో భద్రంగా సీలుచేయబడినది నాకు లభించడం !

ఇది నేనింతకుముందే మనవిచేసినట్టుగా — 1903-1909 మధ్య కాలంలో ఒక సాహసయాత్రికుల బృందం హిమాలయపర్వతాలలో రహస్యంగా పర్యటించి **"శంబల"** కోసం అన్వేషించారు. అందులో ఎందరో ప్రపంచప్రఖ్యాత వ్యక్తులు పాల్గొన్నారు. వీరిలో ముఖ్యులు లండన్‌లోని అసాధారణ మేధావీ, అపరాధపరిశోధకుడూ అయిన "షెర్లాక్‌హోమ్స్" (Sherlok Hoems) నిజమైన వ్యక్తి అనీ — ఆయన నవలలో కల్పించ

బడిన కల్పితపాత్ర కాదనీ తెలియజేసే రహస్యాలు ఈ **"శంబల–సాహసయాత్ర"** రిపోర్టులో లభించడం — నమ్మలేని సత్యం ! వీటన్నిటినీ మించిన యదార్థసాక్ష్యం, ప్రత్యక్ష నిదర్శనం — మాతాతగారి సాహస యాత్రికుల బృందం అంతా కలిసి తీసుకున్న గ్రూప్-ఫోటో ! ఈ ఫోటోలో **"షెర్లాక్ హోమ్స్"** తన ప్రత్యేకమైన పొడుగాటి "పైపు"తో తలపై ఎత్తుటోపీ (Cop Hat) ధరించి కూర్చునివుండటంతోపాటు — అతడే మారువేషంలో బ్రిటీష్ గూఢచారిగా "ఛార్లెస్ బెల్" (Charles Bell) అన్న నకిలీపేరుతో "శంబల"కుపోయే ఈ సాహసయాత్రికుల బృందంతో చేరడం — అత్యంత నిగూఢమైన ఉత్కంటభరితమైన నిజం.

ఇవన్నీ — అంటే మాతాతగారి సాహసయాత్రలోని ఇన్ని వింతలూ విశేషాలేవీకూడా, నాదృష్టికి రాకుండానే కాలగర్భంలో కలిసిపోయివుండేవి ! కాని — అంతా "కాలపురుషుని" లీల ! ఎప్పుడో వెనుకటి 19వ శతాబ్దంలో చేసిన "శంబలయాత్రా-విశేషాలు" గల ఈ రిపోర్టు భద్రంగా తోలుతో బైండుచేసి చెక్కలతో అట్టవేసిన చిట్టాపుస్తకంలో — పైనచెప్పిన గ్రూప్ ఫోటోతో సహా భద్రపరచబడి పెద్ద బోషాణంవంటి ట్రంకుపెట్టెలో మాఇంటి ప్రహరీగోడకింద భూస్థాపితం చెయ్యబడివుండటం !

అది మామూలుగా అయితే నాదృష్టికి రాకుండానే కాలగర్భంలో కలిసిపోయి వుండాల్సింది — వానకు తడిసి తేమకు తుప్పుపట్టి, నూరేళ్ళు దాటి చెదలు తినేసి మట్టిగా మారిపోకుండా ఈవిధంగా నిలిచి వుండటమా !

ఈ అన్నిటికన్నా ఆశ్చర్యం — నాకు మాఇంటి ప్రహరీగోడని తవ్వించాలనే సంకల్పం కలగడం — నాకే ఊహకందని ఆశ్చర్యం !

ఇది కేవలం నా మనస్సులోనే కలిగిన ఆలోచన అయివుండదని నాకు తోస్తోంది! మాతాతగారి 'సంకల్పం' ఆ రిపోర్టులో భద్రపరచబడిన "శంబల రహస్యాల"తో కలిసి ఒక ఆధ్యాత్మిక-తరంగంలాగా వారిపేరుపెట్టుకున్న శ్రీనివాసచక్రవర్తిగా వారి మనవడినైన నాకు — గోడక్రింద తవ్వాలనే సంకల్పాన్ని ప్రేరేపించేలా చేసిందని నా విశ్వాసం! లేకపోతే ఈ హిమాలయపర్వతాలు — వాటిమధ్యన ఎక్కడో రహస్యంగావున్న "శంబల", ఆ "శంబల"కు వెళ్ళేదారిలోని "స్ఫటికపర్వతమూ", మంచుతో గడ్డ కట్టుకున్న నది అడుగున "సారంగమార్గం"లో ప్రయాణం, ఆపైన 'టిబెట్' లోని దలైలామాల "పోతాలా" (Potala) కోట గోడలలో చిత్రించబడ్డ "కల్కిభగవానుని" చిత్రాలుగా భవిష్యత్ భవిష్యాలు — ఇవన్నీ చిత్రించబడివుండటం నాకు తెలిసే సావకాశమే — లేకపోయేది !!!

'శంబల' గురించి, **"శంబల ప్రభువు"** గురించీ తెలిపే ఈ **"సాహస యాత్ర సీక్రెట్ రిపోర్టు"** మా గోడకింద తవ్వినపుడు నాకు లభించివుండకపోతే — ప్రపంచమంతటినీ కుదిపేసిన "తెల్లగుఱ్ఱం" మీద కూర్చున్న — "కల్కిభగవానుడు" ప్రచండ సంచలనం సృష్టించి అణుబాంబులకూ రాకెట్లకూ అతీతమైన "రుద్రశక్తి"తో ఆధునిక అణుబాంబులు రాకెట్లను కూడా మాడ్చి, తెల్లని బూడిదగా భస్మంచేసిన వింత — ఇదంతా నాకెలా తెలిసివుండేది ? — "ఇవన్నీ భగవత్సంకల్పం లేకుండా జరుగుతాయా ?" అన్నదే నా శేషప్రశ్న !

అంతకన్నా వింతలలోకెల్లా వింత నాకు దొరికిన "శంబలకు దారి"ని వర్ణించే ఈ రహస్యరిపోర్టు ! దీన్ని రాత్రీ పగలూ విరామము లేకుండా చదివేశాను. ఒక్కొక్క పేజీ చదువుతూవుంటే నాలో ఉత్కంఠత

పెరిగిపోసాగింది...! శంబల ప్రభువుపై అణుబాంబుల రాకెట్లతో దాడి చేసిన అంతర్జాతీయసంస్థ "నేటో" (NATO) సైనికదళం క్షణంలో — తెల్లని బూడిదగా మాడి మసైపోవడం నన్ను ఆశ్చర్యపరిచింది !

అంటే ఈనాటి అత్యాధునిక సైన్సుకన్నా కొన్ని వేలరెట్లు శక్తివంత మైన, అణుధార్మిక శక్తికంటే అతీతమైన "ప్రళయాగ్ని" వంటి శక్తి ఒక తెల్లని గుజ్జుం రూపంలో ఆకాశంలో కనిపించింది ! ఇది ఎన్నిసార్లు తలచుకున్నా ఆశ్చర్యపరచే — వింతలకు వింత ! పరమాశ్చర్యం !

II

ఇంతకీ నేనీ శంబలకు — రహస్య సాహసయాత్రలోని వింతలను తెలిపే కాలజ్ఞాన భవిష్యత్తునూ, రహస్యాలనూ ఇలా మీకందరికీ పుస్తకం రూపంలో ఎందుకు అందిస్తున్నానో — ఇంతవరకూ చెప్పలేదు కదూ ! దానికి కారణం ఒక్కటే.

అనేకచోట్ల కల్కిభగవానునిపేరు మాతాతగారైన శ్రీనివాసచక్రవర్తి అనబడే వేదవ్యాసగారు రాసిన గ్రంథం **"1999-కలియుగాంతం"** చదివి తెలుసుకున్నవారు దీనిని తేలికగా డబ్బుచేసుకునే దుష్టసంకల్పంతో — **"మేమే కల్కిభగవానులం"** అంటూ ప్రచారంచేసుకునే ప్రమాదం వున్నది — ఈ కలియుగం చివరిభాగంలో — రానున్న సత్యయుగం లోపల జరిగే కాలం **యుగసంధి** !! అంటే రెండుయుగాల మధ్య సంధి ! రాత్రి-పగలూ కలిసే సంధ్యాకాలం వంటిది — అసురసంధ్యల వంటి ఈ "యుగసంధి".

రానున్న ఈకాలంలో అనేకమంది దుర్మార్గులు, దొంగలూ అమాయకులను మోసంచేసి భక్తివిశ్వాసాలున్నవారిని దోపిడీచేసే పన్నాగంతో — "మేమే భగవంతుని అవతారం !" అంటూ కొందరూ,

"మేమే **'కల్కి-భగవానులం'** ! అంటూ ఇంకొందరూ దండిగా దక్షిణలు దండుకుంటూ — "ఎక్కువ దక్షిణలిచ్చినవారికి మర్నాడే మోక్షం ఇస్తాం !" — అంటూ మరికొందరూ;

'మా **'కల్కి-ముఠా'** లో చేరినవారికి 24 గంటల్లోగా 'మోక్షం'-గ్యారంటీ ! — సంతృప్తిలేకపోతే "మీడబ్బు-వాపస్ !"

అంటూనో, వ్యాపార సరళిలో ప్రకటనలు చేస్తూ ప్రచారంచేసుకొని అమాయకులను కొల్లగొట్టుతారు ! అలాంటి దొంగవెధవలకు — అసలు 'శంబల'-అంటే ఏమిటో ? — కనీసం అది ఏదిక్కునవుందో కూడా తెలియని జంతుదశలో బ్రతికే మానవమృగాలు ! అలాంటివాళ్లు — చెలరేగిపోయేకాలమిది !

అసలు **"శంబల"** హిమాలయ పర్వతాల్లో వున్నదని కూడా తెలియని వాళ్ళు ఈ సమాజంలో ఎక్కువమంది వున్నారు ! అలాంటి నిజాయితీ పరులకు నిజమైన భక్తులకూ **"శంబల"**-గురించీ, **"స్ఫటిక-పర్వతం"** గురించీ దానిని ఆనుకొని ప్రవహించే గంగానదికి పుట్టుకస్థానమైన "గౌముఖ్" కుండంగురించీ కనీసం — అక్షరాలుకూడా తెలియవు ! మనస్సుకంటే అతీతమైన, ఆకాశంవలే నిర్మలమైన 'అతీత-జ్ఞాన'-స్థితిలో వుండి నిరంతరం తపస్సులో మునిగివున్న — "చిరంజీవులూ" సిద్ధ పురుషుల, తపోభూమి ఈ 'శంబల'కు చుట్టూ ప్రహరీగోడవలే —

కాపలాగా వున్నదని అసలే తెలియని అజ్ఞానులు — ఇంకా ఎందరో ! అలాంటివారు తన ఇల్లు కదలకుండానే డబ్బులు మూటకట్టుకొని ప్రజల గొంతులు కొయ్యాలనిచూసే రాజకీయవేత్తలకన్నా హీనాతిహీన మైనవారు ! వ్యాపారస్థులకన్నా నీచులు !

అలాంటివారిబారిన మంచివారు పడకుండా నిజమైన భక్తీ, విశ్వాసమూ, నిర్మలమైన జీవితంగడిపే ఇలాంటివారికోసం — మన ప్రాచీన మహర్షుల వేదసంస్కృతి అంటే గౌరవమూ, శ్రద్ధా, భక్తీ, కలవారి కోసమూ, ఈ "కలియుగ-ప్రారంభం" లోనే వ్యాసమహర్షి రాబోయే భవిష్యత్తును గురించిన పురాణం ఒకటి రాశాడు !

అందులో శ్రీకృష్ణభగవానుని నిర్యాణం, జరిగిన "కలియుగారంభం" రోజునుంచీ భవిష్యత్తులో రాగల "యుగసంధి" దాకా జరగనున్న చరిత్ర, "భవిష్యాలూ" ఎన్నో సంస్కృతంలో రాసిపెట్టాడు మనకోసం ! ఆ పురాణం పేరు **"భవిష్యపురాణం"** ! అందులో శంబలగురించి — **"కల్కి-భగవానుడి"** గురించీ **"స్ఫటిక-పర్వతం"** గురించీ — శ్వేతద్వీపం అన్న రహస్య సంస్కృత నామంతో వర్ణించాడు !

"కల్కిపురాణం" అన్న ఒక రహస్యపురాణం కూడా ఆయన వేరే రాసివుంచారు !

అందులోని విషయాలు 1903 ప్రాంతంలో రష్యానుంచి బయలు దేరిన పరిశోధకుడు "నికోలాస్ రోరిఖ్స్" తో పాటు కొందరు సైన్సు పరిశోధనాయాత్రగా (Scientific Expedition) హిమాలయాలలో పర్య టించారు ! అందులో వీరు కనుగొన్నవీ, చూసినవీ, అనుభవించినవీ ఒక 'రిపోర్టు' లాగా వ్రాసి అందులో అందరిసభ్యులూ సంతకాలు

చేశారు ! దానియొక్క సారాంశమే ఇంతవరకూ మీకు అందించాను ! దీనివల్ల సమాజంలోని దొంగవెధవల మోసాలు, డబ్బు-వాంఛా, స్త్రీ-వాంఛా, అధికారవాంఛా పోని నీచులు మద్య-మాంసాలు తినే తాగే వాళ్ళూ సమాజాన్ని కొల్లగొట్టాలనీ, ప్రపంచాన్ని దండుకోవాలని — "మేమే ! కల్కిభగవాను లం !" అని ప్రచారం చేస్తున్న దొంగలు కొందరు అరెస్టుఅయి, లాకప్‌లలోనే విశ్రాంతి తీసుకుంటున్నారు ! మరికొందరు పోలీసు డిపార్టుమెంటలోనే **"శిష్యుల"**ను పోగుచేసి వారిసాయంతో పోలీసులను కూడా తప్పించుకొని తిరుగుతున్నారు ! ఇలాంటివారి తప్పుడు ప్రచారానికి మోసపోకుండా నిజమైన భక్తులు పరిశోధనాదృష్టిగల ఆధ్యాత్మిక సాధకులు యదార్థం తెలుసుకోవాలని ఈ "రిపోర్టు"ను బహిరంగంగా ప్రచురిస్తున్నాను — నాకోసం ఎటువంటి స్వార్థచింతనా లేకుండా ! దీనినర్థం చేసుకొని సహృదయంతో చదివి ఇందులోని మహత్తర విషయాలని ధ్యానించి పరమాత్ముని దయను పొందగలరని — గాఢంగా కోరుతూ ! మీకిది పూజాపుష్పంగా సమర్పిస్తున్నాను !

దీని తరువాత పూర్తి ఆధ్యాత్మిక రహస్యాలతో ఈ కలియుగం మొదట్లో శ్రీ వేదవ్యాస భగవానుడు రాబోయే ప్రపంచ భవిష్యత్తును తెలిపిన **"భవిష్యపురాణం"** లోని అనేక ఆశ్చర్యకరమైన వింతలు-రానున్న నా మరొక గ్రంథం **"భవిష్యపురాణం"** లో అందిస్తున్నాను — ఇప్పటికే ఈ పుస్తకం పొడుగు చాలా పెరిగిపోయినందువల్ల పాఠకులకు శ్రమ లేకుండా ! రానున్న కల్కిభగవానుని అవతారగాధ యావత్తూ ఇటు కల్కి పురాణంలోనూ అటు భవిష్యపురాణంలోనూ ఇంకా టిబెట్‌లోని 13-వ దలైలామా గోడలపై చిత్రింపించిన కల్కిభగవానుని భవిష్యత్తు వివరాలు దీంట్లో అందజేస్తానని మనవిచేస్తున్నాను !

అన్నట్టు — మరిచిపోయానండోయ్ — అసలు విషయం ఒకటి — "దేవ-రహస్యం" గురించి మీకు చెప్పలేదు. "శంబల ప్రభువు" అని హిమాలయాలలోని టిబెట్-భూటాన్-సిక్కిం-గోబీఎడారి క్రిందనున్న "కార-కోరం" మంచుపర్వతాలలో ప్రసిద్ధిపొందిన అవతారమూర్తి — "కల్కిభగవానుడు"గా కల్కిపురాణం అనబడే — "ఉపపురాణం" లో వేదవ్యాస మహర్షి మహాభారతకాలం చివర్లో రాసిపెట్టాడని !

ఈ "కల్కిపురాణం"లో చెప్పని ఇంకొన్ని రహస్య వింతలు, విశేషాలు వేదవ్యాసమహర్షి రచించిన "భవిష్య-పురాణం"లో ఇచ్చాడు.

ఇందులో కల్కి భగవానుని తల్లితండ్రులు ఎవరు — ఆయన ఎప్పుడు అవతరిస్తాడో ఆనాటి తిథి, నక్షత్రం, గ్రహస్థితి — జాతక కుండలితో వివరిస్తుందీ "భవిష్యపురాణం" — రాముడిగురించి రామాయణంలోనూ, 'భాగవతం' "హరివంశ-పురాణాల్లో శ్రీకృష్ణభగవానుని సంపూర్ణ జీవితచరిత్ర రాసినట్టే !!!

అందులో ఎన్నో వింతలూ విశేషాలూ దేవరహస్యాలూ — "కల్కి మంత్రం" వంటివి, మీకు చెప్పాలనివున్నా — ఈ గ్రంథం ఇప్పటికే హనుమంతుని తోకలా పెరిగిపోకుండా — రానున్న నాగ్రంథంలో వ్రాశాను ! త్వరలో అచ్చుకు కూడా సిద్ధం అవుతోంది.

మరిన్ని విశేషాలతో "భవిష్య-పురాణం" తో కలుసుకుందామా ?

పూజ్యశ్రీ వేదవ్యాస గురుదేవుల - రచనలు

పూజ్యశ్రీ వేదవ్యాస గురుదేవుల - రచనలు

పూజ్యశ్రీ వేదవ్యాస గురుదేవుల - రచనలు

70.	శ్రీ భాగవత రసామృతము (ప్రథమ,ద్వితీయ,తృతీయస్కంధములు)(654 grm)	250/-
71.	శ్రీ భాగవత రసామృతము (చతుర్థ, పంచమ, షష్ఠ స్కంధములు)(750 grm)	210/-
72.	శ్రీ భాగవత రసామృతము (సప్తమ స్కంధము)(284 grm)	110/-
73.	శ్రీ భాగవత రసామృతము (అష్టమ, నవమ స్కంధములు)(829 grm)	150/-
74.	శ్రీ భాగవత రసామృతము (దశమ స్కంధము-ప్రథమగుచ్ఛము)(815 grm)	250/-
75.	శ్రీ భాగవత రసామృతము (దశమ స్కంధము-ద్వితీయభాగము)(905 grm)	150/-
76.	శ్రీ భాగవత రసామృతము (ఏకాదశ-ద్వాదశ స్కంధములు)(291 grm)	110/-
77.	శ్రీ వేంకటేశ్వర వైభవం-I (406 grm)	125/-
78.	శ్రీ వేంకటేశ్వర వైభవం-II(343 grm)	125/-
79.	శ్రీ వేంకటేశ్వర వైభవం-III (344 grm)	125/-
80.	శ్రీ వేంకటేశ్వర వైభవం-IV(421 grm)	125/-
81.	శ్రీరామానుజ వైభవం-I (333 grm)	100/-
82.	శ్రీరామానుజ వైభవం-II(425 grm)	100/-
83.	1999-కలియుగాంతం-కాలజ్ఞానం-I (336 grm)	60/-
84.	1999-కలియుగాంతం-కాలజ్ఞానం-II(268 grm)	39/-
85.	1999-కలియుగాంతం-కాలజ్ఞానం-III(321 grm)	65/-
86	నా జీవితంలో - అదృష్ట ఘడియలు (మొదటిభాగము)(487 grm)	96/-
87	మహాత్ములతో నా దివ్యసుభవాలు (రెండవభాగము)(425 grm)	120/-
88	నా ఆశ్చర్యానుభవాలు (మూడవభాగము)(378 grm)	120/-
89	శ్రీదేవి సప్తశతి (255 grm)	125/-
90	శ్రీమన్నారాయణ పరత్వం(143 grm)	40/-
91.	యోగమిత్రులు-వారిపని(65 grm)	25/-

V. మీ అదృష్టాన్ని మలిచే గ్రంథాలు

92.	మీ ఇంటిని బట్టి మీ అదృష్టం(77 grm)	20/-
93.	మీ జీవితంలో అదృష్ట ఘడియలు(74 grm)	20/-
94.	మీ జన్మతేదీలో మీ అదృష్టం(86 grm)	20/-
95.	నవ్వితే నవరత్నాలు(114 grm)	30/-

VI. English Books

96.	Hinduism in the Space Age (Hard Bound)(844 grm)	300/-
97.	Astronomical Dating of the Mahabharatha War(751 grm)	360/-
98.	Science of Time (Paper Back)(866 grm)	360/-
99.	Vedic Sciences - What are they? (483 grm)	120/-
100.	The Concise Text Book of Vedic Hinduism (393 grm)	72/-
101.	SUPARNA-E. Anantacharya (Foreword by Dr. Vedavyas, IAS, D.Litt.)(684 grm)	190/
102.	Word of God (197 grm)	60/-
103.	Ancient Bhagavad Gita(With 745 Slokas)(247 grm)	65/-

పూజ్యశ్రీ వేదవ్యాస గురుదేవుల - రచనలు

104. Divine Life of Maharshi Vedavyas(450 grm) 175/-
105. 1999-End of Kali Yuga(291 grm) 75/-
106. Dr. Vedavyas-The Saint of the Space Age (310 grm) 100/-
107. Wisdom of Longevity (Ayurveda)(125 grm) 60/-
108. Master-C.V.V. And His Electronic Yoga (HB)(494 grm) 105/-
109. Master-C.V.V. And His Electronic Yoga (PB)(417 grm) 96/-
110. Making and Unmaking of India-As a 'Nation'(262 grm) 60/-
111. Everything and Nothing (893 grm) 360/-
112. Yoga in Daily LIfe(224 grm) 100/-

VII. ఇతర సాధకుల రచనలు

1. తిరుప్పావైలోని భక్తిమాధుర్యం (శ్రీమతి రాణీ సంయుక్త వ్యాస్)(258 grm) 75/-
2. శ్రీ జిల్లేళ్ళమూడి 'అమ్మ'తో నా మధురస్మృతులు(శ్రీమతి రాణీ సంయుక్త వ్యాస్)(116 grm) 40/-
3. "ఆధునిక ఋషి" డా॥ వేదవ్యాస గురుదేవులు (శ్రీMVS ప్రసాద్ IRS)(204 grm) 60/-
4. యోగవిజ్ఞాన సంగ్రహం! (శ్రీMVS ప్రసాద్ IRS)(95 grm) 40/-
5. వివేక చంద్రిక (శ్రీMVS ప్రసాద్ IRS)(102 grm) 40/-
6. శ్రీసాయినాథ భాగవతము (శ్రీMVS ప్రసాద్ IRS)(306 grm) 75/-
7. నారద భక్తి సూత్రములు (శ్రీMVS ప్రసాద్ IRS)(85 grm) 40/-
8. రమణగీత - పరిప్రశ్న (శ్రీMVS ప్రసాద్ IRS)(97 grm) 50/-
9. గీతాహృదయము (శ్రీMVS ప్రసాద్ IRS)(190 grm) 70/-
10. ఉద్ధవగీత (శ్రీMVS ప్రసాద్ IRS)(214 grm) 75/-
11. ఎందుకండీ మీకీశ్రమ (శ్రీ G.S. రాజు)(120 grm) 40/-
12. భారతీయ ఖగోళ విజ్ఞానం (శ్రీ G.S. రాజు)(597 grm) 240/-
13. మహాత్ముల మహాప్రస్థానం (శ్రీ G.S. రాజు)(167 grm) 75/-
14. పరమపావన కావ్యం - రామాయణం! (శ్రీ ఎక్కిరాల దత్తాత్రేయ)(108 grm) 40/-
15. ఎందరో మహాత్ములు! (శ్రీ ఎక్కిరాల దత్తాత్రేయ)(245 grm) 75/-
16. శ్రీ గురుదర్శనం (శ్రీ మరుధూరి రాజు)(173 grm) 50/-
17. సాధనామృతం (శ్రీ G హనుమంతరావు)(250 grm) 60/-
18. జ్యోతిష పెద్ద బాలశిక్ష (శ్రీ YVSS గిరిరావు)(178 grm) 60/-
19. సూర్యవంశం (ఆర్. కాళెమ్మ)(331 grm) 100/-
20. Our Universe (Sri G.S. Raju)(212 grm) 120/-
21. Spiritual Living and Targets in Life (Sri G.S. Raju)(298 grm) 180/-
22. Vedic Sciences in Maha Bharatha (Sri G.S. Raju)(290 grm) 240/-

కాపీలకు : పుస్తకం ఖరీదు + పోస్టేజి కలిపి USCEFI, Hyderabad పేర D.D. తీసి ఈ క్రింది అడ్రసుకు పంపాలి.

Secretary USCEFI, Plot No.56, Road No.8, Jubilee Hills, Hyderabad - 500 033.
Phone No. 040-23547350: 9949546360 : 9951132276 ; 9248460467

'శంబల' - ప్రభువు!

భవిష్యత్తుకై – పరిశోధనాత్మక నవలిక !

మొదటి-భాగము

రచన

డా॥ వేదవ్యాస IAS, Ph.D., D.Litt.

ప్రచురణ :

యోగమిత్రమండలి

Yoga Brotherhood - USA (Inc).

హైదరాబాద్-33

2004

ప్రథమ ముద్రణ (2004)

వెల : రూ. **90/-**

కాపీలకు :

Y. సాంబశివరావు

స్పెషల్ ఆఫీసర్

యూనివర్సిటీ ఆఫ్ వేదిక్ సైన్సెస్

రోడ్ నెం. 8, ప్లాట్ నెం. 56, జూబ్లీహిల్స్,

హైదరాబాద్ – 500 033.

విషయసూచి

ముందుమాట!

ఇది — కథ కాదు! ఇదిగనక నాకు జరగకపోతే నేనుకూడా దీన్ని కథలాగే భావించేవాడ్ని!

ఒకరోజున... ... మా ఇల్లు చాలా పాతబడిఉండేది... రిపేర్లు చేయించాలని అనుకుంటూ చేతిలో డబ్బులేక వాయిదావేస్తూ వచ్చాను. ప్రస్తుతం నేను ఆర్థికంగా కొంచెం తక్కువలో ఉన్నప్పటికీ — గతంలో మాపెద్దలు — తండ్రీ, తాతగారు, ముత్తాతగార్లు పెద్దజమిందార్లలా, జాగీర్దారుల్లా పెద్దహోదా అంతస్థులో నడిచేది మాఇల్లు! మాతాతగారు జోడుగుఱ్ఱాల 'సార్టు'-గుఱ్ఱపు బగ్గీలో, వెళ్ళేవారు — ముందుగా తలపై పెద్ద టర్బన్ ధరించిన జట్కాబండీవాడు 'కమ్చీ'తో గుర్రాలను అదిలిస్తూ వుంటే!!

తరచుగా ఇంగ్లీషుదొరలతో, కలెక్టరులతోనూ, 'కమీషనర్'లతోనూ విందులుచేయడమూ వారిని తరచుగా మాఇంటికి ఆహ్వానించటం —

దానికి బదులుగా బ్రిటీష్‌ప్రభుత్వంలోని రెసిడెంట్ (Resident) హోదాలో వున్న ఇంగ్లీష్ "లాట్-సాహెబ్", అంటే లెఫ్టినెంట్ గవర్నరుగారి ఇంట్లో జరిగే టీపార్టీలకు, విందులకూ, డాన్సులకు మాకు కూడా ఆహ్వానాలు వచ్చేవి.

ఆరోజులలో మాతాతగారు ఇంగ్లండుకూడా వెళ్ళివచ్చారు. అంతెందుకు? — ఈ మహానగరంలో మా తాతగారి కొక్కరికే కారుండేది! పోనీండి! — ఇప్పుడవన్నీ గతచరిత్ర! ఆ ఇంటిపేరూ, ఆ హోదా, మా కుటుంబ గౌరవము మాత్రం అలా మిగిలివున్నాయి — ఇంగువకట్టిన గుడ్డలా!

ఒకవిధంగా చూస్తే ఇది మాకు కూడా ఇబ్బందే! మా అంతస్థుకి మించి, లేని హోదాని నిలబెట్టుకోలేకా నానా ఇబ్బందులూ పడి గొప్ప కోసం అడ్డమైన ఖర్చులూ అనవసరంగా చెయ్యాల్సివచ్చేది.

నా భార్య, తరచూ అంటూవుంటుంది — "మనకీ, జమిందారీ హోదా, సంపదా, ఆస్తీ, అన్నీపోయినా — ఆ పాతకాలపు ట్రంకుపెట్టెల నిండా పుస్తకాలూ, పాత 'దస్తావేజు'లూ, ఎందుకూ కొరగాని, చెదలూ, దుమ్మూపట్టి పాడైపోతున్న దస్త్రాలూ, ఇలాంటివి, ఇంటినిండా ఎన్నో పేరుకుపోయివున్నాయి! వాటిని పాతపేపర్లవాళ్ళకి అమ్మటంగాని లేదా తగలపెట్టడంగాని చెయ్యాలి!" — అంటూవుండేది, విసుగొచ్చినప్పుడల్లా! నేను ఇంట్లో లేనప్పుడు ఆమె నిజంగానే ఎప్పుడో ఆపని చేసేస్తుందేమో అన్న భయంతో — నేనే మా ట్రంకుపెట్టెలూ, భోషాణాలు తెరిచి, అవసరమైన కాగితాలు మాత్రం జాగ్రత్తచేసి, అక్కర్లేనివీ, పనికిరాని సామానులను వొదలించుకోవాలనీ నిర్ణయించుకున్నాను.

ఈ ఉద్దేశంతోనే ఓరోజున మాఇంటి ప్రహరీగోడ ఎండకి ఎండి వానకి నానిపోయి కూలి పడిపోతున్నదాన్ని బాగుచేయించాలని పునాదులు తవ్వి తీయించాలని — అడుగున్నరలోతు తవ్వేసరికి — ఆశ్చర్యం! "ఖణేల్"-మని పెద్దశబ్దంతో ఓ ఇనుపభోషాణం గడ్డపారకి తగిలిన శబ్దం — వినవచ్చింది.

"లంకె-బిందెలేమో నండీ! — ఏమైనా ధనం దొరుకుతుందేమో? పూర్వకాలపు లక్ష్మీకటాక్షం మళ్ళీ మన ఇంటిని వరిస్తుందేమో?" అన్న నాభార్య మాటలకి నేనూ ఆశపడి ఎంతో జాగ్రత్తగా త్రవ్వితీశాను. ఆశ్చర్యం!! ఒకపెద్ద ఇనుపభోషాణం! మూడున్నర అడుగులపొడవూ, రెండడుగల మందమూ, రెండున్నర అడుగుల లోతూ వున్నది — బైటపడ్డది! ఆశ్చర్యంతో కెవ్వున కేకవేశాడు నాచిన్న మనవడు.

జాగ్రత్తగా భోషాణం పైకితీశాము. తాళం పూర్తిగా తుప్పపట్టి పోయింది. దాని మూత తలుపులూ, మట్టిలో చాలాకాలం బిగుసుకు పోయివుండటం వలన భోషాణంపైన చెదలూ, పుట్టలు కూడా పోశాయి. కష్టపడి కొడవలితో సన్నగా గీరి భోషాణం మూత పగలగొట్టి పెక లించాను. 'కిర్రు'మని శబ్దం చేస్తూ తెరుచుకున్న భోషాణంలోంచి మరొక నల్లటి ముదురు టేకుకర్ర పెట్టె ఉండటంచూసి ఆత్రుత, ఉక్రోషం ముంచుకొచ్చినా దానిని జాగ్రత్తగా బైటికితీయించి టేబుల్‌మీద పెట్టిం చాను. నాభార్య తన తలపిన్నీసుతో ఆ చెక్కపెట్టె తాళం తెరిచింది — తెలివిగా!

పెట్టె తెరవగానే — ఎఱ్ఱటి తోలుతో బైండింగ్ చేసిన చిట్టా పుస్తకాన్ని భద్రంగా బైటికితీశాను. అది పసుపురంగు బట్టలో కట్టి

భద్రం చేయబడివుంది. దానిని చూడగానే దానిలో ఏ వజ్రాలో, నగలో లేక మొహిరీలో దొరుకుతాయని ఆశించాను.

కాని, నిదానించి తెరిచిచూస్తే అందులోవున్నది బంగారం, వజ్రాల కన్నా విలువైందే లభించిందని తెలిసింది! ఆశ్చర్యం! అందులో పై అట్ట తెరవగానే ఒక 'గ్రూపు ఫోటో'-వున్నది! ఆ పాతఫోటోలోని బొమ్మలు కాలదోషంవల్ల ఎర్రబడిపోయి వున్నాయి! సన్నని చిల్లులుపడివున్న ఆ గ్రూప్‌ఫోటోలో — ఏడెనిమిదిమంది దొరలు తుపాకులుపట్టుకొని సోఫాలో కూర్చుని ఫోటోలు తీయించుకున్నారు మా బంగళా పచ్చిక లాన్‌మీద! వారిలో ముందు వరుసలో మోకాళ్ళమీద కూర్చున్న ముగ్గురిలో ఎడమవైపు మాతాతగారు శ్రీనివాస చక్రవర్తి కుడివైపు పాటియాలా యువరాజా, వారితో పక్కనే కూర్చుని భావనగర్ మహారాజా — తుపాకీ పట్టుకొని నిలబడివున్నారు. వారి మధ్య ఎవరో ఒక అపరిచిత ఇంగ్లీష్‌దొర సన్నని ఈవినింగ్ హ్యాట్ పెట్టుకొని నోటిలో ఓ పెద్ద పైపుతో కూర్చుని దర్జాగా చూస్తున్నాడు. ఆయన ప్రక్కనే తుపాకీపట్టుకొని ఇంగ్లండుదొర, సుప్రసిద్ధ పులుల వేటగాడూ, ఆరోజులలో చాలామందికి సుపరిచితుడూ నైన **'జిమ్–కార్బెట్'** (Jim Corbet) దొర కూర్చునివున్నాడు.

అందులోని అపరిచిత నూతనవ్యక్తి ఎవరా అని ఆత్రుతగా వెతుకు తున్న నాకళ్ళకి — ఫోటోకింద అచ్చులో రాసినపేర్లలో మాతాతగారు, పాటియాలా యువరాజావారు, 'జిమ్-కార్బెట్' దొరా — వారిమధ్యగా కూర్చున్నది — ఆశ్చర్యం!! **సర్ చార్లెస్ బెల్** (Sir Charles Bell) అనే ప్రఖ్యాత సైనిక గూఢచారి!!

ఆపేరును చూస్తూనే ఎగిరి గంతేశాను "హుర్రా!" — అని!

అప్పటిదాకా నేనూ మీ అందరిలాగే సుప్రసిద్ధ ఇంగ్లీషు నవలా రచయితలెవరో సృష్టించిన కల్పితపాత్రే అనుకున్నాను **చార్లెస్ బెల్** (Charles Bell) — అంటే!

తీరాచూస్తే ఆయన మా తాతగారితో సహా తీయించుకున్న ఈ ఫొటోఆల్బం నాకే లభించటంతో ఆ చిట్టాలోని దస్త్రాలు చాలా విలువైనవని తెలిసింది. వాటిని కలకత్తాలోని ఓ సుప్రసిద్ధ 'పబ్లిషర్‌కు' చూపించాను. అతను ముందు వెటకారంతో కొట్టిపారేసినా — లోపల ఫొటోచూసి అడుగున చిట్టాపుస్తకంలో టైపుచేయబడ్డ రిపోర్టు చదివి ఖంగు తిన్నాడు! సుప్రసిద్ధ సైనికగూఢచారి "**చార్లెస్ బెల్**" తోపాటు ఆయన ఇండియా వచ్చినప్పుడు పులివేటగాడు జిమ్ కార్బెట్‌తోసహా, మాతాతగారూ, మరిద్దరు రాయ్‌బహద్దూర్‌లతో కలిసి హిమాలయాలలోని 'డార్జిలింగ్'కూ అక్కడినుండి "కులూ" (Kulu Valley) లోయకూ ఆపైన 'టిబెట్'కు ముఖ్యపట్టణమైన "లాసా" (Lhasa) మీదుగా కైలాస-పర్వత' శిఖరం ప్రదక్షిణంగా చుట్టి వెనుకగావున్న గోబీ మంచుఎడారి దాటి '**శంబల**'వరకూ వెళ్ళిన వారిసాహసయాత్రదీ రిపోర్టు!!!

అందుకే ముందే చెప్పాను — "నేను రాసేది కథగానీ, నవలకానీ కాదు"; అని!

ఇప్పుడు జాగ్రత్తగా చదవండి! — తరువాతి అధ్యాయాలలో నమోదు చేసివున్నది — మా పూర్వీకులచిట్టా! ఆదస్త్రాలలోనిది ఓ కుటుంబ నివేదిక వంటి రిపోర్టు! **చార్లెస్ బెల్**‌తో రహస్యంగా మాతాతగారు కలకత్తా మీదుగా హిమాలయాలకు ప్రయాణంచేసినప్పటి సాహసయాత్ర!

"ఇందులోని వివరాలు — అతిరహస్యం! చాలాగుప్తమైన ఆధ్యాత్మికరహస్యాలు ఇందులో ఎన్నోవున్నాయి. ఇలాంటివి ప్రచురించరాదు — చాలాప్రమాదం!" అంటూ ఆ 'పబ్లిషర్' నాకు తిరిగి యిచ్చేశాడు. కావాలంటే సొంతపేరుతో వేయించుకొమ్మన్నాడు. ఆతరువాత మాతాతగారి ఇంగ్లండు స్నేహితుడికి ఫోన్‌చేసి వివరాలు చెపితే వంద సంవత్సరాలనాటి నిజమైన విశేషాలు దొరికిన వంశపు కాగితాలలోని ఈ రిపోర్టు గురించి తనకు తెలిసిన సుప్రసిద్ధ ఇంగ్లీషు పబ్లిషర్‌కి చెప్పగా అతను "లక్షపౌండ్లు వెంటనే ఈ పుస్తకం ప్రచురణనిమిత్తం ఎడ్వాన్స్‌గా ఇస్తామన్నాడని, కాని దానివిలువ ఇంకా చాలా ఎంతో ఎక్కువనీ వ్రాస్తూ ఇలాంటి అమూల్యగ్రంథాన్ని 'మనమే ప్రచురించటం మంచిది" — అన్నాడు. సరైన హిమాలయాల "మ్యాప్" (Maps) లతో, 'ప్లాన్'లతో దీన్ని ఈ రిపోర్టుతో అన్నీ జాగ్రత్తగా ప్రపంచానికి అందిస్తున్నానని మీ అందరికీ మనవిచేస్తున్నాను.

"నిజం ఏకథకంటేకూడా విచిత్రమైందనీ" — ఇందులోవి అన్నీ యదార్థమైన విషయాలనీ ఇప్పుడు నా వృద్ధాప్యంలో మీకు సవినయంగా మరొక్కసారి మనవిచేస్తున్నాను.

'డార్జిలింగ్' ఇట్లు

మకాం : **మానస సరోవర్** ❀ మీ

'గౌరీకుండ్' శేషాద్రి శ్రీనివాసచక్రవర్తి

1

గుజ్జంమీద వీరుడు!

ఆరోజు, నేను ఉదయమే బైల్దేరి మద్రాసులోని ఓపెద్ద పుస్తకాల షాపులో — అపురూపమైన పుస్తకం “కీరో”-ప్రపంచ భవిష్యత్తు” అన్నది కొనుక్కుందామని మౌంట్‌రోడ్డుమీద నిలబడ్డాను. బుక్‌షాపు ఇంకా తియ్యలేదు, కనీసం ఎయిర్-పోర్టుకి వెళ్లినా ఎయిర్-టిక్కెట్టు O.K. చేయించుకుని రావచ్చుని. రావలసిన బస్సు ఎంతకీరాలేదు. వాచీ చూసు కున్నాను — పదోసారికాబోలు!

ఎదురుగుండా జనసమర్థంతో ట్రాఫిక్ కిటకిటలాడుతున్న మౌంట్ రోడ్డుమీద నిలబడ్డ తెల్లటిగుజ్జం ఎండలో సిల్కులా తళతళా మెరిసి పోతోంది! దానిమీద కూర్చున్న ఒకేఒకవ్యక్తి చేతిలో పొడుగాటి కత్తి, డైమండ్ ఆకారంతో సూర్యకాంతితో తళుక్కున కంట్లోకి గుచ్చినట్టు మెరుస్తోంది. ‘ఎవరో బహుశా మద్రాస్‌లోని పేరుగొన్న పోలీసుశాఖలోని

గుర్రపుదళంలోని మౌంటెడ్ పోలీసుసిపాయి అయివుంటాడు — అనుకున్నాను. కానీ అతని వేషం, ఆకారమూ చూస్తే పోలీసువాడిగా కనిపించలేదు. ఎవరా ఇతను? ఇంత జనసమర్థంతోవున్న రోడ్డుమీద ట్రాఫిక్ నిబంధనలను అతిక్రమిస్తూ నిర్భయంగా గుఱ్ఱంమీద నిలబడివున్నాడు?' అనుకుంటూ మద్రాస్‌లోని మౌంట్‌రోడ్డుమీద నిలబడ్డ నేను బస్సుకోసం వెయిట్ చేస్తున్నాను.

'నేను విశాలమైన మౌంట్‌రోడ్డు ఎడమవైపు నిలబడివుంటే అదే రోడ్డుకు సరిగ్గా కుడివైపున పాలరాతివిగ్రహంలా నిలబడివున్న గుఱ్ఱంమీద ఆ వ్యక్తిని చూసి యధాలాపంగా నేను 'మన పురాణాలలో వర్ణించిన కల్కిఅవతారంలాగా నిర్భయంగా గుర్రంమీద కత్తి పట్టుకుని మరీ నిలబడ్డాడే? బహుశా ఎవరైనా V.I.P. గవర్నర్‌గానీ మరెవరైనా ప్రత్యేక ప్రముఖులు రోడ్డుమీద వెళుతున్నారేమో కాపలాగా మౌంటెడ్‌పోలీసు గస్తీదళంలోని గుర్రపురౌతు అనుకున్నాను. నాకు ఎంతసేపటికీ బస్సు రాలేదు. దాదాపు పావుగంట గడిచింది.

అటుచూస్తే రోడ్డుమీద సరిగ్గా అక్కడే నిలబడివున్నాడు తెల్లగుఱ్ఱం మీద తళతళమెరిసే కత్తిపుచ్చుకుని ఎర్రటి మందారపువ్వురంగు కోటు లాంటి అంగీ ధరించివున్నాడు. ఛాతీమీద బంగారు జలతారులా మెరిసే తళుకులు నక్షత్రాలవలే సూర్యరశ్మిలో జిగేలుమంటున్నాయి. వయస్సు నడిమధ్య పాతిక ముప్ఫై దాటకుండావుంటాయి. వెడల్పాటి నుదురు, బాదంకాయలవలె ఎత్తైన నిండైన కనురెప్పలు. అతడు అలానే నిలబడి వుండటంచూస్తే నాకు ఆశ్చర్యంవేసింది! పోలీసుదళంవాడైనా ఎంతోసేపు

నిలబడి వేచివుండటం కఠినమైన డ్యూటీలా తోచింది. కానీ అతడు పోలీసుశాఖకు చెందినవాడైవుండడని అనుమానం కలిగించేలా — రోడ్డు పక్కన నిలబడ్డ ట్రాఫిక్‌పోలీసు సార్జెంటు అతనివద్దకువెళ్ళి తన చేతిలోని సెల్‌ఫోన్‌లో ఎవరితోనో మాట్లాడుతూ ఇక్కడెవడో రోడ్డుమీద ట్రాఫిక్‌కు అడ్డంగా నిలబడివున్నాడు గుఱ్ఱంమీద చూస్తే ఇతడు మన పోలీసు మౌంటెడ్‌దళానికి చెందినవాడిలా కనిపించటంలేదు. పంపించెయ్యమంటారా? అన్నాడు. అవతలినుంచి ఏం సమాధానం వినిపించిందోకాని ఆ పోలీస్‌సార్జెంట్ పెద్దపెద్ద అంగలువేసుకుంటూ బూట్లను చప్పుడు చేసుకుంటూ మార్చింగ్‌లా వెళ్ళి గుర్రంపక్కకు నిలబడి 'ఏయ్ ఎవరు నువ్వు? ఇక్కడ ట్రాఫిక్‌కు అడ్డంగా ఇలా ఈ గుఱ్ఱంమీద నిలబడకూడదు. నీవు వెంటనే తొలగిపోవాలి. ఊ, పో అవతలకు అంటూ గద్దించి చేతిలోని పోలీసువిజిల్‌ను చెవులు రింగుమనేలా వూదాడు. తన డ్యూటీ అయిపోయినట్లుగా ముందుకు నడుచుకుంటూ వంద గజాల దూరం వెళ్ళిపోయాడు.

నాకు చాలా ఆశ్చర్యం అనిపించింది. ఆ గుఱ్ఱంమీదవ్యక్తి ఎవరో అతడు పోలీసువాడయ్యి వుండడు. మరి మద్రాస్ నగరంలో మౌంట్ రోడ్డుమీద ఇలా తెల్లగుఱ్ఱం ఎక్కి ఠీవిగా గస్తీతిరుగుతున్నట్లు విగ్రహంలా కదలకుండా నిలబడివున్నాడు. పైగా పోలీసుసార్జెంట్ వచ్చి హెచ్చరిక చేస్తే సమాధానం ఏదీచెప్పడు సరికదా కనీసం పోలీసువాడని గుర్తించి నట్టు కూడా లేదు. వీడెవడో గట్టిపిండంలా వున్నాడు అనుకుంటూ మళ్ళీ ఒకసారి నేను రావలసిన బస్సుకోసం నా వాచీ చూసుకున్నాను. ప్రయాణీకుల గుంపుమాత్రం పెరిగిపోతోంది హనుమంతుడి తోకలాగ

నన్ను మరింత ఆందోళనకు గురిచేస్తూ! దాదాపు అరగంటపైనే గడిచింది. నాబస్సు రాలేదు. నాకు విసుగుపుట్టింది కాళ్ళు చచ్చేలా పీకేస్తున్నాయి. పోనీ నడుద్దామా అంటే నేను గిండీ దాటి మద్రాస్ ఎయిర్‌పోర్టుకు వెళ్ళాలి చచ్చినట్టు. ఇలా అనుకుంటూవుండగానే రోడ్డుమీద నాకెదురుగా వేరొక పోలీసుసార్జెంట్ చేతిలోని వాకీ–టాకీసెట్టులో మాట్లాడుతూ నన్ను చూసి మొహం అదోలాపెట్టి — "సార్! మీబస్సు రావటం చాలా ఆలస్యంకావచ్చు! మీరు వెళ్ళిపోండి వేరే ఆటోకానీ, టాక్సీకానీ చూసు కోండి!" అన్నాడు.

నేను అమితంగా ఆశ్చర్యపోతూ ఆ పోలీసువాడివంక తిరిగి "ఇప్పుడు బస్సు రావాల్సివుందికదా! అరగంటనుంచి వెయిట్ చేస్తున్నాను. ఏక్షణంలోనైనా రావచ్చు ఎక్కి వెళ్ళిపోతాను బస్సురాగానే" అన్నాను.

దానికా పోలీసువాడు పదిఅడుగులు ముందుకుపోయినవాడల్లా వెనక్కితిరిగి నావైపే వస్తూ — "నేను చెప్పేది అర్థంచేసుకోండి సార్ ఈ మౌంట్‌రోడ్డుమీద సిటీబస్‌లు రావు. పోలీసుకంట్రోల్‌వాళ్ళు ఆపేసారు ట్రాఫిక్‌బంద్ అన్నాడు. దాంతో మరింత ఆందోళనపడిన నేను "ఎందుకు? ఏదైనా సమ్మెలు, కార్మికుల మోర్చాలు, ప్రదర్శనలు వున్నాయా?" అనే లోగా అతడే — "కాదుసార్! గవర్నరు ఈ రోడ్డుమీద వెళతారు. ఆయనతోపాటు ఢిల్లీనుండి రాష్ట్రపతి వారి వెనకాతలే ముఖ్యమంత్రిగారి కార్లూ వస్తాయి. అందుకని సెక్యూరిటీ చెక్! ఈరోడ్డులో బస్సులు ఆపి వేసారు అన్నాడు. నాగుండె జారిపోయినంత పనైంది. ఈ పోలీస్‌వెధవలు లేనిపోని ట్రాఫిక్‌సమస్యలు కొనితెచ్చిపెడుతున్నారు అనుకుంటూ యధా లాపంగా రోడ్డు అటువైపు చూసాను. చూసి త్రుళ్ళిపడ్డాను. ఎదురుగా

రోడ్డుమీద తెల్లగుఱ్ఱం. దానిమీద శిలావిగ్రహంలా కదలకుండా కూర్చున్న ఆ పురుషవిగ్రహం! అతడెందుకు అలా అంతసేపటినుంచి ఎవరికోసం వేచివున్నాడు. పోలీసుగుఱ్ఱపుదళం మౌంటెడ్ పోలీసుఅధికారిలా లేడు. వుంటే పోలీస్‌వాడు పొమ్మని హెచ్చరికకూడా ఎందుకుచేస్తాడు? అను కుంటూ.

ఇంతలోనే ఇంకొక పోలీస్‌సార్జెంట్ రోడ్డుకు అటువైపుగా వేగంగా మోటారుసైకిల్‌మీద వస్తూ ట్రాఫిక్‌సిగ్నల్‌వద్ద టక్కున ఆపి ఆ గుర్రం మీద వ్యక్తిని చూసి మండిపడ్డాడు. "ఏయ్! ఎవరునువ్వు? ఇక్కడ ట్రాఫిక్‌కు అడ్డంగా నిలబడరాదు. వెంటనే తొలగిపో! లేకపోతే నిన్ను సెక్యూరిటీచెక్‌కింద బుక్‌చేస్తాను తెలిసిందా?" అన్నాడు.

దానికాగుఱ్ఱంమీది వ్యక్తి కనీసం విన్నట్టుకూడా లేదు — విగ్రహంలా అలానే ఎటోచూస్తూ తన చేతిలో కత్తిని అలాగే పట్టుకుని గుఱ్ఱంమీద వున్నాడు. నాకు ఆశ్చర్యంవేసింది. ఇతనిని పోలీసుఅధికారి నాముందే వచ్చి హెచ్చరించారు. అతనుమాత్రం ఖాతరుచెయ్యలేదు. అతడెవరైవుంటాడు? విచిత్రంగా వున్నాడు! మద్రాసు మహానగరంలోని మౌంట్‌రోడ్డుమీద ఇరుకు జనసమ్మర్థంలో గుఱ్ఱంవాహనంపైన కూర్చుని పూర్వపు బ్రిటీష్ సైనికఆఫీసరులాగ గుఱ్ఱంమీద కత్తిపట్టుకుని నిలబడివున్నాడు అను కుంటూ వింతగా గమనిస్తున్న నాకు మరుక్షణం రోడ్డువెంట ట్రాఫిక్‌ను ఎక్కడివాళ్ళనక్కడే ఆపేసారు. పోలీస్‌సార్జెంట్లు విజిల్స్ వేస్తూ ఆటోలు, వేన్లను ప్రక్కసందులోకి మళ్ళించేసి రిక్షాలను, బగ్గీలను ప్రక్కలకు తోసేసారు. రోడ్డు నిమిషాలమీద నిర్మానుష్యంగా తయారైంది.

కానీ ఆశ్చర్యం! ఆ గుబ్బింమీద వ్యక్తి అక్కడే వున్నాడు! కదలలేదు! మెదలలేదు! ఇంతమంది పోలీసుఅధికారులూ, కమీషనర్‌లు హెచ్చరించినా, పొమ్మని భయపెట్టినా సమాధానంమాట అటుంచి వారివంక తిరిగి చూడనైనాలేదు! నాకు చాలా ఆశ్చర్యంవేసింది. ఇతడెవరో గట్టి పిండం అయివుంటాడు. ఎందుకలా రోడ్డుమీద గుబ్బింపై నిలబడి వున్నాడు? అన్న కుతూహలం, ఆత్రుత పెరిగిపోతోంది! నిమిషాలు గడుస్తున్నాయి.

ఎంత హెచ్చరించినా ఖాతరుచెయ్యని ఆ విచిత్రమైన గుబ్బింమీది వ్యక్తిని చూస్తే ఆ పోలీసుకమీషనర్ ఆగ్రహం కట్టలుతెంచుకుంది. మద్రాసువంటి మహానగరంలో పోలీసుకమీషనరువంటి తనలాంటి అధికారి ఆదేశాలనే నిర్లక్ష్యం చెయ్యడమా? — అదీ నగరం నడిబొడ్డులోని మౌంట్‌రోడ్డుమీద!

దాంతో అతడిలోని పోలీసురాక్షసుడు కట్టలుతెంచుకొని రెచ్చిపోయాడు. క్షణాలమీద జీపుదిగి పెద్దపెద్ద అంగలువేస్తూ తన పోలీసు బూట్లు చప్పుడుచేస్తూ రోడ్డుమధ్యగా నిలబడ్డ ఆ తెల్లగుబ్బింమీది వింత మనిషిని చూసి తన చేతిలోని పొడుగాటి బెత్తంవంటి పోలీసుబేటన్‌ను చాచికొట్టాడు ఇంకొకడైతే ఆదెబ్బకి ముక్కూ, ముఖం బద్దలై స్పృహతప్పి నేలమీద పడిపోయేవాడే!

కాని — ఆశ్చర్యం! చాచికొట్టిన బేటన్ సుడిగాలిలా విసురుగా వెనక్కివచ్చి పోలీసు ఆఫీసరు ముఖానికే తగిలింది! దాంతో ఎత్తుగావున్న అతని కోటేరుముక్కు నుజ్జునుజ్జై పెదవులవెంట రక్తంకారింది. ఆశ్చర్యంతో

దిమ్మెరపోయి క్షణకాలం కళ్ళుతిరిగినట్టూ వికారంగా తల తిరిగిపోతున్నట్టు బాధకలిగి రెండడుగులు వెనక్కివేసి అతికష్టంమీద నిలదొక్కుకున్నాడు. ఆశ్చర్యంగా ఆ గుఱ్ఱంవైపు, ఎదురుగా విగ్రహంవలే కదలకా మెదలకా నిల్చున్న లెక్కలేని ఆ పొగరుమోతువంకా చూశాడు! ఆశ్చర్యం! ఆ గుఱ్ఱంగాని దానిమీద కూర్చున్న హుందాయైన రౌతులో గాని కనీసం ఈగవాలినంతకదలిక కూడా కనిపించలేదు.

'ఏమిటీ! ఈ మనిషి నన్ను కనీసం కంటితో చూసినట్టుకూడా గుర్తింపుగాని చలనంగాని లేదే? నామొహం పగిలి నేను కొట్టిన లాఠీదెబ్బ నా మూతికే వచ్చి ఎలా తగిలింది?' అంటూ విస్తుపోతూ భయంగానే రెండడుగులు వెనక్కువేసి పెద్దగా రంకెలువేస్తూ అరిచాడు.

"డామిట్! ఎవడ్రా నువ్వు? కళ్ళు కనబడ్డంలేదా? ఎదురుగా నేను పోలీస్‌కమీషనర్‌ని నిలబడి ఇలా గొంతుచించుకొని అరుస్తుంటే — కనీసం నీకు ఈగవాలినట్టయినా లేదే? నిన్ను లాకప్‌లోపెట్టి సెల్‌లో బంధించి నీ ఎముకలు ముక్కలుగా విరిగేదాకా చావబాదానంటే అప్పుడు నీకు ఒళ్ళు తెలుస్తుంది. నేనెవరో? సరిగా సమాధానం చెప్పాలన్న జ్ఞానంలేదా?" అంటూ అక్కడే నిలబడి అరిచాడు.

ఫలితం శూన్యం! గుఱ్ఱంఅయినా, అంతపెద్ద ఆజానుబాహుడైన ఆరడుగుల పోలీస్‌ఆఫీసర్‌ని చూసినట్టయినా చెవులన్నా విదిల్చలేదు. కనీసం కదలలేదు. ఏచలనం లేకుండా రాతిశిల్పంలోని గుఱ్ఱంలా అలా నిలబడివుంది. గుఱ్ఱంమీదవ్యక్తి మద్రాసు మౌంట్‌రోడ్డులోని నాలుగురోడ్ల కూడలివద్ద బ్రిటీషు సైనికాధికారి థామస్ రో విగ్రహంలాగా గుఱ్ఱంమీద

స్వారీచేస్తున్నది కదలికలేకుండా వున్నట్టే వీడూ కదలడేమిటి? అనుకుంటూ పొంగివచ్చే అవమానంతో ఉక్రోషంతో పెచ్చుపెరిగిపోయిన క్రోధం అతని పరాభవాన్ని పదిరెట్లు పెంచింది.

"ఇలాకాదు నీపొగరు అణిచేస్తా! — రాస్కెల్!" అంటూ తటాలున తన బెల్టులోంచి రివాల్వర్‌తీసి గుఱ్ఱంమీద కూర్చున్న వ్యక్తివైపు గురిపెట్టి కాల్చాడు. ఒకేఒక బుల్లెట్ అతడి తొడలోంచి దూసుకువెడితే కుప్పకూలి కిందపడాలి గుఱ్ఱంమీంచి అనుకుంటూ!

"ఢాం!" అంటూ రైఫిల్‌మోత బజారంతా ప్రతిధ్వనించింది. కెవ్వు మని కేకవేసి బాధతో భయంతో గిలగిలా తన్నుకుంటూ కిందపడిపోయి సాయంకోసం దారినపోయేవాళ్ళను బతిమాలసాగాడు — గుఱ్ఱంమీద రౌతుకాదు తుపాకీ పేల్చిన పోలీస్‌ఆఫీసరే! అంత బాధలోనూ ఏడుస్తూ శాపనార్థాలు పెడుతూ తిడుతున్నాడు ఇంకా అతను తన పొగరు అణచుకోలేక!

గుఱ్ఱంమీద వ్యక్తి కనీసం అయ్యో! అని అనలేదు ఆశ్చర్యపడలేదు సరికదా అసలీ పోలీసుఆఫీసరు రివాల్వర్ పేల్చినట్టుగాని దాని చప్పుడు గాని అతనికి వినిపించినట్టే లేదు. కనీసం అతను ఎక్కిన గుఱ్ఱంఅయినా ఆ చప్పుడుని గుర్తించలేదు బెదరలేదు ఈగలు తోలుకున్నట్టయినా తలను విదల్చనైనా లేదు. ఏమిటింత ఆశ్చర్యం ఇదేమయినా భ్రమా లేక గుఱ్ఱంవిగ్రహమా అనుకుంటూ నెత్తురుమడుగులో పాకులాడుతూ మోకాళ్ళు సిమెంటురోడ్డుమీద మోటించి బలంగా ఎలక్ట్రిసిటీ స్థంభాన్ని వూతంగా పట్టుకొని పైకిలేచి నించున్నాడు. బాధగా మూలుగుతూ;

మరుక్షణమే ఆశ్చర్యపడడం అతనివంతయ్యింది తన బాధకి! తిరిగి — తాను గురిపెట్టి పేల్చిన పిస్తోలుబుల్లెట్ గుజ్జానికిగాని గుజ్జంమీద రౌతుకు గాని కనీసం సెగ తగిలినట్టయినా లేదు — అదే బుల్లెట్ సూటిగా తన తొడలో దూరి రెండులీటర్లు రక్తాన్ని చిందించింది!

ఆదెబ్బతో పోలీసుఆఫీసరు కళ్ళు బైర్లుకమ్మాయి. ఎవడీవ్యక్తి? తానెంతోమంది ఉగ్రవాదులని, నక్సలైట్లనీ నూరుగజాల దూరంనుంచి గురిపెట్టి పేల్చాడు; కుప్పకూలారు వాళ్ళంతా మాటలేకుండా. అలాంటిది తన గురితప్పడమా? అందులోనూ తన బుల్లెట్ నేరుగా తిరిగివచ్చి తన తొడలో దూరి — "నాన్సెన్స్! ఇక ఆలోచించలేకపోయాడు. అవమా నంతోపాటు గాయంబాధ! రక్తం కట్టకుండా పార్లిపోతోంది.

క్షణాలమీద చుట్టుప్రక్కల జనం రోడ్డుమీద పోలీస్‌కమీషనర్‌చుట్టూ పోగయ్యారు. ఏం జరిగింది? ఏమిటీ గాయం? అంటూ ఒక్కరూ సాయం చెయ్యకపోగా తమాషాచూస్తున్నారు. తాను పోలీసుఅధికారి కావడంతో ఎవ్వరికీ తనమీద జాలికలగలేదు సరికదా కనీసం అయ్యో! అనికూడా అనలేదు ఎవ్వరూ! క్షణాలమీద పెద్దగుంపు మౌంట్‌రోడ్డు పక్కనే పోగుపడింది. పోలీస్‌కమీషనర్‌కు తల తీసివేసినట్టయింది.

ఇదంతా గమనించిన మరొక పోలీసుసార్జెంటు వెనకాలే స్కూటర్ మీద వస్తూ తటాలున బ్రేకువేసి — రక్తంమడుగులోవున్న పోలీస్ అధికారి థామస్ అని గుర్తించి మెరుపులా తన సెల్‌ఫోన్ తీసి కంట్రోల్ రూమ్‌కి ఫోన్‌చేసాడు, అంబులెన్స్‌కోసం!

"సార్జెంట్! అంబులెన్స్ కాదు కావల్సింది. రిజర్వ్‌పోలీస్ కంపెనీ

కావాలి! ఫైర్ఆర్డర్స్ ఇచ్చి ఇక్కడికి రప్పించమని పోలీస్ ఐ.జి.కి నామాటగా ఫోన్‌చెయ్యి! ఈ వెధవని ఇక్కడే ఎన్‌కౌంటర్‌చేసి వీడి గుఱ్ఱాన్ని గవర్నమెంట్ వెటర్నరీ హాస్పిటల్‌కి పంపిస్తాము! డామిట్! నాసంగతి వీడికింకా తెలిసినట్టులేదు" అంటూ ఒంటికాలితో కుంటుతూ అలానే చిందులుతొక్కాడు పొగరుబోతు పోలీసు.

వెనకాలే స్కూటర్ ఆపిన సార్జెంట్ చటుక్కున దిగి భుజాలుకింద చేతులువేసి కమీషనర్‌ను పైకిలేపి అంతలో అక్కడికి చేరుకున్న అంబులెన్స్‌లో హాస్పిటల్‌కి పంపించాడు. గుఱ్ఱంగాని, గుఱ్ఱంమీద రౌతు గాని అక్కడే నిలబడివున్నారు కదలకుండా!

ఇంతలోకే "బొంయ్యి" మని గోలగా రొదపెట్టుకుంటూ సైరెన్ మోతతో పోలీసుబలగాలు ట్రక్కువచ్చి ఆగింది. బూట్లు చప్పుడు చేసు కుంటూ బిలబిలా దిగి లైనుగా నిలబడ్డారు. అది మద్రాసు రిజర్వు పోలీసు రెజిమెంట్! కరుడుగట్టిన దుర్మార్గులుగా పేరుపొందినవారు —పిల్లలూ, స్త్రీలు అన్న విచక్షణకూడా లేకుండా లాఠీచార్జీతో అనేక మందిని చంపిన పోలీసుదళం! వెనక్కుతిరిగి తృప్తిగా చూసాడు — పోలీసు కమీషనర్ థామస్! కుడిచేత్తో గుఱ్ఱంవైపు, దానిమీదవున్న రౌతును చూపిస్తూ గట్టిగా అరిచాడు.

"అరెస్ట్ హిమ్! వాడిని వెంటనే అదుపులోకి తీసుకోండి! మన మౌంట్‌రోడ్ పోలీసుకంట్రోలురూమ్‌కి ఈడ్చుకువెళ్ళండి. మక్కెలు విరగ దన్ని సాయంత్రందాకా గుక్కెడు మంచినీళ్ళుకూడా పోయకండి! — ఛస్తే ఈలోగా పోస్ట్‌మార్టంకి, మార్చురీకి పంపండి. వాడింకా బతికివుంటే

నా తఢాకా చూపిస్తాను" అన్నాడు తానే అంబులెన్స్‌లోకి స్ట్రెచర్‌మీదికి ఎక్కిస్తూవుంటే కోపంగా!

ఇంతలో వెనకనుంచి పెద్దగా సైరెన్‌మోగిస్తూ ముందస్తు సెక్యూరిటీగా ఏర్‌పోర్టువైపు దూసుకుపోతున్న పైలెట్‌కారు శబ్దం వినిపించింది. అయ్యో! క్షణాలమీద CM గారి కారు, దానివెనకే మా సెక్యూరిటీకారు కూడా ఇక్కడికి వచ్చేస్తున్నాయి! ముందుగా ఈ పైలెట్‌కారు శబ్దం చేసుకుంటూ వస్తోంది. అదిగో ఈలోగా ఈ దొంగవెధవని కస్టడీలోకి తీసుకోండి. లేదా షూట్ హిమ్ అంటూ అరిచాడు. ఈలోగా అక్కడికి చేరుకున్న ట్రాఫిక్ డి.జి. నంబియార్ అంతకుముందే పోలీస్‌వేన్‌నుంచి దిగిన రిజర్వుపోలీసుదళం మూడువరుసలుగా నిలబడ్డారు. ఆశ్చర్యంగా చూస్తూ — గుఱ్ఱంవంక! జరుగుతున్నదేమీ పట్టించుకోకుండా నిలబడ్డ గుఱ్ఱంమీది రౌతువంకా స్కూటర్‌దిగిన డిప్యూటీ కమీషనర్ పొగలు కక్కుతూ పరిగెత్తుకువచ్చి —

"వీడిని మైక్‌లోను మూడే మూడుసార్లు హెచ్చరించండి! తప్పుకోక పోతే 'షూట్ హిమ్'! రాస్కెల్! అంటూ అరిచాడు, పిచ్చకోపంతో అవమానంతో! నిమిషాలమీద రిజర్వుపోలీసు తుపాకీలు నిటారుగా పైకెత్తి-గురిపెట్టి రెడీగా నిల్చున్నారు, ఆజ్ఞకోసం! డిప్యూటీకమీషనర్ మైక్‌లో గట్టిగా హెచ్చరిక మూడుసార్లు చేసారు!

"లొంగిపో! ట్రాఫిక్ అంతరాయం కలిగిస్తున్నావు!! గవర్నరుగారు, CM గారి కార్లు క్షణాలమీద ఇక్కడికి చేరుకుంటున్నాయి. అదిగో సైరెన్లుకూడా వినిపిస్తున్నాయి. మైగాడ్! వీడెక్కడ చచ్చాడు మాప్రాణానికి!

ఈ తెల్లగుఱ్ఱమూ! వీడూనూ! — ఏదో పగటివేషగాడిలా! తలకొట్టేసి నట్టుంది వీడిని తొలగించలేకపోతే” అనుకుంటూ మూడుసార్లు మైక్‌లో హెచ్చరికచేసి అదుర్దాగా చూసాడు స్కూటర్‌మీద నిలబడి!

పరిస్థితి మామూలే! గుఱ్ఱంమీద యోధుడిమాట అలావుంచి కనీసం గుఱ్ఱంకూడా లక్ష్యపెట్టలేదు.

దాంతో ఆ పోలీసుఅధికారి ఆగ్రహం కట్టలుతెంచుకుంది — కనీసం ఎదురుగా నిలబడ్డ రిజర్వు పోలీసుదళాలను చూస్తూకూడా వీడికి ప్రాణభయంఅయినా వున్నట్టులేదు! సరే నీఖర్మం! అనుభవించు. మూడునిమిషాల లోపల నువ్వు లొంగిపోకపోతే నిన్ను షూట్‌చేయవలసి వస్తుంది. ఆతరువాత పరిణామాలకు నువ్వే బాధ్యుడివి. మాదేం తప్పు లేదు. లొంగిపో!!!... లొంగిపో! పో!...” అంటూ గట్టిగా మైక్‌లో హెచ్చరిక చేసి గట్టిగా వూపిరిపీల్చుకున్నాడు.

కనీసం రాతివిగ్రహంలోనైనా ఏదైనా చైతన్యం కనిపిస్తుందేమోకాని ఎదురుగా నిలబడ్డ ఆ గుఱ్ఱంకూడా కనీసం కదలలేదు. తలైనా ఆడించ లేదు. తోక విదిలించనుకూడా లేదు. మళ్ళీ పోలీసుఅధికారి ఆఖరి హెచ్చరిక చేసాడు, పోనీలే అన్నట్టు! దయచూపిస్తూ “ఇదే ఆఖరి హెచ్చరిక! నీకిచ్చిన గడువు అయిపోతోంది. ఇక నిన్ను షూట్‌చెయ్యాల్సి వస్తుంది!... నీఖర్మ! అనుభవించు!” అంటూ ముప్పైసెకన్లు ఆగి కింద నిలబడ్డ రిజర్వుడు పోలీసుదళాలను చూసి

“అటెన్షన్! టేక్ ది ఎయిమ్!” అనగానే వారందరూ తుపాకులు పైకెత్తి బుల్లెట్లు దట్టించి గురిపెట్టి నిలబడ్డారు. అయినా ఏమాత్రం

చలనం కనిపించలేదు, గుఱ్ఱంలోగాని ఆ గుఱ్ఱంమీద కూర్చున్న వ్యక్తిలో గాని!"

"షూట్!" అన్నాడు తను నిటారుగా నిలబడుతూ. "ఢాం ఢాం ఢాం" అంటూ నాలుగువరసల పోలీసుల గన్‌రైఫిల్స్ వరుసగా పేలాయి.

గుఱ్ఱంవైపు గురిపెట్టి గుఱ్ఱంమీదనున్న రౌతుమీద కొందరు ఒక్క సారిగా అలా పేల్చారు.

"అయ్యో! అబ్బో! నాయనో! చచ్చాంరో!" అంటూ పెద్ద బాధతో దుఃఖంతో పొలికేకలు ఆకాశానికి మిన్నుముట్టాయి. ఆశ్చర్యం! నాలుగు కంపెనీల రిజర్వుడు జవానులు అగ్గిపుల్లల్లా కుప్పకూలారు నేలమీద మరుక్షణంలో ప్రాణంపోయి!"

పోలీసుఆఫీసరు మతిపోయింది. పరిగెత్తుకువచ్చి మోకాళ్ళమీద కూర్చుని — "మైగాడ్! మీరెందుకు పడిపోయారు? మీకీ గాయాలేమిటి, రక్తమేమిటి", అంటూ విస్తుపోయాడు. అసలా ప్రమాదం ఎలా జరిగిందో అర్థంగాక నాలుగువరుసల పోలీసులు గిలగిలా తన్నుకుంటున్నారు కొనప్రాణంతో! నేలంతా రక్తంతో తడిసిపోయింది. ఒక్కరూ బ్రతికేలా లేరు. అసలీ ప్రమాదం ఎలా జరిగిందో తుపాకులు గురిపెట్టి పేల్చిన ఈ పోలీసులు ఎలా చచ్చారో అంతుపట్టక ఆశ్చర్యం, భయం ముంచుకు రాగా పోలీసుఆఫీసరు రెండుచేతులతో ముఖాన్ని కప్పుకొని గొల్లున విలపించాడు, జరిగిన ఘోరానికి తట్టుకొనలేక బాధ్యతను గుర్తించు కుంటూ!

రోడ్డుమీద జనం పదులనుంచి వందలకొద్దీ ఊపిరిఆడకుండా

జనసమ్మర్ధంలా పోగుపడ్డారు. అందరూ ఒక్కసారిగా హాహాకారాలు చేసారు, జరిగిన ఆశ్చర్యాన్ని చూసి!

ఇంత జరిగినా — ఆ గుఱ్ఱంగాని, గుఱ్ఱంమీద కూర్చున్న వీరుడు గాని కదలలేదు, మెదలలేదు. రాతివిగ్రహాలలా అలాగే నిలబడ్డారు. కనీసం కిందపడిపోయి కొనప్రాణాలతో ఏడుస్తున్న ఆ పోలీసులవంకైనా తిరిగిచూడలేదు. దాంతో ఏంజరుగుతోందీ ఎవరికీ బోధపడలేదు. అంతా అయోమయంగా వుంది పరిస్థితి!

చేతిలో మైకులాంటి 'వాకీటాకీ' లాంటి ఫోన్ పట్టుకొని పైఅధికారులతో ఆయాసంగా ఆత్రంగా భయంగా అరిచేస్తున్నాడు తానేం మాట్లాడుతున్నాడో తెలియని పోలీసుఆఫీసరు.

"ఇక్కడో ప్రమాదం జరిగిపోయింది సార్!! ఇక్కడ వీడ్ని మన ఫోర్త్ బెటాలియన్, ఐదవకంపెనీదళం హెచ్చరికచేసినా ఖాతరుచేయలేదు. దాంతో ఫైరింగ్‌చేయాల్సివచ్చి చేసాం!

"చచ్చాడా!"

"ఎనిమిదిమంది మనవాళ్ళు చచ్చారుసార్! మిగతావాళ్ళు తీవ్రంగా గాయపడ్డారు!"

"డామిట్! మనవాళ్ళెందుకు చచ్చారు. వాడేమైనా తిరిగి షూట్ చేసాడా? ఎట్లా జరిగిందీ ప్రమాదం?" అవతలనుంచి రణగొణధ్వనిలో సెల్‌ఫోన్ మోగింది.

"ఏమీ అర్థంగావట్లేదుసార్! సార్ మాదేం తప్పులేదు సార్! మన

వాళ్ళంతా చక్కగా రైఫిల్స్ గురిపెట్టి నాలుగుసార్లు పేల్చారుసార్! అన్నీ సక్రమంగా చేసారుసార్! ఒక్కసారే కాదు నాలుగుసార్లు ఫైర్‌చేసారు. రైఫిల్‌లో కూడా తేడాలేదుసార్ అన్నీ పక్కా! ఎ.కె. 47 రైఫిల్స్‌సార్ గురి తప్పలేదు! తప్పేఛాన్సే లేదుసార్!"

"మరెలా చచ్చారు మనవాళ్ళు! ఏమిటి నువ్వు మాట్లాడేది? మతి వుండే మాట్లాడుతున్నావా? వాడిదగ్గరేమైనా ఆటోమాటిక్ రైఫిల్స్‌గాని వున్నాయా? లేక ఏదైనా మైన్ బ్లాస్టర్‌వంటి ప్రేలుడుపదార్థంగాని ఉపయోగించాడా? మనవాళ్ళపై అని అవతలనుంచి అధికారి కంఠం — "గురితప్పలేదుసార్ అంతా ఓ.కె. సరిగ్గానే కాల్చాం! — కాని అవి తగిలి చచ్చిందికూడా మనవాళ్ళేసార్!" — అన్నాడు!

"మీరందరూ సస్పెండ్! బుద్ధిహీనుడా!" అంటూ తిట్లవర్షం కురి పించాడు.

ఒణికిపోతూ సమాధానమిచ్చాడు పోలీసుఅధికారి.

"కాని సస్పెండ్ ఎవరికిసార్! మనవాళ్ళంతా చచ్చారు. కొద్దిమంది చావుబతుకుల్లో వున్నారు. ఇంక సస్పెండ్ ఎవరిని చేస్తారుసార్! ఎలా చేస్తాం!" వొణికిపోతూ అడిగాడు.

"నిన్నే సస్పెండ్!" అని అర్థం!

తలబాదుకున్నాడు పోలీసుఅధికారి.

"నీమూలాన మనవాళ్ళంతా చచ్చార్రా!" నన్ను సస్పెండ్ అంటు న్నాడు మా కమీషనర్. నాకింకా ఏంభయం? అంటూ తన రివాల్వర్

పేల్చబోయి — అందులో అప్పటికే బుల్లెట్స్‌లేక ఖాళీగా వుండటం చూసి — గుఱ్ఱంమీద కూర్చున్నవాడి తలమీద గురిపెట్టి గట్టిగా తుపాకీ విసిరాడు. "ఈ దెబ్బతో ఖతమ్ వీడు" అని అరుస్తూ! — మరుక్షణమే చావుదెబ్బ తగిలినట్టు కేక!

"అబ్బో! చచ్చాన్రా! దేవుడో!" అంటూ కుప్పకూలాడు. మిగిలిన రివాల్వర్ తన తలకే తగిలి గుడ్లు తేలవేసి కిందపడిపోయాడు. మునుపటిమాదిరే గుఱ్ఱంగాని, రౌతుగానీ కనీసం తిరిగి చూడలేదు విగ్రహంలా అలానేవున్నాడు. చుట్టూచేరిన ప్రజలు అందరూ తలోరకంగా రకరకాలుగా వ్యాఖ్యానంచేస్తూ సముద్రపుహోరులా రణగొణధ్వనితో హోరెత్తి పోయింది.

ఇంతలో వీడియోకెమేరాలతో తళుక్కున మెరిసే ప్లాష్‌గన్‌లతో పత్రికలవారు ప్రవేశించారు. ఆంధ్రజ్యోతి, ఈనాడు ఇంకా ఫారిన్ పత్రికా విలేఖరులు 'క్లిక్ క్లిక్' నిమిషలమీద ఫోటోలుతీస్తూ మెరుపులా పత్రికల ఆఫీసుకు టెలీఫోటోగా క్షణాలమీద అందించారు, వార్తాచిత్రాలు, సంచలన వార్త!

పత్రికలవారి గుంపుకి అవతల ఒక పసుపుపచ్చ వాన్ ఆగింది. అందులోంచి దిగాడు ఒక ఆజానుబాహుడైన వ్యక్తి! తెల్లటిగడ్డం, పొడుగాటి సిల్క్‌వంటి తెల్లని గిరజాలజుట్టూ! బంగారుఛాయతో ఎత్తైన కోటేరుముక్కు పొడుగాటి బురఖాలాంటి కనకాంబరంరంగు కాషాయపు కుఫ్నీవంటి లాల్చి ధరించి స్వామీజీ వచ్చారు! జ్ఞానానందమహారాజుకీ జై అంటూ కొందరు భక్తులు నినాదాలు చేసారు. పత్రికలవాళ్ళు విసుక్కు

న్నారు. ఈ ప్రమాదంలో ఈ జేజేలేంటి? ఇక్కడికి స్వామీజీ ఎందుకు వచ్చినట్టు?

ఇవేమీ పట్టించుకోకుండా స్వామీజీ జరుగుతున్నదంతా అక్కడ చేరిన గుంపులోని ప్రత్యక్ష సాక్షుల్ని అడిగి తెలుసుకోవడం ప్రారంభించారు.

"పోలీసులు — ఆ తెల్లగుఱ్ఱంమీద కూర్చున్న మనిషిమీద షూట్ చేసారు స్వామీజీ! ఎనిమిదిమంది పోలీసుసిపాయిలు మూడు వరుసలుగా నిలబడి ఒకేసారి షూట్‌చేశారు. అంతే! మరుక్షణమే ఆ ఎనిమిదిమందీ చచ్చిపోయినట్టు పడిపోయారు!" అని నలుగురు స్టూడెంట్స్ సైకిళ్ళు పట్టుకొని తాము చూసింది చూసినట్టు స్వామీజీకి చెప్పసాగారు పూస గుచ్చినట్టు —

ఏం జరుగుతోందో ఎవరికీ అర్థంకావడంలేదు. స్వామీజీ! అంతకు ముందే ఆ గుఱ్ఱంమీదాయన్ని తన వార్నింగ్ ఖాతరుచేయలేదని ఆ పోలీసుకమీషనరే స్వయంగా తన రివాల్వర్ తీసి షూట్‌చేయ్యడం మా కళ్ళారా చూశాము!"

"షూట్ చేసాడా? పోలీసుకమీషనరా? ఏమైంది?" స్వామీజీ ఆందోళనగా ప్రశ్నించారు.

"ఏముందీ! మరుక్షణమే ఆ పోలీసుకమీషనరు కెవ్వున చావుకేకవేసి గుడ్లుతేలేసి కిందపడిపోయాడు. క్షణాలమీద అంబులెన్స్‌వచ్చి తీసుకుని పోకపోతే ఈపాటికి చచ్చివుండేవాడు. అతడు గురి సరిగానే పెట్టి షూట్ చేయడం మేంచూశాం!"

ఆలోచనగా వింటూ స్వామీజీ చేతిలోని జపమాలను వేగంగా తిప్పుతూ అన్నాడు :

"ఖర్మ! ఖర్మ! — ఎవరుచేసిన ఖర్మ వారు అనుభవించారు — క్షణాలమీదే!" అన్నారు తనలోతానే మాట్లాడుకుంటున్నట్టు!

"ఏమిటి స్వామీజీ మీరనేది? ఖర్మ అంటారేమిటి?" అంటూ స్టూడెంట్స్ ఆయనచుట్టూ గుమిగూడి ఆత్రంగా ప్రశ్నించారు.

"ఆ గుర్రంమీద కనిపించే వ్యక్తి ఎవరో దివ్యపురుషుడు! మామూలు మనిషిమాత్రం కాదు! మహాయోగులకు, తాంత్రిక సిద్ధపురుషులకూ లభించని భగవత్‌శక్తి ఆయనకు రక్షణకవచంలా కాపాడుతోంది! కళ్ళకు కనిపించడంలేదూ? జరిగేదంతా!"

"కనిపిస్తున్నది సార్! కాని అర్థమే కావడంలేదు. తుపాకులు పేల్చినవాళ్ళు — కిందపడి చావడమేమిటి? ఆయనకు కనీసం చర్మం ఐనా కందకుండా చెమటకూడా పట్టలేదే? ముఖానికి? — అదెలా సాధ్యం?" అంటూ స్టూడెంట్స్ పత్రికలవాళ్ళు, T.V. కెమెరావాళ్లు ఇంకా దారినపోయే దానయ్యలూ, ఒకరి భుజాలపైకి ఇంకొకళ్ళు ఎగిరిచూస్తూ కుతూహలంగా ప్రశ్నలమీద ప్రశ్నలు — వర్షంలా కురిపిస్తున్నారు. దాంతో స్వామీజీకి అర్థమైపోయింది — 'మరుక్షణంలో ఇక్కడినుంచి వెళ్ళిపోకపోతే నేనీ జనసమ్మర్థంలో చిక్కుకుపోవడం ఖాయం!' అని. ఆతరువాత పోలీసులుగాని ఇంకెవరైనా గాని వచ్చి చేసేందుకేమీ చేతగాక కాషాయం ధరించిన తననే 'రౌండప్' చేసి అదుపులోకి తీసుకున్నా ఆశ్చర్యమేమీ వుండదని!

"ఒక్కమాట" — అని

"ఎవ్వరు ఏది పేల్చినా — అది పేల్చినవాళ్ళకే తగులుతోంది కనిపించడంలేదా? పోలీస్ కమీషనర్ షూట్‌చేసినా రిజర్వ్‌పోలీసు దళాలు గాని, ఇంకా ఎవరువచ్చినా అంతే — ఆ గుబ్బుంమీద వ్యక్తి ఎవరో ఊహకుమించిన దైవశక్తిగల సిద్ధపురుషుడని!" అంటూ ఆయన తన వేన్‌లో ఎక్కి జనసమ్మర్ధంలో దారిచేసుకుంటూ వెళ్ళిపోయాడు.

క్షణాలమీద రోడ్డుమీద వందలు వేలమంది జనంతో కిటకిటలాడి పోయింది మౌంట్‌రోడ్డుఅంతా! వేయిగజాలు వెనకాలే ఛీఫ్‌మినిష్టర్ కారు ఆగిపోయివుంది. దానివెనకే సెక్యూరిటీకార్లు గౌరవ సైనికదళాలతో వచ్చే గవర్నరుకారు అన్నీకూడా సముద్రంలాంటి జనసమ్మోహంమధ్య ఆగిపోయి వున్నాయి — హోరు హోరుమని కార్లు హారనుచేస్తూ! ఎవ్వరూ హారన్ మోత విని తొలగడంలేదు. తొలగడానికక్కడ సందుకూడా లేదు జన సమ్మోహంలో కిక్కిరిసిపోయి.

రోడ్డుపక్కనేవున్న పాదచారులు నడిచే పేవ్‌మెంట్‌మీద న్యూస్‌పేపర్ అమ్మే బాయ్ సాయంత్రం పేపర్ (Evening Edition) ఒకటే పేపరు! కేకలువేస్తూ అమ్ముతున్నాడు. **'మౌంట్‌రోడ్డులో ఆశ్చర్యం!'** తుపాకీగుండ్లు **ఎవరుపేల్చినవి వాళ్ళకే** తగిలి పోలీసు అధికారి దుర్మరణం! పాతికమంది తుపాకీగుళ్ళు తగలకుండా — **తెల్లగుబ్బుంమీద రోడ్డుకి అడ్డంగా** ఒక **వింతమనిషి!** సంచలన వార్త!" అంటూ

సందట్లో సడేమియా అని జరిగేది జరుగుతూంటే వేడివేడిగా వార్తలు అచ్చువేసి అమ్మేసుకుంటున్నారు పత్రికలవాళ్లు! ఈ సాయంత్రం

వార్తాపత్రికల Evening Edition కొందరు ఆత్రంగా ఎగిరి లాక్కొని కొని చదివేస్తు న్నారు. మరికొందరు కొనకుండానే పేపరుకిందకు దూరి చదువుతున్నారు. క్షణాలమీద పేపర్లు చదివేవారి గుంపులు పెరిగిపోయి పేపరు మధ్యగా చీలి రెండుముక్కలైంది! అవే, తలోముక్కా తీసుకొని పరిగెత్తి చదివేవారు చదువుతున్నారు! నిమిషాలమీద వార్తాపత్రిక కుక్కలు చించిన విస్తరిలా ముక్కలుగా చినిగిపోతే తలో అక్షరమూ చదవడానికి ఆత్రపడుతున్నారు.

చదివినవారు వార్తలని ప్రచారం చేస్తున్నట్టు అందరికీ ఆశ్చర్యంగా తెలియజెపుతున్నారు. క్షణాలమీద సముద్రహోరులా ప్రజలహోరు! పత్రికల్లో వార్త దావాగ్నిలా వ్యాపిస్తూ — ప్రచారంగా పెరిగిపోయింది!

"ఏంజరిగింది? ఏంజరుగుతోంది? ఎలా జరిగింది?" అన్న ప్రశ్నలే సర్వత్రా వినిపించాయి.

ఏప్రశ్నకీ సమాధానమే లేదు! — ఆ గుఱ్ఱంమీదకూర్చున్న వ్యక్తి చుట్టూ పొర్లివస్తున్న 'తుఫాను' వంటి జనసందోహాన్ని చూసి కనీసం కదలనుకూడా కదలకుండా రాతివిగ్రహంలా అక్కడే నిలబడివున్నాడు. జనసమ్మర్థం మాత్రం భయంగా ఆదుర్దాగా ఆ గుఱ్ఱానికి పదిబారుల దూరం ఖాళీజాగా విడిచి నిలబడ్డారు వింతను తమాషాగా చూస్తూ! ఎవరూ దగ్గరికి వెళ్ళడానికిగాని గుఱ్ఱాన్ని తాకడానికిగాని సాహసించలేదు — ఆ గుఱ్ఱం ముందు నెత్తురుతో తడిసిన పోలీసుల శవాలు మాత్రం అలాగే పడివున్నాయి.

II

నిమిషాలమీద 'మౌంట్-రోడ్డు'మీద జరుగుతున్న వింత ఆశ్చర్యం, పత్రికలద్వారా వేలు, లక్షల కాపీలలో దావానలంలా మద్రాసు నలు మూలలా వ్యాపించింది.

"మౌంట్‌రోడ్డుమీద – గుర్తుతెలియని వ్యక్తి!" తెల్ల గుఱ్ఱంమీద యోధుడు తుపాకులు పేల్చి, **'నేలకూలిన పోలీసుల వైనం!'** — అంటూ తాటికాయలంత హెడ్-లైను-శీర్షికలతో!!!

అందరూ ఆశ్చర్యపడేవారే! ప్రశ్నలమీద ప్రశ్నలు కుమ్మరించేవాళ్ళే! ఎవరివద్దా ఏం సమాధానంలేదు!! ఎవ్వరికీ ఈ సమస్యను ఎలా పరిష్క రించాలో తోచక తలలుపట్టుకు కూర్చున్నవాళ్ళే!

నిమిషాలమీద ఈ "వార్త" మద్రాసునగరం దాటి తమిళనాడు రాష్ట్రమంతా పాక్కింది! అదే "సంచలన-వార్త"గా సాయంత్రం-TV ప్రసారంలో "దూరదర్శన్" 'ఈ–టీవీ', "తేజ"-TV ఇంకా ఇతర వార్తా సంస్థలద్వారా దేశం యావత్తూ భగ్గుమన్నది.

తమిళనాడు-రాష్ట్రం రాజధాని "మద్రాసు నడిబొడ్డులో మద్రాసు **గవర్నరు, ముఖ్యమంత్రీ, ఉన్నతాధికారులూ కనీసం ఎయిర్‌పోర్టుకు చేరలేని వైనం!"** ఆరోజే ఢిల్లీ వెళ్ళాల్సిన **'గవర్నరు-ప్రయాణం రద్దు!!'** కారణం రాజకీయ సంక్షోభం కాదు! సమ్మెలూ కాదు! జనమోర్చానూ కాదు! విద్యార్థుల ధర్నా కానేకాదు! కనీసం కార్మికుల ప్రదర్శనకూడా కాదు! ఏమిటీ? అంటే 'మౌంట్‌రోడ్డుమీద కదలక మెదలక కూర్చున్న — ఒక

యోధుడు! చేతిలో డైమెండ్ ఆకారంతో తళతళా మెరిసే సైనికాధికారుల వద్ద కనిపించేలాంటి వీరచిహ్నంగా సొగలుదీరిన ఖడ్గం! అలా కత్తిపట్టుకొని నిలబడ్డాడేతప్ప ఎవరినీ అదిలించనుకూడా లేదు! కాని కుప్పతిప్పలుగా అతనిమీద ఆయుధాలు ప్రయోగించిన వారందరూ రక్తపుమడుగుల్లో తేలుతున్నారు ఎవరి ఆయుధాలు — వారికే తగిలి!

రాష్ట్రప్రభుత్వంలో ప్రతిష్టంభన! మౌంట్‌రోడ్డునుంచి వెనుదిరిగిన ముఖ్యమంత్రి — మంత్రిమండలితో అత్యవసర కాబినెట్ మీటింగ్! రాష్ట్రంలో కర్ఫ్యూలాంటి "అత్యవసర"-పరిస్థితి సర్వత్రా నెలకొల్పింది! కారణం ఒకేఒక తెల్లగుఱ్ఱం! గుఱ్ఱంమీద ఎక్కినవ్యక్తి! విదేశీపత్రికలు ఈ వింతవార్తను, ముందు స్వీకరించలేదు అసంభవం అన్న దృష్టితో! కానీ ప్రచారసాధనంగా దాన్నే లక్షలాది జనం చూశాక వార్తలు దావాన లంలా టెలివిజన్ కెమెరాలద్వారా ఆ వార్త ఢిల్లీకి, న్యూయార్క్, లండన్ — వంటి ప్రపంచంలోని మహానగరాలన్నిటికీ ఒకపెద్ద తుఫానుకెరటంలా సముద్రపు ఉప్పెన అలలాగా వెళ్ళితాకింది! ఏం జరుగుతోందీ ఎవ్వరికీ అంతుపట్టడంలేదు! ఎవ్వరిదగ్గరా సరైన సమాధానం లేదు! నిజంగా అత్యవసర పరిస్థితి — ముందుగా రాష్ట్రంలో తరువాత కేంద్రంలో ఆతరువాత భారతదేశం యావత్తూ "ఎమర్జన్సీ" వంటి పరిస్థితివచ్చి నిత్య-కార్యకలాపాలన్నీ స్థంభించాయి! ప్రభుత్వయంత్రాంగం చేసే మామూలు పనులన్నీ మూలపడ్డాయి. మద్రాసు మౌంట్‌రోడ్డులోని ఈ విపరీతసమస్య గురించే — అందరూ తలలుపట్టుకు కూర్చున్నారు.

ఆరాత్రి సాయంకాలం ప్రసారంలో ఈ వేడివేడి వార్త దావాగ్నిలాగా దేశం నలుమూలలా వ్యాపించింది. అందరూ టీ.వీ.లు పెట్టుకుని దానికే

కళ్ళుప్పగించి చూస్తున్నారు! కలకత్తాలో జరుగుతున్న క్రికెట్‌పోటీనికూడా మరచిపోయి మౌంట్‌రోడ్డులోని వింత! వింతలకు వింత, అందరినీ కలవరపరుస్తోంది.

"ఏమండీ! B.B.C.-లో సంచలనవార్త వస్తోందండీ! T.V. లో చూద్దాం రండీ!" అంటూ భర్తను చెయ్యిపట్టి గుంజింది విమల!

ఆమె ఒక పత్రికావిలేఖరి! ఆమెకుకూడా అందనంతటి శరవేగంతో క్షణాలమీద రంగులు మారిపోతూ తాజావార్తలు ఆమెను విభ్రాంతికి గురిచేస్తోంది.

ఇంతలో టెలిఫోన్ మోగింది! కొడుకును "వెళ్ళి ఫోన్ చూడ"మని చెప్పింది — విమల! పన్నెండేళ్ళ స్కూలుపిల్లాడు రమణ, ఫోన్‌ఎత్తి మరుక్షణమే తల్లిని కేకేసి "అమ్మా! న్యూయార్క్‌నుంచి! మామయ్య! అమెరికానుండి కాల్‌చేస్తున్నాడు అర్జెంటుగా మాట్లాడాలట రా! రా!" — అన్నాడు.

"ఇష్టంలేకపోయినా విమల T.V. ముందునుంచి లేచి తన అన్నగారు న్యూయార్క్‌నుంచి ఫోన్‌చేసాడంటే ఆత్రంగా ఫోన్‌ఎత్తి పలుకరించింది.

"హాయ్! సుదర్శన్! ఏమిటి వార్తలు!" మరుక్షణమే నిర్ఘాంతపోయింది తను విన్నదానికి తట్టుకొనలేక వెనక్కితిరిగి భర్తతో "త్వరగా రండీ! మా అన్నయ్య సుదర్శన్!! న్యూయార్క్‌నుంచి కాల్‌చేస్తున్నాడు. అక్కడేదో ప్రమాదం జరిగిపోతోందట! అమెరికాఅంతా గగ్గోలుపుట్టిస్తూ!" పిలిచింది! భర్త నారాయణరావు ఆత్రంగా పెద్దఅంగలువేస్తూ వెళ్ళి —

ఫోన్ అందుకున్నాడు.

"'ఏమిటీ! సుదర్శన్!! హలో!! న్యూయార్క్‌లోనా? సంక్షోభమా? ఏమిటి? వరదలా? మంచుతుఫానా? 'అల్-ఖైదా' ఉగ్రవాదులా? ఏమిటిలా ఫోన్‌చేసావు?" — అన్నాడు ఆత్రంగా మాట్లాడేస్తూ!

"'ఏమిటీ! ప్రపంచ-ట్రేడ్‌సెంటర్‌లోనా, న్యూయార్క్ నడిబొడ్డునా? ఏమిటీ? తెల్లగుజ్జమా! దానిమీద ఎవడో కూర్చున్నాడా? ఎవ్వరూ అతడిని కదలించలేకపోతున్నారా?" అంటూ అదే సంచలనవార్త సరిగ్గా మౌంట్ రోడ్డులో కనిపించిందే సరిగ్గా న్యూయార్క్‌లోనూ కనిపిస్తోందా?" మతి పోయినట్టు అరుస్తూ "విమలా! T.V. ఆన్‌చెయ్యి! ఇక్కడి మద్రాసులోని గుజ్జంమీది మనిషి మాయంఅయ్యి ఇప్పుడు న్యూయార్క్‌లో కనిపిస్తు న్నాడా? చూడు T.V. కే అతుక్కుపోయి చూస్తున్న భార్య

"అయ్యో! కాదండీ. ఇతను మౌంట్‌రోడ్డుమీదే, ఇంకా ఇక్కడే వున్నాడు. న్యూయార్క్‌లో కనిపించేది వేరేమనిషి!" — అంది!

"కాదు! కానేకాదు! వేషం, పోలిక అన్నీ భారతీయుడేఅట! అమెరికా అంతా గగ్గోలుపెట్టేస్తున్నారు అతని బొమ్మకూడా T.V. లో చూపిస్తున్నారట! పోలీసులు ఎన్నిరౌండ్లు తలోరైఫిల్ ఉపయోగించినా మరుక్షణమే ఆ రైఫిల్స్ పేల్చినవాళ్లే కుప్పకూలి మరణిస్తున్నారట! అన్ని చోట్లా విమానాలు బంద్! ఎయిర్‌పోర్ట్‌లు మూసేశారట! ఇతనెవరో అరబ్బు ఉగ్రవాదికాని ఆ 'ఆల్‌ఖైదా' వాడుగాని ఈ వింతశక్తులతో ప్రజలను భయపెట్టేస్తున్నాడట!" — అంటూ, బావమరిదితో సుదర్శన్ మద్రాసులో జరుగుతున్న డ్రామాఅంతా చెప్పేశాడు. దాంతో, అవతలి

బావగారుకి మూర్ఛపోయినంత పనయ్యింది; సుదర్శన్‌కి దిగచెమటలు పట్టి! ఫోన్ పెట్టేసి వెనక్కుతిరిగి "విమలా! T.V. ఆపెయ్యి! మనం భోజనం చేయలేదు!" ఫోన్‌పెట్టేసి డైనింగ్‌టేబుల్ దగ్గరకు వచ్చాకగాని గుర్తుకురాలేదు పొద్దుటినుంచీ వంటే చేయ్యలేదని! ఈ సంచలనవార్తకు పొద్దుటినుంచి T.V. వద్దా, ఫోన్‌లవద్దా అతుక్కుని, నిలబడిపోయి వంట సంగతే గుర్తించలేదు! గబగబా బిస్కెట్‌ప్యాకెట్ తీసి బిస్కెట్లూ, పాలు పిల్లలకు తనకూ 'సర్వ్' చేసేలోగా "అమ్మా ఈసారి ఆస్ట్రేలియానుంచి పిన్ని ఫోన్‌చేస్తోంది! అర్జెంటుగా మాట్లాడాలని" — ఈసారి చెప్పకుండానే రమణ ఫోన్‌తీసిన తన పిల్లాడి గావుకేక వంటి పిలుపుతో ఉదుటున ఒక్క అంగలో ఫోన్ అందుకుంది! విని నీరుగారిపోయింది!

ఆస్ట్రేలియా 'క్యాన్-బెర్రా' నగరంనుంచి ఆమె సోదరి పద్మక్క ఫోన్‌చేస్తోంది! ఆరోజు ఉదయంనుంచీ ఆస్ట్రేలియాలోని ప్రధాన ట్రాఫిక్ కూడలిలో తెల్లగుఱ్ఱంమీద కత్తిపట్టుకుని కనిపించిన అద్భుతవ్యక్తి గురించి పోలీసులు T.V. కెమెరాలు ప్రధానమంత్రి శాసనసభ్యులు అందరికీ అదే అనుభవం! — అదే ఆశ్చర్యం! చివరికి ఆ దేశం — కేంద్ర ప్రభుత్వం సైన్యాన్నికూడా మోహరించారట రాకెట్లు, ఫిరంగులు చుట్టూరా పద్మవ్యూహంలా పెట్టి, మోహరించినా ఆ గుఱ్ఱం కనీసం కదలలేదుట! — మెదలలేదుట! ఆ గుఱ్ఱంమీది వీరుడు వారివంక తిరిగి చూడలేదుట! విగ్రహంలా అలా నిలబడివున్నాడు — మళ్లీ గంటలో "క్యాలిఫోర్నియా' నుంచి, లండన్‌నుంచీ, "జెద్దా", "అభూధాబీ", సౌదీ-అరేబియా, ఆఫ్రికా లోని 'నైరోబీ' వంటి అన్ని ముఖ్యపట్టణాలలోంచీ, వారికి తెలిసిన స్నేహితులూ, బంధువులూ ఫోన్‌లమీద ఫోన్‌లు చేస్తున్నారు! ఎవరు

చెప్పినా — అదేవార్త! ఒకే సంచలనవార్త! ప్రభుత్వాలన్నీ సంక్షోభంలో పడ్డాయిట! అన్నిచోట్లా ట్రాఫిక్ అంతరాయం! ఎక్కడిరైళ్ళు అక్కడ నిలబడిపోయాయి! ఎయిర్‌పోర్టులన్నీ ఉగ్రవాదులన్న భయంతో విమానాల సర్వీసులన్నీ నిలిపివేశాయి. ఎక్కడి ప్రయాణీకులు — అక్కడే ఇరుక్కుపోయారు! ప్రపంచ సంక్షోభం! ప్రభుత్వాలలో కల్లోలం! వార్తలవెల్లువల్లో కల్లోలం! అన్నిచోట్లా — కారణం ఒక్కటే! **'తెల్లగుఱ్ఱం'-మీద కత్తిపట్టిన వీరుడు!"** కదలడు, మెదలడు! చిక్కడు దొరకడు! అంతుపట్టని ఆశ్చర్యం బేధించలేని — చిక్కుముడి! — భరించలేని — "సస్పెన్స్".

ప్రపంచమంతా సంక్షోభం — కారణం ఒక్కడే ఒక్కడు — తెల్ల గుఱ్ఱంమీద రౌతు!

2

అంతర్జాతీయ అంతరిక్ష సంస్థ - "నాసా" - 'శిఖరాగ్ర సమావేశం!'-I

I

అది 'జెనీవా'లోని అంతర్జాతీయసంస్థ న్యూయార్క్ 'యునైటెడ్ నేషన్స్'-ఆఫీసు! ప్రపంచంలోని సంచలనవార్తలన్నీ పోగుచేసుకుని ప్రపంచ దేశాల అగ్రనేతలందరూ "ఎమర్జెన్సీ" మీటింగుపెట్టారు! "కిం కర్తవ్యం"-అన్నదొక్కటే సమస్య! నైరోబీనుంచి, పశ్చిమజర్మనీనుంచి, చైనానుండి 'టిబెట్' నుండి — ఇలా నానాదేశాలవారూ ఎవరికి తోచినది వారు సలహాలిస్తున్నారు! కాని ఎవ్వరికీ ఏంచేయాలో ఇదమిద్ధంగా అంతుబట్టి నట్టుగా లేదు.

"సార్! ఇదో 'సీక్రెట్-రిపోర్ట్!' — **212-ఫైల్!**" దొరికింది! ఇది ఇప్పటికి పాతికసంవత్సరాలకు ముందే మన 'యునైటెడ్-నేషన్స్' సభలో ప్రసంగించిన ఒక వింతమనిషి రాసిన సీక్రెట్‌రిపోర్టు! — అంటూ 'సీల్'తో బంధించిన సీక్రెట్ 'ఫైల్'ను తెచ్చి టేబుల్‌మీద పడేసింది ఆస్ట్రేలియా వనిత ఎలిజబెత్!

"ఇప్పుడీ గోలఏమిటి? అంతా ఈ సమస్య"తో కొట్టుకు ఛస్తున్నాం! —"తెల్లగుఱ్ఱం, కత్తిపట్టిన వీరుడూ! ఎక్కడచూసినా ఒక్కటే గోల!" అంటూ విసుక్కున్నాడు 'సెక్యూరిటీ-కౌన్సిల్' అధ్యక్షుడు!

ఆమె మళ్లీ — ఆ ఫైలును చూపిస్తూ "సరిగ్గా ఇదంతా ఇప్పుడు జరుగుతున్నట్టే ఇందులో — రాసివుందిసార్! దీన్ని రాసిందికూడా, ఎవరో ఓ వింతమనిషి! ఎప్పుడో — "రాబోయే ప్రపంచ భవిష్యత్తు" గురించి ఇక్కడ మన యునైటెడ్‌నేషన్స్‌లో ఉపన్యసించాడు — డాక్టర్ వేదవ్యాసట! ఆయన రాసినవే — సరిగ్గా ఇప్పుడూ జరుగుతున్నాయి.

అందులో ఇరవైవ శతాబ్దం చివరి దశకంలో తెల్లగుఱ్ఱంమీద కత్తిపట్టుకుని కనిపించే ఓ దివ్యపురుషుడి గురించి రాశారు — దీనిపేరే **"సీక్రెట్-రిపోర్ట్ 212"** అన్నది. ఆ 'ఫైల్'నే టేబుల్‌మీద ముందుకు జరుపుతూ!

"ఇదేమిటి? దీనిమీద — రిపోర్టుకు పేరుగాని, హెడ్డింగుగాని లేకుండా ఈ "**212-నెంబరేమిటి?**" అన్నాడు విసుగ్గా ఆశ్చర్యపోతూ!! "అవున్సార్! అది ఈ జరుగుతున్న సంగతులూ, ఇవి జరగబోయే తేదీఅట! దీని అర్థంఏమిటీ, అంటే 21-తేదీ, 12వ-నెలా అంటే —

డిశంబరు, సంవత్సరం 2012. మధ్యాహ్నం — 12 గంటలకూ అనిట! అప్పుడు జరగబోతున్న భవిష్యత్తుఅట ఆ అన్ని అంకెలూ కలిస్తే — "212-అని" సింపుల్‌గా సీక్రెట్-కోడ్ వేశాడు!" అంటూ ఫైలును విప్పింది! అందులో తళతళా మెరిసే ఆర్టుపేపరుమీద ముత్యంలా మెరిసే తెల్ల గుఱ్ఱం, దానిమీద కూర్చున్న వ్యక్తీ, — అతని చేతిలో వెండిలా మెరిసే తళతళమనే కత్తీ ఫోటోలా వున్నాయి.

"మైగాడ్!" — అంటూ అందరూ భయంతో — ఊపిరి పెద్ద శబ్దంతో ఆశ్చర్యంగా తీసుకున్నారు. ఈ రిపోర్టు గతంలో ఎప్పుడో రాసిందా! అంటే 1903 సంవత్సరంలో ప్రపంచ పరిశోధకులు రష్యా నుంచీ, జర్మనీనుంచి, ఇంగ్లండునుంచి ఇంకా కొందరు భారతీయ సైంటిస్టులతో కలిసి హిమాలయాలలో పర్యటనచేసి సేకరించిన — "ఆశ్చర్యాలు-రహస్యాల రిపోర్టు!" అట!

"అయితేమాత్రం వాళ్ళ సాహసయాత్రతో మనకేమిటి సంబంధం? మనకెందుకీ తలనొప్పి!" — అన్నాడు ప్రెసిడెంట్ చికాకుగా ముఖం చిట్లించి! ఆ స్టెనో పట్టు-విడిచిపెట్టలేదు!

"సార్! ఇప్పుడీ తలనొప్పికి ఆన్సర్ ఇందులోనే రాసుందిసార్! మన సమస్యకి సమాధానంకూడా ఈ రిపోర్టులోనే వుండివుండవచ్చు! ఎందుకంటే "శంబల ప్రభువు" — అనే భగవంతుడి ఆఖరి-"అవతారం" ఈ రానున్న 20వ శతాబ్దం చివరలో 2012-సంవత్సరంలోగా వచ్చే "భవిష్యత్తు" గురించి హిమాలయపర్వతాలలోకి వెళ్లి ముందుగానే పరిశోధనకోసం "సాహస-యాత్ర" చేసి వారు సేకరించిన రహస్యాల నివేదిక ఇందులో —

"ఎవరెస్ట్ శిఖరం — అడుగున రహస్యంగావున్న సొరంగంగురించీ, దాంట్లో ప్రయాణిస్తే కనబడే వింతలు, విశేషాలూ... మంచుగడ్డగట్టిన నదిఅడుగున సొరంగం, పర్వతంలోపలి గుహలోపలి సిద్ధపురుషులూ, మంచుకొండల మధ్యన దాగివున్న "స్ఫటిక-పర్వతం" దానికింద రహస్యంగా నిక్షేపించబడ్డ "శంబల" అనే దివ్యప్రభావంగల 'టిబెట్'లోని మంత్రశక్తిగల ద్వీపం!... "స్ఫటిక-శ్రీచక్రం" గడ్డగట్టిన పాదరసంతో తయారయిన నడిచే "చింతామణి" శిలా; వింతగా ఆకాశంలో ఎగిరే తెల్ల గుఱ్ఱంమీద కనిపించే 'దివ్యపురుషుడూ'! ఇలా ఎన్నో వింతలు... అప్పటికింకా మరణించని 13వ దలైలామాగారు ఆయన గురువు 'తాషీలామా' కలిసి రహస్యంగా తాళపత్రగ్రంథాలలో రాసిన "శంబల ప్రభువు" అనే భగవంతుడి దశావతారాలలో ఆఖరి అవతారంగా వస్తాడని రాసిన "సంచలన వార్త!" — ఇది, అంతా ఈ రిపోర్టులో రాసిపెట్టారు!" అంటూ ఆశ్చర్యంతో కళ్ళు పెద్దవిచేసి చూస్తున్న దేశనాయకులమధ్య టేబుల్‌మీద విసిరినట్టు పడేసింది 'ఎలిజబెత్'!

II

"అది గుఱ్ఱమూ కాదు — అతడు గుఱ్ఱం స్వారీచేసే రౌతూ కాదండీ!" అన్నాడు ఆందోళనగా ఎదురుగా కంప్యూటర్ స్క్రీన్‌మీద కనపడుతున్న చిత్రవిచిత్రాలైన అంకెలూ, గణితసూత్రాలూ ఈక్వేషన్లవంక ఆందోళనగాచూస్తూ న్యూక్లియర్ సైంటిస్ట్‌గా మారిన హారీ పోటర్ (Harry Potter).

అది 'నాసా' (NASA) అంతరిక్షకేంద్రంలో అణుశాస్త్రవేత్తలందరూ సమావేశమైన ఉన్నతాధికారుల రహస్యకాన్ఫరెన్సు. 'హ్యారీ' ఒక ప్రఖ్యాత కంప్యూటర్ సైంటిస్టుగా మాత్రమేకాక కంప్యూటర్ రహస్యాలతోపాటు మంత్రాలు, తంత్రాలు, ఆధ్యాత్మిక రహస్యాలగురించి అతిమానసిక సైన్సు-పారా సైకాలజీలో శిఖరాగ్ర సైంటిస్టుగా పేరుతెచ్చుకున్నాడు. అతడు చిన్నతనంలో ప్రఖ్యాత నావలిస్ట్‌గా రాసిన నవలలు — "హ్యారీ పోటర్" అన్న మాంత్రికశక్తులుగల ఒక పిల్లవాడి గురించిన కథలు ప్రపంచంలోని బాలబాలికలందరినీ వేల లక్షలసంఖ్యలో చదివించాయి.

"ఇది సైన్సుయుగం! మహిమలు, మంత్రాలు, అతిమానసిక శక్తులు అంటూ ఎవరినీ నమ్మించలేరు! ఎవరినీ మభ్యపెట్టలేరు!" — అంటూ ప్రతీవాడూ వాగే ఈ మిథ్యా సైంటిస్టులకాలంలో కూడా — యోగసిద్ధులు, తాంత్రికశక్తులు, సాయిబాబావంటి మహనీయులు సృష్టించిన విభూతి మహిమలూ వంటి అద్భుతశక్తులగురించి ప్రిన్స్‌టన్ యూనివర్శిటీలో (Princeton University) పదిసంవత్సరాలుగా పరిశోధన చేసి ప్రపంచ ప్రఖ్యాతిపొందిన సైంటిస్టుగా, కంప్యూటర్ నిపుణుడుగా అమెరికా, యూరప్‌లలో తనకు ఎదురులేని ఖ్యాతినీ, సరిలేని గౌరవాన్నీ, సంపాదించుకున్న అంతర్జాతీయ అగ్రశ్రేణి సైంటిస్టుగా స్థిరపడిపోయాడు.

నాసా (NASA) అంతరిక్షకేంద్రంలో చాలాకాలంగా ప్రపంచంలో జరిగే వింతలూ, ఆశ్చర్యాలపైన పరిశోధన జరిపి వాటి వెనక దాగిన నిగూఢమైన సైన్సురహస్యాలను ఆధ్యాత్మిక సత్యాలను యోగ, అతి-మానసిక తాంత్రికసిద్ధులపైన సూపర్‌కంప్యూటర్ స్థాయిలో అతడుచేసిన

విశ్లేషణ అద్భుతం, అపూర్వం అన్న ప్రశంసలు ప్రపంచమంతటా వెల్లువలా వ్యాపించి, తనని గౌరవించే ఉన్నతాధికారిగా నాసాలో "హ్యారీ పోటర్" ఈనాటి రహస్య కాన్ఫరెన్స్‌కు ఛైర్మెన్‌గా కూర్చున్నాడు. అతని మాటంటే అందరికీ గౌరవం, సైంటిస్టులకు అపారమైన విశ్వాసం, ఆధ్యాత్మిక పరిశోధకులకు ప్రమాణవాక్యం.

అలాంటి కాన్ఫరెన్స్‌లో ఈనాడు చర్చకువొచ్చిన విచిత్రమైన అంశం ప్రపంచమంతటినీ పట్టి కుదుపుతున్న సంచలనవార్త — వింతలలోకెల్లా వింత. అది, టి.వి.లో, వార్తాసంస్థలలో గగ్గోలుపుట్టిస్తున్న **"తెల్లగుఱ్ఱం మీద వీరుడు"** అన్న అంశం.

ప్రపంచదేశాల ప్రభుత్వాలన్నీ కలిసినా, పరిష్కరించలేని సమస్యగా మారిపోయాడు — తెల్లగుఱ్ఱంమీద ఎక్కి తళతళా మెరిసే కత్తి పట్టుకున్న వీరుడిగా ప్రపంచ దేశాలన్నింటిలోనూ ప్రత్యక్షంగా ఒకేసారి కనిపిస్తున్న విచిత్రం.

"అతడెవరు? అతడెక్కింది మామూలు గుఱ్ఱంకాదా? అతని చేతిలో ఎప్పుడో పురాతనకాలంలో ఉపయోగించే — కాలదోషంపట్టిన కత్తి — ఈ అణుయుగంలోని తుపాకులకు, బాంబులకు, రాకెట్లదాడికి ఎదురు తిరిగి చెక్కుచెదరకుండా ఎలా నిలబడింది?" అన్నదే ఈనాటి ఉన్నతాధి కారుల కాన్ఫరెన్స్ అయిన "నాసా" అంతరిక్ష పరిశోధనా కేంద్రంలోని నిపుణుల బృందంముందర వున్న చర్చనీయాంశం.

"గతంలో మీరు విన్న ప్రఖ్యాత **'అతిమానసిక-సిద్ధులు'** గల యూదుజాతి యువకుడు "యూరీ గెల్లర్" (Yuri Geller) చూపిన

అతిమానుషమైన అతీంద్రియ శక్తులకన్నా ఇది విచిత్రమా?" అంటూ ప్రశ్నించాడు జార్జి హేరిసన్.

ఇతడు ప్రపంచ సైంటిస్టులలోనేకాక కంప్యూటర్ సైంటిస్టులలో కూడా, శిఖరాగ్రస్థాయి నిపుణుడూ — గతంలో "యూరీ గెల్లర్" (Yuri Geller) అనే యూదుజాతి యువకుడు తన అద్భుత శక్తులతో ప్రపంచ మంతటినీ ఉర్రూతలూగించిన కేసు రహస్యాలను పరిశోధనచేసిన బృందంలో ప్రముఖుడు.

యూరీ గెల్లర్ అనే ఆధ్యాత్మికశక్తులుగల యువకుడి గురించి 1970–1980 మధ్యన విననివారు లేరు. అతడొక యూదుజాతి (Jewish) యువకుడు. పది పన్నెండేళ్ళ పిల్లవాడిగా స్కూల్‌లో పాఠాలు శ్రద్ధగా వినకపోతే అతని టీచరు గట్టిగా మందలించాడు — ఆ పరధ్యానం గురించి! ఉలుకూ, పలుకూ లేని యూరీ గెల్లర్‌ను తుళ్ళిపడేలా చేసి మనస్సును ఏకాగ్రతవైపు తిప్పాలని ఆ టీచర్ — "గెల్లర్? నీకు నేను చెప్పేది తలకెక్కుతున్నదా? కనీసం గడియారం చూసి ఇప్పుడు టైమ్ ఎంతయిందోనైనా చెప్పగలవా?" అంటూ మందలించాడు యూరీని! క్లాసులో అందరికళ్ళూ ఎదురుగావున్న గోడ గడియారంవైపు చూసాయి. టైమ్ పన్నెండుంపావు కావస్తోంది.

క్లాస్‌రూమ్ మధ్యలో లేచినిలబడ్డాడు యూరీ. చేతులుకట్టుకుని టీచర్ ప్రశ్నకు సమాధానంగా "ఇప్పుడు టైమ్ పావుతక్కువ పన్నెండయ్యింది!" అన్నాడు. అందరూ తుళ్ళిపడ్డారు. స్పష్టంగా గడియారంలో కనిపిస్తున్న టైము చెప్పలేకపోవడమేమిటి? "సరిగ్గా చూసిచెప్పు! లేదా

లేక చూడటం చేతకాక చెప్పలేదా?" అనుకుంటూ గోడ గడియారంవంక చూసిన టీచర్ తుళ్ళిపడ్డాడు!! గడియారంలోని నిమిషాలముల్లు ముప్పై నిమిషాలు వెనక్కితిరిగి పావుతక్కువ పన్నెండును చూపిస్తున్నది!! విస్తుపోతూ తన చేతి వాచీవంక చూసుకున్నాడు. తన కళ్ళముందే తన చేతివాచీలోని నిమిషాల ముల్లు — వెనక్కితిరిగి పావుతక్కువ పన్నెండును చూపిస్తున్నది. టీచర్ మళ్ళీ అదిరిపోయాడు. ఈసారి క్లాసులోని విద్యార్థు లందరి వాచీలు వెనక్కితిరిగి యూరీ చెప్పినటైమునే చూపసాగాయి.

అప్పటినుంచీ గెల్లర్ గడియారం టైమ్‌ని వెనక్కితిప్పగల విపరీత యోగ-శక్తులుకలిగిన, సిద్ధులుగల పిల్లవాడిగా ప్రసిద్ధిపొందాడు. ఆరోజు నుంచి ప్రపంచవార్తలలో యూరీ గెల్లర్ ప్రఖ్యాతవ్యక్తి.

ఇంకొకసారి రోడ్డుమీద నడుస్తున్న యూరీ గెల్లర్ ఎదురుగావున్న ఎలక్ట్రిక్‌దీపం వెలుగుతున్న కరెంటు ఇనుపస్తంభంవైపు తదేకదీక్షగా ఏకాగ్రతతో చూసాడు. క్షణాలమీద తొమ్మిది అంగుళాల మందంకలిగిన ఆ ఉక్కుస్తంభం — వెన్నలా కరిగి ఒక మైనపు కొవ్వొత్తిలాగా మెలికలు తిరిగి వొంగిపోయింది — పిండితో చేసిన జంతికలాగ మెలికలుగా తిరిగి వొంగిపోయింది. ఆనాటినుంచి యూరీ గెల్లర్ — అద్భుత మానసిక శక్తులు కలిగిన వ్యక్తిగా ప్రపంచ ప్రఖ్యాతిపొందాడు.

అతడిని ప్రపంచంలోని శిఖరాగ్రదేశాలకు తీసికెళ్ళి, ఎన్నో ప్రదర్శ నలు ఇప్పించాయి తమతమ దేశాలలో. సోవియట్ రష్యాలోని కమ్యూ నిస్టు పరిశోధక బృందంవారు యూరీ ప్రదర్శించిన వింతప్రదర్శనల్లో అతని 'అతి-మానసిక శక్తులు' చూసి విస్తుపోయారు.

తాము చదువుకున్న సైన్సుసూత్రాలకు అందని ఏదో అతీంద్రియ శక్తి అణుశక్తికన్నా, ఎలక్ట్రిక్ విద్యుత్తుకన్నా, అయస్కాంత శక్తికన్నా బలమైన దేదో శక్తి — యూరీ మెదడులోంచి ప్రసరిస్తూ అతడి కళ్ళల్లోంచి కిరణాల్లా దూసుకుపోయి రోడ్డుమీది ఇనుపస్తంభాలను, గడియారాలను, లైట్లను చివరికి ఎలక్ట్రానిక్ కంప్యూటర్లను కూడా మార్చివేసే శక్తి అని గుర్తించారు. ఇది యదార్థమైన యూరీ జీవితచరిత్రా — అతని ఆత్మకథ చదివితే మీఅందరికీ తెలిసే యదార్థవిషయం!"

అలాంటి యూరీపై పరిశోధించిన ప్రఖ్యాత సైంటిస్టు, మేధావీ కచ్చితమైన జ్ఞానంకలిగిన నోటోవిచ్... "అది అసలైన గుఱ్ఱముకాదు! ఆ గుఱ్ఱంమీద కూర్చున్న వ్యక్తి వీరుడూ కాదు!" అంటున్న అతని మాటలు విని తుళ్ళిపడ్డారు ఆ కాన్ఫరెన్స్‌లోని సభ్యులందరూ. తాము విన్న మాటలనే ఏమిటని మళ్ళీ అడిగారు.

జాన్ హారిసన్ మళ్ళీ నిబ్బరంగా అందరినీ చూస్తూ చిరునవ్వుతో అవేమాటల్ని ధృవీకరించాడు తన మాటలని. "నిజమే నేను చెప్పేది! నా నిశ్చితాభిప్రాయం" — "అది గుఱ్ఱమూ కాదు! ఆ గుఱ్ఱంమీద కూర్చున్న వ్యక్తి వీరుడూ కాడు!" — అని.

"ఏమిటి? అతడెక్కినది గుఱ్ఱంకాదా? తెల్లటి సిల్కులాగా మెరుస్తున్న తెల్లగుఱ్ఱంమీద వ్యక్తి వీరుడు కాదా? ఇలా ఈ తెల్లగుఱ్ఱంపై వీరుడిని ప్రపంచమంతా చాలామంది ప్రేక్షకులుగా చూసారుగదా? ఇండియాలోని మద్రాస్‌లోనూ, కలకత్తాలో, ఢిల్లీలో, బొంబాయి, బెంగుళూరులోనూ ఇంకా అన్ని నగరాలలోనూ — అందరూ ఒకే

విధంగా, అన్నిచోట్లా ఒకే సమయంలో — సరిగ్గా అదే సమయంలో అమెరికాలోని న్యూయార్కు, బోస్టన్, వాషింగ్టన్, పిట్స్‌బర్గ్, లాస్‌ఏంజిల్స్ వంటి అన్ని ముఖ్య నగరాలలోనూ సరిగ్గా అదేవిధంగా అలాగే నాలుగు రోడ్లు కలిసిన ట్రాఫిక్‌కేంద్రంలో — నిలబడిన ఆ తెల్లగుఱ్ఱంమీద వీరుడు అలానే కత్తిపట్టుకుని కనిపించాడు! అందరికీ అదే అనుభవం —తుపాకులు పేల్చినా, A.K-47 వంటి ఆటోమేటిక్ రైఫిల్ పేల్చినాసరే ఆ పేల్చినవాళ్ళే — తమ ఆయుధాలకూ బుల్లెట్లకూ — తామే ఆహుతియై కుప్పకూలి మరణించారు. సైనికులు ట్రక్కులలో దిగి వందల సంఖ్యలో తమ రైఫిళ్ళను, మోర్టార్ గన్‌లు, ఫిరంగులూ అతనిపైన పేల్చారు. కాని —బలమైన రాకెట్లవంటి క్షిపణులను ఎన్ని షూట్‌చేసినా ఎనభైనుంచి ఐదువందలపౌన్ల బాంబులుపేల్చినా, రాకెట్లను అంతరిక్షం నుంచి అతనిపైకి ప్రయోగించినా — ఆ మనిషినిగాని, ఆ గుఱ్ఱాన్నిగాని పేల్చి తుత్తునియలు చెయ్యాలని యావత్తు సైనికశక్తినీ, పారామిలటరీని వినియోగించినా, ప్రపంచంలోని అన్నిదేశాల ప్రభుత్వాలూ — కలిసి ప్రయత్నించినా — ఆ బాంబులు, రాకెట్లు, అంతరిక్ష క్షిపణులు పేల్చిన వారికే గురితప్పకుండా వెళ్ళి — వారినే క్షణాలమీద భస్మంచేస్తాయి కనీసం బూడిదకూడా మిగలకుండా. గుర్రంమీద వ్యక్తి కనీసం వారివైపు చూడనైనా చూడకుండా తన కత్తిని ఎప్పటిలాగే ఎత్తి పట్టుకుని నింపాదిగా సిగపువ్వైనా వాడకుండా అలాగే గుఱ్ఱంపై కూర్చున్నాడు. ఏమిటి ఈ వింత? ఈ విచిత్రం? ప్రపంచంలోని అన్నిచోట్లా ఒకేసారి — ఒకేగుఱ్ఱం, ఒకేవ్యక్తి ఒక్కలాగే కూర్చుని ఒకే డిజైనుతో చేసిన కత్తిపట్టుకునివున్నా డంటే — ఇతనెవరు? ఎందుకిలా చేస్తున్నాడు? ప్రపంచంలోని ప్రభుత్వా

లన్నీ వాళ్ళ సైనికశక్తులూ, సమస్త ఆయుధాలు, మిలిటరీశక్తి యావత్తూ ఆయన తలవెంట్రుకనైనా కందజేయకుండా అవే నిర్వీర్యం కావటం అనేది సైన్సుకే సవాలు!

ఈ తెల్లగుఱ్ఱంపైన కూర్చుని చేతిలో కత్తి పుచ్చుకున్నవాడిని ఎదుర్కోవటం ఎలా? ఇతని ఉద్దేశ్యం ఏమిటి? కనీసం, అదైనా చెప్పవచ్చు కదా? అతనికి కావలసినది కోట్ల డాలర్లా, వజ్రాలా లేక అతడి అనుచరులైన టెర్రరిస్టులను — ఎవరినైనా విడుదలచెయ్యాలా? అసలు అన్నిచోట్లా ఒకే సమయంలో ఎలా కనిపిస్తున్నాడు? అతనేమన్నా దేముడా? మామూలు మనిషేకదా?" అన్నవే ఇప్పుడు మనముందున్న ప్రశ్నలు?

"దానికి మీసమాధానం ఏమిటి?" — అంటూ ఆశ్చర్యంగా ప్రశ్నించారు కాన్ఫరెన్సులోని సభ్యులంతా!

"అది గుఱ్ఱమూ కాదు! దానిమీద కూర్చున్నది వీరుడూ కాదు!" — మళ్లీ అన్నాడు.

"అదేమిటి? ఎదురుగ్గా స్పష్టంగా కనిపిస్తున్న గుఱ్ఱాన్ని "గుఱ్ఱమూ కాదు — వీరుడిని వీరుడూ కాదు" అంటారు? అంటూ సైంటిస్టులంతా ఏక కంఠంతో భయాందోళనలతో ప్రశ్నించారు!

"ఔను! సరిగ్గా అదే నేనూ చెప్పేది" — అన్నాడు హ్యారీ పోట్టర్ వారి ఆందోళనను ప్రశాంతపరుస్తున్నట్టుగా!

'నేను నా కంప్యూటర్ పరికరాలతో ప్రపంచంలోని అన్ని ప్రధాన కేంద్రాలవారూ పంపిన వార్తలను కంప్యూటర్‌లోకి ఫీడ్‌చేసుకుని విశ్లేషణ చేసాను. దానితోపాటు ఆధునిక సైన్సులైన కెమిస్ట్రీ, ఫిజిక్స్, అంతరిక్ష

యానం, అణుశక్తికి సంబంధించిన ఆటమిక్ ఎనర్జీకి సంబంధించిన సైన్సుల ఫార్ములాలతోనూ నా ఏడవఅంతస్థు కంప్యూటర్‌లోకి ఫీడ్‌చేసి పరిశోధించాను!

ఈ పరిశోధనాఫలితాలన్నీ ఒక్కటే! అదే "అది గుణ్ణమూ కాదు! అతడు మనిషీ కాడు!" అని అన్నాడు. సర్వత్రా అన్ని కంప్యూటర్లు ఏకంగా చెబుతున్నది సంగ్రహంగా చెప్పాను అన్నాడు "హ్యారీ పాటర్".

"అయ్యా! మీరు చెప్పినమాటల తాత్పర్యం మాకు అర్థం అవుతోంది స్పష్టమైన ఇంగ్లీషులోనే చెబుతున్నారుకాబట్టి! కానీ మీరు చెప్పదలచిన మహాసత్యమేదో మాబుద్ధికి అందకుండా వుంది — ఆకాశం లోని నక్షత్రాలలాగ! దయచేసి మాకు అర్థమయ్యేలా విశ్లేషించి చెబుతారా?" అంటూ ప్రశ్నించారు రష్యన్ అంతరిక్ష పరిశోధకుడు ఇవాన్ ఖోత్స్కీ, జర్మన్‌సైంటిస్ట్ 'హెర్ర్-ట్రాయన్ జిమ్‌లర్' అన్న అంతర్జాతీయ పరిశోధకులు!

సమాధానంగా 'హ్యారీ' తనప్రక్కనేవున్న వేరొక సైంటిస్టూ, పరిశోధ కుడూ 'పాల్ బ్రంటన్' వైపు తిరిగి — "అయ్యా! మీరు చేసిన పరిశోధనల ఫలితాలను దయచేసి మీరేచెప్తారా వాళ్ళకి?" అన్నాడు!

పాల్-బ్రంటన్ నిదానంగా తన టై సర్దుకుని ఇలా మొదలుపెట్టాడు — "నేను సైన్సు సూత్రాలపై ఆధారపడి అణువులు, పరమాణువులు, ఎలక్ట్రానిక్‌శక్తి తరంగాలపై విస్తృతంగా పరిశోధనలు చేసినవాడిని — గత పదిఏళ్ళుగా! ప్రపంచంలోని అన్నిచోట్లనుంచి వచ్చిన వార్తలు నా కంప్యూటర్‌లో 'ఫీడ్' చేసి విశ్లేషించి న్యూక్లియర్ ఫిజిక్స్, అంతరిక్షశాస్త్రంతో

ఫలితాలు జోడించి వారంరోజులపాటు నా తల బద్దలుకొట్టుకుంటే తెలిసింది ఒక రహస్యం. అదే మీకు చెప్తాను. ఏమని అంటే — "ఇది గుఱ్ఱమూకాదు! అతను మనిషీ కాదు." — అని!

"మరేమిటి? ఎదురుగా గుఱ్ఱం కనిపిస్తూంటే అది గుఱ్ఱంకాదంటా రేమిటి? దానిమీద ఎక్కి కూర్చున్న మనిషిని — మనిషే కాదంటా రేమిటి? కాకపోతే మరి అదేమిటో చెప్పండి మహాశయా" అంటూ ఆశ్చర్యంతో ప్రశ్నించారు కాన్ఫరెన్సులోని మిగతా సభ్యులందరూ.

"అయితే — జాగ్రత్తగా వినండి! నాకు తెలిసింది చెబుతాను పిల్లలకు కూడా అర్థమయ్యే భాషలో! అది గుఱ్ఱంలా కనిపించే ఒక విచిత్ర పరికరం వంటిది. దాని కదలికలను నడిపించే శక్తి — బయట నుంచి ఎక్కడినుంచో 'రేడియో తరంగాల' రూపంలో ప్రసరిస్తూ ఆ గుఱ్ఱాన్ని కదిలిస్తోంది!

ఎలాగంటారేమో! మీరందరూ ప్రతీరోజూ టి.వి. చూస్తారుకదా? ఆ టి.వి. ప్రోగ్రాంను మార్చే పరికరం రిమోట్‌కంట్రోల్‌ను నొక్కితే టి.వి.లో కనపడే వేరువేరు దృశ్యాల్లోని టి.వి. కేంద్రాలున్న, నగరాలతో లింక్ ఏర్పడుతుంది కదా! సరిగ్గా అలాంటి కాంతి అయస్కాంత ఆటమిక్‌శక్తి వంటిదే — వేరొకశక్తి ఆ గుఱ్ఱాన్ని కదిలిస్తోంది! అంటే అది, "రిమోట్ కంట్రోల్" వల్ల కదిలించబడుతున్నది! ఆ గుఱ్ఱాన్నికానీ, దానితోకలోని వెంట్రుకనికానీ మన తుపాకీలూ, బాంబులు, అణుశక్తీ కూడా ఏమీ చెయ్యలేవు! అది మన సైంటిస్టులకు తెలిసిన శక్తి, తరంగాలకంటే బలమైన తరంగాలతో ఫోటోఎలక్ట్రిక్ రేడియేషన్ వంటి తీవ్రమైన శక్తి

తరంగాలతో నడిపించబడుతోంది! అలాంటిది మామూలు గుజ్జం అంటారా? అనండి!

నేనుమాత్రం అలా అనుకోను!! అది అంతరిక్షకేంద్రంలో ప్రయోగించ బడిన "వాయేజర్" వంటి సూపర్ స్పుట్నిక్ లాంటి ఊహకందని అంతరిక్ష-కేంద్రం నుంచి రిమోట్‌కంట్రోల్‌తో పనిచేస్తున్నది. అందుకనే ఈ గుజ్జం ఎగిరితే దుమ్ములేవదు — మామూలు గుజ్జాల్లా! అది నేలమీద పరిగెత్తదు. ఒక్కసారిగా హెలీకాప్టర్‌లాగ నేరుగా ఆకాశంలోకి ఎగిరి భూగోళంలోని అయస్కాంతశక్తిని మించిపోయి — భూమి ఆకర్షణ శక్తిని మించిన "అంతరిక్ష అయస్కాంతశక్తి"తో పనిచేస్తోంది రిమోట్ కంట్రోల్‌ద్వారా.

"ఆ శక్తిని ప్రసారంచేసే కేంద్రాన్ని పట్టుకుని ధ్వంసంచేస్తేనో? అప్పుడా ఆటోమేటిక్‌గా? — ఆ గుజ్జం పనిచెయ్యదుకదా?" అంటూ ప్రశ్నించాడు రాకెట్‌సైంటిస్టూ, జర్మన్ పరిశోధకుడూ 'హెర్‌ట్రాయిన్‌స్కీ' ప్రశ్నించాడు.

జార్జ్ జిమ్లర్ మహాశయా! మీకు వచ్చిన అనుమానమే నాకూ కలిగింది! రిమోట్‌కంట్రోల్‌తో పనిచేస్తున్న ఆ వాహనాన్ని స్థంభింపచెయ్యా లంటే — దాన్ని కదిలించే శక్తితరంగాలు ప్రసారంచేస్తున్న రిమోట్‌కంట్రోల్ వంటి పరికరంనుండి వస్తున్నాయి గనక — దాన్ని ఎలా ధ్వంసంచేయ వచ్చు అన్నదే నా పరిశోధన!

"తెలిసిందా సార్! ఆ రిమోట్‌కంట్రోలు కేంద్రం ఎక్కడవుందో!"

"ఆ! తెలిసింది! అది ఎక్కడో అంతరిక్షంలోని మన "గెలాక్సీ"

నక్షత్రమండలం వెనక పాలపుంత అనబడే "మిల్కీ-వే" అవతలనుంచి — పదివేల కాంతి-సంవత్సరాల దూరంనుంచి ప్రసారంకాబడి, సూర్యుని మీదకి దూకి — రబ్బరు బంతిలా గెంతి — భూగోళంమీదకి దిగింది! — ఎక్కడో హిమాలయాలలో వున్న అంతరిక్ష కేంద్రంలోకి!

నా పరిశోధన ఇంతవరకూ వెళ్ళి ఆగింది! మిగతా పరిశోధన మన ట్రాన్సిష్టరు రేడియో పరిశోధకుడు "మర్ఫీ" చెబుతారు అన్నాడు. గాజు కళ్ళూ, పిల్లిగడ్డమూ, మధ్యనలేకుండా మీసాలు పెదవులకు రెండుకొసలా వున్న వింతవ్యక్తి — మర్ఫీని చూపిస్తూ!

అందరికళ్ళూ ఆయనవైపే తిరిగాయి. మర్ఫీ ఒక "మండారిన్" (Mandarin) మాంత్రికుడిలా కనిపించాడు.

"నేను ట్రాన్సిస్టర్‌లపై పరిశోధనచేసిన రేడియో-సైంటిస్టును. ట్రాన్సిస్టర్ అంటే మీకందరికీ తెలుసు! ఈ కంప్యూటర్ల యుగం రాకముందే ఈ ట్రాన్సిస్టర్ సర్వత్రా ప్రచారంలో వుంది! ఉపయోగాన్నిబట్టి వేరు వేరు సైజులలో పాకెట్ ట్రాన్సిస్టర్, చేతిపెట్టె లేక సూట్‌కేస్‌సైజు లోనూ, ఇంకా పెద్దది ఇలా అనేకరకాలుగా జపానీస్ టెక్నాలజీతో వాటి వ్యాపారకేంద్రాలలో ప్రొడక్షన్ అయింది. అందులో ఇప్పుడు మనకి కావలసినది — ఒక్కటే!

"అదే! ఏమిటి? ఈ ట్రాన్సిస్టర్‌కు, తెల్లగుఱ్ఱానికీ, దానిపైన వున్న అతిలోకవీరుడికీ సంబంధం ఏమిటి?" అంటూ ప్రశ్నించారు సైంటిస్టు లందరూ ముక్తకంఠంతో!

"ఆగండాగండి! అలా పరిగెత్తి పోకండి! నేను చెప్పే విశ్లేషణ

జాగ్రత్తగా మనస్సుకు పట్టించుకుంటూ వినండి!" అన్నాడు తన పిల్లి గడ్డాన్ని నిమురుకుంటూ!

క్షణకాలం నిశ్శబ్దం! చిన్నగా దగ్గి గొంతు సవరించుకుని ఇలా మొదలుపెట్టాడు —

"ట్రాన్సిస్టర్ పనిచేసేది దూరంనుంచి శక్తికేంద్రాలనుంచి ప్రసారమయ్యే అయస్కాంత తరంగాలను ఆకర్షించే ఒకానొక "క్రిష్టల్" ఆధారంగా! అని మీకందరికీ తెలుసు. ఇంగ్లీషులో — క్రిష్టల్ అనే పదానికి సంస్కృతంలో సరైన అర్థం "స్ఫటికం" అని! ఇలాంటి స్ఫటికం ఏదో ఒకటి వుండివుండాలి ఈ భూమ్మీద — అంతరిక్షంలోంచి ప్రసారమయ్యే శక్తితరంగాలను గ్రహించి రిమోట్‌కంట్రోల్‌లా శక్తితరంగాలను తిరిగి ప్రసారం చేసే కేంద్రాన్ని!! నేను కొన్ని నెలలపాటు నిద్రాహారాలు మాని దానికోసం రాత్రింపగళ్ళు ప్రపంచదేశాల అట్లాసును ముందుపెట్టుకుని కళ్ళు కాయలుకాచేలాగ వెతికాను — ఇలాంటి క్రిష్టల్‌కేంద్రం ఎక్కడ వుందా? అని. చివరికి కనుక్కున్నాను అతికష్టంమీద."

"ఎక్కడవుందది? త్వరగా చెప్పండి!! దానికీ ఈ తెల్లగుజ్జానికీ ఏమిటి సంబంధం?"

మర్ఫీ గ్లాసులోంచి కొంచెం మంచినీరు సిప్‌చేసి నెమ్మదిగా ఇలా అందుకున్నాడు!

"అది, హిమాలయాలలో ఎక్కడో మంచుకొండల మధ్యన వున్నది! ఈ స్ఫటికం ఒక మంచులాగా తెల్లగా అటునుంచి ఇటు కనిపించే గాజు పలకలాగ మంచుకొండలతో కలిసిపోయివుండటంతో దానిని గుర్తు

పట్టడం దాదాపు అసంభవం! ఎవరో యోగులు, తాంత్రికసిద్ధులు కలిగిన లామాల వంటివారికి మాత్రమే సాధ్యం — ఇలాంటి స్ఫటికపర్వతాన్ని వెతికి పట్టుకోవటం! ఇలాంటి స్ఫటికకేంద్రం హిమాలయాలలో ఎక్కడో వుండివుండాలని మాత్రమే నాకు తెలుసు. మిగతా పరిశోధన టిబెటన్ లామాసరీలో చిన్నప్పుడు చదువుకున్న అమెరికన్ సిటిజన్ **'లామా దోర్జీ ఛోవ్‌స్కీ రాంపా'** గారు దానిని అన్వేషించారు. దాని వివరాలు గౌరవనీయులైన లామా ఛోవ్‌స్కీ రాంపాగారే మనకు వివరిస్తారు!" అంటూ మైకును అతడికి అందించాడు మర్ఫీ.

ఎత్తుగా, గుండ్రంగా శివలింగాకారంలో వున్న అతడి, గుండుమీద లైటుపడి తళుక్కున మెరుస్తూంటే బొద్దుగా పసిపిల్లవాడిలాగా నిండుబుగ్గలతోవుండే నిండైన విగ్రహం! పసిపిల్లవాడి అమాయకపు చిరునవ్వుతో 'రాంపా' ఇలాఅన్నాడు.

"నేను చిన్నప్పుడే అంటే ఇరవై ఐదుఏళ్ళక్రితం టిబెటన్ ఓ లామాసరీ ఆశ్రమంలో చదువుకున్నాను! అక్కడ నాతోపాటు చదువుకున్న టిబెటన్ లామా పిల్లవాడు ఇంకొకరు గొప్ప యోగసిద్ధులు కలిగిన మీడియంగా తయారయ్యాడు — ప్రత్యేక శిక్షణలో! అతనే చెప్పేడు హిమాలయాలలో రహస్యంగా దాగివున్న ఆధ్యాత్మికకేంద్రం ఒక స్ఫటిక పర్వతం అని!

అంటే మంచుకొండలమధ్య మంచుశిఖరాలలో కలిసిపోయే రంగులో స్ఫటికం లాంటి రాయితో తయారైన "క్రిష్టల్‌పర్వతం" ఎవరెష్టు శిఖరానికి వాయవ్యంగా, టిబెట్ రాజధాని లాసాకు ఉత్తరంగాను రహస్యంగా వున్నదని. దానిని చేరాలంటే 'శంబల' అనే ఆధ్యాత్మిక కేంద్రం

నుంచి వెళ్ళాలి! భూమి అడుగునవున్న స్ఫటికమందిరం క్రిందనుంచి ప్రయాణించి!

ఈ స్ఫటికమందిరం సంవత్సరమంతా మంచుతో కప్పబడి వుంటుంది! ఎప్పుడో ఒక్కసారి సూర్యకిరణాలు అయనాంశ రేఖమీద పడి మంచులోయను కరిగిస్తే శంబలకువెళ్ళే సొరంగమార్గంమీదవున్న మంచు కరిగి ఆ గుహద్వారం కనిపిస్తుంది. కాని, ఇది ప్రతి సంవత్సరం జరుగదు! ఎప్పుడు జరుగుతుంది? అంటే పన్నెండుఏళ్ళకు ఒక్కసారి పుష్కరం వస్తుంది భారతీయులలాగే మా టిబెటన్‌లకు కూడా! ఈ పుష్కరంలో ఆకాశంలో బృహస్పతి (గురుగ్రహం) మీనం చివర మూడువందల అరవైయ్యో డిగ్రీనుంచి — మేషం మొదటిడిగ్రీ ౦° మధ్యకు కదిలే టప్పుడు మాత్రమే — సూర్యుడు ఇక్కడవుండి ప్రసరించే కిరణాలవల్ల ఆ మంచుకరిగి ఆ ద్వారం తెరచుకుంటుంది!

అప్పుడే ఆ గుహలోకి ప్రవేశించగలం. అందులో భారతీయులు "**శ్రీచక్రం**" అని పిలిచే ఒక యంత్రంవంటి ఆకారంతో — స్ఫటిక మందిరంగా గోపురంలాగా, టిబెటన్ పిరమిడ్‌లాగా త్రిభుజాలు పేర్చి నట్టు నిర్మాణంచేయబడింది — తంత్రశాస్త్రంలో వర్ణించబడిన 'శ్రీచక్రం' ఆకారంతో!! దాని అడుగున "చింతామణి" అనే అద్భుతమైన పాదరసం గడ్డకట్టగా ఏర్పడిన సిద్ధమణి వున్నది! ఆ శిల — మన భూగోళంమీద పుట్టినది కాదు!

మన భూగోళం తయారుకాకముందే నూటతొంభైఏడు (197) కోట్ల సంవత్సరాలకు పూర్వమే సూర్యునికంటే ప్రాచీనమైన ఒక గ్రహ గోళంనుండి పుట్టింది ఈ శిల!

"ఇప్పుడా గ్రహం కనిపిస్తుందా?" — అడిగాడు అంతరిక్ష ఖగోళ శాస్త్రజ్ఞుడు హోయల్.

"కనపడదు! ఎందుకంటే ఎప్పుడో కొన్నికోట్ల సంవత్సరాల క్రితం జరిగిన "గ్రహప్రళయం"లో రెండుగ్రహాలు ఢీకొని నశించిపోయాయి! అందులోని శకలాల్లోంచి భూమ్మీద పడిందే ఈ "చింతామణి" శిల — శంబలలోని స్ఫటికపర్వతంలో రహస్యంగా దాచబడివున్నది! దానికి వున్న అపూర్వశక్తితో! **'కాంతి-అయస్కాంత అణుశక్తి తరంగాల'**ను — అంతరిక్షంలోని చాలాదూరం నుంచి ఆకర్షించి, భూమ్మీదకి దింపి తిరిగి ఆకాశంలోకి వేగంగా ప్రసారం చేస్తుంది!

సరిగ్గా ఈ శంబలనుంచి ప్రసారమయ్యే కాంతిశక్తి తరంగాలు మన మామూలు తరంగాల్లా టి.వి. రిమోట్‌లాగా ఈ తెల్లగుజ్జున్ని పనిచేయిస్తాయి! అందుకే ఈ గుజ్జున్ని కనీసం తాకేశక్తికూడా ఈ భూమ్మీదవున్న అణుశక్తికిగానీ, ఎలక్ట్రిక్ విద్యుత్‌శక్తి, అయస్కాంతశక్తి, యురేనియం, రేడియం వంటి తరంగాలకుగానీ మరి దేనికీ లేదు!

ఇలాంటి శక్తి ఈ భూగోళంమీద పుట్టనేలేదు — అంతరిక్షంలోని పాలపుంత అవతలనుంచి వచ్చే ఈ శక్తితరంగాలు ఆకాశంలోని ధనుస్సు రాశి అంచునుంచి మాత్రమే ప్రసరిస్తాయి!

మీలో జ్యోతిషం తెలిసినవారు వారఫలాల్లో చదివే పన్నెండు రాశులపేర్లు వినేవుంటారు. అందులో తొమ్మిదవరాశి — ధనుస్సురాశి! అంటే దైవశక్తి, దయ, భగవంతుడిమీద విశ్వాసం, నిజాయితీమీద నమ్మకం ధర్మం అంటే గౌరవం — అనే లక్షణాలను ఈ ధనుస్సురాశి సూచిస్తుంది!

భూమ్మీద ఈ ధర్మం తగ్గినప్పుడు ప్రసారమయ్యే ఈ కాంతి తరంగాలు 'శంబల'లోని స్ఫటిక శ్రీచక్రంపై పడి భూమికి అవతారంగా దిగివచ్చే దివ్యపురుషుడిపై ఈ ధర్మశక్తిని సరఫరాచేస్తుంది.

అందుకే ఈ ధనుస్సురాశి ఆకారంలో సగం గుఱ్ఱమూ, సగం మనిషి — ఆకారంతో కనిపిస్తారు! కాని చాలామంది జ్యోతిష్కులకు ఈ రహస్యం తెలియదు! దీనినే మా టిబెట్‌లో "గుఱ్ఱంమీద మనిషి" గా వర్ణించారు — ఈ **శంబల ప్రభువునే!** ఇంతకంటే నేను చెప్పాల్సింది ఏమీ లేదు.

అంతరిక్షంనుంచి వచ్చిన ఈ "తెల్లగుఱ్ఱం గుఱ్ఱమూకాదు! దానిపైన కూర్చున్న వ్యక్తి వీరుడూకాదు!" అయస్కాంతశక్తి వంటి అంతరిక్ష శక్తితో శంబల కేంద్రంనుంచి నడిపించబడుతున్న అతడి రానున్న భవిష్యత్ కార్యక్రమం కూడా టిబెట్‌లోని 13-పదమూడవ దలైలామా ముందుగానే తాళపత్రాలమీద రాసివుంచిన భవిష్యాలుగా 1933 లోనే రాసిపెట్టారు."

"శంబలప్రభువు అన్న ఈ రహస్యగ్రంథంలోని సారాంశమే 1903 లో హిమాలయపర్వతాలలో పర్యటించిన రష్యన్ పరిశోధకులు నికోలాస్ రోరిఖ్ వంటివారు తిరిగి సేకరించిన వివరాలే — ఈ ముందరి అధ్యాయాలలో వివరించిన ఫైలు-212 అన్న అంకెలలోని సాంకేతిక రహస్యం" — అంటూ ముగించాడు. సైంటిస్టుల కరతాలధ్వనులతో యునైటెడ్‌నేషన్స్‌లోని ఆ కాన్ఫరెన్స్ హాలు దద్దరిల్లిపోయింది.

ఈవిధంగా మానవజాతికి సవాలుగా మిగిలిన సమస్య విడిపోయింది!

3

'శంబల'కు - మా సాహసయాత్ర !

ఇలాగ, ప్రఖ్యాత బ్రిటీష్-సైనిక గూఢచారి బ్రిటీషుప్రభుత్వము — టిబెట్లోని ప్రభుత్వాన్ని కూలదోసి దాన్ని తమ రాజ్యంలో కలిపేసు కోవాలనే దుష్టసంకల్పంతో — భారత భూఖండం యావత్తూ తన గుప్పెట్లోకి తెచ్చుకోవాలని — గూఢచారిగా రహస్యాలు తెలుసుకుని అతి-'సీక్రెట్'రిపోర్టుగా, దాన్ని పంపుతూవుండాలని 'చార్లెస్-బెల్' (Charles Bell) అనే తన ఏజంటును అందుకోసం సెలెక్టుచేసింది.

అతడు 'డిటెక్టివ్'ని మించిన సాహసికుడు! టిబెట్లోని రహస్యా లన్నీ కనుక్కుని తన ప్రభుత్వానికి రహస్యంగా 'నివేదిక' పంపే పనిమీద బ్రిటీష్ప్రభుత్వంచే నియమించబడినవాడు ఆ రిపోర్టు — సారాంశమే ఈ **ఫైల్-212** !

"సీక్రెట్-ఫైల్-212"

Govt. of Great Britan

డార్జిలింగ్

India

12-12-1912

"నేను" — అనగా 'చార్లెస్-బెల్' అనబడే బ్రిటీషు ప్రభుత్వపు సైనికాధికారిని, లండన్‌లోని సూర్యుడు అస్తమించని ప్రపంచ సామ్రాజ్యాధికారిణి విక్టోరియా-మహారాణీ చక్రవర్తిని గారికి సమర్పించిన ఈ "సీక్రెట్-రిపోర్టు" - ఫైల్ 212 గా సమర్పించే ఈ "రహస్య రిపోర్టు.

★ బ్రిటీషుప్రభుత్వం ఆదేశాల ప్రకారం నేను టిబెట్‌లోకి ప్రవేశించే 'నిమిత్తం' కోసం ఇంతవరకూ నిరీక్షిస్తూ వేచివున్నాను — ఎందుకంటే నాకు బ్రిటీష్ చక్రవర్తిని విక్టోరియా మహారాణి ఆదేశమిచ్చిన "రహస్య-కార్యక్రమం" కోసం అతి రహస్యంగా మరెవ్వరికీ తెలియనివిధంగా టిబెట్‌లో ప్రవేశించడానికి ఇంత కాలమూ, వేచివుండాల్సివొచ్చింది.

చివరికి ఇక్కడ ఈ హిమాలయ పర్వతాలలోని —

వేసవి 'టూరిస్టుకేంద్రం'గా పేరుమోసిన ఈ డార్జిలింగ్‌నుంచే — ఒక సాహసయాత్రా బృందం హిమాలయ పర్వతాలను పరిశోధించి ఆధ్యాత్మిక రహస్యాలను దర్శించాలన్న కోరికతో బయలు దేరుతున్న సంగతిని — గమనించాను.

వీరితో కలిసి నేనుకూడా ఒక "వినోద యాత్రికుడుగా" హిమాలయ పర్వతాలలోని "శంబల" రహస్యాలను పరిశోధించే "టూరిస్టు"గా చేరిపోయాను.

ఇలా చేయడంవల్ల నేను బ్రిటీషు ప్రభుత్వానికి రహస్య సైనిక గూఢచారినని ఎవ్వరికీ ఎటువంటి అనుమానం రాకుండా టిబెట్‌లోని బలాబలాలు తెలుసుకోవడానికి టిబెట్ ప్రభుత్వం "పర్మిట్"— సంపాదించుకోవచ్చు! తద్వారా నా హిమాలయ-యాత్ర వెనుక నా అసలు సంకల్పం — బ్రిటీషు ప్రభుత్వానికి గూఢచారిగా టిబెట్‌లో పాగా వెయ్యాలని అక్కడి రహస్యాలను మన బ్రిటీషు ప్రభుత్వానికి చేరవేస్తున్నాననిగాని ఎవ్వరికీ "అనుమానం" రాకుండా వుంటుంది!

★ అందుకని నేను కేవలం సాహస యాత్రికుడుగానే ఈ రహస్య రిపోర్టును మన బ్రిటీషు ప్రభుత్వానికి అందజేస్తు న్నాను. ఇది "ముందస్తు-రిపోర్టు"గా ఒకవేళ ఎవరైనా దీనిని చూసినా రాజకీయ రహస్యాలు ఇందులో ఏవీ లేకుండా కేవలం —"యాత్రారిపోర్టు"గానే ఈ మొదటి రిపోర్టు పంపుతున్నాను.

★ దీని ఈ నకలు ఎవరికంటా పడకుండా 'సీక్రెట్‌ఫైల్'గా సీల్‌చేసి ఒక బోషాణంలో పెట్టి మాసాహస యాత్రికులలో అమాయ కుడూ, దక్షిణాది శ్రీవైష్ణవ మతానికి చెందిన భక్తుడూ అయిన — శ్రీనివాస చక్రవర్తిగారి ఇంటి ప్రహరీ గోడ క్రింద రహస్యంగా భూస్థాపితం చేస్తున్నాను.

ఇలా చేయడం ఎందుకంటే ఒకవేళ నా రిపోర్టు అసలు నివేదిక ప్రభుత్వానికి అందకపోతే — ఆ రిపోర్టు మీకు చేరేవరకు దాని నకలు కాపీగా ఇది భద్రపరుస్తున్నాను. నా రిపోర్ట్ బ్రిటీష్ ప్రభుత్వానికి చేరాక దీని అవసరం ఏమీలేదు. గనుక భూస్థాపితం చేస్తున్నాను.

★ ఇదేమిటో ఎవ్వరికీ అనుమానం కలుగకుండా నా ఈ రహస్యనివేదికను — శ్రీనివాస చక్రవర్తి వ్రాసిన "మా సాహస యాత్రా-బృందం నివేదికతో" జతచేసి ఒక ఫైల్‌గా కుట్టి — అందులో మాఅందరి గ్రూప్‌ఫోటోస్‌తోసహా భద్రపరిచాను.

సభ్యులు :–

మా సాహసయాత్రా బృందంలో ఈ సభ్యులు — 12మంది వున్నాం :-

1. **ఛార్లెస్-బెల్ (Charles Bell) (ఔత్సాహిక పర్వతారోహకుడు - టూరిస్టు - ఇంగ్లండు)**

2. నికోలాస్-రోరిఖ్ (Nicholas Roerich) (చిత్రకారుడు-హిమాలయ యాత్రికుడు – రష్యా)
3. శ్రీ మేఘనాద్ సాహా (Dr. M.N. Saha) (సైన్సు పరిశోధకుడు – కలకత్తా, ఇండియా)
4. అలెగ్జాండర్ నోటోవిచ్ (Alexander Notovitch) (రష్యన్ రాయబారి – మాస్కో, రష్యా)
5. జగదీష్ చంద్రబోస్ (భారతీయ వృక్షశాస్త్రజ్ఞుడు – కలకత్తా, ఇండియా)
6. ఔస్పెన్స్కీ (P.D Ouspensky) (ఆధ్యాత్మిక పరిశోధకుడు మరియూ యోగా టీచర్, రష్యా)
7. యువరాజా ఆఫ్ పాటియాలా (మహారాజా, ఇండియా)
8. లామాదోర్జీ-చోగ్యాల్ (Lama Dorjee Chogyal) (టిబెట్ మతగురువు, యోగి, పూజారి)
9. పండిట్ శ్రీనివాస చక్రవర్తి (Pandit S.V. Chakraborty) – హిందూ శ్రీవైష్ణవుడు, ఆధ్యాత్మిక పరిశోధకుడు, సంస్కృత పండితుడు – మద్రాసురాష్ట్రం, ఇండియా)
10. షేర్పా టిన్‌జింగ్-చోగ్లాం (Sherpa Tinzing Chogyal) (ఖాట్మాండూ, నేపాల్)

11. భావనగర్ మహారాజా వారు

12. ప్రొ. రే లంకాస్టర్ (Prof. Lankaster FZS, F.R.S.) (జంతుశాస్త్రజ్ఞుడు)

పరిశోధనాంశాలు :-

1) జరగబోయే భవిష్యత్తును తెలిపే టిబెట్ "భవిష్యాలు!"

2) నా పూర్వీకుడు బ్రిటీష్ ఆఫీసరు "ఛార్లెస్ యంగ్- హజ్బండ్" (1950) బ్రిటీష్ కల్నల్ పోగుచేసిన "శంబల-భవిష్యాలు" సేకరించటం.

3) (i) కైలాసపర్వతం, (ii) ఓంకార శిఖరం, (iii) మానస సరోవరం, (iv) నర-నారాయణుల ఆశ్రమం, (v) టిబెట్ పీఠభూమి, (vi) స్ఫటిక పర్వతం (Crystal Mountain), (vii) చింతామణి శిల, (viii) శంబలప్రభువు గురించిన రహస్య భవిష్యత్తు!

లక్ష్యం :-

★ పై అంశాలగురించి యదార్థ విషయాలు తెలుసు కోవటం, వీలైనంత భోగట్టా సమాచారం, కథలూ, గాథలు సేకరించటమూ, రహస్యదారులు, గుహలు, చిక్కుమార్గాలనీ, వాటిని దాటే విధానం అన్వేషించటం.

★ టిబెట్‌కు రానున్న "భవిష్యత్తు"ను పరిశోధించటం — బ్రిటీష్ రాజకీయ రహస్యాల సేకరణ! దలైలామా అధికారులతో బ్రిటీష్ సైనిక పరిపాలన ఏర్పాటుచేసి చైనా అధికారం అంతంచేసే సావకాశం పరిశీలించటం.

★ పై అంశాలతో ఈ 'సాహసయాత్రా-రహస్య రిపోర్టు' ను నేను తయారుచేశాను. ఇందులోని ప్రతి అంశమూ ఒక్కొక్కటి కొన్ని నోట్స్ రూపంలోనూ, మరికొన్నిచోట్ల కథారూపంలోనూ, మిగతాది సాహసయాత్ర వర్ణనగానూ ఈ రహస్య నివేదిక (Secret File) లో నిబంధన చేసి బ్రిటీష్ ప్రభుత్వ ప్రధానమంత్రి ద్వారా ప్రభుత్వానికి సమర్పించడమైనది.

★ ఆ 'రిపోర్ట్' నకలును సీలుచేసి ఈ ట్రంకుపెట్టెలో పెట్టి — ఎవ్వరికీ కనిపించకుండా భారతదేశంలోని హిందువుడు, శ్రీవైష్ణవ బ్రాహ్మణుడూ అయిన 'శ్రీనివాస చక్రవర్తి' ఇంటిగోడ పునాది క్రింద చెక్కపెట్టెలో భద్రం చేసిన భోషాణంలో లాక్ (Lock) చేసి శాశ్వతంగా భూస్థాపితం చేస్తున్నాను.

ఇట్లు
బ్రిటీష్‌రాణికి విధేయుడు
మీ

12-12-1912
'డార్జిలింగ్'
India

(ఛార్లెస్ బెల్)
బ్రిటీష్ సైనిక అధికారి

తాను టిబెట్ చేరుకునేదెలా? అందులోనూ ఎవరికీ, అనుమానాన్నీ సందేహాన్నీ రేకెత్తనివిధంగా మంచుకొండలమీద యాత్రకు వెళ్లటం — ఆరోజుల్లో దాదాపు అసాధ్యం! అందులోనూ 'గూఢచారి'గా సీక్రెట్-ఏజంట్'గా టిబెట్‌లో ప్రవేశించటం అసంభవం!

ఎందుకంటే ఆరోజుల్లో — విదేశీయులు టిబెట్‌లో అడుగుపెట్టటం టిబెటన్ ప్రభుత్వం అనుమతించదు! ఆ ప్రభుత్వం అనుమతి లేకుండా టిబెట్‌లో ప్రవేశించటం — అసాధ్యం!

ఆపరిస్థితిలో — కొందరు భారతీయులు హిమాలయాల్లో దాగి వున్న కొన్ని 'దేవరహస్యాలు' ఆధ్యాత్మిక కేంద్రాలనీ కనుగొని భక్తితో దర్శించి తమ జన్మ చరితార్థం చేసుకోవాలని హిమాలయాలకు "సాహస యాత్ర" చేపట్టారు. అందులో శ్రీనివాస చక్రవర్తి అన్న మా ముత్తాతగారు ముఖ్యులు! హిందువులకు అత్యంత పవిత్రమైన "కైలాస-పర్వత" శిఖరం చూసి తరించాలని శ్రీనివాస చక్రవర్తీ, బెంగాలీ బ్రామ్మణుడూ వృక్ష శాస్త్రజ్ఞుడూ అయిన 'జగదీష్-చంద్రబోస్' బాబూ, సైంటిస్టూ సైన్సు వింతల్ని పరిశోధించాలని మంచుకొండల్లో నెలకొన్న గంగానది పుట్టుక స్థానమైన 'గౌముఖ్' కుండాన్ని దర్శించి స్నానంచేసి తన మనస్సూ శరీరమూ పునీతం చేసుకోవాలని డా. మేఘనాధ్ సాహా వీరికి తోడ య్యాడు. అప్పటికే మందుమొక్కలు 'సోమ-లత' వంటి దేవతా "మూలికా-వృక్షాల్ని" కనుగొనాలని ఈ బెంగాల్ సైంటిస్టు జతకలిసాడు వీరితో!

హిమాలయపర్వత అందాలని సోయగాల్నీ చూసి మురిసిపోయి వాటిని ఇంద్రధనుస్సు రంగులతో చిత్రించిన ప్రఖ్యాత రష్యన్ చిత్ర

కారుడు 'నికోలాస్ రోరిఖ్' — కైలాస్ పర్వత్‌కి పైన టిబెట్‌లో ఎక్కడో రహస్య స్థావరమైన "స్పటికపర్వతాన్ని" చూసి చిత్రించాలని మంచు కొండలలోకి ఈ సాహసయాత్రా బృందంలో తనూ ఒకడుగా చేరాడు — ఎన్నో ఏళ్లుగా భూతాన్, సిక్కింలలోని 'హిమిస్' బౌద్ధమఠం ఆమాసరీ దర్శించి అక్కడ తపస్సుచేసిన 'జీసస్-క్రైస్టు'గా ప్రఖ్యాతిపొందిన "యోగి-ఈశా" జీవితరహస్యాల్ని గుప్తంగా నమోదుచేసిన అలెగ్జాండర్ నోటోవిచ్ అనే రష్యన్ రాయబారి వీరికి తోడయ్యాడు! ఇతడికి మంచు కొండలలోని రహస్యదారులు, కనుమలు, కొండచరియాలు, లోయలూ తన అరచేతిగీతల్లా పరిచయం — రాయబారిగా అనేకసార్లు ప్రభుత్వ దూతగా ప్రయాణించడంవల్ల.

ఇలా చిలికి చిలికి గాలివానైనట్టుగా ఈ బృందం పెరిగిపోయి వీరితో — మరిఇద్దరు (1) రష్యన్‌యోగి 'గుర్జీఫ్' (Gurdjieff) శిష్యుడూ యూరపులోని మేధావులకు ఆధ్యాత్మిక రహస్యాలని బోధించిన "ఔస్పెన్‌స్కీ" (Ouspensky) అనే ఇంకొకడూ తోడయ్యారు — 'శంబల' రహస్యాలు తెలుసుకోవాలని, (2) ప్రళయాల్ని పరిశోధించిన ఇమ్మాన్యువల్ వెలికోవ్స్కీ రెండో రష్యన్ సైంటిస్టు ఆధ్యాత్మిక పరిశోధకుడూ మంచుకొండల్లో యాత్ర చెయ్యాలంటే ఎంతో కర్చుతో కూడుకున్నపని.

ఇదంతా నిర్వహించాలంటే — దానికి ఎందరో పరివారమూ, వంటవాళ్లూ, సామన్లు మోసుకెళ్లే కూలీ "షేర్పా" (Sherpa) లూ, ఇంకా డేరాలు, తోపాకులూ, ఆహారపదార్థాలు, మందులు, కొండప్రదేశాన్ని తెలిపే దేశ-పటం అంటే "మ్యాప్" (Maps) కావాలి! ముఖ్యంగా శంబల కైలాస్ ఎవరెస్ట్ "K-2" అనే శిఖరం స్ఫటికపర్వతం చూపేది కావాలి.

కొంచెమైనా ఆధ్యాత్మికాలలో ఆసక్తి, డబ్బూ, హంగూ, పరివారమూ, పలుకుబడీ గల "పాటియాలా" యువరాజు కూడా వీరికి తోడు అయ్యాడు కొండలెక్కాలన్న పిచ్చితో 'పర్వతారోహకుడు' అనిపించుకోవాలన్న తృప్తికోసం!

ఇందరున్నాగాని వీరికి స్థానికులూ కొండదారులూ, రహస్యాలు తెలిసిన గురువూ, మార్గదర్శకుడూ, నిజాయితీపరుడూ అయి 'బౌద్ధ లామాసరీ'లతో పలుకుబడీ, గౌరవం, పరపతీగల పీఠాధిపది పూజారి వంటి ఒక 'బౌద్ధ-లామా' సహాయం లేకుండా ఇటువంటి యాత్ర అసంభవం! సుడిగాలికి ఎండుటాకులు పోగైనట్టు ఇలా దైవసంకల్పంగా వీరంతా తోడై ఒక బృందంగా కలిసి, చేసిన 'సాహసయాత్ర' రిపోర్టే — ఈ "ఫైల్-212" మాఇంటి అడుగున బోషాణంలో దొరికిన రహస్య నివేదికను తయారుచేసిన — 12-గురు కథానాయకుల నేపథ్యం!

వీరందరినీ కలిపివుంచిన 'ఆసక్తి' ఒకే విషయంమీద! — అదే "శంబల"! 'శంబల ప్రభువు' ఆయన అవతారంగురించిన రహస్యాల సేకరణ!

ఈ సంకల్పంతో 1909 ప్రాంతంలో వీరు చేసిన సాహసయాత్ర యొక్క పరిశోధన సారాంశమైన రహస్యనివేదిక — రిపోర్టులోది! ఇదీ ఈ ట్రంకుపెట్టెలో దొరికిన దస్త్రాల్లోని గూఢచారి రిపోర్టు!

5

శంబలకు దారి !

(1) శ్రీనివాస చక్రవర్తి నివేదిక :–

అది న్యూయార్క్ మహానగరం! తేదీ 23-10-1985 సాయంత్రం 3.30 గంటల ప్రాంతంలో "ప్రపంచ భవిష్యత్తు – రానున్న ప్రపంచ యుద్ధం" అన్న విషయంపై ఒక — ఉపన్యాసం ఏర్పాటుచేయబడింది! యునైటెడ్ నేషన్స్‌లో పనిచేస్తున్న ఎలిజబెత్, ఇంకా గుప్తయోగ సమాజ సభ్యులు అనేకమంది ఈ సమావేశానికి హాజరయ్యారు. ఆ ఉపన్యాసం కాగానే ముగ్గురు విచిత్రవ్యక్తులు ఆజానుబాహులైనవారు, విదేశీయుల వలే కన్పిస్తున్న యోగసాధకుల ముఖవర్చస్సూ, యోగినేత్రములూ కలిగిన వారు అభినందించి ఉపన్యాసకుని అంటే, నా అడ్రసు తీసుకున్నారు!

కాని మర్నాడు మధ్యాహ్నామే నేనున్న బసకు చేరుకుని నాకీ రహస్యగ్రంథాలను శంబలగ్రామానికి వెళ్ళేదారి (The Secret Path to Shambala) అన్న పుస్తకంగురించి తెలిపే **'నికోలాస్-రోరిఖ్'** గ్రంథాలను కూడా యిచ్చి (మహాత్ముల) అనుగ్రహాన్నీ, ఆశీస్సులనూ తెలిపి సెలవు తీసుకున్నారు. వారి అడ్రస్ చెప్పటానికి మాత్రం నిరాకరించారు. ఇందులో ఎన్నో రహస్యవిషయాలు ఉన్నాయి! ఈనాడు ఈ **'శంబల రహస్య విషయాలు'** ఈ నా రెండో 'రిపోర్టు' సీక్రెట్-212 File గా కొంతవరకూ పొందుపరచగలిగాను.

నేను తలవనితలంపుగా 1959 లో కులూలోయను సందర్శించ టం జరిగింది. నమ్మశక్యం కాని సౌందర్యంగల మంచుశిఖరాలతో మైమరపించే ఈ కులూలోయలో మూడురోజులు గడిపాను! ఆ సమయంలోనే **'బియాస్'** నదిఒడ్డున కాలినడకన ప్రయాణించి, అక్కడ మంచుకరిగిన నీళ్ళతో ప్రవహించేనది ప్రక్కనే ఉడుకుతో పొగలుకక్కే వేడినీళ్ళ సెలయేరును దర్శించి దానిఒడ్డున వశిష్టులవారి ఆశ్రమాన్ని చూసి విస్తుపోయాను! ఆప్రక్కనే మనువు దేవాలయం (వైవస్వత మనువు) అత్రిమహర్షి ఆశ్రమంకూడా ఉన్నాయి! అక్కడి వేడినీళ్ళ కుండం (Sulpher springs) లో స్నానంచేసి ఆ నదీతీరానేవున్న **'హిడింబ దేవాలయం'** చూసి ఆశ్చర్యపోయాను!!!

అక్కడే కూర్చుని జపంచేసుకొంటున్న ఒక ముసలిసాధువు ఎవరా అని అడిగితే "అసలిది వ్యాసుడు **తపస్సుచేసిన చోటు!** ఈ నదిపేరు 'వ్యాస-నది'! దీనిని సరిగ్గా పలుకలేక బ్యాస్‌నది (Beas River) అంటారు" — అంటూ ఇంకా అనేక వింతలనూ విశేషాలను

వివరించాడు. సమీపంలోనే ఉన్న "నికోలాస్ రోరిఖ్చ్" కుటీరాన్ని సందర్శించాను!

కళ్ళు చెదిరిపోయే ఎన్నో అందమైన వర్ణచిత్రాలను అందమైన రంగులలో నికోలాస్ రోరిఖ్చ్ చిత్రించిన కళాఖండాలను చూశాను! అందులో 'శంబల ప్రభువు' 'శంబలకు వెళ్ళేదారి' 'నమ్మకస్తులగడ్డ' (The land of the faithful) అన్న చిత్రాలు శంబలగురించి, కల్కి భగవానుని గురించిన రహస్య సంకేతాలతో చిత్రించబడ్డాయి!! నికోలాస్ రోరిఖ్చ్‌తోపాటూ ప్రయాణించిన పరిశోధకబృందం ఈనాటి "లే" (Leh) వద్ద 11వేల అడుగుల ఎత్తున ఉన్న ఒక టిబెట్ యోగుల ఆశ్రమంలో ఉన్న తాటాకుగ్రంథాన్ని పరిశోధించి, ఆ మహాత్ముని ప్రశ్నించి 'శంబల' గ్రామాన్ని గురించిన వివరాలు విశేషాలు ఎన్నో సేకరించారు! ఇక్కడి హిమాలయపర్వతాలలో వారికి ఎదురైన వింతలూ, విశేషాలు కలిగిన దివ్యానుభవాలెన్నిటినో తన గ్రంథంలో పొందుపరిచారు శ్రీరోరిఖ్చ్!

(2) నికోలాస్–రోరిఖ్చ్ :–

నికోలాస్ రోరిఖ్చ్ జన్మతః రష్యన్ వ్యక్తి! ఈయన పండిత నెహ్రూకు ఆంతరంగిక మిత్రుడు! అంతేకాదు — టిబెట్‌లో బుద్ధభగవానుని అవతారమైన 13వ దలైలామావారికి దగ్గర పరిచయమున్న విచిత్రవ్యక్తి! ఈతడు భారతదేశంవచ్చి, రహస్యంగా శంబలగ్రామం కోసం పరిశోధించి నట్లు ఈయన మరణించిన తరువాత చాలా సంవత్సరాలకిగాని తెలియ లేదు! నికోలాస్ రోరిఖ్చ్ జీవితంలోని చివరిసంవత్సరాలు హిమాలయా లలో స్థిరపడి 'కులూలోయ'లో అందమైన ఆశ్రమాన్ని నిర్మించుకున్నాడు!

ఒకనాడు రోరిఖ్ తన పరిశోధనా యాత్రలో భాగంగా మైళ్ళు మైళ్ళు నడిచి పన్నెండువేల ఎత్తున్న మజిలీని చేరుకున్నాడు! గుడారాలు వేసుకొని వేడివేడిగా ఆహారాన్ని తిన్నవెంటనే అలసటకు నిద్రముంచు కొచ్చింది! ఇతని భార్య పదిగంటలప్రాంతంలో పడుకోబోతూ రగ్గును కదిలించగానే భగ్గున ఒక వైలెట్ ఊదారంగు కాంతితో మంట దిక్కులు మెరిసిపోయేలాగ వెలిగింది! ఆమె భయపడి "మంటలు! మంటలు!" అంటూ అరచింది! నికోలాస్ రోరిఖ్ తృళ్ళిపడి లేచిచూస్తే తన గుడా రంలో 26 అడుగుల ఎత్తున నిలిచి ఊదారంగు మంటతో ఒక తేజస్సు వెలుగుతోంది! కాని ఆశ్చర్యం!!! ఆ మంట వెలుగేకాని ఎక్కడా వేడి లేదు!

మంటలను ఆర్పడానికి చేతితో ప్రయత్నించగా చల్లగా తగిలింది కొంచెం గోరువెచ్చగా!!! అదే అనుభవం ఇతడి భార్యకూ కలిగింది! ఎంతో వింతపడి అక్కడివాళ్ళను ప్రశ్నిస్తే ఇలాంటి ఊదారంగు మంటలు శంబల గ్రామం సంబంధించిన వారికి తరచూ కలుగుతూంటాయని చెప్పి మిగతా వివరాలను చెప్పడానికి నిరాకరించారు! ఇతడి అనుభవా లను అతని స్వంత వాక్యాలలోనే ఈక్రింద పొందుపరుస్తున్నాను!

"In Nimu, a small village before Leh, 11,000 feet high, we had an experience which can under no circumstances be overlooked. It would be most interesting to hear of analogous cases. It was after a clear calm day. We camped in tents. At about 10 p.m. I was already asleep when Mrs. Roerich approached her bed to remove the woolen rug. But hardly had she touched the wool, when a big rose-violet flame of the colour of an intense electric discharge shot up, forming a seemingly whole bonfire, about a foot high. A shout of Mrs. Roerich, "Fire! Fire!" awoke me. Jumping up, I saw the dark silhouette of Mrs. Roerich and in front of her, a moving flame, clearly illuminating the tent. Mrs. Roerich tried to extinguish the flame with her hands, but the fire flashed through her fingers escaping her hands, and burst into several smaller fires. The effect of the touch was slightly warming, but there was no burning, nor sounding, no odour. Gradually the flames diminished and finally disappeared leaving no traces whatsoever on the bed cover. We had occasion to study many electric phenomena, but I must say that we never experienced one of such proportions."

Repeatedly in descriptions of Himalayan travellers one reads of the Himalayan glimmer and Himalayan lights, something similar to the 'aurora borealis'. Perhaps these latter phenomena could also be elucidated by additional experiences. Such a colosal mountain region as the Himalayas indeed embraces many wonders.

In the desert you may come across a lonely shepherd who is singing but, if you ask him to repeat the song, he will tell you that this song of Shambala is only for the desert.

"Chang Shambalin Dayin".
The war of Northern Shambala!
Let us die in this war
To be reborn again
As knights of the Ruler of Shambala".

The latest movements in Mongolia, therefore, are connected with Shambala.

తరువాత 1928 లో మంగోలియాలో ఆకాశంలో అకస్మాత్తుగ తెల్లని గుండ్రని అరిశ వంటి వస్తువులు ఎగురుతూ కనిపించాయి. హడావుడిగా అందరూ పరుగెత్తి చూస్తే అది విమానం కాదు! బెలూన్ కాబోలు అనుకుని బైనాక్యులర్స్‌తో చూడగా అది తెల్లని లోహంవలె వెండిలా మెరిసే గుండ్రని ఆకారం ఒకమెరుపుమెరసి మంచుకొండల వెనుకగా మాయమైంది. ఇది చదివితే ఈనాడు ప్రపంచమంతా వందల మందికి కనిపిస్తున్న "ఎగిరే పళ్ళాలు" లేక UFO లేదా Flying Sauccers వంటి వస్తువులే యివి అని నిశ్చయంగా తెలిసింది! ఈ విషయాలను ఇక్కడ తపస్సుచేసుకునే యోగులను ప్రశ్నించగా ఇవి శంబలనుండి వచ్చే రహస్య సంకేతాలు అని తేలింది.

క్రీ.శ. 1206 లో మంగోలియాలో జన్మించిన "కురులుత్తాయి" (Kurulutai) అనే మహావ్యక్తి సగం ప్రపంచాన్ని జయించి "ఛెంఘీజ్ ఖాన్" గా ప్రఖ్యాతి పొందాడు! ఇతడినే గెస్సార్‌ఖాన్ అనే పేరుతోకూడా విదేశాలలో పిలుస్తారు! ఈ గెస్సార్‌ఖాన్ సరిగా 800 సంవత్సరాల తర్వాత మళ్లీ జన్మిస్తాడని ఆ సమయంలో "శంబల" గ్రామంనుండి కల్కి భగవానుని అవతారంకూడా వస్తుందనీ, మంగోలియాలో భవిష్యత్‌ను

తెలిపే గాథలు తెలియజేస్తాయి! ఎజ్జని రాతితోచేయబడ్డ రాతిగుజ్జం సకిలిస్తుందనీ, 'అదే అతడిరాకకు గుర్తు' అని నికోలాస్ రోరిఖ్ తన పుస్తకంలో స్పష్టంగా తెలియజేసాడు!

"శంబల గ్రామానికివెళ్ళే దారి!" అన్న రహస్యగ్రంథం ఒకటి టిబెటన్ మతగురువు 'తాషీ-లామా' (Tashi Lama) వ్రాసినది ఈ శతాబ్దం మొదట్లో ఇంగ్లీషులో ప్రచురితమైంది.

"శంబల"కు వెళ్ళేదారి ! :–

దానిలో హిమాలయ పర్వతాలకు ఉత్తరంగా 'కారకోరం' (Karakoram) పర్వతాలకు ఈవలగా మంచుకొండల పర్వతపంక్తిలో ఒక రహస్యస్థావరం సృష్టి ప్రారంభంనుంచీ వుండేదని ప్రపంచంలోని చెడుకర్మలకూ, పాపాలకూ స్వార్థపూరిత ఆలోచనలూ — అక్కడికి అందకుండా ఒక పవిత్ర దేవలోకంనాటి 'సిద్ధుల-తపోభూమి' ఉన్నదని తెలియవస్తున్నది! అక్కడ పరమగురువులు నింతర యోగసమాధిలో అఖండ తపస్సులో మునిగివుండేవారని అనేక ఆధారాలు పరిశోధనా రహస్యాలు మనకి లభిస్తున్నాయి! అంతేకాదు మానవులలోని 'దివ్య శక్తులు' (Spiritual Powers) యోగసిద్ధులూ మేల్కొలిపే ధ్యాన, ప్రాణా యామ, యోగసాధనలూ, ఇంకా అనేక మూలికారహస్యాలు — మనిషి శరీరంలో వయస్సును స్థంభింపచేసేవి, నిత్యయవ్వనాన్ని ప్రసాదించేవీ, 'కాయకల్పం' లేక 'కాయసిద్ధి' వంటి "సిద్ధ-ఆయుర్వేద" ఔషధ రహ స్యాలు వుండేవని ఇప్పుడిప్పుడే విదేశీ పరిశోధకులుకూడా తెలుసు కుంటున్నారు.

శంబలనుండి ఒక రహస్య ప్రభావం కల "జీవశిల" (Sacred Stone) అన్ని దేశాలలో సంచారం చేస్తూవుంటుందని రష్యన్ పరిశోధకుడు 'నికోలాస్ రోరిఖ్' వ్రాయడమేకాక తాను ఆ సాలగ్రామశిలవంటి దివ్య శిలను చూశానని ఎన్నో వింతలు విశేషాలు వర్ణించాడు.

అందులో ఆశ్చర్యకరమైన వింత ఏదేశంలో అయితే ఇలాంటి చైతన్యశిల లేక 'జీవించే శిల' రహస్యంగా వుంటుందో ఆదేశం రాజకీయంగా ఎప్పటికీ స్వాతంత్ర్యం కోల్పోదు! అలాంటి పవిత్ర శిలాఫలకం ఒకటి బ్రిటీష్‌రాజుల సింహాసనంకింద రహస్యంగా గుప్తపరచబడివున్నదని ప్రపంచ జ్యోతిష్కుడు ఆధ్యాత్మిక పరిశోధకుడైన 'కీరో' (Cheiro) తన ఆత్మకథలో తెలిపాడు!

ఇంగ్లండు–సింహాసనం–క్రింద 'దివ్యశిల' :–

ఈ దివ్యశిలనుగురించి "ప్రపంచ భవిష్యత్తు" (Cheiro's World Prediction) అన్న గ్రంథంలో మరికొన్ని వివరాలు వర్ణించాడు! ఇంగ్లండు రాజు జాన్ (King John) కాలంలో ఈ రహస్య శిలాఫలకం ఇంగ్లండు రాజు జాన్ సింహాసనం కింద నిక్షిప్తమైందనీ అప్పటినుంచీ ఈనాటివరకూ ప్రతీ బ్రిటీష్‌రాజూ, రాణీ పట్టాభిషేకం విధిగా ఆ శిల నిక్షిప్తమైవున్న సింహాసనంపైనే కూర్చుని, జ్యోతిష్కులు నిర్ణయించిన శుభముహూర్తంలోనే రాజ్యాభిషేకం చేసుకున్నారనీ తెలిపారు!

రెండవ ప్రపంచయుద్ధ కాలంలో జర్మన్‌కు ఈ రహస్యశిల గురించి సమాచారం అంది, బ్రిటీష్ రాజు సింహాసనంనుంచి దాన్ని తొలగించి రహస్యంగా తస్కరించుకొనిపోవడానికి గూఢచారి ముఠా ఒకటి ఏర్పాటు

కాబడిందని కూడా తెలిసి బ్రిటీష్ రహస్య పోలీసు 'స్కాట్లండ్-యార్డు' శాఖ (Scotland Yard) ప్రత్యేకమైన నిఘాను, ఏర్పాటుచేసి రహస్యమైన బందోబస్తుకూడా చేసింది!

కాని, కీరో మహాశయుడు తన "ప్రపంచ భవిష్యత్తు"లో ఒకనాడు ఈ రహస్యశిల — ఇంగ్లండు నుండి అపహరించబడే ప్రమాదమున్నదనీ అది జరిగిన కొద్దికాలానికే ఇంగ్లండు సముద్రగర్భంలో మునిగిపోతుందనీ ఆకాలంలో మూడవ ప్రపంచయుద్ధం ప్రళయంగా ఏర్పడి ఆ యుద్ధంలో అనేకదేశాలు నాశనమవుతాయనీ, "తూర్పు దేశాలలో జన్మించిన" ఒక మహాపురుషుడు లేక అవతారమూర్తిద్వారా ఈ శతాబ్దం చివరికి ఒక — నూతనశకం ప్రారంభిస్తుందని తన జ్యోతిష భవిష్యత్తు పరిశోధనల్లో కీరో తెలిపాడు!

'నికోలాస్ రోరిఖ్' (Nicholas Roerich) మహాశయుడు అలానే పరిశోధించిన వింతలలో **"నడిచే రహస్య-శిల"** ఒకటి హిమాలయ పర్వతాలలో అనేకచోట్ల సంచరిస్తూ వుంటుందనీ అది ఏడురంగులు మారుతూవుంటుందనీ అది, ఎక్కడవుంటే ఆ ప్రదేశంలో దివ్యప్రభావాన్ని అదృష్టాన్ని, యోగశక్తినీ ప్రసారంచేస్తూ వుంటుందనీ, అది హిమవత్పర్వతాలలో ఒక్కొక్కరోజు ఒక్కొక్క హిమాలయ పర్వత శిఖరంవద్ద సంచారం చేస్తుందన్న రహస్య భోగట్టా తనకు టిబెటన్ లామాలు, యోగులవల్ల తెలిసినట్లు వివరించాడు!

అంతేకాక "శంబలప్రభువు" అవతారంగా వచ్చినపుడు శంబల అనే గ్రామంలో జన్మిస్తాడని ఆయనను గుర్తించే దివ్యసూచనలలో

ముఖ్యమైనదీ దివ్యశిల లేక జీవించేశక్తి కల ప్రాణశిల వుంటుందని, దానినే 'చింతామణి' అంటారని తెలిపాడు! కల్కిభగవానుని "రానున్న అవతారాన్ని వర్ణించే ప్రాచీన శిల్పాలూ, చిత్రాలలో ఈ "చింతామణి" కూడా చిత్రించబడివుంటుంది.

అమెరికా డాలర్లపై "చింతామణి" :-

అమెరికా స్వాతంత్ర్యం చిహ్నంగా డాలరుపై ముద్రించిన 'ఈజిప్టు పిరమిడ్' (Pyramid) కట్టడం పైగా ఒక దివ్యతేజస్సులో వెలిగే "ముక్కోణపు శిల" — మనకింకా కన్పిస్తుంది!

దానిచుట్టూ సూర్యకిరణాలవంటి తేజస్సు కిరణాలుగా చిత్రించబడి వున్నాయి. అంతేకాదు, అసంపూర్ణంగా వున్న ఈ పిరమిడ్‌పైన ముక్కోణాకారంగావున్న 'జీవశిల' దిగుతూవుండగా సూర్యతేజస్సువంటి తేజస్సుతో ఆ శిల వెలుగుతున్నట్టూ, దానికి మధ్యగా ఒక నేత్రం లేక కన్ను (All Seeing Eye) అమెరికా డాలరునోట్లపై చిత్రించివుండటం ఈనాటికీ మనం చూడవచ్చు!

దీని గురించి అమెరికాలో నేను ఎవర్ని ప్రశ్నించినా ఎవరికీ అసలు డాలరుమీద ఈ పిరమిడ్ బొమ్మ ఎందుకువేశారో కూడా అర్థం కావడంలేదని ఆశ్చర్యం వెలిబుచ్చారు! శంబల గ్రామంలోని "జీవించే శిల" గురించి అమెరికా స్వాతంత్ర్య ఉద్యమాన్ని స్థాపించిన రహస్య పురుషులకేమైనా తెలిసి వుండవచ్చా? లేకుంటే చింతామణియొక్క చిత్రం ఈ డాలరునోటుపైన ఎలా చోటుచేసుకుంది?

'చింతామణి' – శిల :–

ఒక పెద్ద నల్లనిరాయి వంటి — 'సాలగ్రామశిల' లాంటి పవిత్ర పూజాశిల గురించి హిమాలయ పర్వతాలలో వున్నట్టు వీరికి తెలిసింది.

అది అనేకచోట్ల సంచారంచేసే రాయి! అది ఒక్కొక్క దేశంలో కొన్ని కొన్ని సంవత్సరాలు అది కనిపిస్తూ, తిరిగి మాయమైపోతూ వుంటుంది. ఎక్కడ ఆ 'శిల' కనిపిస్తుందో అక్కడ అనేక గొప్ప గొప్ప మార్పులూ చారిత్రాత్మకమైన సంఘటనలూ, ఇంకా అనేక **ఆధ్యాత్మిక వింతలూ** (Miracles) జరుగుతాయి.

అంతేకాదు! **'ఆ సంచారంచేసే-శిల'** గురించి ఇంగ్లండు రాజ వంశీకులకు కూడా రహస్యమైన సమాచారం వున్నదట!

ఆ శిల మాయమైన దేశంలో విప్లవాలు, ప్రభుత్వాలు పతనం కావడం, యుద్ధాలు రావటం వంటివి జరుగుతాయి!

అది తిరిగి తిరిగి, చివరకు **'కలియుగాంతా'**నికి ఒక నిర్ణీతమైన సమయానికి **'శంబల'** గ్రామం చేరుకుంటుంది!!!

ఈ శిల కొన్నాళ్లు పదమూడవ దలైలామా వారివద్ద రహస్యంగా 1933–దాకా వుండినది! ఆ "శిల" టిబెట్‌నుండి అంతర్థానం కావడంతో, ఆ టిబెట్ దేశానికి శత్రువులవల్లా చైనావారి దండయాత్రలవల్లా జరగ బోయే కష్టాలు ఆయనకు ముందే తెలుసు! అవే టిబెట్‌లోని **"భవిష్యాలు"** గా రాయబడివున్నాయి!

"స్ఫటిక"–పర్వతం :–

ఇంకో విశేషమైన వింత — మంచుతో కప్పబడి నిరంతరం తెల్లగా వజ్రాలలాగా తళతళా మెరుస్తున్న మంచుకొండలమధ్యగా, ఒక — 'స్ఫటిక పర్వతం' (Crystal Mountain) ఒకానొక రహస్యమైన ప్రదేశంలో వున్నదనీ, ఆ స్ఫటిక పర్వతాన్ని గుర్తించి, చుట్టూవున్న మంచుకొండలతో కలిపేసుకోకుండా — ప్రస్ఫుటంగా గమనించగలిగినవారికే అది తెలుస్తుందనీ! అది శంబలవెళ్ళే దారిలో అతిముఖ్యమైన ఆధ్యాత్మికస్థావరం (Spiritual Centre) అని వింతవార్త!

హిమాలయ పర్వతాలను దాటి — 'కారకోరం' (Karakoram) పర్వతాలకు దిగువగా ప్రయాణిస్తుంటే అక్కడొక 'తెల్లని-నీళ్ళు' కలిగిన జలపాతం (White Cascade) ఒకటి అతిరహస్యంగా వుంచబడింది! అందులోని నీళ్ళు తాగినవారికి — అప్పటికి, వారి వయస్సు, ఎంత వుంటుందో అక్కడే వారికి, ఆ వయస్సు అప్పుడే స్థంబించిపోయి — నిత్యయవ్వనం — సిద్ధిస్తుందని!

"కల్కి భగవానుని" – "చింతామణి" :–

చైనాలో, మంగోలియాలోని 'బురియాత్' (Buriyat) అనే చోటా, ఆఫ్ఘనిస్తాన్, టిబెట్ ప్రాంతాలలోనూ శంబల ప్రభుని పవిత్రమైన — "చింతామణి" శిల గురించి తెలియని వారెవరూ లేరు!

ఇది ఎప్పటికప్పుడు రంగులు మారిపోతూ వుండడం, ఆ మారుతున్న రంగులనుబట్టి ఆ దేశాలకి యుద్ధంకాని, ఆధ్యాత్మిక అభివృద్ధికాని,

"స్ఫటిక-పర్వతం" శిఖరం బంగారుకాంతుల నీరెండలో

కరువు కాటకాలుకాని, ఆ పవిత్రశిల మార్చే — రంగునుబట్టి అక్కడి యోగులు ఏమి జరుగనున్నదో ముందే గ్రహించి భక్తులకు హెచ్చరిక చేస్తారు!

ఇలాంటి వింతలూ, విశేషాలు ఎన్నో, 'నికోలాస్ రోరిఖ్' (Nicholas Roerich) రాసిన 'శంబల వెళ్ళే మార్గం' వర్ణనలో కనపడతాయి!

ఇవికాక ప్రొఫెసర్ గ్రూమ్ వెడెల్ అనువాదం చేసిన **"శంబలకు వెళ్ళే మార్గం"** (Way to Shambala - Translated by Grum Wedel) శంబలవెళ్ళే దారి, దాని రహస్య గుర్తులను తెలిపే ఇంకొక పురాతన గ్రంథంలో 'శ్రీ తాషీ-లామా' (Tashi Lama) అనే సిద్ధగురువు వర్ణిం చారు! ఇవన్నీ "శంబలకు - సాహసయాత్ర" అన్న "ఫైలు-212" కి ముందస్తు-రిపోర్టుగా తయారుచేసిన 'నివేదిక'!

శంబల – 'భవిష్యాలు!'

జరగబోయే "భవిష్యత్తు"ను — ముందే తెలుసుకోవడం సాధ్యమా?" అన్న ఈ ప్రశ్న — ప్రతీ ఆలోచించే మనిషి మనస్సునూ మధనంచేసే 'ఛాలెంజీ' సమస్య!

దీనికి సమాధానం తర్కంతోనూ, హేతువాదంతోను లేదా "సైన్సు" తోనో ముడిపెట్టి — సంజాయిషీవంటి సమాధానం ఏదోవొకటి వ్రాయచ్చు! సాధ్యమని ఋజువుచేయనూవచ్చు, అసాధ్యమనీ — వాదించవచ్చు! కాని, ఈ రెండూ అభిప్రాయాలే!

అసలు చరిత్రలో నిజంగా జరిగిన 'అనుభవాలు' — ఈ వాద-ప్రతివాదాలకంటే ఎక్కువ నమ్మదగ్గవి! ఎందుకంటే ఇవి, ఎవరి అభిప్రా

యాలూ కాదు! — "కాలం" — ఎవరి హేతువాదంతోనూ నడవదు! కాలంలోకి, వెనక్కివెళితే హిమాలయపర్వతాలలోని మంచుకొండలమధ్యన కొన్నివేల సంవత్సరాలుగా పవిత్ర 'పీఠభూమి'గా పేరుపొందిన 'టిబెట్' జాతియొక్క చరిత్ర — ఎన్నో వింతలూ, విశేషాలూ, తనలో దాచుకొని వుంది!

విదేశీయుల సంపర్కం లేకుండా కొన్ని వేల సంవత్సరాలుగా రకరకాల విదేశాల సాంస్కృతిక సాంకర్యం, — సంకర-జాతుల ప్రభావమూ తనమీద పడకుండా — నిర్మలంగా మంచులో పూసిన పువ్వులాగ వికసించింది — ఈ టిబెటన్ 'లామా-మతం', — దానికి ప్రాణమైన టిబెటన్ ఆధ్యాత్మికతా, అందులోని మంచుకొండలమధ్య వికసించిన అపూర్వ అమరగాధయే "శంబల" గురించిన ఆశ్చర్యాలూ, వింతలు, "భవిష్యాలూ!"

అవి — 1850వ సంవత్సరానికి పూర్వపురోజులు! బ్రిటీష్‌సైన్యం ప్రపంచాన్ని అంతట్నీ జయించాలన్న సామ్రాజ్యదాహంతో ఒక జలగలాగ ప్రపంచంఅంతటా నాలుకలుచాస్తున్న రోజులవి! "సిపాయిల తిరుగుబాటు" అనబడే బ్రిటీష్‌వారి అహంకారంమీద భారతజాతి తిరగబడిన — 1857కు పూర్వమే ఇద్దరు బ్రిటీషు సైనికాధికారులు టిబెట్‌లో అడుగుపెట్టారు! అందులో ఒకడు, ఒక సైనికఅధికారి "కర్నల్-యంగ్-హజ్‌బెండ్ (Colonel-young-husband) — తనవెంట ఒక బ్రిటీష్ సైనిక పటాలం తీసుకొని టిబెట్‌లోకి ప్రవేశించాడు! అక్కడచూసిన ఎన్నో ఆశ్చర్యాలూ, వింతలూ అతడి మతిపోయేలాచేసి అతడిలోని తెల్లవాడి అహంకారాన్ని వేళ్ళతోసహా కుదిపేశాయి!

టిబెట్ రాజధాని "లాసా"లో ప్రవేశించిన ఈ సైనికఅధికారి — జరగబోయే 'భవిష్యత్తు'ను ముందే దర్శించి, జ్యోతిశ్శాస్త్రం ఆధారంగా వ్రాయబడ్డ "కాలజ్ఞానం" — 'భవిష్యాలూ' అన్నీ అతడు స్వయంగా చదవడం జరిగింది! జ్యోతిషశాస్త్రంమీద హిమాలయాలలో యోగులకూ, దివ్యదృష్టిగల 'లామా'లకూ వున్న ఎంతో దృఢమైన విశ్వాసం బ్రిటీష్ వాళ్ళకి అప్పుడే కళ్ళు తెరిపించింది. ఎందుకంటే ఈ సైనికఅధికారి టిబెట్‌లోని కొన్ని 'తాళపత్రాలు' చదివి — గతంలో అంటే, 1027 A.D. సంవత్సరంనుంచే టిబెట్‌లోని ముఖ్యమైన ప్రభుత్వనిర్ణయాలన్నీ జ్యోతిష శాస్త్రం ఆధారంగానే అక్కడ మునులు చూసిన "దివ్యదృష్టి" ఆధారంగా ముఖ్య ప్రభుత్వనిర్ణయాలు జరిగేవి!

అందులో ఈ 'చార్లెస్ యంగ్-హజ్‌బెండ్'ను విపరీతంగా ఆశ్చర్యానికి గురిచేసిన **'భవిష్యాలు'** —

(1) "రానున్న Wood-Dragon-సంవత్సరం"లో దలైలామాకు వ్యతిరేకంగా మ్లేచ్ఛులైన తెల్లవారి సేనలు పవిత్ర 'లాసా'లో అడుగుపెడతాయి!

(2) సర్వత్రా టిబెట్‌లో సైన్యాలూ యుద్ధ-వాతావరణంతో వీధులన్నీ రద్దిగా దొంగలతోనూ సైనికులతోనూ అల్లకల్లోలంగా వుంటుంది.

(3) దేశానికి "శత్రువులవల్లా", ఆయుధాలవల్లా, అగ్నివల్ల, దొంగతనాలవల్లా ప్రమాదం సూచిస్తున్నాయి గ్రహాలు!

(4) "ప్రజలు యుద్ధానికి దిగుతారు! తెల్లవారికి, టిబెట్‌వారికీ, రక్తంచిందే పోరాటం — జరగబోతోంది!

(5) "దలైలామా టిబెట్ వొదిలి పారిపోయే పరిస్థితివొస్తుంది!" అంటూ వ్రాయబడిన "భవిష్యత్తు" గురించిన వాక్యాలు "Wood-Dragon-సంవత్సరం" అంటే 1910-11 గురించే!

(6) సరిగ్గా అదే సంవత్సరంలో చైనావారు టిబెట్‌పై దండెత్తారు!

(7) పవిత్రమైన 'లాసా' ముఖ్యపట్టణాన్ని ముట్టడిచేశారు. టిబెటన్‌లకూ చైనావారికీ హోరాహోరీ ఘోరమైన యుద్ధం జరిగింది.

(8) దలైలామా భవనాన్ని విదేశీయులు చుట్టూరా ముట్టడించారు!

(9) ఆతర్వాత 1914 సంవత్సరంలో ఇంగ్లాండు, జర్మనీ, ప్రపంచ యుద్ధం జరిగింది!

(10) చైనాలో అంతర్యుద్ధం జరిగి 1911 లో జాతీయప్రభుత్వ ఏర్పాటుఅయింది. ఫలితంగా 1914 టిబెట్‌నుండి చైనావారిని తరిమివేయడానికి 'భవిష్యాల'లో చెప్పినట్లుగా 'తెల్లవారు' అంటే బ్రిటీషుసేనలు పవిత్రమైన లాసాలో అడుగుపెట్టాయి.

పైనచెప్పిన భవిష్యత్తులో యుద్ధాలు, అంతర్యుద్ధాలు గురించిన జ్యోతిషం కల్నల్-యంగ్-హస్‌బెండ్ చూడటమే కాదు బ్రిటీషు సైన్యాధికారి 1902 లో లాసాకు వెళ్ళినపుడు రాబోయే భవిష్యత్తును తెలిపే గ్రంథాలలో వాక్యాలను తన కళ్ళతో తానే చూసాడు.

ఇవేగాక అనేక ముఖ్యమైన సంఘటనలు అవి జరగబోయే చాలా కాలంముందుగానే దర్శించి రికార్డుకాబడినాయి. టిబెట్‌లో 13వ దలైలామా పీఠాధిపతి 1933 లో మరణించడం జరగడం, 1935 సంవత్స

రంలో 14-4 దలైలామా జన్మించడమూ, అన్నీ ముందుగానే వ్రాయబడి వున్నాయి.

అదేవిధంగా — "దుష్టశక్తులు, ఈశాన్యంలోని క్రూరులు, హింసాత్ముకులైన చైనావారినుండి టిబెట్‌పై దండయాత్ర 1950లో జరుగుతుందని వ్రాసినట్లే సరిగ్గా అక్టోబరు 1950 లో చైనా ప్రధాని బేగన్లే-టిబెట్‌మీద చైనా దండయాత్ర జరిగింది. నెహ్రూ అసమర్థతవల్ల, చేతకానితనంవల్ల టిబెట్ చైనావారికి దాసోహం అనవలసివచ్చింది. ఫలితంగా టిబెట్ స్వాతంత్ర్యం కోల్పోయింది.

భవిష్యత్తులో **"యుగసంధి"** సూచనలుగా ఈ భవిష్యత్తు వ్రాయబడి వున్నది. ఇవి అన్నీ బ్రిటీష్ గూఢచారిగా లాసాలో ప్రవేశించిన చార్లెస్ బెల్ (Charles Bell) చూసి — తనకళ్ళను తానే నమ్మలేకపోయాడు.

'ఏమి దేశం! ఏమి మతం! ఎవరీ భవిష్యత్తు తెలిసిన దివ్యదృష్టి గల లామాలు?" అని ఒక్కసారిగ అతనికున్న ఆలోచనలు అన్నీ పటాపంచలు అయిపోయాయి. భవిష్యత్తును ముందే తెలుసుకోవడం నిజమని కాలమే ప్రత్యక్షంగా నిరూపించింది.

అలాగే రానున్న కాలంలో జరిగే భవిష్యత్తులో శంబలనుంచి భూమికి అవతరించనున్న భగవంతుని దశావతారములో పదవ అవతారంగా శంబలప్రభువు రానున్నాడని ప్రధాన నాడీగ్రంథాలలో, తాళపత్రాలలో రాసివుండటం ఇప్పటికి విదేశీయులను సైతం ఆశ్చర్యంలో ముంచెత్తివేస్తోంది.

"ఎవరీ శంబలప్రభువు? ఈయన జన్మించే శంబల ఎక్కడవున్నది? శంబలకు చేరే మార్గము ఏది? ఇంతవరకు నరమానవుడు కాలుపెట్టని

పవిత్రమైన తెల్లటి మంచుకొండల మధ్య దాగివున్న తామర పద్మంలోని రేకలమధ్య దాగిన బొడ్డులాంటి "మణిపీఠం" అని అర్థంఇచ్చే మంత్రం **ఓం మణిపద్మ హుం'** — అని 'టిబెటన్ యోగులు, లామాలు గత మూడువేల సంవత్సరాలుగా భక్తితో జపించేదాని అర్థం ఏమిటి?

మణిపద్మం అంటే తామరపూవు రేకలవలె ఒక ప్రహరీగోడలాగ దాగివున్న ఈ స్ఫటికపర్వతంయొక్క మహిమ ఏమిటి? అక్కడా అక్కడా రహస్యంగా యోగులు, మునులు ధ్యానంచేసుకునే లామాలు పెదవి విప్పి నిజం బయటపెట్టని — దేవరహస్యాలు ఈ శంబల గురించి ఏమిటి?

ఈ స్ఫటికపర్వతంలో ఏదైనా శ్రీచక్రం అనబడే మహత్తర శక్తిగల యంత్రం వున్నదా? దానినుంచే రెండువేల సంవత్సరాలకు పూర్వం ఆదిశంకరుడు తన బ్రహ్మజ్ఞానాన్ని ఉపదేశంగా పొందారా?

కైలాసం, మానస సరోవరం, స్ఫటిక పర్వతం, నర-నారాయణ ఆశ్రమం, శంబల ఇవన్నీ టిబెట్ పీఠభూమి గుండెలలో దాచుకున్న ఆధ్యాత్మిక రహస్యాలు! ఇవి కేవలం టిబెట్ ఒక్క దేశానికే సంబంధించినవి కావు! మానవజాతి మొత్తానికి సంబంధించినవి. ప్రపంచభవిష్యత్తుకు సంబంధించినవి.

వ్యాసమహర్షి – రాసిన 'భవిష్యత్తు!' :–

ఈ కలియుగం ప్రారంభం దాదాపు వెయ్యేళ్ళకుముందే వేదవ్యాస మహర్షి ఈ మంచుకొండలలో తపస్సుచేసి దశావతారాల్లో రాబోయే శంబలప్రభువు గురించి శ్రీమద్ భాగవతంలో చివరి స్కందంలో స్పష్టంగా

వ్రాసాడు. శంబలలో భగవంతుని పదవ అవతారం దిగివస్తుందని ఆయనే మ్లేచ్ఛులను నాశనంచేసి అనేక పాపాలకు కారణమైన వాటిని నాశనం చేసి ప్రపంచంలో సత్యాన్ని, న్యాయాన్ని మనిషిలో నిజాయితీని తిరిగి స్థాపించి మానవజాతి ఆత్మను నిర్మలంగా ఒక స్ఫటికంలాగ వెలిగించే ఒక ధర్మప్రభువు వస్తాడని టిబెట్‌లోని భవిష్యాలలోకూడా ఇలాగే వ్రాసి వుంది.

ఈ నిగూఢ రహస్యాలను పరిశోధించాలని వీలైతే వాటిని విచ్ఛిన్నం చేయాలని అంటే భంగంచేయాలని కూడా బ్రిటీష్‌వారి గూఢచారి చార్లెస్ బెల్ ఈ హిమాలయాలకు సాహసయాత్రలో పరిశోధించే బృందంలో రహస్యంగా చేరాడు.

అతను ఒక పర్వతాలు ఎక్కడంలో ఉత్సాహంమాత్రము చూపిస్తాడనిమాత్రమే మిగతా సాహసయాత్రికుడనీ అనుకున్నారు. అతడు మొదట్లో గూఢచారిగా, దుష్టబుద్ధితో యాత్రను ప్రారంభించినాగాని హిమాలయాలలోని నిర్మలత్వం, అయస్కాంత, ఆధ్యాత్మిక, మానసిక తరంగాలూ మంచుతుఫాను రేపి అతని చెడుసంకల్పం భస్మంచేసాయి. అతడిని మానవతావాదిగా మార్చివేసాయి. అదంతా తర్వాత.

ఇప్పుడు అతను చూసిన వింతలో వింత — "జరగబోయే భవిష్యత్తు" ముందుగానే తెలుసుకోవచ్చు అని!!

అలా తెలుసుకోవడం రోడ్డుమీదపోయే ప్రతీ సన్యాసివల్లా కాదని, దానికి మనస్సు నిర్మలంచేసుకుని, మనస్సు ఆకాశంలా పవిత్రంచేయాలని అలా స్ఫటికంలా నిర్మలంగా పాలిష్‌చేయబడ్డ అంతరాత్మలో

కాలంలో జరిగే భవిష్యత్తు అద్దంలా కన్పించే చందమామలాగ చూడ వచ్చని.

మనస్సులాగ నిర్మలంగా అడుగున మంచు నీలపుటద్దంలా ప్రతిఫలించే మానస సరస్సు నిజంగా హిమాలయాలలో వుందని చార్లెస్ బెల్ తన కళ్ళతో చూసినప్పుడు నమ్మక తప్పలేదు.

అసలు "మానస-సరస్సు" అంటే ఏమిటి? మనస్సులాగ నిర్మలంగా వుండే చెరువు అంటే నిర్మలమైన మనిషి అంతరాత్మ అతడి మనస్సు లోంచి అద్దంలా కన్పిస్తుంది లాంతరులో దీపంలా. అలానే అడుగున వున్న నేల ఆ చెరువులూ, స్ఫటికం 'మనస్సులా' స్పష్టంగా కనిపించేది! ఆ సరస్సు చూసినప్పుడు ఆశ్చర్యపోయాడు చార్లెస్ బెల్ ఈవిధంగా సాహసయాత్రలో చేరిన బెల్‌కు తన జీవితమే ఒక సాహసయాత్రలాగ — అసత్యంలోనుండి సత్యంలోకి, గతంలోనుండి భవిష్యత్తులోకి అడుగు పెట్టింది. అదంతా ఆశ్చర్యంగా ఈ సాహసయాత్ర బృందం స్పష్టంగా వ్రాసిన రిపోర్టులో అడుగు అడుగునా కనిపిస్తుంది. ఇప్పుడు ఈ సాహస యాత్రికులు శంబలకు అని ఎవరికీ చెప్పకుండా పైకిమాత్రం "మంచు కొండల్లో హిమాలయ పర్వతాల అందాలు, సోయగాలు చూసి ఆనం దించాలని ఫోటోగ్రాఫ్‌లు తీసుకోవడానికి మాత్రమే సాహసయాత్ర ప్రారం భించారు. ఈ యాత్ర రిపోర్టు చదివిన మనల్ని — యదార్థంగా మనమే ప్రయాణిస్తున్నట్లుగా ఒక సినిమాలో బొమ్మల్లాగ చదువుతున్న నన్ను అంటే శ్రీనివాసచక్రవర్తి అలరించి మానసికంగా ప్రయాణం చేయించాయి. అదెలాగో ఈ పేజీలు చదివితే మీకూ తెలుస్తుంది.

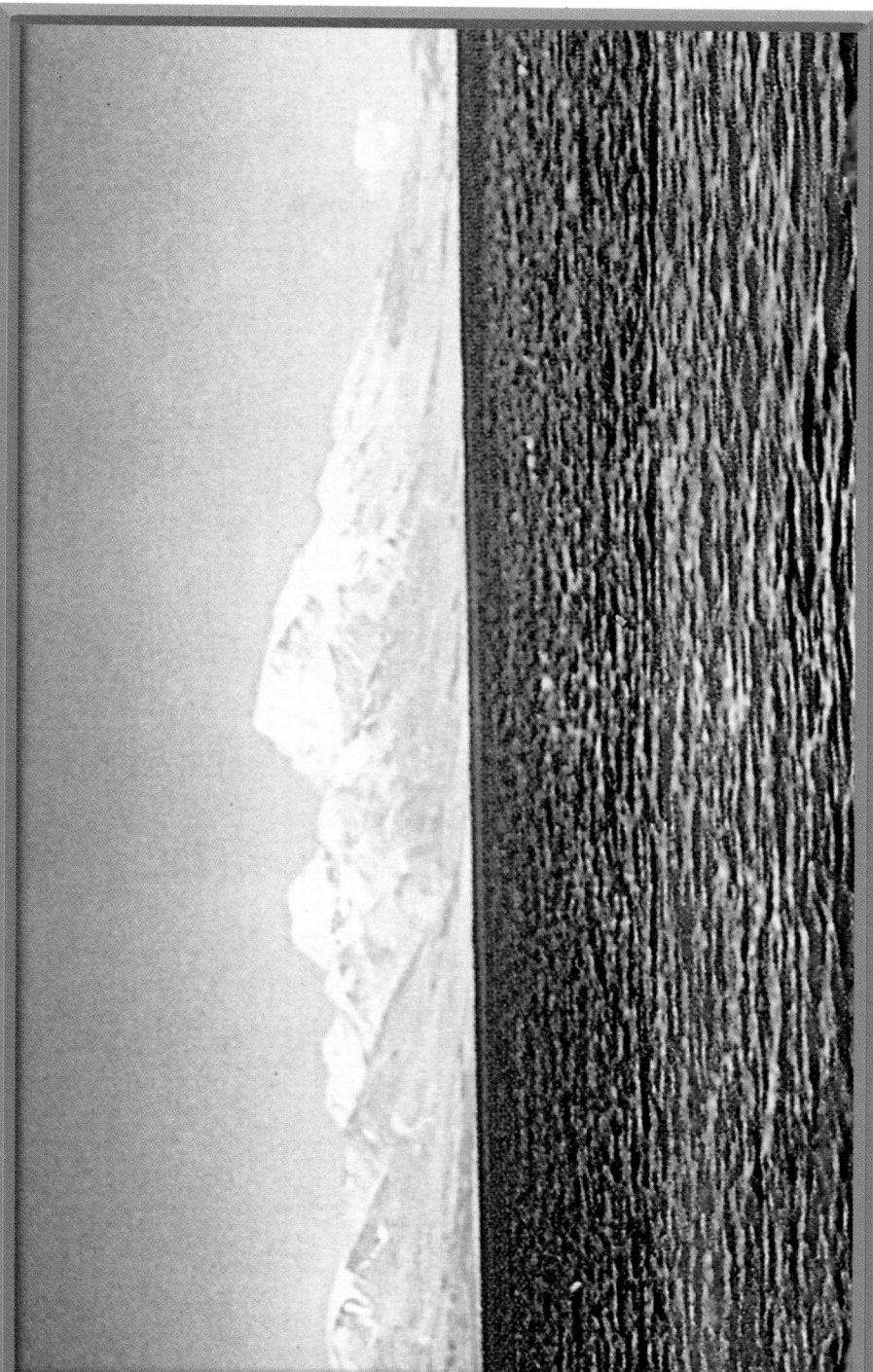

"మానస" సరస్సు (దగ్గిర నుంచి)

II

'ప్రపంచ భవిష్యత్తు' గురించి ముందుగా తెలియచేసే భవిష్యాలు టిబెట్టులో దాదాపు వెయ్యేళ్ళక్రితమే అక్కడ చాలామందికి తెలుసు! అవి జ్ఞానదృష్టితో చూసి యోగులైన మహర్షులు రాసిన తపోవాక్యాలనీ, అవి తప్పక జరుగుతాయని టిబెట్‌లో రోడ్డుమీద తిరిగే అలగాజనం నుంచి లామాసరీల్లో తపస్సుచేసుకునే పండుముసలి లామాలు తాషీలామా 'రింపోచి' అన్న గౌరవపదంతో సంబోధించబడే పరమాచార్యు లకు దృఢమైన నమ్మకం!

ఆ భవిష్యత్తులోని అనేక విషయాలు చాలాకాలం మంచుకొండలు దాటి బయట ప్రపంచంలోని వారికి రహస్యాలుగా నిగూఢంగా వుంచ బడినాయి! కాని, 13వ దలైలామా 1933 లో యోగమార్గంలో శరీరాన్ని విడిచి మరణించేముందు రాబోయే టిబెట్ భవిష్యత్తులో ప్రజలకు చెప్పలేని కష్టాలు కలుగుతాయని అందులో చాలామంది జ్ఞానులు తపస్సుచేసుకునే లామాలు సాధువులు అమాయకప్రజలు బాధించ బడతారని హింసించబడతారని టిబెట్‌లో రక్తపాతం జరగబోతోందని పవిత్రమైన లామాసరీ ఆశ్రమాలు తపస్సుచేసుకునే పీఠాలు అపవిత్రం చేయబడతాయని ఆయన స్పష్టంగా చివరిక్షణాల్లో తనచుట్టూ చేరిన లామాలనుద్దేశించి చేసిన ప్రసంగంలో సందేశంగా చెప్పారు! ఇనపపక్షి ప్రాణంలేకుండా ఎగురుతుంది! తీగలద్వారా మనుషులు మాట్లాడు కుంటారు! కోతులవంటి తెల్లనిజాతి మనుషులు గోమాంసం భక్షించే వారు పవిత్రపీఠభూమి టిబెట్‌లో అడుగుపెడతారు! టిబెట్ ప్రజలకు

కష్టకాలం వచ్చినట్టు ఇదే సూచన! అన్నాడు అప్పటి 13వ దలైలామా! ఆయన ఇంకా ఇలా జరగబోయే భవిష్యత్తు కాలజ్ఞానంద్వారా దర్శించి చెప్పాడు! ప్రపంచమంతా మ్లేచ్ఛజాతి చీడపురుగుల్లా పెరిగిపోతుంది! ఎక్కడచూసినా మధ్యపానం, మాంసాహారం, స్త్రీలు కులటలలగా స్వేచ్ఛా చారం పిల్లలు పెద్దలు బహిరంగంగా అనాచారం ఈనాడి అడుగుపెట్టిన చోటల్లా జ్వాలలాగా వ్యాపిస్తాయి! ప్రపంచమంతటా ధర్మం అడుగంటి పోతుంది! మానవజాతి వినాశంకోసం వైజ్ఞానిక పరిశోధనలు వినియో గిస్తారు మేధావులు తన ఇంటికి తానే నిప్పుపెట్టుకున్నట్టుగా మానవజాతి తన వినాశానికి తానే గోతులు తవ్వుకుంది, అనేక విధాలుగా! అందులో భాగంగానే టిబెట్‌లోకి అధర్మం ప్రవేశిస్తుంది! క్రూరులైన మంగోలీ నాస్తికజాతికి చెందిన ఎర్రబోయలు ఈశాన్యభాగంనుంచి పవిత్ర పీఠభూమి టిబెట్‌లో ప్రవేశిస్తారు! స్త్రీలను, పసిపిల్లలను, ముసలిలామాలను పని గట్టుకొని హింసించి చిత్రహింసలుచేసి వేలసంఖ్యలో చంపేస్తారు! మూడు పుష్కరాలకాలం ఘోరపాపం ప్రజావినాశం టిబెట్‌లో సర్వత్రా తాండ విస్తాయి! ఘోరమైన ఈ కష్టకాలాన్ని ధైర్యంతో ఎదుర్కోడానికి సమర్ధులైన గురువులు తాషీలామా! అప్పటికి నేను జన్మించే 14వ దలైలామాగా ఎదుర్కోవలసివుంటుంది! బుద్ధదేవుని ధర్మచక్రం టిబెట్ పవిత్రభూభాగాన్ని వదిలి భారతదేశానికి అక్కడినుండి విదేశాలకు వ్యాపిస్తుంది! ఈ ఘోరమైన యుగసంధి అంతమయ్యాక దుర్మార్గులందరూ నశించాక శంబలప్రభువు సందేశం ప్రపంచానికి వినిపించే పుణ్యకాలం వస్తుంది! శంబలప్రభువు వస్తాడు! అనేక మహిమలు చూస్తారు ప్రజలు స్పష్టంగానే! ధర్మం సర్వత్రా వసంతఋతువులాగా వెల్లివిరిసి ఇంటింటా పుష్పిస్తుంది! కాని ఈ

సూర్యోదయం జరిగేలోపల ముందువచ్చే చీకటిని భరించాల్సివుంటుంది మానవజాతి!

అధైర్యపడే అమాయకులందరికీ ఇదే నా సందేశం! ఈ టిబెట్ ఎంత నల్లటిదైనప్పటికీ రాత్రి ఎంత గాఢంగా, భయంకరంగా కనిపించినా సరే సూర్యోదయానికి ముందుగా సూచంచేదే ఈరాత్రి! అది గుర్తుంచు కోండి! అంటూ 13వ దలైలామా తన సందేశాన్ని వినిపించాడు! ఆతర్వాత కొద్దిగంటలకే ఆయన శరీరాన్ని విడిచిపెట్టి తన అవతారాన్ని చాలించాడు! తాను మరణించిన రెండేళ్ళలోగా తిరిగి టిబెట్‌కు ఈశాన్యంలో జన్మిస్తానని తన భక్తులు తనను గుర్తించి తిరిగి 14వ దలైలామాగా తనకు పట్టాభిషేకం చేస్తారని — కాని టిబెట్‌ను సర్వనాశనం చేస్తున్న శత్రువులు మాత్రం దలైలామాను కూడా చంపాలని ప్రయత్నిస్తారని ఈ భవిష్యత్తులోని కాలజ్ఞానవాక్యాలు స్పష్టంగా తెలుపుతున్నాయి! ఈ భవిష్యత్తును తెలిపే దేవునివాక్యం అనబడే పురాణ సంహిత వేదాలకంటే ప్రాచీనమైంది! శంబలలోని మహామునులు నిర్మలమైన మనస్సుతో దివ్యదృష్టితో చూసిన భవిష్యత్తును మానవజాతికి అందించేదే ఈ పురాణసంహిత!

ఇందులోని భవిష్యత్తులో ప్రపంచయుద్ధాలగురించి కలిమాయలో పడి ప్రజలు చేసే పాపాలు మధ్యపానం వ్యసనాల ఫలితంగా ప్లేగు, ఎయిడ్స్, ఎయిడ్స్‌ను మించిన సూపర్‌ఎయిడ్స్ వంటి వ్యాధులు ప్రబలి ప్రపంచజనాభా మూడవవంతు నశించిపోతుంది! భూగోళం తిరుగులో గ్రహాల పరిభ్రమణం గల్లంతుపడి కాలచక్రమే కాలవైపరీత్యానికి గురి అవుతుంది! గ్రహమండలాలు గల్లంతుకాగా సంవత్సరచక్రమే వ్యతిరేకంగా

తిరుగుతుంది! అదే కలియుగం అంతమై తిరిగి వెనకటి సత్యకాలం అనబడే సత్యయుగం వెనక్కి తీసుకురావడానికి మహాత్ములు ఎందరో అవతరిస్తారు! ఈ సత్యయుగారంభంతో మానవజాతి చరిత్రలోనే ఒక కొత్తశకం ప్రారంభిస్తుంది! వీటన్నిటికీ ఒకటే ఋజువు! శంబలలో రహస్యంగా దాగివున్న స్పటికపర్వతాన్ని కనుగొనడం జరుగుతుంది! స్పటిక పర్వతంలోని రహస్యాలు దివ్యమైన చింతామణి ప్రభావం జ్ఞానకిరణాలు సర్వత్రా ప్రపంచమంతా వ్యాపిస్తాయి! విద్యుత్తువంటి ఆ కిరణాలు తగిలి మనుషుల మనస్సులు మేలుకొంటాయి! మేలుకొనివుండగానే నిద్రావస్థలో బతికే కలిమాయలోని మానవుడి మనస్సులోనే వెలుగు కనిపిస్తుంది, చింతామణి ప్రభావంచేత శంబలప్రభువు అనుగ్రహంవల్ల! దీనికి అనువైన కాలం అతిచేరువలోనే దగ్గరగానే వున్నది! దానికిముందు సూచనగా ఆకాశంలో ఇంద్రధనుస్సు కనిపించినట్టు ఈ శంబలప్రభువు కనిపించిన నివేదిక గ్రంధంగా ప్రపంచమంతటా వ్యాపిస్తుంది; చీకటిలో దివిటీలాగా భగవంతుని ఊరేగింపుకు రథానికి ముందుగా వెలిగే జ్ఞాన కాగడావలే!

"శుభమస్తు! సర్వమానవజాతికి శాంతి, ఆనందం, మేలు కలుగు గాక!" అని బోధిసత్వులు, ప్రత్యేకబుద్ధులు, పరమగురువులు పరిపూర్ణ అనుగ్రహంతో తమ ఆశీస్సులను సన్మార్గంపై వర్షిస్తున్నారు! ఇదే పరమానుగ్రహం అంటూ ఆ నివేదిక మంగళాశాసనం చేసింది!

6

ఈ 'చార్లెస్ బెల్' - ఎవరు?

ఇదివరకెప్పుడూ నేను 'చార్లెస్ బెల్' జీవితకథని పూర్తిగా చదివి వుండలేదు — అవన్నీ కల్పిత గూఢచార కథలన్న భావంతో!

అసలీ 'చార్లెస్ బెల్' ఎవరు? ఆయన ఎక్కడ వుండేవాడు? అతడి సాహసకార్యాలు బ్రిటీష్-గూఢచారిగా ఆయన సాధించిన ఆశ్చర్యమైన, అద్భుతమైన సైనికపరిశోధనలూ ఇంగ్లండు మొత్తం మారుమోగి పోయాయే! ఆతరువాత ప్రపంచమంతా అతడి, కీర్తి టిబెట్ చరిత్రతో మెలివేసుకుపోయి అలా వ్యాపించడానికి కారణం ఏమిటి? — అన్న ఈ సందేహాలు, సంశయాలూ నా మనస్సులో పురుగులా తొలిచేస్తున్నాయి.

క్షణం విశ్రాంతిలేకుండా రాత్రనక, పగలనక ఇదే ఆలోచన! ఆగలేని ఉత్కంఠ! ఇంక నా తలలోని నరాలు పేలిపోతాయేమో అన్నంత టెన్షన్, కలిగి — వెంటనే నేను బజారుకు పరుగెట్టి ఓ పుస్తకాలషాపులోకి జొరబడి "టిబెట్ ప్రాచీనచరిత్ర" — రహస్య కథల'-పుస్తకాలు ఏవి దొరికినా అవన్నీ కొనేశాను — ఆకలిగొన్న వాడిలాగా! రాత్రీ, పగలూ చదివేస్తున్నాను! నా వాలకం చూసి నాభార్య ఆశ్చర్యపోయింది! ఆతరువాత ఖంగారుపడింది. చివరికి మరింత ఆందోళనపడి ఇంక ఉండబట్టలేక అడిగేసింది!

"ఏమిటండీ! అంత రాత్రీపగలు చదువుతున్నారు! నిద్రాహారాలు కూడా మాని? పరీక్షలకు చదివే పిల్లవాడికంటే టెన్షన్‌తో ఉత్కంఠంతో చదివేస్తున్నారు! పొద్దున్న కాఫీతాగుతున్నా నవలే — భోజనంచేస్తూ డైనింగ్‌టేబుల్‌మీదా 'డిటెక్టివ్' నవలల్లాగే అవి పెట్టుకుని అన్నంతింటూ కూడా అవే చదువుతున్నారు! చివరకు మంచంమీద కూడా — బోర్లా పడుకుని రాత్రనక, పగలనక చదివేస్తున్నారు! ఏదడిగినా ముక్తసరిగా ఆలోచించకుండానే దులిపేసుకున్నట్టు సమాధానం చెప్తున్నారు. నాకేదో భయంగావున్నదండీ! మీ వాలకం చూస్తుంటే! అన్నిపుస్తకాలు పక్కన వేసుకుని చదివేస్తున్నారు — ఏదో వడలో, దోశలో వరసపెట్టి ఫలహారం చేస్తున్నట్టుగా?" — అన్నది ఉత్కంఠగా!

చివరికామెను వొదిలించుకోవాలన్నా సమాధానం చెప్పక తప్పలేదు!

"ఇదిగో! నన్నూరికే విసిగించకు! ఈ చదువుతున్న దానిలోంచి డిస్టర్బ్ చెయ్యకు! అన్నీ నిదానంగా నేనే చెబుతాను! నాకేమీ కాలేదు!

— అవదు! నీ మంగళసూత్రం గట్టిది! నిశ్చింతగా భోంచేసి, హాయిగా నిద్రపో!'' అన్నాను.

ఆమె ఆశ్చర్యంగా కళ్ళార్పకుండా విస్తుపోతూ జాలిగా నావంకచూసి చివరికి ఉసూరుమంటూ తన గదిలోకివెళ్ళి పడుకుంది! నేనుమాత్రం 'చార్లెస్ బెల్' — సాహసాలు టిబెట్‌లోని ఆధ్యాత్మిక పరిశోధనలకథలూ, ఆశ్చర్యాలు, అద్భుతాలూ అన్నీ వరసపెట్టి చదివేస్తున్నాను. కథలు మించిన ఈయన కథలు చదువుతున్నకొద్దీ నా ఉత్కంఠం ఇంకా ఎక్కువైంది.

కాని, నిజానికి నాఉద్దేశం ఈ చార్లెస్ బెల్ టిబెటన్ సాహస యాత్రల కథలమీద పరిశోధన చేద్దామనికాదు. ఆయనెవరో జీవితచరిత్ర రాసి టిబెట్‌మీద "డాక్టరేట్ థీసిస్" వంటిది రాయాలనీ కాదు. నా అన్వేషణ ఒక్కటే!

ఈ చార్లెస్ బెల్ పాత్ర — చివరికి టిబెట్లో ఎలా అంతమవుతుంది? ఎక్కడ అంతమైంది? చివరికి ఆయన ఏమయ్యాడు? ఎవరైనా ఆయన్ని చంపేశారా? లేక అపహరించుకుపోయారా? అదీకాకపోతే మారువేషంలో టిబెట్‌నుంచి మాయమయ్యాడా? ఆయన చైనీస్ శత్రువులు అంత బలమైనవాళ్ళా?

'చార్లెస్ బెల్' వంటి కాకలుతీరిన బ్రిటీష్ గూఢచారి-007 "జేమ్సబాండ్ అంతటి ఘటికుడు! శత్రువుల చేతిలో చిక్కి అంతమొందేటంత అసమర్థుడేంకాదు. ఒక రిపోర్టులో అతడు మరణించాడని, ఎవరో హంతకుడు ఆయనను వెంటాడి మట్టుపెట్టాడని ఆకథ అంతమవుతుంది.

కానీ ఆశ్చర్యంగా మళ్లీ ఎక్కడో మునిగితేల్తాడు వేరే అవతారంలో! ఇలా ఒకదానివెంట ఒకటి చదువుకుంటూ పోగా చివరి రిపోర్టులలో ఆయన ఒక జలపాతం దగ్గర స్నానంచెయ్యడానికని వెళ్ళి, ఆ జలధార కిందకి పోయి — ఏమయ్యాడో కనిపించలేదు! దాంతో నాకు ఉత్కంఠం మరీ ఎక్కువైంది.

ఆయన ఇండియా ఎలా వచ్చాడు? ఆరోజుల్లో సముద్రప్రయాణం ఓడమీద కొన్నినెలలు పట్టేది! ఎంతో ధనవంతులో, సంపన్నులో, పలుకుబడికలవారో మాత్రమే విదేశాలకు ఓడప్రయాణంచేసేవారుగాని అందరికీ సాధ్యంకాదు.

II

లండన్‌కి పదిమైళ్ళదూరంలో ఒక సుప్రసిద్ధమైన వేలంపాటపాడే షాపు వున్నది. నెలకోసారో, లేక వారానికి ఒకసారో మంచి వింత వింత వస్తువులు, చిత్రమైనవీ, ఏవస్తువులైనాసరే — అమ్మకానికి వచ్చేవాటిని అక్కడ వేలంవేస్తారు. దానికి లండన్‌లోని సంపన్నులో, పెద్దపెద్ద వ్యాపారస్థులో, కోటీశ్వరులో హాజరవుతారు. ఆరోజు వేలంపాటలో చివరి బెంచీమీద కూర్చున్న చార్లెస్ బెల్‌ని ఎవరూ గమనించినట్టు లేదు. కావాలనే ఆయన ఎవరికీ కనబడకుండా చివరివరసలో కూర్చున్నాడు. పైగా వేలంపాటలోని వస్తువుల వంక కన్నెత్తి, చూడనైనా చూడటంలేదు. వేలంపాట దేనికోసమో పాడటంకానీ, లేదా జరుగుతున్న వేలంపాటమీద ఆసక్తిఉన్నట్లుగానీ లేదు — మరెందుకు వచ్చినట్లు!

అది తెలిస్తే ఆయన చార్లెస్ బెల్ ఎందుకవుతాడు? రాత్రి పొద్దు పోయిందాకా వేలంపాట సాగింది. దాదాపు అన్నివస్తువులు అమ్ముడై పోయాయి! వేలంపాటకు వచ్చినవాళ్ళు — తాము కొనుక్కున్న వస్తువు లను నీట్‌గా ప్యాకింగ్ చేయించుకుని, ధనం చెల్లించి వెళ్ళిపోతున్నారు ఒక్కొక్కరే! హాలు దాదాపు ఖాళీఅయిపోయింది ఒకరిద్దరు తప్ప.

చార్లెస్ బెల్ ఆఖరు వరుసలోని బెంచీమీదనుంచి అప్పుడే లేచాడు — నోట్లోంచి పైపును బయటకులాగి చేతిని ఎత్తి పిలుస్తున్నట్టు సైగ చేశాడు. వేలంపాటవాడు వెంటనే ఆయనను గుర్తుపట్టి సగౌరవంగా వేదికవద్దకు ఆహ్వానించాడు.

"సార్! మీరేమిటి? మంచి మంచి వస్తువులన్నీ అయిపోయిందాకా వున్నారు! మీరు వచ్చారని తెలిస్తే మీకేంకావాలో అది ముందే తీసి వేలంపాట సంగతే ఎత్తకుండా పాట మీపేరుతో కొట్టేసి ఇచ్చేవాడిని" అన్నాడు.

"ఇంకా ఏంమిగిలివున్నాయో చూడండి!" అన్నాడు నవ్వుతూ!

వేలంవాడు విచారంగా ముఖంపెట్టి — "ఏమున్నాయి! పాతవి, మాసినవి, చిరిగిపోడానికి సిద్ధంగావున్నవీ, పాడుగాటి బురఖాలు, అంగీలూ! ఇవి ఎవరిక్కావాలి? పైగా పాతవి కనీసం పాతికేళ్ళనుంచి చూస్తున్నాను ఈ పాత బురఖాలు!" — అన్నాడు.

"ఇవే కావాలి నాకు! చక్కగా బ్రష్‌చేయించి, శుభ్రంచేసి నాపేర పార్సిల్ కట్టించండి!" అంటూ చెక్కు సంతకంచేసి — దానిమీద సొమ్ము ఇంతని వ్రాయకుండా వేలంవాడి జేబులో కుక్కి చిలిపిగా నవ్వాడు

చార్లెస్ బెల్.

"అమ్మో అంత డబ్బా! ఇవి చాలాపాతవి! ఎవరో కొండజాతివాళ్ళో, ఆదిమవాసులో, ఏదో మారుమూల — టిబెట్, డార్జిలింగ్, సిమ్లా లాంటి కొండప్రాంతపు గిరిజనులు వేసుకునే అంగీలు. ఇవి ఏ మాంత్రికులో కొనేవి" అన్నాడు.

"అవే నాకు కావాలి!"

అంటూ పార్శిలు కట్టించుకుని క్షణంలో పరిగెత్తుతూ వేగంగా మెట్లుదిగి, సందుతిరిగి మాయమయ్యాడు. ఆతరువాత ఇంగ్లండులోగాని ఇండియాలోగానీ — ఇక ఆ ప్రాంతాల్లో బెల్ మహాశయుణ్ణి చూసినవారే లేరు! అంతటి "గూఢచారి" "సీక్రెట్-ఏజంట్" చార్లెస్ బెల్!

చివరికి ఆయన సైనికగూఢచార్ల పరిశోధనలలో అనుక్షణం నీడలా వెంటవుండే అతడి P.A వాట్సన్‌కు కూడా ఐపులేడు. ఎలా మాయ మయ్యాడో ఆ మహాశయుడు!

ఆరునెలలతరువాత మాత్రం ఒకరోజున లండన్‌నుండి హాంకాంగ్ వెళ్లే కొందరు చైనావారితో కలిసి — హిమాలయాలలోని కొండజాతివారు ధరించే బురఖావేసుకొని ఇంగ్లీషు మాట్లాడే ఒక విచిత్రమైన వ్యక్తి తూర్పుదేశాలవైపు టిక్కెట్టు తీసుకొని ప్రయాణంచేశాడని అతనిని చూసినవారు, అతనితో మాట్లాడినవారూ, తెలియచేశారు.

ఇంకా అతను ఎవ్వరితోనూ కలుపుగోలుగా మాట్లాడేవాడుకాదని, ఎప్పుడూ నోట్లో ఓ పెద్ద పైపు, పెట్టుకుని, పొగ వదులుతూ వుండేవాడనీ చూచాయగా తెలిసింది!

దీన్నిబట్టి నాకు తెలిసిన వివరాలతో కూపీలాగగా అతడే, మారు వేషంలోవున్న చార్లెస్ బెల్ అయివుంటాడు — అని!

అంతవరకే వెళ్ళగలిగాను నా గూఢచర్యం పరిశోధనలో. 'నేను కొన్న ఆ రహస్యపరిశోధన పుస్తకాలన్నీ కట్టగట్టి నా మంచంకిందకి తోసేశాను. ఇంకా ఏంచెయ్యాలా? అని ఆలోచిస్తూ లండన్లోని అన్ని షిప్పింగ్ కంపెనీలపేర్లు గాలించసాగాను ఒక టెలిఫోన్ డైరెక్టరీతో!

కళ్ళమీదకు ఎప్పుడూ రానంత నిద్ర ముంచుకు వస్తుంటే టైము చూస్తే — తెల్లవారుజామున మూడున్నర గంటలైంది.

అలా తెరపడింది నా ఆలోచనలకి.

7

మంచు-పులి!

నేను మాఇంటి ప్రహరీగోడ పునాదికింద దొరికిన ట్రంకుపెట్టెలో లభించిన రిపోర్టు మొదటిపేజీ తిప్పగానే నన్నెవరో మంత్రించినట్టు, నేనేదో ఊహాలోకంలోకి తేలిపోతున్నట్టుగా — ఆ రిపోర్టులోని సాహస యాత్ర నన్ను పరవశుడ్నిచేసి ఒక సూదంటు రాయిలాగ ఆకర్షిస్తూ నాలో మరింత ఆసక్తిని పెంచసాగింది.

నిజానికి అది నూరు సంవత్సరాలక్రితం మాతాతగారి టైములో జరిగిన సాహసయాత్రల రిపోర్టులా లేదు! అందులో ప్రయాణిస్తున్న 'శంబల'-సాహసయాత్రికులలో 'శ్రీనివాసచక్రవర్తి' అన్న అదేపేరుగల నేనూ ఒక సభ్యునిగా తాతగారిరూపంలో ప్రయాణిస్తున్నట్టే నాకళ్ళముందు సినిమాలా కనిపించసాగింది!

ఎదురుగా ఎత్తైన ఎవరెస్టు పర్వత శిఖరం, కోసుగాతేలి మంచు పొరలతో కప్పబడిన పర్వతంపై ఏటవాలుగా పడుతున్న నీరెండ ప్రతిఫలించి మేలిమి బంగారం పూతపూసిన ఆలయశిఖరంలాగా వెలిగిపోతోంది! వెనకాతల ఆకాశం ముదురు నీలంరంగులో ముందుకువొంగి నీలంరంగు సిల్కుతెర కట్టినట్టుగా మనమీదికి వొచ్చినట్టుగా మంచు కొండలపై ప్రతిఫలిస్తోంది! దూదిపింజల్లాంటి మేఘాలు పర్వత శిఖరాల్ని కప్పుతూ శిఖరాలమధ్యనుంచీ — లోయల పైనుంచి కొండచరియల మీదుగా ఎగురుతూ కొంగలబారుల్లా కుడినుంచి ఎడమవైపుకి దాటుతూ పోతున్నాయి. మధ్యలో మెరుపులు, ఉరుములతో లోయలోకి ధారాపాతంగా వర్షిస్తున్నాయి. ఇవేవీ శిఖరం పైభాగాన్ని తడపటంలేదు! హిమాలయ శిఖరాలపైకి పోయినకొద్దీ తెల్లని పంచదార పొడి చల్లినట్టు — మంచుపొడి గాలికి లేచి ఇసుకలా రేగుతోంది.

పర్వత శిఖరం కొండమొదలులో — పసుపుపచ్చ ఎరుపురంగుల మైనపుగుడ్డతో గట్టిగావేసిన గుడారాలు గాలికి రెప రెపలాడుతున్నాయి. భూమిలో గడ్డపారల్లాంటి గూటం మేకులు చివరికంటా దింపి పెద్దపెద్ద తాళ్ళతో మోకులతో బిగించి గట్టిగా కట్టి టెంట్‌లు వేసినా సరే! కొండగాలి వీచే ఈదురు వేగానికి డేరా అంతా ఎగిరిపోతుందేమో? అన్నంతగా రెపరెపలాడుతూ ఏక్షణంలోనైనా గుడారం ఎగిరి గాలి గుమ్మటంలా ప్రక్కనున్న లోయలోకి ఎగిరివెళ్ళిపడిపోతుందేమో అన్నంతగా వీస్తోంది — ఈదురుగాలి!

నీలాకాశంతో సంజవెలుగు! తెలతెలవారుతుండగా సుమారు నాలుగు గంటల ప్రాంతంలోనే మేలుకున్న బ్రిటీష్-గూఢచారి చార్లెస్

బెల్-మహాశయుడు, తన టెంట్‌లోంచి బయటకువచ్చి తన పొడుగాటి కొండజాతివాళ్ళు ధరించే బురఖాలోంచి ఒక పొడుగాటి కొమ్ము బూరా తీసి "భం!... భం!!" అంటూ నోటితో గట్టిగా ఊదాడు!

ఆ శబ్దం ఓ పెద్ద బాకా ఊదినట్టు కొండచరియ అంతా ప్రతిధ్వనించింది! ఆ శబ్దానికి నిద్రలో వున్న మిగతా సాహసబృందమంతా ఉలిక్కిపడి మేలుకొని అందరూ తమ గుడారాల్లోంచి బయటకు వస్తున్నారు.

— తటాలున తన మంచంకింద వున్న తుపాకీ అందుకుని బయటకు పరిగెత్తుకువచ్చాడు — పులివేటగాడైన జిమ్ కార్బెట్! కలత నిద్రలోనే ప్రమాదాన్ని పసిగట్టినట్టు, ఏదైనా పులి గుడారాలపై దాడి చేసిందేమో అన్నట్టుగా మెరుపు మెరిసినట్టు బయటకువచ్చి గుడారాల మధ్య మండుతున్న నెగడును చూశాడు. "ఎక్కడ? ఏది? ఏమిటి?" — అంటూ కుడి ఎడమలకు తుపాకీ తిప్పుతూ గురిచూడటానికి ప్రయత్నిస్తున్న జిమ్ కార్బెట్‌ను వెనుకనించే వీపుమీద అభిమానంగా చరుస్తూ 'చార్లెస్ బెల్'...

'వండర్-ఫుల్!' — "మిత్రమా! నువ్వుమాత్రం నిజంగా పులివేటగాడు జిమ్‌కార్బెట్‌వే! — సందేహంలేదు! నేను ఊదిన కొమ్ము బూరా ధ్వనికే పులిలా ముందుకి దూకావు!!

"మనం ఈరోజు పెందరాళే కాలి నడకనే బయలుదేరాలి! నేనే మన మిత్రులకు ఇలా వినోదంకలిగిద్దామని షేర్పాలు ఊదే ఈ కొమ్ము బూరా ఊది — మనవాళ్ళని తుళ్ళిపడేలా చేశాను!! ఏదైనా వినోదం

లేకపోతే సుదీర్ఘపు ఈ కాలినడక ప్రయాణం బోరుకొట్టదూ ?" — అంటూ తమాషాగా మాట్లాడుతున్న "చార్లెస్ బెల్" వంక బెదురుగాను, చిత్రంగాను చూసాడు జిమ్ కార్బెట్! ఒక్కక్షణం ఆశ్చర్యపడి, మరు క్షణంలో పగలబడి నవ్వాడు.

ఇంతలోకే మిగతా మిత్రులందరూ వొచ్చి పోగుపడ్డారు. అలా నికోలాస్ రోరిఖ్, 'వెలికోవ్-స్కీ', రే-లంకాస్టరూ, ఔస్పెన్స్కీ, పాటియాలా మహారాజూ ఇంకా ఆజానుబాహువులైన ఇతర పర్వత ఆరోహకబృందం లోని సభ్యులందరూ — నిమిషంలో గుమికూడాం.

అందరూ కోలాహలంగా మాట్లాడుకుంటూ వారి ఆనాటి ప్రోగ్రామ్‌ని చర్చించుకుంటూంటే — ఇంతలో మా షెర్పా అనుచరులు వేడివేడి పొగలుకక్కే టీని కలిపి రేకు పింగాణీ మగ్గులలో పోసి అందించారు — బయట చలిగాలిని తట్టుకొనేందుకు!! వారికి **"థాంక్యూ!"** ("Thank You !") — తానే చెప్పి వేడివేడి టీని వెచ్చగా జుర్రుకుంటూ తాగారు. అలా మొదలయ్యింది! ఆనాటి ప్రయాణం శుభారంభంగా!

బాగా ఎనిమిదిగంటల పొద్దులేచే వేళ అయ్యేసరికి ఎండ ఏటవాలుగా మంచు ఇసుకపై పడి నక్షత్రాలపొడిలాగా తళుక్కున మెరుస్తూ హిమాలయ పర్వత లోయఅంతా కురిసిన తెల్లటి మంచుపై ప్రతిఫలిస్తోన్న ఎండకి వెండిలా జిగేల్‌మని కళ్ళు మిరుమిట్లుగొలుపుతూ వెలిగిపోతోంది! అంత మిరుమిట్లు గొలుపుతున్న ఎండవెలుగుకి కళ్లు చెదిరి — దారి సరిగ్గా కనిపించక చేతిలోని కర్రతో కష్టంమీద మంచులో ఎత్తుపల్లాలు తట్టి, దారిచూసుకుంటూ నడుస్తున్నారు — దూరాన్నుంచి

ఒక చీమలబారులాగా, ఒకరివెంట ఒకరు ఎక్కుతూ! అలా హిమాలయ పర్వత శిఖరాలకి వాయవ్యంగా శిఖరాలను అంచెలంచెలుగా ఎక్కుతూ ఒక్కొక్క వరసనే దాటి చేతిలోని కుడి ఎడమల కర్రలతో బరువు ఆనిస్తూ మంచు-గొడ్డలిని నేలలోకి దట్టించి దాని బలంతో ఎక్కడం మొదలైంది!

మధ్యాహ్నం పన్నెండు గంటలుకావచ్చేసరికి — తాము దాట వలసిన కొండచరియలో సగంవరకు ఎక్కి శిఖరంపైకి నిటారుగా పోకుండా ప్రదక్షిణంగా ఎడంవైపుకు లోయవెంబడే తిరిగి కొండవెనుకగా మాయమయ్యారు ఆ సాహసబృందం!

కొండ అవతలప్రక్కకిచూస్తే — నిటారుగా దిగుడు బావిలా వుంది — మార్గం! ఏమాత్రం అజాగ్రత్తగా నడచినా జర్రున జారి ఐస్‌మీద స్కేటింగ్‌చేసే వాడిలాగా దూసుకుపోయి పదివేల అడుగుల లోతుగా అగాధంలోకి... ఎక్కడపడ్డాడో తెలియనంతగా పడి, మాయమౌతాడు మానవుడు!

మధ్యమధ్యలో గూడ్సురైలు పెట్టెలంత మంచుగడ్డలు, విరిగిన మంచుబండలు శిఖరంపైనుంచీ దొర్లి పెద్దశబ్దంతో కొండమీంచి ఎగురు కుంటూ వంకరటింకరగా పైనుంచీ దూకుతూ ఉరుములా వచ్చి వెంట్రుకవాసి దూరంలో నికోలాస్ రోరిఖ్ ప్రక్కనుంచీ దూసుకునివెళ్ళి దుమ్ము రేపుకుంటూ లోయలోకి వెళ్ళిపడింది!

మధ్యాహ్నం ఒంటిగంట దాటేసరికి యాత్రికులందరికీ ప్రయాణ బడలికతో... ఆకలితో రొప్పుతూ... అన్నివింతలూ వినోదంగా చూసు కుంటూ — అందరూ ఒకచిన్న మైదానప్రాంతానికి చేరి తమ సామాను

లతో తెచ్చుకున్న గుడ్డసంచీని తెరిచి అందులోని ఊచలుతెరిచి — తీసి గొడుగు టెంటులా ఏర్పరచుకున్నారు. నున్నటి ఏటవాలుగా అడుగునవున్న ఒక చెక్కని బైటికిలాగి దాని ఊచలు తెరచి టేబులు లాగా ఏర్పాటుచేశారు.

ఇంతలోనే నలుగురు షేర్పాసేవకులు వేడిగా ఆవిరులుగక్కుతూ వస్తున్న పులుసులూ, కూరలూ వండినవి వొండినట్టే త్వరత్వరగా తెచ్చి వడ్డించారు. వడ్డిస్తుండగానే ప్లేట్లు ఖాళీఅవుతున్నాయి. అలా అరగంట లోనే భోజనాలు పూర్తిచేసుకుని మంచుపై చతికిలబడ్డారంతా. అందరూ చుట్టలు, పైపులూ వెలిగించారు — క్షణకాలం విశ్రాంతిని ఆనందించారు! ఇంతలో వెనకనుండి ఓ ఉరుములాంటి గర్జన విని అందరికంటే ముందు మెరుపులా లేచి నిలబడ్డ నికోలాస్ రోరిఖ్ మహాశయుడు తన బైనాక్యులర్స్‌తో చుట్టూ కలియజూస్తూ ఉద్రేకంగా అరిచాడు — "అదిగో! మంచు-పులి '**పూమా**'! దాని దర్శనం అంత సులువుగా లభించ దని ఇక్కడి కొండజాతి షేర్పాల నమ్మకం! అలా హిమాలయపర్వతాల పైన వుండే భూతములో, దేవతలో — ఆ మంచు పులిరూపంలో తిరుగాడుతూవుంటాయని — వీళ్లు నమ్ముతారు!" అంటూనే కొండచరియ ప్రక్కనుంచి ఏటవాలుగా పరిగెత్తాడు బైనాక్యులర్స్ ఫోకస్ చేస్తూ!

మిగతావాళ్ళందరూ ఆదుర్దాగా ముందుకు పరిగెత్తారు! కాని, ఎవరికీ ఏమీ కనపడలేదు!

జిమ్‌కార్బెట్ మంచులో గుంటలోపడ్డ పూమా పంజాగుర్తులు చూపిస్తూ — "ఇదిగో ఇటుగా వెళ్ళిన మంచుపులి అడుగుల జాడలు!

దాన్ని 'పూమా' అంటారు. దాని గుర్తులు ఇవే! అక్కడక్కడ మంచుపై కనిపిస్తున్నాయి! చూడండి!!" అన్నాడు.

దాని గర్జన అరుపుకు భయపడ్డ జింకలూ, లేళ్ళు చెంగుచెంగున గెంతుతూ కొండచరియలపైకి ఎక్కుతూ పోతున్నాయి.

"అవి పర్వతప్రాంతపు జింకలా? అన్నారు ఒక సాహసయాత్రికుడు" చేతితో చూపిస్తూ!

"కాదు! అవి కస్తూరిమృగాలు! ఇంత విపరీతమైన చలివుండే ఎత్తులోనే అవి జీవిస్తాయి. వాటి దవడలనుంచి కారే మదంనుండి ఘుమ ఘుమ పరిమళించే పునుగు కస్తూరి వస్తుంది" అంటూ!

హిమాలయపర్వతాలలోని రకరకాల పక్షులు, కొండగొర్రెలు, మంచుతోడేళ్ళు, నక్కలు ఎలా తిరుగాడుతాయో ఎలా వేటాడుతాయో అన్నీ వర్ణించి చెపుతున్నాడు — వీరి బృందంలో వున్న జంతుశాస్త్రజ్ఞుడూ, స్పెషలిస్ట్ సర్ రేలంకాస్టర్.

అందరూ ఆసక్తిగా వింటున్నారు...

... ఇంతలో వున్నట్టుండి చీకట్లు మూసుకువచ్చాయి. పైనుంచి నల్లగా దిక్కులన్నీ మూసేస్తూ! మబ్బులు వచ్చి చూస్తుండగానే ఫెళఫెళా ఉరుములు, మెరుపులతో ఎముకలను కొరికే చలితో దబ్బనాలతో గుచ్చినట్టు జడివాన మొదలైంది! పర్వతశిఖరాలకు ఒకవైపున ఇలా వానపడుతూంటే రెండవ ప్రక్కనుంచీ వెండిలా ఎండ ప్రసరిస్తోంది! మబ్బుల అంచున నీరెండ ప్రసరించి రంగురంగుల ఇంద్రధనుస్సు వెలిగింది.

మిత్రులు భోజన విరామసమయం ముగించి మళ్ళీ ప్రయాణం కొనసాగించారు. అలా నడిచి నడిచి కొండదారికి ఏటవాలుగా దిగి, ప్రక్కనుంచి కిందలోయలోకి చేరుకున్నారు.

సంజచీకటి పడుతోంది! దూరాన కుక్కల మొరుగులతో పొగ రింగురింగులుగా లోయపైకి సాంబ్రాణిపొగలాగ లేస్తోంది.

"ఇక్కడేదో షేర్పాల గ్రామంవున్నట్టుంది! ఈరాత్రి మనకి వెచ్చటి బస, వేడివేడి భోజనం హాయిగా నిద్రా లభిస్తాయి!!" అంటూ అందరూ ఉత్సాహంగా అక్కడికి చేరుకున్నారు.

సాహసబృందం నాయకుడు ముందుగా నడిచి షేర్పాలతో వారి భాషలో ఆత్మీయతతో మాట్లాడుతున్నాడు. కొండలలో నివసించే ఈ కొండజాతివారు అమాయకులు. నిర్మలహృదయం కలవారు. బస్తీలలో, నగరాలలో వుండే మనలాగా స్వార్థం డబ్బుకాపీనం ఎరుగరు! ఎవరైనా కాలినడకన వచ్చిన యాత్రికులు కనిపిస్తే వీరికి పండగ! ఈ హిమాలయ పర్వత శిఖరాలలో ఎప్పుడోగాని కొన్ని రోజులకో లేక కొన్ని నెలలతరబడి మానవసంచారం లేక మనిషి పిట్టపురుగు కనబడదు! అందుకని ఎవరైనా కనిపిస్తే ఆత్రంగా ఎదురొచ్చి ఆతిధ్యమిచ్చి ఆనందిస్తారు — హిమవంతుని ముద్దుబిడ్డలైన ఈ షేర్పాలు! మాటలలోనే వారు పెద్దపెద్ద దుంగలు, కలప తెచ్చి ఎదురుగా పేర్చి గాడిపోయి వెలిగించారు.

సాహసబృందంతో వచ్చిన మరికొందరు షేర్పాలు అక్కడేవున్న దుకాణానికి వెళ్ళి గోధుమపిండి, పాలు, వెన్న ఇంకా భోజనానికి కావల సిన రకరకాల వస్తువులు కొని తెచ్చారు. మన పచ్చకాయితాలు కానివి

డాలర్లనోట్లు ఇస్తుంటే — ఆ డాలర్లనోట్లు ఎప్పుడూ చూడని ఆ కొండజాతివారు అవి తీసుకోకుండా వొద్దనిచెప్పి వారికి తెలిసిన రూపాయలనే లెక్కపెట్టి ఇవ్వాలని పట్టుబట్టారు. ప్రతిఫలంగా వారికి వెయ్యిరూపాయలు ఇవ్వచూపిన మిత్రులు — వారు కొన్ని వందలరూపాయలకే సంతోషించడం చూసి విస్తుపోయాను.

ఒక గంటలోనే పెద్దపెద్ద గంగాళాలు గాడిపొయ్యిపై కెక్కించి కళపెళా ఉడుకుతున్న వంటలు ఘుమఘుమా పరిమళిస్తూ ఆవిరులు కక్కుతూంటే వేడివేడిగా వంటలు తయారుచేశారు. ఆరాత్రి షేర్పానగరం లోని మకాముచుట్టూ మొరిగే కుక్కల అరుపుల మధ్యనే — నెగడుల సెగ, వెచ్చగా వీపులకి తగులుతూవుంటే — చలి తెలియకుండా అందరూ విశ్రమించారు.

అలా మరి రెండురోజులు నడకతో మాబృందంవారు "ఎవరెస్టు"-పర్వతం పాదపీఠం దగ్గర్లోకి చేరుకున్నారు.

8

హిమాలయాలలో - మా సాహసయాత్ర!

మా సాహసయాత్ర వెనక్కితిరిగి ఆలోచిస్తే ఆశ్చర్యం వేస్తుంది — అనేకదేశాల వ్యక్తులు అద్భుతంగా పోగుపడ్డ గాథఅంతా ఓ పెద్ద కథ!

ప్రపంచంలో దేశదేశాలనుంచీ హిమాలయపర్వతాలంటే ఆసక్తిగల సాహసికులు ఆ సాహసయాత్రలో వచ్చి చేరటానికి ఉత్సాహంతో ముందుకు రాసాగారు.

అలా రష్యానుంచీ, ఇంగ్లండూ, భారత్‌వంటి అనేక దేశాలనుంచి ఉత్సాహంగా ముందుకు వచ్చినవారిలో — ప్రత్యేకించి ఏదోవాక శాఖలో విశేషమైన కృషిచేసినవారిని, పరిశోధనాదృష్టికలవారినీ, ఎంతో కొంత

సమాజంలో గుర్తింపు, పేరుప్రతిష్ఠలూ, గౌరవం కలవారిని మాత్రమే ఎంపిక చెయ్యాలని ఆయాత్ర నిబంధనల్లో ఏర్పాటుచేశారు.

ప్రపంచంలో అనేకదేశాలనుంచి వచ్చిన అభ్యర్థులను ఓ నిపుణుల బృందం నిశితంగా పరిశీలించారు. ఉత్సాహంగా ముందుకువచ్చినవారి ఫోటోల దగ్గరనుంచి చేతి దస్తూరీదాకా పరిశీలించింతరువాత వీరిలో ఇలాంటి సాహసయాత్రల అనుభవంవున్నవారుగానీ, వేరు వేరు దేశాల సంస్కృతిలోనూ భిన్న భిన్న మతాల సామాజిక సంస్కృతుల కలగూర గంపతోనూ అనుభవంవున్న వారిని మాత్రమే ఎంపికచెయ్యాలని నిర్ణయించారు. ముఖ్యంగా దృఢకాయులు, కఠినమైన శరీరశ్రమతో రోజులతరబడి నిరంతర పర్వతారోహణకు అలవాటైనవారిని మాత్రమే ఎంపికచేశారు. అలా చేసినవారిలో అనేక వడపోతలు చేసినమీదట — చివరికి ఏకొద్ది మందో మిగిలారు.

అందులో ప్రధానంగా రష్యాప్రభుత్వ రాయబారిగా టిబెట్, సిక్కిం, భూటాన్‌లలో తిరిగి బాగా అనుభవం గడించిన రష్యన్ రాయబారి అలెగ్జాండర్ నోటోవిచ్ ఒకరు. ఈయన హిమాలయపర్వతాలలోని 'లామాసరీ' బౌద్ధమఠాలలోని ప్రాచీన తాళపత్రాలలో జీసస్‌క్రైస్ట్ రహస్యజీవితం గురించిన నాడీగ్రంథాన్ని సేకరించి **"యోగి–ఈశా అద్భుతచరిత్ర!"** — అన్న పేరుతో ఓ పుస్తకంగా ప్రచురించి క్రైస్తవప్రపంచాన్ని భూకంపంలా కుదిపేశాడు.

అలానే తన జీవితంలో ముప్పైసంవత్సరాలు తీవ్రపరిశోధనకు ధారపోసి — గతంలో జరిగిన భూమిమీది ప్రళయాలు, భూమిని

ఢీకొనవచ్చిన గ్రహగోళాలు, ఉల్కలు, తోకచుక్కలగూర్చి పరిశోధనచేసిన సైంటిస్టూ, ప్రాచీన మతాలపై పరిశోధకుడూ ఐన ఇమ్మానుయేల్ వెలికోవ్స్కీ (Immanuel Velikovsky) — రెండవవాడు. ఈయన రాసిన గ్రంథం **"భూగోళంతో ఢీకొన్న గ్రహ-ప్రళయం!"** (Worlds in Collission) అన్న పరిశోధనాగ్రంథం ప్రపంచాన్ని కుదిపేసింది.

అదేవిధంగా భారతదేశంలోని సైన్సు పరిశోధకుడు నోబుల్ ప్రైజు గ్రహీత, వృక్షశాస్త్రంలో అపూర్వమైన ఆశ్చర్యాలను కనుగొన్న ప్రొఫెసర్ J.C. బోస్ భారతీయసభ్యులలో ముఖ్యుడు.

అలాగే సాహస యాత్రీకులకు సహాయమూ, పెట్టుబడి, ఇతర మహారాజులకు లేఖలు పంపి ఈ సాహసయాత్రను మరింత సౌకర్యం చేయగల సమర్థుడైన పాటియాలా యువరాజా ఇందులో ఉత్సాహక సభ్యుడుగాచేరాడు.

ప్రపంచంలో ప్రాచీనదేశాలైన ఈజిప్టు, చైనా, భారత్, మెక్సికో వంటి దూరదేశాలు తిరిగి యోగము, ఆధ్యాత్మిక రహస్యాలమీద పరిశోధనలూ జరిపిన దివ్యజ్ఞాన పరిశోధకుడు, రష్యన్ మేధావీ ఐన ఔస్పెన్స్కీ (Ouspensky) ఒక ముఖ్యుడు. ఈయన రష్యన్ సద్గురువూ, యోగీ, పరమ గురుమండలితో సంబంధము, పరిచయము వున్న సద్గురువు **"గుర్జీఫ్"** (Gurdjieff) కు శిష్యుడుగా అనేక ఆధ్యాత్మిక గ్రంథాలు ప్రచురించాడు.

అలానే భారతదేశంలో ప్రఖ్యాత వృక్షశాస్త్రజ్ఞుడు, తత్వవేత్త మేఘనాధ్ సాహా ఇంకొకసభ్యుడు. వీరికితోడు రష్యన్ చిత్రకారుడు నికోలాస్

రోరిఖ్‌తో (Nicholas Roerich) పాటు బ్రిటీష్ గూఢచారి, సీక్రెట్ ఏజెంటూ అయిన చార్లెస్ బెల్ ఈ పరిశోధనాబృందాన్ని ఎంపికచేసిన ప్రముఖులు.

ఈ పరిశోధనా బృందానికి సహాయకులుగా కొందరు టిబెటన్ లామాసరిలో పనిచేసే లామా, షేర్పాలు, నేపాలీలు, భూటాన్‌దేశీయులు హిమాలయపర్వతాలలో దారులు, కనుమలు, పర్వతాలతో పరిచయం వున్న గైడ్లు ఎంపికచెయ్యబడ్డారు. వీరందరూ ప్రపంచంలో అనేకదేశాల నుంచి వేరువేరు మార్గాలలో వచ్చి ముందుగా ఢిల్లీలోని మౌర్య షెరాటన్ హోటల్‌లో కలుసుకుంటారు.

అక్కడ పరస్పరం పరిచయమూ, జీవితవిశేషాల పరిశీలనా అన్నీ పూర్తయినవెంటనే ఈ సాహసబృందంలో ఎవరువుండాలి? ఎంద రుండాలి? వంటి అంశాలపై ఎంపిక పూర్తయ్యింది!

వాళ్ళకి చూచాయగా యాత్ర కార్యక్రమం తయారుచేసి — ముందుగా పఠాన్‌కోట్‌నుంచి బయలుదేరి ఒక బృందం నేపాల్‌మీదుగా ఖాట్మండూవెంబడే హిమాలయ శిఖరాల పాదపీఠంవద్దకు చేరుకోవాలి. డెహ్రాడూన్‌వద్ద "ధర్మశాల" అనే టిబెటన్ కేంద్రం వైపునుండి హరిద్వార్, ఋషీకేశం, దేవప్రయాగ, రుద్రప్రయాగ, కర్ణప్రయాగలను దాటుకుని హనుమాన్ చక్కీ దగ్గర మజిలీచేసి బదరీనాథ్ మీదుగా కేదార్‌నాథ్, గంగోత్రి దాటి రెండోబృందం కైలాసపర్వతం చేరుకోవాల్సివుంది. అక్కడ నుంచి మానస-సరోవరం మీదుగా చుట్టి కాశ్మీర్‌కు ఉత్తరంగా అమర్‌నాథ్ మీదనుంచి కుడివైపుమళ్ళి ధౌళగిరి, కాంచనగంగ, నందాదేవి పర్వత

“హిమాలయపర్వతాలు” కాంచన-గంగ శిఖరం

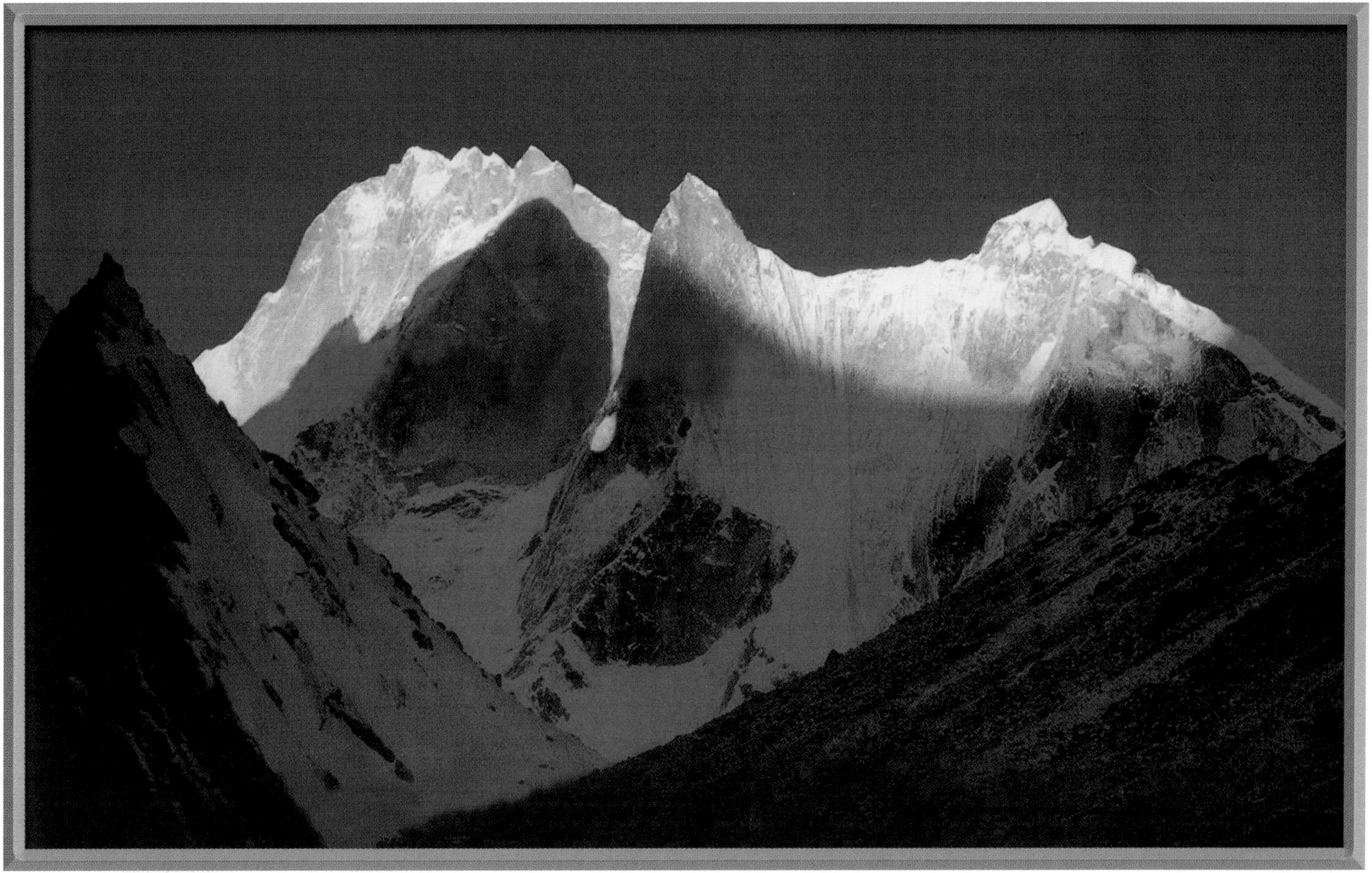

శిఖరాల్ని దాటి 'ఎవరెస్టు' పాదపీఠం దగ్గరకు అందరూ చేరుకోవాలి! ఇది వారి యాత్రలో మొదటి మజిలీ.

అక్కడినుండి ఎవరెస్టు శిఖరంపైకి ఎక్కాలా? లేక దానిని ఎలాగ అవతలికి, దాటిపోవాలి? అన్నది ఈ పర్వత ఆరోహకబృందమే తర్వాత నిర్ణయించుకుంటుంది — అప్పటి వాతావరణాన్నిబట్టి మంచు కురియడం, మంచు తుఫాన్లు, యాత్రికుల ఆరోగ్యం, వారి ఓపికలనిబట్టి నిర్ణయిస్తారు.

ఇలా సమావేశమైన ఆ సాహసయాత్రికుల బృందం పఠాన్‌కోట్, డెహ్రాడూన్‌లవద్ద ఆగి మిలిటరీ యూనిఫారమ్‌లు సప్లైచేసే కంపెనీల నుండి — వారికి కావలసిన దళసరి ఉన్నికోట్లు, తోలువంటి దళసరి జర్కిన్స్, చలిటోపీలు, మంచు కళ్ళద్దాలు, పర్వతాలెక్కడంలో అవసరమయ్యే మంచుగొడ్డలి, తాడు, మంచుబూట్లు, ఆక్సిజన్ డబ్బాలు వంటి సరంజామా సమకూర్చుకోవడం — ముఖ్యంగా అనుభవంగలిగిన రష్యన్ సాహసికులు నికోలస్ రోరిఖ్, అలెగ్జాండర్ నోటోవిచ్, పాటియాలా యువరాజా వంటివారి పర్యవేక్షణలో తుదిమెరుగులు దిద్దుకున్నది. ఇలా మొదలైంది వారి సాహసయాత్ర.

మా యాత్రాబృందం ఆవిధంగా ప్రపంచంలోని నాలుగుమూలల నుంచి పోగైన వాళ్ళమంతా కలిసి ముందుగా కాశ్మీరులోని శ్రీనగర్‌లో మాకార్యక్రమాన్ని ప్రారంభించాం — ఒక విహారయాత్రతో! అదృష్టవశాత్తు వాతావరణం ప్రశాంతంగా వున్నది. వానగాని, మంచుగాని లేకుండా! శ్రీనగర్‌లో రెండురోజులు జీలంనదిమీద తేలుతున్న పడవలలో కట్టబడ్డ

షికారా విహారచోట్లలో గడిపాం, ఆనందంగా! మాలో కొందరు షాపింగ్‌కు వెళ్ళారు మధ్యాహ్నం.

నిజంగా షాపింగ్ చేస్తే కాశ్మీర్‌లోనే చెయ్యాలి! ఎందుకంటె ప్రపంచంలో లక్షలు, వేలు ఖరీదు చేసే వజ్రాలు కెంపులు పచ్చలు మార్కెట్‌లోని దుకాణంలలో తిరుగుతూ కూరగాయలు, పండ్లు కొన్నంత తేలికగా చూడడం మాత్రమేకాదు కొనవచ్చు. అక్కడి నవరత్నాలరాళ్ళు పటికబెల్లంగడ్డవలె గులకరాళ్ళలాగా — చెక్కకుండా కొండలలో తవ్వి తీసినవి ఊహించనంత తక్కువ ధరకి లభిస్తాయి! ఆ మాటవిన్నాంకాని నిజంగా మార్కెట్‌లో చూస్తే ఆశ్చర్యపోయాం! నిమ్మకాయంతసైజులో పచ్చలరాయి చెక్కుబడిలేకుండా కంకరరాయిలాగా వుండేది మూడు వందలరూపాయలకే లబించింది. నిమ్మకాయకంటె పెద్ద కెంపులు కుంకుడుగింజంతేసిముత్యాలు — అది కాశ్మీరులో మాత్రమే సాధ్యము. అలాఎందుకు లభిస్తాయని వాకబుచేస్తే — హిమాలయపర్వత కొండ చరియలన్నీ — ముఖ్యంగా కాశ్మీరు ఈశాన్యభాగాన తవ్వితే గులకరాళ్ళ మాదిరిగా తట్టలతో బుట్టలకొద్దీ రాలిపడుతాయి. ఏం దేశమిది! నిజంగా రత్నగర్భ అన్నపేరు భూదేవికి నిజంగా ఈ శ్రీనగర్‌లోనే సార్థకమవుతుంది.

అలా మా సంచులనిండా నవరత్నాల రాళ్ళు కొని మాతోవుంటే క్షేమంకాదని ప్రత్యేక విమానసర్వీసులో లండన్‌కు, మాస్కోకు, పారిస్‌కు, ప్రత్యేక కొరియర్ పార్సిల్ ద్వారా పంపించాము, మా ఇంటిలోని ఆడవాళ్ళకు ఉపయోగంగా! వాళ్ళెంత ఆశ్యర్యపోతారో? — తలచుకుంటే ఇక్కడ మాకే ఉక్కిరిబిక్కిరవుతోంది.

కాశ్మీర్‌లో దొరికే అమూల్యవస్తువులలో నవరత్నాలు అతి చిన్న విషయాలు అని వెంటనే తేలింది. కుంకుమపువ్వు కిలోలకొద్దీ కుప్పలు పోసి బజారులో అమ్మడంచూస్తే — శ్రీనగర్ అన్నపేరు మహాలక్ష్మి నివాసంగా మాకుతోచింది. ఇలా కస్తూరి పునుగు జవ్వాజి అసలుసిసలైన పచ్చకర్పూరము — ఒక్కసారి ముట్టుకుంటే వారంరోజులదాకా మా బట్టలన్నీ పరిమళంతో ఘుమఘుమా గుభాళించిపోవడం చూసి మాకు మతిపోయినట్టయింది. ఇలా రాస్తూపోతే ఇదంతా ఒక కాశ్మీరు పర్యటనకే సరిపోదు.

అలా శ్రీనగర్‌ను అయిష్టంగానే విడిచిపెట్టి సాహసయాత్రలోని మొదటిమజిలీ నేపాల్‌తో మొదలుపెట్టాం. నేపాల్ అంటే చాలా మందికి కాయితం మీదరాసిన పేరుమాత్రమే తెలుసు — కాని నిజంగా అది ఒక ఆశ్చర్యాలపుట్ట.

ఆ వివరాలన్నిటిలోకి ఇపుడు పోవద్దు! మా సాహసయాత్రకు దైవ సహాయం అవసరమనితోచిన మా బృందంలోని కొందరం నేపాల్‌లోని పశుపతినాధుడినీ నీటిలో ఆదిశేషునిమీద పవ్వళించిన అనంతపద్మనాభ స్వామినీ, దర్శించి సాలగ్రామ పర్వతం వైపు తిరిగి నమస్కరించి ముక్తి నాధస్వామిని ఇలా ప్రార్థించాం. "స్వామీ! మా యాత్ర దిగ్విజయంగా పూర్తిచేస్తే నీ క్షేత్రాన్ని తప్పక దర్శిస్తాను. సాలగ్రామ పర్వతం ప్రవహించే గండకీనదిలో స్నానంచేసి నిన్ను తప్పక దర్శించుకుంటాను!" అని!

ఆ తరువాత అందరమూ ఆరాత్రి హోటల్లోని 'కాన్ఫరెన్స్-హాలు' లో సమావేశమైయ్యాం! విశాలమైన పెద్దటేబుల్‌మీద నేను మేం సాహస

యాత్ర చేయబోయే హిమాలయపర్వతాల 'ప్లాను' ని పరిచి మిత్రులందరికీ పరిచయంగా ఒకచిన్న సమావేశాన్ని ఏర్పరచాము. దాని సారాంశం మాత్రం ఇక్కడ మీకోసం సంగ్రహంగా నమోదుచేస్తాను.

మా కార్యక్రమం :-

హిందూదేశానికి ఉత్తరంగా కాశ్మీరుకు తూర్పుగా మూడుదేశాలు నడిమధ్యన మంచుకొండలు ముఖద్వారంలా ఏర్పడి వున్నది నేపాల్ మా పర్వతాలప్లానులో నేపాల్‌లోని ఖాట్‌మండూకి ఈశాన్యంగా వెడితే ఎత్తైన టిబెటన్ పీఠభూమి మానససరోవరము, కైలాసపర్వతము కనిపిస్తాయి. షేర్పాల జన్మభూమి నేపాల్. అని చెపితే ఆ విషయంలోతు తెలుసుకోలేరు. అసలు విషయం ఏమిటి? అంటే ఎవరెస్ట్ శిఖరాన్ని ఎంతమంది జయించినా ఎడ్మండ్ హిల్లరీగానీ లేక షేర్పా టెన్సింగ్ గానీ లేక తరువాత ఎంతోమంది ఆడవాళ్ళుకూడా ఎవరెస్ట్‌ని ఎక్కినట్లు గొప్పగా నమోదుచేసుకున్నప్పటికీ నిజంగా వాళ్ళ బరువైన సామానులు మోసిందీ ప్రతీ క్యాంప్ వద్ద వంటలుచేసి గుడారాలు వేసి ముందుకు ప్రయాణిస్తుంటే గుడారాలు ఎత్తివేస్తూ నిజంగా ఈ సాహసయాత్రీకుల బరువు బాధ్యతలు వీపుమీద మోసేది నేపాల్‌లోని హిమాలయం ముద్దుబిడ్డలైన షేర్పాలే!

వీళ్ళకి పేరులేదు. ప్రతిష్ట అవసరంలేదు. అమాయకులైన ఈ కొండజాతివారు ధృఢమైన ఆరోగ్యవంతమైన శరీరాలతో ఎత్తుగా వుండే హిమాలయాలమీది దుమ్ము ధూళీ అంటని నిర్మలమైన గాలిని పీలుస్తూ ఊపిరితిత్తులు నిజానికి సాహసయాత్రచేసే వీరులకన్నా పదిరెట్లు బలం

గానూ ఆరోగ్యంగానూ వుంటాయి. లేకపోతే వాళ్ళు పర్వత యాత్రీకుల వెనుకే వాళ్ళసామానులుగూడా మోస్తూ ఎవరెస్ట్‌దాకా ఎక్కడం ఎలా సాధ్యం?

మేంకూడా మా హోటలులో దిగిన ఒక మేనేజరు సాయంతో షేర్పాల గుంపును కాంట్రాక్టు పద్ధతిలో కుదుర్చుకున్నాం ఇక్కడినుంచే! వారి సాయంతో మేము ఎక్కవలసిన హిమాలయ పర్వత శిఖరాల గురించి లోతైనలోయల గురించి చిత్రపటం సహాయంతో బాగా పరిచయం చేసుకున్నాం! ముఖ్యంగా హిమాలయంలో ఎత్తైన ఎవరెస్ట్ శిఖరం 29,035 అడుగుల ఎత్తున నేపాల్ చైనా సరిహద్దుకు ఉత్తరం గానూ కాస్తంత వాయవ్యదిక్కుగా వెళితే వస్తుంది. మ్యాప్‌లో కుడివైపు కిందిభాగాన అంటే దక్షిణంగానూ ఉత్తరంగానూ — చైనా నేపాల్ సరిహద్దు వస్తుంది. ఖాట్‌మండు నేపాల్ ముఖ్యపట్టణానికి తూర్పుగా డార్జలింగ్ దానికి ఉత్తరంగా భూటాన్ పర్వతప్రాంతం వున్నది. ఖాట్‌మండూకి పడమరగా కాస్తంత ఉత్తరంగా అన్నపూర్ణ శిఖరం 26,503 అడుగుల ఎత్తులో ఆకాశంవంక సూదిలా పెరిగిన శిఖరంలా కనబడుతుంది.

అలానే మా హిమాలయపర్వతాల మ్యాప్‌లో ముఖ్యంగా కనిపించే శిఖరాలలో అన్నపూర్ణ తరువాత కళ్ళకుకట్టినట్టు కాంచనగంగా శిఖరం మన దృష్టిని ఆకర్షిస్తుంది. దీన్ని ఇంగ్లీషువారి సంకరజాతి ఉచ్ఛారణలో 'కించన్‌జుంగా' (Kinchanjunga) అంటారు. అపభ్రంశంగా! 'ధవళగిరి' మౌంట్-కైలాస్ 'అన్నపూర్ణ' 'దామోదర్' వంటివి మన దృష్టిని ఆకర్షిస్తాయి.

చాలా పర్వతాలు నేపాలీ కొండలు ఎక్కే సాహసయాత్రీకులకు టిబెటన్ భాషల్లో పరిచయం! చైనా నేపాల్ సరిహద్దులోని — 'ఛోవ్‌లా' (Chooyu) శిఖరం (26,906)! అది ఎవరెస్ట్ శిఖరానికి ఉత్తరంగానూ వక్రంగా వాయవ్యదిశగానూ వున్నాయి! 'నంగాపర్వత్' దీనికి పశ్చిమంగా దక్షిణంగాపోతే 'కోషీనది' పుట్టుకస్థానంలో కనబడుతుంది. "ఖుంబూ" పర్వతం ఆతర్వాత 'తాషీలేప్చా' (Tashi Lepcha) శిఖర (19,213) వొస్తుంది!

ఇలాంటివి ముఖ్యమైన కొండగుర్తులుగా భారత్ చైనా నేపాల్ టిబెట్ దేశాలమధ్యన మంచు మైదానంలాగా పర్వతశిఖరాలు, లోయలు, నదులు — అందులో ఎన్నో దారితెలియని కొండలు, కోనలు ఏ ప్రపంచ చిత్రపటంలోను గుర్తుపట్టని అనేక వింతలూ విశేషాలు — ఈ 'దేవతాత్మ' లాంటి హిమాలయాల ఒడిలో దాగివున్నాయి. ఇప్పటికీ పర్వతారోహకులు కనిపెట్టినవే చాలావున్నాయి. కాని ఎవ్వరూ చూడనివీ ప్రపంచం తుళ్ళి పడేటంతటి ఆశ్చర్యాలూ వింతలూ కలిగిన హిమశిఖరాల రహస్య స్థావరాలు ఇంకా బయటపడనివి ఎన్నోవున్నాయి.

అందులోని ముఖ్య స్థావరమే మా సాహసయాత్రకు నిజమైన లక్ష్యం! — రోడ్డుమీద అమ్మే న్యూస్‌పేపర్‌లో ప్రచారంచేసే ఎవరెస్ట్ శిఖరం వంటి బజారువస్తువు కాదు!

ఇలాంటి పవిత్రస్థానాలలో ముఖ్యమైనది **"స్ఫటిక-పర్వతం!"** మంచుకొండల మధ్యన మంచుతో కప్పబడిన శిఖరాల మధ్యగా గుర్తించ టానికి అసాధ్యంగావుండే ఈ స్ఫటికపర్వతం అతి కొద్దిమంది యోగు

లకూ, లామా-లకూ తపస్సుచేసుకునే సిద్ధపురుషులకూ మాత్రమే వీటిని గురించిన భోగట్టాతెలుసు.

తరువాత ఈ స్పటికపర్వతం ఎక్కడా కాగితంమీద మచ్చుకైనా అంతుపట్టనిది — ఎవరెస్ట్ శిఖరం అడుగునుంచి భూగర్భంలో ప్రయాణించే సొరంగమార్గం — ఈ స్ఫటిక పర్వతం పీఠం దగ్గరకు చేరుస్తుం దని!

ఇక ఇవే న్యూస్-పేపర్లమీద ఆధారపడి బ్రతికే ఈనాటి ప్రజలకి ఒక **'శంబల'** గురించి అక్కడి వింతల గురించీ — అసలు వాళ్ళ ఆత్మ గురించిమాత్రం ఎంత తెలుసో, సరిగ్గా అంతే తెలుసు! అంతే- రహస్యంగా నెలకొనివుంది! అంటే నా ఉద్దేశం ఒక్కటే! — మనలోనే వుంటూ మనకంటే దగ్గిరగా ఆత్మీయతగా వున్న మనకే తెలియని మనలోని **జీవాత్మ** లాగే హిమాలయ పర్వతాలకి కూడా ఆత్మవంటి రహస్యస్థావరమే ఈ — **శంబల!**

ఇది మానవజాతి యొక్క రహస్య ఆధ్యాత్మిక విజ్ఞానానికి అగాధమైన గని వంటిది!! ఇక 'స్ఫటిక మందిరం' లేక స్ఫటిక శిలలతో నిర్మాణమైన శ్రీచక్రదేవాలయమైన **మేరు-ప్రస్థారం** వంటి గర్భాలయం! దీనిగురించి అసలు విననివారే ఎక్కువమంది కనిపిస్తారు మీలో! అందుకే దానిని గురించి ఇప్పుడు చెప్పక పోవటమే మంచిది, దానిని మీరు నిజంగా కనుగొనేదాకా!

9

సాహసయాత్ర - ప్రారంభం!

ముందుగా మా సాహసయాత్ర ఎక్కడినుంచి బయలుదేరాలి? హిమాలయపర్వతాల పాదపీఠంవద్దకు ఏమార్గాన మేం ఎలాచేరాలి? అన్న అన్వేషణతో సాహసయాత్రీకుల బృందం తమ కార్యక్రమాన్ని ప్రారంభించటానికి పావులు కదపటంమొదలుపెట్టారు.

ముందుగా భారతదేశం చేరుకోవాలి! మనకున్న హిమాలయయాత్ర ఉత్తరభారతంలోవున్నది కాబట్టి మనం నేరుగా ముందుగా ఢిల్లీ విమానాశ్రయం చేరుకోవాలి. అక్కడ మూడు, నాలుగురోజులు మంచి హోటల్‌లో బసచేసి, సాహసయాత్ర బృందంలోని ఇతర సభ్యులందరినీ కాంటాక్ట్‌చేసి ఒకరినొకరు పరిచయం చేసుకోవాలి. అతరువాత సాహస

యాత్రకు వెళ్ళేమార్గం నిర్దేశించుకొని ఒక కార్యక్రమం రూపొందించాలి, ఇలా ప్రారంభించాలని అనుకొని అందరూ ముందుగా ఢిల్లీ చేరు కున్నాము. హోటల్ "కనిష్కా"లో మా సాహసయాత్రీకుల బృందం సభ్యులు అందరం కలుసుకోవాలని, అక్కడనుండి యాత్రాప్రయాణం ప్రారంభించాలని నిశ్చయమైంది.

ఢిల్లీనుంచి "పఠాన్‌కోట్" వెళ్ళే "తుఫాను-ఎక్స్‌ప్రెస్" లోని A.C. Ist క్లాస్‌లో పదిమంది సాహసయాత్రీకుల బృందంసభ్యులు కలిసి బయలుదేరాము. ఆరాత్రి అంతాప్రయాణించి, మర్నాడు సాయంత్రానికి రైలు "ఫఠాన్‌కోట్" స్టేషన్ చేరింది. "పఠాన్‌కోట్" — సైనికుల శిక్షణకు ప్రధానకేంద్రము. ఎక్కడచూసినా మిలిటరీ ట్రక్కులు, కాఫీరంగు యూని ఫారంలో తిరుగుతూ మిలిటరీసిబ్బంది కనిపిస్తూండే, రద్దీగావుండే సైనిక కేంద్రం అది!

అక్కడ "మాల్" బజారుకు వెళ్ళి చౌకగా అమ్మే మిలిటరీ బూట్లూ, టోపీలు, దళసరి కాఫీరంగు ఊలన్, షర్ట్‌లు, చలికోట్లు, చేతికి చలి నుండి కాపాడే గ్లౌజ్‌లు, మఫ్లర్ల వంటివి కొనుగోలు చేశాము! ఆపైన వేడినీళ్ళ బాటిల్స్, మంచినీళ్ళు వేడిగా మోసుకువెళ్ళే వాటర్‌బాటిల్స్, అవసరమైన మందులూ, టార్చిలైట్లు, మంచు హెల్మెట్లు వంటి సాహస యాత్రీకులకు కావలసిన పరికరాలు కొన్ని సేకరించాం.

"పఠాన్‌కోట్" నుండి అలా బయలుదేరిన ఒక పెద్ద మిలిటరీ వ్యాన్ వంటి ట్రక్కుసైజు వాహనంలో ఒక రాత్రి, ఒక పగలు నిరంత రాయంగా ప్రయాణంచేశాం! పగలు సాయంత్రం అయ్యేసరికి కొండ

చరియపైన "ఘాట్" రోడ్డుమీదకు ఎక్కి ట్రక్ ప్రయాణం ప్రారంభం అయ్యింది. ఎదురుగా దారికి ఎడమప్రక్కన ఎత్తైన పర్వతాలు, కుడివైపుకు చూస్తే కళ్ళుతిరిగిపోయే "అగాధం" వంటి లోయ!! ఆ లోయకు అడుగున పదివేల అడుగుల లోతున పాదరసంలా మెరిసే "బియాస్ నది" మెలికలు మెలికలుగా పాకే కొండచిలువలా ప్రయాణిస్తోంది. సముద్రం హోరు లాంటి నీటి హోరుతో! కొండకు మధ్యలోని గోడ మడతలాంటి ఘాట్‌రోడ్డు మెలికలు మెలికలుగా తిరుగుతూ కొండలపైకి పాకిపోతూ, అంచెలు అంచెలుగా కొండలోని ఎత్తుకు, ప్రతిమైలుకు 2000 అడుగుల చొప్పున ఎత్తుకు ప్రయాణించాము — ఆరోజు "పూర్ణిమ" అని తెలిసింది.

అలా అర్థరాత్రి అయ్యేసరికి కళ్ళు తిరిగిపోయే అందాలుచిమ్ముతూ పెద్ద ఫుట్‌బాల్ అంత సైజులో "చంద్రబింబం" కొండలమధ్య ఉదయిస్తూ కనిపించింది! ఆహా! ఆ దృశ్యం అందం చెప్పలేము! మాటలతో వర్ణించ లేము. చుట్టూ ప్రకృతి అందాలకు ఆనందంతో అక్కడే నిలిచిపోవా లనేటంత సంతోషంకలిగింది.

రోడ్డుప్రక్కనే ట్రక్కును ఆపి పుచ్చ పువ్వువంటి పండువెన్నెలలో, అందాలతో మెరిసిపోయే హిమాలయ పర్వతాలను మొట్టమొదటిసారిగా చూసి, ఆశ్చర్యంతో స్థంభించిపోయాము. ఊహించనంత ఎత్తైన పర్వత శిఖరాలు ఎత్తుగా, ఇంకా ఎత్తుకూ నిటారుగా ఆకాశంలోకి పెరిగిపోతూ, మెలికలు చుట్టుకున్న పర్వతాలు! బియ్యాస్‌నది గురించి చెప్పుకుపోతు న్నాడు మాతో ప్రయాణించిన మిలిటరీ గైడు. "ఈ 'బియ్యాస్' నది

— "బ్యాస్' అనే బెంగాలీ మాటకి ప్రతిరూపం. 'వ' కు 'బ' అని పలకటంతో — "వ్యాస-నది" పేరుకాస్తా "బ్యాస్-నది"గా మారిపోయింది! ఈ నది వొడ్డునే వ్యాసమహర్షి ఆశ్రమవాటిక వుండేదట! అందుకనే — ఈపేరు!" అంటూ ఈ బియ్యాస్‌నది దారి పొడుగునా ఇలా మన వెంటనే ప్రయాణిస్తుంది!"

మళ్ళీ మా ప్రయాణం కొనసాగించి పూర్తి రాత్రి ఆగకుండా ప్రయాణించాము. తెల్లతెల్లవారుతుండగా "మాండీ" సంస్థానం సమీపించాము.

అది "మాండీ" రాజుల రాజధాని. ఉదయం 9 గంటలకల్లా అక్కడ ఒక విశ్రాంతికేంద్రంలో ఆగాము. వేడివేడి టీలు, చపాతీలు అందించారు, ఆవురు ఆవురుమంటూ తిన్నాం మా బృందం.

10

"దేవతాత్మ" - ఈ సిద్ధుల తపోభూమి!

అలా ఆరాత్రి — ఆ హిమాలయ పర్వతాల సాహసయాత్రికుల బృందం — ఆ వెచ్చటి చలిమంటలాంటి గాడిపొయ్యిల మంటసెగలు వాళ్ల వొంటికి గోరువెచ్చగా తగిలి — నడుమునొప్పి, కీళ్ళనొప్పులూ, పగలంతా మంచులో చచ్చిచెడి కొండచరియల వెంట నడిచిన అలసటా — ఓ వైద్యుడు వేడి కాపడంపెట్టి నెప్పులు తీసేసినట్టుగా పోయి హాయిగావుంది!

వంటలు వేడివేడిగా సిద్ధంచేస్తున్నారు వంటవాళ్ళు. పులుసులు, కూరల తాళింపులు, మసాలా ఘుమఘుమలు అన్నివైపులా గుబాళి స్తూంటే పిచ్చాపాటి కబుర్లలోపడ్డారు మిత్రులందరూ.

అదేచోట ఆ కుగ్రామంలోని పెద్దలు కొందరు ఈ బృందాన్ని విచిత్రంగా చూడటంతో ఆసక్తిగా వారిచర్చల్లో పాల్గొనటం మొదలైంది. ఓ టిబెటన్ లామా కొందరు ముసలి సాధువులూ, మధ్య వయస్సులో వున్న షేర్పాలు, దారినపోయే బాటసారులూ ఇలా రక రకాలుగా ఆ వంటల చుట్టూరా గుంపుగా చేరివున్నారు ఉల్లాసంగా మాట్లాడుకుంటూ.

హిమాలయపర్వతాలలోని రహస్యాలూ, వింతలు, విచిత్రాల గురించిన రహస్యభోగట్టా ఈ షేర్పాలకి ఎంతో తెలిసివుంటుంది. సరిగ్గా ఇదే అదను అని దానిని రాబట్టే ప్రయత్నం మొదలుపెట్టాడు చార్లెస్ బెల్ మహాశయుడు. ప్రత్యేకించి అక్కడున్న ముసలి లామాలు, టిబెటన్ వృద్ధులు చాలాఏళ్ళుగా అక్కడే నివాసంవుంటున్న ముసలి రైతులను "షెర్పా"ల్ని పిచ్చాపాటిలోకి దించటం ఇలా మొదలయ్యింది — "రండి! మీరుకూడా మా విందులో పాల్గొనండి! ఈ గ్రామంలో మీరు మాకు ఆతిథ్యం ఇచ్చినట్టే మీరుకూడా మావిందును స్వీకరించండి" అంటూ కళపెళా ఉడుకుతున్న పాలు, జీడిపప్పువేసిన పాయసం 'సూప్'ల వంటి వంటకాల్ని కొబ్బరిచిప్పలో వేసి అందించారు ఒక ముసలివాడికి.

"ఎందుకండీ మీకీ శ్రమ!" — అంటూనే మొహమాటంగా ఆ ఫలహారాన్ని స్వీకరించాడు ఆ గ్రామపెద్ద. అలా క్రమంగా విందు ప్రారంభమైంది. కబుర్లు, పిచ్చాపాటి వార్తలు, జోకులు మొదలయ్యాయి. మరికొందరు గ్రామపెద్దలూ పాల్గొన్నారు. "మంచి విదేశీసరుకు!" అంటూనే విస్కీబాటిల్‌ని బైటికితీసి కొద్దిగా గ్లాసులోకి పోసి అందించాడు. మందు పడితేనేకదా మా మాటవిడిపడేది, అసలు సంగతులు బయటకువచ్చేది"

— అనుకుంటూ. అలా మొదలైంది కబుర్లు వింతలు, విశేషాలతో వాళ్ళ సంభాషణ! అందులో ముఖ్యపాత్ర వహించాడు రష్యన్ చిత్రకారుడు సాహసయాత్రికుడైన 'నికోలాస్ రోరిఖ్'! ఆయనెవరో కొంచెం పరిచయం చేస్తాను.

నికోలస్–రోరిఖ్ :–

ఈ శతాబ్దం మొదట్లో అంటే 1901 — 1903 మధ్యకాలంలో ఒక రష్యనుచిత్రకారుడు అపురూపమైన హిమాలయశిఖరాల్ని చిత్రించాడు. అందమైన ఇంద్రధనుస్సు వంటి రంగులలో ఎవ్వరూ చూడని దుర్భేధ్య మయిన మంచుశిఖరాలను స్వయంగా ఎక్కి ఉదయించే బాలసూర్యుడి కిరణాలలో కరిగించి పోతపోసిన బంగారంలా మెరిసే హిమాలయ శిఖరాలను అద్భుతంగా చిత్రించాడు!

అంతేకాదు. అస్తమిస్తున్న సూర్యుడి కనకాంబరరంరంగు కిరణాలలో కరిగించిన కుంకుమ ద్రావకంలో ముంచిన ఎర్రటి సంధ్యారుణ కాంతు లతో మెరిసే గౌరీశంకర్–శిఖరాన్ని చిత్రించాడు సజీవంగా! ఈ రష్యా చిత్రకారుడి — పేరే **'నికోలస్–రోరిఖ్'** (Nicholas Roerich).

బెంగుళూరులోనూ, అమెరికాలోని న్యూయార్కు ఆర్ట్‌గ్యాలరీలోనూ ఇప్పటికీ ప్రదర్శించబడుతున్నవి — ఆయన గీసిన హిమాలయాల రంగులచిత్రాలు! ఈ వర్ణచిత్రాలను చిత్రించిన రష్యన్ చిత్రకారుడు నికోలస్–రోరిఖ్ అని — చాలామందికి తెలుసుగాని ఆయనే హిమా లయ పర్వతాలను గాలించిన సాహసబృందాలతో కలిసి ప్రయాణించిన పర్వతా రోహకుడని — ఈయన గురించి చాలామందికి తెలియదు.

ఈయన ఏకాంతంగా హిమాలయాల్లో రహస్యంగా జీవించినప్పుడు జవహర్‌లాల్‌నెహ్రూ ఒకసారి విశ్రాంతికోసం "దేవతలు విహరించే **'కులూ'** లోయలో వారంరోజులు గడిపాడు. అప్పుడాయన స్వయంగా నడిచివెళ్ళి **నికోలస్-రోరిఖ్** బంగళానీ, రోరిఖ్ ఆర్ట్-గ్యాలరీనీ, దర్శించి విస్తు పోయాడు — ఆయన గీసిన హిమాలయశిఖరాల సొగసులు, అందా లను చూసి! వాకిట్లోపెట్టిన విజిటర్స్ పుస్తకంలో స్వీయదస్తూరితో అద్భుతంగా రాసి సంతకంచేశాడు నెహ్రూ.

కాని, నెహ్రూకి కూడా తెలియని రహస్యం ఏమిటంటే — శంబల కోసం పరిశోధించి అన్వేషించిన సాహసయాత్రికుల బృందంలో ఈ **నికోలాస్-రోరిఖ్** కూడా ఒక నాయకుడని!!

ఆయన చూసినవి — విన్నవి, కన్నవి ఎన్నోవింతలూ, విశేషాలు తన డైరీలో రాసాడు. దానితరువాత **"ది హిమవత్"** (Himavat) అన్న పుస్తకంగా ప్రచురించాడు ఆతర్వాత తన సాహసయాత్రల్ని కొన్ని సంపు టాలు ప్రచురించాడు — అందులోని ఒక ముసలి షేర్పాతో ఆసక్తి కరమైన సంభాషణ ఎంతో ఆసక్తికరంగా సాగిందిలా :-

"ఈ ప్రాంతంలో ఎన్నో వింతలు ఎన్నెన్నో ఆశ్చర్యాలూ వుంటా యని దారిలో మేము ఎంతగానో విన్నాం! కాని, మీరు ఇక్కడే నివసించే స్థానిక నివాసులుకదా! మీకు తెలిసినంత ఖచ్చితమైన భోగట్టా దూరంగా నివసించే మాలాంటివారికి ఏంతెలుస్తుంది?" అంటూ మొదలుపెట్టాడు నికోలాస్ రోరిఖ్ ఒక ముసలిషేర్పాతో.

జిమ్ కార్బెట్ మహాశయుడు పొగలు కక్కుతున్న పులావును వేడిపులుసుతో చప్పరిస్తూనే — "మంచుపులి పూమా" గురించి మేం

చాలావిన్నాం. ఈ ప్రాంతంలో అలాంటి మంచు పులులు తిరగటం ఎప్పుడైనా చూశారా మీరు?" — అనిఅడిగాడు. చాలాసేపు ఆధ్యాత్మిక రహస్యాల గురించి నోరువిప్పని టిబెటన్ షేర్పాలు డొంకతిరుగుడుగా పేచీకోరు సమాధానాలు ఇచ్చి జారుకుంటున్నారు గాని — ఎంతకీ, నిజమైన నిగూఢమైన దైవికవిషయాల జోలికిపోవటంలేదు.

"ఈ ప్రదేశమంతా పవిత్రమైన యోగభూమి కదా?" అన్నాడు చార్లెస్ బెల్ — "యోగభూమి" అనే మాటను ఒత్తిపలుకుతూ! దాంతో ఆ ముసలివాడి గుండెల్లో వీణతీగెలు మీటినట్టయ్యింది.

"బాబూ! అసలీ ప్రాంతమంతా ఒకప్పుడు '**సిద్ధుల తపోభూమి**'గా వుండేదని మా పెద్దలు చెపుతూండేవారు నా చిన్నతనంలో! ప్రతీ వాగూ వంకా ప్రతి జలపాతం వద్ద ఎందరో యోగులు, మహాఋషులు చాలా కాలం క్రితం తపస్సు చేసుకునేవారు."

"ఇక్కడి ప్రతి వాగూవంకా, ప్రతి కొండా గుట్టవద్దా, మహా మునులూ, ఋషులూ చాలాకాలంక్రింతట తపస్సుచేసేవారు! అందుకనే ఇక్కడి జలపాతాలూ, నదులూ, గుహలూ ఆ యోగుల తపశ్శక్తితోనిండి కరెంటువలే శక్తివంతంగా వుంటాయి! కొన్నిచోట్ల అద్భుతమైన మహిమలు కూడా కనిపిస్తాయి" అన్నాడా ముసలి లామా! ఆలోచనల్లో ఊహల్లో తేలిపోతున్నట్లు మైకంలో.

"అందుకే — ఇది సిద్ధుల తపోభూమి! వందల సంవత్సరాలు ఇక్కడ మహాఋషులు, యోగులు, పవిత్రంగా జీవిస్తూ పరిశుద్ధ గంగా జలం మాత్రమే త్రాగుతూ వాయుభక్షణ చేస్తూ — పరమాత్మ శక్తిని

ఒక విద్యుత్తు కరెంటు వలే శరీరంలోకి ఆకర్షించుకొని ఈ హిమవత్ పర్వతాలను ఒక దివ్య ధామంగా మార్చారు!!

సిద్ధుల తపోభూమి

"ఇక్కడి భూమి, నీళ్ళు, గాలీ అన్నీ అపరిమితమైన శక్తికలిగి కరెంటువంటి శక్తినీ, తేజస్సునూ కలిగివుంటాయి. ఇక్కడి గాలిపీలిస్తే మనస్సు నిర్మలమౌతుంది. ఆలోచనలన్నీ నశిస్తాయి. ఇక్కడి మట్టి ఒక్క చిటికెడు నోటిలోవేసుకున్నా శరీరంలోని చెడుకోరికలన్నీ మందువేసు కున్నట్టుగా మటుమాయంగా నిర్మూలనం అవుతాయి.

ఎందుకంటే ఇది సిద్ధుల తపోభూమి! అందుకే పరమాత్ముడు అనేకసార్లు ఈ భూమిమీద ఎక్కడ అవతరించాలా? అని చూసి చూసి — పవిత్రమైన స్థలంగా ఇక్కడే తన పాదపద్మాలను మోపి అవతరించి నది. నిజానికి — ఈ హిమాలయ పర్వతరూపంలోవున్న, ఒక దేవతాత్మ!

"దైవశక్తి అంటే మాటల సందర్భంగా గుర్తొచ్చింది — ఇక్కడి రాళ్ళుకూడా జీవం కలిగి చైతన్యంతోవుంటాయని చెప్పుకుంటారు. అదంతా నిజమేనా? లేక గొప్పలు చెప్పే డప్పాలా?" అని అడిగాడు సాహసయాత్రికుల బృందంలోని ఒక సభ్యుడు.

నిటారుగా కూర్చుని తను తింటున్న ఆహారం చప్పరిస్తూనే అతిధిగా ఆహ్వానించబడ్డ ఆ షెర్పా (Sherpa) రైతు — "ఇక్కడ ప్రతిరాయీ జీవంగల శిల! ఇందులో అతిశయోక్తికానీ, విచిత్రంగానీ ఏమీలేవు" అన్నాడు.

"ఇదంతా నిజమే నంటారా?" మళ్ళీ ప్రశ్నించాడు — మొదటి వాడు. ఇది కేవలం ఊహకాదని ఎవరి కథలు, గాథలు కవిత్వాలూ కానేకావని పచ్చినిజాలని, యదార్థ గాధలని — ఇందుకు సాక్ష్యంగా ఇక్కడి ప్రతి గులకరాయీ ఒక సాలగ్రామంగా మారిపోయింది!

ఆ వృద్ధుడు తటాలున క్రిందికి వొంగి వారు భోంచేస్తూన్న గుట్ట మీదినుంచీ ఓ గుండ్రని గులకరాయివంటి రాయి తీసుకుని — దాన్ని అరచేతిలోపెట్టుకుని దానివంకే చూస్తూ అన్నాడు.

"ఇదిగో దీనిని చూడండి! మీముందే ఇక్కడ గుట్టలోని ఈ గులకరాళ్ళనుంచే తీశానుగదా? పైకిచూస్తే మామూలు రాయిలాగే వుంది — ఔనా? మీలాంటి పెద్దలు రాళ్ళంతా ఒక్కటే అనికూడా అనవచ్చు" — అంటూంటే, మధ్యలో :

— "కాదా? ఇది మామూలు రాయికాదా?" అన్నాడు!

చూపులకి ఎర్రగా కనకాంబరం రంగులోవున్న ఈ రాయి గుండ్రంగా అరిగిపోయి ఉసిరికాయలావుంది! దాని చుట్టూరా గీరలు — ఒక సుడిగుండంలా బండిచక్రంలోని ఆకుల్లాగా ప్రదక్షిణగా తిరిగి, తిరిగి శంఖంలోని సుడిలాగా ఏర్పడివున్నాయి.

అతడా రాయిని తన బొటనవేలిమీద నిలబెట్టి రెండవ చేతిని ఆ రాయికిపైన "జ్ఞానముద్రలా" చేసి, పెట్టి, — రెండుచేతులకీ మధ్యగా బొటనవేలిపై ఆ రాయిని త్రాసువలే పెట్టి నిలబెట్టాడు. దానితో ఆరాయి తటాలున కుడివేపుకి ప్రదక్షిణగా గిర్రున తిరిగింది! మరుక్షణమే ఆగి పోయింది.

ఎదురుగా భోజనంచేస్తున్న అంతటి ఆరడుగుల పొడుగాటి సాహస వీరుడూ కంగారులో తాను భోంచేస్తున్న ప్లేటులోనే స్పూను పడేశాడు ఆదుర్దాగా! ఇలా అంటూ "**అరె! అరెరే! — ఆ రాయి బొంగరంలా సర్రున అలా ప్రదక్షిణగా తిరుగుతోందే?** అది మీచేతిలోవున్న హస్తలాఘవమా? లేక ఎవరికైనా అలాగే తిరుగుతుందా?"

"ఇది రాయిలోనే వుంది! మీరూ చూడవచ్చు — మీ చేతిమీదగా!! మా టిబెటన్ యోగులు "వజ్రం" లేక 'దోర్జీ'లా ముద్రలాగా పట్టివున్న వేళ్ళను మడిచి రెండు బొటనవేళ్ళమధ్యగా ఆరాయిని సున్నితంగా నిలబెడితే అది గిర్రున భూగోళంలా ప్రదక్షిణగా తిరుగుతుంది!

"మీరూ చూడవచ్చు. భోంచేస్తూవున్న మీ ఎంగిలిచేయి కడుక్కుని, కుడిచేతి వేలిపై రాయిని నిలిపి రెండవచేతివేలు దీనిపైన బోటుగా పెట్టుకుని రెండువేళ్ళమధ్యా ఆరాయినిలా సున్నితంగా నిలబెట్టాలి."

"దీనిని మా యోగులు '**సాలగ్రామశిల**' అంటారు! దీనికి ప్రాణం వుంటుంది. ఈ భూగోళం తిరిగినట్టే ప్రదక్షిణగా కుడివైపుకూ — మళ్ళీ కాసేపు ఎడమవైపుకు, ఇలా మార్చిమార్చి — కుడి ఎడమలకు తిరుగుతుంది" అన్నాడు!

"ఇక్కడ సాలగ్రామ శిలలవంటి పవిత్రమైన దివ్యశక్తిగల శిలా మూర్తులు మాత్రమేకాదు — ఎన్నో ఓషధులూ, లతలూ దివ్యప్రభావం కలిగినవి — మనిషిలోని నాడులూ, యోగకేంద్రాలలోని శక్తినీ, మేలుకొలిపి ఒక ఆధ్యాత్మిక చైతన్యాన్ని దివ్యప్రభావం కలిగించేవి అనేకంవున్నాయి."

"అవి జ్యోతిర్లత వంటి వెలిగే దివ్యమైన ఓషధులా?" — ప్రశ్నిం

చాడు వృక్షశాస్త్రం, వనమూలికలతో వైద్యంచేసే హెర్బల్ శాస్త్రంమీద ఆసక్తిగల నికోలాస్ రోరిఖ్ఫ్ అనే రష్యన్ చిత్రకారుడు.

లామామహాశయుడు ఆయన ప్రశ్న వినిపించుకోకుండానే — వినబడనట్టుగా చెప్పుకునిపోతున్నాడు, ఏదో ధ్యాసలో తన్మయతతో తనలో తనే మాట్లాడుకుంటున్నట్టుగా...

"జ్యోతిర్లత అనేది రాత్రిళ్ళు చీకటిలో వెలిగే లక్షణం కలిగింది మాత్రమే! అదేమీ బ్రహ్మాండమైన దివ్యలక్షణమేమీ కాదు. ఇలా వెలిగే లక్షణం మామూలు మిణుగురుపురుగులకు కూడా వుంటుంది — కాని, వానిలో ఎట్టి దివ్యజ్ఞానంకానీ మరే భగవద్గుణంకానీ కనపడదు. కానీ ఈ దివ్యమైన లతలూ, ఓషధులూ అలాకాదు! ఒక ఉదాహరణ చెపుతాను, జాగ్రత్తగా వినండి. ఇక్కడ హిమాలయాలలో 'దామోదర కుండం' అనే సరస్సున్నదని మీలో చాలామంది వినేవుంటారు. దాని గురించి ఏ విషయం తెలిసినా, తెలియకపోయినా మీకు అందరికీ తెలిసేదిమాత్రం — మోకాలుకంటే ఎత్తైన, నిటారుగా పైకి ఎక్కివెళ్ళే మెట్లమార్గం — ఊపిరి అందకుండా ఆయాసపడుతూ ఎట్టకేలకు ప్రయాసపడుతూ ఎక్కితేగాని ఈ దామోదర కుండం చేరడం అసాధ్య మనే విషయం మీకు అనుభవంలో బాగా గుర్తేవుండివుంటుంది.

ఈ దామోదరకుండం — సరస్సు అడుగున దొరికే సాలగ్రామా లకు చాలా ప్రసిద్ధి! ఈ సాలగ్రామాలు నల్లగా, పాలిష్ చేసినట్టు గుండ్రం గానూ, సుదర్శనచక్రాకారంగానూ, నత్తగుల్లలాగా శంఖాకారంగానూ వుండేవి ఇందాక నేను చెప్పానుకదా — అలాంటివి రకరకాలు దొరుకుతాయి.

ఈ సాలగ్రామాలలో లోపలిగర్భంలో బంగారం, అంటే సువర్ణం వుంటుంది. సాలగ్రామాలు అమ్మే వర్తకులు చిల్లుపొడిచి ఆ బంగారం లాగేసి వాటిలోని ప్రకాశం, శక్తీ తగ్గిపోయిన నిస్తేజమైన సాలగ్రామాల్ని మాత్రమే మీకు అమ్మజూపిస్తారు. అలాకాకుండా గుండ్రంగా, లోపల బంగారంవున్న సాలగ్రామాన్ని "హిరణ్యగర్భం" అంటారు. హిరణ్యగర్భం అంటే గర్భంలో హిరణ్యం లేక బంగారం వున్నది అనిఅర్థం.

ఇంకోఅర్థం, 'హిరణ్యగర్భుడు' అంటే బ్రహ్మదేవుడు. 'ఈ హిరణ్య గర్భ సాలగ్రామాన్ని యోగశాస్త్రవిధానం ప్రకారం శరీరంమీద తాకించి పూజా, సాధనా చేస్తే — హిరణ్యగర్భుడు అంటే బ్రహ్మయొక్క సాక్షాత్కారంకలిగించి బ్రహ్మజ్ఞానాన్ని ప్రసాదించగలశక్తి గలదీ సాలగ్రామం' అనికూడా దీని అర్థం!

ఇకపోతే బల్లపరుపుగా చక్రంవలే వుండి దాని కేంద్రంలోని గర్భం దాకా ప్రదక్షిణగా తిరిగే రేఖ — శంఖంపైన సుడులు తిరిగినట్టు తిరుగుతూవుంటుంది. ఈ చక్రాకారపు రేఖనుండి బయటికి దీపావళి భూచక్రంలోని నిప్పురవ్వల కిరణాలు బయటికి చిమ్మినట్లుగా గీతలు అంటే బంగారురంగులోని రేఖలు కనిపిస్తాయి. ఇది సుదర్శన సాల గ్రామం.

దీనిని 'దోర్జీ' అనే వజ్రముద్రతో రెండు బొటన వేళ్ళమధ్య వుంచితే ప్రదక్షిణగా తిరుగుతుంది. ఎడమచెయ్యి, కుడిచేతులను పైకీ క్రిందకీ మార్చితే మళ్ళీ అప్రదక్షిణంగా తిరుగుతుంది. ఒకటి సంహార చక్రం, ఇంకోటి సృష్టి లేక రక్షణకవచమైన చక్రాయుధం.

ఈ సుదర్శన సాలగ్రామం శరీరంలోని సహస్రారచక్రాన్ని వెలిగించే దివ్యలక్షణం కలిగినది! అందుకే దీని ఆకారం సహస్రకిరణములుగల సూర్యుని గుర్తుచేసే సుదర్శనచక్రంలాంటి 'సహస్రార-చక్రం'లా వుంటుంది — దానిని పూజించితే దాని ప్రభావమూ అలాగేవుంటుంది.

ఎర్రటి రక్తంగడ్డకట్టినట్లుగా కొంచెం ఉగ్రంగా కనిపిస్తూ — నారసింహసాలగ్రామం వుంటుంది. ఇది భూతప్రేతపిశాచాలు, చెడ్డగాలి వంటి బాధలనుంచీ, ప్రయోగాలు, చేతబడుల వంటి బాధలనుండి రక్షణను కలిగించి, శత్రువులను సంహరించే శక్తిని కలిగివుండటంతో దీనికి "నారసింహసాలగ్రామం" అనేపేరు సార్థకం అని చెప్పవచ్చు. ఇలా చెప్పుకుంటూపోతే ఇదంతా ఒకగ్రంథమే అవుతుంది, సాలగ్రామాల గురించి చెప్పే శాస్త్రగ్రంథంలా! వీటిగురించి మీకు పరిచయం చేయడమే నా సంకల్పం."

"దివ్యమైన ఓషధులు, మొక్కల గురించి చెపుతానన్నాను గదూ! వినండి!! దామోదరకుండం వెళ్ళేదారిలో ఎత్తైన రాళ్ళమధ్య మొలిచే మరుగుజ్జు ఆకులుగల, దవనం ఆకులవంటి చిన్న ఆకులుకలిగి, ఎండాకాలంలోకూడా వాడిపోని ఆకులతో ఎండిపోయినట్టు కనిపించే అతిపొట్టి, శనగ బద్దలంతేసి ఆకులతో కనిపిస్తుందే అది — **'రుదంతి'** అనే మహౌషధీ లత. దీనిపైన పడిన మంచుబిందువులు ఆకులమధ్యలో తెల్లవారు జామునే ముత్యములవలే పేరుకునివుంటాయి. వాటిని జాగ్రత్తగా, ముట్టుకోకుండా తీసి పాదరసంపైన వుంచితే — ఆ పాదరసం వెంటనే గడ్డకట్టి **'రసబంధం'** అవుతుంది! — ఇదే **'సువర్ణయోగం'** అనగా పాదరసాన్ని బంధించి, బంగారం తయారుచేసే యోగంలోని

మొట్టమొదటి మెట్టు ఇది అని చెపుతారు.

దీనికి కారణం రసాయనశాస్త్రంలో — పాదరసానికి 'శివవీర్యం' అని పేరు! శివవీర్యం స్తంభనంచేయడం గనక జరిగితే — శివుడు మృత్యువును జయించి మృత్యుంజయుడైనాడు గనక, అలానే పాదరసాన్ని బంధించినవాడూ రోగాన్నీ, మృత్యువునూ జయించి వయస్సును స్తంభింప చేసే —'శివయోగి' అవుతాడు! ఇలాంటివాడు వందల సంవత్సరములు జీవించినా వయస్సు అతని శరీరంపై పనిచేయదు. అతడు జీవించినన్ని రోజులూ జీవించి, దీర్ఘాయుష్షుమీద విసుగుపుట్టిం తరువాతే యోగ మార్గంలో శరీరాన్ని వదిలేస్తాడు. ఈ 'రుదంతి' అనే మందు-మొక్కకు అటువంటి ప్రభావంవున్నది.

ఇకపోతే సోమలతగురించి ఆయుర్వేదగ్రంథాలలో మీరు చదివే వుంటారు. నేనిప్పుడు విడిగా చెప్పను! ఇందులో చాలా రకాలున్నాయి. — దుంపగా పెరిగేవీ, సన్నగా లతలా పొడుగ్గా పెరిగేవీ, బంగారు రంగు పాలతో దళసరి మట్టలతో ఎదిగేదీ — ఇలా నాలుగువర్ణాల జాతులూ సోమలతలో వున్నాయి! బ్రహ్మజాతి సోమలత ఒక్క కృత యుగంలోనే లభించేది అంటారు.

నడిచే-శిల! :-

అన్నిటికన్నా చిత్రవిచిత్రమైనది — నడయాడే శిల! ఇది ఒకచోటు నుంచీ ఇంకోచోటికి ప్రయాణంచేస్తుంది! ఇవాళ ఇక్కడ కనిపిస్తే, రేపు పదిమైళ్ళదూరాన, ఆ ఎదురుగా కనిపించే కొండశిఖరానికి అప్రక్క లోయలో తిరుగుతూవుంటుంది! అంతేకాదు, ఈ శిల నవరత్నాల

రంగులలోనూ రంగులుమార్చి ప్రకాశిస్తూవుంటుంది. ఒకసారి బంగారు రంగులోనూ, ఇంకోసారి నెమలిపింఛంలా ఆకుపచ్చా, నీలం కలిసిన ఇంద్రధనుస్సు కాంతులతోనూ ప్రకాశిస్తుంది. దీనిని **'శంబల-రాయి'** లేక **'చింతామణి'** అంటారు. దీని జాతిదే భగవంతుని అవతారమైన శంబల ప్రభువువద్దవుండే — **చింతామణి!**

పూర్వం పురాణాలలో శమంతక మణిగురించి మీరు చదివే వుంటారు — అదికూడా వుంగరాలలో ధరించే వజ్రంవంటి రాయి కానేకాదు. రోజూ ఎన్నో అన్ని బారువుల బంగారం ఇస్తుందని మీ పురాణాలలో వ్రాశారుకదా? ఎలా ఇస్తుందనుకుంటున్నారు? పుట్టెడు బంగారాన్ని మీఇంటికి పొట్లంగట్టి ఏమీ ఇవ్వదు.

ఇది కేవలం 'ధనాకర్షణి' చింతమణి — అర్హతలేనివారికి ప్రాణాన్ని హరించే మృత్యుమణి! ఇప్పుడు నేనుచెప్పిన దివ్యమైనవస్తువులన్నీ అటువంటి దివ్య లక్షణములు కలిగిన మహాపురుషుల వద్దనే వుండాలి!

ఎందుకంటే ఈ మణుల్లో, సాలగ్రామశిలల్లో, దివ్యౌషధులలో ఎటువంటి దివ్యలక్షణములున్నాయో సరిగ్గా — ఆ మహావ్యక్తిలో కూడా — అతడి శరీరం మీద శంఖ చక్రరేఖలు, తామరపూలవంటి పద్మ రేఖలు, శరీరంలో ఒకవిధమైన పరిమళం — ఎప్పుడూ చెమటవాసనా, కుళ్ళువాసన లేని పరిశుద్ధ యోగశరీరంగలవారికే ఇలాంటి దివ్యమణులను ధరించే లేక పూజించే అధికారం వుంటుంది.

ఇటువంటివెన్నో శంబలకు పోయేదారిలో వుంటాయి! వాటిలో కొన్నిమీకు తారస పడవచ్చు — హెచ్చరికగా దానిని గమనించి,

గౌరవించి, వీలుంటే పూజించి — మీదారిన మీరు పోండి! అంతేకానీ వాటిని ఇనప్పెట్టెలో భద్రంగా తాళంవేసి మీ ఇంగ్లాండుకో, అమెరికాకో తీసుకువెళ్ళి ఒక ప్రదర్శనశాలలోపెట్టి టిక్కెట్లుపెట్టి అమ్మి లాభాలు సంపాదించాలనుకుంటే మీకు ప్రమాదం తప్పదు.

ఒకవేళ అటువంటిదేమైనా మీదేశంలో పెట్టివుంటే, మీ దేశానికి అణుబాంబులవంటి విధ్వంసకరమైన మారణాయుధాలతో యుద్ధం జరిగి లక్షలు, కోట్లమంది క్షణంలో నశిస్తారు. ప్రపంచంలో ఎన్నో అన్ని ప్రళయాలకి కారణాలు — ఇలాంటివే! ద్వారకలో పుట్టిన **'ముసలం'** — **శమంతక**-మణి ధరించిన వారు మరణించడం, **కోహినూరు** వజ్రం కిరీటంలో పెట్టుకున్న గజనీ మహమ్మదు, నాదిర్షా, ఔరంగజేబు, విక్టోరియా మహారాణిల రాజ్యం పోవడం — కథలు కాదు — యదార్థం! అందుకే ఇటువంటి దివ్య వస్తువులజోలికి అర్హులుకానివారు పోరాదు!!

తలమీద మెరుస్తున్న మణితోవున్న మహాసర్పాన్ని చూసి జాగ్రత్తపడినట్టు వీటితో ఎంతో భద్రంగా మసలుకోవాలి గౌరవంతో! ఇప్పటికే మీకు శంబల గురించి, ఎన్నో ఆశ్చర్యాలూ, వింతలూ చెప్పాను.

ఇటువంటి విషయాలు — అసలు నోరువిప్పకుండా గుట్టుగా వుంచడం అందరికీ మంచిది!"

మాటమధ్యలో — పాటియాలా యువరాజు అడిగాడు :

"రుద్రాక్షలు" అనే ఒక పవిత్రమైన చెట్టుయొక్క విత్తనాల్నికూడా పూజలో ఉపయోగిస్తారట కదా?"

"అవునండీ! సాధకులు మెడలోనో, లేక జుట్టుకో కట్టి తలమీద ముడిపైన — ధరించేవి! ముళ్లు ముళ్లుగావుండే కుంకుడు కాయలవంటి ఒకచెట్టు విత్తనాలే — ఈ రుద్రాక్షలు! అందులోని కొన్నిరుద్రాక్షలకి కూడా ఇలా ప్రదక్షిణగా తిరిగే శక్తి వుంటుంది."

"మీరు నన్ను నిగూఢమైన రహస్యాలగురించి అడుగుతున్నారు. కదిలే శిలగురించి అడిగారు. సాలగ్రామశిల ప్రతి దేవాలయంలోనూ గుండ్రటి చలువరాయిలాగా పాలిష్‌చేయబడి వుంటుంది! మీరెపుడైనా చూసివుంటే — దానిపైన సుడిగుండంలా చక్రాకారంలోవున్న రేఖ స్పష్టంగా కనిపిస్తుంది శంఖంలాగా! ఒక నత్తగుల్లపైన చుట్టూరా ప్రదక్షిణగా తిరిగే శిఖరందాకా తిరుగుతూ ఒక గీతకనిపిస్తుందే — అలాగ ఇక్కడి శిలలపై కనిపిస్తుంది! ఇవి శంఖముద్రగల విష్ణుమూర్తి శిల అనవచ్చు. ఇప్పుడు కొన్ని మీకు తెలియనివి చెపుతాను!

"సాలగ్రామ శిలలలో రెండురకాలున్నాయి. ఒకటి శ్రీమూర్తి! అనగా మహాలక్ష్మీస్వరూపం. ఇటువంటి శ్రీమూర్తి సాలగ్రామశిలను పూజిస్తే అపరిమితమైన సంపద కలుగుతుంది. పూజించేవారికి ఎన్నడూ అన్నవస్త్రా లకు కానీ భోగభాగ్యాలకు కానీ ఏలోటూ వుండదు. కావలసినవి అంతా ఈ శ్రీమూర్తి సన్నిధివల్లనే సర్దుబాటు అయిపోతూవుంటుంది అద్భుతంగా! ఇక రెండవరకం సాలగ్రామశిలలు — మహావిష్ణుస్వరూపాలు! ఇందులో అనేక రకాలున్నాయి — మత్స్యమూర్తి, నారసింహమూర్తి, సాలగ్రామ మూర్తి, కూర్మమూర్తి, సుదర్శనసాలగ్రామం, షట్చక్రసీతారామ మూర్తి, మహా సుదర్శన సాలగ్రామంవంటివి!"

"అవన్నీ ఇప్పుడు మీకు అనవసరం. అవి తపస్సు చేసుకునే మహా మునుల వంటివారికే లభిస్తాయి. నిత్యమూ శుచిగా, శరీరం మడిగా, మలమూత్రములుగానీ, మైలగానీ, అంటుగానీ, నీచు వస్తువుల గాలికానీ మరే అశుభ్రతా తాకని పవిత్రప్రదేశాలలోనే అవి వుండాలి! అప్పుడే వాటి ప్రకాశం, శక్తీ ప్రజ్వలించి వానిని పూజించేవారికి జ్ఞానం, పరమానందం, నిత్యారోగ్యం, ఏ విచారమూలేని పరిపూర్ణసంతృప్తి — నిత్యం భగవంతుడు తనలోనే వుండే ఆనందాన్నీ, హుందానీ ఒక మహారాజు హోదానూ, అధికారాన్నీ నిత్యం అనుభవంలో కలిగిస్తుంది.

నిజానికి బయటి ప్రపంచంలో రాజులూ, మహారాజులూ, ప్రధానమంత్రులూ, ముఖ్యమంత్రులూ పగటివేషగాళ్ళవలే అధికారం బురఖా ధరించి కనబడ్డా, ప్రతివాడికాళ్ళూ పట్టుకుని, అధికారం నిలబెట్టుకోవడం కోసం తాపత్రయపడే వాళ్ళుకాదు — నిజమైన రాజులు! ఎట్టి లోటూ ఎరుగని నిత్యానందస్వరూపులు, నిత్యసంతోషులూ అయిన యోగిరాజులే — నిజమైన రాజులు!

"మరి, మీరేమో నిత్యం గొడ్డుమాంసంతిని, నిత్యం కల్లుతాగి తెల్లగా తెల్లారే బ్రతుకులతో శరీరమే శాశ్వతం అనుకునే మాయజీవితంలో బ్రతికే దేశాలనుంచి వొచ్చినవారు — ఇంగ్లాండు, జర్మనీ, అమెరికా ఇంకా తురుష్క దేశాలనుంచీ వచ్చినవారూ. మీలో చాలా మందికి దేవుడంటేనే విశ్వాసం లేదు!

శరీరాన్నే నమ్ముకుని, కోరికలే సుఖమనుకుని ఇహమే — సర్వం అని నమ్మి క్షణకాలం మారిపోయే సుఖదుఃఖాలమీద ఆధారపడి బ్రతికే

మీది జీవితంకాదు — నీటిబుడగ!

సాయంత్రం దీపంపెడితే దీపంచుట్టూ ముసురుకుంటాయే వందలకొద్దీ దీపంపురుగులు — అలానే జీవిస్తారు మీలో చాలామంది! మిమ్మల్ని కాల్చి బూడిదచేసే మంటనే పండులా అనుకుని ఆకర్షించబడి దానిచుట్టూ తిరుగుతూ చివరికి దానిలోపడి మాడి మసైపోతారు దీపపు పురుగుల్లాగే! ఇహలోకాన్ని నమ్మి పరం ఎరుగని అభాగ్యుల జీవితం ఇలానే ముగుస్తుంది.

చెట్టుకి కాసిన కాయలోపలే చెట్టుని మొలిపించే గింజవుందని తెలియనివాడు — గింజపై పొట్టుమాత్రమే చూసి లోపల పప్పుని చూడని వారు, లేదా పప్పుని మాత్రమే చూసి ఆ లోపల మొలకెత్తే ప్రాణ కేంద్రాన్ని చూడలేనివాడూ, ఎలాగో, ఈ శరీరాన్నే సర్వం అని, నమ్మి ఇహలోకమే అన్నీఅనుకుని దాన్నే నమ్మే పిచ్చివాళ్ళుకూడా అంతే! ఏడుస్తూ, నవ్వుతూ పిచ్చివాని కలలా బ్రతుకుతూ ఈడ్చుకుపోయే కాల ప్రవాహంలో ఎటుపడితే అటుపోయే చుక్కాని లేని నావలాగా వుంటుంది వారి జీవితం."

"శంబల అలాంటివారికేమీ ఇవ్వదు! శంబల ఈ విశ్వానికే సారం!! ఈ సృష్టి యావత్తూ జల్లెడపడితే సారంగా మిగిలేది ఏదైతేవుందో — నిత్యమూ, సత్యమూ, ఆనందమూ, సంతృప్తీ — మళ్ళీ మళ్ళీ జన్మలకు ఎగబడకుండా మనలోని కక్కుర్తినీ, వాపిరిగొట్టుతనాన్నీ నిర్మూలింపచేసి శాశ్వతంగా కోరికలను సంతృప్తిద్వారా నాశనంచేసి శాశ్వతమైన ఆనందాన్ని ఇచ్చేదే శంబల యొక్క అసలు సారం!

అందుకే అన్నాను, మీకెందుకీ శంబల రహస్యాలు! ఈ సాలగ్రామ శిలలు, యోగులు తపస్సుచేసిన గుహలూ, సిద్ధుల తపోభూమీ గురించి, మీకెందుకు?" అంటూ ఆ ముసలియోగి, లామా ఎత్తుగా బాదంకాయల వలే వున్న తన కనురెప్పలు అరమోడ్చి సగం తెరుచుకున్న కళ్ళతో తన ఆత్మలోకే చూస్తూ జలజలా చెంపలమీదకు కారే ఆనందభాష్పాలతో తన ధ్యానంలో తానే మునిగిపోయాడు.

ఆయనను మాట్లాడించాలంటేనే భయంవేసింది! ఆయన ఆనందాన్నీ, యోగసమాధినీ మన పిచ్చిప్రవర్తనతో భగ్నంచేస్తామేమో అన్న సందేహంవలన.

అలా ఎంతసేపు గడిచిందో తెలియదు. ఒక అరగంట! గంట...!! కాలమే నిలిచిపోయింది... కొంతసేపటికి ఆయన మా ఆలోచనలవల్ల ఇబ్బంది కలిగినట్టుగా బాధగా కన్నులుతెరచి చుట్టూరా చూశాడు — మళ్ళీ మేము ఇంకా అక్కడే నిలబడివుంటే చిరాకు చిరాకుగా ముఖం చిట్లించి, మళ్ళీ మావంక జాలిగాచూశాడు.

మట్టిపూసుకుని మురికిలో ఆడుకుంటూవుంటే చిన్నపిల్లలవంక తల్లిచూసే చూపులోని దయ అది! అందుకే ఓర్పును కూడగట్టుకుని ఆయన మళ్ళీ మాతో మాట్లాడాడు.

"బాబూ! మీరు నొచ్చుకున్నారా! నామాటలకు? మిమ్మల్ని నొప్పించాలనీ బాధపెట్టాలనీ నాసంకల్పం కాదు. మీ జీవితాలు వ్యర్థం కాకూడదనే నా తపన. పరమాత్ముడు మనల్ని ఈలోకంలోకి పంపించింది అమూల్యమైన సందేశంతో అపురూపమైన మానవజన్మ ఇచ్చి పంపాడు.

దానిని వృథా చేసుకోరాదనే మీతో ఇంత గట్టిగా మాట్లాడాను.”

“మనిషై పుట్టినవాడు భగవంతుని తనలో చూడకుండా మరణించ రాదు. అలా దర్శించి మరణించినవాడు తిరిగి పుట్టడు.”

“అలా కానివాడు ఎన్నిసార్లు మరణించినా — ఎన్నిసార్లు జన్మించినా అతడికి బుద్ధిరాదు! అదే కోరికలవెంట అదే సుఖదుఃఖాల వెంబడీ పడుతూ, లేస్తూ, నడుస్తూ, పరుగు తీస్తూ — తనని తానే తిట్టుకుంటూ, తనని తానే పొగుడుకుంటూ — తన నీడను పట్టుకుని తానే ఆడుకునే పిల్లవాడిలాగా మాయాజీవితం అనుభవిస్తూవుంటాడు!

ఈ ప్రపంచం అంతా ఎండమావులతో నిండివుంది. క్రీనీడలాగ వాటికి ఆకారమేగాని, అస్తిత్వం లేదు. ఈ సుఖదుఃఖాలూ, డబ్బూ, ఇల్లూ, హోదా అన్నీ మాయ...! అంటే ఊహమాత్రమే! నిజానికి — ఆనందం, శాంతం — ఈరెండే సత్యం!

“ఇంకా ఏంకావాలో మీకు? అడగండి! పాపం, చాలాసేపటినుంచీ వేచివున్నారు కాబోలు” — అంటూ మావంక జాలిగా చూస్తూ అడిగాడు.

ఆయన అనుగ్రహానికీ దయకూ చలించిపోయాము. ఆహా! ఇటు వంటి మహనీయులూ, పవిత్రమూర్తులూ మాత్రమే జీవించదగ్గ పుణ్య భూమి కదా ఈ హిమాలయపర్వత పంక్తిలోని శంబల పవిత్రక్షేత్రం!

ఇది నిజంగా సిద్ధుల తపోభూమి!

11

'స్పటిక శ్రీచక్ర' - దేవాలయం!

అది ఒక పెద్ద గుడారం! దళసరి కేన్వాస్‌గుడ్డతో రంగురంగుల డిజైను కనిపించేలా అల్లిన డేరాగుడ్డతో సంధ్యవెలుగులో కాగడాలు బంగారుకాంతితో మెరుస్తున్నాయి! ఈదురుగాలి రివ్వున తుఫాను శబ్దంతో హిమాలయపర్వతాల మంచుశిఖరాల చలిని మూటకట్టుకొని జివ్వున నరాలు పీకేసేలాగా విసురుగా లోయవైపు వీస్తున్నాయి ఎడతెరిపి లేకుండా! తుఫానుగాలిలా వీచే ఆ సుడిగాలికి కొండచరియపక్కగా బిగించిన ఆ టెంట్ ఒక పేరాచూట్‌లా ఎగిరిపోయేలా కనిపిస్తోంది ఏక్షణంలోనైనా! లోపల ఏదో మీటింగులాంటిది నడుస్తున్నది!

ఎత్తు తక్కువగావున్న ఓ పొట్టిబల్లపైన వెడల్పాటి మ్యాప్ (Map) వంటిది పరిచివున్నది! — ఆ టేబుల్‌చుట్టూ నాలుగువేపులా హిమాలయ పర్వతాలలోని పహాడీలు కొండజాతి గిరిజనులు ధరించే పొట్లంలాంటి టోపీలు ధరించి చర్మంలాంటి దళసరి కేన్వాస్ గుడ్డతోచేసిన పొడుగాటి బురఖాలువేసుకొని దాదాపు 8-9 మంది నిలబడివున్నారు! వాళ్ళ పోలికలు గుర్తుపట్టడానికే వీలులేకుండా టోపీలు కిందికి మొహంమీదికి లాగబడివున్నాయి! టేబుల్ మధ్యలో ఒక కొబ్బరిపెంకుతో చేసిన చిప్పలో కరిగిపోతున్న మైనం పేరుకొని వెలుగుతున్నది ఒక లావాటి కొవ్వొత్తి గాలికి రెపరెపలాడుతూ! గుడారం నాలుగు వైపులా టిబెటన్ లామాలు తయారుచేసే కస్తూరి, జవ్వాది, అగరువత్తులు అడుగున్నర పొడుగువి దట్టమైన పొగచిమ్ముతూ గుడారం అంతటా పరిమళాలు చిమ్ము తున్నాయి! అంతలో ఆజానుబాహువైన ఒకవ్యక్తి పొడుగాటి మీసాలు, గడ్డంచివర కొద్దిపాటి వెంట్రుకలు, పెరిగిన పిల్లిగడ్డంతో గాజుగోళీలవంటి కళ్ళు తళుక్కున మెరుస్తుంటే టేబుల్‌మీద మార్గదర్శిపటాన్ని చూస్తూ అన్నాడు!

మనమిప్పుడు ఎవరెస్టు శిఖరానికి దక్షిణలోయ పాదపీఠం మొదట్లో వున్నాం! ఎవరెస్ట్ శిఖరం ప్రపంచంలోకల్లా ఎత్తైన పర్వతం అని మీకందరికీ తెలుసు! 29 వేల అడుగులుపైగా వున్నదికదూ!

“ఎవరెస్టు ఎత్తు — 29వేల అడుగులకంటే పొడవుకదా!” అంటూ మధ్యలో ఎవరో అడ్డుతగులుతూ ప్రశ్నించాడు తన తెలివితేటలు ప్రదర్శించటానికి అన్నట్లు! మిగతావాళ్ళు కొంచెం విసుగ్గా ఆయనమీద

"గౌరీశంకర్" - 'ఎవరెస్టు' శిఖరం

కలిగిన చికాకుతో —"మీరు కాస్త నిదానించండి! మన లీడరు చెప్పే మాటలు విందాము!" అన్నారు.

దాంతో ఆజానుబాహువైన వ్యక్తి టేబుల్‌మీద పరచివున్న విశాలమైన మ్యాపుకేసి చూస్తూ తన చూపుడువేలుతో ఒకచోట చూపించి —

"మనమిప్పుడు ఇక్కడవున్నాం. అంటే హిమాలయశిఖరానికి దక్షిణముఖంగా 25 వేల అడుగులఎత్తు ఎగుడుగావున్న విశాలమైన లోయ మనముందు వున్నది. దానిని దాటి అవతలికి వెళ్ళాలి! అంటే ఇటు నుండి కష్టపడి వేలఅడుగుల మందం పేరుకుపోయిన మంచుజలపాతం లోంచి నడచి ఆపైన గడ్డకట్టేసిన గంగానదిపైన ప్రయాణించి ఎవరెస్టు శిఖరాన్ని చేరుకోవాలి. లేదా కుడివైపున తూర్పుగా ప్రవహించే గంగోత్రి ప్రవాహందాటి ప్రదక్షిణంగా హిమాలయ పర్వతపంక్తి బుజములపైనుండి అవతలకి దాటి ఎవరెస్టుకు ఉత్తరంగా ప్రయాణించాలి. రెండూ కష్టంతో కూడిన ప్రయాణమే.

ఒకటి దూరము. ఇంకొకటి నడవాల్సిన దూరము తక్కువైనా ప్రతీ నూరుఅడుగులకూ, ఐదువేల అడుగులఎత్తు ఎక్కుతూ వెళ్ళాలి! ప్రతీ అడుగు ఊపిరితీసుకోవడం కష్టంగా వుండేంత ఎత్తు ఎక్కాలి!! మన సామాను బరువు అంతటినీ మోస్తూ శ్రమపడాలి. ఇందులో ఏది సుఖం, ఏది సులభం అన్నదే మన ముందరవున్న సమస్య. ఇందులో మీఅందరి అభిప్రాయాలూ నిర్మొహమాటంగా చెప్పాలి. అందరం కలసి ఒక నిర్ణయం తీసుకోవాలి".

ఇలా సాగుతోంది ఆ టెంట్‌లోని సాహసయాత్రికుల చర్చ.

ఆ చర్చలో పాల్గొనకుండా గుడారంబయట ముదురు నీలం రంగు కీనీడలో — బోర్లించిన ఓ పీపామీద కూర్చుని పొడుగాటి పైపుతో పొగ పీలుస్తూ రైలింజన్‌లాగా గుప్పుగుప్పుమని పొగత్రాగుతున్నాడు చార్లెస్ బెల్! ఆయనకేమీ పట్టినట్టులేదు — ఆ గుడారాలలో వాళ్ళ చర్చలు! ఇలా గంటా, రెండుగంటలు సాగింది.

వేరే చిన్న చిన్న టెంట్‌లలో కొండజాతి షేర్పా వంటవాళ్ళు గాడిపొయ్యిలు తవ్వి దుంగలతో నెగడువేసి వంటలు చేస్తున్నారు. వణికించే చలిలో వెచ్చటి మంట సెగ తగులుతూంటే ఆనందిస్తూ పొగ పీలుస్తున్నాడా వ్యక్తి. ఇంతలోకే 'భోజనాలకి వేళైందని' పిలుపొచ్చింది. హడావిడిగా బల్లలు శుభ్రంచేసారు. బిలబిలమంటూ అందరూ డైనింగ్‌టేబుల్ చుట్టూ నిలబడి ప్లేట్‌లో ఉడుకుతున్న పులుసును జుర్రుకుంటూ, చేతికంటిన పులుసును చప్పరిస్తూ రుచిని ఆస్వాదిస్తున్నారు.

"మీరెక్కడికి వెళ్ళారు! ఇప్పటిదాకా? మీరు కనిపించలేదే! అయ్యో! మన బృందంలో అందరమూ ఈ సాహసయాత్రలోని తరువాత మజిలీ గురించి ప్రోగ్రాంవేస్తూంటే! అసలు కథానాయకులు మీరు రాలేదేమిటి!" — అంటూండగా గుడారాల వెనుకనుంచి ఓ బోర్లించిన పీపామీదనుంచి లేచి తన పైపునుండి పొగవదుల్తూ వచ్చాడు చార్లెస్ బెల్ మహాశయుడు! ఆయన్ని చూసి అందరూ విస్తుపోయారు. ఆశ్చర్యంగా ప్రశ్నించారు. ఇప్పటిదాకా వేడి వేడిగా జరిగిన చర్చలో ఈ సాహసయాత్ర కథానాయకుడు, అపరాధ పరిశోధకుడు చార్లెస్ బెల్ మహాశయుడు పాల్గొనకపోవడం వారికి వింతగా తోచింది. దానికతడు తాపీగా —

డైనింగ్‌టేబుల్‌మీద తన ప్లేట్‌లోని వేడిపులుసు చప్పరిస్తూ ఇలా అన్నాడు!

"మీరు మాట్లాడుతున్నది అంతా నాకు బయటికి వినిపిస్తూనే వున్నది! నేను ఈ టెంట్ వెనకాతలే కూర్చుని విన్నాను!"

"చీకట్లోనా? పైగా ఈదురుగాలి, చలి" అంటూ అందరూ ఒక్కసారిగా విస్తుపోయారు!

"కాదు! ఇక్కడికన్నా బయట చాలా వెచ్చగావున్నది. నేను కూర్చున్న చోట!"

"అదెలాగ!"

"బయట వంటలుచేస్తున్నవాళ్ళు రెండు గాడిపొయ్యిలమధ్యన — వేడి, సెగలు వెచ్చగా తగులుతూవుంటే హాయిగా నాపైపు పొగపీలుస్తూ మీచర్చలు వింటున్నాను. నాపనే మేలుకదా?" అన్నాడు చిలిపిగా నవ్వుతూ! దాంతో ఆశ్చర్యపోయిన మిత్రబృందం ఒక్కసారిగా తలఎత్తి చూసి —"మరి మన చర్చలలో మీ సలహా ఏమిటి? రేపటినుంచి వారంరోజులు నడవాల్సిన మనం ఎదురుగా వెళ్లి ఎవరెస్టుశిఖరాన్ని దాటాలా? లేక కుడివైపునుంచి తూర్పుగావెళ్ళి హిమాలయాల భుజం మీదుగా దాటి — ఎవరెస్టుకు ఉత్తరంగా ప్రయాణించి ఈశాన్యంగా మళ్లి, ప్రయాణంచేయాలా?"

అందరూ ఆత్రుతగా, చార్లెస్ బెల్ మహాశయుడి ప్లాన్ ఏమిటా? అని ఆసక్తిగా వింటున్నారు.

ఆయన తన ప్లేటులోని భోజనం వేడివేడిగా వుండగానే తాపీగా

చప్పరిస్తూ తినడం పూర్తిచేసి ప్లేట్‌లోకి స్పూన్‌ను ముందుకు తోసేస్తూ పక్కనేవున్న చేతిగుడ్డతో చేతులూ, మూతి తుడుచుకుని — తాపీగా తన భోజనం పూర్తిచేశాడు.

పొడుగ్గా ఊపిరి తీసుకుని — ఒక సన్నని పుల్లతో తన పైపులోకి పొడుస్తూ బోర్లించి, టేబుల్‌మీద కొట్టి అలా పైప్‌లోని బూడిద ఖాళీ చేస్తూ ఆతరువాత మళ్ళీ పైప్‌నింపుకొని పీలుస్తూ నిదానంగా చుట్టూవున్న వారివంకచూశాడు.

"ఏమిటలా నిమ్మకునీరెత్తినట్టు కూర్చునివున్నారు! మన ఎదుట వున్నది అతి కష్టతరమైన ఏడురోజుల సాహసయాత్ర విఫలంకావడమో లేక గమ్యానికి చేరుకోవడమో — అన్నది, మన ప్రోగ్రామ్‌మీదే ఆధారపడి వున్నది బెల్ మహాశయా!"

దీనికాతడు తను కూర్చొనివున్న బోర్లించిన పీపాని వెనక్కి తన్నేస్తూ మోకాళ్ళమీద కూలబడి, మోకాళ్ళు నేలకి ఆనించి కూర్చొని చేతిలోని పొడవాటి చాకుతో మట్టినేలపైన ఓ యంత్రంలాగా కొన్ని గీతలుగీశాడు! అందరి కళ్ళూ ఆసక్తిగా అటువైపేవున్నాయి. చకచకా నిలువుగా త్రిభుజాలు నాలుగు గీసి, వాటికి జతగా, వాటిపైగా బోర్లించిన త్రిభుజాలు మూడు — అలాగే నేలపై గీశాడు! "ఇవేమిటో తెలుసా?" అన్నాడు తలపైకెత్తి తనచుట్టూ నిలబడి వున్న సాహసబృందాన్ని చూస్తూ.

"అది శ్రీచక్రం గదా!" — అందరూ ముక్తకంఠంతో కోరస్ లాగా పల్లవితో అరిచారు!

"కాదు! — మీరంతా అక్కడే పప్పులో కాలేశారు! ఇది మీ

పూజారులు గుడిలో పూజలో రాగిరేకుమీద గీసిన త్రిభుజాలు వేసిన శ్రీచక్ర యంత్రం చిత్రం — అనికదూ! మీరనుకునేది?"

"కాదామరి!" — ఇంకేమంటారు మీరు?

తాపీగా లేచి నిలబడి చేతిలోని పైపుతో ఎవరెస్టుకు వాయవ్య దిశగా చూపిస్తూ — "సరిగ్గా ఆదిక్కుగా అరవైమైళ్ళు దూరంలో వున్న స్ఫటికపర్వతం గురించి మీకెవరికైనా తెలుసా?"

"స్ఫటికపర్వతమా? ఈ చుట్టూ వున్నవి మంచుకొండలేకదా? స్ఫటికపర్వతం అంటారేమిటి మీరు? వింతగా వుందే! మేమెక్కడా వినలేదుకూడాను!"

సరిగ్గా అదే మనకి ముఖ్యమైన రహస్యస్థావరం! పైకి మంచు శిఖరంలాగే గాజులా ఇటునుంచి అటు కనిపించేలాగ మంచుకొండల రంగులో కలసిపోతూనే — అర్ధచంద్రాకారంగా చుట్టూ వ్యాపించివున్న మంచుకొండల మధ్యగావున్న దేవాలయశిఖరం వంటి ఎత్తైన కొండ — అంతా ఓ స్ఫటికంతో ఏర్పడివున్నది!

అది మంచుకాదు స్ఫటికం!! అంటే యోగులు జపమాలను తయారుచేసుకునే పూసల వంటి వస్తువే స్ఫటికం! వేసవికాలం ముదర గానే దానిచుట్టూ వున్న మంచు కరిగిపోయి ఈ స్ఫటికపర్వతం బయట పడుతుంది. ఇది ఎండకు కరగదు. మరింత తేజస్సుతో దీపం వెలిగించి నట్టు వెలుగుతూ ఒక జ్యోతిలాగ ఎండవేడికి విపరీతంగా మరింత వేడెక్కుతుంది — మంచుపర్వతం అయితే ఇలా అవదుకదా?

దీనినే టిబెట్, హిమాలయ, భూటాన్ ప్రాంతంలోని యోగులు సగౌరవంగా 'స్ఫటికపర్వతం' అని దూరంనుంచే నమస్కారం పెట్టుకుంటారు.

"స్ఫటిక పర్వతమా?" అంటూ ఇంకా ఆశ్చర్యంగా విస్తుపోతున్న మిత్రబృందంవంక చూడకుండా పైప్‌ను నేలమీదకి, చూపిస్తూ అన్నాడు — సరిగ్గా ఆ స్ఫటికపర్వతంచుట్టూ వున్న మంచు తవ్వించేస్తే ఒక సొరంగమార్గం నిటారుగా భూగర్భంలోకి వంద అడుగుల లోతుకి దిగుడుమెట్లు కనిపిస్తాయి. దాని ముఖద్వారం స్ఫటికం రాతిపలకతో మూసివుంటుంది. ఆ రాతిపలక సంవత్సరమంతా మంచుతో కప్పబడి ఎవ్వరికీ — అది, అసలు ఎక్కడవున్నదో కూడా అంతుబట్టదు. అది సంవత్సరంలో ఒక్కరోజే బయటపడుతుంది.

దానికి ఖగోళం, జ్యోతిషం తెలియాలి. తెలిస్తేనే నేను చెప్పే దాని అర్థం బోధపడుతుంది! జాగ్రత్తగా వినండి! నేను చెప్పేటప్పుడు మధ్యలో అడ్డుపుల్లలు వెయ్యకుండా వినండి!"

"సూర్యుడు మేషప్రవేశంచేసే ఏప్రిల్ 15వ తేదీనుండి — సరిగ్గా పదిరోజులకు పరమోచ్చ డిగ్రీకి చేరతాడు. సరిగ్గా అదేరోజున పూర్ణిమ కూడా రావాలి. అలా కొన్నేళ్ళకుగానీ రాదు. అలాగ రవి మేషం పదవ డిగ్రీలో వున్నప్పుడు వచ్చిన పౌర్ణమినాడు ఎండ కిరణాలు తీక్షణంగా ఏటవాలుగా పడి ఆ స్ఫటికపర్వతం ముఖద్వారంమీద వున్న మంచు కరిగి — దాని ద్వారం బయటపడుతుంది. అది యోగులకు, పరమ గురువులకు మాత్రమే తెలుసు ఈ ప్రత్యేకమైన రోజు!

"ఆరోజు ఎలా తెలుస్తుంది?"

"అడ్డుపుల్లలు వెయ్యొద్దన్నానా?"

"సరే... మహాశయా! చెప్పండి!"

"ఇలా కొన్నేళ్ళకొకసారి ఏర్పడే 'మేషం పరమోచ్ఛ' డిగ్రీలో సూర్యుడు వుండగా వచ్చే పౌర్ణమినాడు స్ఫటికపర్వతం పునాదివద్ద ముఖద్వారం బయటపడి ఆ స్ఫటికం కొండక్రిందన — ఒకమూల లోతుగా నెట్టబడి గిర్రున ఇరుసులా తిరిగే ఓ ద్వారం తెరచుకుంటుంది.

కాగడాలతో దిగి భూగర్భంలో వంద అడుగుల దిగుడుబావిలా పోయి ప్రయాణిస్తే కుడివైపుగా ఈశాన్యంవైపునకు చూస్తూ వెళ్ళే సొరంగ మార్గం కనిపిస్తుంది. దానిలోకి దిగి ప్రయాణిస్తే మీరు కోరిన ఎవరెస్టు శిఖరం అవతలిప్రక్కకు — నాలుగు రోజులలోనే చేరుకోవచ్చు!

అటునుంచి మళ్లీ ఈశాన్యందిక్కుగా వెళితే నేనిక్కడ నేలమీద గీసిన మీరన్న శ్రీచక్రం అనే ఆ ప్లాన్‌తో వున్న స్ఫటికపు ఆలయశిఖరం వంటి గర్భాలయం — మీకు కనిపిస్తుంది.

దాని ఎత్తు కోణములు అతి పదునుగా చెక్కబడివుండి, ముక్కోణపు స్ఫటికపలకలు ఒకదానిపైన ఒకటిగా పేర్చి నిర్మాణం కాబడింది. దానిపై బడిన సూర్యకిరణాలు వెలిగితే ఏడురంగుల కాంతి చిమ్ముతూ కళ్ళు మిరుమిట్లుగొలిపి గుహలో చీకటిని పటాపంచలు చేస్తాయి! అప్పుడే మీకు శంబల-ప్రభుని కాలి అచ్చులు చెక్కిన శిలాఫలకం వద్దకు చేరుకోవచ్చు — మనకి కావలసిన నిగూఢమైన రహస్యములు ఎన్నో దాని తోనే ముడిపడివున్నాయి!"

అంటూ చార్లెస్ బెల్ గిరుక్కున వెనక్కితిరిగి తన గుడారంలోకి వెళ్ళి తెరవేసుకుని — నిద్రలోకి ఉపక్రమించారు వేరే చర్చలకు తావు లేకుండా!

అర్థాంతరంగా అలా ముగిసిన ఆ చర్చ ఆశ్చర్యంగానూ, అద్భుతం గానూ విన్నవారు ఎవరి గుడారాలకు వారు చేరుకుని రాత్రి నిద్రకు-ఉపక్రమించారు.

అప్పటికే చలికోసం వేసిన నెగడు ఆరిపోయి ఎర్రటి మందారపు రంగు నిప్పుకణికలు కణకణ ప్రజ్వలిస్తున్నాయి తెల్లవారుజాము కావస్తున్న సూచనగా!

❀

12

వేట-కుక్కలు !

అలా, నాలుగురోజులపాటు సాగిన మా పర్వతారోహణ కార్య క్రమంలో ఒక మజిలీ వేయాల్సివచ్చింది. అదెలా జరిగిందో తలుచు కుంటే ఆశ్చర్యంగా వుంటుంది.

మా సాహసయాత్రా బృందం దాదాపు వారంరోజులు కఠిన ప్రయాస లతో దిగుతూ ఎక్కుతూ 'గౌరీ-శంకర్' శిఖరానికి ఉత్తరంగావెళ్ళి పదివేల అడుగులు అగాధం వంటి లోయలోకి నిటారుగా దిగాల్సివచ్చింది! అప్పుడుగాని తెలియలేదు మాకు — ఎత్తైన పర్వతాన్ని ఎక్కడం ఎంత కష్టమో దాదాపు నిటారుగావున్న కొండచరియమీంచి కిందకి దిగుతూ పోవడం అంతకన్నా ఎక్కువ కష్టమని! పైనుంచి కిందకిచూస్తే ఒక అగాధంలాగా చుక్కలు కనిపించేటంత ఎత్తునుంచీ మాకు గిర్రున కళ్ళు తిరుగుతున్నాయి! అలా చూస్తూనించుంటే తూలి కిందపడబోయే పరిస్థితి

కూడా వస్తుంది. అందుకే మేము — ఆగకుండా కిందకి నడుస్తూ లోయలోకి ప్రయాణం సాగించాం! దీంట్లో ఇంకో ఇబ్బందికూడా మాకు ఎదురైంది, కిందకి దిగేప్పుడు! ఎవరో వెనుకనుంచీ మమ్మల్ని ముందుకి తోసేస్తున్నట్టుగా అప్రయత్నంగానే వేగాన్ని పుంజుకుంటోంది! క్రమంగా మనకే తెలియకుండా అలా అడుగులువేస్తూ దిగుతూపోతే చివరికి ఓ పరుగులాంటి నడకతో, పల్లంలోకి తోసేస్తున్నట్టుగా తూలుతూ ముందుకి ఆపుకోలేనంత వేగాన్ని పుంజుకుంటున్నాం! దీనికితోడు కాళ్ళక్రింద గత రాత్రి కొత్తగా కురిసిన మంచు బరువుకు దిమ్మిసా చేసినట్టు చదునుగా తళతళా మెరిసే నున్నటి గాజుటేబుల్‌లాగా — మరింత జారుడుగా వున్నది, కాలు జారడానికి ఎంతో అనువుగా! ఇది చాలదన్నట్టు — దీనికితోడు కిందనే నోరుతెరుచుకునివుంది అగాధంలా లోయ!! కాళ్ళు జారినవారిని కబళించడానికా అన్నట్టు ఇక్కడి షెర్పాలు కథలుగా చెపుతూ వుంటారు. నిజమో, ఊహాగానమో తెలియదుగాని ఇలాంటి అగాధాల లోనూ నిటారుగా పల్లంగా కిందకుదిగే లోయల్లో 'గాలిపిశాచాలూ', మబ్బులమీద సవారీచేసే భూతాలూ, కొండదెయ్యాల వంటివి కూడా సంచారం చేస్తుంటాయని మాలాగ పర్వతాలను దిగే ప్రయాణీకులలో వీలుగావున్నవారిని కబళించడానికి ఎదురుచూస్తూవుంటాయని!

ఇది విన్నది — కథలాగేవున్నా అనుభవిస్తూంటే మాత్రం నిజంలాగే వుంది — మమ్మల్ని ఎవరో కిందకి తోసేస్తున్నట్టుగా!! అడుగడుగునా మేం ఉక్కుకడ్డీలతో తూలి ముందుకుపడకుండా ఆపుకుంటూ గడ్డపార ల్లాంటి మంచుగొడ్డలిని నేలలోగుచ్చి మావేగాన్ని అదుపుచేసుకుంటూ — అంగుళం అంగుళం ఆచితూచి అడుగువేయాల్సి వచ్చింది! ఇలా

నాలుగైదుగంటలు ప్రయాణించాలంటే అరికాలి మడమలనుంచీ మోకాలి వెనుక, తొడలకింద నరాలు బిగదీసుకొనిపోయి కాళ్ళలోని నరాలు కొంకర్లుతిరిగి కాలు మడతపడకుండా నిటారుగా బిర్రబిగుసుకొని చచ్చుబడిపోయినట్టుంది. దానికితోడు విపరీతమైన చలిగాలి విసురుగా కిందలోయలోంచి కుడివేపునుండి ఎడమదిక్కుగా వీస్తూ మమ్మల్ని పక్కకి తోసేసి లోయలోకి పడతోస్తుందా? అన్నంత భయంవేసింది.

ఈ కష్టాలు చాలదా అన్నట్టు ఎండ విపరీతమైన వేడితో మా వీపులపైన మండిస్తూ, చలికోసం వేసుకున్న దళసరి స్వెట్టర్లూ, చర్మాల వంటి కాన్వాస్ జర్కిన్లూ, స్వెట్టర్లూ వీపంతానూ దిగచెమటతో తడిసి పోయినాయి! అలానే నెత్తిన ఇనుపటోపీలు ఎండకి వేడెక్కి దోసెల పెనంలా కాలుతుంటే — గుండ్రంగా తలచుట్టూ చర్మంలో వాతలా పడింది!

అలాగే నట్టుకుంటూ, తడుముకుంటూ ఆరుగంటలు ప్రయాణించే సరికే మాలో ప్రతీఒక్కరికీ కొనవూపిరి వచ్చేసింది ఆయాసంతో. దానికి తోడు సాయంత్రం సూర్యాస్తమానం కావచ్చింది. కాస్సేపటిదాకా ఎండ మాడిపోయే తీవ్రతతో కాసిన వేడి ఉన్నట్టుండి — తెర తీసినట్టు విడిపోయింది — సూర్యుడు ఎత్తైన హిమాలయాల చాటుకి దాక్కుని కృంగిపోగానే! క్షణంలో నీలంగా కొండశిఖరాల కీనీడలు మాదారికి ఏటవాలుగా వ్యాపిస్తూ — లాంతరు చేతిలోపట్టుకొని నడిచేవాడి కాళ్ళ నీడలాగా కుడినుంచి ఎడమవైపు చక్రాకారంగా తిరుగుతూ ఒకగంటలో ఎదురుగుండా మేం దిగబోయే లోయమీదకు వ్యాపిస్తూంటే ముదురు నీలంరంగు ఛాయతో నిండిపోయింది; అలా చూస్తుండగానే వైలెట్‌లోకి,

ముదురు వంగపండురంగులోకి మారుతూ! ఎదురుగా హిమాలయ శిఖరాలు దూరాన బంగారుకాంతితో మిరుమిట్లుగొలిపిన సాయంత్రం సంధ్యవెలుగులో కరిగించిన బంగారంలా మెరిసిపోతున్నాయి. పక్కనే నీలం, ఆకుపచ్చ ఊదారంగులతో వాటి నీడలు ఆ లోయకు వెన కాతలగా, ముదురు నెమలిపించం రంగుతో ప్రతిబింబించాయి! అలా రాత్రికావస్తున్న నీలాకాశం క్షణక్షణానికీ రంగును మారుస్తూ చివరికి సిరారంగుతో ముదురునీలివర్ణంతో ప్రకాశించింది!

"ఆహా!! ఏమి! ఈ ప్రకృతి చిత్రకారుడి రంగుల కలయిక! చూసారా? ఆ బంగారు శిఖరాలు రంగురంగుల వెలుగు నీడలతో కన్నులు చెదిరే పంచరంగుల చిత్రంలా ఈ దృశ్యం" అంటూ చిత్రకారు డైన నికోలాస్ రోరిఖ్చ్ రాతిశిల్పంలా నిలబడిపోయి ఆశ్చర్యంతో అందమైన ఆ దృశ్యాన్ని తన్మయత్వంతో చూస్తూ! అతడు సహజంగానే చిత్రకారుడు. క్షణంలో భగవంతుడు చిత్రించిన రంగురంగుల చిత్రాన్ని అలా ప్రతీ క్షణం రంగులుమార్చుకుంటూ ఒక నెమలి పురివిప్పి నాట్యం చేసినట్టు సమ్మోహనకరమైన అందంతో ప్రకృతి ఎటువంటి వారికీ హృదయాన్ని పులకింపజేస్తుంది. ఇక చిత్రకారుడి హృదయం గంతులువేసి నాట్యం చేయడంలో ఆశ్చర్యం ఏముంది?

"అయ్యా! మీరు చిత్రకారులు! రంగుల కలయికను ఎంతగానైనా మెచ్చుకోగలరు. కాని మేము విపరీతమైన చలినిమాత్రం ఇలా అక స్మాత్తుగా కిందనుంచీ కాళ్ళలోకి వ్యాపించే కాళ్ళతిమ్మిరిని మెచ్చుకోలేక పోతున్నాం! మీరు చెప్పిన దృశ్యాన్ని చూస్తూగనక ఇలాగే కూర్చుంటే

— మావంటివాళ్ళు దబ్బున తూలి తలక్రిందులుగా ఈ అగాధంలోకి తూలిపడడం ఖాయం!" అన్నాడు సహజంగానే సుఖప్రాణుడైన వైష్ణవ బ్రాహ్మణుడు — శ్రీనివాసచక్రవర్తి బిక్కముఖంపెట్టి! ఆశ్చర్యంగా అందరం వెనక్కితిరిగి చూశాం! అందరికంటే వెనగ్గా నిలబడివున్నాడు — ఆ ప్రయాణంలో వెనకబడిన 'చక్రవర్తి!' అతను కష్టపడలేడు. ఏదో ఆసక్తి కొద్దీ మాబృందంలో చేరాడుగాని తేలిగ్గా ఇట్టే అలిసిపోతాడు. ఇంతలో మాలో ఇద్దరుమిత్రులు వెనక్కివెళ్ళి శ్రీనివాసచక్రవర్తినే జగదీశ్‌చంద్రబోస్‌ను, బెంగాలీ బ్రాహ్మణుడైన మేఘనాథ్‌సాహాను, కూడా సాయంగావుండి జతగా నిదానంగా ఆసరాఇస్తూ చివరికి ఎలాగోఅలాగ — కొండదింపి లోయలో నిలబడ్డాం!

మాఎదురుగా కుక్కలు భయంకరంగా అరుస్తూ మామీదకు దూసుకువచ్చాయి. అవి మామూలు ఊరకుక్కలవంటివి కావు! కొండలలో షేర్పాలు గొర్రెలమందను రక్షించుకోడానికి రాత్రిళ్ళు తోడేళ్ళ ప్రమాదాన్ని ఎదుర్కోడానికీ పెంచిన వేటకుక్కలు! వాటిని దేశీయభాషలో "రేచుకుక్కలు" అంటారు! అలా మా మీదమీదకి ఎగురుతూ భయంకరంగా మొరుగుతున్న ఆ కుక్కల్ని చూస్తూ మేమంతా అలాగే నిలబడిపోయాం ముందుకీ వెనక్కీ అడుగులువేయకుండా! "ఇవి వేటకుక్కలు! ఎవ్వరూ కదలకండి! వాటి యజమానిని పిలుస్తాను"-అంటూ షేర్పాలతో బాగా పరిచయంవున్న నికోలాస్ రోరిఖ్ గబగబా ముందుకునడిచి 'షేర్పా'ల భాషలో పోట్లాడుతున్నట్టుగా గందరగోళంగా ఏదో మాట్లాడాడు! మా చెవులకు అది ఆ కుక్కల భయంకర గర్జనలాగే వినిపించింది, కాని ఫలితం — వెంటనే కనిపించింది! కొండజాతి షేర్పాగొర్రెలను తోలు

కుంటూ తనచేతిలోని ఎత్తైన కర్ర నేలకి తాకిస్తూ ఆ కుక్కలను చూస్తూ బూతులు తిట్టసాగాడు. అవి మరుక్షణమే ప్రశాంతంగా చెవులువాల్చి తోకలాడిస్తూ మాచేతులూ కాళ్ళూ నాకటం మొదలుపెట్టాయి. కాని, అవి ఎంత ప్రేమ చూపించినాసరే అందరికీ కడుపులో బెదురుగానే వుంది. లేనిధైర్యం నటిస్తూ వాటి పలకరింతకు ఎటూ స్పందించకుండా వెడల్పుగా నవ్వుతూన్నట్టుగా ఇబ్బందిగా ముఖంపెట్టి నవ్వుతున్నట్టు నిలుచున్నాం. ఇలా సాహసయాత్రీకులం అంతా లోయ దిగువభాగానికి చేరుకున్నాం ఆ సాయంత్రానికల్లా!

13

వెళ్లాల్సిన-మార్గమేది ?

మేము చేరుకున్నది ఒక “లద్దాకీ”ల గ్రామం! కాని అందులో నేపాలీలూ, “భూటాన్”వాసులూ, సిక్కిమ్‌వారూ నివాసం ఉంటున్నారు! అందులో ఎక్కువమంది బౌద్ధమతస్థులే! గ్రామంలోకి ప్రవేశించే ఓ రచ్చబండవంటి ఎత్తైన అరుగుమీద ఒక విచిత్రమైన ‘మత-చిహ్నం’ వంటి గుర్తుచూశాం. అది ఎవరో చిత్రకారుడు తయారుచేసిన నమూనా లాగా — అడుగున నలుపలకల అరుగూ, దానిపైన గుండ్రటి గోళా కారమూ దానిమీద అర్థచంద్రాకారంగుర్తూ! దానిమధ్యలో ఓ గుండ్రని చంద్రబింబంవంటి చిహ్నం వేసివున్నాయి. దానివంకే తేరిపారచూస్తున్న మా మిత్రబృందాన్ని చూస్తూ ‘లామా’ మహాశయుడు అడిగాడు మమ్మల్ని —

“ఏమిటల్లా చూస్తున్నారు? వింతగా! దీనినెప్పుడూ చూడలేదా?

ఇది ఇక్కడ ఈ హిమాలయపర్వతాలలో తరచూ కనిపించే "ఖర్టన్" అనే దైవచిహ్నాము. ఇది ఈ సమస్త సృష్టికీ ఆధారభూతమైన పంచ తత్వాలను సూచించేదీ ఆధ్యాత్మికచిహ్నాము" — అన్నాడు. ఆతర్వాత దానిగురించి ఇంకా ఇలా వివరించాడు.

"ఈ గుర్తుకు అడుగున అరుగులాగా చతుష్కోణాకారంగా వున్న ఇటుకవంటి 'వేదిక', పంచభూతాలలోకీ స్థూలమైన 'భూమి-తత్వా'నికి గుర్తు! అర్ధచంద్రాకారంగా వుండే చంద్రవంకవంటి చిహ్నం, జలతత్వానికి గుర్తు! పొడుగ్గా రింగురింగులుగా ఒక మరమేకులావున్నది — అగ్నితత్వానికి గుర్తు! పైభాగంలో గోళాకారంగా తాజ్‌మహల్ శిఖరంలా బోర్లించిన గుమ్మటంలా వున్నది — 'ఆకాశ-తత్వా'నికి గుర్తు. ఈ 'ఖార్టన్'లు ఈసృష్టికి చిహ్నాలుగా హిమాలయాలలో అనేకచోట్ల మీకు కనబడతాయి" అన్నాడు 'లామా'.

"దీనికింద ఇక్కడ ఏదో శాసనంవంటి, టిబెటన్ భాషలో రాసివున్నది ఏమిటీ దానిఅర్థం?" అంటూ ప్రశ్నించాడు నికోలాస్ రోరిఖ్.

"అది రానున్న అవతారబుద్ధుడి గురించిన మూలమంత్రం! దీనిని సంస్కృతంలో ఉచ్చరించాలంటే

"ఓం మణి పద్మ హుంమ్"

అన్న పరమపవిత్రమైన టిబెటన్ బౌద్ధమూలమంత్రం ఈ "ఖార్టన్" గుర్తూ ఈ మంత్రమూ తరచూ ఈ హిమాలయాలలో అనేకచోట్ల కనిపిస్తాయి మనకి.

"ఇవి అన్నిగ్రామాలలో లేవే? మనం మిగతా వారంరోజులలోనూ దాటివచ్చిన అనేక గ్రామాలలో వీటిని చూడలేదు! ఏవో నిర్ణీతమైన కేంద్రంవంటి పర్వతశిఖరాల మధ్యనే వీటిని స్థాపించారు. దీనికి ఏమైనా అర్థంవున్నదా?" అన్నాడు చార్లెస్ బెల్ అనుమానంగాచూస్తూ ఆరిపోయిన తన పైపును మళ్ళీ వెలిగిస్తూ!

సమాధానం కోసం లామా క్షణకాలం మౌనంవహించి అంతా జాగ్రత్తగా గమనిస్తున్నట్టు తన చుట్టూచూస్తూ అన్నాడు. "ఇది ఒక దేవరహస్యం! హిమాలయపర్వతాలలోని కొండచరియలు అన్నీ తిరిగి చూసినవారికి దేశపటం మ్యాప్‌మీద వీటిని ఎక్కడెక్కడ దర్శిస్తామో గుర్తులుపెట్టుకుంటూపోతే — అవన్నీ కలిసి ఒక "దారి"గా ఏర్పడి ఒక నిర్ణయమైన దిక్కుగా చీమలబారులాగా పోతూ కనిపిస్తాయి.

"ఎందుకిలా? ఇవన్నీ కలిపితే ఏర్పడే దారివెంట ఈ గుర్తులను కలుపుకుంటూపోతే — ఎక్కడికి చేరుకుంటాం?" అందరం కలిసి ప్రశ్నించాం ఆసక్తిగా.

"దీన్ని ఖచ్చితంగా ఎవరూ ఇదమిద్ధంగా తేల్చిచెప్పలేం! అలాంటి ప్రయత్నంకూడా ఇంతవరకూ ఎవరూ చేసివుండరు."

"అలాగని అనిపించడంలేదు 'లామా' మహాశయా! ఇక్కడ చాలా కాలంనుంచీ తరతరాలుగా జీవిస్తున్నవాళ్ళకి వీటి 'రహస్యాలు' — తెలీకుండా వుండవు! కాని ఈ రహస్యాలుగుట్టు విప్పిచెప్పడానికి ఎవ్వరికీ ఇష్ట ముండదు — కారణం ఏదో నిగూఢమైన దేవరహస్యం వీటివెనుక ముడిపడివున్నదని నా గట్టి అనుమానం!" — అంటూ అనుమానంగా

ఆ గ్రామంలోని గుర్తులవంకా, మాకు మార్గదర్శకుడుగా వస్తున్న 'లామా' వంకా మార్చిమార్చి చూస్తూ అడిగాడు చార్లెస్ బెల్ అనుమానంగా! చివరికి అలెగ్జాండర్ రొటోవిచ్ ఇలాఅన్నాడు —

"నేను రష్యానుండి రాయబారిగా భూటాన్‌కు, సిక్కింకు, రథాక్‌కూ ప్రయాణించాను చాలాసార్లు. అనేకచోట్ల ఇలాంటి ఆధ్యాత్మికచిహ్నామైన గుర్తులు "స్థూపాల"వంటివి ఇంకాపెద్దవి కట్టబడివున్నాయి గమనించాను! కాని అన్నిచోట్లా ఇలాలేవు. ముసలి బౌద్ధభిక్షువులను, లామాలను ప్రశ్నించాను! కాని అందరూ ఇలానే సరైన సమాధానం చెప్పడానికి ఇష్టపడరు. బహుశా దీని అంతటివెనుకా ఏదో నిగూఢమైన రహస్యం వుండివుండాలి. అంతేకాదు అదేదో మతసంబంధమైన ఆధ్యాత్మిక రహస్యమో లేక దేవరహస్యమో అదీకాకపోతే ఏదైనా భవిష్యత్తులో జరగబోయే రానున్నకాలంలోని భవిష్యాల జోస్యాలకు సంబంధించిన దేవరహస్యమైనా అయివుండాలి" అన్నాడు. అప్పుడు బైటపడ్డాడు 'లామా' మహాశయుడు.

"ఇంతవరకూ మీరే గ్రహించారుగనుక నాకు తెలిసింది చెపుతాను. ఇలాంటి "గుర్తులు" మూడేసి గ్రామాలకు ఒక్కచోట నాలుగుబజార్లు కలిసేచోట ఒక దేవతావిగ్రహమూ ప్రతిష్ఠించబడివున్నాయి! అదేమిటని అడిగితే అది "రానున్న-మైత్రేయబుద్ధుడి" విగ్రహమని చెపుతారు. ఆయన భవిష్యత్తులో అవతరించబోయే "జ్ఞానబుద్ధుడు!" అని. ఈ కలియుగాంతానికి ఆయన అవతరిస్తాడని ఇక్కడ మంచుకొండలమీద ఎంతకాలం నుంచో ప్రజలు నమ్మే గాఢమైన విశ్వాసం."

"కాని నాకో సందేహం కలుగుతోంది" అనుమానంగా ప్రశ్నిస్తూ 'చార్లెస్ బెల్' అందుకున్నాడు.

"మీరు చెప్పినట్టు ఇవన్నీ భవిష్యత్తులో రాబోయే బుద్ధదేవుని అవతారమైన "మైత్రేయబుద్ధుడి" విగ్రహాలనుకుంటే — ఈ విగ్రహాలకు ఇలా నాలుగుచేతులు కనిపిస్తాయిగదా! నాలుగుచేతులూ, సామాన్యంగా విష్ణుమూర్తి అవతారాలకే వుంటాయి. ఇవన్నీ కలిపి ఆలోచించగా ఈ విగ్రహాలు — ఈ "కలియుగాంతా"నికి అవతరించే విష్ణుభగవానుని దశావతారాలలో ఆఖరిదైన "కల్కిభగవాను"ని — అంటే "శంబల ప్రభువు" విగ్రహాలై వుండాలి".

"నిజంగా చెప్పండి! లామామహాశయా! ఏదీ దాచకుండా!" అంటూ హిమాలయాలలో "కులూ-లోయను" తన మకాముగా చేసుకుని నివసిస్తున్న "రోరిఖ్" మహాశయుడు ప్రశ్నించాడు సాలోచనగా!

"మీరు చెప్పిన కారణాలనుబట్టి చూస్తే నిజమేననిపిస్తోంది! ఎందుకంటే ఇక్కడ ఈ మంచుకొండలలో నివసించే ప్రజలు 'శంబలప్రభువు' భవిష్యత్తులో అవతరిస్తాడనీ, తమ కష్టాలను తీరుస్తాడని నమ్ముతారు. నమ్మటంమాత్రమే కాదు — పొరుగూరువెళ్ళిన తమ బంధువు ఇంటికి తిరిగివస్తాడన్నంత భరోసాతో — అంతటి ధైర్యంతోవున్నారు ఈ శంబల ప్రభువు భూమికి తిరిగివస్తాడనీ, ఆయన అవతరించగానే ప్రపంచంలోని మతాలన్నీ కలిసిపోయి ఒకేఒక్క మతంగా "మహాసత్యం" మాత్రమే మిగులుతుందని పూర్వకాలం ఋషుల భవిష్యాలలో రాసివుందట!"

అలా మాట్లాడుతూనే నడుస్తూ ఆ గ్రామం నడిబొడ్డునవున్న ఒక

బౌద్ధదేవాలయం ముందుకు చేరుకున్నాం.

ఎత్తైన గోపురంలాంటి శిఖరంతో బోర్లించిన ఓపెద్ద గంటవంటి ముఖద్వారం చూస్తే అది ఒక బౌద్ధదేవాలయం! వాకిట్లో ఆ మహాద్వారా నికి రెండువేపులా ముష్టివాళ్ళూ, అడుక్కునే భిక్షకులూ కూర్చునివున్నారు. దేవాలయంముందు వీధికి రెండువేపులా రకరకాల వస్తువులుఅమ్మే దుకాణాలు బారులుతీర్చి రెండువరుసలలోనూ వున్నాయి. అందులో జపమాలలూ, గంటలు, టిబెటన్ దీపారాధన ప్రమిదలు, శంఖములు, స్ఫటికములూ అమ్మే దుకాణాలు. వాటిమధ్యనే మరుగుతున్న బాయిలర్ వంటి పాత్రలో, వేడి "టీ"-కలుపుతున్న "టీ షాపులు" కూడావున్నాయి. వీధిలో టిబెటన్ స్త్రీలు చేతిలో జపంచేస్తూ ఫకీర్లుతిప్పే ఇరుసువంటి ప్రార్థనాయంత్రం తిప్పుతూ పట్టుకువెళుతున్నారు. మరికొందరు చేతిలో జపమాలను వేగంగా తిప్పుకుంటూ మౌనంగా నడుస్తున్నారు. అది ఒక ప్రాచీన బౌద్ధదేవాలయమని తెలిసింది. దాని ఆకారమూ కట్టే శిల్పం తీరూ, ఆవరణలోని కట్టడాల వాస్తూ చూస్తే అది "టిబెటన్-హిందూ" నేపాలీ దేవాలయాల కలగలుపు వాస్తును పోలివున్నది! అప్పటికే బాగా సాయంకాలం పొద్దువాలిపోయింది. చీకటికూడా చిక్కబడుతున్నది నీలంగా! వీధుల్లో చల్లటి చలిగాలి వీస్తున్నది. ఆలయంలో ఎక్కడైనా రాత్రి గడప డానికి ఆతిథ్యం లభిస్తుందేమో అనుకుంటూ లామా మహాశయుడి సాయంతో గుడిలోని పూజారులను కలిసాం! వాళ్ళు మేము చాలాదూరం నుంచి ప్రయాణం చేసివస్తున్న యాత్రీకులమని గమనించి — ఆరాత్రికి బస. మాకు భోజన సదుపాయమూ చేయడానికి సంతోషంగా అంగీక రించారు. సామాన్యంగా హిమాలయపర్వతాలలో ఎంత బీదవాళ్ళైనా

అతిధులువస్తే ఎంతో గౌరవంతో ఆహ్వానిస్తారు. తమకు కలిగినదాంట్లోనే తృప్తిగా భోజనంపెట్టి వెచ్చగా చలికాచుకునే పొయ్యితోపాటు దళసరి "రజాయి" రాత్రికి బస, భోజనము తప్పక లభిస్తుంది — వీరి ఆతిధ్యంలో! అలాగే మాకూ అట్టే ప్రయత్నం లేకుండానే ఆరాత్రికి బస, భోజనవసతి చలిమంటకు — అడవుల్లో కొట్టితెచ్చిన దుంగలూ లభించాయి! అప్పటికే బాగా అలసిపోయిన మాకు ఆతిధ్యంతో ప్రాణాలు లేచివొచ్చినట్టయి అందరం మా సామానులు అన్నీ అక్కడే గదులలో సర్దిపెట్టుకొని రాత్రికి బసచేయడానికి సిద్ధపడుతున్నాం సందడిగా!

ఎవరికివారు బడలికతో అలసిపోయిన మా శరీరాలని విశ్రాంతి కోసం జార్లాపడి హాయిమంటూ అన్నీమరచిపోయాం. ఆతరువాత ఒకటి రెండు గంటలలో మాకు వంటలు పూర్తికావచ్చినాయి. మమ్మల్ని భోజనానికి సిద్ధంకమ్మని పిలుపూ వచ్చింది!

పనివాడు తెచ్చిన ఉడుకునీళ్ళతో చేతులూ ముఖం కడుక్కుని వేడినీళ్ళతో నోరు పుక్కిలించి దుమ్ముకొట్టుకున్న బూట్లను విడిచి టిబెటన్ గృహస్థులు ఇండ్లలో ధరించే చెప్పులవంటివి కాళ్ళకు వేసుకుని అందరం భోజనానికి సిద్ధమయ్యాం! మాఅందరి అలసటనూ ఆకలిగా వుండటాన్నీ గమనించి వంటలు త్వరగా పూర్తిచేసి వేడివేడిగా వడ్డన సిద్ధంచేసి భోజనాలకు లెమ్మని పిలిచారు.

అదేమీ బ్రహ్మాండమైన విందుభోజనం కాదుగాని అలిసిపోయిన మాకు కడుపులో ఆకలి దంచేస్తున్నందున కడుపునిండా వేడిగా పుష్టినిచ్చే ఆహారం తిన్నంత పుష్కలంగా వడ్డించారు సంతోషంగా! భోజనాలలో

వంటకాలతోపాటు ఇక్కడ ప్రత్యేకంగా మాకు కొండలలో లభించే బాదమ్, అక్రూట్, పిస్తా వంటి డ్రైఫ్రూట్స్ పెద్దచెక్క ఢేక్సాలలో తెచ్చి మాముందుపెట్టారు. క్షణాలమీద ఖాళీచేసాం! ఆతరువాత యాపిల్‌పండు, "ఏప్రికాట్లూ" కమలాపండ్లరసం తేనెతో కలిపి వెచ్చగా తాగడానికిచ్చారు. దీనితో అలసట పటాపంచలైంది.

అలా ఓగంటసేపటిలో అందరం భోజనాలు ముగించుకున్నాం! వేడివేడి టిబెటన్ టీతాగుతూ మా పడకలవద్ద చేరుకున్నాం విశ్రాంతి కోసం.

ఉదయమే 'గం గం!' అని పెద్ద ప్రతిధ్వనితో ఆలయంలోని గంట మోగితే మెలుకువవచ్చింది. వెంటనే మా ప్రయాణాలకు అందరం ముందుగా సిద్ధంకావడం మొదలుపెట్టాం! హాలుమధ్యలో ఒకవెడల్పాటి టేబుల్‌మీద మేము ప్రయాణంచేసే కొండల-లోయల-చిత్రపటం-ప్లాను తెరచి దారిలో మేం దాటివచ్చిన బౌద్ధాలయాలు, విగ్రహాలు "ఖార్టెన్"ల వంటి గుర్తులు కనిపించిన గ్రామాలన్నీ ఈ దేశ చిత్రపటంలో గమనిస్తూ గుర్తువేస్తూ చర్చ చురుగ్గా సాగుతున్నది.

"మనం నడచివచ్చిన హిమాలయపర్వతాల దిక్కులనుచూపే పటం ఇది! ఇదిగో!! ఇది మనం దాటి నడచివచ్చిన పర్వతాలలోని కొండదారి! ఇక్కడ మనం విగ్రహాలు "ఖార్టెన్" గుర్తులూ చూసాం. ఇలా ఇంకా దిగువకువెళితే 'డార్జిలింగ్'కు పోయేదారి వస్తుంది! అక్కడినుండి ఇలా కుడివేపుకు మళ్ళితే మాండూ రాజభవనం చేరుకుంటాం. అక్కడినుంచీ ఇదిగో! ఈ కనిపించే "ఘాట్‌రోడ్"లో చియ్యాస్ నదివెంబడే ఇలా

మనం ప్రయాణించివచ్చాం! ఇదిగో ఇది "పఠాన్-కోట్" అంటే మేం ఇంతవరకూ నడిచివచ్చినదారిని చూపిస్తూ అందరికీ తెలిసినా — మళ్లీ అంతా లామామహాశయుడితో చర్చించుకుంటున్నాం. మేం సరైన మార్గం లోనే వెళుతున్నామా లేదా? అని.

"ఇంతవరకూ మనం నడిచివచ్చినదంతా బాగానేవున్నది — ఇక వెళ్ళాల్సిన మార్గమేది? అదే తేలాలి! అన్నాడు నికోలాస్ రోరిఖ్ — మ్యాప్‌ను పరిశీలనగా చూస్తూ!

"మిత్రులారా! హిమాలయాలలోని శిఖరాలు, లోయలు, బౌద్ధ దేవాలయాలు చూపించే ఈ చిత్రపటం బ్రిటీషువారు తయారుచేసిన ప్రభుత్వపటమా లేక ప్రాచీన టిబెటన్ భూటానీ వర్తకులు ప్రయాణించే "బండ్ల-దారు"లను చూపించే పురాతన చిత్రపటమా? అంటూ అందరిలో చర్చ మొదలైంది.

"ఇందులో హిమాలయాలలోని రహస్యస్థావరాలు ఆధ్యాత్మిక కేంద్రాలు, గుహలు, లామాసరీలు గుర్తించబడివున్నాయా? లేదా చూడండి!" అలా అన్నివివరాలు గనకవుంటే — ఇది మనం ప్రయా ణించాల్సిన గమ్యంగురించి వివరాలతో సహాయపడుతుంది. లేదంటే ఇందులో మనకి తెలిసినవే వుంటాయి. తెలియనివేవీ వుండవంతే! ఇది మనకేసాయం అందించదు! అనుకుంటూ అందులో గుర్తించిన రహస్య స్థావరాలు గురించిన చర్చ మొదలైంది.

"ఇదిగో ఇవన్నీ మనం దాటివచ్చిన పర్వతశిఖరాలు. ఇదిగో దిగువకు వెళితే మనం దాటివచ్చిన "కైలాస"-పర్వతం! దానిప్రక్కనే —

ఇదే, మానససరోవరం! ఇదిగో గౌరీకుండం. ఇదిగో ఈమధ్యగా ముక్కోణాకారంలో గుర్తించినదే "ఎవరెస్ట్"-శిఖరం! దానిచుట్టూ వంకర టింకరగా గుర్తులుగా కనిపించేదే కొండలలో ప్రయాణించే "రహస్య-మార్గం"! ఈమార్గంలో ఏవేవి కనిపిస్తాయో వివరాలు జాగ్రత్తగా చిత్రాన్ని పెద్దగా చేసిచూపించే భూతద్దంలో చూడాలనుకుంటా! ఎవరికివాళ్ళు ఆ టేబుల్ అంతా పరుచుకున్న కాన్వాస్‌గుడ్డపై గీసిన హిమాలయ పాదపీఠంలోని దారులూ, కొండలూ చూపే పెద్దచిత్రం ఒకటి చూపుడువేలుతో పటంలోని దారిని గుర్తిస్తూ — చార్లెస్ బెల్

"ఇదిగో! మనమిప్పుడు ఇక్కడేవున్నాం" అంటూ మేంవున్న బౌద్ధ దేవాలయం నిలబడివున్నచోటును చిత్రంలో చూపించారు అందరికీ. చాలామందికి అప్పటిదాకా మనస్సులో పీకుతున్న సందేహంపోయి మనం సరైనమార్గంలో ప్రయాణిస్తున్నామన్న ధైర్యం కలిగింది.

"ఇహ మనం వెళ్ళాల్సిన మార్గం మనం అనుసరించాల్సిన దారీ — మనం ఏదిక్కుగా వెళతామో ఎలావెళితే దగ్గరదారి వస్తుందో — ఎటునుంచిపోతే కొండలు ఎక్కటంలో సులభంగా శ్రమలేని దారికోసం" వెతుకుతూ చర్చించసాగాము ఆసక్తిగా వేడిగా!

❀

“కైలాస” - **శిఖరం** నీరెండ-బంగారు తళుకులతో!

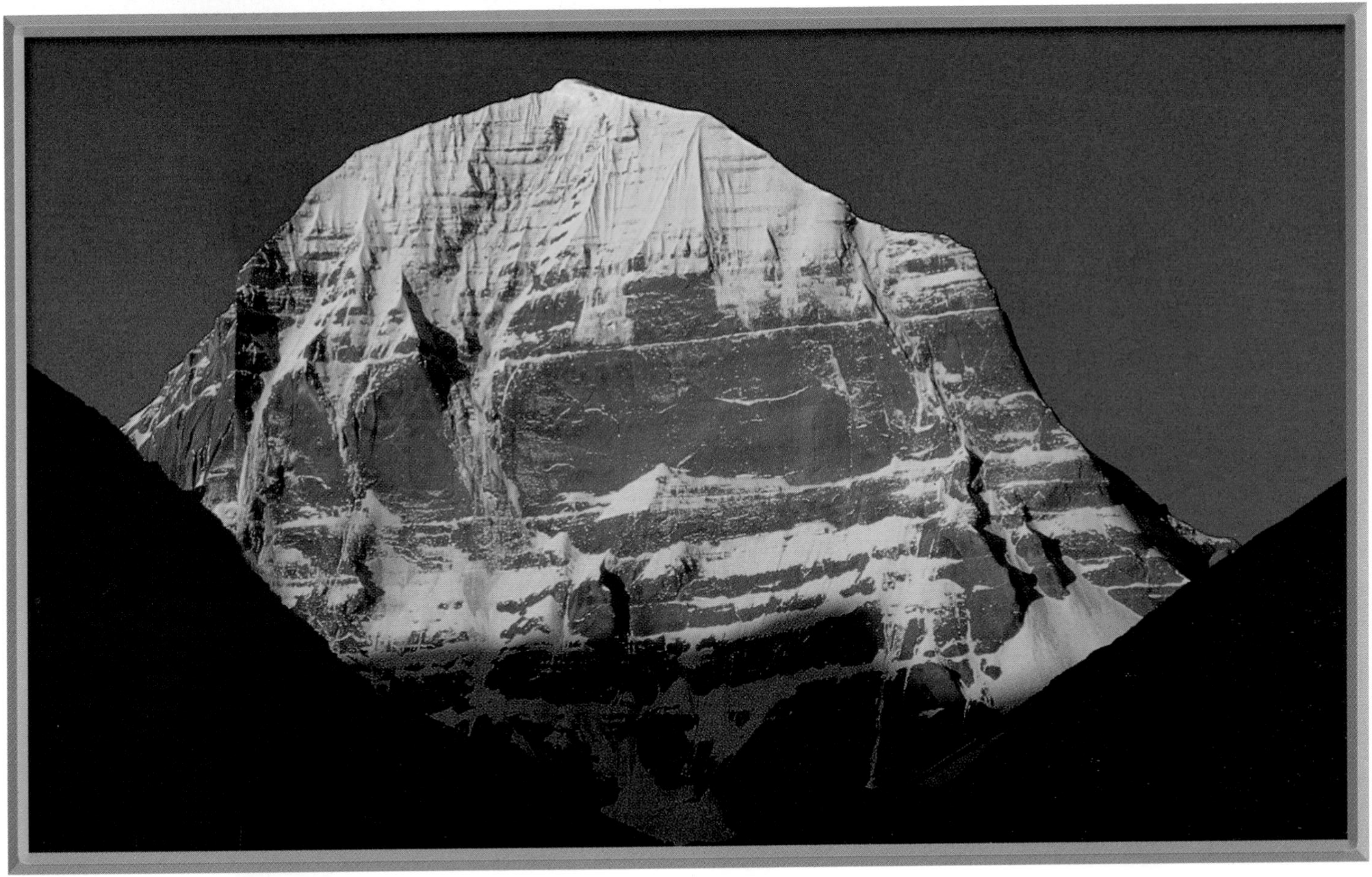

14

కైలాస-పర్వతం! - కైవల్య పర్వతం!!

"అదుగో! అదే కైలాసపర్వత శిఖరం! దీన్నే మౌంట్ కైలాస్ పర్వతం అంటారు — ఇంగ్లీషువారి భాషలో! ఇది హిందువులకు అతిపవిత్ర దేవతా స్థలము! దానిమీదే పురాణాలలో వర్ణించబడిన వెండికొండమీద కైలాస పర్వతశిఖరంపై శివపరమాత్ముడు కొలువుతీర్చి శాశ్వతనివాసంగా వుంటాడు — దీని చుట్టూరా ప్రదక్షిణం చేసినవారికి — ఇదే ఆఖరు జన్మట! మళ్ళీ ఇంకో జన్మ ఎత్తక్కరలేదు!"

కైలాస శిఖరానికి వెళ్ళే లోయలో ఎత్తుగా ఆకుపచ్చటి పచ్చల ఉంగరంలాగా మెరుస్తూ వుండే నీళ్ళతో నిర్మలంగా అడుగున నేల కనిపించే కోనేరువంటి చెరువు మనకి కనిపిస్తోందే! అదే గౌరీకుండం!

లోకమాత అయిన పార్వతి హిమవంతుడి పుత్రికగా జన్మించి — ఈ గౌరీకుండంలోనే రోజూ స్నానంచేసి శివుని భర్తగాకోరి పూజించింది!!" అంటూ చెప్పాడు షేర్పాలబృందంలోని కులపెద్ద!

ఇంతలోకే ఒకడు — బానపొట్ట, మిడిగుడ్లువున్నవాడు తూగుతూ! ఆ సాహసయాత్రికుల బృందంలోంచి ఒకడు వెటకారంగా నవ్వాడు — భళ్ళుమని పగలబడి! దాంతో అందరూ తుళ్ళిపడి అతనివంకే చూశారు — వెనక్కితిరిగి! అతడి చేతిలో పొడుగాటి సారాగ్లాసునిండా మద్యంపోసి త్రాగి తూగుతూవున్నాడు. గుప్పున కల్లువాసన అతని చెమటకంపుతో కలసి దుర్గంధంగా వ్యాపిస్తూ అందరినీ అసహ్యంగా ఏవగింపుకు గురి చేసింది.

"ఎందుకు మీరు అలాగుడ్డిగా నవ్వారు? — కైలాసపర్వతం గురించీ గౌరీకుండం గురించి ఆయన చెపుతుంటే మీకు నవ్వేలా వచ్చింది?"

అంటూ ఒక్కసారే ఐదారుగురు అతడిని చుట్టుముట్టి రోషంతో ప్రశ్నించారు! అతడు మళ్ళీ పగలబడినవ్వి ఇంకొంచెం సారాయి తాగి తాపీగా సమాధానం చెప్పాడు.

"మీ హిందువులు మనుష్యులకే కాకుండా రాళ్ళకీ రప్పలకీ కూడా స్త్రీపురుషబేధాలు అంటగట్టి చెపుతారు! మీరు కైలాసపర్వతం అని పిలిచేది ఒట్టి రాయిగుట్ట — అన్ని కొండలవంటిదే కదా! అదేమో శివుడా? గుండ్రంగావుంది కాబట్టి అది శివలింగాకారం అంటారా? దానిని పురుషాకారంగా భావించి పూజిస్తారా? వాహ్వా! ఇది చాలదన్నట్టు

"గౌరీ"- కుండం శివపరమాత్మునికై తపస్సుచేసి 'పార్వతిగా' శివుని చేరుకున్న - తపస్సుకు ముందు స్నానం చేసిన గౌరీదేవి సరస్సు!

దాని ఎదురుగావున్న ఈ కోనేరు — ఈ ఆకుపచ్చటి నీళ్ళతో నిండిన పసరుగుంట స్త్రీరూపమా? పైగా అది గౌరీకుండమట!

ఈ చెరువేమో స్త్రీలింగమా? ఆహా! ఏమి మతమండీ మీది? రాళ్ళనూ, రప్పలనూ పూజించే కాఫిర్లు అని మిమ్మల్ని ఎందుకు అంటారో నాకిప్పుడు బోధపడింది" అరిచి చెప్పాడు.

ఇంతలో పదిమంది షేర్పాలు చుట్టూరాచేరి — "ఇందులో మీరు నవ్వేందుకు ఏముంది? మీకు నమ్మకం లేకపోతే లేకపోవచ్చు! కాని దీంట్లో... అసహజత ఏముంది?" — అన్నాడు, గులాబ్‌సింగ్ అనే ఒక పంజాబీ హిందువుడు పొడుగాటి గడ్డము, మీసము, భుజాలమీదికి వేలాడే జుట్టు, కళ్ళు ఎర్రగా కోపంతో ఎర్రబడివున్నాయి.

"వింతకాదా మరి! రాళ్ళల్లో స్త్రీపురుష బేధం ఏమిటి? ఒకే కొండలో ఎత్తుగావుంటే శివలింగమా? అదేకొండ లోతుగా గుంట ఏర్పడితే అది దేవీస్వరూపమా — ఒకటి లింగము, ఇంకొకటి పానవట్టమా? ఈరెండూ కలిస్తే శివలింగమా? ఏమి హేతువాదమండీ ఇది!"

వెంటనే కైలాసపర్వతాన్ని పూజ్యభావంతో చూసే పెద్దాయన కత్తి దూసి ముందుకువచ్చాడు ఆ నిరసన, వెటకారం భరించలేక — "మీకు చెట్లలోను, పూవులలోను స్త్రీపురుష బేధం వున్నదని వృక్షశాస్త్రం, బాటనీ సహితం అంగీకరించలేదా? ఇదీ అంతే!

ఒక మందారపూవు చూడండి! లేదా గుమ్మడిపూవు చూడండి. దాని చుట్టూరా వుండే కేసరాలు పురుషబీజానికి అవయవాలుగా ఏర్పడ్డవి.

మధ్యన బొడ్డుగా వుండేది అండా శయము లేక ఓవరీ — ఆ పువ్వుకు గర్భాశయం వంటి స్త్రీలింగ చిహ్నాంగాదా? ఇలా ఒకే పువ్వులో చుట్టూరా పురుషాకారంగానూ మధ్యన లోతుగా వుండే బొడ్డులో అండాశయం, మాతృత్వం చిహ్నాంగాలేదూ! పువ్వంతా ఒకటేకదా! పర్వతాలలోనూ అంతే! అదే విషయం మా ఋషీశ్వరులు కైలాసపర్వతం విషయంలోనూ దర్శిం చారు ఒక మహాసత్యాన్ని!"

ఐనా దాంతో ఆ చర్చను విడిచిపెట్టలేదు ఆ తాగుబోతువాడు!

"మా మతంలో అల్లా స్త్రీపురుష బేధంలేనివాడు. ఒక ఆకారం లేనివాడు. ఆకాశంలాగా, కాలంలాగా సర్వత్రా వ్యాపించివుండే విశ్వ వ్యాపకుడు అల్లా — భగవంతుడు! ఆయనకు స్త్రీ అవయవాలుగానీ, పురుష అవయవాలు గానీ ఎలా ఏర్పడతాయి? మీ మతం దీనిని గురించి ఎలా సమాధానం చెపుతుంది?

"మీ మతంలో అల్లాకు ఆకారంలేదు సరే! మీమతంలోని మనుషుల్లో స్త్రీ, పురుషులు వేర్వేరుగా లేరా? ఒక పనికోసం మానవుడు యంత్రాలలో ఒక పనిముట్టును తయారుచేస్తున్నాడు, ఈనాడు మిషినరీ అన్నపేరుతో! పనియొక్క అవసరాన్నిబట్టి పనిముట్టు ఆకారం దాని నిర్మాణంలోని రసాయనాలు మార్చుకుంటూ రకరకాల యంత్రాలను మార్చుకుంటున్నాడా? లేదా? ఇనుము ఒక్కటే! దానితో రకరకాల నిర్మాణం చేస్తున్నాడుగదా! అలానే భగవంతుడు ఒక్కడే — ఒప్పు కుంటాను!

మా హిందూమతంలో కూడా పరమాత్ముడు స్త్రీపురుష బేధాలకు

అతీతుడు, నిర్గుణ స్వరూపుడు. అయినప్పటికీ సృష్టి నడవడం నిమిత్తం పువ్వులు, కాయలు, జంతువులలో స్త్రీలనీ, పురుషజంతువులనీ సృష్టించ లేదా? ఆత్మ, ప్రాణం, జీవం రెండింటికీ ఒకటేఅయినా సృష్టి నడిచే అవసరంకోసం వేర్వేరు ఆకారాలతో అవయవాలను స్త్రీపురుష లింగాలుగా నిర్మించలేదా? శిలలో అయినా పర్వతంలోఅయినా వృక్ష, జంతు, పశు పక్ష్యాదులలో ఐనా, — ఇదే సూత్రం సృష్టిఅంతటా వున్నదని గ్రహిం చారు, వేదంలోని ఋషీశ్వరులు!!

ఏకరూపుడైన భగవానుని గురించి రెండురకాల స్త్రీపురుష అవయ వాల నిర్మాణం ఎలా జరిగింది? మీరు కాలం ఒక్కటే అన్నారుకదా — రాత్రి చీకటిగానూ, పగలు వెలుతురుగానూ వేర్వేరుగా ఏర్పడ్డట్టే మీ బైబిలులోనూ, ఖురానులోనూ కూడా రాత్రికి చంద్రుడు, పగలుకి సూర్యుడు అంటూ ఆదమ్‌ని పురుషుడుగానూ, హవ్వాని స్త్రీగానూ, ఆదిమను మాతృకగా సృష్టించలేదా?" — అన్నాడు!

దానితో అతడు సంతృప్తిపడక "దీనికి ప్రత్యక్షంగా ఋజువు కావాలి!" అన్నాడు తూలుతూ!

ఇదంతా దూరంగా కూర్చుని చూస్తూ, మంచుమైదానంమీద నిశ్చలంగా ధ్యానం చేసుకుంటున్న ఓ టిబెట్‌యోగి లామా వింటున్నాడు. ఆయన కళ్ళుతెరిచి చిరునవ్వు నవ్వి తనచేతితోనే వాదులాడుకుంటున్న ఆ ఇద్దరినీ సంజ్ఞచేసి పిలిచాడు.

ఆశ్చర్యపోతూ ఇద్దరూ ఆయనను సమీపించారు — "ఏం చెపుతాడా? ఎలా చెపుతాడా?" — అని! ఎందుకంటే ఆయన పన్నెండేళ్ళ

నుంచి మౌనవ్రతం — అంటే మాట్లాడడు!! మరి వీళ్ళ వాదనను విన్నాడే రమ్మని సైగచేసాడే? సమాధానం ఏంచెపుతాడు? ఎలా చెపుతాడు?" అని విస్తుపోతున్న వారిద్దరినీ పిలిచి చేతిగుర్తుతోనే ఒక కాగితం ఇమ్మన్నాడు. బహుశా ఏదో బొమ్మగీసి చూపిస్తాడేమో అనుకొని జేబులు వెతుక్కుని ఒక తెల్లకాగితం యిచ్చారు. దానిని ఆయన అడ్డంగా, నిలువుగా మధ్యకు దాన్ని మడచి, వీళ్ళు చూస్తుండగానే అంచులు పైకి మడచిపెట్టి, ఒక కాగితపు పడవ తయారుచేసాడు! దాన్ని తన మూడువేళ్ళతో పైకెత్తి చూపించాడు.

"అయ్యో! కాగితపు పడవ చేశాడు! ఇదేమిటి? ఇక్కడ నీళ్ళులేవు కదా! ఈ పడవ ఎందుకు చేశాడు?" అనగానే ఆయన పడవను అరచేతిలో నిలబెట్టి కుడిచేతి చూపుడువేలుతో పడవ మధ్యన ఎత్తుగా వున్న కోసులాంటి కోణం వేలుతో చూపించాడు. దానినే కలిపి కైలాస పర్వతం వంక చూపి 'ఇది పురుషచిహ్నం' అన్నట్టు సైగచేశాడు.

ఆశ్చర్యంనుంచి వీళ్ళు తేరుకొనేలోగా పడవను చటుక్కున తలక్రిందులు చేసి పడవ అడుగునవున్న మడతలోని లోతైన పల్లం చూపిస్తూ చూపుడువేలితో మధ్యవేలుతో దాన్ని పాయలుగా విడతీసాడు, ఒక చేప ఆకారంలాగా! మరుక్షణమే గౌరీకుండంవైపు చూపించి ఇదే స్త్రీరూపం అన్నట్టుగా పడవను పైకి, క్రిందికీ చూపిస్తూ — ఒకేపడవ ఇటువైపు స్త్రీరూపం, అటువైపు పురుషాకారం — అంటూ మాటలేకుండా తెలియజెప్పి తటాలున పడవ మడతలు విప్పి — తెల్లకాగితం సాపుచేసి చేతిని గుండ్రంగా చక్రంలా తిప్పుతూ ఆకాశంవైపు చూపించాడు.

నిరాకారం నిర్గుణమైన అనంతరూపం నిర్గుణం భగవంతుడని — మౌనం గానే తెలిపాడు.

ఆశ్చర్యం! ఒక్క కాగితపు పడవ ఉదాహరణతో స్త్రీగాని, పురుషుడు గాని కాని ఒక తెల్లకాగితం మడచి భగవంతుడిని — ఇటు పురుషా కారంగానూ, అటు స్త్రీ గర్భాశయంగానూ సృష్టియొక్క అవసరంకోసం చేస్తున్న ఈ ఆట! ఒక లీలావినోదమే ఈ కైలాసపర్వతం — ఈ గౌరీకుండం వెనుకగల స్త్రీపురుష రహస్యం! అదే శివశక్తితత్వం!! అర్థనారీ శ్వరతత్వం! — అని, తన మౌనం వీడకుండానే వీళ్ళ తగాదా తేల్చేసాడు.

దాంతో అందరూ తలదించుకొని నోరుమూసుకుని గుడారంవైపు చేరుకున్నారు, నెమ్మదిగా!

ఇప్పుడందరికీ కైలాసపర్వతం అవతలికిపోయేది ఎలా? శంబలకు పోయే మార్గం పట్టుకునేదెలాగ? అన్న ప్రశ్నకు శివపార్వతుల తత్వం తెలిసి — సంశయం లేకుండాపోయింది! అలా దాంతో శంబలకు మార్గం ఏర్పడింది!!

అందుకే సత్యయుగం వచ్చినపుడు — అన్నిమతాలూ ఇలా ఒక్కటవుతాయి — అది ఇలాగేనేమో మరి!

"ఆరు మతములొక్కటౌను" — అంటే ఇదా?

II

"ఓ" లామా గురుదేవా! మీకీ మంచుపర్వతాలన్నీ మీ అరచేతిలోని గీతలు తెలిసినంతబాగా ఎరిగివున్న ప్రదేశంగదా! బహుశా ఇదంతా మీ చిన్నతనంలోను మీరు యువకులుగావుండగానూ ఈ మంచుకొండల మధ్య ఎన్నో సాహసయాత్రలుకూడా చేసివుంటారుగదా?" అంటూ ప్రశ్నించాను. దానికి లామా మహాశయులు సమాధానంగా :

'సాహసయాత్ర' అంటే — మీలాగ మంచుగొడ్డళ్ళూ, చర్మాలతో చేసిన చొక్కాలూ ధరించిచేసే సాహసయాత్రలు మేము చెయ్యం! మాకు హిమాలయాలంటే ఎంతో పవిత్రమైన "దేవతాత్మ" వంటి స్థానం! ఇక్కడ ప్రతీ లోయా, ప్రతీ శిఖరమూ, ప్రతీఒక్క కొండచరియా కొన్నివేల సంవత్సరాలనుండీ మహామునులు, యోగులూ శరీరాన్ని మరచిపోయి భగవంతుని ధ్యానంలో తేలిపోతూ తపస్సుచేసిన పుణ్యభూములుగదా! అలాంటి చోట మనలాంటివాళ్ళు — అంటే స్వార్థమూ, భయమూ, ద్వేషమూ ఏమాత్రం చావని ఈ "కలియుగం" — మనుషులం — మన కాళ్ళుపెట్టి తొక్కి అపవిత్రంచేయ్యటమే ఒక మహాపాపం! అలాంటిది తోళ్ళతో కుట్టిన చెప్పులుధరించీ, చచ్చిన జంతువుల చర్మాలతోకుట్టిన కోట్లూ, అంగీలూధరించి వాటిపై ప్రయాణం చేయ్యడమంటే ఇక్కడి హిమాలయాలను మనం అపవిత్రం చేయ్యడమేకదా! ఇక్కడి చలికీ, ఎత్తైన ఈ మంచుపర్వతం వాతావరణానికీ ఇలాంటి రక్షణ అవసరం అని, మీరు భావించవచ్చు! కాని మనయొక్క మనస్సునీ శరీరాన్నీ పవిత్రంచేసుకొని — యోగసాధనతోనూ దివ్యప్రభావం కలిగిన మూలికా

శక్తితోనూ మంత్రశక్తితోనూ మనిషి తన శరీరాన్ని వజ్రశరీరంగా చేసుకొనే ప్రక్రియలు మా హిమాలయాలకు పురాతనకాలంనుంచీ — పిత్రార్జితంగా వస్తున్న విద్యలు!

అంతెందుకు? ఇక్కడి కొండలమీది ప్రతీఒక్క మూలికా, ప్రతీ ఓషధీ, పవిత్రమైన ప్రతి సాలగ్రామశిలా మునులు తపస్సుచేసిన జలపాతం లోని నీరూ అన్నీ — మాతో మాట్లాడుతున్నట్టే అనిపిస్తుంది! అవి తమ పవిత్రగాధను వినిపిస్తున్నట్టే, సెలయేళ్ళలోనూ, గాలిలోనూ ఆ జగన్మాత మాకు జోలపాటలు పాడుతున్నట్టే ఓ లాలిపాటలాగ వినిపిస్తూవుంటుంది! ఎవరైనా తల్లిస్పర్శ తగలకుండా శరీరానికి రక్షణకవచాలు ధరిస్తారా? అందుకే అన్నాను మా లామాల దృక్పధం వేరు! — మాకు ఈ హిమాలయ పర్వతాలు కేవలం కొండలుకాదు. రాతిగుట్టలు మాత్రమేకాదు. ఇదంతా ఒక "దేవతాత్మ!" ఈ హిమవంతునికి ఒక "ఆత్మ" వున్నది. ఈ హిమగిరిని నివాసంచేసుకొని పరమశివుడే కాదు, అనేకమంది శివ యోగులూ, ఆకాశంలో ప్రయాణం చేయగలిగిన సిద్ధపురుషులూ, అవధూత చక్రవర్తులూ నిత్యం సంచరిస్తుండే "స్వర్గం" వంటి ప్రదేశం ఈభూమిమీద! అంతెందుకు ఇక్కడ — ఈ పంచభూతాలైన గాలి, నీళ్ళూ, అగ్నీ, ఆకాశములలో కలిసిపోయి — మన మనస్సుకి ఏమీ గోచరంకాకుండా అవధూత రూపంలో అదృశ్యంగా సంచరించే శ్రీ "దత్త ప్రభువు" గురించి మీరు వినలేదా? ఆయన ఎప్పుడు ఎక్కడ ఏరూపంలో మనకి తారసపడతాడో అని భయంగా లేదూ?" — అంటూ లామా మహాశయుడు ఈమాట ఎత్తగానే సాహసయాత్రీకులందరూ ఆశ్చర్యం తోనూ, భయంతోనూ త్రుళ్ళిపడ్డారు.

"చాలు! చాలు! మీ పవిత్రదృక్పథం మాకు అర్థమైంది! ఇంకా వివరించి చెప్పనక్కరలేదు మాకు. మాకూ కలిగాయి కొన్ని భయం కలిగించే ఆశ్చర్యకరమైన అనుభవాలు — ఇప్పటికే ఎన్నో! అందుకే మీముందర నోరెత్తి మాట్లాడలేకున్నాము" అంటూ సర్దుకున్నాడు శ్రీనివాస చక్రవర్తి సగౌరవంగా, చర్చల్లోంచి!

ఆరోజుకి ఇంక మాలో ఎవ్వరికీ ఆ 'లామా' మహాశయుడితో ఇంక ఏవిషయంమీదా మాటలుపెంచే ధైర్యంగానీ చర్చను కొనసాగించే సాహసంగాని లేకపోయింది.

అందరం అలా మౌనంగా నడుస్తూ మంచుకొండలు ఎక్కుతూ, దిగుతూ మాశ్వాసలే మాకు వినిపించేలా కుక్క ఆయాసపడ్డట్టుగా రొప్పుతూ నడవటంతో సరిపోయింది. ఈ కఠినమైన కొండచరియలు ఎక్కడం దిగడంతో మాప్రాణాలు కడబట్టినట్లై ఇక మాలో మాట్లాడే ఓపికగాని, శక్తిగాని లేక మనస్సునీ, శరీరాన్ని ప్రయాణంమీదనే ఏకాగ్రత చేయడంతో సరిపోయింది, మిగతా మూడురోజులూ.

తిరిగి నాలుగైదురోజుల తర్వాతగాని మా సాహసయాత్రాబృందంలో ఎవ్వరికీ చర్చించే విరామంగాని 'లామా' మహాశయుడికి తీరుబడిగాని లభించలేదు, ఏవిషయమూ తీరుబడిగా చర్చించడానికి!

15

కొండ దెయ్యాలు!

ఇది మా హిమాలయ సాహసయాత్రలో ఐదోరోజు! పొద్దున్నే లేవగానే నల్లటి కారుమబ్బు మూసుకుని-వచ్చింది — వెనకవైపునుంచి!

ఐమూలగా ఈదురుగాలులు — ఎముకలుకొరికే చలితో మా చర్మాన్ని చీల్చుకుంటూ — వీస్తోందా అన్నట్టు! ఎంత పర్వతారోహకులైనా కష్టాలకు తట్టుకొనే ఎంతటి మోటుశరీరాలైనా ఆ జడివాన చినుకులు వాడి శూలాల్లా మా వీపులమీద కొరడాలతో చావబాదినట్టు బరబరా వర్షిస్తుంటే — మాలో ప్రతీఒక్కడూ తూలి, ముందుకు పడబోయాడు — ఆ వానజడికి!

అలా, ఒక పావుగంటసేపు — అక్కడే నిలబడి, తలవంచి 'పర్వతాత్మ' అయిన ఆ కొండదేవుడికి మనసారా పూజ్యభావంతో శరణాగతి చేసినట్టు నమ్రతతో ప్రార్థిస్తూ నిలబడ్డాము!

అంతే! మంచివాడి కోపంలాగ మరుక్షణమే ఆగిపోయింది జడివాన! ఫెళఫెళా పెద్ద ట్యూబ్‌లైట్లకంటే మందంగా వెలిగే మెరుపులతో చైనీస్ సైనికుల మరఫిరంగుల పేలుళ్ళను మించిన పిడుగులు వెళ్ళి కొండల్లో పడుతుంటే లోయంతా ప్రతిధ్వనించింది — ఒకపెద్ద బ్యాండుమేళం భాజాలు లోయ వీపుమీద భజంత్రీలుగా మోగిస్తున్నట్టే! అలా దడదడా పిడుగులు, ఉరుములు వాటి మేళతాళాలు పూర్తిచేశాక మేం భయం భయంగా ఒకరివంక ఒకరు బిక్కచచ్చిపోయినట్టు చూసుకున్నాం, పెద్దవాళ్ళ ఆగ్రహానికి బెదిరిపోయిన చిన్నపిల్లల్లా — ఎందుకు కోప్పడ్డారో? ఎందుకు మానేశారో, అర్థంకాకుండా తెల్లబోయినట్టుంది మా పరిస్థితి ప్రకృతి ప్రళయతాండవానికి!

మరుక్షణంలో ఫకాలున నవ్వాడు నా ప్రక్కవాడు! నాకూ భళ్ళున నవ్వొచ్చింది! మరుక్షణమే అందరం పగలబడి నవ్వుకున్నాం! మా బెదురు చూసి మాకే నవ్వొచ్చింది. "మనిషీ! ఓ మనిషీ! ఎవరు నువ్వు? ఓ హీరోవా? చంద్రునిపై గ్రహాలపై సాహసయాత్రచేసే సాహసవీరుడివా? లేక భయంకర హిమప్రళయం ముందు పర్వతాలు దద్దరిల్లే గర్జన ముందు గడ్డిపోచవలే భయంతో ఊగిపోయే జీరోవా? ప్రకృతి ప్రళయ తాండవం ముందు మనిషి ఎంత?

ఎందుకని మన ప్రాచీనఋషులు ఎంతో వినయంగా శరణాగతి భావంతో ఈ పర్వతాలను పూజించారో, ఈ హిమాయలపర్వతాల వెనక నుంచీ గర్జించే ఉరుములవెనుక ఆ పర్జన్యదేవుడైన ఇంద్రుని సూక్తులు ఎందుకు దయకై అనుగ్రహంకోసం గానంచేశారో మాకిప్పుడే అర్థమవు

తున్నట్టు అనిపించింది! ప్రకృతి ప్రళయతాండవం — విరబూసే చిరునవ్వు, అందాలపూలతోట పసిబిడ్డ నవ్వువంటి లేతవెన్నెలా — వీటిమధ్య బెదిరిపోయిన పసిపిల్లాడివలే మనిషిహృదయం కవిత్వంతో గానంచేస్తుంది, ఈ ప్రకృతి ఒడిలో తల్లిఒడిలో — తల్లిచేసే విన్యాసాలు చూసి మురిసిపోయే పసిబిడ్డలా!

"అమ్మా! ప్రకృతిమాతా! మేము నీ బిడ్డలం! మమ్మల్ని అదిలించకు! భయపెట్టకు; అలాఅని తోసెయ్యక ప్రేమించు!" అంటూ ఈ పర్వత రాజపుత్రికయైన జగన్మాతను దేవీసూక్తంలో, వేదంలో కాలపురుషుడినీ కాలికాస్త్రీనీ ఎందుకు గానంచేశారో అర్థంచేసుకోవడం కష్టంకాదు! ఈ వాతావరణంలో జీవిస్తే గొర్రెలకాపరిని సహితం కవిగా మార్చేస్తుంది ఈ ప్రకృతి! కట్టుకున్న భార్యలా కన్నకూతురిలాగా ప్రళయభయంకర పిశాచశక్తిలా భద్రకాళిలా ఎన్నోరూపాలు — ఈ ప్రకృతిమాతవి!

"బాబూ! జాగ్రత్త!! మీరేదో ఈ ప్రాంతాలకు కొత్తవారిలా కనిపిస్తున్నారు! నిర్భయంగా నడచివెళుతున్నారు. మీరు చేరుకోబోతున్నది **"పిశాచాల లోయ!"** దీనిపేరుచెపితేనే మాకొండవాళ్ళు నిద్దట్లోకూడా హడలి చస్తారు! ఊరికే మాటల్లో దీనిపేరుచెప్పినా భయంతో మలమూత్ర పర్యంతం అవుతుంది; ఈ భీకరప్రదేశాన్ని దీన్ని తలచుకుంటే!" అంటూ మమ్మల్ని హెచ్చరించాడు! ఎవరా అని మా మంచుప్రయాణం ఆపి కుడివేపుగా తిరిగి చూస్తే ఓ ఎత్తైన చెట్టుమీదనుంచి పొడుగాటి గడకర్రతో కొడవలికట్టిన దోటీతో ఏవో పూలో పండ్లో కోస్తున్నాడు, కింద వున్న మేకల మందకు కాబోలు! ముక్కుకూ చేతుల మడతల్లోను, మోచేతులకూ,

వెండికట్లు కంకణాలుగా వున్నాయి, ఈ షేర్పా గొర్రెల కాపరికి! బహుశా ఇతడే మమ్మల్ని హెచ్చరించివుంటాడు అనితోచి :-

"ఏమిటిబాబూ మీరు చెప్పేది? దెయ్యాలలోయా? దెయ్యాలెక్కడ వున్నాయి? అసలీ ప్రపంచంలో దెయ్యాలు నిజంగా వున్నాయా? మేమి లాంటివేమీ నమ్మం! మీలాగా పల్లెటూరివాసులంకాము మేము! నాది రష్యాలోని పీటర్స్‌బర్గ్‌నగరం! నాపేరు నికోలాస్-రోరిఖ్! ఈయనది ఇంగ్లండులోని లండన్‌నగరం! ఆయనది పాటియాలా రాజధాని — ఆయన ఒక మహారాజు! ఇంకా ఈపక్కన తుపాకీతో వస్తున్నది, పులి వేటగాడు, గుండెలుతీసిన బంటుఐన జిమ్ కార్బెట్! మామధ్యగా నడుస్తున్న వ్యక్తి ఓ సైంటిస్ట్, గొప్ప జంతుశాస్త్రజ్ఞుడు! మాతోనా? నీవు భయపెట్టేమాటలు చెపుతున్నది? అన్నాం! ఆశ్చర్యంగా అందరం ఒకే కంఠంతో!

వాయవ్యదిక్కునుండి ఏటవాలుగా కిందకి దిగుతున్న కొండచరియ మీదుగా నడుస్తూన్న, మా సాహసయాత్రికుల బృందంలోని మిత్రు లందరం అకస్మాత్తుగా వాతావరణం మారిపోవడం గమనించాము! కీచుమని చెవులు చిల్లులుపడే రొదవంటి శబ్దంతో గాలి — ఓ దుమారంలా వేగంతో వచ్చి వాళ్ళ ముఖాలకు తగిలేలా లోయ క్రింద నుంచీ వీస్తూ వాళ్ళ పాదాలకిందకి దూరి పైకెత్తి పడేస్తున్నంత వేగంతో విసురుతోంది. అంతటి కాకలుతీరిన పర్వతారోహకులూ, క్షణం ఆశ్చర్య పడి అలా నిలబడిపోయారు! "ఏమిటీ ఈ విపరీతమైన గాలి? పైగా ఆకాశంలో ఏమీ మబ్బులు లేకుండానే ఎండ తెరవేసినట్టుగా, చీకటి

వ్యాపించింది లోయంతా! మరి మాచుట్టూ కారుమబ్బులుకాని, ఉరుములు, మెరుపులుగాని ఏమీ లేకపోయినా భయంకరమైన ఈదురు గాలులు వీస్తూ ఇలా కాళ్ళను అడుగునుంచీ పైకిఎత్తి తలక్రిందులుగా పడతోసేంత వేగంగా వీస్తోందే?" అనుకుంటూ ఒకరినొకరు ఆశ్చర్యంగా చూసుకున్నాం ప్రశ్నార్థకంగా!

చివరికి, అపరాధపరిశోధకుడైన చార్లెస్ బెల్‌మీదనే అందరిదృష్టి కేంద్రీకరించారు ప్రశ్నార్థకంగా!

అతడు చిత్రంగా ఆకాశంవైపు చూస్తూ గట్టిగా తన టోపీని అదిమిపట్టి కళ్ళమీదకు లాక్కుని దృష్టి తీక్షణంగాచేసి కళ్ళు చికిలించి పైకి చూసాడు — పైపు సరిచేసుకుంటూ!

'ఆశ్చర్యం! పైపు ఆరిపోయిందే?' అనుకుంటూ అపుడే వెలిగించిన తనపైపు ఎర్రటి చింతనిప్పుల్లా వెలుగుతూ గుప్పుగుప్పున ఇంజనుపొగలాగా వస్తూనే అకస్మాత్తుగా ఆరిపోయి పొగరాజుకుంటూ నిటారుగా రింగురింగుల పొగ పైకే లేస్తోంది. "ఇదేదో విచిత్రంగా ఉన్నదే! నాకు అంతుపట్టడంలేదు! ఆకాశమంతా నిర్మలంగానే వుంది. అయినప్పటికీ సూర్యరశ్మి లేదే? మసక చీకటి సర్వత్రా వ్యాపించింది ఎలాంటి మేఘములూ లేకుండానే! ఈదురు గాలి విపరీతంగా వీస్తోంది."

"ఒకనాడు లండన్‌లోని డోవర్ సమీపంలో నేనొక దెయ్యాల కొంపను పరిశీలించడానికి వెళ్ళినప్పుడుమాత్రమే ఇలాంటి వాతావరణం ఎదుర్కొన్నాను. స్వతహాగా నాకు సైన్సు దృక్పథం హేతువాదంతో క్రమశిక్షణగా అలవాటుపడ్డ నాకు — దెయ్యాలన్నా, పిశాచాలు, భూతా

లన్నా పెద్దగా నమ్మకంలేదు. ఐనా, ఇప్పటి ఈ వాతావరణం — నాకు మళ్ళీ అప్పటి డోవర్ కేసు పరిస్థితిని గుర్తుకుతెస్తోంది!" అన్నాడు చిత్రంగా పైకిచూస్తూ ఆరిపోయిన తన పైపును వెలిగించుకుంటూ.

ఇంతలోనే వెనకనుండి మా సాహసయాత్రీకులలోనుంచి ఒకరు ఆశ్చర్యంగా కెవ్వున కేక వినిపించి — అందరం చటుక్కున వెనక్కితిరిగి చూశాం ఆశ్చర్యంగా! ప్రఖ్యాత జంతుశాస్త్రజ్ఞుడు "లంకాస్టర్" తలపైన టోపీ గాలిలో గజంఎత్తున పైకిఎగిరి ఏ ఆధారం లేకుండానే అలాగే నిలబడివుంది అలా పదిహేను ఇరవైసెకన్లు నిలబడి అటూఇటూ వూగి తిరగబడి మరొకరి మొఖాన వెళ్ళిపడింది, గట్టిగా గాలి విసిరేసినట్టు!

ఆ టోపీని తీసి తిరగేసిచూస్తే సన్నని పంచదారవంటి మంచు ఇసుకపొడితో నింపబడివున్నది అందరూ విస్తుపోయారు.

"ఇదేదో కొండజాతి మాంత్రికుల లోయలో తాంత్రిక మేజిక్కులతో మనల్ని భయపెట్టడానికి చేస్తున్నారా ఎవరైనా?"

ఈసారి హిమాలయ పర్వతాలలో సగం జీవితం గడిపి మంచు కొండలలోని వింతలూ, విశేషాలను జీర్ణించుకున్న రష్యన్ శాస్త్రజ్ఞుడు నికోలస్ రోరిఖ్ మాటలు అందరినీ ఆశ్చర్యపరచాయి.

"ఓ నికోలాస్ మహాశయా! — మీకు ఇలాంటి మంత్రాలన్నా మాయలన్నా నమ్మకం వున్నదా? ఇలాంటివి మీరెప్పుడైనా చూశారా? ఏమిటీ విపరీతాలు మనకి?" అందరికళ్ళూ ఆయనవైపే కేంద్రీకరించాము ప్రశ్నార్థకంగా!

ఇలాంటివి సామాన్యంగా జరగవు! ఎంతో అరుదుగా ఎక్కడో ఎప్పుడో తప్ప!" — అన్నాడు!

"అంటే! ఇలాంటి ఆశ్చర్యాలు, అద్భుతాలు మీ అనుభవంలో అసంభవం కాదన్నమాట! ఇవి ఎవరైనా చేశారా? లేక వాటంతట అవే జరుగుతాయా?"

సాధారణంగా రోడ్డుప్రక్కన కనికట్టువిద్యలు చేసే గారడీవాళ్ళే భారత దేశంలో ఇలాంటి మ్యాజిక్‌లు చేయడంచూశాను! మీరుచూసే వుంటారు ఇలాంటి ట్రిక్కులు! తాడును గాలిలో ఎగరవేసి పాముబూరా వూదితే అది నిటారుగా పైకివెళ్ళి గాలిలో నిలబడడం, ఎండిపోయిన మామిడిటెంకని నేలలో పాతేస్తే అప్పుడే అది పదినిమిషాలలో మొక్క మొలిచి చిగురించి పుష్పించి మామిడికాయ కాయడం, చూస్తుండగానే, అది పండి, ఫలంగా మారితే గారడీవాడు తన దగ్గరవున్న చాకుతో దానిని ముక్కలుగా కోసి మా అందరికీ తినబెట్టడం. తిరిగి మళ్ళీ ఆ మొక్కపైన కంబళీ కప్పి ఏవోమంత్రాలు చదివి, కంబళీ తీసిచూస్తే ఏమీ వుండదు. కాని — ఇప్పటి ఈ వాతావరణం చూస్తుంటే అలాంటివాటిలాగా కనిపించడంలేదు. ఈ ప్రకృతిలో ఏవో, క్షుద్రశక్తులు తిరుగాడుతూవుండి వుంటాయి. ఇలాంటివి నేను పాతకాలపు రష్యాలో — ఎవరైనా మాంత్రికులో, లేక క్షుద్రశక్తులను పూజించేవారో, చనిపోతే — వారి సమాధివద్ద ఇలాంటి చిత్రాలు చూశాను. అవిచూసి ఎంతకాలమైనా అవి తలచుకుంటేనే శరీరం జలదరిస్తోంది!

ఇలా మాట్లాడుకుంటూనే మా మిత్రబృందం అంతా ఆ లోయ

దిగి, దిగువకు నడుస్తూ నెమ్మదిగా ఓదట్టమైన చెట్లగుంపును సమీపించాం. గుబురుగా పెరిగిన ఆ ముదురుఆకుపచ్చ చెట్లసందులలోంచి ఒక పాతకాలంనాటి బంగళా! విరిగిపోయిన దూలాలూ, పగిలిపోయిన కిటికీల అద్దంపెంకులూ, వేళ్లాడుతున్న బూజుతో, పగలే కీచురాళ్ళతో బిగుసుకునివున్న ద్వారంతో వున్న ఓ కొంపను సమీపించినవాళ్ల. అప్పటికే అందరూ బాగా అలిసిపోయాం! ఇక — సాయంత్రం కావస్తూండటంవల్ల ఇక్కడే విశ్రాంతి తీసుకుంటే మంచిదని అందరం కలిసి నిర్ణయించుకున్నాం!

అలా, ఆ కొండచరియ దిగువకు నడిచి కుడివైపు మలుపు తిరగ్గానే ఒక విరిగిన గేటులాంటిది కనిపించింది. కిర్రున శబ్దం చేసుకుంటూ తెరుచుకున్న ఆ గేటును తోసుకుంటూ లోపలికి ప్రవేశించాం! అప్పటికే కనుచీకటిపడుతోంది! అంతటా దట్టమైన పొగమంచు వ్యాపించింది. అప్పటికే ప్రయాణపు బడలిక వలన అలసటతోవున్న వాళ్లము గనక ఆ ప్రదేశాన్ని అంతగా పట్టించుకోవడం లేదు!

గేటు తీసుకుని పెద్ద దొడ్డివంటి ఆ ప్రదేశంలో అంతటా పాత కాలపు చెక్కలు, దుంగలూ కనిపించాయి. ఎగుడు దిగుడుగావున్న నేలను చూస్తుంటే కొన్ని సమాధులవంటివి కనిపించాయి!

“ఇదేదో గోరీల దొడ్డిలావుంది. ఇక్కడ ఎవరుంటారు? ఇదేదో ‘భూత్ బంగళా’లావున్నది” అనుకుంటూ... నెమ్మదిగా ప్రవేశిస్తూంటే...

“హిమాలయ సాహసయాత్రికులకు స్వాగతం! పెద్దలకు వెల్కం (Welcome)!” అంటూ ఒక స్త్రీకంఠం వినిపించడంతో తలతిప్పి చూశాం

ఆశ్చర్యంగా! ఒక డెబ్భైఏళ్ళ ముసలివయస్సులోవున్న మహిళ నిలబడి స్వాగతం మాకు పలుకుతోంది, చేతులు నమస్తేలాగా పైకెత్తి!

ఒక్క క్షణంక్రితం ఆమెను ఇక్కడ చూడలేదే? అని ఆశ్చర్యపోతున్న వారితో ఆమె — తాను ఈ బంగళా యజమానురాలిననీ, ఇక్కడే వుంటూ అతిధులకు, సౌకర్యాలు, సదుపాయాలు సమకూర్చడం చాలా కాలంనుండి వస్తున్న ఆతిధ్యధర్మమని అంటూ — "అతిధులు రావటమే చాలా లాభం మాకు!" అన్నది ఆశ్చర్యంగా!

"ఇక్కడేవుంటూ నేను ఇక్కడికి వచ్చే అతిధులకు అన్ని సౌకర్యాలూ సదుపాయాలూ సమకూర్చడం చాలాకాలంనుంచీ చేస్తున్నాను; ఆతిధ్య ధర్మంగా!" — అంటూ! ఆప్యాయంగా ఆహ్వానిస్తూనే ఆమె చేతులెత్తి నమస్కరించి ఎర్రని పెదిమలు కనిపించేలాగా చిరునవ్వు నవ్వుతూ — "మీలాంటి అతిధులు రావడం నాకు చాలా లాభం! నాకెంతో సంతోషం!" అన్నది!

"పగలంతా మంచులోయలు ఎక్కటమూ, దిగడమూ, ఈదురు గాలికి చలికొట్టుకొని వుండటంవల్ల బడలికతో డస్సిపోయిన మాకు ఆమె ప్రేమపూర్వకమైన ఆహ్వానం మాచెవులకు సంగీతంలా వినిపించింది! ఈరాత్రికైనా మనమంతా హాయిగా వెచ్చగా నిద్రపోవచ్చు" అన్నాడు పాటియాలా యువరాజు వెడల్పుగా నవ్వుతూ మిత్రులందరివంక చూసి!

"మీకోసం వేడి వేడి భోజనంతోపాటు చిక్కని ద్రాక్షవైన్, ఇంగ్లీషు సారాయి ఎదురుచూస్తున్నది! — ఆలస్యం మీదే!" అన్నది. ఇంత శిధిలమైన పాతబంగళాలో ఇలా బూజులు వేళ్ళాడుతూ దుమ్ముకొట్టు

కున్న గదులతో చెక్కసున్నంపెచ్చులు ఊడిపోయిన వరండాలూ వసారాలో గడ్డిమొలిచిన ఈ నిర్మానుష్యమైనచోట మనకి వేడి వేడి ఆతిధ్యం, చిక్కటి ద్రాక్షసారాయీ, ఎక్కడినుంచి తేగలదో?" అనుకుంటూ విస్తుపోతూనే ఆకలీ బడలికా దంచేస్తుంటే అన్ని సందేహాల్ని పక్కకునెట్టి మా బ్యాగులూ, సంచులు, బరువైన సామానులు అన్నీ ఆ వసారాలోనే కిందపడేశాం — చిందరవందరగా ఏమీ సర్దుకోకుండా! మా అనుమానానికి సమాధానమా అన్నట్టు ఆమె కీచుగొంతుతో పిలిచింది!

"జోన్స్! ఎక్కడ చచ్చావురా? ఇరుగో! అతిధులు వచ్చారు. వీరి పని చూడు!" అన్నది! చార్లెస్ బెల్ వెనక్కితిరిగిచూడగానే ఒక్కసారిగా తుళ్ళిపడ్డాడు అంతటి గూఢచారి! అప్పటివరకూ లేని జోన్స తటాలున మావెనక నిలబడివుంటే — ప్రత్యక్షమైనట్టు! వెడల్పుగా నవ్వుతూ పొడుగాటి తన పళ్ళను గారపట్టిన ఎర్రటి చిగుళ్ళనూ చూపిస్తూ నవ్వుతూ తలవంచి సెల్యూట్‌చేశాడు స్వాగతంలా!

మాముందు టేబుల్‌మీద లావుపాటి ఆ కొవ్వొత్తిని వెలిగించి ఎప్పుడుపెట్టాడో — మేము చూడలేదు! ఎర్రగా పచ్చగా వెలిగే కాంతితో ఆ కొవ్వొత్తి చిటపటలాడుతోంది! 'దీపం దొరికిందికదా కాసేపు డైరీ రాసుకుందాం' — అనుకుంటూ రష్యన్ చిత్రకారుడు రోరిఖ్ఛ్ వెనక్కితిరిగి తన బ్యాగులోంచి ప్యాకెట్ నోట్‌బుక్కూ, పెన్సిలూ తీసుకొని టేబుల్ వద్దకుచేరగానే తుళ్ళిపడ్డాడు! టేబుల్‌మీద కొవ్వొత్తిలేదు! అతని వెనకాల కిటికీలోవున్నది! ఇదేమిటా? — ఇంతలోనే ఈ కొవ్వొత్తిని ఇక్కడినుంచి ఎవరుతీశారా? అనుకుంటూ — కిటికీవద్దకు వెళ్ళి నోట్‌బుక్‌నూ పెన్సిలూ

టేబుల్‌మీదపెట్టి పక్కనేవున్న కుర్చీని తెచ్చి కూర్చునేందుకు కిటికీవద్ద వేసుకున్నాడు! ఈసారి ఆశ్చర్యంతో కెవ్వుమని కేకవేయడం అతని వంతైంది! అందరం ఒక్కసారి ఉలిక్కిపడ్డాం — కరెంట్‌షాక్ తగిలినట్టు!

"ఏమైంది? ఏమిటి? ఎందుకలా అరిచారు?" అంటూ ప్రశ్నించారు అందరూ! అతడి ముఖం తెల్లగా భయంతో పాలిపోయివున్నది!

"మైగాడ్! ఈ కొవ్వొత్తి ఇక్కడ కిటికీలో పెట్టాను! అటుతిరిగిచూస్తే మళ్ళీ అది పెట్టినచోట లేనేలేదు! ఇదేదో భయంగా వుంది!"

"బహుశా మీరే వెనకపెట్టుకొని నోట్‌బుక్ తెచ్చుకొని కూర్చునే లోపల ఎక్కడపెట్టానో అనుకుంటూ మర్చిపోయుంటారు!" అన్నాం.

ఈసారి పాటియాలా యువరాజు భయంతో కెవ్వున కేకపెట్టాడు మరుక్షణమే — "అడుగో టేబుల్‌వద్ద జోన్స్! ఇంతకుముందు లేడు!! ఇప్పుడే నీ ఎదుట పొగమంచులా ప్రత్యక్షమయ్యాడు!" అదేమీ పట్టించు కోకుండా జోన్స్ తన పొడుగాటి పళ్ళను ప్రదర్శిస్తూ ఇకిలిస్తున్నట్టుగా నవ్వాడు — టేబుల్ వెనకనుంచి! "మీకేంకావాలి సార్? డ్రింక్ తాగు తారా? రెండుపెగ్గులు తెమ్మంటారా?" అన్నాడు! దాంతో అందరూ ఆశ పడ్డారు! కాస్త వేడిగా కడుపులో పోస్తే ఎలాంటి నరాల బెదురూ, పైత్యపు ఆలోచనలు తగ్గుతాయని! — 'సరే! పట్టుకురా!' అనేలోపలే జోన్స్ అక్కడే నిలబడటం చూసి — "ఏం? వినపడ్డంలేదా జోన్స్! వైన్ తెమ్మన్నానుకదా!" అంటూ — ఆ మధ్యలోనే ఆగిపోయాడు నికోలాస్ రోరిఖ్...

ఎదురుగా టేబుల్‌మీద ఓ పొడుగాటి వైన్‌సీసా! రెండు గాజు

పెగ్గులు పెట్టివుండటం చూసి! "అరే! అద్భుత వ్యక్తిలావున్నావే? జోన్స్! నీవు ఇక్కడనుంచి కదలకుండానే టేబుల్‌మీద ఈ వైన్‌సీసా పెగ్గులూ పెట్టావే ఎలాగ?" అంటూ భయంతోకూడిన ఆశ్చర్యంతో జోన్స్‌వంక చూస్తూ అడిగాడు!

కాని, జోన్స్ సమాధానమేమీ చెప్పకుండా తన దంతాల వరస మరింత వెడల్పుగా కనిపించేలా గుర్రం సకిలిస్తున్నట్టుగా నవ్వాడు!

"ఏమిటి? ఇతడు సమాధానం చెప్పడు? క్షణాలమీద అన్నీ టేబుల్ మీద అమర్చేస్తాడు!" అంటూ నిదానంగా కుర్చీని టేబుల్‌వద్దకు జరుపు కొని పెగ్గులు రెండూ నిలబెట్టి — వైన్‌సీసా మూతతీస్తూ అడిగాడు!

"ఇది చాలా పాతవైన్ అనుకుంటా! — ఇది వింటేజ్ వైన్ (Vintage Wine) లాగ వున్నదే చిక్కగా ముదురు ఎరుపురంగుతో! ఇది ఫ్రాన్స్‌లోని ఏంజౌ (Anjou) వైన్‌లావున్నదే రంగుచూస్తే!" అంటూ తీరా తలఎత్తి చూస్తే — ఎదురుగా జోన్స్ లేడు!

"నేనే పెట్టమన్నాను జోన్స్‌ని — మీకోసం ప్రత్యేకంగా ఈ వైన్! ఇది ద్రాక్షసారాయికాదు! ద్రాక్షసారాయిగనక ఐతే ఇంత చిక్కగా ఎందు కుంటుంది?" అన్నది చప్పున పెగ్గులో నిండా ఎర్రటి ద్రాక్షసారాయి పోసుకొని ఒక్క పెగ్గుతో ఖాళీచేస్తూ!

ఆమె పెదవులు ఎర్రగా వికృతంగా రంగు పులిమినట్టు వున్నాయి! పెదవుల సందునుంచి చుక్కలు చుక్కలుగా జిగురుగా వున్న ద్రాక్షరసం వంటిదేదో కిందకు జాలువారుతోంది! తన కంగారును అణచి పెట్టు కోవడంకోసం వేరే టాపిక్ మార్చాలని సంభాషణలోకి దింపాలనే ప్రయ

త్వంలో — “మేడమ్! మీవయస్సు ఎంత వుండవచ్చు? ఇలాంటి ప్రశ్నను మీలాంటి దొరసాని లేడీలను అడగరాదుగాని ఆశ్చర్యమూ, కుతూహలం నన్నిలా అడిగిస్తున్నాయి! ఏమీ అనుకోకపోతే చెప్పండి!” అన్నాను.

“నాకు 700 సంవత్సరాలు! ఎన్నాళ్ళైనా నేను ఇదే వయస్సులో వుంటాను! మాది నిత్య యవ్వనం! వయసు స్థంభించే మూలికలు మందులూ వాడే రహస్య ప్రక్రియలద్వారా మంత్రశక్తితో తయారుచేసిన ద్రావకం ఇది!”

“మీవయస్సూ కూడా నాలాగే అయిదారువందల ఏళ్ళదాకా ఇలాగే స్థంభించేలాగా చేయనా? మనిద్దరం హాయిగా ఇక్కడ చిలకా గోరింకల్లా ఆనందంగా గడపవచ్చు! హాయ్!!” అంటూ వికృతంగా కామచేష్టలు చేస్తూ శరీర అంగాంగ ప్రదర్శనలుచేస్తూ డాన్సులాగా ఊగుతూ మీద మీదకి రాసాగింది!

“మేడమ్! మీకు కాస్త నిషా ఎక్కువైనట్టుంది! కాకపోతే మీ వయస్సు 700 సంవత్సరాలేమిటి? ఇంత చిక్కటి ఎర్రటి జిగురువంటి ద్రావకం మామూలు వైన్‌లాగా కనిపించదే? ఇది ఏ మూలికలతో ఏయే వస్తువులు వేసి తయారుచేశారో! కాస్త తెలుసుకోవచ్చా?” అన్నాడు బెదురుతూనే! అతడి చేతులు వణుకుతుండటం చూసి ఆమె భళ్ళున నవ్వింది!

“ఆడదాన్ని చూస్తే భయపడే మగాణ్ణి నిన్నే చూశాను! నువ్వు కూడా నాలాగే రెండుపెగ్గులు ఈ ద్రావకం పుక్కిట బిగించావంటే భూమీ ఆకాశం దరువేస్తున్నట్టుగా వుంటుంది! అన్నట్టు అడిగావుగనుక చెప్తాను ఇది ఏం ద్రావకమో!”

"ఏం ద్రావకం?..."

"..."

"... ఇదీ ..." "... ఇదీ ..."

"... ఇదీ ... ఇదీ అంటూ సాగదీస్తారేమిటి? ఏమిటో చెప్ప రాదా?"

ఈసారి నిజంగా వణుకుతున్న కంఠంతో అడిగాడు పాటియాలా యువరాజు — చెమటతో తడిసిన ముఖంతో పాలిపోయి!

"ఇదీ! మనిషి రక్తం! అందులోనూ మనిషి కంఠనాళంలోంచి చిల్లుపొడిచి అతను ప్రాణంతో గిలగిలా తన్నుకుంటుంటే — బ్రతికి వుండగానే తీసిన రక్తం! దాన్ని నూరేళ్ళు సారాయిలా పులియబెడితే నిషా కాక మరేమిటి? ఎప్పుడూ వినలేదా? మనిషి రక్తంతో చేసిన వైన్!" అంటూ వెడల్పుగా నవ్వుతూ ఆమె చిగుళ్ళూ, దంతాలు ఎర్రగా కారాకిళ్ళీ నమిలినట్టుగా భయంకరంగా వున్నాయి!

"మనిషి రక్తమా? బాబోయ్! దేవుడా! మీరేం మనుషులు?" అంటూ తటాలున కుర్చీలోంచి లేవడంతో గభాలున కుర్చీ వెనక్కి దొర్లిపడింది! ... మరుక్షణంలో ఆ దొరసాని మాముందు లేదు! దూరంగా వికృతంగా కీచుగొంతులో నవ్వుతూ మాయమైంది!

"మైగాడ్! వీళ్ళు భూతాల్లా వున్నారే! మనుషుల్లా లేరు! నాయ నోయ్! ఎరక్కపోయి చిక్కుకున్నామురా ఈ భూత్‌బంగళాలో! ఈరాత్రి వీరి ఆతిధ్యమా? భోజనమా? మనిషిరక్తంతో చేసిన వైన్‌తో డిన్నరు

ప్రారంభమా? ఇక తినే అధరువులూ, వంటకాలు ఏంచేస్తారు!” అను కుంటూ!

అందరూ ఏక కంఠంతో తలఎత్తిచూస్తే అక్కడ ఎవరూ లేరు! కాని గాలిలోంచే మాటలు స్పష్టంగా వినపడ్డాయి — మా డిన్నరు మీ మాంసంతోనే? మీ రక్తంతోనే రక్తసారాయి సీసాలు నింపుకుంటాం!

ఏం? భయపడ్డారా? నేను ముందేచెప్పానుకదా! మీరాకవల్ల మాకెంతో లాభమని!!” అంటూ ఘల్లున గజ్జెలు చప్పుడైనట్లు నవ్విన శబ్దం గాలిలో కలిసిపోయింది!

టైము, అర్థరాత్రి కావచ్చింది. పగలంతా ప్రయాణంచేసిన బడలికతో విసిగి వేసారి అలసిపోయివున్న మా సాహసయాత్రికులందరం — “భోజనంమాట దేవుడెరుగు — కనీసం ఓ కునుకుతీద్దాం” అనుకుంటూ శిథిలమైపోయిన ఆ బంగళాలోనే మేము తెచ్చుకున్న కేన్వాసుపక్క (Sleeping Bag) లను పరుచుకున్నాం! క్షణాలమీద ఒళ్ళుతెలియని నిద్రపట్టింది. అందరూ అలా గాథనిద్రలోకి జారుకున్న మరుక్షణమే —

“టక్-టక్!”

మని తలుపుతట్టినట్లు పెద్ద చప్పుడైంది! అందరం తుళ్ళిపడి ఒకరి ముఖాలొకరు చూసుకున్నాం! ‘ఎవర్రా ఇంతరాత్రివేళ తలుపుతట్టిందీ’ అనుకుంటూ. ఇంతలో రష్యన్ పరిశోధకుడు వెలికోవ్స్కీ పరుగెత్తికెళ్ళి తలుపుతీశాడు.

ఆశ్చర్యం! అక్కడెవరూ లేరు! ఒక్కక్షణం అందరం ఆశ్చర్య పోయాం! మాగదిలో చూస్తే మా సాహసబృందంలోని అందరూ గదిలోనే వున్నారు. ‘మరి తలుపుతట్టిందెవరు?’ అనుకుంటూ, ‘బహుశా వాచ్‌మెన్

గానీ మనకేమైనా కావాలేమో కనుక్కుందామని తట్టివుంటాడు'; అనుకుని తలుపుతీసి ద్వారంగుండా బయటకు పరుగెత్తాడు. బయట గాఢాంధకారం! కన్నులు పొడుచుకున్నా కంటికేమీ కానరాని కటిక చీకటి. పెద్ద కీచు గొంతుతో ఎవరో గుక్కపట్టి ఏడుస్తున్నట్టుగా భయంకరమైన రొదతో ఈదురుగాలి — సుడిగుండంలాగ మాగదిలోకి ప్రవేశించింది. కాగితాలూ, నోట్‌బుక్‌లనూ చిందరవందర చేసేసింది. సుడిగుండంలా గుండ్రంగా గిరగిరా తిరుగుతూ పైకి చిమ్మేసింది. 'ఛీ! వెధవగాలి! నా కాగితాలన్నీ కలిపేసింది, ఎగరగొట్టింది!! ముందు — ఆ తలుపువేసెయ్యండి' అంటూ కేకలువేశాడు.

అప్పటికే బయట వందగజాలదాకా పరుగులాంటి నడకతో వెళ్ళిన నొటోవిచ్ టార్చిలైటువేసి అంతా గాలించినా కాంపౌండ్ అంతా మనిషంత ఎత్తు పెరిగిన రెల్లుగడ్డితప్ప ఎవరూలేరు! లైటువేసి చూస్తే గడ్డిపైన — జరజరా పాకిపోతున్న నల్లటి త్రాచుపాములు! బుసబుస శబ్దంతో ఆవిరి పొగలు కక్కుతున్న ప్రెషర్ కుక్కర్‌లా బుస్సుమని శబ్దంచేస్తూ పరుగెత్తి నట్టు! దాంతో విసుగ్గానూ, కొంచెం భయంగానూ వెనక్కి పరిగెత్తాడు చివరికి చేసేదిలేక! అందరం వెనక్కితిరిగి గదిలోకిపోయి పడుకున్నాం! అలా ఒక అరగంట గడిచిందో లేదో — మళ్ళీ పెద్దచప్పుడుతో '**టక్-టక్**' మని మళ్ళీశబ్దం!! ఈసారి స్వయంగా నికోలస్ రోరిఖ్ తన తుపాకి భుజాన తగిలించుకుని పరుగెత్తాడు — ఎవరైనా, మనల్ని భయపెట్ట డానికో, లేదా దోపిడీ చెయ్యడానికో — కొండజాతి దోపిడీగాండ్రేమో? అన్న సందేహంతో. కాని, మళ్ళీ అదే తీరు! కనుచూపుమేర దూరంలో చూస్తే ఎవరూ కనిపించలేదు.

ఈసారి విరిగిపోయిన చెక్కతలుపులు, బాత్‌రూమ్ గుమ్మానివి, అటు ఇటూ గాలికి దబదబా కొట్టుకుంటున్నాయి. బహుశా ఇదే చప్పుడు — మనం ఎవరో తలుపుతట్టిన చప్పుడనుకొనివుంటాం!! — ఛీ!! బంగారంలాంటి నిద్ర, పాడుచేసింది అనుకుంటూ ఇంటి ఆవరణ బయటవున్న బాత్రూమ్ తలుపులు బిగించాలని లాగి తలుపేసేలోగా ఆ రెండుతలుపులూ ఊడిపోయి, చెక్కలు చేతిలోకివచ్చాయి. ఒక్కక్షణం గుండె ఝల్లుమన్నట్లైంది — ఆ పాడుబడివున్న బంగళాలో పరిస్థితికి.

"హీ! హీ! హీ!" — అని, ఎవరో నవ్వినట్లు, గేలిచేసినట్లు, వెక్కిరించినట్టు, గాలిలోంచి వినిపించాయి — చుట్టూరా ఎవరో బూట్లతో పరుగెత్తిన శబ్దం. నేలమీద పరచివున్న బండలమీద ఎవరో పరుగెడుతున్నట్లుగా వస్తున్నశబ్దం విని, మళ్లీ ఇద్దరు సాహసబృందంసభ్యులం వెంటపడ్డాం!

మళ్లీ, పదిక్షణాల్లో, ఇరవైసెకండ్లో నిశ్శబ్దం!! దూరంగా కీచురాళ్ళవలే సుడిగాలివలే, ఎవరో ఏడుస్తున్నట్టూ — గీమనే గొంతుతో గలగలలాడే అందెలపట్టీల పాదాలతో పరుగెత్తిన ఘల్లు ఘల్లుమనే సవ్వడి!! ఈసారి అందరం భయంతో కొయ్యబారిపోయాం! 'ఇదేమిటి? ఇక్కడెవరో స్త్రీలు కాళ్ళకు వెండినగలు, అందెలూ, పట్టాలు, మువ్వలో ధరించి వెళుతున్నట్టుగా లేదూ?

"అవును!! దానివెనుక పట్టుచీరలు కట్టుకుని ఎవరో వడివడిగా నడిచిపోతున్నట్టు బరబరా చీరలసవ్వడి! అదిగో వినండి' అంటూంటే అందరికీ స్పష్టంగా ఓ పాతికమంది స్త్రీలు పట్టుచీరలు కట్టుకుని దొడ్డి

అంతటా తిరిగేస్తున్నట్లు!! మనుషులైతే ఎవరూ కనబడట్లేదుగాని, అందెల పట్టీలశబ్దం మాత్రం స్పష్టంగా వినిపిస్తోంది. ఈసారి అందరూ కలిసి లేచాం! గుంపుగా — 'ఈ వింతలు, విచిత్రాలూ ఏమిటో పరిశోధించాలి! ఎవరో ఇక్కడ ఈ పాతబంగళాలో దాక్కునివుండి మనల్ని వేధించాలనో, భయపెట్టాలనీ ఈ పరుగులసవ్వడి, చప్పుడులు, ఈ వికవికలూ, పకపకలూ — ఇలా ఈదురుగాలిలా గుక్కపట్టి ఏడ్చిన సవ్వడి — చేస్తున్నారు! అంటూ ఆశబ్దంవచ్చిన వెంటనే తుపాకీ అటే గురిపెట్టి సుడిగాలిలా పరిగెత్తాడు — చార్లెస్ బెల్ మహాశయుడే స్వయంగా! ఆయనవెనక మరిద్దరు దట్టించిన తుపాకులు వెంటతీసుకుని — అనుసరించాం!

ఆ శబ్దం అలా అలా దూరంగా పోయి పోయి ఎత్తుగా పెరిగిన ఓ గడ్డిపొదలో దూరి — మాయమైంది!

టార్చిలైటు వెలుగులో తుపాకీగొట్టంతో గడ్డిపొదను గడ్డివొంచిచూస్తే — అడుగున ఒక ఎత్తైన సమాధి! దానిపైన క్రాస్‌వంటి త్రిశూలంలావున్న — గుర్తు! దాంతో నికొలస్, తన టార్చిలైటు సహాయంతో ఆ సమాధిపై వున్న రాతిపలకమీద వున్న శాసనం లాంటి అక్షరాల్ని చదివాడు — ఇలా :

"ఇదేదో 500 సంవత్సరాలకు పూర్వం ఇక్కడ నివసించిన మహారాజు యశోధవళ చక్రవర్తికిచెందిన మహారాణులూ, అంతఃపుర స్త్రీలు, దాస దాసీజనం — అంతాకలిసి, స్వయంగా అగ్నికి ఆహుతై పోయిన వివరాలు! — 'కార్తీకశుద్ధ పౌర్ణమి!' విక్రమశకం — 1895వ

సంవత్సరం" — అని పంచాంగపు లెక్కలతోసహా తిథి, వారం, నక్షత్రం, ఆనాడు ఆహుతైనవారి వివరాలూ వ్రాసివున్నాయి" అన్నాడు దాన్ని చదివి :

"నేను చెప్పలేదా? లండన్ సమీపంలో డోవర్‌వద్ద జరిగినకథ గురించి! మరణించిన రాజుల సమాధులవద్ద ఇలా ప్రేతాత్మలు (Ghosts), పిశాచాలు, ఇంకా ఇప్పటికీ అందరినీ భయభ్రాంతులను చేస్తున్నాయి. సరిగ్గా ఇవీ అలాంటివే! ఎందుకైనా మంచిది. మనమీ ప్రదేశాన్ని వొదిలిపెట్టి పోవడమే మేలు."

"కాని — ఇంతరాత్రి ఎలా? కనీసం మనం తెల్లవారేదాకా కాస్త రెస్టుతీసుకుని పోదాము అందరమూ కలిసే" అన్నాడు భారతీయసైంటిస్టు 'మేఘ్‌నాద్ సాహా'. "అయ్యా! నీకీ విషయాలు కొత్త!! బహుశా నమ్మకం కూడా లేకపోవచ్చు! కానీ, ఇలాంటి దెయ్యాలకొంపలో వుంటే ఏంజరుగుతుందో నీకు తెలియదు. ఇలాంటి కొంపల్లో ఇంతకుముందు జీవించిన మనుష్యులను బలవంతంగా రక్షించేవారులేక దారుణంగా హత్య చేయించితే అలా చచ్చిపోయినవారి ఆత్మలు, కక్షతోనూ, ప్రతీకారంకోసం ఇంకా ఘోషిస్తూవుంటాయి! వారి ఎముకలు భూమి అడుగున నేలలో పాతివున్నంతవరకూ — అవి ఆ ప్రదేశాన్ని విడిచిపెట్టి పోలేవు! పైగా మనుషుల్లాగే మనలా వాటికి విపరీతమైన ఆకలి, దాహం, పిచ్చికోపం, కక్ష కలిగివుంటాయి.

ఇంగ్లండ్ డోవర్ రాజభవనంలో 500 ఏళ్ళనాటి ఇంగ్లీష్ జమిందారుల శవాలు సమాధులలోంచి ఇలాగే లేచి ఇప్పటికీ తిరుగుతూనే,

వుంటాయి! వాటిని పరిశోధించాలని వెళ్ళి ఆరాత్రి అక్కడ రెస్టుగా పడుకుని నిద్రించినవాళ్ళు — మర్నాడు ఉదయమే నౌకర్లు వెళ్ళి — వేడివేడి 'టీ' తీసుకునివెళ్ళి వారిని లేపడానికి చూస్తే — దుప్పటి అడుగున వారి ఎముకలు మాత్రమే లభించాయి" — అన్నాడు చార్లెస్ బెల్, నుదుటపట్టిన చెమట చుక్కలు తుడుచుకుని తన పైప్‌ను మళ్ళీ వెలిగిస్తూ!

"బాబోయ్! మీరు మా రక్తం గడ్డకట్టే విషయాలు చెపుతున్నారే? మాగుండెల్ని భయంతో పిండేస్తున్నారు!" అన్నాను.

"ఎందుకంత భయం? — ఒకప్పుడు వాళ్ళూ మనలాంటి మనుషులే! వాళ్ళేమీ పెద్దపులులుగానీ, విష సర్పాలుకానీ, కరిచే పాములుగానీ కారు!" అన్నాడు పాటియాలా యువరాజు — బహుశా తమ అంతఃపురంలో రాణీ సాహెబాలను తలుచుకుంటూ.

హడావుడిగా తన పైపును తిరిగి వెలిగించుకుంటూ టోపీని కళ్ళమీదకు లాక్కుని లేచాడు చార్లెస్ బెల్!

"బ్రదర్! మనం తక్షణం ఈ బంగళాని విడిచి వెళ్ళిపోవాలి! ఈ చుట్టూ వున్నదంతా స్మశానం! వీళ్లంతా స్పిరిట్స్ (Spirits) ఘోస్ట్ అంటామే ప్రేతాత్మలు! భూతాలు!! మనం దాటివచ్చిన ముందరి ఆవరణలోని విశాలమైన గోతులు సమాధులైన గోరీలు! ఎరక్కపోయి దూరాంగదా? ఈ బంగళాలోకి!

మీకెవరికైనా ఇలాంటి భూతాలు, పిశాచాలతో అనుభవంవుందా! లామాలకూ, యోగులకు వీటిని పారద్రోలే మంత్రాలు తెలుస్తా యంటారు! మీకేమైనా వచ్చా?" అంటూనే బెల్‌మహాశయుడు సమా

ధానం కోసం వేచి చూడకుండా తన ట్రావెలర్స్ బాగ్‌ను వీపుకు తగిలించుకొని ఆరిపోయిన పైపును చేతిలో పట్టుకొని పరుగులాంటి నడకతో బయటకి దారితీశాడు!

దాంతో ఒక్కదెబ్బతో అందరూలేచి నిలబడ్డారు — 'మనమీ ప్రదేశాన్ని తక్షణమే వొదిలిపెట్టి వెళ్ళిపోవాలి! ఎంత రాత్రైనాసరే!

తెల్లారేదాకా ఇక్కడేవుండి ఈ బంగళాలో మనకు మన ఎముకలు కనబడేవరకూ వేచివుండాలని మనమెవరమూ ఆశపడటంలేదు — అంతే!" అంటూ ఒక్కొక్కరూ తమ హైకింగ్ (Hiking) బ్యాగులను వీపున బిగించి, టోపీసర్దుకుంటూ, తుపాకీ పట్టుకుని తలుపులువేసి బయటకు వచ్చాం. ఆ సాహసబృందం మొత్తంఅంతా ఆందోళనా, ఉద్రేకంతో! బయట కురుస్తున్న మంచు, జివ్వున ఎముకలు కొరికే చలిగాలినికూడా ఎవ్వరం లెక్కచేయలేదు.

"మనకా గొర్రెలకాపరి ముందే చెప్పాడు! పాపం! ఇది పిశాచాల కోనబాబూ! భద్రం! అన్నాడు! మనం విన్నామా? లేదు!! — అనుభవించాము" — అంటూ భళ్ళున నవ్వాం అందరం!

II

దూరాన — ఓ లామాసరీ ఆశ్రమం! నిర్మలమైన ఆ హిమాలయ వాతావరణంలో గాలిలో దుమ్మూ, ధూళీ మరేవిధమైన కాలుష్యాలూ లేని కారణంచేత — లోయ దాటి కొన్నిమైళ్ళ తరబడి ఏ చిన్నవస్తువున్నా సరే, ఎంతో స్పష్టంగా కంటికి కనిపిస్తుంది.

ఆకాశం ముదురునీలమూ, వంగపండు రంగూ కలిసిన ఊదా రంగుకాంతితో, మఖమల్‌తెరవంటి రంగులలో మెరుస్తోంది! తెల్లగా, వెన్నముద్దలా వెలుగుతున్నాడు — నీలాకాశంలో శుక్రుడు తూర్పుదిశగా!

పైన నక్షత్రాలు నడినెత్తిన వజ్రాలు పారబోసినట్లు ఎంతో దగ్గరగా వెలుగుతూ కనిపిస్తున్నాయి! చలికి వాతావరణం గడగడ వణికిస్తూ రక్తాన్ని గడ్డకట్టించేస్తోంది. వెన్నులో నరాల లోపలినుంచీ చలి జివ్వున కరెంటుషాక్‌లాగ లాగేస్తోంది! అయినా బైట వాతావరణం ప్రశాంతంగానే వుంది.

"బహుశా తెల్లవారవస్తున్నది! సమయం మూడున్నర నాలుగు గంటలు అయిందేమో!" అనుకుంటూ తన వాచీ చూసుకున్నాడు. చీకట్లో వెలుగుతున్న రేడియం అంకెలలో టైము ఎంత చూపిస్తోందో! అని! సరిగ్గా — తెల్లవారుజామున 3.45-గంటలయ్యింది!

"దూరంనుంచీ కనిపించే ఆ పెద్ద దీపస్తంభంలాంటి వెలుగు ఏమిటి?" అన్నాడు వెలికోవ్‌స్కీ! నికోలస్ రోరిఖ్ అతని వెనుకగా వచ్చి నిలబడి చేతులు అడ్డుపెట్టుకుని దూరంగా చూస్తూ — "అదేదో టిబెటన్ 'లామాసరీ' ఆశ్రమంపైన వెలిగే శిఖర దీపంలా వుంది"! అన్నాడు. దాంతో అందరికీ ఆశలు పుంజుకున్నాయి. ఉత్సాహం ఒక్కసారిగా ఉరకలు వేసింది, 'పోనీ అక్కడికైనా వెళదామా! ఈ మిగతారాత్రైనా ప్రశాంతంగా వుండవచ్చు, భయంకర పిశాచాలు ప్రేతాల బెడదలేకుండా?" అను కుంటూ.

"అది నిజంగా టిబెటన్ లామాసరీ దీపమేనా? లేక అదికూడా

ఈ పిశాచాలు, దెయ్యాలుచేసే ఇంద్రజాలం కాదుకదా!" అన్నాడు బెంగాలీ వృక్షశాస్త్రజ్ఞుడు జగదీష్-చంద్రబోస్ వింతగాచూస్తూ.

"అది నిశ్చయంగా లామాసరీ ఆశ్రమంపైన వెలిగే దీపమే! ఎందు కంటే అది టిబెటన్ జడలబర్రె యాక్ (Yak) ల వెన్నతో చేసిన — దీపారాధన! పెద్దవెలుగుతో స్పష్టంగా పెద్ద బంగారురంగుకాంతితో నిలిచి వెలుగుతోంది! దానిచుట్టూ వాతావరణంకూడా నిర్మలంగా స్ఫటికంలా వుంది — ఇది నిశ్చయంగా లామాసరీ ఆశ్రమమే."

"లామాసరీలో ఇంత రాత్రికూడా దీపాలు వెలిగించి వుంచుతారా?" — అంటూ సాహా మహాశయుడు వింతగా ప్రశ్నించాడు!

"ప్రతి లామాసరీ ఆశ్రమంలోనూ — ఒక గంటస్థంభం వుంటుంది. దానిని మోగిస్తే చుట్టూరా వందమైళ్ళదూరం వినిపిస్తుంది, దూరానవున్న లామాసరి ఆశ్రమాలలో అన్నింటికీ వినిపించేలా! ఆ గంటస్థంభంపైన బోర్లించిన లాంతరు వంటి దీపం వుంటుంది. అందులో కరిగించిన యాక్ బర్రెల వెన్నతోపెట్టిన దీపం వుంటుంది! దీనినే 'అఖండ దీపారాధన!' అంటారు! లేదా లామాసరి ఆశ్రమంలో ఎర్రగా వెలిగే 'శిఖరదీపం!' అంటారు! ఇలా దీపం వెలుగుతూవుంటే అక్కడ లామాసరీ ఆశ్రమంలో సరిగ్గా జపధ్యానములు, తపస్సు, జ్ఞానంకోసం అన్వేషణా వుంటాయని సూచన! అంతేగాక ఈ దీపం వెలుగులో టిబెట్ ముఖ్య పట్టణం '**లాసా**'కు వెళ్ళేదారికూడా కనిపిస్తున్నది.

'లాసా' టిబెట్‌కి రాజధాని. టిబెట్‌ను పరిపాలించిన దయాచక్రవర్తి బుద్ధదేవుడు నివసించిన 'పోతాలా-మహల్' (Potala) వుంటుంది అక్కడ!

"పోతాలా" అంటే ఒకపెద్ద కోటమాత్రమేకాదు — దాదాపు పదివేలమంది ముసలిలామాలు, తొంభైఏళ్ళకుపైబడ్డ పెద్దలూ, తెల్లవారుజామునే లేచి సస్వరంగా మంత్రాలను గానంచేస్తూ వుంటారు! అందుకని, మనం ఆ దీపస్థంభం కనిపించే దిక్కుగా వెళ్ళడమే మంచిది" — అన్నాడు నికోలస్ రోరిఖ్! లోయలోకిదిగే కాలినడకకు సిద్ధం అవుతూ. "అక్కడ ఇలాంటి భూతాలూ, పిశాచాల గొడవేం వుండదా?" అన్నాడు ఆందోళనగా పాటియాలా యువరాజు.

సమాధానంగా ఒక్కసారిగా ఫక్కున నవ్వారు నికోలాస్-రోరిఖ్, చార్లెస్ బెల్, ఔస్పెన్‌స్కీ ముగ్గురూ.

"అది అతిపవిత్రమైన యోగుల తపోభూమి! అంటే లామాల ఆశ్రమం! అందులోని లామాలు గొప్ప తాంత్రికులూ, మంత్రశాస్త్రం లోనూ, యోగశాస్త్రంలోనూ సిద్ధహస్తులు. వీరు ఎలాంటి భూతాలనూ, పిశాచాలనూ లెక్కచెయ్యకుండా వాటిని సీసాలలోనూ, జాడీలలోనూ పెట్టి బంధించివేస్తారు!"

"ఇంతేనా?" చార్లెస్ బెల్ వింతగా పైకిచూస్తూ — "మీరు శ్రీచక్రం అంటారే, అలాంటి యంత్రాలు గీతలతో వేసినవి మంత్రించి, ఆ రక్షలతోనే, ఇలాంటి క్షుద్రశక్తుల ఆటలు కట్టించి దిగ్బంధిస్తారుకూడా — ఈ లామాలు!"

"అయితే పోదాం పదండి — అక్కడికి!" అంటూ మాట్లాడకుండా పగలబడి నవ్వారందరూ!"

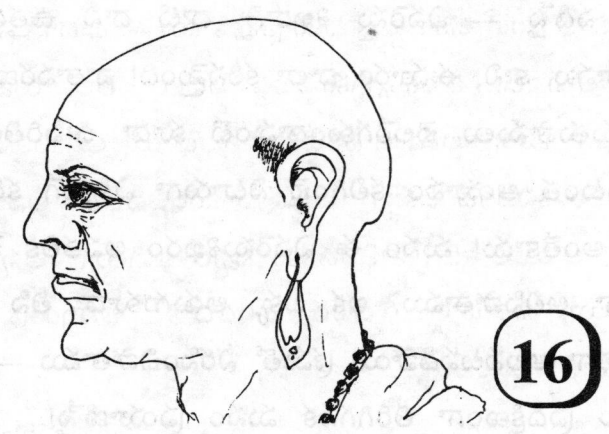

16

లామా-'దోర్జీ చోగ్యాల్‌తో సమావేశం!

"ఇదిగో! ఇటు చూడండి! ఈ మ్యాప్ (Map) లో చూపించిన కొండదారిగుండా మనమిప్పుడు "ఎవరెస్టు" శిఖరానికి దక్షిణముఖాన్ని చేరుకున్నాము! మనము ఇదివరకే మనయాత్ర ప్రారంభంలోనే అనుకున్న ప్లానుప్రకారం మనమీ ఎవరెస్టు దాటి దాని ఉత్తరముఖంవైపుకి చేరుకోవాలి. అందువల్ల మనమీ ఎవరెస్టు పర్వతాన్ని పైకిఎక్కి క్రిందికి దిగి శ్రమపడవలసిన అవసరంలేకుండా కొండచరియకు కుడివైపునుంచీ ప్రదక్షిణంగా తిరిగి తూర్పుగా యాభైకిలోమీటర్లు ప్రయాణించి అక్కడ్నుంచి ఉత్తరంగా ఇరవైఐదు కిలోమీటర్లు వెళ్ళాక — మరి ముప్పైకిలోమీటర్లు

గనక నడిస్తే — ఎవరెస్టు శిఖరాన్ని దాటి దాని ఉత్తరదిశగా చేరుకుంటాము. కాని, ఈమార్గం చాలా కఠినమైంది! వాతావరణం బాగుండక మంచుతుఫానులు చెలరేగకుండావుంటే కూడా ఊపిరితిత్తులు బద్ధలైపోయేటంత ఆయాసం కలిగించే నిటారుగా ఎక్కిదిగే కఠినమైన దారి ఇది! అంతేకాదు! మనం ఈ ఎవరెస్టుశిఖరం అవతలికి జేరుకునేసరికి పూర్తిగా అలిసిపోతాము. ఇక ఒక్క అడుగుకూడా తీసి అడుగుపెట్టలేనంతగా అలసటపడిపోయి శ్రమతో నీరసించిపోతాము — అలా అంత దూరం ప్రదక్షిణంగా తిరిగిగనక మనం ప్రయాణిస్తే!

కాబట్టి — ఇప్పుడు మనముందున్నది ఓ కఠినమైన నిర్ణయం — మనమీ శిఖరంపైకి ఎక్కిదిగి అవతలికి వెళ్ళటమా? — అలాచేస్తే ప్రయాణించిన దూరము తక్కువే ఔతుంది! లేక ఇదంతా శ్రమగనక శిఖరంచుట్టూ ప్రదక్షిణంగా చుట్టుదిరిగి వెళ్ళటమా? ఇది టైము ఎక్కువ తీసుకుంటుంది! ఇందులో ఏది మనం చెయ్యాలో నిర్ణయించాల్సిన ఘట్టం మన ప్రయాణంలోని 'గర్భసంధి' వంటి చిక్కుముడిని సమీపించాము. ఇప్పుడు మన సాహసబృందంలోని సభ్యులందరం కలిసి ఏది మంచిదో, ఏంచెయ్యాలో నిర్ణయించాల్సిన దశ! అంటూ అంతా తమ ముందున్న సమస్యగురించి చర్చించుకున్నారు — ఇక ఒక నిర్ణయం తీసుకోవటం తరువాయి.

చార్లెస్ బెల్ మహాశయుడు తటాలున వెనకనుంచి ముందుకు తోసుకువచ్చి 'లామా' మహాశయుడిముందు నిలబడ్డాడు! ఈ అదను ముందుగానే పసిగట్టిన 'లామా' మహాశయుడు — తానూ ఈ నిర్ణయం

కోసమే ఎదురుచూస్తున్నట్టుగా తటాలున లేచినిలబడ్డాడు తాను కూర్చున్న చోటునుంచి.

"లామా మహాశయా! కొన్నిరోజులక్రితం మిమ్మల్ని మేము హిమాలయ పర్వతాలలోని వింతలగురించి అడిగాం! అప్పుడు సమయం రానందువల్ల మిమ్మల్ని వివరాలు అడగలేదు. ఇప్పుడు మీసహాయం అవసరం వచ్చింది" అన్నాడు.

"చెప్పండి! ఏంకావాలి? నేను మీకు చెయ్యాల్సిన సహాయం ఏమిటి?" అన్నాడు 'లామా' వేగంగా తన జపమాలను కుడిచేతిలో తిప్పుతూనే. "మిమ్మల్ని మేము ఇదివరకులా కాకుండా సూటిగా అడుగుతున్నాం — ఇప్పుడు! చెప్పండి ఈ హిమాలయ పర్వతాలలో రహస్య మార్గాలు మీకు తెలిసినవి ఖచ్చితంగా వుండివుంటాయని మా విశ్వాసం! అందువల్ల ఈ హిమాలయపర్వతాలలో భూగర్భంలోని సొరంగాలలో ప్రయాణించే 'రహస్యమార్గం' గూర్చి ఏదైనా వివరాలు మాకు తెలియజెయ్యండి!" అన్నాడు చార్లెస్ బెల్ సూటిగా నిలదీస్తున్నట్టుగా ప్రశ్నిస్తూ.

"ఔను! నేనూ విన్నాను! రహస్యమైన ఒక భూగర్భ సొరంగమార్గం — ఇక్కడే ఎక్కడో వున్నదని! చెప్పండి? ఇప్పుడేం చేద్దాం?" అన్నాడు లామా, రహస్యంగా తన జపమాలను తిప్పుతూనే.

"'ఏంచేద్దాం? అని మీరే మమ్మల్ని ప్రశ్నిస్తే ఎలా? మీరు మా సాహసయాత్ర బృందానికి మార్గదర్శకులుగా ప్రమాణస్వీకరాం చేశారు, బోధిసత్త్వుని సాక్షిగా! భూగర్భ సొరంగమార్గం గురించి మీకు తెలుసని మాదగ్గర ఖచ్చితమైన భోగట్టావున్నది. గతంలో కొందరు సాహసయాత్రి

కులు మీరు పనిచేసే బౌద్ధదేవాలయంవద్దనుంచే ఈ రహస్య సొరంగ మార్గంగురించి వెళ్లేదారి తెలుసుకున్నారని విన్నాం!"

"మహాశయా! దయచేసి చెప్పండి ఇక ఈ రహస్యమార్గంలో ప్రవేశించే ద్వారం ఎక్కడవున్నదో; దాన్ని గుర్తించటం ఎలాగో! ఇది మా మొదటిప్రశ్న! రెండవది — ఈ గుహ ముఖద్వారం మనకిగనక కనబడితే అది తెరుచుకునేదెలాగ? ఇది మా రెండవప్రశ్న!

"గుహలో ప్రవేశించాక ఎంతకాలంనుంచో మూతబడిపోయివున్న ఆ సొరంగంలోని బిలంలో గాలిలేకుండా, మనుష్యులకు ఊపిరికూడా ఆడకుండా మనల్ని ఉక్కిరిబిక్కిరిచేసే ప్రమాదం ఉండవచ్చు — దానికేమిటి — ఉపాయం? దయచేసి వివరంగా దాని రహస్యాలు గుట్టువిప్పి — విశదంగా చెప్పాలి మీకు తెలిసిందంతా!

అలాంటి రహస్యమార్గములలో ప్రయాణించే అనుభవజ్ఞులైన బౌద్ధ లామాలు ఏలాంటి జాగ్రత్తలు తీసుకుంటారో కూడా మీరు చెప్పటం కాదు — మాకు శిక్షణనివ్వాలి!" అంటూ చేతులెత్తి ప్రార్థనాపూర్వకంగా నమస్కరించారు అందరూ.

లామా మహాశయుడు వారి భక్తికి శ్రద్ధకూ చలించిపోయాడు! నెమ్మదిగా తన చుట్టూరావున్న యాత్రికులవంక చూస్తూ ఇలాఅన్నాడు — "మీ అభిమానానికి ఆత్మీయతకూ ఎంతో చలించిపోయాను. అసలు ఈ ప్రయాణం మొదట్లో నేను ఈ రహస్యాలను గురించి ఎవ్వరికీ బహిరంగ పరచకూడదని — ప్రాచీనకాలంనాటి "దేవరహస్యాలు" ప్రకటించి అపచారం చెయ్యరాదనీ నిశ్చయించుకున్నాను. కానీ, ఇప్పుడు

నా అభిప్రాయం పూర్తిగా మార్చుకున్నాను, ఇష్టంతోనే! మాకు ఆ వివరాలలో వున్న శ్రద్ధను నేను గమనించకపోలేదు. అంతేకాదు మీరు ఈ యాత్ర ఎందుకు చేస్తున్నారో ఊహించలేనంత తెలివితక్కువవాడినేం కాదు, మీరు చెప్పకపోయినా. ఇప్పుడు మీరు అందరూ నేను చెప్పేది జాగ్రత్తగా వినండి!''

“ఎవరెస్టు శిఖరానికి దక్షిణముఖానికి ఆగ్నేయంగా వెళితే ఒక లోయవున్నది పదివేల అడుగుల దిగువగా. ఇక్కడినుంచి ఈశాన్యంగా పద్ధెనిమిదివేల అడుగుల ఎత్తుకువెళ్ళే ఓ కాలిబాటవంటి మార్గం వున్నది. ఆ కాలిబాట ప్రారంభించే మొదట్లో కుడివైపున ఒకచిన్న దేవాలయం కనిపిస్తుంది. అది చాలాచిన్నదిగా ఒక గ్రామదేవత దేవాలయంలాగే వుంటుంది. ఆ గుడి గర్భాలయంలోని గౌతమబుద్ధుడి విగ్రహం పద్మాసనంలో కూర్చుని ఉత్తరదిక్కుగా తిరిగివుంటుంది. ఆ విగ్రహం కుడిచెయ్యి **“అభయ–ముద్ర”**లోనూ, ఎడమచెయ్యి పాదంపైనుంచి క్రిందికి నేలను తాకుతూ కనిపిస్తుంది **“భూమిస్పర్శ”**–ముద్రలో!

“ఇలా **‘భూమిస్పర్శ’**లో వుండే బుద్ధవిగ్రహాలు చాలాచోట్ల వుంటాయి కదా?'' అన్నాడు జగదీశ్‌చంద్రబోస్! “ఉంటాయిగాని ఇక్కడి బుద్ధ విగ్రహం ఎడమచేత్తో ఉపదేశముద్రను పట్టి మధ్యవేలు ఉంగరంవేలును భూమివైపునకు చూపిస్తూవుంటాయి. సరిగ్గా ఆ విగ్రహం చూపించే దిక్కుగానే వున్నది “రహస్యమార్గం”లోకి ప్రయాణించే సొరంగంయొక్క ద్వారం! అది మామూలుగా సంవత్సరంపొడవునా దట్టమైన మంచుతో కప్పబడి వుంటుంది. అందువల్ల ఆ సొరంగానికి ద్వారం ఎవరికీ కనపడకుండా రహస్యంగా వుంటూవచ్చింది గత ఐదువేల సంవత్సరాలుగా.

"అంటే ఇప్పటికి ఐదువేల సంవత్సరములక్రితం, అంటే ఈ కలి యుగం ప్రారంభించకముందునుంచీకదా! అప్పటినుంచీ ఇంకా ఇప్పటి దాకా ఈ భూగర్భంలోవున్న సొరంగం ఎవ్వరూ కనిపెట్టలేదా?" మధ్య లోనే అడ్డుపడుతూ అడిగాడు రష్యన్ పరిశోధకుడు ఔస్పెన్స్కీ.

"కొందరు కనుగొనటమూ, దానిగుండా ప్రయాణించటంకూడా జరిగింది. కని ఎంతో గుప్తంగా అలా ప్రయాణించినవారిలో ముగ్గురు నూతన శకానికి ప్రారంభకులైన ప్రవక్తలైన గురువులు! ఇందులో మొదటి వారు గౌతమబుద్ధుడు. అంటే అహింసాజ్యోతి శాక్యమునిగా ప్రపంచములో "ధర్మ-చక్రాన్ని" తిప్పిన బుద్ధదేముడు! ఇకపోతే రెండవవాడుగా మళ్ళీ అలా ప్రయాణించిన వ్యక్తి పడమటిదేశాలలో కొత్త మతప్రవక్తగా పూజలు అందుకుంటున్న మీ "ఏసుక్రీస్తు" అనబడే యోగి ఈశా రెండవవాడు. మళ్ళీ అలా ప్రయాణించినవారిలో పరమపవిత్రమైన కార్తీకపౌర్ణమినాడు జన్మించిన గురునానక్ మహాశయుడు.

ఈ ముగ్గురూ ఆ బిలమార్గాన్ని, గుహను ఎలా తెరిచారు? ఎలాగ సొరంగం లోపలికి ప్రవేశించారు? అసహనంగానే ప్రశ్నించాడు చార్లెస్ బెల్.

తొందరపడకండి! అన్నాడు. ఈ ముగ్గురూ ఎవరెస్టు శిఖరానికి అడుగునుంచీ వాయవ్యదిశగా వెళ్ళే సొరంగముయొక్క ద్వారము తెరవ కుండానే ప్రవేశించారు. అందువల్ల వారికి సొరంగ ముఖద్వారము తెరిచి ప్రయాణించాల్సిన అవసరము లేకపోయింది.

"ఏమిటి మీరనేది? మహాశయా! ఎవరెస్టు శిఖరం అడుగునుంచి

సొరంగమార్గంలో ప్రయాణించారని చెబుతారు — మళ్ళీ మీరే సొరంగ మార్గంలో ప్రవేశించే ద్వారాన్ని తెరవలేదంటారు. ఏమిటి ఈ పరస్పర విరుద్ధమైన వ్యాఖ్యలు అంటూ ప్రశ్నించాడు రష్యన్ రాయబారి అలెగ్జాండర్ నోటోవిచ్.

"మీకు కలిగిన అసహనాన్ని, చికాకును నేను అర్థంచేసుకోగలను. ఎందుకంటే రహస్య సొరంగమార్గంలో ప్రయాణించాలంటే ఎవరైనా దానిలోకి ప్రవేశించి గుహ ముఖద్వారము తెరిచేవెళ్ళాలి నిజమే!

కానీ నేను చెప్పిన పైముగ్గురు మహాయోగులు, యోగసిద్ధులు. పసిపిల్లల ఆటలలాగ చాలా తేలిక వారికి. అందుకే గుహ ముఖద్వారం రాతిబండలతో మూసివున్నా దానిని తెరవకుండానే వారు ఒక కీనీడ గాజుగోడమీద ప్రయాణించినట్లు గుహలోకి ప్రవేశించి మెరుపులాగ సొరంగంలో ప్రయాణించి అవతలికి చేరుకుంటారు. ఎందుకంటే వారు ముక్త పురుషులు. భగవంతుడు ముందే నిర్ణయించిన ప్రకారం వారు అలా ప్రయాణించగలిగారు ప్రయాణించవలసిన మార్గము మూసివున్నా. కానీ మనం సామాన్యులము! దేవుడి ప్రవక్తలముకాదుకదా! కనీసం యోగ పురుషులంకూడా కాదు. గట్టిగా శ్వాసబిగిస్తే వుక్కిరిబిక్కిరితో కిందామీదైపోతాము. అలాంటి మనం వారితోసాటిగా ప్రయాణించడం అసాధ్యం. అందుకనే మనం ఆ గుహలో ప్రవేశించే రహస్యమార్గాన్ని కనుగొని దానిని తెరవాలి.

"అది ఎలాగ తెలుస్తుంది!" ప్రశ్నించారు అందరూ ఏకకంఠంతో.

అది నేను చెబుతున్నాను అందరూ మీదపడకుండా ప్రశాంతంగా

నేనుచెప్పేది జాగ్రత్తగా వినండి అంటూ ప్రారంభించాడు.

నేను ఇంతకుముందు చెప్పిన గ్రామదేవతలాంటి మందిరం కనిపిస్తుంది. అందులోని బుద్ధుని విగ్రహం భూమి స్పర్శముద్రలో నేలను చూపేదిక్కుగా పరిశోధిస్తే సరిగ్గా బుద్ధుని చూపుడువేలు నేలవైపు చూపించే దిక్కుగానే ఆ సొరంగమార్గం తెరుచుకునే ద్వారం కనిపిస్తుంది. ఇక్కడికింత చాలు! మిగతాది అక్కడికి చేరుకున్నాక చూసుకుందాం! అనవసర విషయాలు, అక్కరలేని రహస్యాలు ఇక్కడ బహిరంగంగా చర్చిస్తే అపచారం. దుర్మార్గుల చేతిలోపడితే మనకి ప్రమాదం అంటూ ఆ లామా ప్రసంగాన్ని అంతటితో కట్టిపెట్టి భోజనానికి లేచాడు. వెంటనే మా సాహసబృంద యాత్రికులందరూకూడా భోజనానికి లేచారు ఆ సమావేశాన్ని అంతటితో ముగిస్తూ!

17

తాషీ-లామా

హిమాలయ సాహసయాత్రీకుల బృందం అందరికీ దడా, వణుకూ పట్టుకుంది — ఊహించని ఘోరమైన అనుభవాలకు తట్టుకోలేక.

"ఏదైనా పులి, ఏగోలం (Leopard) లేక మంచుపులి వంటి ఎంతటి ప్రమాదకరమైన అడవిమృగాన్నైనాసరే లెక్కలేకుండా కాల్చిపారే స్తాను నా తుపాకీతో! కానీ ఇవి జంతువులూ కాదు, మనుషులూ కాదు — అటు ప్రాణమున్న మనిషి-శత్రువూ కాదు. మనుష్యుల్లా కన్పించే మరణించినవారి ఆత్మలట!

ఇలాంటివి నేనెప్పుడూ కలల్లోనైనా ఊహించలేదు ఛీ!" అను కుంటూ జిమ్‌కార్బెట్ మహాశయుడు తన తలపైనుంచి క్రిందకీ, భుజాలవైపునుంచీ అడ్డంగానూ, ఏసుక్రీస్తును స్మరించుకుంటూ, "క్రాస్ గుర్తు" వేసుకున్నాడు తనకు రక్షణగా భయపడుతూనే!

భళ్ళున నవ్వాడు, వారి వెనకాలే నడుస్తున్న టిబెటన్ లామా — దోర్జీ మింగ్యార్ దోండప్ మహాశయుడు.

"'ఏమిటి మీకంత ఆనందం కలిగించే ఆవిషయం?" — ఉక్రోషం తోనే అడిగాడు జిమ్ కార్బెట్, చిరాకుపడ్డట్టుగా!

"'ఏమీ లేదు! — ఇక్కడి పిశాచాలకోనలోని దెయ్యాలకూ, భూతా లకూ మీ శిలువ గుర్తు ఏమీ రక్షించదుకదా! అని!! అదే మీరు రక్షగా వేసుకుంటే నాకు నవ్వువచ్చింది" అన్నాడు అతివేగంగా చేతిలో జపమాల తిప్పుకుంటూనే దోర్జీ మింగ్యార్ దొండఫ్!

"'ఏమీ? ఎందుకు పనిచేయదు? ఈ దెయ్యాలు అంత శక్తివంత మైనవా? — మా ఏసు ప్రభువును కూడా ధిక్కరించేటంతటివా?"

"లేదు! — అలాగని కాదు, ఈ భూత్ బంగళాలో నివసిస్తున్న పిశాచాలన్నీ మీ 'క్రిష్టియన్' వ్యక్తుల ఆత్మల భూతాలేకదా! వాళ్ళు చనిపోయినప్పుడు ఎవరో క్రైస్తవఫాదరీయో, లేక బిషప్‌వంటి మతగురువో బైబిలు చదివి వారి శవంమీద శిలువగుర్తులు వేసిమరీ సమాధి చేస్తాడు కదా! ఇంత జరిగినా వాళ్ళు చెక్కుచెదరకుండా — "మాకు 700 సంవత్సరాల వయస్సు" అంటూ నిర్భయంగా ఎదురుపడి మీకే చెప్పారు కదా? ఇంకేం శిలువ, నాబొంద!" అంటూ మళ్ళీ భళ్ళున నవ్వాడు.

దానితో ఒక్కసారిగా మా బృందంలోని నలుగురు క్రైస్తవసభ్యులూ ఆశ్చర్యంతో లామా దోర్జీ చోగ్యాల్‌వైపు తిరిగి ఆశ్చర్యంతో నోరుతెరిచి, కళ్ళు రెప్పవేయకుండా చూడసాగారు అతడి మాటలకు ఏమీ సమాధానం దొరకక...

"నిజమే! వాళ్ళు, మావాళ్ళే!! అవి క్రైస్తవదయ్యాలే!! ఏమిటో!!! నాకేమీ అంతుపట్టడంలేదు..." అనుకుంటూ చటుక్కున మెరుపు మెరిసినట్టు ఏదో కొత్త ఆలోచన మనస్సులో కలిగినట్టుగా తుళ్ళిపడి ఆ లామా వంక తిరిగి ఆశగా కళ్ళు వెలిగిపోతూంటే — "ఇటువంటి భూతప్రేత పిశాచాలకూ, — లేక 'చేతబడులు', స్మశానిక తాంత్రిక ప్రయోగాలకీ విరుగుడు బహుశా మీ లామాసరీ లోని పండి, అనుభవంతో పరిపాకం వచ్చిన యోగులైన లామాలు ఏమైనా చెప్పగలరేమో! టిబెటన్ మతంలో తాంత్రికం, స్మశానికి పూజలు వుంటాయని విన్నాను... అందుకే అడిగాను, దయచేసి నిజం చెప్పండి, దాచకుండా" అన్నాడు.

మిగిలిన సభ్యులు కూడా అతనితోపాటే ఆశగా చూపులు కలిపి బ్రతిమాలుకున్నట్లుగా చూస్తూ ప్రాధేయపడుతున్న స్వరంతో అడిగారు. దానితో ఆ లామా మహాశయుడు కొంచెం మెత్తబడి, ముందుకు నడుస్తూనే చకచకా జపమాల వేగంగా తిప్పుతూ చెప్పుకుపో సాగాడు.

"మామూలు మాటలతో కాలక్షేపంచేసే బదులు వీలైనంత త్వరగా ఈ పిశాచాలకోన దాటి, ఈ లోయదిగిపోయి — ఎదురుగుండావున్న మంచు మైదానం దాటి, ముందుగా అదుగో ఆ కనబడే దీపస్తంభంలైటు వెలుగుతున్నదే, ఆ లామాసరీకి చేరుకుందాం! అక్కడి ఆ గురువునే, పీఠాధిపతినే అడుగుదాం!

అలాంటివారిని టిబెటన్ లామాల్లో ఉన్నత పీఠాధిపతిగా, **'రింపోచీ'** (Rimpoche) అనీ, **'తాషీలామా'** అనీ సగౌరవంగా పిలుస్తారు! సాష్టాంగ పాదనమస్కారంచేసి మరీ — వారిని సంభోదించాలి! అలాంటి మహాను

భావులు దశాబ్దాలతరబడి దివ్యమంత్రాలను జపించి, మంత్రసిద్ధిని పొంది తమ నరనరాలలోనూ ఆ మంత్రసిద్ధిని జీర్ణించుకుని వుండటమేకాక — ఆ మంత్రాధిష్టాన దేవతను తన ఆత్మలో ఐక్యంకూడా చేసుకుని వుంటారు. అలాంటివారిని కేవలం మహాపురుషులుగా భావించం! మా టిబెటన్ లామాలు శరీరం ధరించిన దేవతలు — అనీ, కొందరినీ, 'ప్రత్యేక-బుద్ధుడు' అనీ మరికొందరిని 'తుల్కూ'అనీ, లామాయొక్క మంత్రశాస్త్ర పద్ధతిలో పిలుస్తారు. ఇవన్నీ మీరుకూడా టిబెట్ గురించిన మీ ఇంగ్లీషులోని గ్రంథాలలో చదివేవుండవచ్చు! లేదా మా దలైలామా గురించి వ్రాసిన అనేక గ్రంథాలలో కూడా ఇలాంటి విషయాలు పూర్తి వివరాలతో వ్రాశారు" అంటూనే చకచకా తన చేతిలోని ప్రార్థనా చక్రాన్ని గిరగిరా తిప్పుతూ నడుస్తున్నాడు 'లామా' మహాశయుడు.

దాంతో హిమాలయపర్వతాలలోని ఆధ్యాత్మిక వ్యక్తులూ, మంత్రాలూ, సిద్ధపురుషులూ అంటే ఆసక్తితో చెవికోసుకునే నికొలాస్ రోరిఖ్ షాక్‌తిన్నట్టు ఉలిక్కిపడి — పరిగెత్తుతున్నట్టు లామాగారి ముందుకివచ్చి ఆసక్తిగా అడిగాడు. "మహాశయా! మీరు చెప్పినవన్నీ యదార్థం అని నాకూ, తెలుసు. కాని, నాకిన్ని వివరాలు తెలియవు! దయతో నా సందేహాలకు మీరు రహస్యం ఏమీ దాచకుండా వివరించాలి — ఈలోగా మనం శ్రమ తెలియకుండా ఈ "**పిశాచాలకోన** దాటి మంచు మైదానంకూడా దాటిపోవచ్చు" అన్నాడు.

"అంతేకాదు! మనం ఆ కనిపించే 'లామా-సరీ' సింహద్వారం ముందుకి కూడా చేరుకున్నా చేరుకోవచ్చు". ఆసక్తితోవున్న వేగంతోపాటూ

మనవెనక తరుముకుని వస్తున్న ప్రమాదంగురించి కాస్త దృష్టిలో పెట్టుకుంటే చాలు!" అన్నాడు రష్యన్ ఆధ్యాత్మిక పరిశోధకుడైన P.D. ఔస్పెన్స్కీ.

"మా టిబెటన్ మతంలో ఒకే దేవుడుండడు — మీ క్రీస్తులాగా లేక మహమ్మదులాగా! ఎవర్నో నమ్ముకుంటే అన్నికష్టాలూ పోతాయనీ, ఇక్కడి ప్రజలు నమ్మరు! వారికి కలిగే కష్టాలూ సుఖాలూ, అదృష్టమూ దురదృష్టమూ, రోగాలూ అనారోగ్యమూ, ఆనందమూ శుభకార్యాలూ ఇలాంటి సుఖదుఃఖాలన్నీ — ఒక వ్యక్తి చేసుకున్న మంచీ, చెడు కర్మలమీదే ఆధారపడి జరుగుతాయి.

'కర్మసిద్ధాంతం' భారతదేశంలోనే కాదు, బుద్ధదేవుడు తన "ధర్మ చక్రం"లో భాగంగా ఇటు "కాలచక్రాన్నీ" అటు 'కర్మచక్రాన్నీ' రెండూ కూడా శాశ్వత సత్యాలని గుర్తించాడు. ధర్మమే చక్రంలా తిరుగుతూ కాలాన్ని ఒక ఇరుసులాగ, రథచక్రంలాగా దొర్లించుకుంటూ పోతుంది!

చక్రం తిరుగుతుంటే ఏం జరుగుతుందో — సరిగ్గా అదే జరుగుతుంది కాలంలో కూడా! చక్రం అడుగునవున్న ఆకులు తిరిగి తిరిగి పైకి ఎత్తుకు చేరతాయి! అలాగే — ఎత్తునవున్న ఆకులు తిరుగుతూ చక్రం అట్టడుగుకి చేరతాయి! అలానే కాలచక్రం మన కర్మనుకూడా ఓ చక్రంలా తిప్పుతూ, ఎవరు చేసిన కర్మలకు ఫలితాన్ని వారికి టైము ప్రకారం వడ్డిస్తుంది! దీనిని ఎవరూ తప్పించలేరు — ఏ క్రీస్తు అయినా సరే, మహమ్మదు అయినాసరే, చివరికి బుద్ధదేవుడయినా కూడా, మన కర్మలనుంచీ తప్పిస్తానని ఆయన ఎవరికీ చెప్పలేదు!

"చాలా ఆసక్తిగావుందే! మీరు చెప్పేది! మరి లామాలు బుద్ధ దేవుడిని శరణుపొందేదెందుకు?" అన్నాడు సాహసయాత్రికులలో మేధావీ, అపరాధ పరిశోధకుడైన గూఢచారిగా పదునుపెట్టిన తెలివిగల చార్లెస్ బెల్.

"బుద్ధదేవుని శరణుపొందేది ఆయన మనకు తాను కనుగొన్న సత్యాలను నిర్భయంగా ఉపదేశించాడు, ఏమీ దాచకుండా — అందుకు! అందులో మొదటిది 'కర్మసిద్ధాంతం'. రెండవది — మనిషి అనేక జన్మలెత్తి తాను చేసిన మంచీ చెడు కర్మలను అనుభవించి, చివరకు సత్యమూ ధర్మమూ ఆచరిస్తూ నిజమైన శాంతితో, ఏ ఇతర జీవులకూ నొప్పీ, బాధా కలిగించని అహింసా సూత్రాలను ఒక వ్రతంలాగా చేస్తే, ఒక రోగి నిత్యం మందులు వాడినట్లుగా — కొన్నాళ్ళకు రోగంలాగే తగ్గిపోతుందికదా! అలానే మనిషి చేసిన కర్మలు రెండూ, అంటే మంచీ చెడూ పూర్తిగా అరిగిపోతాయి! చివరికి — కరిగిపోతాయి! అప్పుడు వారి ఆత్మపరిశుద్ధమై నిర్మలమైన ఆకాశంలా — ఒక స్ఫటికంలాగా తయారౌతుంది. అంటే అనవసరమైన క్రోధాలూ, అర్థంలేని అహంకారమూ, పిచ్చి మమకారమూ, అనవసర భయాలూ, వాటివల్ల ఇతరులకు చేసే అపకారంవల్ల కలిగే దుఃఖాలూ మొదలైనవేవీ వుండవు.

అలాంటివారే 'బోధిసత్త్వుల'వుతారు — అంటే నిర్మలమైన జ్ఞానం, అంటే సత్యమేదో, మూఢవిశ్వాసమేదో తన వివేకంతోనే విచక్షణతో తెలుసుకోగలుగుతారు. అలాంటివారికి ఏ మతగ్రంథమూ అక్కరలేదు. తన ఆత్మయే తనలోని గురువు! తన జీవితానికి మార్గదర్శి — తనలోని

జ్ఞానమే!! అలాంటివాడు పూర్వమే అనేక జన్మలనుంచీ ఒక లక్ష్యంతో దీక్షగా పెట్టుకుని, సత్యాన్నే మనస్సులో ధ్యానిస్తూ — అహింసనే తన నిత్యజీవితంలో ఒక నిష్ఠగా ఆరాధిస్తూ జీవిస్తాడు!

"తిరిగే కాలచక్రం గిర్రున తిరిగిపోతూ — కత్తులూ చాకులూ సానపట్టేవాడి చక్రంతో సానపట్టేవాడి చేతిలో పదునుపెట్టబడినట్టే — ఆ బోధిసత్త్వుని మనస్సూ, ఆత్మా కాలంతో పదునెక్కి అనుభవంతో యదార్థసత్యాన్ని గ్రహించగలుగుతుంది! ఆతరువాత అతడికి "కర్మ" వల్ల ఏభయంలేదు. కాలచక్రం తిరుగుతున్నా అతడు కాలానికిపైన వుండే తపోలోకాల్లో — అంటే నిత్యముక్తులూ అవతార బుద్ధులూ వుండే దివ్యలోకాల్లో ఒక హైడ్రోజన్ బెలూన్‌లాగా పైలోకాల్లోకి తేలిపోతూ — అలా కర్మనూ, శరీరాన్నీ దాటిపోతాడు! అలాంటివాడు — ఇక తిరిగి జన్మ ఎత్తడు.

"అదేనా మోక్షం అంటే? నిర్వాణం అని మీ బౌద్ధులు చెబుతారే అది ఇదేనా?"

ఆసక్తిగా ప్రశ్నించాడు నికోలాస్ రోరిఖ్.

ఆగండాగండి! — "అతడు భూమిమీద తిరిగి జన్మించడు" అన్నానుగానీ, పైలోకాలలో జన్మించడని అనలేదే? కర్మఅనేది ఒక్క భూలోకంలోనే కాదు, పైలోకాలలో వుండే దేవతలకూ, గంధర్వులకూ, కిన్నర కింపురుషులకూ, విద్యాధరులకూ, మహనీయులైన పుణ్యజీవు లందరకూ కూడా వర్తిస్తుంది! చివరకు మనం పారిపోయివస్తున్న ఈ భూత్‌బంగళాలోని దెయ్యాలకు కూడా — ఆ కర్మసిద్ధాంతంవలననే

వారికి ఇలా సమాధులనంటిపెట్టుకుని పడివుండవలసిన గతి — ఏర్పడింది! అప్పుచేసినవాడు అప్పుతీర్చేదాకా జైల్లోవుండాలి కదా! లేకపోతే మంచిగా శ్రమచేసి మిగిల్చిన లాభంతో అప్పుతీర్చేసి ముందుగా జైలు నుంచి బయటికి రావచ్చు!

సరిగ్గా ఇలాగే ఆ పైలోకాల్లో వుండే ప్రత్యేక బుద్ధులూ, బోధి సత్త్వులూ దయతో తమ తపశ్శక్తినీ, పుణ్యాన్నీ భూలోకంలో జీవిస్తూ బాధపడే మనలాంటి జీవులకు ధారపోస్తారు! — అర్హులైనవారికే నండోయ్! దొంగలందరికీ సాయంచెయ్యరు!"

"వారెవరికి సాయంచేస్తారో మనకి ఎలా తెలుస్తుంది!" అడిగాడు జీవశాస్త్రజ్ఞుడు ప్రొఫెసర్ రే. లంకాస్టర్ తనకు తెలిసిన పరిణామ సిద్ధాంతాన్నీ, జీవుల ఆత్మయొక్క పరిణామం గురించీ, తన మనస్సులోనే నెమరువేసుకుంటూ, ఆశ్చర్యంగా.

"తన స్వార్థంకోసమూ లేదా తన మంచికోసం ఇతరుల మంచిని చెడగొట్టేవాడూ — లేక ఇతరుల కీర్తి, సుఖం, ఆనందం — ఇంకా తనకు లేనివి ఏవైనా చూసి బాధపడేవాడూ, అసూయపడేవాడూ తానింకా కర్మనుండి పరిపాకం పొందలేదు, అని అర్థం! అలాంటివారు వెంటనే ఇతరులకు అపకారం చెయ్యకపోయినా, ఇతరుల మంచిని సహించ లేరు. అలాంటివారికి కాదు, ఈ బోధిసత్త్వుల, లామాల అనుగ్రహం, సహాయం!"

"బాధలోవున్న మనిషిని చూడగానే సహజంగా జాలి కలగాలి. మంచివారిని చూడగానే సహజంగా ప్రేమకలగాలి! "ప్రేమ" అంటే

ఇది మీ ఇంగ్లీషుసినిమాలలో చూపించే శారీరక కామం కాదు! ఒక పసిబిడ్డను తల్లి పాలుపట్టి, ఆడించి, వాడి పెరుగుదలను ఎలా కాంక్షిస్తుందో అలాగ — ఇతరుల మేలుకోరి వారికి సహాయంచేయడమే నిజమైన ప్రేమ! మనకీ ప్రపంచంలో ఇలాంటివారూ కనిపిస్తారు అరుదుగా! వీళ్లే నిజమైన పుణ్యాత్ములు! వారికి ఎంత నష్టంకలిగినా, బాధకలిగినా, కోపంవచ్చినా ఇతరులకు హానిచేయడం వీరికి చేతకాదు!

అంటే మానవజాతిలో పసిబిడ్డల వంటి నిర్మలమైన ఆత్మలు వారివి. ఇది వయస్సుతో వచ్చేది కాదు. కేవలం పూర్వపుణ్యం వల్లనే ఇటువంటి అంతరాత్మ జన్మతః మనుషులకు లభిస్తుంది — అట్టివారికే పరమగురువులు సాయంచేస్తారు. మానవజాతి పురోగతికి కదా? — వారు తమ శక్తినీ, తపస్సునీ ధారపోస్తామని ప్రతిజ్ఞచేసింది?"

"... అన్నట్టు మాటలలోనే వచ్చేశాం!! — మనం మంచుఎడారి దాటి. అదుగో, ఆ బంగారువాకిలి కనిపిస్తున్నదే! నగిషీలతో, పద్మాలతో, సింహాలు, ఏనుగుల శిల్పాలు చెక్కబడివున్నదే! అదే **'లామా-సరీ'** ఆశ్రమం. అమ్మయ్య! వచ్చేశాం ఎలాగోఅలా. ఇక మన కష్టాలు తీరి నట్టే" అంటూ పరుగులాంటి నడకతో 'లామా' మహాశయుడు తన వెనకాలే వస్తున్న సాహసయాత్రికుల గుంపును వదిలివేసి — లామాసరీ లోకి నేరుగా ప్రవేశించి ముఖమండపంలోని పెద్ద కంచు-గంటను మోగించాడు **'ఖంగ్!'** మనే శబ్దంతో!

దానిని "ధర్మగంట" అంటారు. ఎవరికైనా కష్టాలు, బాధలు కలిగితే ఆ గంటను మోగిస్తారు; అక్కడి గురువుల ఆశ్రయంకోసం!

ఇవతలే వున్న మా సాహసయాత్రికుల బృందం ఆ లామాసరీలోని నిశ్శబ్ద ప్రశాంత వాతావరణానికీ — జంకిపోయినట్టుగా కాస్త వెనక్కితగ్గి — లోపలికి ప్రవేశించే సాహసం లేక సింహద్వారం బయటే నిలబడ్డారు, తమ లామా మిత్రుడు తీసుకొచ్చే మంచివార్త కోసం!

18

దత్తప్రభువు దర్శనం!

"మీరీరాత్రి చూచినది — మామూలుతాంత్రికుని 'ఛోడ్' హోమ ప్రక్రియ మాత్రమేకాదు. మీరు చాలా అదృష్టవంతులు. మీరు బయలు దేరిన సంకల్పం శుద్ధమైనదీ, పవిత్రమైనదీ అయివుండాలి! లేకపోతే మా లామాసరీలోని ముసలి లామాలకు సైతం దర్శనందొరకని సిద్ధ పురుషులూ, పరమగురువులూ, సిద్ధగురువైన "మహాశోభనం" అనబడే శాశ్వత చిరంజీవపురుషుడు మీకు దర్శనంఇచ్చాడు. ఆయనను మీ భాషలో భారతీయులు "దత్తప్రభువు" అంటారు. ఆయన గురించిన కథలూ, గాథలూ ఇక్కడ టిబెట్‌లోని గొర్రెలకాపరులకు సైతం తెలుసు. ఎప్పటికప్పుడు, ఆయన అకస్మాత్తుగా దర్శనమిస్తాడని ఇక్కడ మా టిబెట్ లోని వారందరూ వూహిస్తుంటారు. కానీ ఆయనను ప్రత్యక్షంగా చూసిన వారు ఈమధ్యకాలంలో కనబడలేదు! — ఇవాళ మీరు చూశారు!

అదృష్టవశాత్తూ మీరు తొందరపబడి ఏ తెలివితక్కువపనీ చేయలేదు కదా?" — లామాసరీలోని తాషీలామా తన బంగారు ధర్మసింహాసనంపై కూర్చుని ఆ సాహసబృందాన్ని చూస్తూ అన్నాడు. ఆయన చేతిలో జపమాల వేగంగా తిరుగుతోంది, ఆయన మాట్లాడుతుండగానే "మేం అంతపనీ చేసేవాళ్ళమే! మా తుపాకీలను దట్టించాంకూడా, ఇంకా నయం, పేల్చాంకాదు!" అన్నారు అందరూ ఏకకంఠంతో.

భళ్ళున నవ్వాడు ముసలి తాషీలామా గురుదేవులు. తుళ్ళిపడ్డారు సాహసబృందం. "లామా! మా తెలివితక్కువతనానికి మీరు నవ్వుతున్నారా?" అన్నాడు నికోలస్ రోరిఖ్ — టిబెటన్ లామాలన్నా, ఆశ్రమాలన్నా అభిమానంకలవాడు.

తాషీలామా వుక్కిరిబిక్కిరిగా నవ్వుతూ, శ్వాసఅందక నిదానంగా అన్నాడు. "మీరు తుపాకీపేల్చినా ఏమవుతుంది? ఏమీకాదు!"

"ఏమీకాదా? పదిమందిమి ఒక్కసారిగా తుపాకీలుపేల్చినా?!" అన్నారు అంతా ముక్తకంఠంతో.

"అవును! ఆ దత్తప్రభువును కనీసం తాకనైనాలేవు మీ ఆయుధాలు! ఎందుకంటారా? ఆయన శరీరం వుండేది ఈ పంచభూతాలలో కాదు — భూమీ, నీరూ, నిప్పు, గాలీ అనే ఈ పంచభూతాలకు పైనవుండే 'పరమాకాశతత్వం'లో — శాశ్వతరూపంలో నిలిచివుంటారు ఆ యోగినాథులు! అందుకే మా టిబెటన్ లామాలుసైతం ఆయనపేరు చెబితే మోకాళ్ళపై కూర్చుని, మోకరించి ప్రార్థిస్తారు! దత్తప్రభువు శంఖం వినిపిస్తే, తుఫానువర్షం కూడా ఆగిపోవాల్సిందే. మంచుపడటంకానీ, ప్రచండంగా

ముంచుకొస్తున్న మంచుతుఫానుకూడా ఆగిపోవాల్సిందే. అలాగే నిలబడి పోవాల్సిందే.

అంతెందుకు? నా చిన్నతనంలో ఒకసారి, నేనింకా పదేళ్ళ పిల్ల వాడిగా వున్నప్పుడు టిబెట్‌లోని నదివొడ్డున ఆడుకుంటున్నాను. నాకిప్పుడు తొంభైఏళ్ళు దాటింది. నదివొడ్డున రాయిమీద ఒక పిచ్చివాడు కనిపిం చాడు. నేను వెళ్ళి ఆయనను బెదిరింపుగా ఏదో మాట్లాడబోయాను. అంతే! మరుక్షణమే ఆయన నిలుచున్న బండరాయి పక్కనేవున్న కొండ లోకి చేతినిదూర్చి భుజందాకాచొప్పించాడు. ఆశ్చర్యం! అంత బండరాయీ, వెన్నపూసలా దారిచ్చింది, అతని చేతికి! ఏం జరిగిందో తెలిసేలోగా నా ఊపిరి ఆగిపోయింది! తటాలున ఆ శిలలోంచి ఒకపెద్ద శంఖం బయటకుతీశాడు. అది అడుగున్నర రెండడుగుల పొడుగున్న కుడివైపు ప్రదక్షిణగా తిరిగిన 'దక్షిణావర్తశంఖం'! నన్ను చూసి వికటంగా నవ్వి, ఆ శంఖాన్ని 'భం!' అని పూరించాడు.

"ఆశ్చర్యం!!! నాకళ్ళను నేనే నమ్మలేను! మరుక్షణమే గలగలా ప్రవహిస్తున్న నది వెనక్కితిరిగి వ్యతిరేకంగా ప్రవహించింది, ఆయన దిక్కుగా! తరువాత ముందుకు ప్రవహించడం మానేసి గుండ్రంగా సుడిగుండంలా ఆయన పాదాలచుట్టూ ప్రదక్షిణచేసి నిలబడిపోయింది, శంఖం వూదినంతసేపూ. ఆ శంఖం ధ్వనించగానే పట్టపగలే ఆకాశంలో నక్షత్రాలు కన్పించాయి. తూర్పుపడమరలుగా సూర్యుడూ, చంద్రుడూ ఒక్కసారేవెలిగారు. మరుక్షణమే ఆయన అన్నీమాయంచేసి చేయివూపుతూ నన్ను దగ్గరికి పిలిచాడు. తలపైన అతని అమృతహస్తం వుంచి ప్రేమగా

"తాషీలామా! తాషీలామా!" అంటూ మూడుసార్లు మంత్రంలా ఉచ్ఛరించాడు. నాకేమీ అర్థంకాలేదు. ఇప్పుడు వెనక్కితిరిగి చూచుకుంటే, ఆయన నేను భవిష్యత్తులో ఈ లామాసరీకి పీఠాధిపతిగా ఈ తాషీ లామాగా సింహాసనాన్ని అధిష్టించడాన్ని తెలిపే భవిష్యత్తును సూచించాడని తెలుస్తుంది.

మా గురుదేవులు చెప్పేవారు — దత్తప్రభువు జరగబోయేదానిని చెప్పడం మాత్రమేకాదు — ఆయన ఏంచెబితే అదే జరుగుతుంది! ఆయన సిద్ధపురుషుడు! — కాదు కాదు, మాట్లాడే భగవంతుడు! అతడే 'చెన్‌రెజీ'-దేవుడు. ఈ టిబెట్ రక్షకుడైన 'వజ్రపాణి భోదిసత్త్వుని' అవతారం! మీ జన్మలు తరించాయి! మీ సాహసయాత్ర దిగ్విజయం కానున్నది! మీకు దత్తప్రభువు ఆశీస్సులు లభించాయి! ఇక మీరు నిశ్చింతగా మీ ప్రయాణాన్ని కొనసాగించవచ్చు, ఈరోజునుంచే" అంటూ తాషీలామా తనపక్కనేవున్న పెద్దగంటను మోగించాడు.

పరుగున నలుగురు బ్రహ్మచారులు వచ్చి ఈ సాహసయాత్రికులకు వేడివేడి టిబెటన్ త్సాంపా ఇచ్చారు, ఇంకా రొట్టెలవంటి ఆహారాన్ని పెట్టి వినయంగా ముందుకువంగి నమస్కరిస్తూ — వెనక్కి వెనక్కే నడుస్తూ సెలవుతీసుకున్నారు, గౌరవసూచకంగా!

❀

19

అఘోరమూర్తి!

మాతాతగారి వందఏళ్ళనాటి సాహసయాత్ర చదువుతూవుంటే — అది ఒక గాధ చదువుతున్నట్టుగా అనిపించలేదు. మొదటిపేజీ చదవటం ప్రారంభించిన క్షణంనుంచి — వేరే ప్రపంచములోకి అడుగుపెట్టినట్టు నాచుట్టూరావున్న పరిసరాలను మరిచిపోయే ఒక మాయాజాలము మంత్రదండముతో మంత్రించి సృష్టించిన మాయాలోకములోకి అడుగు పెట్టినట్టు నా పరిసరప్రపంచమును మరచిపోయాను. హిమాలయాలలో అడుగుపెట్టి నడకసాగిస్తున్న ఆ రిపోర్ట్‌ని చదువుతూవుంటే అది మా తాతగారి సాహసబృందయాత్ర కథలాగ లేదు! చదువుతున్న నేనూ — రివ్వున ఆకాశంలో ఎగిరి ఆలోచనలమీద తేలిపోతూ మరోప్రపంచంలో సాహసయాత్రచేస్తూ సీతాకోకచిలుకలాగా ఊహాలోకములో విహరిస్తు న్నట్లుగా వుంది. కొన్నిచోట్ల అందమైన జలపాతాలు, మంచుపర్వతాలూ

కనిపిస్తే, మరొకపేజీలో భయంకరమైన తాంత్రికహోమాలు, భూతాల, దెయ్యాలకొంపలు నావెన్నులో చలి, భయం పుట్టించి వణికించేస్తున్నాయి.

"ఇది నిజంగా రిపోర్టా? లేక నా అద్భుతమైన రంగురంగుల కలల విచిత్రప్రపంచమా? అనుకుంటూ ఒక్కొక్కపేజీ నమిలేస్తున్నట్టుగా — తననుతానే చదివిస్తోందా రిపోర్ట్. ఇంతలోకే నాకళ్ళు ఠక్కున ఆగిపోయాయి.

అఘోరీ! — అన్న అధ్యాయము చూడగానే. ఓరి భగవంతుడా! ఈ పేరేమిటి వింతగావుంది అనుకుంటూ హిమాలయ సాహసయాత్రికుల బృందము అనుభవాలన్నీ ఆతృతగా చదవసాగాను.

పూజ్య పీఠాధిపతి తాషీలామా గురుదేవులను లామాసరీ ఆశ్రమాన్ని వీడ్కొని ముందుకు సాగిపోతున్నాము. వాతావరణము ప్రశాంతముగా వుంది. ఆకాశము నీలముగా మబ్బులులేకుండా నిర్మలముగా వెలుగుతోంది. ప్రొద్దుటి నీరెండ బంగారుకాంతితో వెలుగులు చిమ్ముతూ గోరువెచ్చగా మా శరీరాలను తాకుతోంది ఎంతో హాయిగా! హూయిమంటూ చల్లని ప్రశాంతవాయువులు మా చెవులను తాకుతూ తలపైనుండి నెమ్మదిగా వీస్తున్నాయి పరమసుఖాన్ని కలిగిస్తూ, ఒక స్నేహితురాలు ప్రేమతో తాకే స్పర్శలాగ! ఉత్సాహంగా అడుగులువేస్తూ చురుకుగా నడకసాగించాము. ఉదయమే లామాసరీ ఆతిథ్యంతో వేడిగా మా కడుపులో నింపుకున్న త్సాంపా జావ వేడివేడి ఫలహారము మాకు ఎంతో అండగా నిలిచాయి. శ్రమ తెలియకుండా అందరమూ నవ్వుతూ, పేలుతూ, పాడుకుంటూ ఉల్లాసంగా నడుస్తున్నాము.

హిమాలయపర్వతాల ఎడమప్రక్కన ఏటవాలుగా క్రిందకిదిగిన కొండచరియ వెంబడే నడుస్తూ అట్టే శ్రమలేకుండానే ఒక విశాలమైన మైదానములోకి చేరుకున్నాము. అక్కడ మంచులేదు. గోధుమరంగు పొడిఇసుక — చందనపుపొడిలాగ గాలికి ఎగురుతూ ప్రశాంతతను కలిగిస్తోంది. మంచుమైదానములో నడిచే శ్రమతగ్గిందికదా అనుకుంటూ ఆనందంగా మేమంతా ఆ మైదానములో చురకుగా నడిచిపోసాగాము.

ఒకగంట అలా దిగి నడవగానే పర్వతములోయ మొదలయ్యి కుడివైపుగా మళ్ళింది ఏటవాలుగా! బంగారురంగు ఎండ అప్పటికే మధ్యాహ్నమవుతోందని సూచిస్తూ గోరువెచ్చగా మా శరీరాన్ని తాకుతోంది.

అకస్మాత్తుగా ఓ చల్లటి గాలితిమ్మెర నాలుకగా వచ్చి మా ముఖాలను తాకింది. 'ఎక్కడిదా ఈ చలిగాలి! గాడ్పులాగ వీస్తోంది అనుకుంటూ పరిశీలించి చూస్తే ఆ లోయక్రింద అడుగున నీలంగా కొండవాగు వంటి నది ప్రవహిస్తోంది. మంచుకరిగిన నీళ్ళు అతిచల్లగా ప్రవహిస్తూ నదిమీద వీచే నీటిగాలి అతిచల్లగా మా మొహాలకు తాకిందని అర్థమయింది. నదివెంబడే అయిదారుమైళ్ళు నడిచివెళ్ళగా దారి కుడివైపుకు తిరిగి ఎత్తుగా శిఖరంవంటి కొండచరియమీదుగా ప్రయాణించింది. ఇంతలో సూర్యుడు అస్తమించాడు. నీరెండ అకస్మాత్తుగా కొండలచాటున మాయమయ్యింది. గోరువెచ్చని హాయి అంతమై చలిగాలి వీచసాగింది.

అప్పుడు గుర్తుకువచ్చింది మాకు హిమాలయ పర్వతాలలో సూర్యాస్తమయము అకస్మాత్తుగా జరుగుతుందని! ఎందుకంటే ఎత్తైన పర్వతాల చాటుకుపోయి చూస్తుండగానే అకస్మాత్తుగా మాయంఅవుతాడు సూర్యుడు!

మరుక్షణమే బంగారుఎండ తెరతీసినట్టు కనుమరుగై నిరారు నీలినీడలు దారికి అడ్డముగా పొడుగాటి కొండశిఖరాల కీనీడలు చిత్రాలు దారికి అడ్డంగాపడుతూ క్షణాలమీద పొద్దువాలి మరుక్షణమే చీకటిపడుతుంది. అంతే! చల్లని మంచుగాలి, ఎముకలుకొరికే చలి పెద్దశబ్దంతో వీచడం మొదలయ్యింది. దానితో మాకందరికీ అర్థమైంది — ఈరాత్రికి ఉండ టానికి బస, తినటానికి భోజనవసతి రాత్రి తలదాచుకోవడానికి నీడ, ఏదైనా ఆశ్రయము ముందే ఏర్పాటుచేసుకోకపోతే మాపాట్లు ఇక కుక్క పాట్లే అని అర్థమయింది! దానికితోడు మా మిత్రబృందముఅంతా గత రెండురోజులుగా చూసిన భయంకర అనుభవాలు, జ్ఞాపకాలు ఇంకా మరచిపోలేదు. హాయిగా వెచ్చగా ఏదైనా లామాసరీగానీ ఏదైనా కొండ గుహలోకానీ తలదాచుకోకతప్పదు. ఎందుకంటే ఇప్పుడు మేము గుడారము బిగించి శిబిరముగానీ, టెంట్‌గానీ ఏర్పాటుచేసుకోవడానికి సమయము చాలదు! దానికితోడు మేమిక్కడ ముందుగా మరి ఏర్పాటు చేకోలేదు. ఇలా అనుకుంటూనే నిటారైన శివలింగాకారములోవున్న గుట్టమీదకి చేరుకున్నాము. దానికి ఇటూ అటూ రెండువైపులా ఎత్తైన పర్వతాలు కోటగోడల్లా ఆకాశానికి అంటుతూ నిలబడివున్నాయి నిరం కుశముగా! ఇంక మాకు మిగిలినది ఒక్కటేదారి. ఎదురుగావున్న గుట్టల మీద ఎక్కడైనా గుహగానీ, ఆశ్రమము వంటి మఠముగానీ వున్నదేమో కనుగొనడానికి ప్రయత్నించాలి. ఇంతలో మాకు ఎదురుగా గొర్రెలకాపరి ఒకడు కొండమేకలను తోలుకుంటూ కొండ దిగువకు పోతున్నాడు. రాత్రి వుండటానికి ఏదైనా నివాసముగానీ ఏదైనా కొండగుహకానీ ఈ ప్రాంతంలో వున్నదేమో అని అతడిని ప్రశ్నించాము. ముందు నడుస్తున్న మేకలని

అదిలిస్తూ కర్రతో నేలమీద తట్టి అతడు —

"అదిగో! ఆ సామి ఉన్నారు ఎదురుగా కనిపించే గుట్ట శిఖరం మీద ఆయన దగ్గరకుపోండి మీకన్నీ లభిస్తాయి — ఆయనకు గనక మీమీద దయకాని కలిగిందా మీదే అదృష్టం, మీకన్నీ లభిస్తాయి" అంటూ పొడుగాటి తన కర్రతో మా ఎదురుగా ఉన్న గుట్టమీదకు చూపించాడు. వెంటనే రష్యన్ చిత్రకారుడు తన బ్యేగులోంచి బైనాక్యులర్స్ వేసి ఎదురుగా కొండచెరియను గాలిస్తూ పరిశీలించాడు.

అదిగో ఎత్తుగా కనిపించే గుట్ట ఎక్కిపోతే దాని శిఖరంమీద నిఠారుగా గోడలా చెక్కినట్టు ఒక గుహలాంటిది కనిపిస్తోంది. లోపల ఎవరైనా ఉన్నారో లేదో బయటకు కనిపించటంలేదుగాని చీకటిగాఉన్న గుహద్వారం లోపలినుంచి ఎర్రగా బంగారురంగు మంట వెలుగుతూ గోడలమీద నాట్యమాడుతూ కనిపించింది. "బహుశా చలిమంట కావచ్చు! లేదా ఏదైనా వంటచేసుకుంటున్న అగ్నిజ్వాల కావచ్చు! మనం వెళ్ళి ప్రార్థిస్తే మనకేదైనా ఆశ్రయం దొరక్కపోదు అంటూ వడివడిగా అడుగులు వేసాము.

ఎంత ప్రయత్నించినా గోడలాగ నిఠారుగా పైకి పెరుగుతున్న కొండచరియ ఎక్కటం దాదాపు అసాధ్యం అనిపించింది. చివరకు కొండ గోడమీద కనిపించే చిన్న చిన్న కన్నాలలోకి మాబూట్లు దూర్చి చేతివేళ్ళతో అందిన బండరాళ్ళను దొరకపుచ్చుకుంటూ ఎగబాకి మాగుండెల్లోని ప్రాణాలు కంఠంలోకి తన్నుకువచ్చేసరికి ఆ కొండగుట్టపైకి చేరుకున్నాము!

గుహ బోర్లించిన అర్థచంద్రాకారముగా ఒక ఏనుగు వీపులాగ

గుండ్రటి ఆకారముతో ఉన్నది. ఆ గుహలో పదిహేను, ఇరవై అడుగుల లోపలగా ఒక సాధువు కూర్చునివున్నాడు. ఆయన కనుగుడ్లు ఎఱ్రగా నిప్పుకణికలవలే ఉబ్బరించి ఉగ్రంగా మండుతున్నట్లు మావైపు చూసాడు తలఎత్తి. ఆయనముందు వెలుగుతున్న పెద్ద చలిమంటవంటి నెగడు. అందులో సాంబ్రాణి, గుగ్గిలము వంటి పొడివేస్తూ మంత్రాలు చదువుతూ రకరకాల మూలికలు, ఏవేవో వింతవస్తువులు మంటలోవేసి హోమం చేస్తున్నాడు — నిశ్శబ్దంగా మంత్రాలు గొణుక్కుంటున్నట్టు చదువు తున్నాడు. మారాక ఆయన ఏకాగ్రతను, నిశ్శబ్దాన్ని భంగపరచిందికాబోలు మావంక ఆయన అసహనంగానూ, క్రోధంతోనూ, చిరాకుగాను చూసాడు. మేమందరమూ సగౌరవంగా నేలకి మా నుదురు తగిలేవిధంగా వంగి మూడుసార్లు దండప్రణామం వంటిది కాళ్ళమీదకూర్చుని చేశాము గుహలో చోటుచాలక. మాలో బాగా మాట్లాడగలిగిన వ్యక్తి నోటోవిచ్ — రష్యన్ రాయబారి కావటముతో ఆయన తన మృదువైన మాటకారి తనముగా మాట్లాడే సంబోధనతో "మహామునులకు నమస్కారము! ఋషీశ్వరులకు ప్రణామము... అంటూ అలా మాట్లాడుతూవుండగానే ఉరుమువంటి కంఠముతో ఆ సాధువు గర్జించినట్లుగా అన్నాడు అతడి మాటలకు అడ్డుతగులుతూ ఇలా...

"మీరంతా పర్వతయాత్రీకులు! — అవునా? ఈరాత్రికి మీకు ఆశ్రయం కావాలి — అంతేనా? ఆహారంకావాలి. అది, మీరు చెప్పకనే చెబుతున్నది, దుమ్మూ ధూళీ కొట్టుకునివున్న మీ వాలకముచూస్తే! మీ వేషాలు, బట్టలు చూస్తే మీరంతా పగటివేషగాళ్ళలాగా వేరువేరు దేశాల నుంచి వచ్చినట్లున్నారు. అవునా? సరే! నేను చెప్పినట్టు చెయ్యండి

అన్ని సమకూరుస్తాను — దూరాన లామాసరీనుంచి దీవెన పొంది వచ్చారుగా! నేను చెప్పినట్టు తు.చ. తప్పకుండా చెయ్యాలి!" అన్నాడు తన మెడలోని రుద్రాక్షమాలను గుంజుకుంటూ. ఎడమచేత్తో పెద్ద సటకా వంటి కర్రను మండుతున్న హోమగుండములోంచి తీసి నేలమీద తాటించి పెద్దశబ్దం చేయడంతో అందరమూ ఉలిక్కిపడ్డాము. ఉరుము వంటి ఆయన కంఠస్వరము విని కఠోరముగా, క్రూరంగా అదిలిస్తున్నట్లు మాట్లాడిన ఆ సాధువు ఒక అఘోరీ అని తరువాత తెలిసింది మాకు! భయంతో బిక్కచచ్చిపోయివున్నాము.

"గురుదేవా! మీరు ఆజ్ఞాపించినట్లే నడుచుకుంటాము! మేము మీరు చెప్పినట్టే తు.చ. తప్పకుండా నడుచుకోగలము" అన్నాము అందరం ఒకేకంఠముతో మళ్ళీ తల నేలకుఆనించి ప్రణామంచేస్తూ.

"ఖచ్చితంగా నేను చెప్పినట్టే చెయ్యాలి! అలాచేస్తేనే అన్నీ సక్ర మంగా జరుగుతాయి. లేకపోతే పరిణామాలు ఎలావుంటాయో ఏం జరుగుతుందో నేను చెప్పను! మీరే అనుభవిస్తారు అన్నాడు ఘర్జించి నట్టుగా బొంగురు కంఠముతో. మళ్ళీ ఒక్కసారి ఆయనకు నమస్కరించి ఆసక్తిగా వినసాగాము ఆ అఘోరీ కఠోరమైన ఆజ్ఞ ఎలావుంటుందో భయపడుతూనే.

మీరు చాలాదూరంనుంచి నడిచివచ్చినట్లున్నారు. బడలికతో డస్సి పోయి వుండాలి అవునా!

అవును గురుదేవా! చాలా అలసిపోయాము.

మీకు ఆకలికూడా దంచేస్తోంది. మీ కడుపులో ఎలుకలుకూడా

పరిగెడుతున్నట్లు వున్నాయికదూ — వికృతంగా నవ్వుతూ అన్నాడు అఘోరీ మహాశయుడు.

ఈసారి భయం భయంగానే — ఆకలి వున్నదని అంగీకరించాము.

మీరు ఈ పర్వతగుహకు ఎక్కేదారిలో ఒక చల్లటి నదీప్రవాహం చూసేవుంటారు. అవును గురుదేవా! దిగువనున్న లోయలోంచి ఎడమ వైపుగా ప్రవహిస్తున్నది నది.

"అది పవిత్రమైన మందాకినీనది, దానికి దారిలో అలకనంద, జాహ్నవి నదుల పాయలు కలసి మీరువచ్చే మైదానంలో కలసి గంగా నదిగా ప్రవహిస్తుంది!" మీరు వెళ్ళి చల్లటి ఆ మందాకినీనదిలో హాయిగా స్నానంచెయ్యండి, ఇష్టంవచ్చినంతసేపు!

అలా స్నానంచేస్తూవుండగా నీటిలో కొట్టుకునివచ్చే వస్తువు పైకి తేలుతూ మీకు కనిపిస్తుంది. దానిని జాగ్రత్తగా ఒడ్డుకులాగి భద్రంగా పొట్లంకట్టి పైకి తీసుకురండి అన్నారు. సరే గురుదేవా అన్నాము ఏం మాట్లాడుతున్నామో ఆలోచించకుండానే.

"నేను చెప్పేది అక్షరాలా ఆచరించాలి తు.చ. తప్పకుండా. వింటున్నారా! అంటూ గట్టిగా అరచినట్టు మళ్ళీ అన్నాడు ఏదో విశేషం చెబుతున్నట్టుగా. ఆ నీటిలో కొట్టుకువచ్చిన వస్తువును జాగ్రత్తగా ఒడ్డుకు లాగాలి, నదురుబెదురు లేకుండా. దానిని నీటిలోంచి తీసుకువచ్చి ఆలస్యము చేయకుండా ఈ గుహలో నాముందర పెట్టాలి. ఇది మా హుకుం! అంటే ఆజ్ఞ! ఏమాత్రం తప్పరాదు అంటూ తన చేతిలోని పటకాను నేలపైకొట్టి తన కుడిచేతిలోని శంఖం నోటికి ఆనించి గట్టిగా

పూరించాడు భం... ... అంటూ ఆ గుహఅంతా ప్రతిధ్వనించేలాగ. మంటలోని చితుకులను ఒక్కసారిగా ఎగసం తోసాడు కదిలిస్తూ. జ్వాల ఒక్కసారిగా భగ్గుమని ప్రజ్వలించింది గుహఅంతా వెలిగిస్తూ అప్పుడు చూసాము. ఆయన వెనకాతల నల్లరాతితో చేసిన నిలువెత్తు కాళీమాత విగ్రహము — భయంకరముగా వుంది. విగ్రహం కుడిచేతిలో కొడవలి వంటి భైరవఖడ్గము, మెడలో మనిషిపుర్రెల కపాలమాల ధరించి నాలుక తెరచి తెల్లనికోరలు, నిమ్మకాయలవంటి కనుగుడ్లతో భీకరముగావున్నది. ఆ సాధువు కాళీమాత భక్తుడని మరుక్షణంలోనే మాకర్థమైపోయింది. ఇలాంటివారివద్ద అనేక శక్తులువుంటాయి. ఊహించని భయంకరమైన సిద్ధులుకూడా వీరి వశంలోవుంటాయి. అందుకని భయంగా అందరమూ తలవంచుకుని ఆయన చెప్పిన ఆజ్ఞను తప్పకుండా శిరోధార్యంగా చేస్తామని తరువాతగానీ మాకు తెలియలేదు ఆయన ఆజ్ఞ ఎంతటి గుండెలుతీసిన బంటుకైనా భయం కలిగిస్తుందని.

అప్పటికే బాగా చీకటిపడింది. హిమాలయ లోయలనుంచి చల్లటి ఈదురుగాలి గుహవైపు వీస్తోంది. ఇప్పుడే నిటారుగా గోడవలేవున్న కొండ దిగి జారిపడకుండా పాకుతూవెళ్ళి క్రింద మైదానం చేరుకోవాలి. అక్కడి నుండి అలా సుమారు రెండుమైళ్ళు నడిస్తే ఆ సాధువు చెప్పిన నది వస్తుంది. ఇంక మాస్నానాలు పూర్తిచేసి మళ్ళీ ఈ కొండచరియపైకి గోడమీద బల్లిలాగ ఎగబాకుతూ రావాలి. దేవుడా! అతిప్రయాసమీద కొండదిగి కుక్కలలాగ వగరుస్తూవచ్చి గుహక్రింద మైదానములో నిల బడ్డాము, ఒకరిముఖం ఒకరు చూసుకుంటూ.

ఇంకా ఎందుకు ఆలస్యం? అఘోరీగారి ఆజ్ఞ విన్నాంకదా! — చచ్చినట్టు ఇంత చలిగాలిలోనూ వెళ్ళి ఆ మంచుకరిగిన గంగ నీళ్ళలో స్నానంచేసి రావాలి. ఏదో తెమ్మన్నాడుకదా? ఏమిటో చెప్పలేదు అను కుంటూనే ఒకరిమొహంవంక ఒకరు చూసుకుంటూ అయిష్టంగానే బయలుదేరాము.

అలా సుమారు అరగంట, ముప్పావుగంట నడచి నదిఒడ్డుకు చేరాము. అప్పటికే బాగా పొద్దువాలిపోయింది. రాత్రి ఎనిమిదిగంటలు కావచ్చు! నెమ్మదిగా బూట్లు, మేజోళ్ళు, టోపీతీసివేసి నిదానంగా మా డ్రస్సులుఅన్నీ విప్పి ఒడ్డునేపెట్టాము. ఒకరు కాపలాగా కూర్చున్నారు. మిగతావాళ్ళు దిగి నదిలో కాలుపెట్టాక తెలిసింది — జివ్వుమని పీకేస్తు న్నాయి కాలినరాలు, నదిలోకి అంటూ పెద్దగా కేకలువేసారు. మాలో సుకుమారంగా వున్న శ్రీనివాసచక్రవర్తి, బెంగాలీ బ్రాహ్మణుడు మేఘనాథ్ సహా ఇద్దరూ ఒకేసారి. ప్రయాణంతో వేడెక్కిపోయిన శరీరాలు చల్లటి నీటిలో మునిగితేలగానే ఈదురుగాలి తగిలి చలికి బిగుసుకుపోయాము వణుకుతూ. గబగబా ఒకరితరువాత ఒకరు నీళ్ళలో మునిగి స్నానం అయిందనిపించాము. చివరకు ఆఖరివాడైన జగదీశ్చంద్రబోస్ వంతు వచ్చింది. అప్పటిదాకా ఆయన మా వస్తువులకు, బట్టలకు కాపలా వున్నాడు. నెమ్మదిగా కాళ్ళు నీళ్ళలో తడవగానే చచ్చానురాబాబూ! అంటూ చలికి కేకపెట్టాడు. ఎలాగో ఆ నీటిలో మూడు మునకలువేసి తనకు అలవాటైన గాయత్రీమంత్రాన్ని గబగబా సంధ్యవార్చినట్టు వార్చి గాలికి ఎండుటాకులా కంపించిపోతూ చలికి బిగదీసుకుపోయాడు. ఆయన ఒడ్డుకు వచ్చిన తరువాత గుర్తుకువచ్చింది మా అందరికీ!

"ఆయన ఏదో తెమ్మన్నాడుకదా! ఏమిటది" అంటూ నీళ్ళవైపు చూసిన మాకు దూరాన తెల్లగా ఏదోవస్తువు నీటిప్రవాహంమీద తేలుతూ కొట్టుకువస్తోంది. అది మాదగ్గరకు రాగానే పట్టుకోబోతే అది మళ్ళీ ప్రవాహంలోకి మధ్యగా వెళ్ళిపోయింది. ప్రక్కనే పడివున్న ఒక గెడకర్రను తీసుకుని ఆ వస్తువును ఒడ్డుకులాగితే మరుక్షణమే ఇద్దరుసభ్యులు నీటిలోకిదూకి ఆ వస్తువును దొరకబుచ్చుకున్నారు. తడిగుడ్డలతో ఒడ్డుకు తీసుకువచ్చిన ఆ వస్తువును టార్చివేసి చూసిన జగదీశ్‌చంద్రబోస్ కెవ్వున కేకవేశాడు భయంతో!

"శవం! అంటూ ఇది చచ్చిపోయిన మనిషిశవం బాబోయ్ నాకసలే శవాలంటే చచ్చేభయం" అంటూ భయంతోనూ, చలితోనూ గడగడ వణికిపోతున్నాడు. ఇంక ఏడుపుఒక్కటే తక్కువఅన్నట్టు. చార్లెస్ బెల్ ముందుకు రెండుఅడుగులువేసి టార్చివేసి పరిశీలనగా చూస్తూ —

ఇది ఒక పసిబాలుడి శవం! తెల్లటి ఎర్రటిగుడ్డలో చుట్టగా చుట్టి ఎవరో నీటిలో పడేశారులాగుంది. కొట్టుకువచ్చింది నదీప్రవాహంలో! అన్నాడు.

దానినా? మన అఘోరీ మహాత్ముడు తన గుహకు తెమ్మన్నది! దేవుడా? ఏమిఖర్మరా! అనుకుంటూ నలుగురం ధైర్యంచేసి ఆ గుడ్డల మూట విప్పిచూస్తే లోపల ఏడెనిమిది సంవత్సరాల వయస్సునిండని ఒక పసిబాలుడి శవం! బాగా కుళ్ళిపోయి వుంది. చేపలు నీటిలో పొడుచుకు తినేసినందువలన ఆ బాలుడి రెండు కనుగుడ్లు లేవు. లోతుగా రెండుగుంటలు కనిపిస్తున్నాయి. నోరు తెరుచుకునివుంది

భయంకరముగా. చచ్చిపోతున్న వేదనలో నాలుక బయటకి చాచుకొని వున్నది. ఆ శవం భీకరంగా కనిపించింది. వెంటనే దాన్ని కేన్వాసుగుడ్డలో చుట్టి ప్యాక్‌చేసి మోసుకుంటూ బయలుదేరాము అందరమూ — మూలుగుతూ. ఇంక ఏడుపొక్కటే తరువాయి అనుకుంటూ!

అలా ఎంతసేపు నడిచామో తెలియదు. అఘోరీ మహాశయుని గుహక్రిందకివచ్చి నేలమీద నిలబడ్డాము నిటారుగావున్న గోడవంటి ఆ కొండగుహలోకి ఎలా ఎక్కాలా ఆచీకట్లో అని ఆలోచిస్తూ!

"అందరూ వచ్చారా? అంటూ గుహలోంచి పులిరంకెవేసినట్టు అరిచాడు సాధువుగారు!" అందరమూ కొండక్రింద హాజరుగా వచ్చి వున్నాము గురుదేవా అంటూ!"

"మీరంతా ఒక్కసారి కళ్ళుమూసుకోండి — నన్ను మీమనస్సులో తలచుకోండి!" అన్నాడు కొండమీదనుంచి.

మేమందరము గట్టిగా కళ్ళుమూసుకున్నాము ముఖ్యంగా చేతిలోని ఆ శవంవంక చూడలేక. తెరవండి కళ్ళు! అందరం కళ్ళుతెరచి ఆశ్చర్య పోతూ మా సాహసయాత్ర బృందసభ్యులు 12 మంది అద్భుతంగా కొండగుహలో నిలబడివున్నాము — గుహలోకి ఎలావచ్చామో తెలియక ఆ సాధువు మహత్యానికి ఆశ్చర్యపోతూ ఏంమాట్లాడాలా అని భయంతో బిక్కచచ్చిపోయివున్న మాతో మీరుఅందరూ కూర్చోండి! రెండువరుసలుగా — మీకు భోజనానికి వేళయింది రెండవ కేకవేసాడు.

అందరం ఒక్కసారి విస్తుపోయాం! అక్కడేమి తినాల్సివస్తుందో భగవంతుడా నీదే భారం అనుకుంటూ! గుహలో వంటలు, భోజనాల

ఏర్పాట్లు, వంటవార్పులూ ఏమాత్రం కనిపించలేదు. మా ఆలోచనలకు తావియ్యకుండా అఘోరీసాధువు — అలా కూర్చోండి మాట్లాడకుండా మీకు భోజనం వడ్డిస్తాను అన్నాడు. చేసేదేమీలేక అందరమూ గుహ గోడకు ఆనుకుని రెండువరుసల్లో కూర్చున్నాము.

మీరు తెచ్చింది ఈమధ్యలో పెట్టండి అన్నారు. భయంతో వణికి పోయాము. నదిలో కొట్టుకువచ్చిన ఆ పసివాడి శవాన్ని ఆ సాధువు ముందు పెట్టాము వణుకుతున్న చేతులతో ఏమంటాడో తెలియక! మళ్ళీ ఇంకొకసారి సిద్ధంగా కూర్చోమన్నాడు. ప్రత్యేకంగా నన్నుమాత్రమే పిలిచాడు చక్రవర్తీ అంటూ! నీవు సాంప్రదాయ బ్రాహ్మణ శ్రీవైష్ణవుడవు కదా! అవునుస్వామీ! మావాళ్ళు సాంప్రదాయ శ్రీవైష్ణవులే — నాపేరు... అంటూండగానే అతడే అడ్డంవచ్చి నీపేరు శ్రీనివాసచక్రవర్తి, నీతండ్రిపేరు శేషాద్రి శ్రీనివాసు. నీతాతగారు శేషాచార్యులు అవునా! అన్నాడు. ఆశ్చ ర్యంగా నోరుతెరచిన నావంకచూస్తూ. నా వంశవృక్షం ఆయనకి ఎలా తెలిసిందా అని విస్తుపోయాను!

“నువ్వే తీసి వడ్డించు అందరికీ మడిగా అన్నాడు అఘోరీసాధువు ఫెళ్ళున వికృతంగా నవ్వుతూ! ఇక్కడ వడ్డించడానికి ఏమీలేదుకదా అంటున్న నన్ను మధ్యలోనే ఆపి “మీరే తెచ్చుకున్నారుకదా! నదీప్రవా హంలో కొట్టుకువచ్చిన ఆ శవాన్ని అదే అందరికీ వడ్డించు అన్నాడా సాధువు. కళ్ళుతిరిగి ముందుకుతూలి పడబోయాను వికృతమైన ఆ వడ్డన వినటానికికూడా సాహసించలేక. పులిలాగ ఘర్జించాడు క్రోధంగా నావంకేచూస్తూ. “లేచి వడ్డించు! ముందుగా నైవేద్యంపెట్టు మీదేవుడికి!”

అన్నాడు. చచ్చానురా దేవుడా! ఈనాటితో జాతి సంకరమైపోయింది నా వైష్ణవ మడిఆచారం అనుకుంటూ. ఇంతలో ఆ సాధువు అదిగో ఆ అరటిఆకు దానిపైకప్పి ఈ సీసాలోని గంగాజలము దానిపైచల్లి పరిషేచనం చేసి శుద్ధమైన భక్తితో నైవేద్యమివ్వు నిస్సంకోచముగా అన్నాడు. నాకేంచెయ్యాలో పాలుపోలేదు. ముందునుయ్యి వెనక గొయ్యి. నిస్సహాయంగా శరణాగతినే ఆశ్రయించాను వేరే త్రోవ కనిపించక. నా ఆరాధ్యదైవమైన వేంకటేశ్వరప్రభువును ఆపదమొక్కులవాడిగా స్మరించి నా పరమగురువు రామానుజులను స్మరించి నేనుచేసే దురాచారమును నాతప్పును క్షమించు! — ఈనాడు శవాన్ని నైవేద్యం పెడుతున్నాను అని నమస్కరించి దానిపై గంగాజలం చల్లి చుట్టూరా పరిషేచనం పట్టాను.

ఆకుతియ్యి! అందరూ ఆకలితోవున్నారు. తొందరగా వడ్డించు అన్నాడు.

ఆశ్చర్యం! అరిటాకు తియ్యగానే దానిక్రింద బంగారంలాంటి పచ్చని పులిహోర, ఘుమఘుమలాడే చక్రపొంగలి, నేతివాసనలు గుబాళించే బూరెలు, వడలు, పాయసం! భయంతో ఆశ్చర్యంతో నిటారుగా నిలబడిపోయాను.

మీ ఆచార్యుల సాంప్రదాయం మట్టికలవలేదుకదా! మీరంతా భయంతోనూ, బాగా ఆకలిగానూ వున్నారు అంటూ ఆ అఘోరీసాధువు వేళాకోళంగా నావంకచూస్తూ చిలిపిగా నవ్వుతూ! అప్పటికీ నా సందేహం తీరక ఒక పుల్లతో కదిపి వాసనచూసాను. ఇది భ్రాంతికాదుకదా అనుకుంటూ భయపడుతూనే (మళ్ళీ శవంగా మారుతుందేమోనని). కంచుగంట

వంటి ఖంగునమోగే కంఠంతో నీదేవుడు శ్రీనివాసప్రభువు ప్రసాదం. మడిగా వండి నైవేద్యం — పెట్టబడినది. మీ తిరుమలకొండపైనుంచి వేడివేడిగా పంపించాడు అంటూ ఆ సాధువు పరిహాసమాడాడు. ఆశ్చర్యం తోనూ, ఆనందంతోనూ కడుపునిండా భోజనంచేశాము పీకలదాకా!

అన్నమయితే తిన్నాముకానీ సందేహాలు, అనుమానాలు గుండెల దాకా తన్నుకువస్తున్నాయి. గురుదేవా! ... వాక్యాన్ని పూర్తిచేసేలోగానే అఘోరీ మహారాజు నవ్వుతూ అన్నాడు. నాకర్థమయ్యింది మీ సందేహము. మేము తిన్న ఈ ప్రసాదములు నదిలోంచి తెచ్చిన పసిబాలుడి శవమేనా? అదేగదా మీరు నన్ను అడుగుదాము అనుకున్నది. అవును గురుదేవా! మేమంతా అద్భుతంతోనూ, ఆశ్చర్యంగానూ అన్నాము ఆయనవంకే చూస్తూ. ఆయనను ఏదో అడగబోయిన నన్ను చిన్నపిల్లవాడిని కసిరినట్లే గద్దించాడు. నీవు బ్రాహ్మణుడివికదా! వేదాలు ఎప్పుడూ చదవలేదా? ఈసారి విస్తుపోవటం నావంతైంది. తెల్లారిలేస్తే మాకుటుంబంలోని వైష్ణవ స్వాములంతా చదివేది వేదాలేకదా! ఈయన ఇలా ప్రశ్నిస్తాడేమిటి? అనుకుంటూ.

మీరు చదవలేదా వేదాలను?

"ఏమిటి గురుదేవా?"

అహమన్నం అహమన్నం... అన్న మంత్రాన్ని. దానిఅర్థం ఏమిటి అనుకున్నావు. భగవంతుడే స్వయంగా అన్నస్వరూపం ధరించాడు అని! జన్మించకముందే తల్లిగర్భంలో ఆహారముతోనే పెరిగి మనిషిగా జన్మి స్తాడు — అనిగదా వేదమంత్రాలు చెబుతున్నాయి.

"అవునుకదా?" అన్నాను ఆయన ఏంచెప్పబోతున్నాడో అర్థంకాక! మీరుతెచ్చిన మనిషి శరీరం అన్నమేకదా — తిన్న అన్నముతోనేకదా ఆ శరీరము పెరిగింది — అంటూ ఆయన వివరణకు విస్తుపోతున్న నాతో అఘోరీ ఇలా వివరించాడు —

"రుద్రోవిశ్వో భువనాని కేశ!"

మీ అధర్వణవేదంలో వ్రాసివున్నది ఈ విశ్వము భూమి, ఆకాశము, పర్వతాలు, నదులు, పంచభూతాలు అన్నీ భగవంతుడైన రుద్రుడే! అని, మరి అతనెక్కడ తిరుగుతాడు స్మశానంలోనేకదా! మనిషి భూమిపై జన్మించి, ఎక్కడ తిరిగినా చివరకు ఎక్కడచస్తాడు — ఆ స్మశానంలోనే కదా! అక్కడ కులీలులేరు! ఎలాంటి బాంధవ్యాలు బంధుత్వాలు లేవు! అన్నీ కలిసి బూడిదగా మారిపోతాయి — అంటే పంచభూతాలు వాటి నిజస్వరూపంగా మార్పుచెంది వాటి యధాస్థానాన్ని పొందుతాయి. ఈ పంచభూతాలే మన శరీరం తయారైంది. మనం తినే ఆహారము, ప్రసాదాలు కూడా తయారైంది? — అఘోరీ సాధువు మాకు ఆధ్యాత్మిక రహస్యాలు విడమర్చి చెబుతూవుంటే విపరీతమైన ఆశ్చర్యంతో వింటున్న మేము వాటిని జీర్ణించుకోలేకపోతున్నాము.

గురుదేవా! అంటూ ఏదో అడగబోయేలోగా ఆయన మళ్ళీ ఇలా అన్నాడు. "భేదాలన్నీ మనిషి తాను సృష్టించుకున్నవే!" ఈ భేదాలన్నిటినీ మళ్ళీ కరిగించుకోవాలి భగవత్‌జ్ఞానంతో. అప్పుడేకదా సర్వమూ భగవంతుడు అనేమాట నిజమై సిద్ధించేది. మీ బ్రాహ్మలు ఈ విషయాలను ఊరికే వల్లెవేస్తారు కావుకావుమంటూ కాకుల్లాగా. మేము నిజంగా

ఆచరిస్తాము, ఆరాధిస్తాము ఈ ప్రపంచములోని పంచభూతాలనే! పంచభూతాలంటే ఏమిటనుకున్నారు? ఆ శివపరమాత్ముని ఓం నమః శ్శివాయ అనే అక్షరాలేకదా? అవే పంచభూతాలూ — మనలోని కన్ను, ముక్కు, చేతులు వంటి పంచేంద్రియాలనూ పంచభూతములే నిర్మించాయి. అందుకే ఆహారంతో తయారైనది ఈ శరీరము.

ఇంకా "అహమన్నం" అన్నమంత్రానికి అర్థము. "నేను అన్న ఆత్మయే అన్నంగానూ, అన్నంతినే జీవుడిగానూ, జీవుడు నివశించే శరీరముగానూ, ఈ విశాలవిశ్వంగానూ నిర్మాణమై వున్నది! అది శుష్క వేదాంతమేమీకాదు! మా గురుదేవులు నిప్పులోపెట్టి కాల్చి మూసలో కరిగించిన బంగారంలా నాలోకి అన్నీ అనుభవంతో కరిగించిపోసారు! అనితరసాధ్యమైన వజ్రసిద్ధిని ప్రసాదించాడు.

"ఈ సిద్ధి ఏ తాంత్రికమూకాదు. శుద్ధబ్రహ్మజ్ఞానముయొక్క యదార్థ రూపము" అంటూ మాకళ్ళముందే ఆ అఘోరీ సాధువు మాయమై పోయాడు.

ఎదురుగా గుహలో ఎర్రటిమంట ఆయన వెలిగించిన ధునిలోని హోమాగ్ని ఇంకా అలా మండుతూనేవున్నది. ఆశ్చర్యంగా అలా వెనక్కి తిరిగిన మాకు ఆ కొండగుహ ద్వారంలోంచి ఉదయిస్తున్న సూర్యుడి బంగారుకిరణాలు అందరి ముఖాలపై పడినాయి — అఘోరీ సాధువు ఉపదేశించిన జ్ఞానకిరణాలవలే! ఆ సాధువు మాయంకావటంవలన ఇంక మాకు సెలవిచ్చినట్లుగా అర్థమైంది. ఆశ్చర్యంగానూ భయంగానూ మా సామానులు, సంచులు, తుపాకులూ సర్దుకుంటూ కొండదారిపట్టాము

చేసేదేమీలేక.

ఆహా! ఈ హిమాలయాలు ఎక్కడచూసినా ఆశ్చర్యాలపుట్ట! అను కుంటూ! అందరికీ భయంపట్టుకుంది. ఆ కొండగుహలో కనిపించినది అఘోరీ సాధువేనా! లేక ఎవరెస్టు శిఖరానికి దగ్గరగా శివలింగాకారములో వున్న కైలాసపర్వతముమీదవుండే శివపరమాత్ముడా? ఎలా తెలుస్తుంది? — పంచభూతాలతో నిర్మితమైన మా చర్మచక్షువులకు?!"

(20)

సాహసబృందంలోకి లామా దోర్జీ-చోగ్యాల్ చేరిక !

ఆరోజు ఉదయమే మా గుడారం బయట ఒకపెద్ద కలకలం వినిపించింది! ఆ సందడికి చిరాకుగా నిద్రమేలుకున్న నాకు 'ఏమిటా ఈ గందరగోళం? నిశ్శబ్దంగా పక్షుల కిలకిలారావాలు కూడా వినిపించ నంతటి ప్రశాంతమైన ఈ హిమాలయపర్వతాల నిశ్శబ్ద వాతావరణంలో — ఏవిటీగోల? అనుకుంటూ నిద్రలేచాను; మత్తు ఇంకా వదలకముందే పెద్దగా ఆవలిస్తూ!

ఒళ్ళు విరుచుకుంటూ బద్ధకంగా ఇటూ అటూ చూసాను. ఏడి? పొద్దున్నే వేడివేడి 'టీ' పట్టుకువచ్చి నన్ను నిద్రలేపే షేర్పా బంట్రోతు ? అనుకుంటూ గుడారం తెర తొలగించి బయటకు తొంగిచూశాను.

ఆశ్చర్యం! అప్పటికే మా మిత్రబృందం అందరూ సందడిగా ఒక చోట చేరి కబుర్లు చెప్పుకుంటూ కనిపించారు! హడావిడిగా ఇటూ అటూ పరిగెత్తుతూ మా షేర్పా బంట్రోతు వారికి వేడివేడిగా పొగలు కక్కుతున్న టీకప్పులను అందిస్తున్నాడు! "ఓహో! ఇందుకా? ఇంతదాకా నాకింకా వేడి టీనీళ్ళు కడుపులో పడలేదు!" అనుకుంటూ లేచాను నిద్రపక్కమీంచి! నేనుకూడాపోయి, గుడారం బయటకు వెళ్ళి వంటచేసే గాడీపొయ్యిల మధ్యన గుంపుగా నిలబడ్డ మా సాహసయాత్రికుల గుంపులోకి చేరుకున్నాను — అంత ఉదయాన్నే ఏమిటా ఇంత సందడి అనుకుంటూ!

మరుక్షణమే జనాన్ని తోసుకుంటూ ఆ గుంపులోకి వెళ్ళిచూస్తే ఏముంది ? — ఆ జనం అందరి ఆకర్షణకి కారణం — బోధపడింది! చుట్టూచేరిన మా సాహసబృంద మిత్రులు — చేతులలో వేడివేడిగా పొగలుకక్కే టీకప్పులతో నిలబడి ఉత్సాహంగా మాట్లాడుతున్నారు అందరూ తేనెపట్టుమీద గుంపుగా చేరిన తేనెటీగలమాదిరిగా! ఎవరా మధ్యనున్న అందరికీ మధ్యన కేంద్రంగా, ఇందరినీ ఆకర్షిస్తున్న వ్యక్తి?" అనుకుంటూ నేనూ ముందుకువెళ్ళి — చూసి ఆశ్చర్యపోయాను.

లామా మహాశయులు!

"మీరెప్పుడు వచ్చారు? మేమిక్కడ వున్నామని మీకెలా తెలిసింది? మమ్మల్ని ఇక్కడ ఎలా పట్టుకోగలిగారు?" అంటూ ప్రశ్నలమీద ప్రశ్నలు

గుప్పించాను. అన్నింటికీ ఆయన చిరునవ్వే సమాధానం! చేతిలో గుండ్రటి దొన్నెలాంటి టిబెటన్ బౌల్‌లో వేడివేడిగా కాచిన టిబెటన్ టీ తాగుతున్నాడు. పొగలుకక్కే ఆ దొన్నెలో కరుగుతున్న వెన్నపూస ముద్దను చూసి ఆశ్చర్యపోయాను. అరె! మా షేర్పా వంటవాళ్ళకు మీ టిబెటన్ టీ కాచడంకూడా వచ్చే! అనుకుంటూ!

"అసలు మీరు తాగే టీకన్నా — మా టిబెటన్ టీనే ఈ షేర్పాలు బాగా కాచగలరు! ఎందుకంటే వాళ్ళంతా తాగేదికూడా — అచ్చం మా టిబెటన్ టీనే" అంటూ ఫకాలున నవ్వాడు ఉత్సాహంగా లామా దోర్జీ చోగ్యాల్ మహాశయుడు. ఆనాటినుంచి ఆయన మా సాహసయాత్ర బృందంలోకి మాతో వచ్చిచేరాడని అందరికీ అర్థమయిపోయింది — అడగక్కర లేకుండానే!

దానికితోడు ఆయన సామానులు చాలాతక్కువ. ఒక చెక్కపెట్టెలో జాగ్రత్తగా సర్దిపెట్టిన కంచుపాత్రలు, దీపంపెట్టడానికి ఉపయోగించే దీపపు సెమ్మెలు, టిబెటన్ బర్రె యాక్‌ల వెన్నతో లామాసరీ తరహాలో వెలిగించే దీపాలు, రెండు!! గుండ్రటి పూజాతీర్థం పోసుకునే దొన్నెలవంటి పాత్రలు, పొడుగాటి స్పూన్‌లవంటి తీర్థం తీసుకునే ఉద్ధరిణెలూ! ఒకకట్ట ఘుమ ఘుమా పరిమళించే టిబెటన్ అగరువత్తులూ!! చుట్టగా చుట్టిన సంచీలో, రెండు జపమాలలు — ఒకటి మెడలోవేసుకునే పెద్దపూసల జపమాలా, రెండవది నల్లటి గుండ్రనిపూసలు కూర్చి — గుచ్చిన చేతితో లెక్కించే జపం చేసుకునే పెద్దపూసల జపమాలా!! లామాలు ధరించే కొన్ని పసుపు, ఎరుపు, కాషాయం వంటి బురఖాలాంటి వస్త్రాలు, ఒక

పొడుగాటి కోసుగా కొండ శిఖరంలావున్న ఎర్రటి లామాలుధరించే టోపీ — అన్నీ తీరుగా సర్దిపెట్టివున్న ఒకే మూటలో ఎంతో నేర్పుతో పేర్చబడి వున్నాయి.

లామాదోర్జీ లగేజీ సామాను ఇంతే! భుజాన తగిలించుకునే ఒక సంచీలో తీర్థంలో వేసుకునే పొడి, కొన్ని మందుచూర్ణాలు (మూలికలతో చేసిన ఆయుర్వేద చూర్ణాల వంటివి), రెండు పొట్టి చెక్కలమధ్య తాడుతో చుట్టగాచుట్టబడిన ఒక తాటి ఆకుల తాళపత్రగ్రంథం! అది ఆయన నిత్యం పూజలో పారాయణగా చేసే వేదమంత్రాలున్న లామాల పూజాస్తోత్రాలూ, మంత్రాలువున్న పుస్తకము! ఇదే మాకొత్త అతిథి లామాదోర్జీ చోగ్యాల్‌గారి సామాగ్రి మొత్తం.

కాని, మాకు అట్టేసేపు పట్టలేదు మా లామా పురోహితుని మనస్సులో మోసుకువస్తున్న విశేషాలు, వింతలు ఎన్నో వందలు వేలు ఆయన జ్ఞాపకాలలో భద్రపరిచివున్నాయని. మిగతా సాహసయాత్ర అంతా దాదాపుగా లామా మహాశయుడి అనుభవాలు, జ్ఞాపకాలు ఇక్కడి కొండలు, గుహలు, రహస్య బౌద్ధఆశ్రమాలలోని వింతలు, విశేషాలు, రాయి రాయికి ఒక వింతకథ! ప్రతి కొండవాడువెనక టిబెటన్‌సిద్ధుల గాథలు, మహిమలు లేక కొండదేవతలు, మంత్రశక్తులు ఎన్నోఅన్ని లోయలో కొండలపై ప్రయాణిస్తున్న ప్రతీరోజు ఒక యాత్రాగ్రంథంలోని అధ్యాయాలు పారాయణచేస్తున్నట్టుగా వినేవాళ్ళం. ప్రతీరోజూ రాత్రి భోజనం అయిన తరువాతగానీ, విశ్రాంతిగా మకాం ఒక గుడారంలో వేసి మజిలీచేస్తే అక్కడ రాత్రి భోజనానంతరం పొద్దుపోయేదాకా లామా

మహాశయుడి అనుభవాలూ, గాధలు వింటూ ఊహాలోకాల్లో తేలిపోతూ — అవే నెమరువేస్తూ అలానే నిద్రలోకి జారుకునేవాళ్ళం.

అంతేకాదు! — మా లామా పురోహితుడి బాల్యం, ఆయన లామాగా శిక్షణపొందిన టిబెటన్ లామాసరీల లోని లామాల గురుకుల విద్యావిధానం — బౌద్ధభిక్షువులకు కఠినమైన క్రమశిక్షణాఅంతా ఆశ్చ ర్యంగా వింటూ విస్తుపోవడం మావంతు! ఇవన్నీ సమయం వచ్చినప్పుడు సమయానుసారంగా తెలియజేస్తాను.

ఈరోజుమాత్రం మా సాహసయాత్ర బృందానికి అతిధిగా, మాకు మాంత్రిక, దైవిక విషయాలలో పురోహితుడిగా, సలహాదారుడిగా, ఆధ్యా త్మిక రక్షణదారుడిగా ఈ టిబెటన్ **లామాదోర్జీ–చోగ్యాల్** మహాశయుడు ఆనాటినుంచి మాలోఒక్కడిగా కలిసిపోయాడు.

ఆయన ఎంతో నిగర్వి! సులభుడు, పసిపిల్లవానివంటి అమాయ కత్వంతో కిలకిలా నవ్వే ఆయన నిండైన నవ్వు! సంతోషంతో మెరిసే ఉదయించే సూర్యునిలాగ తళుక్కుమనే చూపులూ! కంచుకంఠం వంటి లోతైన గంభీరమైన ఆయన కంఠస్వరం — తుమ్మెదనాదంలాగ ఝుమ్మని ఓంకారంలాగ, జోలపాడినట్టు తన్మయత్వంలోకి తీసుకునివెళ్ళే లామా గురుదేవులు జపంచేసుకునే సస్వరమైన మంత్రోచ్ఛారణ — అన్నీ వింటూంటే ఎంతో హాయిగొలిపేది ప్రయాణబడలిక అంతా తీసేసి నట్టుగా! ఆయన ప్రక్కనవుంటేనే ఒక ధైర్యం, ఉత్సాహం, సంతోషం, ఏదోతెలియని నిండు తనం మాలో కలిగేవి.

అది ఆయన అద్భుతమైన తపఃశక్తి ఫలితంగా లభించిన పవిత్ర

మైన 'వ్యక్తిత్వమే' అని నిదానంగాగానీ మేము గ్రహించలేదు. ఒక వెచ్చటి చలిమంట ప్రక్కన కూర్చుంటే మనకి తెలియకుండానే ఒక హాయి, వెచ్చదనం, ఆత్మీయత — చుట్టూరా వీచే చలిగాలులనుండి రక్షణా తెలియకుండానే కలిగినట్టుగానే — లామా గురుదేవుల స్నేహంలో మేమంతా ఒక పవిత్రతతను అనుభవించేవాళ్ళం, తెలియకుండానే! యోగుల సన్నిధి, తపస్సుచేసుకునే యోగుల సాంగత్యమహిమ బహుశా అలాగే పనిచేస్తుందేమో! మనకేమీ తెలియకుండానే మన వ్యక్తిత్వం — పేరిననెయ్యిని కరిగించినట్టే, మనమూ, కరిగిపోతాం వారి ఆత్మీయతతో!

ఇదంతా వెనక్కితిరిగి చూస్తే ఇప్పుడు అనిపిస్తోంది! కాని, అప్పుడేమీ తెలియలేదు ఆనందించడం తప్ప!

అలా మొదలైంది లామా మహాశయుడు "దోర్జీ-చోగ్యాల్" మాతో వచ్చి మా సాహసబృందంలో చేరటం!

21

లామా - ఆత్మకథ!

లామా మహాశయా! మీరు డెబ్భైఏళ్ళకు పైబడ్డ వృద్ధులు! అయినప్పటికీ మాకంటే చురుకుగా పర్వతాలమీద నడుస్తున్నారు; బండలపైన బండలు పుక్కించిదాటుతూ పెద్దపెద్ద అంగలువేస్తూ! ఎంత హిమాలయ పర్వతాల పీఠభూమిలో పుట్టినా — చిన్నతనంనుంచీ కఠోరమైన క్రమశిక్షణ గలిగినవారైనప్పటికీ ఎంతో ప్రత్యేకమైన శిక్షణకలిగిన వ్యక్తులుమాత్రమే ఇంత పటిష్టమైన శరీరంతో — ఇంతతేలిగ్గా ఒక లేడిలాగా దుముకుతూ బండలపైనుంచీ ఎక్కిపోలేరు! మీరు ఎంతో చిన్నతనంనుంచీ అంటే బాల్యంనుంచే లామాసరీలో చేరి ఒక బౌద్ధలామాగా చేరిపోయారా ఏమి?

ఎలాంటి సంసారబాధ్యతలూ లేకుండా! దయచేసి మీరు మాకు శ్రమ తెలియకుండా మీ బాల్యంగురించి కొంచెం చెపుతారా? నిగూఢమైన ఆధ్యాత్మిక రహస్యాలేమీ లేకపోతే!" అంటూ ప్రశ్నించాడు, టిబెటన్ లామాలగురించీ వారి యోగశాస్త్రంగురించీ తాంత్రికవిద్యగురించీ, ప్రత్యేక మైన ఆసక్తికలిగిన నికోలాస్ రోరిఖ్!

ఇంకొక రష్యన్ ఆధ్యాత్మిక పరిశోధకుడు వెఫ్సెన్సీ కూడా అతనితో జతకలిసాడు —

"మాకందరికీ కూడా ఎన్నాళ్ళనుంచో తెలుసుకోవాలని ఆసక్తిగా వుంది. లామాలు, వారి పవిత్ర జీవనవిధానం, వారికి లామాసరీ ఆశ్రమా లలో ప్రత్యేకంగా ఇవ్వబడే గురుకుల విధానంలో నేర్పే శిక్షణ!" రాత్రి భోజనాలయ్యాక అందరం విశ్రాంతిగా కూర్చుని అడిగిన ఆ ప్రశ్నకు లామా మహాశయుడి ముఖం ఆనందంతో తేజస్సుగా వెలిగిపోయింది. తన మతవిషయాలను గురించి మాకు అంత శ్రద్ధ, ఆసక్తి వున్నందుకు!

"ఇంతమంది మిత్రులు అడుగుతున్నారు గనుక చెప్పక తప్పదు నేను! నాకిప్పుడు 79 ఏళ్ళ వయస్సు! నేనొక మంగళవారంనాడు పూర్ణిమకు ముందువచ్చే టిబెటన్ మాసం మీ ఇంగ్లీషు క్యాలండర్‌లో మార్చికి సమానమైన నెలలో జన్మించాను. మాలో పుట్టిన పిల్లవాడికి తండ్రి ఇంటిపేరుతోసహా ఆతడి నక్షత్రనామం దానితోపాటు వాడు పుట్టిన వారమూ కలిపి పేరులో పెడతారు. అందుకే నాపేరు మంగళవారం లక్సాన్‌గా మరియ్‌కోచీ అంటారు. రిమ్‌కోచీ అనేది ఒక గౌరవనామం అనుకోవచ్చు. ఒక మతగురువుగా పీఠాధిపత్యము వచ్చినపుడు ఇచ్చే

బిరుదువంటిది. నేను పుట్టగానే ముసలివారైన టిబెటన్‌యోగులు, పెద్దలు సమావేశమై నేపుట్టిన సరైన సమయానికి జాతకము రాసారు. ఇది అనాదిగా వస్తున్న టిబెటన్ ఆచారము. జాతకము అంటే మీలో చాలా మందికి తెలియవచ్చు — ఒకమనిషి పుట్టిన సమయానికి ఆకాశంలోని గ్రహాలు, సూర్యుడు, చంద్రుడు వున్న పరిస్థితితోపాటు సరిగ్గా జన్మించే టైము తూర్పున ఉదయించే రాశి జాగ్రత్తగా గణితంచేసి లెఖ్ఖించి తయారుచేస్తారు. ఇక అతడు మరణించేవరకూ — మరణించిన తరువాత కూడా అతడి ఆత్మ ఏలోకాలకు చేరుకుంటుందో తిరిగి మళ్ళీ అతడు ఎక్కడ జన్మ ఎత్తవలసివుంటుందో మొత్తం జీవితయాత్ర కథఅంతా ఈ జాతకాన్నిబట్టి తయారుచేస్తారు.

అలాగా నేనుపుట్టిన జన్మకాలాన్ని నా జాతకకుండలి తయారుచేసి నాకు రాబోయే సుఖదుఃఖాలు జీవితంలో ఎగుడుదిగుళ్ళు, రోగాలు, ఆరోగ్యము గురువుదగ్గర ఆధ్యాత్మిక పురోగతీ అన్నీ ఒకపెద్ద గ్రంథంగా తయారుచేసారు, అధ్యాయాలు, అధ్యాయాలుగా! ఈ జాతకఫలితాలను మా తల్లిదండ్రులను కూర్చోబెట్టి నేను పుట్టిన పదవరోజున నామకరణం టైములో వారికి చదివి వినిపించారుట! నాకుమాత్రం చాలాకాలందాకా నా జాతకంలో ఏమివుందో గుప్తంగా రహస్యంగా దాచివుంచారు. ఎవరిని అడిగినా ఏమీచెప్పరు. నేను నలుగురు అన్నదమ్ములలో మూడవవాడిని! వారాలలో నేను పుట్టినది మంగళవారము. అందుకని నేను వైద్యంలోనూ మూలికలను పోగుచేసి మందులు తయారుచేయడంలోనూ డాక్టరుపనికి అవసరమైన శిక్షణఇచ్చే లామాసరీలో చేర్పించారు. ఇది నా ఏడవఏటనే జరిగింది, చిత్రంగా!

“లామాగురుదేవా! అంత చిన్నతనంలోనే ఏడేళ్ళ పసివాడిగా తల్లి దండ్రులను విడిచిపెట్టి మిమ్ములను గురుకులానికి పంపడానికి మీ ఇంట్లోవాళ్ళు ఎలా ఇష్టపడ్డారు. ఎవరూ అంత చిన్నపిల్లలను బడికే పంపలేరు — ఇక శాశ్వతంగా సన్యాసిగా బ్రహ్మచర్యదీక్షతో జీవించే లామాగా మళ్ళీ తల్లిదండ్రులను తిరిగి చూడకుండా సన్యాసుల మఠం లాంటి లామాసరీకి ఎలాపంపారు? మీరు చెప్పేదివింటుంటే మాకు ఆశ్చర్యంగావుంది అన్నాడు జగదీష్‌చంద్రబోస్ లామావంక వింతగా చూస్తూ!

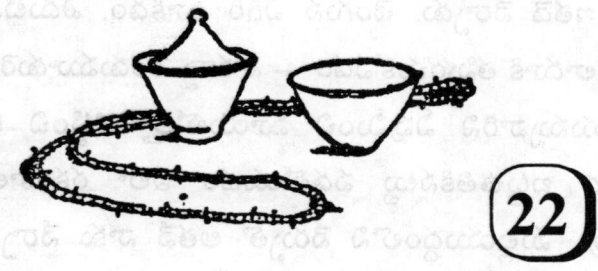

22

ప్రవేశపరీక్ష

ఆరోజు నాకు ఏడేళ్ళవయస్సు నిండినరోజు! తెల్లవారుజామునే మాఇంట్లో పనివాడు నన్ను నిద్రలేపి — స్నానము, తేలికపాటి ఫలహారము చేయించి మా టిబెటన్‌లు తాగే టీ వేడివేడిగా ఒకచిప్పలో పోసి అందించాడు.

“త్వరగా తాగు! ఈరోజు నువ్వు గురుకుల పాఠశాలకు వెళ్ళాలి” అంటూ హెచ్చరికచేశాడు. నేను వీలైనంత త్వరగానే ఫలహారం, టీ తాగడం పూర్తిచేస్తూండగానే అతడు చెప్పుకుపోతున్నాడు. ఈరోజు నువ్వు గురుకుల పాఠశాలకు వెళ్ళాలి. అది ఎంతో గొప్పవారి పిల్లలకు మాత్రమే ప్రవేశంవుండే డ్రేప్పాన్గా లామాసరి ఆశ్రమం! ఇక్కడికది చాలాదూరం. అందుకే నువ్వు తొందరగా తయారవ్వాలి అన్నాడు ఆ పనివాడు త్యోజీషీమో అనే ఆ ముసలివాడు. అతను నన్ను చిన్నప్పటినుంచీ ఎత్తుకుని

పెంచాడు. అందుకనే నాపై ఎక్కువ చనువుతో ఆడిస్తూవుండేవాడు. అంతేకాక నాకు నడక నేర్పినప్పటినుంచీ కరాటేపట్లు, కుస్తీపట్లు పట్టడం కూడా ఇతడే నేర్పాడు. చెంగున ఎగిరి దూకడం, ఎదుటివారి దెబ్బను మెరుపులాదూకి తప్పించుకోవడం — నాకన్నా రెండుమూడురెట్లు బరువున్న పెద్దవయస్సువారిని వీపుమీంచి మాయబోల్తా కొట్టించి కరాటేపట్టుతో నేలమీద బట్టఉతికినట్టు పడతోయడం ఇలా రకరకాల కుస్తీపట్లు కుంగ్‌ఫూ, మల్లయుద్ధంలోని నేర్పుతో అతనే నాకు నేర్పాడు. అందుకే నాకంటే వయస్సుమించినవాళ్ళతో పోరాడి గెలుపొందే సాహసం ఏర్పడ్డాయి. నా అవసరాలను కూడా ఇతనే చూసేవాడు. అందుకని త్వరత్వరగా సిద్ధమైన నేను పొడుగాటి క్రైస్తవఫాదరీలు ధరించే గౌనువంటి కుఫ్నీలు ధరించి నడుముకు గుండ్రని బెల్టులాంటి పటకా ధరింపజేసి నన్ను లామాసరికి సిద్ధంచేశాడు.

ఇంతలోకే మానాన్న పొగలుకక్కుతూ హడావిడిగా వచ్చి "ఒరేయ్! లోబ్‌సాంగ్! ఓరి, మంగళవారం కుర్రకుంకా! ఇవేళ నువ్వు డ్రెపాంగ్ లామాసరీ ఆశ్రమానికి వెళుతున్నావు! జాగ్రత్తగా నేను చెప్పేది శ్రద్ధగావిను! నువ్వు ఎంత కష్టపడి అయినాసరే ఆ పవిత్ర బౌద్ధలామాల ఆశ్రమంలో విద్యార్థిగా ప్రవేశం సంపాదించాలి! ఒకవేళ అక్కడి లామాసరీలో నిన్ను చేర్చుకోలేదో — ఇంక నువ్వు ఈ ఇంటికి రానవసరంలేదు! నీదారి నీదే!! గుర్తుంచుకో బాగా!" అంటూ గర్జిస్తున్నట్టు కఠినమైన ఆజ్ఞ జారీచేసి నట్టుగా నావైపుగా చెప్పేసి ఊరిలో ఏదో పనివుందని పనివాళ్ళతో కలిసి బయటకు వెళ్ళిపోయాడు! అది వినగానే ఇది నాకు వీడ్కోలు అని తెలిసి నేను నీరుగారిపోయాను. ఎలాగైనాసరే! చచ్చీచెడి డ్రెపాంగ్

లామాసరిలో విద్యార్థిగా చేర్చుకునేలాగ నేను కష్టపడాలి! కష్టపడి తీరతాను. చేర్చుకోకపోతే ఇంట్లో స్థానంలేదు. నాగుండె జారిపోయింది నా భవిష్యత్ తలచుకుంటే. మావాడు తొందరపెడుతూ బైటకి దారితీశాడు.

మాఇంటిముందర పెద్ద సింహద్వారం, గోపురం లాంటి కలశం, వాకిట్లో ఎత్తైన అరుగులు, హుందాగా ఒక రాజకుటుంబీకుల జమిందారీ కోటలావుండేది. నేను పుట్టినదిక్కడ, పెరిగిందిక్కడ, చిన్నతనంనుండీ ఆడుకున్నదిక్కడ! నాకొక అక్క, ఇద్దరు తమ్ముళ్ళు వున్నారు. అక్కకు తొమ్మిదేళ్ళు, మాఅమ్మగారితోసహా ఇంట్లోవున్న ఆడవాళ్ళు ఎవ్వరూగానీ నాకు కంటికి కనిపించలేదు. ఎవ్వరూ బయటకుకూడా రాలేదు నేను ఎటో వెళ్ళిపోతున్నానని తెలిసి. ఇది నాగుండెలు పిండివేసే కాఠిన్యంలా తోచింది అప్పుడు. కానీ ఇప్పుడాలోచిస్తే అదే మంచిదనిపిస్తుంది. ఎందుకంటే తల్లి, అక్క, తమ్ముళ్ళు ఇంకా ఆడవాళ్ళు ప్రేమచూపించి జాలిగా నావంకచూస్తే ఆ పరిస్థితులలో ఇల్లువిడిచి పోవడం అసాధ్యం అయ్యేది.

అలా బయట విశాల ప్రపంచంలోకి రెక్కలుతెగిన పక్షిలా బయటపడ్డాను. మాపనివాడు, నేనూ, మాఇల్లుదాటి బజారులోకి మలుపు తిరుగుతూ మాగ్రామం చివరికి వచ్చేసాం. మాపనివాడు అకస్మాత్తుగా నావైపుతిరిగి — చిన్నబాబూ! నాకు నాన్నగారు కూరగాయలు, వంట సరుకులు తెమ్మని పురమాయించారు. నేను వెళ్ళాలి, నాకు వేరేపని వుంది, వెళ్ళాలి. జాగ్రత్తబాబూ! ఎలా నిర్వహించుకుంటావోమరి! నీవు వెళ్ళి లామాసరీలో ప్రవేశాన్ని గెల్చుకో! గౌరవాన్ని నిలబెట్టుకో! జాగ్రత్త! బోధిసత్వుడు నిన్ను సదా చల్లగా కాపాడాలి అంటూ నామీద ప్రేమతో

పొంగివస్తున్న కన్నీళ్ళు ఆపుకుంటూనే వెనుదిరిగి వెళ్ళిపోయాడు.

ఎండ తీక్షణంగా వుంది! వీధిలో తెల్లని బూడిదలాంటి దుమ్ము, ధూళి గాలికి ఎగురుతూ నామొహాన్ని కప్పేస్తున్నాయి. మాపనివాడు చెప్పిన గుర్తులనుబట్టి దోవ జాగ్రత్తగా చూసుకుంటూ నడవసాగాను. పొద్దుబాగా పైకిపాకింది. సుమారు పదకొండుగంటల ప్రాంతంలో ఎత్తైన సింహద్వారంతో కటకటాలు బంధించివున్న డ్రెపాంగ్ లామాసరీ ఆశ్రమం గేటువద్దకు చేరాను. అక్కడ ఎవ్వరూలేరు. మనుష్యసంచారం కూడా లేదు. నిశ్శబ్దంగానూ, నిర్మానుష్యంగానూ కనుచూపుమేర అందినంత వరకూ పిట్టపురుగు కనిపించలేదు. ఏంచెయ్యాలో తోచలేదు నాకు. భయం భయంగా వెళ్ళి గేటుకు తగిలించిన గడియను తాళంతో చప్పుడుచేశాను భయంగానే! అలా మూడుసార్లు శబ్దంచేసినా చడీచప్పుడు లేదు. ఇక చేసేదిలేక ఆ లామాసరీ ఆశ్రమం గేటుముందే కూలబడ్డాను. పద్మాసనంలో కూర్చుని, చేతులు ముడుచుకుని ప్రార్థనచేస్తున్న తీరులో. ఒకగంట గడిచింది. నిశ్శబ్దం! ఎండ మాడిపోతోంది. గాలిదుమారంలా లేచిన సుడిగాలి నానెత్తిన, మొహానపడి దుమ్ముధూళితో కప్పేసింది. అలాగ నేను దాహంతోనూ, దిగులుతోనూ ఒకగడ్డిపోచలా వణికిపోతూ కూచున్నాను.

లామాసరీలో చేరితీరాలి! నిన్ను లామాసరీలో చేర్చుకోకపోతే నువ్వు ఇంటికి రానవసరములేదు అన్న నాతండ్రి కఠోరమైన ఆజ్ఞ గుర్తుకువచ్చి నాలోనేనే భయంతో వణికిపోయాను!

మరోగంట గడిచింది. ఎవరో ఇద్దరు ముసలిలామాలు మాట్లాడు

కుంటూ బయటకుపోతూ కనిపించారు. వాళ్ళలోవాళ్ళు పెద్దగా మాట్లాడు కుంటూ నాప్రక్కనుంచి తప్పుకుని, నాకేసైనా చూడకుండానే వెళ్ళారు నన్నుదాటి. నాలో నిస్రాణ, నిరాశ, భయం, క్షణక్షణానికి ఆందోళన పెరిగి పోయాయి. ఏమిటి నాభవిష్యత్తు! ఇక్కడ నాగతి ఏమిటి? దాహం! నోరు ఎండిపోతోంది! ఎప్పుడో ఉదయం టిబెటన్ టీ తప్ప మరేఆధారం లేక శోషవచ్చినట్లయింది. సూర్యుడు మధ్యాహ్నం ఒంటిగంట దాటడం వల్ల ప్రచండంగా వెలుగుతున్నాడు. ఎండవేడి భరించలేనంత భయంక రంగా వుంది. గంటలు గడుస్తున్నాయి. నన్ను పట్టించుకునేవాడే లేడు. నాటోపీ తలపైన నిటారుగా నిలబెట్టి నాలోనేనే ప్రార్థించటం మొదలు పెట్టాను నిరాశగానే! గంటలు గడిచిపోతున్నాయి. సాయంత్రం కావచ్చింది. సూర్యాస్తమయం అవుతూవుండగా ఒక ముసలిలామా లోపలినుంచి వచ్చి నావంక జాలిగాచూస్తూ — "ఇక్కడ ఎంతో కఠినంగా ఉందికదా బాబూ! ఇదంతా నీమీద క్రూరత్వంతోకాదు. ఇది నీకు పరీక్ష! గట్టిగా నిలబడు. విజయం సాధించు!" ఇదిగో ఈ కొద్ది టిబెటన్ జావత్రాగి ప్రాణాలు నిలబెట్టుకో అంటూనే సమాధానంకోసం ఎదురుచూడకుండా కొద్దిగా జావవంటిది పోసి మళ్ళీ లోపలికి వెళ్ళిపోయాడు. అంతే!

అర్థరాత్రి ఖంగుమని గంటమ్రోగింది లామాసరీ కంచుగంటనుంచి. మరికొంతసేపటికి రెండుగంటలు అలా తెల్లవారబోతున్నట్లు లేతనీలపు కాంతి సంధ్యారాగం ఆకాశంఅంతటా అలముకుంటోంది. నాకు భోజనంలేక, ఆకలి, అలసట, బడలిక, ఒంటరితనం బాధించసాగాయి. ఇక నేను ఇక్కడే మరణించటం ఖాయం! సరే కానియ్, బుద్ధదేవుడ్ని ప్రార్థిస్తూ ఇక్కడే మరణిస్తానుకానీ, ఇంటికి తిరిగివెళ్ళను అనుకుంటూ పట్టుదలతో

కూర్చున్నచోటునుంచి కదలకుండా రాత్రంతా అలానే మోకాళ్ళమీద కూర్చోవటంవలన మోకాళ్ళు, నడుము, పాదాలు, చీలమండలు విపరీతంగా సలిపేస్తూ నెప్పులు పెడుతున్నాయి. ఇంతలో నా ఎదురుగావున్న ఆ లామాసరీ పెద్దకంచుగేటు తెరుచుకుని ఒక బకెట్‌వంటి పాత్రలో ఆవిరులతో పొగలుకక్కుతూవున్న టిబెటన్ జావను తెచ్చిన ఒక ముసలి లామా కొబ్బరిచిప్పవంటి పాత్రలోవేసి నాకిచ్చి త్రాగు! ప్రాణాలు నిలబెట్టుకో! నీ పరీక్ష పూర్తికావచ్చింది!! పట్టుదలవుంటే విజయం సాధించటం తథ్యం! నువ్వు చూడబోతే గొప్పింటి జమిందారిబిడ్డలాగ కనపడుతున్నావు అంటూ సానుభూతిగా మాట్లాడుతూ వెళ్ళి ఆ కంచుగేటువెనుక మాయమ్యాడు. అలా రెండురాత్రులు, రెండుపగళ్ళు గడిచాయి. నాకింక ఓపిక నశించిపోయే స్థితికి వచ్చాను! ఏక్షణాన్నైనా నీరసంతో కళ్ళుతిరిగి భూమ్మీద పడిపోవటం ఖాయం! ఇంతలో ఖంగుమని కంచుగేటు తెరచిన శబ్దం! తలఎత్తిచూసి ఆశ్చర్యపోయాను. ఇద్దరు ఉన్నతాధికారులైన లామాలు పసుపుపచ్చని ఎరుపుఅంచు కలిగిన కాషాయవస్త్రములవంటివి ధరించి చేతిలో దండంవంటిది పట్టుకుని ఒక సన్నగా పొడుగ్గావున్న గుడ్డపీలికవంటి కండువా తెల్లశిల్కువస్త్రం తెచ్చి నా భుజానవేశారు.

"ఆశీస్సులు!" అంటూ నీవు ఇక లేవవచ్చు! లామాసరీలోకి త్వరగావెళ్ళి కాలకృత్యాలు సకాలంలో పూర్తిచేసుకుంటే అదిగో గురుకులంలో పిల్లలందరూ ఫలహారాలు చేస్తున్నారు. అది పూర్తిగా అయిపోయేలోగా వెళితే నీకూ ఫలహారం లభిస్తుంది అంటూ వెనుదిరిగారు.

మెరుపులా లేచి పరిగెత్తాలని ప్రయత్నించాను! కానీ కాళ్ళు మొద్దుబారిపోయి తిమ్మిరులెక్కడంవలన లేచి దబ్బున పడిపోయాను.

శరీరంలో కీలుకీలు విపరీతంగా నెప్పెట్టి పట్టేశాయి. అయినాసరే అంత శక్తి ఎలావచ్చిందో నాకే ఆశ్చర్యం! పడిలేచి పరిగెత్తాను. ముసలిలామా గురుదేవులు చూపించిన దిక్కుగా. అల్లరిగా ఏడు, ఎనిమిది, తొమ్మిది ఏళ్ళ వయస్సుగల పిల్లలు చేతిలోని కొబ్బరిచిప్పలతో ఎగబడుతున్నారు. మ్యలో పొగలుకక్కే టిబెటన్ త్సాంపాజావ! నాకు వేరే ప్రోత్సాహం అక్కరలేకపోయింది. నాకు తెలిసేలోగా నేను వారిమధ్యలో నిలబడి నాచిప్పను జాపి ముందుకు తోసుకువెళ్ళాను. రెండుమూడు గరిటెల జావలాంటిది నాబొచ్చెలో పోశారు! ఆతృతగా దానివంక చూస్తూవుంటే కడుపులో మాడిపోతోంది. చుట్టూరావున్న పిల్లలు అల్లరిగా అటూఇటూ గోలగా పరిగెడుతూంటే నాబొచ్చె చేతిలోంచి జారి క్రిందపడిపోతుందేమో అనిపించింది. ఎలాగో అందరినీ తోసుకుంటూ ఒకప్రక్కగావున్న ఎత్తైన స్తంభంక్రింద కూర్చుని ఆతృతగా తినసాగాను డ్రెపాంగ్ లామాసరీలోని నా మొదటి భోజనం! అలా తెరుచుకుంది నా లామాసరీజీవితం అంటూ ముగించారు! అప్పటికే నిద్రముంచుకువస్తున్న మావంక జాలిగాచూస్తూ.

23

"లామాసరీ" - గురుకులంలో!

భోజనం కడుపులో పడగానే ప్రాణం లేచివచ్చినట్టయ్యింది. అంత కన్నా ముఖ్యంగా నన్ను లామాసరీలో గురుకుల శిష్యునిగా చేర్చుకున్నా రన్న సంగతి రూఢీకావడంతో నాకు వేయ్యి ఏనుగులబలం వచ్చినట్ట య్యింది. "లామాసరీలో చేర్చుకోకపోతే — నువ్వు ఇక ఇంటికి తిరిగి రావలసిన పనిలేదు!" అన్న నాతండ్రిగారి కఠోరమైన శాసనం ఇప్పుడు నన్ను ఏమాత్రం బాధించడంలేదు.

లామాసరీ ఆశ్రమంలో జీవితం క్షణం తీరికలేకుండావుండేది. రెండురోజులపాటు ఎండకీ, గాలికీ లామాసరీద్వారం బయటే డస్సిపోయి

కాచుకొనివున్న నాకు — హాయిగా నిద్రపోయే అదృష్టంకూడా లేనట్టు తోచింది. ఎందుకంటే లామాసరిలో తెల్లవారకముందే నాలుగు గంటలకు గంటమోగిస్తారు! అందరూ వెంటనే బిలబిలమంటూ గురుకులం ఆశ్రమంలోని శిష్యులమంతా పరుగులుపెట్టాలి! — అరగంటలో ప్రారంభ మయ్యే శిష్యుల సుప్రభాతప్రార్ధనలో ధ్యానంలో కూర్చోడానికి! అంటే ఈలోగా కాలకృత్యాలు, స్నానం, శుభ్రమైన బట్టలు ధరించడం వంటి నిత్యకృత్యాలన్నీ పూర్తిచేసుకొని సిద్ధపడాలి.

నాకు రాత్రి అసలు నిద్రపోయినట్టే అనిపించలేదు. అలా వెన్ను వాల్చానో లేదో తెల్లవారిందన్నట్టు గం! గం! అంటూ మా ఆశ్రమం ముందర వ్రేలాడగట్టబడిన జేగంట మోగుతోంది! ఇద్దరు ముగ్గురు యువకులైన బ్రహ్మచారి లామాలు తాడును గట్టిగా ముందుకీ వెనక్కీ లాగుతూ ఆ సుప్రభాతపు జేగంటను మోగిస్తున్నారు!

ఆశ్రమంఅంతా మేలుకొలిపే శంఖారావం వంటి హెచ్చరిక ఆ జేగంట. అది మోగేసరికి ధ్యానమందిరంలో బుద్ధదేవుడి విగ్రహంముందు బారులుతీర్చి నిలబడతారు, ప్రతీవాళ్ళూ తమ తమ వయస్సూ ఆశ్రమం లోని అంతస్థునూ అనుసరించి విగ్రహంముందు నిలబడివుంటారు. ముందుగా 90 ఏళ్లూ పైబడ్డ పీఠాధిపతులైన లామాగురువులూ నిలవాలి! లామాసరి ఆశ్రమం నిర్వహణంతా వీరి ఆజ్ఞలను అనుసరించే నడవాలి.

పొద్దున్నే ప్రార్థన తరువాత — ఆశ్రమంలోని బ్రహ్మచారులకు ప్రసాదమూ వేడివేడిగా పోసే జావవంటి త్సాంపా గంజి ఆతరువాత గురుకులం వంటశాలలో గాడిపొయ్యివద్ద వంటలో వయస్సునుబట్టి తలా ఒక్కోపని చెయ్యాలి. అలా మొదలవుతుంది రోజులో మా దినచర్య!

నా శరీరంలోని ప్రతీ కీలూ, ఎముకా జివ్వున పీకుతూ బడలికతో నెప్పులు పెట్టసాగినాయి — మూడురోజులుగా లామాసరీ గేటుబయట 'ప్రాణాచారం' లాగా కూర్చున్నందుకు! అవి క్రమంగా సర్దుకోడానికి ఒకవారం దాకా పట్టింది. అలా మొదలయ్యింది లామాసరీలో విద్యార్థిగా నా జీవితం!

తరువాత ఒక మంచిరోజున క్రొత్తగా ఆశ్రమంలో చేరిన లామా బ్రహ్మచారుల గురించి లామాసరీలోని 'గురుకుల సదస్యం' జరుగుతోంది! ఈ సదస్యం అతిముఖ్యమైన సన్నివేశం! పిల్లవాడుగా లామాసరీలో చేరిన బ్రహ్మచారి భవిష్యత్తు జీవితం అంతా అప్పుడే నిర్ణయించడం జరుగుతోంది.

"సదస్యం" అంటే చాలామందికి తెలియకపోవచ్చు. అది లామాసరీలో గురువులుగా అనేక విషయాలు బోధించే పీఠాధిపతుల సమావేశం! అందులో యోగం, జ్యోతిషం, టిబెటన్ వైద్యమూ, బౌద్ధగ్రంథాల స్తోత్రాలు, మంత్రాలు బోధించే గురువులు, బ్రహ్మచారి లామాలను వారి పూర్వజన్మ చరిత్రనుబట్టి వేరువేరు తరగతులుగా విభజించడమూ ఇప్పుడే జరుగుతుంది. అందులో కొత్తగా చేర్చుకున్న నన్నుగురించి ఇంకా ఇతర బాలబ్రహ్మచారులైన గురుకులం లామాలగురించిన చర్చ మొదలైంది.

పీఠాధిపతులైన లామాలు ఎత్తుగావున్న అరుగువంటి వేదికపైన గుండ్రంగా చక్రాకారంలో కూర్చునివున్నారు. వారిమధ్యలో తాళపత్ర గ్రంథాలు, నాడీగ్రంథాలూ తీసి చదువుతున్నారు. వారికి ఎదురుగా కొత్తగా చేరిన బ్రహ్మచారులు పుట్టినతేదీ, నక్షత్రం గణితం చేయబడిన జాతకం

పరిశీలించే జ్యోతిషపండితులు కూడా మా జాతకాలను పరిశీలించి ఫలితాలను సరిచూస్తున్నారు. అంతేకాదు వీరిలో దివ్యదృష్టిగల యోగు లైన 90 ఏళ్ళకు పైబడ్డ పీఠాధిపతులైన లామాలు అధ్యక్షపీఠంలో కూర్చుని వున్నారు. వీరు ప్రతి బ్రహ్మచారీ గతంలోకి తమ మూడవకన్ను తెరిచి దివ్యదృష్టితో అతని సూక్ష్మశరీరాన్నీ గతజన్మలోని పుణ్య పాపకర్మలనూ అతని పూర్వజన్మ వాసనలనూ నిశితంగా పరిశోధిస్తారు. దాని నేపథ్యం లోనే ఆ విద్యార్థిజాతకమూ అతని భవిష్యత్తూ విశ్లేషించి సరిచూస్తారు భవిష్యత్తులో ఇలాంటివాడు, వాడి జీవితం ఎలా నడుస్తుందో!

నావంతు వచ్చింది — గురువులు నా జాతకాన్ని నిశితంగా పరిశీలించారు. నేను మంగళవారం పుట్టాననీ, నాజాతకంలోని గ్రహాలను సరిచూసి నాకు మూలికలను ఏరటం, మందులను తయారుచేయడం, కషాయాలు, లేహ్యాలు, గుళికలవంటివి తయారుచేసే టిబెటన్ వైద్యంలో ప్రత్యేక శిక్షణను నిర్ణయించారు.

నా జాతకం చూసి — "వీడు :-

"మొదట్లో అనేక కష్టాలు పడవలసివస్తుంది. బాధలు, అనుకోని ప్రమాదాలు ఆత్మీయులనుంచీ ఎడబాటు, ఒంటరిగా జీవించాల్సిరావటం లాంటి ఘట్టాలు ఎదురైనప్పటికీ — చివరికి నేను జీవితంలో విజయాన్ని సాధిస్తానట! నా మధ్యవయస్సులో టిబెట్ విడిచిపెట్టి వెళ్ళిపోవాల్సి వస్తుందని — అయినప్పటికీ హిమాలయ పర్వతాలలో రహస్యంగా గుప్తమైవున్న స్ఫటికపర్వతంలోని, శంబలప్రభువు దివ్యమైన ఆశీస్సులు నాపై వుండటంతో నేను ఆధ్యాత్మికంగా ఉన్నతశిఖరాన్ని అందుకుంటా

నని సంగ్రహంగా నాజాతకంలో రాసిన ఫలితాల సారాంశం!

నాకు ప్రత్యేకంగా ఒక గురువును నియమించారు. అలా అందరికీ వుండదు. చాలామంది బ్రహ్మచారులు ఒక గుంపుగా మందలాగా ఒక పాఠశాల తరగతిలో కొన్నినెలలు విద్యను నేర్చుకోవాల్సివుంటుంది. కాని నావిషయంలో మాత్రం ప్రత్యేకమైన గొప్ప మినహాయింపు ఇది! నాలో ప్రత్యేకమైన ఆధ్యాత్మికశక్తులు దివ్యమైన సిద్ధి, జ్ఞానం వంటివి నిగూఢంగా వుండటంవల్ల నేను పూర్వజన్మలో అధ్యయనంచేసిన అనేకమైన వేదశాస్త్రాలను అతితక్కువకాలంలో నేర్చుకుని సిద్ధిపొందగలనని — అందులో చాలామటుకు నేను గతజన్మలలో పాండిత్యం సంపాదించిన విజ్ఞానమే కావటం వలన నా విద్యాభ్యాసం చాలామటుకు — గతాన్ని నెమరు వేసుకోవటం లాంటిదే, అని పెద్దలైన లామాగురువులు నిశ్చయించి నన్ను మిగతా విద్యార్థులనుంచీ వేరుచేశారు. అలా వెయ్యిమంది బ్రహ్మచారులలో ఒక్కడికిమాత్రమే ప్రత్యేకశిక్షణ ఇవ్వడం సాధ్యపడుతుంది!

దీనివల్ల నాకు ప్రత్యేకమైన కష్టాలు ప్రారంభమయ్యాయి — మొదటిది నాకు విశేషంగా కష్టమైన శాస్త్రాలు అతిచిన్న వయస్సులోనే నేర్చుకోవాల్సివచ్చింది. రోజులో ఎక్కువభాగం గురువులతోనూ నాకు విధించబడిన శాస్త్రగ్రంథాలను చదవటంలోనూ గడపాల్సివచ్చేది. క్షణం విశ్రాంతిలేకుండా! నేర్చుకున్న శాస్త్రాలలో కఠినమైన పరీక్షలుండేవి. ఇవన్నీ ఏడవసంవత్సరంలో లామాసరీ గురుకుల విద్యార్థిగా నన్ను చేర్చుకున్న నాటినుంచీ 14, 15 సంవత్సరాలుదాకా పట్టింది, నావిద్యాభ్యాసం! నా జీవితం నాకు ఎంతో భారంగానూ నాశిక్షణ ఎంతో కష్టంగానూ తోచేది.

నాకంటే వయస్సులో ముసలివారైన పరమగురువులతోనే రోజులో నేను ఎక్కువభాగం గడపాల్సివచ్చేది. దానివల్ల ఆటలకుగానీ, వినోదమూ, విశ్రాంతి నావయస్సు పిల్లలకు దొరికే తీరుబడీ, ఆటవిరుపు నాకు తగ్గిపోయాయి. నేను దాదాపు ఒంటరిగా జీవించాల్సివచ్చేది రోజంతా! చివరకు రాత్రి అలసిపోయి విశ్రాంతికూడా అర్ధరాత్రి దాటాకగానీ లభించేదికాదు. అలా పడుకోగానే — ఇలా తెల్లవారినట్టుండేది.

ఇలా మొదలైంది "డ్రెపాంగ్-లామాసరి" గురుకుల పాఠశాలలో లామాగా నాశిక్షణ, నా జీవితం! — అంటూ ముగించాడు తన బాల్యమూ గత జీవితంలోని అనుభవాలనూ ఆశ్చర్యంగా వివరిస్తూ!

అప్పటికే రాత్రి బాగా పొద్దుపోయి వుండటంవల్ల మా గుడారంలో చలిగాలి పెద్దశబ్దంతో వీస్తుంటే డేరాలోని గుడ్డలు, తెరలు టపాటపా కొట్టుకుంటూ వింతగా శబ్దంచేస్తున్నాయి. ఒక్కసారిగా ముక్కూ, మొహం, చేతివేళ్ళూ బిగుసుకుపోయేటంత గడ్డకట్టించే చలితో మంచుకొండల మీంచే వీచే చలిగాలి తగిలింది గుడారంలోంచి బయటకురాగానే! అందరం హడావిడిగా ఎవరి గుడారంలోకి వాళ్ళు వెళ్ళి దళసరి ఉన్ని కంబళ్ళూ, రగ్గులూ కప్పుకొని గాఢనిద్రలోకి జారుకున్నాం!

24

లామాసరీ - ఆశ్రమం

పరమపూజ్యులైన 'తాషీ-లామా' మహాశయులు క్షణకాలం నిదానించి తనలో తానే ధ్యానంలో మునిగిపోయారు. చేతిలో తిరుగుతున్న జపమాల కూడా ఆగిపోయింది! అలా ఎంతసేపున్నారో కూడా ఎవరికీ గమనిక లేదు.

క్రమంగా ఆయన శ్వాస ఆడసాగింది. ఆయనలోంచి ఉచ్ఛ్వాస నిశ్వాసములు తీరికగా విరామంగా ఆడటం మొదలుకాగా ఆయన కనురెప్పలు కదిలి, నెమ్మదిగా కన్నులు విచ్చుకున్నాయి! ప్రశాంతంగా ఎదుటివారిని చూస్తూ నెమ్మదిగా ఇలా ప్రవచనం సాగించారు.

"మీరు దారిలో ఇక్కడి 'లామాసరీ' ఆశ్రమానికి వచ్చే మార్గంలోని

లోయకు ఎడంపక్కగావున్న "దెయ్యాలకొంప" అనబడే 'భూత్-బంగ్లా'లో, అనేక భయంకర విన్యాసాలు చూసి మీ మనస్సులు, హృదయాలూ బాగా కలతబడ్డట్టున్నాయి! ముందుగా బుద్ధదేవుని ధ్యానించి ఆ బోధి సత్త్వుని దయతో మీకు అన్నిబాధలు ఉపశమించాలని సంకల్పించి ప్రార్థించండి! ఆపైన ఇక్కడ మా ఆశ్రమంలోని బ్రహ్మచారులు మీకు అందించే వేడివేడి టిబెటన్ టీ "త్సాంపా" జావను వెచ్చగా తాగితే మీప్రాణాలు కుదుటపడతాయి. ఆపైన నిదానంగా మీరు అడగాలను కున్నవి అడగవచ్చు!'' అంటూ ఎదురుగావున్న గుండ్రని తలగల పొట్టి వెదురుకర్రతో ఎదుట వ్రేలాడుతున్న కంచుపళ్ళెం వంటి గంటని మోగించాడు. 'ఖంగ్'మని మోగిన ఆ శబ్దానికి నాలుగుపక్కలనుంచీ ఎర్రటి ఊదారంగు కాషాయవస్త్రాలు ధరించిన 'లామా-బ్రహ్మచారులు' చేతుల్లో వేడివేడిగా ఆవిరులు పొగలుచిమ్ముతున్న "త్సాంపా" జావను గుండ్రని కొబ్బరిచిప్పల వంటి దొన్నెలలో పోసినది — పైన నిమ్మకాయంత వెన్నముద్దవుంచి అలసిపోయివున్న ఆ సాహసయాత్రికులబృందంముందు తెచ్చిపెట్టారు! 'లామాసరీ' దేవాలయం ముఖమండపంలోవున్న ఆ 'ధ్యాన మందిరం'లో ఒక్కసారిగా జుంమ్మని ఓ వందమంది లామాలు చేసిన జపించిన ఓంకారం వినిపించింది, తుమ్మెదల ఝుంకారంలా! ఆ మందిరం లావుగా ఒకటిన్నర అడుగుల పొడుగున్న దళసరి సాంబ్రాణి వత్తులు (అగరువత్తులు) ఎనిమిదిదిక్కులా వెలిగించారు! దట్టమైన పొగ ఒక అష్టదళపద్మంలా ఎనిమిదిదిక్కులనుంచి రింగు రింగులుగా లేచి, పైకివచ్చి ఆ మందిరం పైభాగంలో శిఖరంలా ఏర్పడి అక్కడినుంచి ఒకతాడు వేసినట్టు పైకిపోతోంది! క్షణంలో ఆ 'లామాసరీ' గదిఅంతా

ఒక ధ్యానమందిరంలా మారిపోయింది! ఎవరికీ మాట్లాడటానికిగానీ, ఊపిరిపీల్చుకోటానికిగానీ ధైర్యంలేదు అక్కడి వాతావరణ నిశ్శబ్దం భంగం కలుగుతుందేమోనని. మనస్సులకు సుఖం, హాయి సర్వత్రా వ్యాపించాయి. ఇదేకాబోలు మహాత్ముల సన్నిధిలో లభించే 'పరమశాంతి' అనుకున్నారు ఆ సాహసబృందంలోని సభ్యులంతా. అక్కడి ప్రశాంతతకి ఆశ్చర్య పోయారు.

అలా ఒక అరగంట గడిచింది. ఇంతలో పీఠాధిపతి తాషీలామా ఆ సాహసబృందాన్ని సంభోదించి — ఇలా అడిగారు ఖంగుమనే కంచుగంట వంటి కంఠంతో : "మీరు ఏం కోరుతున్నారు మానుంచి?

చెప్పండి నిస్సంకోచంగా కావలసిందేదో — అడగండి!" అంటూ!

"మేం గురుదేవా! హిమాలయపర్వతాలను దర్శించాలని యాత్రగా బయలుదేరాం. మాలో అనేక దేశాలవారు వున్నారు. ఇటు రష్యానుంచీ, అటు ఇంగ్లండునుంచీ, ఇంకా బుద్ధదేవుని జన్మభూమి భారతదేశంనుంచీ మాబృందంలోని సభ్యులంతా కలిసి ఈ యాత్ర చేస్తున్నాము! నిన్న దారిలో మాకు ఒక పాడుబడిన బంగ్లాలో భయంకరమైన చేదుఅనుభవాలు ఎదురైనాయి.

"అక్కడ మాకు ఆతిథ్యం పలికిన ఒక ముసలి దొరసానీ! ఆమె పనివాడూ ఇంకా అనుచరగణమూ, మామూలుగా జీవించివున్న మనుషుల్లాగా మాకు కనపడలేదు! మనుషుల రక్తంతో చేసిన సారాయివంటి ద్రావకము త్రాగుతారట! క్షణంలో కనిపించిన కొవ్వొత్తి మళ్లీ ఆ కనిపించినచోటనుంచి మాయంకావటమూ, రాత్రిళ్ళు ఎవరో స్త్రీలు నడుస్తున్నట్టూ 'కెవ్వున!' ఏడుపులూ, మరుక్షణమే ఎవరూలేని నిర్మాణుష్య ప్రదేశంలోంచి కాలిగజ్జెల సవ్వడి, స్త్రీల అలికిడి, అరగంటకోసారి తలుపు తట్టిన శబ్దం... మేం... ... తీరా, తలుపులుతీస్తే! బైట ఎవ్వరూ లేకపోవటం ఆ ధ్వని వచ్చిన దిశగా మేము పరిశోధించగా రెల్లుగడ్డిపొదలక్రింద కొన్ని సమాధులూ — కనిపించాయి! దాంతో ఈ భయంకర పరిణామాలకు మేమందరమూ బాగా చలించిపోయాం. మీయొక్క రక్షణా, ఆశీర్వాదమూ, ఆశ్రయమూ — ఈరాత్రికి ఇక్కడ మీ ఆశ్రమములో ఆతిథ్యమూ కోరి వచ్చాము!" అన్నారు ఇద్దరు, ముగ్గురు సాహయాత్రబృందంలోనివారు ఏకకంఠంతో మాట్లాడుతూ!

"ఈరోజుకి మాత్రమేకాదు — మా సాహసయాత్ర సవ్యంగా దిగ్వి జయంగ్గా పూర్తికావటానికి మీదయ, అనుగ్రహం మాకు ఎంతో అవసరం. మేమీ మంచుపర్వతాలలో యాత్ర పూర్తిచేసుకుని క్షేమంగా మాఇళ్ళకు చేరేవరకూ మీరక్ష, దైవకృప, దైవంఆశీస్సులు మావెంటవుండాలి" అంటూ సాహసబృందములోని ప్రతిఒక్కరు తాషీలామా ముందు మోకరిల్లి ఆయన పాదపీఠంపై తలఆన్చి నమస్కరించారు. మూడుసార్లు అలా మళ్ళీ మళ్ళీ నమస్కరించి లేచి ఎవరిస్థానంలో వారు కూర్చున్న తరువాత తాషీలామా ఈవిధంగా ప్రవచనం చేసారు!

"ఓం మణిపద్మ హుం!"

— అని ముమ్మారు జపించి వారిపై మంత్రతీర్థం చల్లారు. మరు క్షణమే వారి శరీరమంతా కరెంటు వంటి శక్తి, వెచ్చటి ఆహ్లాదకరమైన సుఖము, ధైర్యము కలిగి వారి ప్రయాణబడలిక, కీళ్ళనొప్పులు చేతితో తీసివేస్తినట్టు మాయంకాగా ఆ సాహసయాత్ర బృందంలోని సభ్యు లందరూ ఆశ్చర్యపోయారు. ఒకరిమొహాలవంక ఒకరు చూసుకున్నారు వింతగా!

"ఓం గురు-పద్మ సంభవాయ నమః"

— అంటూ మళ్ళీ మంత్రించి మావారిపై అందరిమీదా చల్లారు! ఒక ఐదువొత్తులతో దీపాలు వెలిగించిన హారతిసెమ్మాలో వెన్నపూసతో వెలిగించిన దీపశిఖలు బంగారం రంగు కలిసిన అరుణకాంతితో వెలుగుతూవుంటే ఆ పూజాపీఠంలోని అన్ని విగ్రహాలకు ముందు ప్రదక్షి ణంగా, సవ్యంగా తిప్పుతూ హారతినిచ్చారు — పెద్దగంటను "గం"

అని మోగిస్తూ!

ఒక్కొక్క దేవుని విగ్రహంముందూ అలా వరుసగా హారతులిచ్చారు. ముందుగా తారాదేవి — తారా తంత్రమునకు ఈమె అధిష్ఠానదైవం. బౌద్ధ తాంత్రిక శాస్త్రాలలో ప్రధాన శక్తిస్వరూపిణి. ఆతరువాత అవలోకి తేశ్వరి! ఈమె మణిపద్మస్థుడైన అవలోకితేశ్వరుని శక్తి! ఆతరువాత ఐదుగురు ధ్యానంలో వున్న అనబడే ధ్యానబుద్ధులు — వజ్రసత్వుడు, అమితాభుడు, వజ్రపాణి, పద్మపాణి, అవలోకితేశ్వరుడు అలా అందరికీ వరుసగా ధూపదీపములు, హారతులు సమర్పించారు.

మధ్యనేవున్న ప్రధాన గర్భాలయంలో వేలశిరస్సులు వేలకొద్దీ పాదములు, వేలకొద్దీ చేతులూ, గల **"ఆది–బుద్ధుడు"** అనబడే అవలోకితేశ్వర మూర్తి ముందు చాలాసేపు గంటవాయిస్తూ దీపారాధనను, పైకీ, క్రిందకీ, ఆడిస్తూ అర్థచంద్రాకారంగా త్రిప్పుతూ — ఐదుగురులామాలు వేద మంత్రాలు చదువుతూ మంత్రించిన జలాన్ని చుట్టూతిప్పి వెనక్కిచల్లారు! ఆపైన ఆ దేవతామూర్తులముందు నైవేద్యమిచ్చిన తియ్యటి అన్నప్రసాదం అక్కడి లామాసరి గురుకులంలో విద్యార్థులైన లామా శిష్యులందరికీ పంచబడింది. ప్రతిఒక్కరూ పద్మాసనంలో కూర్చుని ముందుగా నివేదన పెట్టిన ఆ ప్రసాదానికి శ్రద్ధగా నమస్కరిస్తూ — "ప్రాణము, జ్ఞానము, బలము ఇచ్చుగాక" అని ప్రార్థించారు. ఆతరువాత నెమ్మదిగా ఆ ప్రసాదాన్ని ఆరగించారు. ఇలా అక్కడి పూజ, ప్రార్థనలు పూర్తిఅయిన తరువాత తాషీలామా గురుదేవులు సాహసయాత్ర సభ్యులందరికీ ఆశీస్సులు చెప్పి సెలవు తీసుకోమన్నారు.

అందులో కొందరు ప్రశ్నలు, సందేహాలు అడుగుదామని ఎదురు చూస్తున్న వారితో "మీ సందేహాలు నిర్భయంగా అడగవచ్చు — ఎట్టి సంకోచమూ లేకుండా!" అన్నారు. భూత్‌బంగ్లా గురించి అడిగేలోగా తాషీలామా గురుదేవులు భళ్ళున నవ్వి — 'చేతితో అర్థమైంది' — అని సౌంజ్ఞచేస్తూ ఇలాఅన్నారు.

"మరణించినవాళ్ళ ఆత్మలు వాళ్ళకి తీవ్రమయిన చెడుకర్మగానీ, బలమైన కోరికలుగానీ, వదిలించుకోలేని కామక్రోధాలుకానీ లేక చాలా కాలంగా దాచిపెట్టుకున్న ధనము, సొమ్ముగానీ ఆఖరిక్షణాలలోనైనా విడిచిపెట్టలేకపోతే — అలాంటివారి ఆత్మలు అక్కడేవుంటాయి. వాటినే దయ్యాలు, భూతాలు, పిశాచాలుఅనీ ఇంగ్లీషులో స్పిరిట్ (Spirit) అని అనేకపేర్లతో పిలుస్తారు. ఎలా మరణించారో వారు మరణించిన తరువాత ప్రేతాత్మలు విడిచినబట్టవంటి వారి సూక్ష్మశరీరాలే.

"మనిషి మరణిస్తే అతని ఆత్మ భగవంతునివద్దకు చేరదా?" అంటూ ప్రశ్నించారు భారతీయసైంటిస్టు జగదీశ్‌చంద్రబోస్, మేఘనాధ్ సహాతో సహా ఇంగ్లీష్ గూఢచారి చార్లెస్ బెల్, నికోలస్ రోరిఖ్‌లు కలిసి ఒకేప్రశ్నగా. తాషీలామా గురుదేవులు చిరునవ్వు నవ్వుతూ — "ప్రతీవారి ఆత్మలు నేరుగా భగవంతునివద్దకు వెళితే మోక్షంకోసం మేమందరమూ ఇలా ఆశ్రమాలలోనూ, లామాసరీలు కట్టుకుని ఏళ్ళ తరబడి తపస్సు చేయటమెందుకు? మీకు అర్థమయ్యేలాగ ఒక ఉదాహరణ కథ రూపంలో చెబుతాను.

మీకందరకూ పిల్లలు వున్నారు. వాళ్ళని బడిలో చేర్పిస్తున్నారు

కదా! అలా కొందరిని అక్కడే భోజనం, హాస్టల్‌లోనే నివాసంవుండేలాగ చదువుకోవడానికి పంపిస్తారు. పాఠశాలలో అన్నిపాఠాలు నేర్చుకుంటూ తోటివిద్యార్థులతో కలిసిమెలిసి వుండటం చేతనవుతుందని. అలా సంవత్స రం గడిచాక ఒక తరగతిలోనివారిని వేరొక తరగతిలోనికి చేర్చుకుంటారు. అంటే వారి చదువు ఒక్క తరగతితో పూర్తికాదు! మనుష్యులనుకూడా అలాగే ఆత్మలుగా ఈ భూలోకానికి పంపిస్తారు. ఒక పాఠశాలలోకి పంపిన విద్యార్థులలాగ ఇక్కడ నేర్చుకోవలసిన కర్మపాఠాలు, పాపము-పుణ్యము, సమాజము, కుటుంబము, దేశమూ, తన విద్యుక్తధర్మము, కర్తవ్యాలు, తల్లి, తండ్రి, గురువులను ఎలా గౌరవించాలి? ఆతరువాత ఎలా జీవించాలి? అన్నీ నేర్చుకుంటారు. అలాగే ఈ ప్రపంచంలో దొంగతనం చట్టరీత్యా నేరం, హత్యచేస్తే నేరం, ఇలా నేరం చేసినవారిని ఏంచేస్తారో అలానే ఏనేరం చెయ్యకుండా విద్యపరిపూర్తి అయినతరువాత పూర్తిగా వారి బాధ్యత పూర్తిఅవుతుంది. అలాగే భూమిపై జన్మించే ప్రతీ మనిషి మొదటితరగతిలో చదువుకున్నట్లే చదువు ప్రారంభించి ఒక్కొక్క చర్యతో ఒక్కొక్క తరగతి దాటుతూ వెళ్ళాలి. అందులో అలక్ష్యం అశ్రద్ధ నిర్మూలించి క్రమశిక్షణగావుంటూ పట్టుదలతో పాసవ్వకపోతే మళ్ళీ అదే తరగతిలో చేరాలి. అలా ఏడునుంచి పన్నెండు జన్మలలోపల అనేక విషయాలను నేర్చుకుని తరువాత తరగతిలోని పైలోకాలకు పంపబడ తారు జీవులు.

ఈ భూలోకంలో నేరాలు అనేకంచేస్తే వాటికి శిక్ష పోలీసులు, కోర్టులు విధించినట్టే భూతాలుగానూ, పిశాచాలుగానూ ఇంకా ఈభూమికి అడుగునవుండే చీకటిలోకాలైన నరకము జైలువంటి బందిఖానాలోనూ

బాధలు, కష్టాలు అనుభవిస్తూ వుండవలసివస్తుంది. అలాకాక అందరికీ సహాయపడుతూ, అవసరమైనప్పుడు మంచిపనులు చేస్తూ, ఎవ్వరికీ హానిచెయ్యకుండా వున్నాడో వాడు పైలోకాలకు పంపే అభ్యర్థులలో వుంటాడు. కానీ ఇదంతా భూలోకంలో మాత్రమే వుండే ట్రైనింగ్.

అలాగే పైలోకాల్లో కూడా దైవసంబంధమైన విషయాలు శిక్షణగా సాధన, ధ్యానము, జ్ఞానము వంటివి నేర్చుకోవలసిన పాఠములు. ఈ భూలోకంపైన ముఖ్యంగా మూడులోకాలు భువర్లోకము, స్వర్లోకము, మహర్లోకములు ముఖ్యమైనవి. ఇవి యోగులు మాత్రమే చూడగలరు. నిర్మలమైన మనస్సుతో, గాజుగోళీల వంటి దృష్టితో మాత్రమే చూడ గలుగుతారు. ఇలా ఈ మూడులోకాలు పరిశుద్ధఆత్మలు మాత్రమే చేరుకుంటాయి. తరువాతే ఈ విశ్వానికి ఆత్మఅయిన విశ్వాత్మకుని వద్దకు చేరుకుంటాయి. ఏ కోరికలులేనివారు, కోరికలను నియంత్రించ గలిగినవారు మాత్రమే ఈ స్థితిని చేరుకోగలరు. ఇదే నిర్వాణము లేక మోక్షము. మీకు చిన్నపిల్లల కథలాగ సంగ్రహంగా చెప్పాను. ఇందులో అనేక నిగూఢమైన విషయాలు వున్నాయి విస్తరించి చూస్తే. ఇక్కడ లామాసరిలోని విద్యార్థులకు బోధించే విషయాలు సాధనలాగ, జపం తోనూ ప్రత్యక్షంగా నేర్పుతారు. ఆతరువాత గురుకులంలోంచి బయట ప్రపంచంలోకి స్వేచ్ఛగా విడిచిపెడతారు. ఎవరి శక్త్యానుసారం వారు ఈ విశ్వానికి సేవచేస్తారు."

"తాషీలామా గురుదేవా! నమోనమః! మీ అద్భుత ఉపదేశం మాకళ్ళను తెరిపించింది!

తాంత్రికం అంటే ఏమిటి? మంత్రాలతోనూ, తాంత్రిక హోమాల తోనూ, పిశాచాలను, భూతాలను పారద్రోలే ప్రక్రియ గురించి తెలుపు తారా?'' భయపడుతూనే అడిగాడు పాటియాలా యువరాజా!

మీరీ ప్రశ్న ఎప్పుడు అడుగుతారా అని ఎదురుచూస్తూవున్నాను. దానిలో ఇక్కడ శిక్షణపొందిన తాంత్రికలామా "ఛోడ్" అనే స్మశాన ప్రక్రియలో పూర్తిగా శిక్షణపొంది పూర్తివిజయం సాధించాడు. అతనివద్ద నుంచే మీరు ప్రత్యక్షంగా అన్నివిషయాలూ తెలుసుకోవచ్చు. మీ హిమాలయ సాహసబృందములోని సభ్యులందరికీ రేపే మీకు అతను అన్ని విషయాలు బోధిస్తాడు. మీకుడా మా లామా బ్రహ్మచారిని తోడిచ్చి పంపిస్తాను అంటూ లామా గురుదేవులు ఆ సమావేశం పూర్తిఅయినట్టుగా తన ఆసనంపైనుంచి లేచి అవలోకితేశ్వరునికి నమస్కరించి లోపలికి తన మందరంలోకి వెళ్ళి అదృశ్యమయ్యాడు.

ఆరాత్రి అక్కడే మాకు భోజనం, బస మరి రెండు మూడు రోజుల విశ్రాంతి అనుగ్రహించారు తాషీలామా అనిచెప్పాడు మాతోవున్న ఆ లామా బ్రహ్మచారి. అప్పటికే తెలతెలవారుతున్నది. తూర్పున బంగారు కాంతులతో చంద్రనిప్పుల వంటి వెలుగులు చిమ్ముతూ హిమాలయ సూర్యుడు ఉదయకిరణాలను ఆకాశం నాలుగువైపులా ప్రజ్వలిస్తున్నాడు. ఎరుపు, నీలం, ఊదారంగులలో ఎంత గొప్ప చిత్రకారుడూ చిత్రించలేని రంగులను ఆకాశమంతా అలంకరిస్తూ. అది మాజీవితంలో కొత్త సూర్యో దయమా అన్నట్టు.

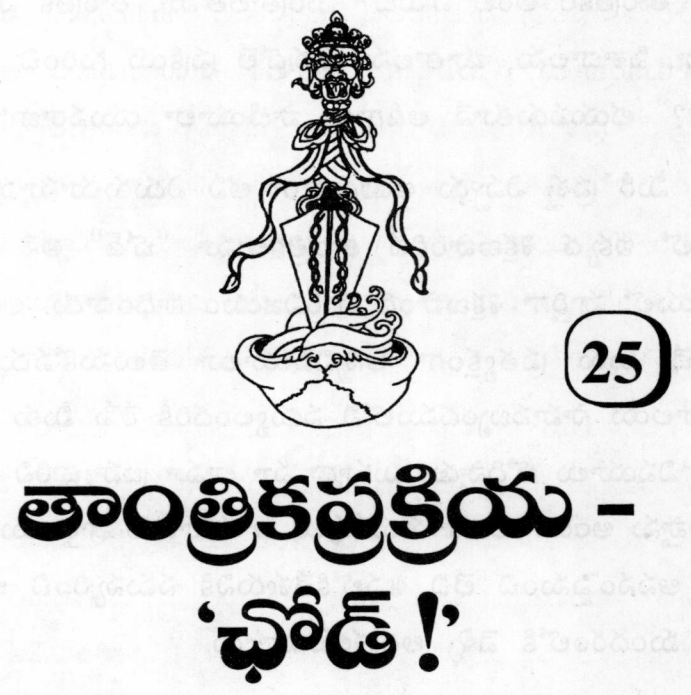

25

తాంత్రికప్రక్రియ - 'ఛోద్!'

అలా మూడురోజులు తాషీలామాగారి ఆశ్రమంలో లామాసరి మందిరంలో పూజలు, జపాలు వింటూ మనస్సు పైలోకాలకు తేలిపోయి నట్టుగా విహరిస్తోంది. హాయిగా బ్రహ్మానందాన్ని అనుభవించాం సాహస బృందంలో అందరం!

దానికితోడుగా ఈ వారంపదిరోజులుగా మంచులోపడి హైరానగా నడిచిన, ఎముకలు నుజ్జుచేసే శ్రమలేదు. చర్మాన్ని చీల్చివేసే చలి గాలులూ లేవు! వాతావరణంకూడా లామాసరిలోని గురువుల మనస్సు లాగ ప్రశాంతంగా ఈ నాలుగురోజులూ, మేఘాలు లేవు! చలిగాలుల

మాటేలేదు. నీలపు స్ఫటికంలా నీలాకాశంలో ఉదయించే సూర్యుడి బంగారుకిరణాలు గోరువెచ్చగా శరీరాలకి తాకుతువుంటే ఉదయం పూజలలో ప్రశాంతంగా ధ్యానంచేస్తూ గడిపాం! లామాసరి వంటశాల నుండి పొగలుకక్కుతూ ఆవిరులు వచ్చే 'త్సాంపా' జావ, వేడివేడి భోజనం, కంటినిండా నిద్ర అన్నీ కలిసి క్షణాలమీద మనస్సుకు శరీరానికీ బలంపట్టింది. మూడవరోజు ఉదయమే లేచి బయలుదేరాము తాంత్రిక యోగి ఆశ్రమానికి — లామాబ్రహ్మచారిని తోడుతీసుకుని.

ఉదయమే నడక ప్రారంభించిన మా బృందం నిటారుగా కొండ మెరక ఎక్కుతూ ఊపిరి అందక రెండు మూడుచోట్ల ఆగవలసి వచ్చింది. దానికితోడు హిమాలయపర్వతాలలో ఎండ మా వీపుల్నిమండించేస్తోంది. వేడివేడి పెనంమీద కాల్చిన దోశలాగ మెడ, వీపూ చెమటతో తడిసి ముద్దయిపోయాయి. రెండవవైపునుంచి మంచుపర్వతాలపైనుంచి వీచే చలిగాలి అలా వీస్తూనేవుంది! ఇలా చలి వేడీ — రెండూ చర్మాన్ని చపాతీలు కాల్చినట్టు కాలుస్తూనే చలి వొణికించేస్తూంటే మధ్యాహ్నం రెండుగంటలు అయ్యేసరికి ఎత్తైన కొండశిఖరం చేరుకున్నాము. అక్కడికి కాంచనగంగ శిఖరం అట్టేదూరం లేదని చెప్పాడు మాతో సాయంగావొచ్చిన బ్రహ్మచారి లామా! అరగంట విశ్రాంతి తీసుకుని మాతోతెచ్చుకున్న రొట్టెలు, "త్సాంపా" జావ భక్షించి అరగంట విశ్రమించి మళ్ళీ ప్రయాణం అందుకున్నాము!

అకస్మాత్తుగా దారి రాళ్ళతోనూ, వొస్తూ పోతూ లారీలు, ట్రక్కులూ, గాలిలోకి చిమ్మే ధూళి దుమారంతోనూ, వాతావరణమే పూర్తిగా మారి

పోయింది. మధ్యాహ్నం నాలుగు గంటలకు టీకోసం కాసేపు ఒక షేర్పా టీ దుకాణంవద్ద ఆగి భారతదేశపు వేడివేడి టీ పొగలుకక్కుతూనే తాగేశాం! మళ్ళీ దారివెంబడే పదిమైళ్ళునడచి కుడివేపుగారోడ్డుదిగి మైదానం వంటి లోయలోకి నడకపుచ్చుకున్నాం. అదంతా దుమ్ముతోనూ, గులకరాళ్ళతోనూ నిండిన మైదానంలాంటి ఓ నిర్మాణష్యమైన, విశాలమైన ప్రాంతము. దారికి ఎడమప్రక్కగా ఎండిపోయిన చెట్టు-మోడులు, కొమ్మలుకూడా వంకరతిరిగిపోయి వికృతంగా వున్నాయి. వాటిమీద కూర్చుని పెద్దపెద్ద రాబందులు ఘోరంగా అరుస్తూ శవాల ఎముకలను ముక్కుతో పొడిచి బొమికలకు అంటుకొనివున్న సగం కుళ్ళిన మాంసాన్ని రబ్బరులా పీక్కొని తింటున్నాయి. కొంచెందూరం వెళ్ళగానే వెదురుగడ, కర్రదుంగలాంటి దళసరి ఎముకలు, అస్థిపంజరాలూ, చిందరవందరగా అంతటా పడివున్నాయి.

అవి చూడగానే మా మనస్సు ఒకరకంగా వికారమయిపోయింది.

“ఇక్కడేదో శవాలను పీక్కుని తింటున్నట్టున్నాయి ఈ రాబందులు! ఇదేమైనా స్మశానమా! అన్నాడు పాటియాలా యువరాజా చీదరించు కున్నట్లుగా ముఖంచిట్లిస్తూ! కూడావస్తున్న లామాసరి బ్రహ్మచారి ఏదో రహస్యం చెబుతున్నట్టు నెమ్మదిగా —

“ఇది మరణించిన టిబెటన్‌ల శవాలను పడవేసే స్మశానభూమి” అయినా, మీకూ తెలుసనుకుంటాను. ఇక్కడ మా టిబెటన్‌ల ఆచారం ప్రకారం చనిపోయిన మనుషుల శవాలను అగ్నిలో కాల్చరు. భూమిలో పాతిపెట్టడం కూడా జరగదు. అలాచేస్తే మనిషి శరీరంలోని మాంసము,

రక్తము విలువైన ధాతువులతో నిండివున్నదంతా వృధాచేయడమవుతుందని — జీవకారుణ్యం, భూతదయా, ప్రధానంగాగల బాధ్యతాయుత దృక్పథంతో ఆలోచిస్తారు. ప్రకృతిలో ఆహారంకోసమే, ఈ స్మశానాన్ని అంటిపెట్టుకుని బ్రతికే జీవులు అనేకం! మానవశరీరాన్ని వాటికి ఆహారంగా వేస్తే కొన్ని జీవులకైనా ఆకలితీర్చినవారిమౌతాము. మన శరీరంతో అన్నశాంతి; భూతదయగా, మన శవాన్ని రాబందులకు, అడవి నక్కలకూ, తోడేళ్ళకు, గుడ్లగూబలకు ఆహారంగా విసిరివేస్తాం!

"ఇలా మరణించినవారి శవాలు స్మశానంలో గద్దలూ, రాబందులూ తినేలాగ విసిరివేస్తే — ఆ ప్రదేశంఅంతా భూతాలకు, పిశాచాలకు స్థావరముగా మారదూ?" అంటూ భయంతోకూడిన కుతూహలంతో ప్రశ్నించాడు జగదీశ్ చంద్రబోస్ అనే భారతీయ సైంటిస్టు. ఆయన ముఖంచిట్లిస్తూ బాధతోనూ, జుగుప్సతోనూ ఆయన ముఖం ముడతలు పడింది. ఆయన బెంగాలీబ్రాహ్మణుడు కావటంచేత భారతీయ వేదమతం ప్రకారము బ్రాహ్మణులు మరణించినవారి శవాలను మంత్రాలతో దహనం చేయటం ఆచారంగాగల ఆ సంస్కృతికి అలవాటుపడ్డాడు. అలాంటి వాడికి సహజంగానే చనిపోయిన మనుషుల శరీరాన్ని కాకులకూ, గద్ద

లకూ ఆహారంగా వేస్తూంటే అసహ్యం కలిగివుండవచ్చు. బాధగానూ అనిపించవచ్చు!

"ఇక్కడ శవాలను విరక్కొట్టే — 'వల్లకాటి జీతగాళ్ళు' వుంటారు!" లామాసరీనుంచి వచ్చిన బ్రహ్మచారి చెప్పుకుపోతున్నాడు. వాళ్ళ పని శవాల శరీరంలోని ఎముకలను విరక్కొట్టి ముక్కలుచేసి తలలోని పుర్రె పగల కొట్టి లోపలి మెదడు, నాలుకను, గొంతులోని నరాలను మీరు కొబ్బరి పీచు పీకినట్టు పీకిపారేసి చుట్టూరా విసిరివేస్తారు.

ఇలాంటి స్మశానంలో వైద్య-లామాలు కూడా కుతూహలంతో గుంపులుగా చేరతారు. మనిషి శరీరంలోని అవయవాలు కోసి వైద్యశిక్షణ పొందడానికి, ఇక్కడే వైద్య లామాలకు — వైద్యంలో కావలసిన శిక్షణ కోసం టిబెటన్‌ల శరీరంలోని అవయవాలు తీసిచూపిస్తారు — మనిషి గుండెకాయ ఎలావుంటుందో చూపిస్తారు — యదార్థంగా పేగులు, కనుగుడ్లు, మెదడులోని నరాలూ అన్నీ ఇలా ఒక్కొక్కటే అరచేతిలో గీతల్లా ప్రత్యక్షంగా చూపించి మానవశరీరంతో వైద్యశాస్త్రాన్ని నేరుగా బోధిస్తారు. అలాంటి వైద్యవిద్యార్థులకూ — ఈ స్మశానం ఎంతో అనుకూలము.

"ఇకపోతే మూడవరకం విద్యార్థులుకూడా ఈ స్మశానంలో తిరుగుతూవుంటారు. వాళ్ళే **"తాంత్రికులు!"** అంటే స్మశానంలో కూర్చుని భూత, భేతాళ, పిశాచ, యక్షిణీ దేవతలను ఆహ్వానించి వారిమధ్య నిర్భయంతో ధైర్యంగా నిలబడి ఆ తాంత్రికహోమంలో పిశాచాలతో పోరాడి, ధైర్యం పోగొట్టుకోకుండా నిలబడి మంత్రాలుచదువుతూ —

మంత్రసిద్ధికోసం తపస్సుచేస్తారు.

ఇలాంటివారు సాధారణంగా రాత్రివేళ మాత్రమే ఈ స్మశానంలో వుంటూ అలా దాదాపు ఒకటి, రెండు సంవత్సరాలు ఈ స్మశానంలోనే నివశిస్తూ సాధనచెయ్యాలి. అలా గురువు ఉపదేశించిన మంత్రము సిద్ధి పొందాక స్మశానం అంటే భయంపోయాక రాత్రిళ్ళు శవాలను పూడ్చివేసే గోతులలో పడుకుని నిద్రిస్తారు — నిర్భయంగా!"

"మరికొందరు — చచ్చిపోయిన మనిషి కపాలంలోని పుర్రెలోనే దప్పికకు దప్పికకు నీళ్ళుకూడా త్రాగుతారు. అన్నం వండుకుని అందులోనే తింటారు. అంతెందుకు? — మనిషి కపాలంలోనే భిక్షచేస్తారు. ఏం! వింటూవుంటే మీకు భయంకరంగానూ, అసహ్యంగానూ, జుగుప్సగానూ అనిపిస్తోందా?

మీ హిందూమతంలో కూడా మీ శివపరమాత్ముడు స్మశానంలోనే నివశిస్తాడనీ, ఆయనవెంట రుద్ర, పిశాచ, భూతప్రేతగణాలు వుంటాయనీ చెబుతారుగదా! ఇంకా స్మశాన-రుద్రయాగంలో నాట్యంచేస్తూ రుద్రతాళం వేస్తూ ఆయన చేతిలో డమరుమోగిస్తూ — చితిలో కాలుతున్న శవం మీద కూర్చుని అలానే ధ్యానంచేస్తాడనీ, ఆ శవాల్ని కాల్చిన బూడిదనే శరీరంమీద పూసుకుని విభూదిగా ధరిస్తాడనీ — అఘోర్‌శైవంలో రాయ లేదూ! అదిఅంతా స్మశాన తాంత్రికములో సాంప్రదాయమే!"

అంటూ ఆశ్చర్యపోతున్న భారతీయసైంటిస్టు అడిగిన ప్రశ్నకు సమాధానపరచడానికి ప్రయత్నిస్తూ అన్నాడు. అప్పటికి పొద్దువాలి చీకటి పడసాగింది. మా సాహసబృంద సభ్యులలో ఆపాటికే సాహసం నీరుకారి

పోయింది. ఈ స్మశానంలోని బూడిదలో నడుస్తూవుంటే కాలికి తగిలిన పుర్రెలు బంతుల్లా ఎగిరిపడుతున్నాయి దుమ్మురేపుకుంటూ!

కనుచీకట్లు ఆ స్మశానాన్ని ఆవరించుకున్నాయి చీకట్లో పాగకీ కనిపించక శవాల కాళ్ళుచేతులూ మా కాళ్ళకిందపడి మెత్తగా తగులుతూ వుంటే ఆ చీకట్లో నడవటం కూడా కష్టమైపోయింది! ఇక రాత్రి ఎలా వుంటుందో? మిత్రమా! ఈ స్మశానంనుంచి వెళ్ళిపోదామా? అన్నారు నలుగురైదుగురు సాహసబృంద సభ్యులు ఐక్యకంఠంతో! వారి ఆశ్చర్యానికి, భయానికి పెద్దగా పట్టించుకోకుండా వింతగా చూస్తూ లామాసరీ నుండి మావెంటవచ్చిన బ్రహ్మచారిలామా — ఇలా అన్నాడు... ...

"మీరు తాంత్రిక మాంత్రికుణ్ణి చూడాలనుకుంటే ఆయన అర్థరాత్రికి మాత్రమే ఈ స్మశానంలోకి వస్తాడు. మిగతా సమయాల్లో ఎక్కడెక్కడో తిరుగుతాడు. ఆయనను పట్టుకోవడం కష్టం. మనం ఇంకో రెండు, మూడు గంటలు ఇక్కడే కాలక్షేపంచేస్తే — అర్థరాత్రికి ముందే ఇక్కడికి వస్తాడు! తప్పక మీకు పరిచయంచేసి నాదారిన నేను వెళతాను. లేకపోతే మా గురుదేవుల ఆజ్ఞను ధిక్కరించినవాడినవుతాను. వారి అనుగ్రహమే నాకు రక్ష" — అంటూ ఆ స్మశానం అవతలప్రక్కవున్న రోడ్డుదాటి, అవతలికొండ అంచునవున్న టీషాపుకు దారితీశాడు.

ఒక పంజాబీవ్యక్తి నడుపుతున్న టీషాపు అది. అందులో ఇద్దరు గూర్ఖాలు, ఒక షేర్పావ్యక్తీ, ముగ్గురు టిబెటన్ నౌకర్లు గిన్నెలు తోమడానికీ, పొయ్యివెలిగించి టీనీళ్ళు మరిగించడానికీ, సాయంగా వున్నారు. రాత్రి బాగా చీకటిపడింది. చలి వణికించేస్తోంది. బడలిక, శ్రమతోనూ,

చెమటమీద పేరుకున్న దుమ్మూధూళితోనూ, అలసటతోనూ డస్సివున్న వారికి ఎర్రగా మండుతూ టీగిన్నెకింద వెలుగుతున్న మంట చలిమంటలా ప్రశాంతతనిచ్చింది. పదినిమిషాలలో టీ కలిపి టీతోపాటు ఫలహారంకోసం రొట్టెలు, బిస్కట్లూ తెచ్చి వారికి ప్లేట్లలోపెట్టాడు. కానీ అవి ఏమాత్రమూ వారికి తినాలని రుచించక రొట్టెలుకాని, ఫలహారాలుకానీ తినాలనిపించ లేదు. అప్పటిదాకా స్మశానంలో చూసిన ఎముకలు, శవాలు, రాబందుల విన్యాసాలూ, ఇంకా వారి మనస్సులను వికారంగా పీడిస్తున్నాయి! ఇంతలో చార్లెస్ బెల్ తటాలున తన చేతిమీద వాచీ చూసుకుంటూ "మైగాడ్! పదకొండు కావస్తున్నది, త్వరగా టీతాగేసి వెళ్ళి మన స్మశాన తాంత్రికుడ్ని కలవాలి! పదండి!!" — అన్నాడు నిదానంగా టీ తాగుతున్న మిగిలిన మిత్రులను తొందరచేస్తూ!"

అర్థరాత్రి కావస్తూండటంతో టీ తాగడం పూర్తిచేసి ఆ మిత్రబృందం అందరం కాళ్ళీడ్చుకుంటూ అటువైపువున్న స్మశానందారి పట్టి తాంత్రిక హోమం "ఛోడ్" చూడాలన్న ఆసక్తితో నీరసంగా నడిచాము.

II

పొట్టిగా, కుదిమట్టంగా వున్నాడావ్యక్తి! మాసినగడ్డమూ తెలుపూ, నలుపూ కలిసి బూడిదరంగుతేలిన వెంట్రుకలూ కళ్ళు బెదురుతున్నట్టూ, ఆశ్చర్యంగానూ ఒకరకమైన పిచ్చివాడికళ్ళలో కనిపించే వికృతమైన చూపూ! అన్నీ — చూస్తే కొంచెం భయంకలిగిస్తుంది — ఎవరికైనా! ఎత్తైన ఎముకలు, బలమైన దృఢమైన దవడఎముకలూ; ఇంటిచూరులా

ముందుకి పెరిగిన నుదురూ, విశాలంగా బల్లపరుపుగా వున్న ఛాతీమీద చిన్న చిన్న ఎముకలూ జంతువుల కోరలవంటి దంతాలూ అన్నీ దండగా గుచ్చి ఓమాలగా వేసుకున్నాడు! పైపంచెగానీ, కండువాకానీ మరే ఆచ్ఛాదనాలేని శరీరం! బలంగా, దృఢంగా తిరిగిన కండలతో ఎముకలు పైకే కనిపిస్తున్నాయి. మోకాళ్ళవరకూ ధరించిన అంగవస్త్రం, లేక తువ్వాలు వంటి పొట్టివస్త్రం ధరించివున్నాడు. అప్పుడే రాత్రి కావస్తున్నది. అతను నిత్యసాధనకు ఉపక్రమించబోతుండగా — మాతోవచ్చిన 'లామాసరీ' బ్రహ్మచారి మమ్మల్ని పరిచయం చేశాడు.

"వీరిని పూజ్యగురుదేవులు 'తాషీలామా' పీఠాధిపతులు మీవద్దకు పంపారు! వీరు ప్రపంచంలో ఎక్కడెక్కడో మారుమూలదేశాలనుంచీ ఎన్నో దేశాల వాళ్లు కలిసి, ఎన్నో కష్టాలకు ఓర్చి, శ్రమపడి ఓయాత్రగా వచ్చారు — తాంత్రికవిద్యలు తెలుసుకోవాలని! అందుకే మీవద్దకు 'తాషీలామా' గురుదేవులు వీరికి నన్ను తోడిచ్చి పంపారు" — అన్నాడు సగౌరవంగా నమస్కరిస్తూ.

"వీరికి నాగురించి తెలుసా? నేనెవరినో, ఎటువంటివాడినో, నేను చేసే తాంత్రికపూజలు, స్మశానంలో శవాలమధ్యలో జరిపే **"ఛేడ్" "భైరవ తాండవమూ"** — అన్నీ వీరికి తెలుసా?" అన్నాడు ఆశ్చర్యంగాచూస్తూ. అసలీ ప్రపంచంలో తనకోసం ఎవరైనా చూడటానికి వస్తారంటే నమ్మలే నట్టుగా ఆశ్చర్యంగావుందతని ధోరణి.

మామూలుగా అయితే అతడెవరితోనూ మాట్లాడడు! ఎవ్వరు పిలిచినా పోడు!! ఇల్లూ, వాకిలీ, భార్యా, బంధువులూ అంటూ అతనికి

ఎవరూలేరు. ఒక్కడే! ఏకాకి! పైగా అతడి నివాసం స్మశానంలో!

"వీరు ప్రత్యేకించి మీరుచేసే తాంత్రికహోమాన్ని, 'ఛోడ్' అనే తంత్రయోగ తాండవాన్నీ చూడాలని ఆసక్తితో వచ్చారు. ఇదుగో! వీరిని మీకు పరిచయం చేశాను — ఇక నేను సెలవు తీసుకుంటాను!" అన్నాడు తన బాధ్యత వదిలిపోయినట్టుగా. ఆ ఇద్దరిమధ్యా ఇటూ అటూ మార్చి మార్చి చూస్తూ ఆతృతగా నిలబడ్డాం! మా సాహస యాత్రికుల బృందం, ఏం జరుగుతోందో అంతుపట్టక!

"మీరేం చూడాలని వచ్చారు?" అన్నాడతను, 'లామాసరీ' నుంచి వచ్చిన యువకుడు — వెళ్ళిపోయాక!

"మీరిక్కడ అరుదైన తాంత్రిక-పూజలు చేస్తారనీ, స్మశానంలో పిశాచాలు, భూతాలు, భేతాళములవంటి మహాశక్తులను ఆవాహన చేసి వాటిని మీ వశంలో నిగ్రహించిపెట్టుకుని జరిపే "భేతాళ-తాండవం" గురించికూడా విన్నాము! కాని కళ్లారా నిజంగా చూడాలని వచ్చాము"; అన్నారు ఓస్పెన్ స్కీ, పాటియాలా యువరాజూ, చార్లెస్ బెల్ నేనూ మరి ముగ్గురూ — అంతా ఏకకంఠంతో! మిగిలినవారంతా అంగీకారంగా తలలాడించారు — తాము ఏం చూడాల్సివస్తుందో అర్థంకాక!

"నేను జరిపేది — 'ఛోడ్' అనే తాంత్రికపూజా తాండవ ప్రక్రియ! అది, ఒక్క అమావాస్యనాడే చేస్తాను, అన్నిరోజులూ చెయ్యను! ఇలాంటివి — అమావాస్య ముందరి తిధి 'చతుర్దశి' ఎప్పుడైతే అర్ధరాత్రికి ముందుగా అంత్యమౌతుందో — సరిగ్గా అలాంటి ఘోర-నిశిరాత్రి, అంటే చతుర్దశీ-అమావాస్యలు కలిసే 'కాళరాత్రి' 'సంగమ-కాలం'లోనే ఈ స్మశానంలోని

భూత భేతాళశక్తులు విజృంభిస్తాయి! అప్పుడే వాటిని ఆహ్వానించి 'ఆవాహన' చెయ్యడం సాధ్యపడుతుంది! కాని, అది చూడాలంటే ఎంతో గుండెబలమూ, ధైర్యం కావాలి. చాలామంది ఈ తాంత్రికప్రక్రియలో దిగి పిచ్చివాళ్ళైపోయినవారూ మతిభ్రమించి యావజ్జీవం సంకెళ్ళతో బంధించబడి జీవితమంతా ఏకాంతంలో గడుపుతున్నవాళ్లూ, వున్నారు! మనస్సు దిటవులేకపోతే వాటికన్నిటికీ — మీదే బాధ్యత! ఇవన్నీ తెలిసి కూడా మీరు "ఛోడ్"-తాంత్రికప్రక్రియ — చూడాలని కోరుతున్నారా?" — అన్నాడు.

"అందుకే గదా! ఈరోజు అర్ధరాత్రినుంచే అమావాస్యకదా అని మేం ముందే లెక్కించుకొని మా ప్రయాణాన్ని ఈరోజుకు కుదిరేలాగా ఏర్పరచుకున్నాం" అన్నాడు నికోలాస్ రోరిక్ మహాశయుడు. అతడు అదంతా విన్నాక — "సరే! మీఇష్టం! చూడండి! అంతా ఇక్కడే నిలబడి" — అని తన పనిలో తాను మునిగిపోయాడు! ఒక గంటసేపు విశ్రాంతిగా వేచి వుండమని తాను తన పూజాప్రయత్నాలు ఆరంభించాడు.

చుట్టూరా నిశ్శబ్దం — కీచురాళ్ల రొద వినవస్తోంది. ఓ గంట గడిచింది! అర్ధరాత్రి కావస్తోంది. దూరంనుంచి నక్కలు కెవ్వుమని ఊళ పెడుతున్నాయి. స్మశానం సరిహద్దున చెట్టుమీదనుంచి రాబందులూ, గుడ్లగూబలూ వికృతంగా అరుస్తున్నాయి — రాబోయే తాంత్రిక కార్యక్రమం కోసం ఎదురు చూస్తున్నట్టుగా!

ఇంతలో — ఎవరో గొల్లున ఏడ్చిన శబ్దం! ఏడుస్తూ ఓవ్యక్తి ఆవెంట ఐదారుగురు మనుషులూ ఒక శవాన్ని మోసుకునివచ్చి కింద

పెట్టారు! చాలాసేపు అలా గుండెపగిలేలా — బంధువులు విలపించాక ఆ శవానికి చెయ్యాల్సిన కర్మకాండ జరిపించి, మంత్రాలు, పూజలు పూర్తిచేసి — ఆ శవానికి భారతీయ సాంప్రదాయం ప్రకారం ఎత్తుగా కట్టెలుపేర్చి ఓ చితిని అమర్చారు — శవంపైన కట్టెపుల్లలు గుట్టగా పోగుపెట్టి!

అందులో ఒకరు శాస్త్రోక్తవిధిలో మండుతున్న కొరకంచుతో ఆ శవానికి, తలకు నిప్పంటించారు. నిముషాలమీద మంటలు జ్వాలలుగా రెచ్చిపోయి చితి అంతా చంద్రనిప్పులతో సెగలుకక్కుతూ మండిపో సాగింది! అలా ఒక గంటసేపు వేచివుండి — విచారంతోనే వెనక్కి తిరక్కుండా మిగిలిన బంధువులు ఇంటిదారి పట్టారు.

మరో అరగంట దాటింది! చితిలోని మంటలు నిప్పుకణికలుగా మారి శవం — కపాలంపేలిన "ఠఫ్" మన్న శబ్దంతో నిప్పులు పైకెగిరి పడ్డాయి!

అప్పుడు లేచాడు — తాంత్రికపూజలు చేసే ఆ సాధువు! ఆ శవాన్ని కాలబెట్టే చితిలోంచి మండుతున్న ఓ కాలితొడని తీశాడు! దానిని భుజంమీద గదలా పెట్టుకుని మైదానం మధ్యకు తీసుకునివెళ్ళి ఓ వేదికమీద పెట్టి — అగ్నిస్థాపన మంత్రాలు గట్టిగా చదువనారం భించాడు చితుకులు కుప్పగా పోసి ఆమంట ఆరిపోకుండా చూస్తూ రాజుకునేలా చేస్తే నిముషాలమీద పెద్ద-మంటరాజుకుంది!

అప్పుడా సాధువు లేచి ఓ చిన్న రేకుడబ్బాలోంచి నల్లటి బొగ్గుపొడి, తెల్లటి ముగ్గూ, ఎర్రటి కుంకుమా, పసుపుపొడీ — తీసుకుని ముందుగా

బొగ్గుతో ఒక అష్టదళపద్మం వేశాడు, ఎనిమిది దిక్కులకూ ఎనిమిది కోణాలు ఏర్పాటుగా వుండేలా! దానిపైన ఐమూలగా పసుపుతోనూ, దానికి ఐమూలగా — ఈశాన్య, నైఋతి కోణాలకు వంగివుండేలాగ కుంకుమతోనూ ముగ్గులువేశాడు!! దానికి రెండుపక్కలా — తెల్లని ముగ్గుతోనూ, నల్లని బొగ్గుపొడితో రెండుపాములను — చిత్రించాడు! దానిచుట్టూ మండలాకారంగా అన్నిరంగులతోనూ ముగ్గులావేస్తూ ఆ ముగ్గులతో ఓ "యంత్రం" లాంటిది, వేశాడు! దానిమీద టిబెటన్ భాషలో ఏవో బీజాక్షరాలు వ్రాసి ఆ రెండుపాముల తలలపైనా రెండు దీపారాధనలు పెట్టి, వెలిగించాడు!

ఆ దీపారాధన ఓ మనిషి కపాలంలోని ఒక ఎముకను ప్రమిదలా చేసి మనిషికొవ్వుతో దాన్ని వెలిగించాడు.

"కాలభైరవుడి!" కరాళనృత్యం - "ఛోడ్!"

అలా నాలుగువైపులా దీపాలు వెలిగించాక, వాటిమధ్యన ఒక్కొక్క నిమ్మకాయకూ పసుపూ, కుంకుమా అద్ది మంత్రించిపెట్టాడు. ఆపైన దూరంగావున్న తన గుడిసెవంటి కుటీరానికి వెళ్ళి ఒకపెద్ద తాటిమట్ట వంటి మనిషి తొడఎముకను తెచ్చాడు. దానితో గుండ్రంగా అప్రదక్షిణగా తిప్పుతూ మంత్రాలు చదువసాగాడు. 'ఓం రక్త చాముండాయై నమః', 'హ్రీం స్మశాన భద్రకాళ్యై నమః', 'ఓం ఠం ప్రత్యంగిరాభూతధాత్ర్యై నమః', 'ఓం హ్రీం కపాల మాలికాయై నమః', 'ఓం ఠం వనదుర్గాయై నమః', 'ఓం హ్రీం స్మశాన మాతంగియై నమః' అంటూ ఉగ్రమైన బీజాక్షరసంపుటితో భయంకరమైన క్రోధదేవతలను ఆవాహనచేస్తూ పూజకు ఉపక్రమించాడు.

ముందుగా చర్మాసనం తీసి దక్షిణదిక్కుగా పరచి పద్మాసనంలో కూర్చున్నాడు. సాహసయాత్రికులం పరిశీలనగా చూసి అది మనిషిశవం నుంచి వొలిచి తీసిన చర్మమని తెలిసి, జడుసుకున్నాం! ఆ శవానికి తీసిన చర్మానికింకా — ఒకపక్క జుట్టూ, నాలుగుపక్కలా కాళ్ళూ, చేతులూ పులిచర్మానికిలాగే కనిపిస్తున్నాయి! ఆ చర్మాసనంమీద కూర్చుని — కొబ్బరిచిప్పలాంటి మనిషి పుర్రెలో పట్టిన రక్తాన్ని తన ముందుంచుకుని జపమాల తీసి మెడలో వేసుకున్నాడు.

"అది మామూలు జపమాల లాగా లేదే?" — అంటూ మేఘనాథ్ సాహా, శ్రీనివాసచక్రవర్తి పరిశీలించి తమ సందేహాన్ని వెలిబుచ్చారు. చార్లెస్ బెల్ జేబులోంచి తన బైనాక్యులర్స్ తీసి పరిశీలనగా చూస్తూ "మైగాడ్! అది మరణించిన మనుషుల దంతాలన్నీ పూసలుగా గుచ్చి తయారు

చేసిన జపమాల!" అన్నాడు, ఆదుర్దాగా పైపును వెలిగిస్తూ! ఇంతలో ఆ మాంత్రికుడు తటాలున లేచి కాలుతున్న చితిలో చెయ్యిపట్టి గుప్పెడు బూడిద తీసి నుదుట అడ్డంగా నాలుగురేఖలు దిద్దుకుని — అదే బూడిదతో ఛాతీమీదా చేతులమీదా అడ్డబొట్టులాగ పెట్టుకున్నాడు. ఆతరువాత లేచి నిలబడి తానుకట్టుకున్న అంగవస్త్రం చింపిపారేశాడు. లోపల ఎర్రటి లంగోటీమాత్రం కనిపిస్తోంది! భుజంపైనుంచి జందెంలాగా వేలాడుతున్న తాడుకు కట్టిన కొమ్ముబూరా తీసి ఓ పెద్ద గర్జనలాగా నాలుగుదిక్కులకూ పూరించాడు ఆ శబ్దానికి. ఒక్కక్షణంలో స్మశానం నాలుగువైపులా వున్న చెట్లమీదినుంచి రాబందులూ, గుడ్లగూబలూ, పక్షులూ సందడిగా ఎగిరి అతడిముందున్న శవంచుట్టూ వాలాయి!

అతడు, పెద్దకంఠస్వరంతో అరుస్తున్నట్టుగా మంత్రాలు చదువుతూ మరణించినవారి ప్రేతాత్మలను పిలుస్తూ ఆహ్వానించసాగాడు. క్రమంగా లేచి నిలబడి ఆవేశంతో వూగిపోతూ తాండవనృత్యం చేస్తున్నాడు. అర్ధరాత్రి అయింది. నక్కలు పెద్దగా కూస్తూ శవంకోసం చుట్టూచేరాయి! అతడి తాండవనృత్యం మరింత వేగం పుంజుకోసాగింది. కళ్ళు ఎర్రగా, చింత నిప్పుల్లా, భయంకరమైన క్రోధంతో ఒక పిచ్చికళతో వికృతంగా ప్రకాశించాయి! ఇంతలో ఆ తాంత్రికునిచుట్టూ అన్నివైపులనుంచీ వికృతమైన అరుపులూ, పిశాచపు కేకలూ, ఏడుపులవంటి వికృతమైన కీచుమన్న అరుపులూ వినిపించాయి! అతడుమాత్రం వాటిని చూడనట్టే అన్నివైపులా ఎగురుతూ అల్లిబిల్లిగా గుండ్రంగా తిరుగుతూ తాండవనృత్యం చేస్తున్నాడు. మధ్యలో కపాలం (పుర్రె) లోని రక్తం తీసి తాగాడు. కొంత తన ఒంటికి పూసుకున్నాడు — అలా తాండవనృత్యం చేస్తూనే, మరికొంత

తాంత్రిక-కాలభైరవ-తాండవం "ఛోడ్"

సేపటికి ఓ తాటికాయలోంచి కల్లుతీసి ఐదారుగుక్కలు తాగాడు. ఎడమచేతితో మనిషి తొడఎముకను అపసవ్యంగా తిప్పుతూ భరత నాట్యం చేసేవారికంటే వేగంగా అడుగులు వేస్తూ లయబద్ధంగా

మంత్రాలు చదువుతూ, తన శరీరంమీద తానే కొట్టుకుని, రక్తంవచ్చేలాగా గాయంచేసుకుంటూ దానిని భూతాలకు బలిగా వేస్తున్నాడు!

"ఆం! హ్రీం! హ్రూం!"

అంటూ పెద్దగా రంకెవేసి అరిచి పులిగోళ్ళవంటి కత్తులతో తన డొక్కచీరుకుని పొడుగాటి రబ్బరువంటి పేగులను లాగి, బలివేస్తున్నట్లుగా తనచుట్టూ విసరసాగాడు! అతడి చేతులూ, పొట్టా అన్నీ అతడి రక్తంతోనే తడిశాయి. అయినా అతడికేమీ తెలిసినట్టు లేదు. ఇంకా ఇంకా గద్దిస్తూ, హూంకరిస్తూ తన చుట్టూరావున్న అదృశ్యశక్తులను రెచ్చగొడుతున్నట్లుగా వాటిమీదకి దుముకుతూ — వాటికి ఆహారం వేస్తున్నట్లుగా తన శరీరం లోని మాంసం ముక్కలు ముక్కలుగా కోసి విసిరివేయసాగాడు. దాంతో మా సాహస యాత్రీకుల బృందానికి కళ్ళుతిరిగిపోయాయి! చూస్తున్న దృశ్యాన్ని ఇక తట్టుకోలేని పరిస్థితి ఏర్పడింది. అదుర్దాగా ఒకరివంక ఒకరు చూసుకున్నాం, ప్రశ్నార్థకంగా! — "మనమిక్కడినుంచీ వెళ్ళి పోదామా బ్రదర్!" అంటూ ముందుగా పాటియాలా మహారాజు ఇతర మిత్రులను ప్రశ్నించాడు.

"ఇంకా ఇక్కడేవుండి చూసేందుకేమి వుంటుంది? — ఈ పిచ్చి వాడు ఇలానే అరుస్తూ తనను తాను నరుక్కుని, పీక్కుని ముక్కస్య ముక్కా చీల్చి, హింసించుకొని మరణిస్తాడు. అతడిని చూస్తుంటేనే కడుపులో దేవినట్టు వికారంతో తలతిప్పుతున్నట్టుగా వున్నది. తలతిప్పు వచ్చి మనం వికారంతో కిందపడినా పడిపోవచ్చు" అన్నాడు రష్యన్ పరిశోధకుడు ఔస్పెన్‌స్కీ. రెండువేళ్ళతోనూ తన కళ్ళను గట్టిగా నొక్కు

కుంటూ! చిత్రకారుడు నికోలస్ రోరిఖ్ తన తల అడ్డంగా విదిలిస్తూ, "ఛీ ఛీ! నాకళ్ళు చీకట్లు కమ్ముతున్నాయి. ఇదంతా ఏమిటో? ఒక భయంకరమైన ఏకాంతంలో గీమంటున్న ఈ దిక్కుమాలినచోట ఈ స్మశానంలో వచ్చిపడ్డాం! మనలాంటివారికిది చోటుకాదు" — అంటూ రెండడుగులు వెనక్కివేసి తన వీపున వ్రేలాడుతున్న సీసానుంచీ గటగటా నాలుగు గుక్కలు మంచినీళ్ళు తాగాడు. మిగిలినవాళ్ళు ఎవరం మాట్లాడే స్థితిలో లేము! ఎవరి సామానుబ్యాగులమీద వాళ్ళు కూర్చుండి టోపీలు ముఖంమీదకు దించుకుని, తమ మట్టుకు తాము — భయంతో విచారంతోనూ తలపట్టుకు కూర్చున్నారు — "ఎప్పుడు అయిపోతుందా? ఈ 'భయంకర మారణహోమం' అనుకుంటూ.

"చివరికి ఇతడు ఇలాగే చస్తాడా ఏమిటి? దేవా! మనమీదకి ఇతని హత్యానేరం రాదుకదా?" అన్నాడు తన పైపును వెలిగిస్తూ, అపరాధ పరిశోధకుడు చార్లెస్ బెల్.

"మీరెంతసేపూ నేరాల గురించీ అపరాధాలగురించీ ఆలోచిస్తా రేం" అన్నాడు జగదీష్ చంద్రబోస్ నవ్వుతూ — "ఇదేదో తాంత్రికుల హోమంలా వున్నది! మా బెంగాల్‌లో 'అఘోరీలు' అని కొందరు కలకత్తా వద్ద కాళీఘాట్‌లో ఇలాంటి వికృతమైన తాంత్రికకాండలేవో జరిపిస్తారని విన్నాను! కానీ ఇలా ఎన్నడూ చూడలేదు. తలతిరుగుతున్నది" అంటూ వెనుక గోడకానుకుని నిలబడ్డాడు.

"చూశాంగా! ముచ్చటతీరిందా? అందరికీ చెప్పవచ్చు, మనం చూసిన ఈ వైభవాన్ని!" అంటూ మరో బెంగాలీశాస్త్రవేత్త మేఘనాధ్‌సాహా

వెటకారంగా నవ్వాడు. కానీ ఎవరూ ఆ జోకును ఆస్వాదించే స్థితిలో లేరు.

ఇవేమీ పట్టించుకోకుండానే ఆ తాంత్రికసాధువు మైకంలాంటి తన్మయత్వంలో భరతనాట్యంలాంటి తాండవనృత్యంతో తనచుట్టూ తానే తిరుగుతూ, శివతాండవంలా చేస్తున్నాడు మరింత వేగంతో! — 'హూ! హా!' అంటూ కరాటేవారు గర్జించినట్టుగా అరుస్తూ మధ్యలో చెంగున ఆకాశంలోకిఎగిరి ఎవరో కనిపించని శత్రువుపైకి కత్తి విసిరినట్టు విన్యాసాలు చేస్తూ, ఎడమచేతిలో ఎండిపోయిన మనిషి తోలు డాలు అడ్డం పెట్టుకుని చెంగున వెనక్కిదూకి శత్రువు దెబ్బకాసుకున్నట్టూ, ఏవేవో చిత్రవిచిత్రమైన విన్యాసాలు చేస్తున్నాడు! ఇలా కొంతసేపు — ఎంతసేపు జరిగిందో ఎవరికీ గుర్తులేదు! కానీ ఎంతో జరిగాక, దూరాన ఆ స్మశానం లోనే ఒక మూలపడివున్న తెల్లని మాసినగుడ్డ వంటిది, తాంత్రికుడి కంట బడింది. దానితో అతడు అటువేపు పరిగెత్తిపోయి ఎడమచేత్తో ముసుగులా వున్న ఆ గుడ్డను లాగి విసిరి దూరంగా పారేశాడు.

ఆశ్చర్యం! మావారెవరూ ఇంతవరకూ గమనించలేదు. అక్కడ దూరంగా స్మశానం అంచున ఒక మధ్యవయస్కురాలైన స్త్రీ — గొంతు క్కూర్చుని వుంది! ఆమె తలపై కప్పివున్న ఆ గుడ్డవల్ల వారెవరూ ఆమెఉనికినే గమనించలేదు. ఈ ఘోరతాంత్రికుడు తటాలున ఆవిడ తలపై ముసుగును లాగగానే ఒక్కసారిగా ఊపిరి ఆగిపోయి అందరూ భయపడ్డారు — 'ఈ దుర్మార్గుడు ఆమెనేం చేస్తాడో!' అని.

అలా మేము అట్టేసేపు ఎదురుచూడకుండానే తెలిసింది —

ఏంచేస్తాడో! తటాలున ఎగిరి ఆ స్త్రీపక్క దూకి ఆమె జుట్టును దొరక బుచ్చుకున్నాడు — బరబరా ఆమెనలా ఈడ్చుకునివస్తూ, నిమ్మకాయ లంతేసి కనుగుడ్లు — ఎర్రజేసి, క్రోధంతో ఉరిమినట్టుగా ఆమెవైపు చూసి — ఆమెచుట్టూ భయంకరంగాగెంతుతూ ఒళ్లుగగుర్పొడిచే విలయ తాండవం చేశాడు! ఈ విన్యాసాలకు ఆ మహిళ కప్పుకునివున్న చాలీ చాలని దుప్పటివంటి వస్త్రం తొలగిపోయింది! అప్పుడు గమనించాం!!! ఆమెకు ఒంటిపైన నూలుపోగైనా లేదని! పూర్తి దిగంబరిగా భయపడుతూ నిలబడింది — తలవంచుకుని!

ఈ తాంత్రికుడు ఎగిరి, ఆమెను జుట్టుపట్టి బరబరా ఈడ్చుకు వచ్చాడు. ఎర్రగా సగంకాలుతూవున్న శవందగ్గర ఆమె ఆశ్చర్యంతోనూ, భయంతోనూ బిక్కచచ్చిపోయి మాటకూడా పడిపోయిందానిలాగా ఉలుకూ పలుకూ లేకుండా అలా నిలువుగుడ్లతో చూస్తూ నిలుచుంది.

మరుక్షణమే తాంత్రికుడు శవం కాలుతున్న చితిపక్కనే వున్న మనిషిపుర్రెను తీసి అందులోంచి ఒక్కఊపుతో ఆమె నోట్లోకి త్రోసి తాటికల్లు తాగించాడు. ముందుగా ఆమె తుళ్ళిపడినట్టు ఉలిక్కిపడి రెండుచేతులూ పైకెత్తి వద్దంటున్నట్టుగా అడ్డంపెట్టింది. కాని, ఆమె ప్రయత్నం ఏమాత్రం ఫలించలేదు. ఆమెకు పొలమారేదాకా తాంత్రికుడు ఆమె గొంతులోకి సారకాయబుర్రను మళ్లీ, మళ్లీ తోసి అలా అయిదారు గుక్కలు మింగించాడు. దీనంగా మూలుగుతూ ఆమె కళ్ళుతేలేసినట్లు నీరసంగా సోలిపోసాగింది. ఏంచేస్తుంది పాపం?"

మా సాహసయాత్రికుల బృందం ఇక చూస్తూ ఊరికేవుండి ఆమె

పైన దుర్మార్గాన్ని భరించలేకపోయాం — "బ్రదర్! ఈ చూసిందిచాలు! ఈ దుర్మార్గుడిని ఇప్పుడే షూట్ చేద్దాం తరువాత ఏమిజరిగితే అది జరుగుతుంది!" అంటూ పులివేటగాడు జిమ్‌కార్బెట్ తన తుపాకీని లాగి, తాంత్రికునివైపు గురిపెట్టి నిలబడ్డాడు. మరుక్షణమే పాటియాలా యువ రాజా, రష్యన్ రాయబారి నోటోవిచ్‌లు కూడా తమ తూటాలను దట్టించి సిద్ధంగా నిలబడ్డారు. ఇంతలో మెరుపు మెరిసినట్టు ఎవ్వరూ ఊహించని ఆశ్చర్యం జరిగిపోయింది.

తాంత్రికుడు భయంకరంగా 'హ్రీం', 'హ్రూం' అంటూ గర్జించి, ఆ స్త్రీ రెండుకాళ్ళూ పాదాలదగ్గర దొరకబుచ్చుకుని మెరుపులా ఆకాశంలో గిరగిరా తిప్పి నేలకేసికొట్టాడు, టెంకాయను పగులగొట్టినట్లు. జడిపించే ఆ భయానక దృశ్యాన్ని చూడలేక క్షణం కళ్ళుమూసుకున్నాం అందరం! కొన్ని సెకన్ల తరువాత కళ్ళుతెరిచాక — అతడు నేలకేసికొట్టిన స్త్రీ కనిపించలేదు. ఆమె కాళ్ళుపట్టి తిప్పి నేలకేసి కొట్టిన చోట ఓ వెలుగు వెలిగి భగ్గున జ్వాలవంటిది మండింది. ఎఱ్ఱటి పొగ గంధకం, గుగ్గిలం కలిసిన వాసనతో గుప్పుమంది — స్మశానంలోని ఆకాశమంతా వ్యాపించి! ఏం జరుగుతోందా అని ఆశ్చర్యంతో ఓరగా చూసిన మా బృందానికిది ఊహించని ఆశ్చర్యం! — ఆ స్త్రీ ఎక్కడా కనిపించలేదు! ఆమె శవమూ కనిపించలేదు. ఆ పొగమంటలో అన్నీ మాయమై పోయాయి — తాంత్రికుడూ లేడు!

అక్కడ మధ్యలో అతడు ముగ్గుతోవేసిన అష్టదళపద్మం మధ్యన ఒక దివ్యపురుషుడు నిలబడివున్నాడు! ఆయన మనిషిలాగ కనిపించ లేదు, తలకు జుట్టుముడి, రుద్రాక్షలు పూసలవలే తలకి కట్టివున్నాయి.

అరే! ఆశ్చర్యం! ఆయనకు నాలుగువైపులా తలలూ! చుట్టూరా అరటి గెలలవలే ఎనిమిది బాహువులూ! ఎక్కడో దూరాన్నుంచీ శంఖ ధ్వనీ, మరుక్షణమే గుప్పుమని దివ్యపరిమళాలు, సుగంధపు వాసనలు సర్వత్రా వ్యాపించాయి. ఆయన కుడివైపున్న నాలుగుచేతులలో త్రిశూలం, ఢమరుకం, శంఖం వంటి దివ్యాయుధాలున్నాయి. ఎడమచేతిలో తాళ పత్రాలూ, స్ఫటిక జపమాల, జంట తామరపద్మాలూ వున్నాయి! ఆయనకు నాలుగుదిక్కులా వెనుకగా నాలుగు తెల్లటికుక్కలు నిలబడివున్నాయి!

"మై గాడ్!" ఆశ్చర్యంతో పొలికేక వంటిది పెట్టాడు అపరాధ పరిశోధకుడు చార్లెస్ బెల్ — మోకాళ్ళపై కూర్చుంటూ! ఇంగ్లీషులో "ఇతడు తాంత్రికుడు కాడు! మనం అన్నట్లు అఘోరీకూడా కాడు. ఈయన **దత్తాత్రేయ ప్రభువు!**" అంటూ — "He is Lord Dattatreya ! — I know it from Pictures of this God !" అంటూ ముందుకు పరుగెత్తబోయాడు. మిగతా మిత్రులందరం బలవంతాన అతడి కోటు కాలర్ పట్టుకుని ఆపాము; ఇంకా ఏంజరుగుతుందో అనుకుంటూ.

మరుక్షణమే పెద్ద శంఖధ్వని! దిక్కులు మారుమ్రోగేలా ప్రతిధ్వనించింది. వెనుకనుంచీ ఏవో మంత్రాలు స-స్వరంగా, వేదమంత్రాలు చదువుతున్నట్టుగా శ్రావ్యంగా వినిపించసాగాయి.

అదే క్షణంలో సర్వమూ శూన్యం! అక్కడచూస్తే మళ్లీ ఎవరూ లేరు — ఖాళీ స్మశానం మాత్రమే వుంది! పక్కనే కాలుతున్న శవం అలాగే మండుతున్నది!! అలా పదినిముషాలు నిలబడి అందరం నెమ్మదిగా తేరుకుని మావీపులకి తగిలించుకున్న ఫ్లాస్కులుతీసి వేడివేడి కాఫీ తాగి

నెమ్మదిగా వెనక్కు ప్రయాణం కట్టాము — లామాసరీవైపు! "ఈ వింతనూ, దాని రహస్యాన్నీ ఎలాగైనా ఛేదించాలి! ఈ చిక్కుముడిని విప్పాలి!" అనుకుంటూ...

26

నా విద్యాభ్యాస రహస్యాలు!

ఒక వారంరోజులలోపల మా లామాసరీలో పెద్దవారైన పీఠాధిపతులు, పరమాచార్యులు, మింగ్యోర్-గదినుంచి నాకు పిలుపు వచ్చింది. ముదురు నీలం బురఖావంటి అంగీ ధరించి లామాసరీ లోని వార్తలు తెచ్చేవాడు — ఆయాసపడుతూ, రొప్పుతూ, పరిగెట్టుకుంటూ వచ్చాడు మాతరగతి పాఠాలుచెప్పే లామాగారివద్దకి.

వస్తూనే పరమగురువులు కబురు పెట్టినట్లు — "ఉన్నపళంగా వెంటనే రావాలని సందేశం" అందించి — గిరుక్కున వెనుతిరిగి

మెరుపులా అంతే వేగంతో మాయమయ్యాడు. ఒక క్షణకాలం మాతరగతి విద్యార్థులంతా నావైపు ఆశ్చర్యంగాను, కుతూహలంగానూ, చూసారు.

"మన విద్యార్థి లోబ్‌సంగ్ (Lobsang) ఏదో పెద్దనేరమే చేసి వుంటాడు! లేకపోతే మన పెద్దగురువుగారి దగ్గరనుంచి అలా "తక్షణమే రమ్మని" ఆజ్ఞాపించడం ఎలా జరుగుతుంది? అనుకుంటూ విద్యార్థులంతా గోలగా చర్చించుకో సాగారు.

"ష్!! నిశ్శబ్దం! అందరూ నిశ్శబ్ధంగా వుండాలి!" అంటూ మా పాఠశాల గురువుగారు చేతిలో బెత్తంతో ముందువున్న టేబుల్‌వంటి పీఠంమీద కొట్టి చప్పుడుచేశాడు. మరుక్షణంలో అంతా నిశ్శబ్ధం! నేను చేతులుకట్టుకుని నిలబడివున్నాను ఆయన పర్మిషన్ కోసం. నాతరగతి ఉపాధ్యాయుడు ఇలాఅన్నాడు; "ఓ చిరంజీవి లాబ్‌సంగ్ (Lobsang) రాంమ్‌పా? నీకు నా ఆశీస్సులు. నీ చురుకుదనం మన తరగతిలోని విద్యార్థి లామాలందరిలోకీ నీకే ఎక్కువ స్థాయి వుందని తెలిసి నీకు రెండుసంవత్సరాలు ఈ నా తరగతిలోంచి గెంటుతూ — నిన్ను పైతరగతిలోకి బదిలీచేశారు. నీవు రేపటినుంచి నేరుగా పెద్దగురువుగారి వద్దనుంచే విద్యాభ్యాసమూ, శిక్షణా పొందాలి!" అన్నాడు నన్ను ఆశీర్వదిస్తూ. తక్షణమే తేలుకుట్టిన దొంగల్లా నిశ్శబ్దంగా ఊరు కోవడమే మాతరగతి విద్యార్థులవంతు.

నేను లేచినిలబడి మా తరగతికి బోధించే గురువులకు మూడు సార్లు సాష్టాంగ నమస్కారంచేసి నా రెండు చేతులతో కుడిచేత్తో ఎడంచెవీ — ఎడంచేత్తో కుడిచెవీ పట్టుకుని వినయంగా శెలవు తీసుకున్నాను. ఆరోజునుంచీ పరమగురువు, పీఠాధిపతి మింగ్యోర్ లామావారివద్ద

నేరుగా నాకు పాఠాలు, శిక్షణాతరగతులూ మొదలయ్యాయి. మాకు ఉత్సాహం, ధైర్యం మరింత బలపడినాయి వారి ప్రోత్సాహంతో.

ఆరోజునుంచీ నాకు ప్రత్యేక శిక్షణ మొదలయ్యింది. అందరికీ బోధించే చిన్నతరగతి పాఠాలు వదిలేసి నాకు ప్రత్యేకించిన — జ్యోతిషం, మూలికావైద్యమూ, రోగాలను గుర్తించడం, రోగులకు చికిత్సచేసే విధానం గురించిన తరగతులు ప్రారంభించారు.

ఎదురుగా గోడమీద చిత్రంలో మనిషి శరీరం బొమ్మవేసి దాని లోపల అవయవాలన్నీ ఏది ఎక్కడ వుంటుందో ఫోటోలాగ చిత్రించి వున్నాయి. మనిషిలోని మెదడు దాని భాగాలు, తలలోపలి నరాలు — అవి కన్ను, ముక్కు, చెవి, నాలుక, చర్మమూ వంటి భాగాలకు — నరాలు ఎలాగ వ్యాపించివుంటాయో అంతాకూడా ఆ చిత్రంలో చూపించివున్నది.

అలాగే మనిషి హృదయం దాని భాగాలు; గుండెనుండి మర్రి ఊడలలాగ, కొమ్మలు కొమ్మలుగా వ్యాపించివుండే రక్తనాళాలు శరీరం లోని భాగాలకు ఎలాగ విస్తరించివుంటాయో అంతా వివరంగా బొమ్మలో చూపించారు. ఊపిరితిత్తులు, కాళ్ళు, పొట్ట, చేతులు, మలమూత్ర విధానం, గుండె కొట్టుకొనే క్రమం — చేతిలోని నాడి పరిశీలించే పద్ధతి అన్నీ వివరంగా చిత్రంలో ఫోటోలాగ చూపించారు. అది చూడగానే అర్థ మయ్యింది నాకు ఆరోజునుంచి ప్రత్యేకమైన వైద్యశిక్షణలో — "శరీర నిర్మాణం, అంగాలు, అవయవాల గురించిన బోధన ప్రారంభమయి నట్టు. నెలరోజులపాటు వైద్యగురువులు టిబెటన్ ఆయుర్వేద భిషక్కులు

నాకు ప్రత్యేకశిక్షణ నిచ్చారు. ఆతర్వాత మా లామాసరీలోని — "వైద్యపు లామాలు శిక్షణపొందే విభాగానికి ప్రధానగురువైన గురువు మహా కాశ్యపునివద్ద నా తరగతులు ప్రారంభించారు. ఆయన యోగశాస్త్రంలో సిద్ధహస్తుడు. ప్రత్యేకించి మనలోని జీవాత్మ యోగదృష్టితో చూస్తే తేజస్సుతో వెలుగుతూ ఎలా కనిపిస్తుందో — దాని స్పందనతోనే మనిషి శరీరంలోని మెదడూ, గుండెకొట్టుకోవడమూ, ఊపిరితిత్తులయొక్క శ్వాసక్రమము, నాడీమండలంలో నాడీస్పందన, ఆయన యోగదృష్టితో పరిశీలించిన పరమాచార్యుడుగా టిబెటన్ వైద్యంలో ధన్వంతరి అంతటి వాడని పేరుపొందిన సద్గురువు, యోగి కూడా.

ఆయన తరగతుల్లో మనిషియొక్క సూక్ష్మశరీరం, కారణశరీరం, జీవాత్మ దానియొక్క స్వరూపం, వెన్నుముక, వెనుకనే వ్యాపించివుండే ఇడా, పింగళ, సుషుమ్నానాడులు, ఇంద్రధనుస్సు రంగులతో వెలిగే షట్ చక్రాలు అనబడే యోగచక్రాలు వాటిగురించి బోధించారు. ఈ విష యాలు అందరి విద్యార్థులకి చెప్పరు — ఉన్నత లామాస్థాయికి ఎదిగే ప్రత్యేక జన్మకలిగిన, పవిత్రఆత్మ కలిగినవారికే ఇలాంటి బోధన ఇస్తారు.

ఆయనవద్ద ప్రతీరోజూ నాశిక్షణ ఎంతో ఆసక్తిగాను, ఉత్సాహం గాను సాగాయి! దానికి కారణం ఆయన నాకు ఇచ్చిన స్వేచ్ఛ. "చిరంజీవీ! లాబ్‌సాంగ్! నీవు ఏ సందేహమైనాసరే సంకోచించకుండా, నిస్సందేహంగా అడగవచ్చు! నీ సందేహం పూర్తిగా నివారణ అయ్యేదాక నీ మనస్సులో ఉదయించే ప్రశ్నలను అణుచుకోకుండా అడుగు! దీనిని మన టిబెటన్‌భాషలో "పరిప్రశ్న" అంటారు." దాంతో నాకు అపూర్వమైన స్వాతంత్ర్యము లభించినట్లు అయ్యింది.

II

సంగ్రహంగా ఒక్కమాటలో చెప్పాలంటే ఇప్పటి మానవుడు భూమి మీద జంతువులనుండీ పరిణామంతో పుట్టలేదు! అతడు విశ్వాంతరాళం నుండి కాంతినిమించిన వేగంతో ప్రయాణించే 'దేవతలు' అనబడే విమానాలలో ప్రయాణించే 'బుద్ధిజీవుల' సైన్సు ప్రక్రియలద్వారా ఇప్పటి 'క్లోనింగ్'-వంటి విధానంతో మనిషియొక్క జీవకణాలు సృష్టించబడ్డాయి! మొదట్లో చేసిన ప్రయోగం ఫలితంగా పుట్టిన మానవజాతి తక్కువ బుద్ధిబలంతోనూ, ఎక్కువ శరీరబలంతోనూ వుండేవారు! మీరడిగిన ప్రశ్నకు సమాధానం ఇక్కడ లభిస్తుంది. ప్రాచీన టిబెటన్‌లో వాయవ్య దిశగాగనక ప్రయాణిస్తే ఎత్తైన హిమాలయపర్వత పీఠభూములనుంచి, ఇప్పటి "హిందూ-ఖుష్" కనుమలద్వారా వెళితే ఎత్తైన గుహలవంటి మకరతోరణాలతో ఆదిమమానవుడి "నమూనా"-విగ్రహాలు కనిపిస్తాయి! అవి సుమారు 20-అడుగుల ఎత్తువుండి 'మానవజాతి — ప్రథమసృష్టికి' చెందిన రూపాలు దాచబడ్డాయి! 'బామియా' (Bamiya) అనేచోట గుహ లలో!

ఆతరువాతగా జరిగిన ప్రక్రియల ఫలితంగా తయారైన మానవ జాతి 15 నుండి 12 అడుగుల ఎత్తుండేవారు! మూడవ ప్రయోగం ఫలితంగా సృష్టి ఐవచ్చిన మానవజాతి ఇప్పటి ప్రస్తుతం జీవిస్తున్న మానవులకి పూర్వీకులు!! ఈ గుహలలో వుండే శాసనాలు చదివితే అపుడు నేచెప్పిన మొదటివిషయం — మానవసృష్టి ఈ హిమాలయ పర్వతాలలో జరిగిందన్న సంగతి రూఢిఅవుతుంది. దీనికి గుర్తులుగా

కొన్ని చిన్నమణులు ఇప్పటికీ కనిపిస్తాయి. మానవ మేధస్సును సృష్టించిన కలశంవంటి పాత్రలో జీవకణాలు పెంచానన్నానే ఆ కలశంపేరే "బ్రహ్మ కపాలం!" అంటే బ్రహ్మదేవుడు మానవజాతియొక్క మేధస్సును రూపొందించిన పవిత్రక్షేత్రమే ఈ 'బ్రహ్మకపాలం!' 'బ్రహ్మ' అనగా మేధస్సు అన్న సంగతి మీకు తెలుసుగదా?" — అన్నాడు 'లామా' మహాశయుడు.

'కలశం'లో "సృష్టి"-చేశారంటున్నారే! దీనికేదైనా సాక్ష్యాధారాలు లభిస్తాయా మన ప్రాచీన మతాలలో ఎక్కడైనా?" అంటూ ప్రశ్నించాడు జగదీశ్చంద్రబోస్.

"జగదీశ్‌బాబూ! మీరూ, సాంప్రదాయ పరాయణులైన బెంగాలీ బ్రాహ్మణులుగదా! మీలో అనేక శుభకార్యాలలో పురోహితులు పూజలు నిర్వహిస్తారుగదా మీకు తెలిసేవుంటుంది! అందులో మొదటిగా చేసే పనేంటి?" — అన్నాడు 'లామా'...

"కలశపూజ" అంటాం దీన్ని!!! అంటే గుండ్రని వెండిపాత్రనుగాని పంచలోహపుపాత్రగాని "కలశం"గా పెట్టి అందులో జలం నిండుగా పోసి ఆ కలశాన్ని పూజిస్తాం!" అన్నాడు.

"మీకు సంస్కృతమంత్రాలకు అర్థం తెలుసునుకదా? — ఆ కలశపూజలో కలశాన్ని ఏమని పూజిస్తారు. సృష్టికి సంక్షేపరూపమైన 'కుంభాకార' రూపంలోని "కలశం" అనిగదూ!

"అవును ఈ విశ్వమే ఒక కలశాకారంగా సృష్టి జరిగిందనీ ఆ మంత్రాలకి అర్థం! ఆ కలశంయొక్క ముఖంలో విష్ణువూ కంఠంలో రుద్రుడు, గర్భంలో సమస్తమైన సముద్రాలు, పవిత్రజలాలు ప్రాణ

చైతన్యంతో నింపినట్టు సరిపోల్చి అందులో నవధాన్యాల విత్తనాలన్నీ వేసి — వనమూలికలుకూడా కలశంలో వేసి "కలశ-పూజ" చేస్తాం! చందనంపాడి గూడా వేస్తాం!" అన్నాడు జగదీశ్చంద్రబోస్.

ఆ కలశమే ఇపుడు సైన్సుపరిభాషలో గుండ్రని 'గాజుసీసా'గా పిలిచే గుండ్రని 'రౌండ్-ప్లాస్క్" వంటి సీసా! ఒకమాదిరిరకం పెద్ద 'సెంటు-సీసా' వంటిది, అనుకోవచ్చు! అందులో పరిశుద్ధమైన నీళ్ళుపోసి జీవకణాలను అంటే పురుషబీజాలనూ స్త్రీ జీవకణాలనూ వేసి క్లోనింగ్ వంటి ప్రక్రియతో మానవజీవుల పిండాలను ముందరగా ఇలా కలశంలో సృష్టించారు. ఆతరువాత దాన్ని గర్భాశయంలో ప్రవేశపెట్టి పెంచి పోషించారు. తద్వారా క్రమంగా మానవసృష్టి ఏర్పడింది" — అన్నాడు 'లామా!'

"మరి వివాహవ్యవస్థ ఎప్పుడు ఏర్పడింది? తెలివిగా ప్రశ్నించానని కాస్తగర్వంగా అడిగాడు నోటోమిచ్ రాయబారి.

"అప్పుడు వివాహంతో పనేమిటి?" తిరిగి ఎదురుప్రశ్న వేశాడు లామా!" నోరుతెరిచి ఆశ్చర్యంతో కళ్ళార్పకుండా చూడటం మావంత య్యింది. "మరి వివాహం లేకుండా ఎలాగ?" — అందరం ప్రశ్నించాం.

"ఆగండాగండి! — అప్పటి ప్రథమ మానవజాతికి స్త్రీ పురుష భేదం లేదు — అంటే ఒకేశరీరంతో స్త్రీయొక్క అవయవాలూ, పురుషావయవాలు కలిసివుండేవి."

"దానికి ఋజువేమిటి?"

"మీ హిందువుల దేవాలయంలోకి వెళ్ళిచూడండి. శివాలయంలో

ఏమి కనిపిస్తుంది? శివలింగం, పానవట్టం అంటే అర్థం స్త్రీపురుష భేదం కలిసి ఒకేశరీరంతో ఏర్పడిన జీవరాశి అనిగదా". "అదెలా అనుకుంటాం. శివలింగం రాతితో చేసిన మతచిహ్నం కావచ్చు" అన్నాడు. "పోనీ అలా అనుకున్నా — మీ శివుడు అర్థనారీశ్వరుడు గదా. సగభాగం పార్వతిగా మిగిలినభాగం శివుడిగా అంటే సైన్సు పరిభాషలో అర్థం ఏమిటి? మీరు జీవశాస్త్ర పండితులుగదా. మీరు చెప్పండి జగదీశ్‌బాబూ! ఇప్పటికీ వృక్షశాస్త్రములో పురుషావయవాలు, గర్భాశయం ఏర్పడివుండలేదా? అంతే గాక వానపాములు, ఇంకా ప్రాథమిక ప్రాణికోటిలో జీవరాశిఅంతా స్త్రీ పురుష భేదాలు కలిగిన శరీరాలతోనేగదా సృష్టించబడింది. ఇది మీ జంతుశాస్త్రజ్ఞులకే తెలుసు. అదే మానవజాతికి కూడా ప్రారంభంలో ఏర్పడివుండేది. ఇదే కథలరూపంలో పురాణాలలో ముందుగా శివపార్వ తులు కలిసి అర్థనారీశ్వరుడుగా ఆతరువాత దక్షయజ్ఞం మన్మథుని భస్మం, ఆతరువాత శివుడు రుద్రుడిగా పార్వతి ఉమాదేవిగా స్త్రీపురుషు లుగా విడిగా జన్మించడం జరగలేదా. ఇదంతా సైన్సు సత్యాలను కథల రూపంలో అందించిన నీతికథలని మీకు తెలియదా?" అన్నాడు లామా!

మిగతా సైంటిస్టులందరం విస్తుపోవడం మావంతయ్యింది. కేవలం మతఛాందసులైన పురోహితులైన లామా అనుకున్న బౌద్ధగురువుకున్న విజ్ఞానాన్ని చూసి ఆశ్చర్యపోవలసి వచ్చింది.

ఆవిధంగా మానవజాతి మొదటిదశలో స్త్రీపురుష లింగబేధం ఏర్పడ కుండా జరిగింది. అందుచేత వివాహవ్యవస్థ ప్రసక్తే లేదు.

ఆతరువాత యుగంలో స్త్రీపురుషుల శరీరాలు వేరై సృష్టి మొద లైంది. ఇదే మన్మథుడి బాణంతో శివపార్వతుల కళ్యాణంగాథలోని

అర్థం. సరే ఈ విషయాన్ని ఇంతటితో వదిలేద్దాం. మీరడిగిన అసలు ప్రశ్నకి వద్దాం. ఈ హిమాలయాలలో వింతలూ, విశేషాలు గురించి అడిగారు. ఇక్కడ జీవించే శిలలువుంటాయి — సాలగ్రామాలు అంటారు.

"అంతేనా! స్పటికములు గూర్చి స్ఫటిక శివలింగాలు గూర్చి వినలేదా?"

"విన్నాం! చూశాంకూడా! మహారాష్ట్రలోని దత్తపీఠాలలో ఒకచోట అడుగున్నర ఎత్తుగల స్పటికంతో సహజంగా తయారైన శివలింగం వున్నది. అలానే కాశీలోనూ మరెక్కడో స్ఫటికంలో చెక్కిన శ్రీచక్రం — అనబడే స్త్రీయంత్రం వున్నదట" అన్నాడు.

"అదెక్కడవున్నదో మీకు తెలియదా?" అన్నాడు అందరం భయంగా అపరాధపరిశోధకుడు షెర్లాక్‌వంక చూశాం! దీనితో సాహసయాత్ర గుట్టు బయటపడుతుందేమోనన్న భయంతో.

లామా మహాశయుడు పెద్దగా నవ్వాడు, మా కంగారు గుర్తించి నట్టు వెతకబోయే రహస్యాలు ముందుగానే అడగడం దేనికి? చూడడమే మేలుకదా! ఆనాటి చర్చను అకస్మాత్తుగా ముగిస్తూ తానుకూర్చున్న సోఫా లోంచి లేచాడు.

ఆయనతోటే అందరం లేవక తప్పలేదు. ఆనాటి చర్చ అంతటితో ముగిసింది.

27

మూడవకన్ను - తెరిపించడం !

“గురుదేవా!” — మీరు మీయొక్క బాల్యంలో జరిగిన ‘కాల జ్ఞానం’ గురించి చెబుతూ, నీకు — ‘మూడవకన్ను’ తెరిపించాలి!” అన్నారే, అదేమిటి?

“మూడవకన్ను అంటే జ్ఞాననేత్రం అని సామాన్యులు లోకభాషలో మామూలుగా అనుకుంటారు! కాని, మీరుచెప్పిందాంట్లో మూడవకన్ను — ‘తెరిపించడం!’ అంటున్నారు. మనిషికి వుండేవి రెండేకన్నులుగదా! ఇవి మొట్టమొదటిగా జన్మించగానే మనిషి కన్నులుతెరిచే ఈ ప్రపంచాన్ని చూస్తాడుగదా! ఇకపోతే ఇంకా ఈ ‘మూడవకన్ను’ ఎక్కడ? — దానిని

'తెరిపించడం' అంటే — ఎలాంటిది? దయచేసి నా అజ్ఞానాన్ని క్షమించి నాకు తెలిసేలాగా వివరించండి. ఈ మూడోకన్ను — భవిష్యత్తులో జరుగ బోయే కాలం గురించి సంబంధించిందా? లేక గడిచిపోయిన సంగతుల్ని కూడా ఈ మూడవనేత్రంతోనే దర్శించవచ్చా? అసలీ **'మూడవ నేత్రం'** ఎక్కడవుంటుంది? — దానిని 'తెరిపించడం' అన్నారే, అదెలాగ సంభవం ?"

"అంటూ — లామాసరీలో విద్యార్థిగా వున్నరోజుల్లో మా గురుదేవు లను నేను ఆసక్తితో అడిగిన ప్రశ్నలివి! సరిగ్గా అవే ప్రశ్నలు నువ్వూ మళ్ళీ ఇక్కడ అడుగుతున్నావు. చెబుతాను విను!"

"పూర్వకాలంలో — అంటే మానవుడు సృష్టించబడిన ఆదికాలంలో మనుష్యులకు ఎన్నో విశేషమైన ఆధ్యాత్మిక శక్తులుండేవి! కంటికి కని పించనివి, అనేకం చూడగలిగేవారు. ఉదాహరణకు ఒక ఋషి ఆశ్రమంలో లేనప్పుడు, ఎవరైనా కొత్తవారు వచ్చి రహస్యంగా అక్కడి పిల్లవాళ్ళను గానీ, మరేదైనా విలువైన వస్తువులనుగానీ ఎత్తుకుపోతే, వారు తిరిగి రాగానే అది కనిపించక ఎవరినైనా అడగటానికి వేరేవారు లేకా, కళ్ళు మూసుకుని ఒక నిముషం ధ్యానించేవారు — "ఏమైందా?" అను కుంటూ! అలా ఆ ప్రశ్నతో తమ మనస్సును — వెనక్కి పంపించి చూస్తే అప్పుడు జరిగిన దృశ్యాలన్నీ తెరమీద సినిమాలోలా స్పష్టంగా కనిపించేవి వారికి! దానినే 'దివ్యదృష్టి' అని పిలిచేవారు! ఇవన్నీ మీకందరికీ కూడా తెలుసు. పురాణాలలో, రామాయణ భారతాల్లో ఇలాంటి అదృశ్య శక్తులూ, "దివ్యదృష్టి" గురించిన ఉదాహరణలు ఎన్నో కనిపిస్తాయి.

ఇదే నిదర్శనం, ఆది కాలంలో మానవజాతికి మామూలుకళ్ళతో చూడలేనివాటిని చూసేందుకు ఒక అతీంద్రియ శక్తితో పనిచేసే చూపు వుండేదని తెలియడానికి!

ఇప్పుడిప్పుడే సైన్సుతో వైద్యశాస్త్రంలోని రోగుల శరీరాలు ఫోటోతీసి శరీరంలోపల ఏమున్నదో అంతా — ఆ ఫోటోలో పడేలా చేయ్యగలుగుతున్నారు — దేనివల్ల? — కంటికి కనిపించని కాంతి కిరణాలవల్ల! ఈ కంటికి కనిపించని కాంతి వున్నట్టే, ఈ కన్నులు చూడలేని కాంతిని చూడగలిగే — మూడోకన్నుకూడా ఒకటి, వుండటంలో అసహజం ఏమున్నది? జంతువులలో తరచూ ఇలాంటిశక్తి కనిపిస్తుంది. పులి, తనపిల్లలు కనిపించకపోతే వెతుక్కుని (మనస్సుతో), తనబిడ్డను ఎత్తుకునిపోయిన వారిని పసికట్టి, వెంటాడి చంపుతుంది!

అలానే ఆదికాలంలో మానవుడికి, ఈ కంటికి కనిపించని అనేక విషయాలూ, సంగతులూ కాలాన్నీ చూడగలిగే దృష్టీ, దానిని ఉపయోగించే కన్నువంటి ఇంద్రియమూ, వుండేవి! క్రమేణా, మానవజాతి తన పవిత్రతను కోల్పోయి, అనేక తప్పులూ, పాపాలు చేసి తన స్వార్థం ఫలితంగా దేవుడిచ్చిన ఎన్నో శక్తులను పోగొట్టుకుంది. అలాంటిదే ఈ మూడవకన్ను!

ఈ మూడవకన్నుతో చూసే విశేషమైన దృష్టిపేరే 'దివ్యదృష్టి'. ప్రాచీన పురాణాల్లో భారతం, భాగవతం వంటి పురాతనగ్రంథాలలో, మనుషులకూ, జంతువులకూ ఇటువంటి దివ్యదృష్టి వుండేదని ఇప్పటికీ కనిపిస్తుంది! కాని, క్రమేపీ ఈ చూపు పైన పొరకప్పేసినట్టు కప్పబడి

పోయింది! ఈ సంగతి మన టిబెట్‌లోని గురువులకూ, పీఠాధిపతులైన పంచన్‌లామా, దలైలామా, తాషీలామా వంటి సిద్ధగురువులకూ తెలుసు! వారికీ ఇటువంటి శక్తి వుండబట్టే, వారిని చిన్నపిల్లలుగా వున్నప్పుడే గుర్తించి, మామూలు పిల్లలకన్నా విశేషమైన వ్యక్తులుగా గుర్తించి అలాంటివారినే పీఠాధిపతులుగా ఎంపికచేస్తారు. ఇలా 'ఎంపిక చేయడం' వారిలోని దివ్యత్వంవల్లనేగాని, అనేకదేశాలలో రాజకీయ అధికారం కోసమూ, స్వార్థంకోసం, డబ్బుకోసం ఎన్నుకునే ఎన్నికవంటిది కాదు ఈ 'గుర్తింపు!' అలాంటిది, మనిషికి వుండే మూడోకన్ను! ఇది — రెండు కళ్ళకీ మధ్యగా నుదురుమీద యోగపరిభాషలో, — భ్రూమధ్యం అంటారే అక్కడవుంటుంది, అణగారిపోయి!

దానిని ఉత్తేజపరిచి, అభివృద్ధిచేసి, తెరుచుకునేలాగా, పనిచేసే లాగా చేసే ఒక యోగశాస్త్రపరమైన ప్రక్రియ ఒక — దైవకార్యం! ఇది మన టిబెటన్‌ల భాషలో 'మూడోకన్ను తెరిపించడం'గా ప్రచారంలోకి వచ్చింది.

"గురుదేవా! ఇది ఒక్క మన టిబెటన్ జాతివారిలోనే వుంటుందా? లేక ప్రపంచంలో ఇంకా అనేక జాతులున్నాయికదా! వారెవరికీ వుండదా?" అన్నాను ఆశ్చర్యంగా! దానికి గురుదేవులు భళ్ళున నవ్వుతూ, చిత్రంగా నావంక చూస్తూ —

"ఏం! మన టిబెటన్ జాతివాళ్లేం మానవజాతి కాదా? నీ సందేహం నాకర్థమైంది. ఇలాంటి దివ్యదృష్టిని కలిగించే మూడవ కన్ను ప్రపంచంలో అనేకజాతులలో మతగురువులకూ, యోగులకూ, ఋషీశ్వరులకందరికీ

కూడా తెలుసు! అసలామాటకొస్తే, ప్రపంచంలోని ప్రాచీన మతము లన్నిటికీ మూలం — ఒక్క బ్రహ్మజ్ఞానమే! ఈ బ్రహ్మజ్ఞానం భగవంతు డిచ్చినది!

సృష్టికర్తకు ఏ పక్షపాతమూ వుండదుకదా! కాళ్ళూచేతులూ, కళ్ళూ ఇచ్చినట్టే, అందరికీ ఇలా దివ్యదృష్టితో చూసే మూడవ నేత్రాన్ని కంటికి కూడా ఇచ్చాడు పరమాత్మ! అందుకనే ప్రాచీన వేదకాలపు ఋషులు తమ శిష్యులకు ఈ "మూడవకన్ను తెరిచే" ప్రక్రియను ఎప్పుడో, కొన్ని లక్షల సంవత్సరాలక్రిందే ఏర్పరిచారు."

"ఏమిటి? ప్రాచీన భారతదేశంలోకూడా దీని సంగతి తెలుసన్న మాట!" ఆశ్చర్యంగా ప్రశ్నించాను గురుదేవులను. "సంస్కృత భాషలో 'నయనం' అంటే కన్ను!! ఈ రెండుకన్నులుకాక విశేషంగావున్న జ్ఞాన నేత్రాన్ని "ఉప-నయనం" అంటారు దానిని తెరిచే ప్రక్రియనే ఇప్పటికీ బ్రాహ్మణ బ్రహ్మచారులకు చేసే **ఉపనయనం** అనబడే ప్రక్రియ!

కానీ ఈ మాటకు అర్థం ఎప్పుడో మరిచిపోయి మూడోకన్ను తెరవడం అనేది వుంటుందనికూడా మరిచిపోయారు ఆదేశంలోని బ్రాహ్మణులు — విపరీతమైన డబ్బుఆశవల్ల! కాని, ఆ పదంమాత్రం వాడుకలో ఇప్పటికీ అదే వాడతారు — "ఉపనయనం" అంటారుగదా? దాని అర్థం ఏమిటో గుర్తించకుండానే! ఉప అంటే అదనపు, నయనం అంటే కన్ను = "ఉపనయనం" అంటే మూడవకన్ను లేక దివ్యచక్షుస్సు అనబడే దివ్యదృష్టి! అనిగదా? తాత్పర్యం — ఆదేశ సంస్కృత భాషలో.

సరే! — నాకు చిన్నతనంలోనే నా గురుదేవులు ప్రత్యేకశిక్షణను

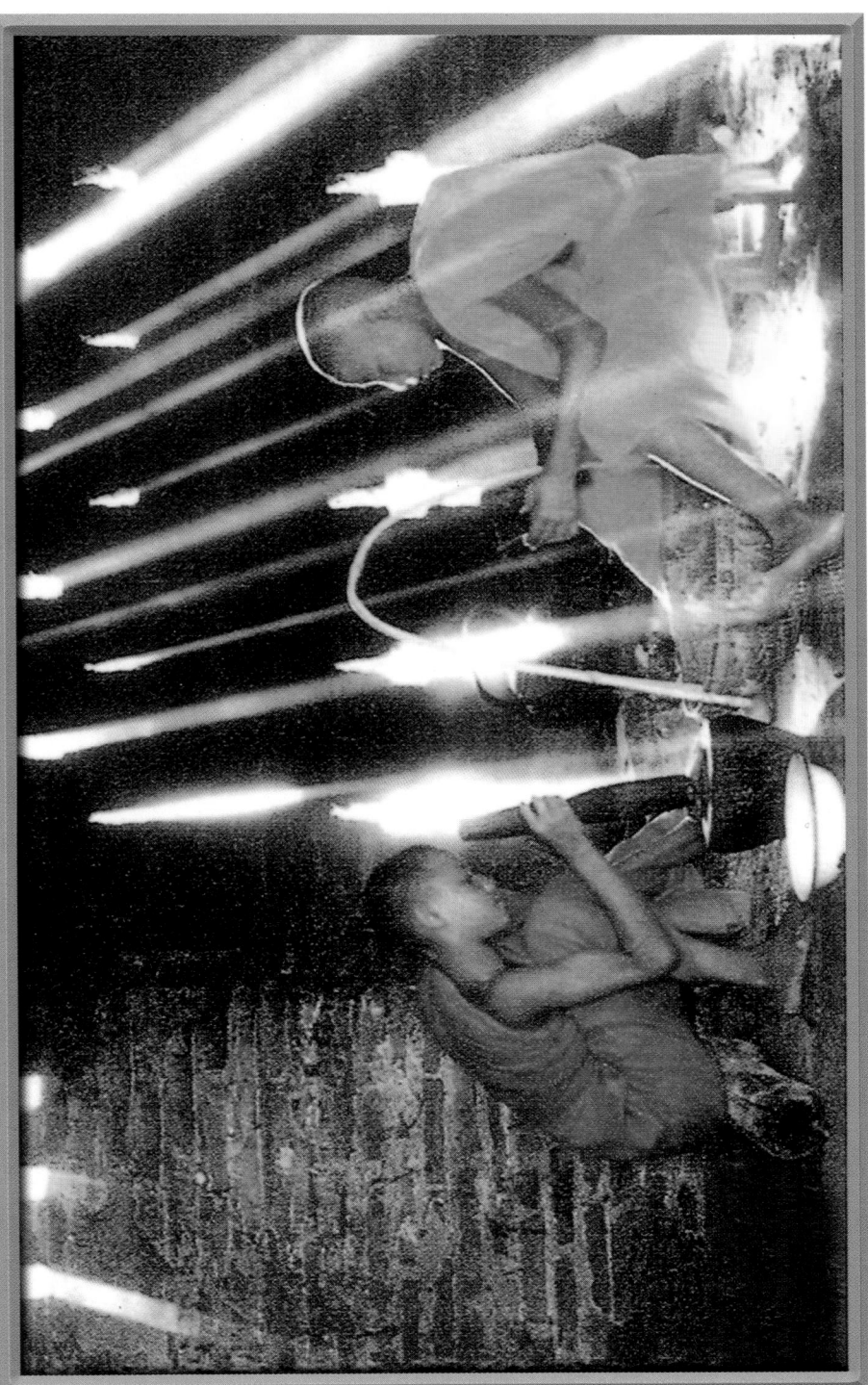

"**మూడోకన్ను**" తెరిచిన లామాసరీ గురుకులం - శిష్యులు (వనమూలికలు నూరుకుంటూ!)

ఏర్పాటుచేశారనే చెప్పానుకదూ! నాకు సరిగ్గా ఏడు సంవత్సరాలు నిండే సరికి చంద్రుని కళలు అంటే తిథులూ, నక్షత్రాలూ లెక్కించి, ఒక మంచి ముహూర్తాన్ని నిశ్చయించారు. ఒక వారం ముందుగా నా శరీరాన్ని పరిశుభ్రం చేశారు, అనేక విధాలుగా.

ముందుగా మూలికలతో, ఓషధులతో తయారుచేసిన మూలికల తైలాలు నావంటికి మర్దనాచేశారు. ముఖ్యంగా అరికాళ్ళకూ, అరిచేతులకూ, రొమ్ముమీద, గుండెపైనా, కంఠంవద్దా, పొత్తికడుపు అంటే బొడ్డు మీదా గుండ్రంగా ప్రదక్షిణగా రుద్దారు వేడిపుట్టేలా! ఆతరువాత తలపైన దివ్యమైన మూలికలతో చేసిన తైలం మర్దనాచేశారు నా మెదడుకు ఉత్తేజం కలిగేందుకు.

ఆతరువాత నా ఆహారం క్రమబద్ధం చేయబడింది! తేలికగా జీర్ణమయ్యే ఆకుకూరలూ, మొలకధాన్యం మాత్రమే నాకిచ్చేవారు. ఆతరువాత వైద్యశాస్త్రప్రకారం నాపేగులలో మలాన్ని ప్రక్షాళనచేసి, మందుల కషాయాలతో నాకు "వస్తి" — దీనిని ఇంగ్లీషు వైద్యులు 'ఎనిమా' అంటారే! అటువంటిది చేసి నా కడుపులోని పేగులను ఖాళీగా, శుభ్రంగా చేశారు.

ఆతరువాత వెన్నతో, నేతితో శరీరమంతా మర్దనాచేసి తలంటి స్నానం — అభ్యంగనం చేయించారు. ఇలా అనేక విధాలుగా నా శరీరాన్ని పరిశుభ్రం చేశాక — చివరగా తలపైన వెంట్రుకలన్నీ శుభ్రంగా తీసేసి, గుండు గీయించి తలవెనుక కుంచెవంటి పిలకవంటి — 'శిఖ' పెట్టారు. ఆతరువాత నాతలపైన కరిగించిన నేతితోనూ, మంచి తేనె

తోనూ, పాలతోనూ, టెంకాయ నీళ్ళతోనూ "అభిషేకించి" మంత్రాలతో పవిత్రం చేశారు! అలా ఏడురోజులు ఆ కార్యక్రమం పట్టింది!

నాకేమో గాలిలో తేలిపోతున్నట్టుగా వుండేది! మనస్సు ప్రశాంతంగా, నిర్మలంగా, మేఘాలమీద ఎగిరిపోతూవున్న భావం కలిగేది! అంతేకాదు, నా చుట్టూరా ఏవో లేతగులాబీరంగు మేఘాలు, అతి లేతనీలపురంగు, బంగారురంగు మేఘాలవంటివి హోమంచేస్తే వచ్చే పొగలాగ క్రిందనుంచీ పైకి వ్యాపించేవి!

చెవిలో విచిత్రమైన ధ్వనులు ఏవో వినిపించేవి. దానితో నాకు రాత్రి నిద్ర తక్కువైంది. తెల్లవారకముందే మూడుగంటలకే మెలుకువ వచ్చేది! అప్రయత్నంగా నామనస్సు ధ్యానంలోకి వెళ్ళిపోయేది. అప్పుడు నా శారీరక, మానసిక ప్రక్షాళన అలా పూర్తిచేశాక అప్పుడు నా గురుదేవులు నిర్ణయించిన ముహూర్తంలో నాకు **"మూడోకన్ను తెరిపించే"** కార్యక్రమం మొదలైంది.

మన పసిబిడ్డలకు ఈ కన్ను తెరవగానే అతిసున్నితంగా వుంటుంది! ఒక్కసారిగా వెలుగుచూస్తే మిరుమిట్లుగొలిపేది కనపడితే కన్నుపోవచ్చు! అందుకని నా తలపైన ఓ నల్లటి గుడ్డను కప్పారు. అంతకుముందే మూడురోజులనుంచీ నేను కూర్చున్న పీఠానికి ఐదుదిక్కులా ఐదురకాల ధాన్యం చల్లిన "పాలికలు" ఉంచారు. అలా మొలకెత్తిన ఆ నవధాన్యాలను మంత్రాలతో తీసి, కడిగి నాచేత తినిపించేవారు ఆహారంగా! ఆ ధాన్యం మొలకలుగా ఎదుగుతున్నకొద్దీ నాలో ఏవో దివ్యానుభూతులు కూడా వాటితోపాటే పెరిగిపోసాగాయి!

చివరికి, ముందుగా నిశ్చయించిన శుభముహూర్తంలో నా పరమ గురువు అప్పటి తాషీలామా నా శిరస్సుపైన తన అమృతహస్తాన్ని వుంచి ఆశీర్వదించారు! వారిచేయి తగలగానే జల్లుమని కరెంటువంటి ఏదో ఒక దివ్యశక్తి నాతలలోకి ఆవహించినట్లైంది! క్షణకాలం నామనస్సూ, వెన్నుపూస లోని నరాలూ అంతటా ఒక కరెంటువంటి శక్తి ఆవహించినట్లుగా! నేను కళ్ళుమూసుకునే వున్నప్పటికీ నా తలలో ఏదో లైటు వెలిగినట్లు జిగ్గుమని మెరుపు కనబడింది! అది గురుదేవుల ఆశీస్సుల ప్రభావమని ఆ నా అనుభవమే నాకు తెలిపింది! ఆతరువాత తన చేతితో వారు నా గుండ్రటి తలను సున్నితంగా కదలకుండా పట్టుకుని రెండవచేతితో సున్నితమైన సూదివంటి బంగారు దబ్బనంతో నా నుదుట రెండుకళ్ళ మధ్యా సన్నగా గాటుపెట్టారు! — లోతుగా తెగకుండా చూస్తూ! 'చురుక్కుమంది' క్షణకాలం నానుదురు! వారు సున్నితంగా ఇరువైపులా చర్మాన్ని పాయలుగా విడదీసి పుస్తకం తెరిచినట్లు రెండు పొరలనూ విడదీశారు — మధ్యనే వడ్లగింజ వంటి సందుచేసి!

ఒక్కసారిగా తళుక్కున మెరుపుమెరిసినట్టుగా వెలిగింది వెయ్యి చందమామలు వెలిగినంత కాంతితో — కరిగించిన వెండిలా వెలిగింది! "నెమ్మదిగా! అతినెమ్మదిగా తెరు! నీ మూడోకన్నుతో చూడడానికి ప్రయత్నించు! నేడు నీకు కొత్తచూపు వచ్చింది! రెండుకళ్ళనూ తెరిచినట్టే — దీనితోనూ నీవు ప్రయత్నించి చూడాలి. ముందు మిరుమిట్లుగొలిపే కాంతికి, కన్నులు మూసుకొనిపోతాయి!

అయినప్పటికీ నిదానించి నెమ్మదిగా ఆ వెలుగుకు అలవాటు పడుతూ తెరవాలి నీ మూడవనేత్రం! ఇది నీ జీవితంలోనే అపూర్వమైన

జ్ఞాన-ముహూర్తం! నీ కన్నులు తెరవడంతో నీకు శరీరంతో ఈజన్మ ప్రారంభించినట్టే — ఈ మూడవకన్ను తెరవడంతో నీవింకో లోకాల్లో కంటికి కనిపించని దివ్యదర్శనంలో కనిపించే ఉన్నత లోకాలలోకి జన్మిస్తున్నావు! అందుకే నీకిది రెండవజన్మ!! మూడవకన్ను తెరవడంతో నీకు మూడులోకాలనబడే వాటిలో మూడవదీ, కంటికి కనిపించని 'స్వర్లోకం' కనిపిస్తుంది! చూడు! బాగా తెరు!! నీ మూడవనేత్రాన్ని!" అంటూ నా గురుదేవులు సాయంచేస్తున్నట్లుగా, ప్రోత్సహిస్తూ నా మూడవకన్ను తెరిపించారు!

ముందుగా జిగేల్‌మని, నాకనులు మిరుమిట్లుగొలిపే వెలుతురు! అది క్రమంగా సర్దుకుంది ఒక గంటసేపట్లో. ఆతరువాత బంగారు సూర్యోదయ కాంతిలాంటి సంధ్యారుణకాంతి వెలిగింది!

నాచుట్టూరావున్న యోగులూ, లామాలూ, నాముందే నిలబడ్డ తాషీలామా గురుదేవులనూ చూడగానే ఒక్కసారిగా వాళ్ళందరూ జ్వాలలో మండిపోతున్నట్టుగా వెలిగిపోతూ ఓ అగ్నిహోత్రం మధ్యలో నిలబడ్డట్టుగా ప్రకాశిస్తూ కనిపించారు!

"మంట! — మంట! అయ్యో! మంట! జ్వాలలు! గురుదేవా మీరందరూ కాలిపోతున్నారు" అంటూ అరిచాను భయంతో! సమాధానంగా భళ్ళున నవ్వారు తాషీలామా గురుదేవులు! "మంచిది! మంచిది! నీకు మూడవనేత్రం తెరుచుకుంది! నీకిప్పుడు కనిపించేది మామూలు వెలుతురుకాదు! ఆత్మలచుట్టూ వెలుగుతుండే ఆ తేజస్సు! దానివల్ల నీవు భవిష్యత్తులో ఎవరివంక చూసినా నీ మూడవకంటికి వారి 'సూక్ష్మశరీరం'

కనిపిస్తుంది! అంతేకాదు వారి ఆత్మలచుట్టూ వెలిగే తేజస్సుకూడా నీకు సూర్యునివెలుగులా కనిపిస్తుంది. ఆ తేజస్సురంగులు రకరకాల మనుష్యుల వ్యక్తిత్వాన్నిబట్టి వేరువేరు రంగులలో ప్రకాశిస్తూ కనిపిస్తుంది. అది కొందరిచుట్టూ గులాబీరంగులోనూ, మరికొందరిచుట్టూ ఆకుపచ్చగా వెలుగూ కనిపిస్తే, ఇంకొందరి చుట్టూరా లేత నీలంకాంతి వెలుగుతుంది! 'విద్యుత్తువంటి మిరుమిట్లుగొలిపే తెలుపూ, లేదా కరిగించి పోతపోసిన బంగారువంటి సూర్యోదయకాంతితో వెలిగే తేజస్సు' — ఇది ఎదుటి వారిలో పవిత్రతా, తేజస్సువుంటే కనిపిస్తుంది. క్రమంగా నీవే తెలుసుకో గలుగుతావు నీ మూడవకంటితో కనిపించే దివ్యతేజస్సుయొక్క రంగు లనుబట్టి.

ఇది — తెల్లగా ముత్యములవలే తళుక్కున వెలిగే చంద్రవర్ణం! ఎర్రని పగడం వంటి అరుణసూర్యకాంతి!! బంగారురంగు కాంతి!! పచ్చని కాంతి, లేతనీలంకాంతి — ఇలా ఐదురంగులలోనూ

"ముక్తావిద్రుమ హేమ నీల ధవళచ్ఛాయాం"

అని వేదంలో చెప్పబడిన ఐదురంగులతో ప్రకాశించే "పంచ-తత్త్వాలు" నీ జ్ఞానదృష్టికి స్వయంగా ఐదురంగులుగా గోచరిస్తాయి! నీకిదే రెండవ జన్మ! చిరంజీవ!! ఇవే నీకు నా ఆశీస్సులు!" అంటూ గురుదేవులు దీవించి నా జ్ఞాననేత్రాన్ని రక్షించుకునే మంత్రాలూ, బీజాక్షరాలూ అన్నీ ఉపదేశించి, నాతలపైన ఆ మంత్రాలను ఆవాహన చేశారు రక్షగా! ఆనాటినుంచీ నా గురుదేవులే నాతండ్రి! — నిజమైన తండ్రి!

ఎందుకంటే నా తల్లిదండ్రులు కేవలం నా శరీరానికి మాత్రమే జన్మనిచ్చారు. కానీ నా గురుదేవులు నా ఆత్మకే జన్మనిచ్చారు! ఇది నాకు నిజంగా పునర్జన్మ!! అసలైన జన్మ!

'ఇదే నాకు బ్రహ్మోపదేశం!' అనుకున్నాను.

ఇలా జరిగింది! నా మూడవకన్ను తెరిపించే ప్రక్రియ!" — అంటూ పూర్తిచేశారు నా గురుదేవులు తాషీలామా పీఠాధిపతులు. నాకు వెచ్చటి 'త్సాంపా' జావను నింపిన దొప్పనుఇచ్చి గంటమోగించి తాను చెంగునలేచి లోపల లామాసరీ మఠంలోకి మాయమయ్యారు!

28

శరీరం విడిచి - ప్రయాణం !

ఆరోజు — మాకు కొంచెం తీరికదొరికింది! ఎందుకంటే మా సాహసయాత్రలో ప్రతీరోజూ పర్వతాలు ఎక్కుతూ, దిగుతూ, మంచు తుఫానులకు, చలిగాలికి తట్టుకునే మా కార్యక్రమంలో ఒకరోజు ఆట విడుపుకోసం సెలవుగా విశ్రాంతితీసుకున్నాం అంటే ఆరోజు కొండలెక్కటం, నడవడం కార్యక్రమం వాయిదావేయబడింది. మాకు విశ్రాంతిగా — సెలవుదినంగా!

రోజంతా ఎవరికిష్టమైన రీతిలో వారు తమ తీరికని వినియోగించు కున్నాం. కొందరు ఉడుకునీళ్ళతో శరీరాన్ని కాపాడం పెట్టించుకున్నాం, కీళ్ళనొప్పులు, నరాలనెప్పులు, బాధలు ఉపశమనానికి మరికొందరు

సమర్థులైన మంగళ్ళచేత మా శరీరాలను రుద్ది మాలీషుచేయించాము. ఇందులో కొండల్లో నివశించే షేర్పాలకు ప్రత్యేకమైన శిక్షణవుంటుంది. కాబట్టి వారివద్ద రకరకాల తైలాలు, మూలికలలోనూ ఘాటైన అమృతాంజనం వంటి సుగంధవస్తువులతోనూ తయారుచేసిన తైలాలు, నేతివంటి పూతలతో శరీరాన్ని మర్థించి నెప్పులను లాగేస్తారు. ముఖ్యంగా వెన్ను, నడుము, పాదాలు, మోకాళ్ళు, శిరస్సు వేడిపుట్టేదాకా మర్ధనాచేసి గోరువెచ్చని నీటితో ధారలుగా అభిషేకించినట్టు స్నానంచేయిస్తారు. నిజంగా దానివల్ల ఒకనెలరోజులు విశ్రాంతితీసుకున్నా అంతటి హాయి లభించదు అనిపించింది. శరీరంలో దాగివున్న నొప్పులు, నరాలు, కీళ్ళ కొంకర్లు, బెణుకులు, వాపులు వంటివి దాదాపుగా శాంతించాయి. విశ్రాంతిగా మూడు, నాలుగు గంటలు వెచ్చని ఎండలో పడుకుని వుండటంవల్ల శ్రమతగ్గి శరీరానికి మరింత శక్తి, ఉత్సాహము పుంజుకున్నాయి. మళ్ళీ ప్రయాణానికి ఉత్సాహం కలిగింది.

మధ్యాహ్నం పన్నెండుగంటలు కావస్తుంటే మా షేర్పా వంటవాళ్ళు వచ్చి —

"సార్! మీ భోజనాలు వడ్డించమంటారా?" అన్నారు. మాచెవులకది సంగీతంలా వినిపించింది. మా విశ్రాంతి, శరీరాన్ని మర్ధనాచేయటంవల్ల నెప్పులు తీసేయటంతోపాటు ఆకలి విపరీతంగా దంచేస్తోంది. అందుకనే రెండవ ఆహ్వానం అక్కర్లేకుండా — భోజనానికి మమ్మల్ని మేమే ఆహ్వానించుకున్నాం.

వంటకాలు ముఖ్యంగా శాఖాహారం కూరలు, పండ్లు, దుంపలతో

తయారుచేశారు. అల్లము, కొత్తిమీర, పుదీనా వంటి వైద్యలక్షణాలుగల ఆకులతో ఘుమఘుమలాడే వంటకాలు గోరువెచ్చటి చారు, పొగలు కక్కుతూవున్న అన్నము — భోజనం పూర్తయ్యాకగానీ మాకు తెలియదు ఎలా తినేశామో!

కడుపులో ఆకలి శాంతించాక — మనస్సులో ఆకలి నోరుతెరుచు కుంది. తీరుబడిగా అందరం విశ్రాంతిగా భోజనాలయ్యాక వేడిపాలను సుగంధవస్తువులతో కలిపి నిదానంగా త్రాగుతూ లామామహాశయుడ్ని తన చిన్నతనంలోని శిక్షణగురించి చెప్పటం కొనసాగించమని కోరాం!

లామామహాశయా! ఏకథని మధ్యలోనే నిలిపివెయ్యరాదు అంటారు కదా! ముఖ్యంగా మీలాంటి పెద్దల అనుభవాలు వింటూంటే ఎన్నో విషయాలు పాఠశాలలో నేర్చుకున్నంత వినోదంగానూ, విజ్ఞానానికి ఆశ్చర్యము కలుగుతాయి. మీరు ఇంతవరకు చిన్నతనంలో ఏడేళ్ళ వయస్సుల్లో లామాసరీలో చేరిక, గురుకుల శిక్షణావిధానం, మీ మూడవ కన్ను తెరిపించే ఉపనయన ప్రక్రియ, మీ ఆధ్యాత్మికశిక్షణ కొంతవరకు వినిపించారు. దానితో అలా మా ఆకలి, ఆసక్తి మరింతగా పెంచారు.

మీకు ఆధ్యాత్మిక విజ్ఞానంలో ప్రత్యేకశిక్షణ ఇచ్చివుంటారని మీ ఆత్మకథను వింటూంటే మాకు స్పష్టంగా తెలుస్తోంది. మావంటి ఆధునిక ప్రపంచంలో పుట్టిపెరిగిన వ్యాపారదృష్టిగల సమాజంలో పెరిగినవాళ్ళకు ఈ ఆధ్యాత్మికశిక్షణ అంటే ఏమిటో అర్థంకాదు. అలాంటి విషయాలు మాకు ఏ స్కూలులోనూ, కాలేజీలోనూ బోధించరు. సమాజంలోనూ అలాంటి ఆధ్యాత్మిక వ్యక్తులు సామాన్యంగా తారసపడరు ఎవరికోగానీ.

అందువల్ల మాలో చాలామంది ఆధ్యాత్మికరహస్యాలు తెలుసుకోకుండానే జీవించి తెలియకుండానే మరణిస్తారు అనేకమంది. మనిషిలో సహజం గానే ఎన్నో దైవికశక్తులు దాగివుంటాయి మరి — వాటిని యోగసాధన ద్వారా అంటే శ్వాసను నియంత్రించే ప్రాణాయామం, మనస్సును నిగ్ర హించే ధ్యానం, మన ఆత్మలోని స్పందనలు పదునుపెట్టి తీక్షణంచేసే జపవిధానంలోనూ ఇంకా బయటప్రపంచానికి తెలియని 'మూడవకన్ను' తెరవటం అన్న ఉపనయనాన్ని తెరిచే ప్రక్రియద్వారాను ఎన్నో రహస్య శక్తులు ప్రత్యేకించి పరిమళిస్తున్నాయి మానవునికి అంతరాత్మనుంచి! అవి దుమ్ముతో కలిసిన గాలిపీల్చే రద్దీలో బ్రతికే, రణగొణధ్వనిలో జీవించే చేపలమార్కెట్ వంటి జీవితవిధానంలో, డబ్బునుమాత్రమే గౌర వించే వ్యాపారసంస్కృతి, స్వార్థం, అసూయలతో జీవిస్తూ ఒకరినొకరు ద్వేసించుకుంటూ బ్రతికేవారికి ఇలాంటి ఆధ్యాత్మిక వికాసం — సాధ్య పడటం మాట అలావుంచి — కనీసం అర్థంకూడా కాదు చాలామందికి మాలో! అంతేకాక దయచేసి మాకళ్ళు తెరిపించే మీ అనుభవాలద్వారా మాకు బోధించండి అంటూ ఆధ్యాత్మిక విజ్ఞానంలో ప్రత్యేకమైన ఆసక్తి గల సాహసబృందంలోని సభ్యులైన అలెగ్జాండర్ నోటోవిచ్, జగదీష్ బాబు, శ్రీనివాసచక్రవర్తి, లామాదోర్జీ చుట్టూరా ఆసక్తిగా కుర్చీలను ముందుకులాక్కుని ఉత్సాహంతో ప్రశ్నించారు!

మా ఉత్సాహానికి, శ్రద్ధకూ ముచ్చటపడిపోయాడు ఆ లామా మహాశయుడు! ఆకలిగావున్నవానికే కదా — ఆహారం రుచి తెలిసేది! అంటూ ఎత్తుకున్నాడు లామా మహాశయుడు.

నేను నా గురుదేవుల ఆధ్యాత్మిక శిక్షణలో జ్యోతిషము, వైద్యము, తాంత్రిక, యోగరహస్యాలు ఎన్నో తెలుసుకున్నాను. అవన్నీ చెప్పాలంటే ఈ పుస్తకం సరిపోదు — జీవితంఅంతా చెప్పినా తరగదు. కానీ ముఖ్య మైన అంశాలు నామనస్సులో ఎప్పటికీ మర్చిపోనివి, నా గురుదేవులను తలచుకోగానే తలంపుకు వస్తున్నాయి.

ఒకరోజున మాగురుదేవులు తేషూలామా మహాశయుడు నాకు యోగశాస్త్రములోనూ, ఆధ్యాత్మిక సాధనలోనూ శిక్షణాతరగతులను నిర్వహిస్తూ ఆరోజు ఒక కొత్తపాఠం మొదలుపెట్టారిలాగ.

బిడ్డా! బ్రహ్మచారీ! నీకివాళ ఒక కొత్తవిషయాన్ని బోధిస్తాను. మనిషి శరీరంలో నడిచి లేక గుఱ్ఱంమీదనో బండిమీదనో ప్రయాణంచెయ్యటం అందరికీ తెలిసిందే. ఇప్పుడు నువ్వూ నేనూ కొన్ని వేలమైళ్ళ దూరంలో వున్న కాశీని, బుద్ధదేవునికి జ్ఞానోదయమైన బుద్ధగయను చూడాలంటే ఎన్నాళ్ళు ప్రయాణంచెయ్యాలి! ఎంత కష్టపడాలి! కనీసం ఊహించను కూడాలేంకదా! పైగా బోలెడంత సమయము జీవితకాలం వృధా అయి పోతుంది కూడాను. అందువల్ల శరీరములేకుండా ప్రయాణంచెయ్యటం ఎలాగో చెబుతాను.

“ఆశ్చర్యంతో ఎగిరి గంతేశాను గురుదేవుల మాటలకు!” శరీరం లేకుండా ప్రయాణమా ఎలాగురుదేవా? మనిషి చచ్చిపోయినాగానీ శవంలా మిగిలివుంటుంది శరీరం! ఒక్క మరణంతోనేకదా మనిషి శరీరం విడిచి వెళతాడు అన్నాను ఆశ్చర్యంతో!

“అది మరణం అంటాం!” — శరీరం విడిచి ప్రయాణంకాదు

కదా! ఇప్పుడు నీకు చెప్పేది యోగపరిభాషలో — సూక్ష్మశరీరంతో ఆకాశంలో ప్రయాణించటం అంటారు. ఇది చాలా సహజంగానూ తేలిక గానూ కొద్దిపాటి అభ్యాసంతోనూ చెయ్యవచ్చు. అంటూ గురుదేవులు నాకు విశదంగా అర్థమయ్యేలాగ ఇలా వివరించారు — విశ్రాంతిగా నేలమీదగాని, బల్లపరుపుగా ఏర్పరచిన బల్లమీదగానీ శవాసనంలో పడుకొని, శ్వాసను నిదానంగా నెమ్మదిగా మనస్సుతోపాటు పీలుస్తూ సుఖప్రాణాయామం అభ్యాసంచెయ్యాలి. ఆతరువాత మనస్సును మన శరీరంలో రెండుకళ్ళమధ్య కేంద్రీకరించి నేను ఈ స్థూలశరీరాన్ని విడిచి పెట్టి బయటకు ప్రయాణిస్తాను. సరిగ్గా రాత్రి రెండుగంటలకు అన్నీచూసి తిరిగి నాశరీరంలో మూడున్నర, నాలుగుగంటలకు తిరిగి ప్రవేశిస్తాను. అని సంకల్పించి శ్వాసను నెమ్మదిగా కనుబొమ్మలమధ్యనుంచి కంఠం, హృదయం, బొడ్డు లేక నాభివరకు తీసుకువెళ్ళి అరికాళ్ళనుంచి ప్రాణ శక్తిని క్రమంగా పైకి మోకాళ్ళు, నడుముదాటి బొడ్డువద్దకు ఆకర్షించాలి. అప్పుడు ఇలా శ్వాసపీల్చాలి అంటూ ఒక ప్రత్యేకమైన శ్వాసతీసుకునే విధానంతో శరీరంనుంచి బయటకు వచ్చేవిధానాన్ని తేలికగా ఉపదే శించాడు.

మేలుకొనివుండగానే శరీరంలోంచి బయటకు వచ్చాను. క్షణకాలం భయంవేసింది. భయపడకు! సూక్ష్మశరీరంతో వుండగా ఏమాత్రం భయం వుండరాదు. శాంతించు, శాంతించు అంటూ ధైర్యంచెబుతూ మంత్రించి నట్టు గురుదేవుల కంఠం వినపడింది. ఒక రబ్బరు బెలూన్‌లాగ గాలిలో పైకిలేచాను. ఐదు, ఆరు లేక ఏడు ఇంద్రధనుస్సులాంటి రంగులు వెలుగుతూ ఆరుతూ కనిపించాయి. ఒక సబ్బునీటి బుడగలా నా

శరీరంలోంచి పైకిలేచిన నేను నాసూక్ష్మశరీరంతో పైకితేలి ఆగదిలో పైకప్పువద్దకు చేరుకున్నాను. గోడలు తగుతాయేమోనని భయపడ్డాను. "నీకు గోడలుకానీ, తలుపులుకానీ మరే అడ్డంకులూ ఈ సూక్ష్మశరీరానికి అడ్డంపడవు! నీసూక్ష్మశరీరం నీడలాంటిది. ఒకనీడ గోడమీదనుంచి ప్రయాణించినట్లే నువ్వుకూడా గోడలోంచి అవతలికి ఇంకా గాలిలోనూ ప్రయాణిస్తావు. నీళ్ళు వడపోస్తే గుడ్డలోంచి వచ్చినట్టే నీశరీరంలోంచి విడిపడిన నీవుకూడా పొగలాంటి నీ మనస్సుతో ఏర్పడిన శరీరంతో ప్రయాణిస్తావు. దీనికి ఏవస్తువులు, గోడలు, పర్వతాలు, సముద్రాలు అడ్డు కాలేవు. అంతేకాక ఒక్క సెకండులో నూరవవంతులో ఈ టిబెట్‌నుంచి బయలుదేరి ఈ భూగోళం మొత్తాన్ని చుట్టిరావచ్చు. ఎక్కడెక్కడి ఆశ్ర మాలు, గ్రంధాలయాలు చూడవచ్చు. చూసినవి, చదివినవి మనస్సులో చిత్రంలాగ గుర్తుంచుకుని తిరిగి శరీరంలోకి నెమ్మదిగా సూక్ష్మశరీరాన్ని లాగాలి. గాలిపటాన్ని ఎగరవేసేవాడు ఆకాశంలో ఎంతోఎత్తున ఎగిరే గాలిపటాన్ని నిదానంగా తన చేతిలోని దారం చుట్టుకుంటూ సన్నని దారంద్వారా కిందికి లాగినట్లే నీ సూక్ష్మశరీరాన్నికూడా అదురుబెదురు లేకుండా నిదానంగా భౌతికశరీరంలోకి లాగాలి. అప్పుడే నీవు సూక్ష్మ శరీరంలో వుండగా చూసినవి విన్నవీ అన్నీ మళ్ళీ తరవాత గుర్తుంటాయి అంటూ నాకు సూక్ష్మశరీరంవిడిచి ప్రయాణం ఎలాచెయ్యాలో ఉపదే శించారు గురుదేవులు తాషీలామా. ఇంకోరోజు — బ్రహ్మచారి లామా! ఈరోజు నువ్వు నేనూ కలిసి సూక్ష్మశరీరాలతో ప్రయాణంచెయ్యాలి. ఇది చాలాదూరం వెళ్ళే ప్రయాణం! అయినా ఏమీ భయంలేదు. నీవెంట సూక్ష్మశరీరంతో నేను వుంటానుకదా! అన్నారు.

"ఎక్కడికి గురుదేవా! చాలాదూరం అంటున్నారు" అంటూ చాలా కుతూహలంతో ప్రశ్నించాను.

ఈరోజు మనిద్దరమూ కలిసి ఈ భూగోళందాటి ఆకాశంలో తేలి పోతూ ఇతర గ్రహాలకు ప్రయాణించాలి అన్నారు గురుదేవులు తాషీ లామా! నేను ఆశ్చర్యంతో విస్తుపోయాను.

"ఇతర గ్రహాలకా! చాలా దూరంకదా", కొన్ని లక్షలమైళ్ళ దూరంలో వున్నాయనికదా అవి జ్యోతిషపాఠాలు చెప్పిన గురుదేవులు నేర్పించినది అన్నాను ఆశ్చర్యంతో.

"నీకు గుర్తులేదా? సూక్ష్మశరీరంతో ప్రయాణించినప్పుడు దూరానికి పరిమితం అంటూలేదు. అలానే ఇది చాలా దూరప్రయాణం అన్నాను. భూమి ఆకర్షణశక్తిని దాటివెళ్ళాలికదా! నీకు దారిలో దేవతలు, గంధ ర్వులు, సిద్ధపురుషులు వంటివారు ఆకాశంలో ఎగురుతూ దారికిఅడ్డంగా కనిపిస్తారు.

వారందరినీ తప్పుకుంటూ సగౌరవంగా ప్రదక్షిణచేసుకుంటూ ఎలా వెళ్ళాలో, అందరికీ సాష్టాంగనమస్కారం ఎలాచెయ్యాలో నేను పక్కనే వుంటాను కనుక చూసి నేర్చుకోవచ్చు అంటూ నాగురుదేవులు నాపక్కనే పడుకుని తన కుడిచేత్తో నా ఎడంచేతిని గట్టిగా పట్టుకున్నారు. ఇద్దరమూ శవాసనంలో పడుకుని శ్వాసప్రక్రియను మార్చేసరికి క్షణాల్లో శరీరంలోంచి బయటకు వచ్చేశాం. ఆకాశంలోంచి క్రింద మాఇద్దరి శరీరాలు స్పష్టంగా కనిపిస్తున్నాయి. దూరంగా వెలుగుతున్న ఎర్రటి కనకాంబరం రంగులో వెలుగుతూ ప్రకాశిస్తున్న ఒక నక్షత్రాన్ని చూపి "అదిగో చూడు అదే

అంగారకగ్రహం. ఇప్పుడు మనం వెళ్ళేది ఆ కనిపించే అంగారకగ్రహం మీదకివెళ్ళి అక్కడెలావుందో అంతా చూసిరావాలి అన్నారు.

మరుక్షణమే రివ్వున శరవేగంతో ఒక కాంతికిరణంలా ఆకాశంలోకి దూసుకువెళ్ళాము. అలా ఎంతసేపు ప్రయాణించామో గుర్తించలేదు ప్రయాణకాలాన్ని.

భూమ్మీంచి పైకిలేచి శూన్యంలో పైకి ప్రయాణించేసరికి క్రిందకి చూశాను మన భూగోళంవంక! ఆశ్చర్యంగా కనిపించింది నారింజపండులా కుడివైపు ఎండ, ఎడంవైపు ఎర్రటి కీనీడ. ఒకటి రాత్రి, ఒకటి పగలు అని గ్రహించాను.

ఇంకా ఎత్తుకు ఎగిరిపోతుంటే భూగోళం వేగంగా తిరిగిపోవటం కనిపించింది! క్షణాలమీద రాత్రులు నలుపు, పగలు తెలుపురంగులుగా కనిపిస్తూ మాయంకావటము అతివేగంగా తిరిగే చక్రంలో నలుపు, తెలుపురంగులు ఒకదానివెంట ఒకటి ప్రదక్షిణంగా తిరుగుతూ రివ్వున వేగంహెచ్చి ఆ తెలుపు నలుపురంగులు కలిసిపోయి బూడిదరంగు పొగలాగ వేగంగా తిరుగుతూ కనిపించింది భూమి. ఆ వింతదృశ్యాన్ని ఆశ్చర్యంతో చూశాను విస్తుపోతూ! ఇంతలోనే నా గురుదేవుల కంఠస్వరం మనస్సులోంచే వినిపించింది శరీరంలేదుకనుక.

ఇప్పుడు మనం ఆకాశంలో ప్రయాణంచేస్తున్నాం కనుక కాలం వేగం పెరుగుతుంది. పగలు, రాత్రి, క్షణములు అన్నీ ఆ గ్రహకాలం లోకి ప్రవేశిస్తాం. భూగోళంలోని పగలు రాత్రి విడిచిపెట్టి. ఇలా కాంతి వేగంతో ప్రయాణిస్తే, భూమికాలం దాటి అంగారక కాలంలోకి ప్రవేశిస్తాం

అనుకుంటూ దూరంగా ఆకాశంలోకి దూసుకువెళ్ళాం ఇద్దరమూ.

మేము తిరిగివచ్చేసరికి మా లామాసరీ గురుకులంలో తెల్లవారు జామున గురుకులంపిల్లలను మేలుకొలిపే సుప్రభాతాన్ని తెలుపుతూ జేగంట మోగుతోంది. అప్పుడు తెలుసుకున్నాను మేము తిరిగి భూలోకం లోని మామూలు కాలంలోకి, మాశరీరంలోకి తిరిగి వచ్చేశానని. నాపక్కన చూస్తే గురుదేవులు లేరు. నాకంటే చాలాముందే లేచి వారి స్నానం, సంధ్య అనుష్ఠానంకోసం వెళ్ళారు నన్ను మరికొంత విశ్రాంతికోసం విడిచి పెడుతూ. అలా నేర్చుకున్నాను శరీరంవిడిచి సూక్ష్మశరీరంతో ప్రయాణించే యోగపద్ధతిని. దానివల్ల ఈ చర్మం, ఎముకలు, మాంసంతో తయారైన ఈ శరీరాన్ని ప్రతీచోటుకు తీసుకువెళ్ళకుండా సూక్ష్మశరీరంలో ఎక్కడికైనా వెళ్ళవచ్చని, అలా ఎంతటికాలాన్ని, దూరాన్నైనా జయించటం చూసి ఆశ్చర్యంవేసింది.

29

పై 'లోకాలు' - "గ్రహ-
మండలాలూ !"

మా సాహసయాత్రలో రెండురకాల అనుభవాలు మాకు నిత్యము
రుచి చూపించినట్టయ్యేది! ఒకటి హిమాలయ పర్వతశిఖరాలలో పగలంతా
మంచుకొండలు ఎక్కుతూ దిగుతూ నడుస్తూవుంటే చూసే వింతలూ,
విశేషాలు, ఆశ్చర్యాలూ ఒకఎత్తు! రెండవది, మధ్యమధ్యలో మాకు
తీరిక దొరికినప్పుడు లామదోర్జా మహాశయుడితో ఆయన జీవితయాత్ర
లోని ఆధ్యాత్మిక అనుభవాలు, వింతలూ తెలుసుకోవటం రెండవయాత్ర
వంటిది! ఇలా రెండురకాల అనుభూతులు రైలుపట్టాలవలే మా సాహస
యాత్ర పొడుగునా మాకు వింత వింత అనుభూతుల రుచులను
కలిగించేవి!

లామా మహాశయుడి ఆత్మకథలా నడిచిన బాల్యంనుంచీ ఆయనకు 'లామాసరీ' గురుకులంలో ఆయన గురువులవద్దనుంచి పొందిన ఆధ్యాత్మిక శిక్షణా, ఎన్నెన్నో వింతలూ విశేషాలు విన్నవీ చూసినవీ తమ గురుకులంనుంచి నేర్చుకున్నవీ మాకు వినిపిస్తూవుండేవాడు! అవన్నీ నిజంగా మాకే జరుగుతున్నట్టుగా కళ్ళకు కట్టినట్టుగా ఆయన చెప్పేది వొట్టిమాటలుకాకుండా మా మనస్సులో సినిమాలాగా చిత్రాలు దృశ్యాలు అనుభవాలుగా ఏర్పడేలాగా వర్ణించిచెప్పేవాడు! అవన్నీ వింటూవుంటే మనిషి జీవితంలో సామాన్య మనుషులైన మనలాంటివాళ్ళు ఎరగని వినని ఆధ్యాత్మికానుభూతులు ఎన్నో — తలచుకుంటే విస్తుపోతాం!

అలా ఒకరోజున మా ప్రయాణంలో ఆటవిడుపులాగా శలవుగా విశ్రాంతి తీసుకుంటున్నప్పుడు మా యాత్రాబృందంలోని సభ్యుడు భావనగర్ మహారాజా ఇలా అడిగాడు :

"లామా మహాశయా! మీరు మీ గురుదేవుల శిక్షణలో మనిషి శరీరం ఇక్కడనే విడిచిపెట్టి సూక్ష్మశరీరంలో బయటికి ప్రయాణించే అంగారక గ్రహానికి కూడా వెళ్ళి చూశారని చెప్పారుకదా! మన పూర్వ శాస్త్రాల్లో 'పైలోకాలు' (ఊర్ధ్వలోకాలు) అనబడే లోకాలూ, ఈ గ్రహాల మీదకి ప్రయాణిస్తే కనిపించే ప్రదేశాలు రెండూ ఒకటేనా? ఉదాహరణకు ఇప్పటి సైన్సు పరిశోధకులు రాకెట్టుతో చంద్రమండలంమీదకి మనిషిని పంపారుకదా! ఆ చంద్రమండలంమీద కనిపించే తెల్లటి పాలరాయి వంటి చంద్రగ్రహంమీద ప్రదేశము.

పూర్వ శాస్త్రగ్రంథాలలో చంద్రలోకం లేక పితృదేవతలలోకం అని వర్ణించబడిన ప్రదేశము రెండూ ఒకటేనా? లేక రెండూ వేరు వేరు లోకాలా?

మాప్రశ్న వింటూ లామాదోర్జీ తన చేతిలోని జపమాలను మరింత వేగంగా తిప్పుతూ ఇలా చెప్పటం మొదలుపెట్టాడు — తనలోతానే మాట్లాడుకుంటున్నట్టు! మేమంతా ఆశ్చర్యంగా చెవులు రిక్కించి వింటున్నాం అతి నిశ్శబ్దంగా! లామా మహాశయుడు ఇలా అన్నాడు :

"మన పూర్వశాస్త్రాల్లో వర్ణించిన పైలోకాలు వేరు! ఈ భూగోళం చుట్టూరా సూర్యునిచుట్టూ తిరిగే 'గ్రహ-మండలాలు' వేరు! ఒకటికాదు! మరణించినవారి ఆత్మలు పైకి చేరుకుంటాయని చెప్పిన పితృదేవతలు నివశించే 'చంద్రలోకం' వేరు! ఇదే విషయాన్ని ఒకసారి నాగురుదేవులు తాషీలామా పీఠాధిపతులను వినయంగా ప్రశ్నించాను! దానికాయన ఎలా సమాధానం చెపుతారో అని ఆసక్తిగా వింటున్న నాకు — తటాలున లేచి నిలబడ్డారు గురుదేవులు! నేనుకూడా వారితో లేవబోయేసరికి — 'కూర్చో!' అన్నట్టుగా చేతితో సంజ్ఞచేశారు! అలా పద్మాసనంలో ఉత్తరపు దిక్కుగా తిరిగి కూర్చుండబెట్టి — నారెండు కనుబొమ్మలమధ్యన మూడవ నేత్రం వున్నచోట నెమ్మదిగా తాకినట్టు ముట్టుకున్నారు! ఆయన చేయి కమండలువు తీర్థంతో శుద్ధిచేసుకొని ఆతడిచేత్తో నా మూడవనేత్రాన్ని ఉత్తేజపరిచారు! మరుక్షణమే నాఎదుట ఆకాశమే ఒకపల్చటి ఉల్లిపొర వంటి తెరను తొలగించినట్లైంది! రెండుపొరలూ కుడివైపుకీ ఎడమవైపుకీ తెరుచుకున్నాయి — ఒక నాటకంలో ప్రదర్శన మొదలుకాగానే తెర

రెండువైపులకీ తప్పుకున్నట్టుగా! మరుక్షణమే లేతగులాబీరంగుతో కలిసిన ఊదారంగు అంటే ఆకుపచ్చ నీలము కలిసిన ఒక అద్భుతమైన రంగు వెలిగించినట్టుగా జిగేలుమన్నది! నా మూడవనేత్రం తెరుచుకుందని వెంటనే నాకు అర్థమైంది! అది ఈ భూలోకం కానేకాదు! అక్కడి జీవుల శరీరాలు ఇక్కడి మన శరీరాలవలే పదార్థంతో ఏర్పడివుండలేదు! రక రకాల 'విమానాల'వంటివి కుడివైపునుంచి ఎడమవైపుకూ ఎడమవైపు నుంచి కుడివైపుకూ నెమ్మదిగా తేలిపోతూ కనిపించేవి ఒక నిర్మలమైన చెరువులో తేలుతూవెళుతున్న పడవలమాదిరిగా! అందులో మన దేవా లయ శిల్పాలలో చూసే ఆకారం కలిగిన శరీరంతో అందమైన స్త్రీలు వారితో జతగాతిరిగే పురుషులు స్పష్టంగా కనిపించారు! వారు ధరించిన బట్టలు, ఆభరణాలు చివరికి వాళ్ళ శరీరము అన్నీకూడా గాజుతో చేసినట్టుగా స్పటికంలాగా ఇటునుంచి అటు కాంతి ప్రసరించేందుకు వీలుగా రకరకాల రంగులతో వెలిగిపోతున్నాయి! చేతిలో గంధపుగిన్నె వంటి పాత్రలో చిక్కని తేనెవంటి ద్రవం ఘుమఘుమ పరిమళిస్తున్నది! ఆనందంగా రుచిచూస్తూ అనుభవిస్తున్నారు! వాళ్ళ శరీరాలలోంచో లేక మనసులోంచో సన్నటి వీణానాదంవంటి సంగీతనాదాలు వినిపిస్తున్నాయి! అది వాళ్ళు గానంచేస్తున్న సంగీతం కానేకాదు! వాళ్ళు నివశించే లోక మంతా అన్నిచోట్లనుంచీ ఇలాంటి సంగీతధ్వనులు, నాదములు, స్వరాలు ఎవరో దూరంగా ఆలాపిస్తున్నట్టు వినిపించాయి! ఆకాశం వెలుగుతోంది కాని ఆ వెలుతురు ఈ సూర్యుడికీ ఈ చంద్రుడికీ సంబంధించిన వెలుతురుకాదు! తళతళా మెరుగుపెట్టిన వెండి పళ్ళెంలాగా బంగారు పళ్ళెంలాగా తెల్లటి మెరుపు కొన్నిచోట్ల పసుపువన్నెరంగు కాంతితోనూ

మొత్తం ఆకాశముఅంతా వెలుగుతోంది! అది ఏదో ఒకరకమైన ఆధ్యాత్మిక తేజస్సు అని తర్వాత తెలిసింది! ఇలా మూడు నాలుగురకాల 'ప్రపంచాలు' లామా గురుదేవులు నాకు ప్రత్యక్షంగా చూపించారు! నుదుటి వద్ద నొక్కినపుడు కనిపించిన లోకాలు అక్కడి ప్రజలు వేరే ప్రపంచానికి సంబంధించిన జీవులని గురుదేవులు చెప్పగా తెలిసింది! పైలోకాలలో సూర్యుడు వుండడు! చంద్రుడూ ప్రకాశించడు! మనం ప్రయాణిస్తూవున్న లోకాన్నిబట్టి అక్కడి తేజస్సు ఒక్కొక్కచోట ఒక్కొక్కవిధంగా కనిపిస్తుంది!

"నాయనా! ఇవి ఊర్ధ్వలోకాలు! అంటే భువర్లోకం, సువర్లోకం, దేవలోకం అనబడే పుణ్యజీవులు నివశించే లోకాలు! అక్కడి వెలుతురు ఆలోకం సంబంధించిన తేజస్సునుంచి ప్రకాశిస్తుంది! ఇంకా పైలోకాలను కూడా చూడు! ఇదిగో! అంటూ నుదురుపైనుంచి శిరస్సుపైన తాకి నొక్కగానే తటాలున కళ్ళు మిరుమిట్లుగొలిపే పాదరసంవంటి కాంతి కరిగించిన వెండిలాగా తళతళా మెరిసిపోతోంది! ఇది దేవతలలో ఒక అంతస్థుకు చెందిన పుణ్యదేవతల లోకం! వీరే క్రింది మానవలోకంలోని ప్రతిమనిషీ చేసిన మంచి చెడు పనులను విడదీసి — పుణ్యకర్మగానూ పాపములుగాను చిత్రాలరూపంలో దాచివుంచుతారు! ఇవి ఆ మనుషులు మరణించిన వేలసంవత్సరాలకి కూడా అలానే నిలిచివుంటాయి! ఈ దేవతల్ని కర్మదేవతలని పిలుస్తారు! ప్రతిమనిషి జన్మించేముందు అతడు చేసిన పుణ్యపాపాలు ఇక్కడినుంచే రికార్డుచేయబడి ప్రత్యక్షంగా చూసి తర్వాత జన్మించే అంతస్థు సుఖదుఃఖాలు పుట్టే లోకాలు నిర్ణయించబడతాయి" అంటూ ఈసారి నాకంఠంవద్ద నొక్కారు!

"ఓ శిష్యుడా! లోబ్సాంగ్! ఇది జ్ఞానులుండే లోకం! అంటే జీవులు కేవలం పుణ్యం చేసినంత మాత్రానే ఇక్కడికి చేరుకోలేరు! వారు ఆత్మను నిర్మలంచేసి నిశ్చలమనస్సుతో శాశ్వత సత్యాన్నిగూర్చి అన్వేషిస్తూ ఎంతో కాలం తపస్సుచేసే యోగులు! అలాంటివాళ్ళ తపస్సు ఫలితంగా వారి శరీరంలోవుండే సూక్ష్మశరీరం జ్ఞానంతో వెలుగుతుంది!"

"అదిగో చూడు! ఇక్కడ కనిపించే వెలుగు సూర్యుడికి సంబంధించినదీ కాదు, చంద్రకాంతీ కాదు! అగ్నిహోత్రం తాలూకు వెలుతురూ కాదు! ఇందాకటి లోకాలలో నీవు చూసిన పుణ్యలోకాలలోని వెలుతురూ కాదు! ఇది కేవలం జ్ఞానంతో వెలిగే — తపోజ్ఞానంతో వెలిగే కాంతి! ఇక్కడి కాంతి మానసికం — అంటే మనస్సునుంచి ప్రకాశిస్తుంది! ఆత్మీయం అనగా తపస్సులో యోగసాధనలో ఆత్మపవిత్రం కాబడి అగ్నిహోత్రంలా వెలుగుతుంది! ఆ తపస్సుయొక్క కాంతియే ఈలోకాల లోని వెలుతురు! అందుకే దీనిని 'తపోలోకం' అంటారు! ఇక్కడ వెలుతురుకూ జ్ఞానమునకూ భేదంలేదు! ఇక్కడ వెలిగే వెలుతురుయొక్క తీవ్రతనుబట్టి మనం చూసే మహాత్ముల తపశ్శక్తిని వారి ఆధ్యాత్మిక ఉన్నతిని గ్రహించవచ్చు! అంటూ ఇలా మూడులోకాలవరకూ చూపించారు!

ఆపైనవుండే లోకాలు దృశ్యంలాగా కలలోలాగ కనిపించాయి! కేవలం గుణాలకిందనే ఏర్పడివుంటాయి! వాటినే మన ప్రాచీనశాస్త్రాలలో 'వైరాజలోకాలు' అని చెప్పబడినాయి! 'తపోలోకాలు' ఈ విశ్వానికి చిట్టచివరగావుండే బ్రహ్మలోకంలోని సత్యంయొక్క కాంతిలో వెలిగే

లోకాలివి! ఇక్కడికి చేరుకున్నవారికి ఇక మరణంవుండదు! వాళ్ళు తిరిగి జన్మించడం అసలే వుండదు! వీరి శరీరాలుకూడా మిగతా లోకాలలోని జీవులవలే మనిషిని పోలిన ఆకారంతో కనిపించేవి కావు! భగ్గున మండు తున్న జ్వాలవలే మంటలలోని నాలుకలు క్షణక్షణానికీ మారిపోతున్న ఆకారాలతో కనిపించినట్టే అగ్నిహోత్రంవలే ఆకాశంలో మేఘాలమాదిరిగా చెరువులో అలలులాగా కనిపిస్తాయి!"

"వీటికి ఆకారం వుండదా గురుదేవా?" అని ప్రశ్నించాను!

వీటికి ఆకారం వుండీ వుండనట్టు చెరువులోని అలలవలే మనస్సు లోని ఆలోచనలతో ఏర్పడివుంటుంది! ఏదైనా ఆకారం ఏర్పడినంతసేపే వుంటుంది! మళ్ళీ మరుక్షణమే కరిగిపోతుంది! దీనినే సాకార నిరాకారం లోని సగుణ నిర్గుణముల గుణ-సామ్య స్థితియని వేదాలు, పురాణాలు వర్ణించాయి! ఇక్కడనే 'తృషిత-లోకం' అనే చాలా ఎత్తునవుండే దివ్య లోకంలో పద్మాసనంమీద కూర్చుని ధ్యానిస్తూ కనిపించారే — వారే భవిష్యత్తులో భూమికి అవతరించబోయే అవతారమూర్తులు! వీరినే ప్రత్యేక బుద్ధులు అంటారు! రానున్న మైత్రేయబుద్ధుడు, శంబలప్రభువు ఇంకా ఇప్పుడు బలిచక్రవర్తిగావుండి రానున్న కల్పంలో మనుచక్రవర్తిగా వచ్చే సావర్ణికమనువు లక్షలకొలదీ సంవత్సరాలనుంచీ తపస్సుచేస్తూ ఇక్కడ వెలుగుతూవుంటారు ఈ దివ్యలోకంలోనే!

ఇలా చెప్పుకుంటూపోతే నా గురుదేవులు నాకు చూపిన వింతలూ విశేషాలు కొన్ని సంవత్సరాలపాటు చెప్పిన నేను చూడడానికి ఒక్క క్షణంలో కనిపించిన అనుభూతి వర్ణనకూడా పూర్తికాదు! నీవు అడిగిన

ప్రశ్నలకి సమాధానం దీనినిబట్టి గ్రహించవచ్చు — గ్రహాలు వేరు, లోకాలు వేరు!

అంటే మాటలో చెప్పాలంటే మనం తిరిగే ఈ భూగోళం వేరు! భూమి ఇతరగ్రహాలు సూర్యుడు ఏపదార్థంనుండి తయారుఅయినాయో ఆ పదార్థమయ ప్రపంచమంతా భూలోకం, భూగోళం కాదు! అలాగే అన్నీను! తెలిసిందా!" అంటూ ముగించారు!

"ఇప్పటికే పాపం మీరంతా ఆకలితో మాడిపోతున్నారు నకనక లాడుతూ! ఇంకా ఎక్కువసేపు మిమ్మల్ని భోజనానికి ఆలస్యంచేయడం నాకు ధర్మంకాదు!" అంటూ లామా మహాశయుడు చివాలున లేచి మా ఎదురుగా ఘుమఘుమలాడుతూ పొగలుకక్కుతున్న వంటకాలవైపు దారితీశాడు!

“అంగారక” - గ్రహానికి యాత్ర!

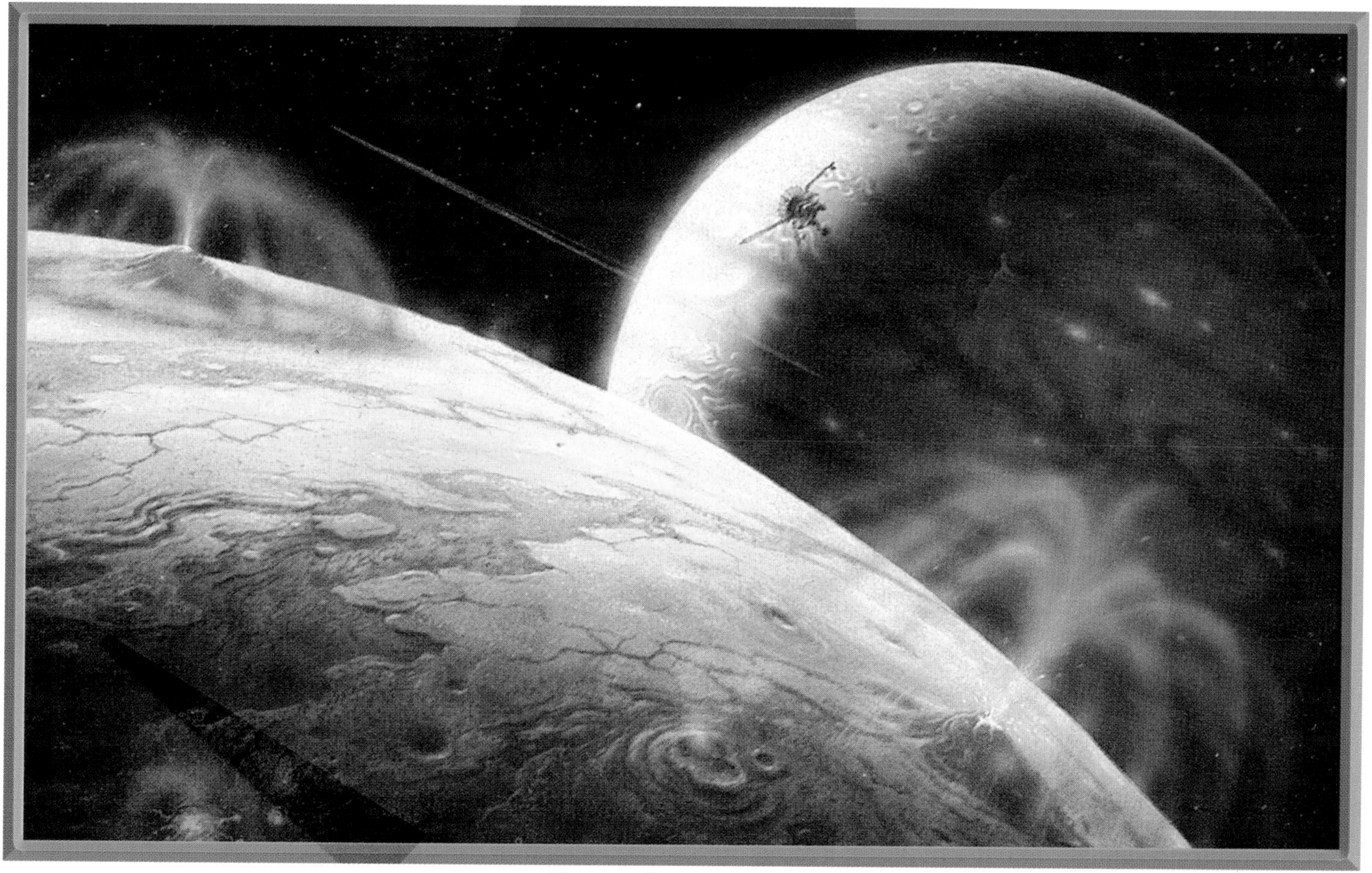

30

అంగారక గ్రహానికి ప్రయాణం !

ఆరోజు — నా జీవితంలోనే మరచిపోలేని అద్భుతమైన అనుభూతి! శరీరం విడిచిపెట్టి ప్రయాణంచేసే అనుభవాలలో నాగురుదేవులు తాషీలామాతో కలిసి అంగారక గ్రహానికి సూక్ష్మశరీరంతో వెళ్ళటం తలచుకుంటే ఇప్పటికీ కళ్ళకు కట్టినట్టు కనిపిస్తుంది. ప్రతీ చిన్న అంశమూ, ఒక అద్భుతమైన సినిమాలోని దృశ్యంలా గొప్ప సస్పెన్స్‌తో నా జ్ఞాపకాలలో ముద్రించుకుపోయింది!

నా గురుదేవులు తాషీలామాగారు రెండునిముషాలలోగా ఆకాశంలో నిలబడి కనిపించారు. నేను అంత త్వరగా శరీరంలోంచి విడిపడి బయటకు రాలేకపోయాను. ఆయన జాలిగా నావంక జూస్తూ —

"లోబ్‌సాంగ్! నీవు ఇతర గ్రహాలకు ప్రయాణంచేసే ఉత్సాహంలో నీ శరీరాన్ని కింద విడిచిపెట్టడం మర్చిపోయావు! కంగారుగా మామూలుగా శరీరంలో ఉన్నప్పుడు పరిగెత్తినట్లే పరిగెత్తాలని ప్రయత్నంచేస్తున్నావు. ముందు విశ్రాంతిగా శరీరాన్ని పట్లు అన్నీ విడిచేసి సుఖప్రాణాయామం ద్వారా డీలాగా రబ్బరు టైరు గాలితీసివేస్తే ఎలావుంటుందో, అలా వదిలి వేయాలి! నిదానం!! తొందరపడకు!" అనేసరికి నాతప్పు నాకు తెలిసింది. మేం ప్రయాణించేది సూక్ష్మశరీరంతోగదా? అన్న విషయం ఒక్క క్షణకాలం నాకు గుర్తుకురాలేదు. ఈ శరీరంతోనే గురుదేవులవెంట పరిగెత్తినట్టే వారివెంట పరుగెత్తాలని ఆదుర్దాపడ్డాను. అందువల్ల నేను శరీరంతోపాటే లేవడంచూసి 'తాషీలామా' గురుదేవులు నాతప్పును నాకు ఎత్తి చూపించారు.

మరుక్షణమే నేను శరీరాన్ని ఒకగాలి తీసేసిన రబ్బరు తిత్తిలాగ జాయంట్లన్నీ పట్టువిడిచి విశ్రాంతిగా వదిలేశాను. శ్వాసను కూడా తీరుబడిగా, నెమ్మదిగా, ఎంతో నెమ్మదిగా — అతినెమ్మదిగా పీలుస్తూ — నేను ఊహించేసరికే నాశరీరంపైన గాలిలో తేలుతూ — పైన ఆకాశంలో నిలబడ్డాను! గురుదేవులు తనపక్కన నిలబడిన నన్నుచూసి — "ఇక పోదామా!" అన్నట్టుగా తలఊపి (మాటలులేవుగా?) శివ్వున బాణంలా ఆకాశంలోకి దూసుకుపోయారు. రెండుచేతులతో నన్ను కనుక తాషీలామా గురుదేవులు గట్టిగా పట్టుకునివుండకపోతే అంతవేగంగా నేను ప్రయాణించగలిగేవాడినే కాదు! మధ్యలో కనిపించే వింతలూ, విచిత్రాలు, వినోదాలు చూస్తూ రోడ్డుమీద అన్నీచూస్తూ వెనక్కితిరిగి తండ్రి చెయ్యిపట్టుకొని వెనకబడుతూ నడిచే పిల్లవాడిలా వెళ్ళివుండే వాడినేమో!

సన్నటి సూది దబ్బనాలవంటి ముళ్ళు ఏవో వెలుగుతూ పొడుగాటి తీగల్లాగా దూసుకుపోతూవుంటే భయంగా నా కుడి, ఎడమప్రక్కలకు ఆశ్చర్యంతో చూశాను! నా ఆలోచనలను చదివినట్టే 'తాషీలామా' గురుదేవులు కొంచెం వెటకారంగా నవ్వుతూ — "లోబ్‌సాంగ్? నువ్వేం భయపడకు! అవి ముల్లూ కాదు, దబ్బనాలూ కావు! కాంతికిరణాలు!! మనం ప్రయాణిస్తున్నది ఆకాశంలో గదా? మనకి చుట్టూరా క్రిందా పైనా అన్నివైపులా లెక్కలేనన్ని నక్షత్రాలు జిగేలుమని వెలుగుతూ మిరుమిట్లు గొలుపుతున్నాయి. అవి నిలబడిచూస్తే వెలిగే చుక్కల్లాగా కనిపిస్తాయి.

కాని, అతివేగంతో ప్రయాణిస్తున్నందువల్ల, ఆ కాంతికిరణాలే మనకి ఆకాశంలో దూసుకుపోయే ముళ్ళపంది వొంటిమీది ముల్లులాగా కనిపిస్తాయి. చిన్నపిల్లవాడిగా నీకూ అనుభవమేకదా! వానాకాలంలో వీధిలో వెలిగించిన దీపాన్ని చూస్తూ కంటిరెప్ప క్రిందకి నొక్కితే ఆ దీపం చుట్టూ కాంతి చీపురుకట్టలాగా లేక ఒక గండుపిల్లి మీసాలవలే ఆ కిరణాలు అన్నివైపులకూ చిమ్ముతూ కనిపిస్తాయి! అవి కాంతికిరణాలే కదా, మీసాల్లా కనిపిస్తాయి. ఇవీ అంతే! మొదట్లో ఇలాగే వింతగా ఉంటుంది. అదిగో ఎదురుగా వచ్చేది ఒక తోకచుక్క లేక ఉల్క!" అంటూ అకస్మాత్తుగా హెచ్చరించారు.

నేను అటు చూసేసరికి పెసరగింజంత వెలుతురు! అకస్మాత్తుగా పెరిగిపోయి క్షణంలో నూరవ వంతులో వెడల్పైన పెద్ద కొండరాయి నాతలవైపుగా దూసుకువస్తూవుంటే భయంతో త్రుళ్ళిపడి ఒక్కగెంతు గెంతాను, పక్కకుమళ్ళి తప్పించుకోవాలని! మరుక్షణంలోనే భళ్ళున నవ్వారు గురుదేవులు నా ఖంగారుచూసి.

“ఒరే లోబ్‌సాంగ్ ! నువ్విప్పుడు శరీరంలో లేవుకదా? ఇంక భయ మెందుకు? ఎంతపెద్ద ఉల్కలుగాని, గ్రహాలుగాని, తోకచుక్కలుగాని నిన్ను ఢీకొన్నా అవి మన శరీరాలను తాకలేవు! ఇప్పుడు మనం దీపకాంతిప్రక్కనే వెలిగే నీడలలాగా ప్రయాణిస్తున్నాము!” — అనగానే నాతప్పు నాకు తెలిసింది. ఎదురుగా వచ్చే ప్రమాదం ఢీకొంటుందని భయపడడం ఓ అలవాటుగా ఏర్పడిపోయింది — శరీరానికి ఉన్న అభ్యాసంచేత!

దీనినిబట్టి నాకు ఒకటి అర్థమైంది — మనం పదార్థంతో ఏర్పడ్డ ఈ మాంస శరీరంతో అలవాటుగా జీవించడంవల్లనే ఈ శరీరమే మనం అనుకొని భయపడే అలవాటును మరిచిపోవడానికి ఎంతకష్టమో? చాలామంది మరణించాక కూడా — ఇలాగే భయపడుతూవుంటారు, తనకి — శరీరం లేదని గుర్తులేక!”

ఇంతలో రివ్వున నూరు అడుగుల ఎత్తున ఓ మండిపోతున్న గోళం మాకు కుడివైపుగా తిరిగి ముందుకు దూసుకుపోతున్నది!”

మళ్ళీ గురుదేవుల కంఠం! “లోబ్‌సాంగ్! మనం బృహస్పతి గ్రహం ప్రక్కనుంచి దూసుకువెళుతున్నాం కాంతివేగంతో! అది మనకి నిలువెత్తుగా కనిపించిందంటే బృహస్పతి గ్రహానికి మనం ముప్పై-లక్షలమైళ్ళ దూరం నుంచి దూసుకుపోతున్నాం — తెలిసిందా! భయపడి తప్పుకోనక్కర లేదు!” అన్నారు నా భయానికి వేళాకోళంగా! నాకెంతో చిన్నతనం అని పించింది నా అజ్ఞానానికి!

ఈ శరీరంలో అనేక జన్మలుగా నివాసంగా వుండటంవల్ల ఇలాంటి

భయాలూ, ఆశలు, స్నేహాలూ, ద్వేషాలు — దీర్ఘరుగ్మతల లాగా అలవాటుగా మారి మన మనస్సును పట్టుకొని పీడిస్తాయి. ఆ భయాలను, భ్రాంతులను జయించిన తాషీలామా గురుదేవుల దివ్యానుభవానికీ — ఆయన విజ్ఞానానికీ, వివేకానికీ, నేనెంతో ఆశ్చర్యపోయాను.

"మనం ఎడంవైపుగా మలుపు తిరగాలి! గుర్తులేదా? బృహస్పతికి, శుక్రుడికి మధ్యన తిరుగుతూవుంటాడు — అంగారకుడు అనిగదా? నీకు జ్యోతిషం చెప్పిన గురువు 'చోగ్యాల్ రింపోచీ' బోధించింది?" అంటూనే నా ప్రయత్నం లేకుండానే సర్రున ఎడమవైపు తిరిగి మరింత శరవేగంతో ముందుకు దూసుకుపోయారు గురుదేవులు.

మరికొంతసేపటికి మాఎదురుగా ఒకపెద్ద గుండ్రని మండిపోతున్న అగ్నిగోళంలాంటి వెలుగుతూవున్న చక్రంలాంటిదేదో కనిపించింది. సెగలు కక్కుతూ, పొగలూ కక్కుతూ!!! భయంకరంగా వెలుగుతున్న — ఆ బింబం ఆశ్చర్యంగా చల్లగానే వుంది!

అప్పుడు గుర్తుకువచ్చింది మేం ప్రయాణించే ఈ సూక్ష్మశరీరాలకి వేడిగాని, చలిగాని, ఏవీ స్పర్శకు ఏమాత్రం తగలవు! ఎదురుగావున్న ఆ అగ్నిగోళాన్ని చూస్తుంటే మేము సూర్యుడిలోకే వెళ్ళి పడిపోతున్నామేమో అన్నంత భయం, కంగారూ కలిగాయి నాకు!

"నాయనా! లోబ్‌సాంగ్! అదిగో! వచ్చేశాం!! ఆ ఎదురుగా కనిపించే ఎర్రటి అగ్నిగోళమే — మనం చేరవలసిన అంగారక గ్రహం! "అంగారకుడు" అంటే సంస్కృతభాషలో — నిప్పులు అని అర్థం! ఇప్పుడు మరికొద్ది నిముషాలలో మనం ఆ అంగారక గ్రహంమీదకి వెళ్లి దిగుతాం! నాచేతుల్ని మరింత గట్టిగా పట్టుకో!"

అంటూనే తటాలున తల క్రిందకీ, కాళ్ళు పైకీ వొచ్చేలాగ పెట్టి పల్టీకొట్టినట్లు పిల్లిమొగ్గ వేసి — గిర్రున తిరిగి నిలబడ్డారు గురుదేవులు! ఎందుకా? అని ఆశ్చర్యపోయేలోగా ఆయన కంఠం స్పష్టంగా నాతలలోనే వినిపించింది — ఆలోచనలతోనే కదా వారు మాట్లాడేది? అని గుర్తుకు వచ్చి ఆశ్చర్యపోయాను.

పెద్ద పెద్ద ఇటుక రంగులో ఎర్రటి పర్వతాలు మాకు కుడివైపునా, ఎడమవైపునా ఆకాశానికి అంటుతూ పైకి పెరిగినట్టు ఎత్తుగా కనిపించాయి! నేలమీద ఎర్రటిరాళ్లూ, దుమ్ము, ఎర్రధూళీ, గాలికి దుమారంలా ఎగురుతోంది. అక్కడ నేలంతా ఒక్క చుక్కనీరులేకుండా పొడిగా బండ రాళ్ళతో నిండి వుంది! మెత్తని మైదాపిండివంటి కనకాంబరం రంగు ధూళి — కనిపించింది, ఎక్కడ చూసినా!

భూమికన్నా అతివేగంగా తిరుగుతున్నది కుజగ్రహం!! రాత్రిళ్ళు, పగళ్ళు పొట్టిగావున్నాయి. ఆకాశం ఎర్రగా విచిత్రంగావుంది. మన భూమి మీదలా నీలాకాశం లేదు. అప్పుడు గుర్తుకువచ్చింది ఏగ్రహం మీద వాతావరణాన్నిబట్టి అక్కడి ఆకాశం రంగు మారిపోయి కనిపిస్తుందని!

కొన్ని క్షణాలలో అంగారక గ్రహంచుట్టూ ప్రదక్షిణంగా తిరిగి ఎన్నో వింతలు, విశేషాలు చూశాను. పందికొక్కుల కన్నాలవంటి బొరియల లాగా నేలలోకి కన్నాలున్నాయి. ఎక్కడా నీరు చుక్కఅయినా కనిపించ లేదు — మచ్చుకుకూడా! ఇక్కడ మన భూమికన్నా ఎంతో చలి — మళ్ళీ రెండవవైపు సూర్యరశ్మిపడేచోట విపరీతమైన ఎండవేడితో — వడగాడ్పులతో ఇక్కడ ఈ గ్రహంచుట్టూ వాతావరణం భూమిలాగా

ఉండదు!" అంటూనే కుజగ్రహంచుట్టూ తిరిగే చందమామల వంటి ఉపగ్రహాల్ని చూశాం! ఇంకా ఎన్నో వింతలు, విశేషాలు ఆ గ్రహంమీద నాకు కనిపించాయి. అన్నీ సరిగ్గా గుర్తులేవు.

అంగారక గ్రహంమీద వెళ్ళి దిగామన్న ఉద్రేకంవల్లా, ఆ ఉత్సాహంవల్ల నీకు సూక్ష్మశరీరంతో ప్రయాణించడంలో అనుభవం తక్కువ కావడంవల్లా, నువ్వు చూసిన వింతలన్నీ కలల మాదిరిగా అల్లుకుపోయి, కలిసిపోయి సరిగ్గా గుర్తుకురావు! ఈసారి ఇంకొకమారు అంగారక గ్రహానికి యాత్ర చేసినప్పుడు నువ్వు ఒక్కడివే వొచ్చి — అన్నీ తీరుబడిగా చూసి గుర్తుపెట్టుకొని మళ్లీ భూమికి, తిరిగి వద్దువు గాని!"

అక్కడ భూమ్మీద మన లామాసరీ వద్ద తెల్లవారుతోంది! బయలు దేరుఇంక! మనం పరుగెత్తాలి!"

అంటూ నా సమాధానంకోసం చూడకుండా తేషూ లామా గురు దేవులు నాప్రక్కనుంచే దూసుకుపోతూ దూరంగా నక్షత్రంలా వెలుగుతూ మాయమయ్యారు.

వారి వెనకాతలే మంచు కొండలమీద స్కేటింగ్‌చేసే వారిలాగా దూసుకుపోతూ వెంబడించి మా లామాసరీలో ఉన్న శరీరంలోకి దూర టానికి నాకు కాస్త ప్రయాసపడ్డాను.

అప్పటికే మిగతా బ్రహ్మచారులుఅంతా మా లామాసరీలో ప్రతి రోజూలాగే నేను ఇంకా లేవలేదని గమనించి లేపడానికని వచ్చారను కుంటా — తుళ్ళిపడి లేచాను — ఈ భూగోళంమీద!

(ఇంకా వున్నది II-భాగంలో!)

పూజ్యశ్రీ వేదవ్యాస గురుదేవుల – రచనలు

I. క్రొత్త విడుదలలు

1.	**Hinduism in the Space Age** (Paper Back) (700 g)	**200/-**
2.	**Hinduism in the Space Age** (Hard Bound) (850 g)	**300/-**
3.	**Astronomical Dating of the Mahabharata War** (720 g)	**300/-**
4.	**Science of Time** (Paperback) (850 g)	**360/-**
5.	**Science of Time** (Library Edn.) (1050 g)	**500/-**
6.	**Vedic Sciences — What are they ?** (500 g)	**120/-**
7.	**A Concise Text Book of Vedic Hinduism** (400 g)	**72/-**
8.	**University of Vedic Sciences — Syllabus & Prospectus**	**30/-**
9.	**SUPARNA — E. Anantacharya** (670 g) Foreword by **Dr. Vedavyas, IAS, Ph.D., D.Litt.**	**190/-**
10.	**Word of God** (200 g)	**60/-**
11.	**దేవాలయ ప్రసాదాల - వంట రహస్యాలు!** (220 g)	**40/-**
12.	**'శంబల' – ప్రభువు!** — Part I (అచ్చులో)	
13.	**నా జీవితంలో–అదృష్ట ఘడియలు** శ్రీవేదవ్యాస గురుదేవుల ఆధ్యాత్మ-కథ (Paper Back)	**96/-**
14.	**నా జీవితంలో–అదృష్ట ఘడియలు** శ్రీవేదవ్యాస గురుదేవుల ఆధ్యాత్మ-కథ (Hard Bound)	**150/-**

II. పారాయణ గ్రంథాలు

15.	**శ్రీగణేశ పురాణం**-I (hard bound) (615 g)	**150/-**
16.	**శ్రీగణేశ పురాణం**-II (hard bound) (675 g)	**150/-**
17.	**శ్రీ భాగవత రసామృతము** (ప్రథమ, ద్వితీయ, తృతీయ స్కంధములు) (900g)	**150/-**
18.	**శ్రీ భాగవత రసామృతము** (చతుర్థ, పంచమ, షష్ట స్కంధములు) (900 g)	**210/-**
19.	**శ్రీ భాగవత రసామృతము** (అష్టమ, నవమ స్కంధములు) (800 g)	**150/-**
20.	**శ్రీ భాగవత రసామృతము** (దశమ సంకృధము-ప్రథమగుచ్ఛము) (800 g)	**150/-**
21.	**శ్రీ భాగవత రసామృతము** (దశమ సంకృధము-ద్వితీయభాగము) (800 g)	**150/-**
22.	**శ్రీ భాగవత రసామృతము** (ఏకాదశ-ద్వాదశ సంకృధములు) (340 g)	**78/-**
23.	**శ్రీవేంకటేశ్వర వైభవం-I** (1/8 Demmy) (420 g)	**75/-**
24.	**శ్రీవేంకటేశ్వర వైభవం**-II (430 g)	**96/-**
25.	**శ్రీవేంకటేశ్వర వైభవం**-III (430 g)	**96/-**
26.	**శ్రీవేంకటేశ్వర వైభవం**-IV (430 g)	**96/-**

పూజ్యశ్రీ వేదవ్యాస గురుదేవుల – రచనలు

27. శ్రీరామానుజ వైభవం-I (300 g)   60/-
28. శ్రీరామానుజ వైభవం-II (360 g)   70/-
29. 1999–కలియుగాంతం – కాలజ్ఞానం-I (320 g)   60/-
30. 1999–కలియుగాంతం – కాలజ్ఞానం-II (270 g)   39/-
31. 1999–కలియుగాంతం – కాలజ్ఞానం-III (320 g)   60/-

పూజాగ్రంథాలు

32. గురుగీత (40 g)   10/-
33. నిత్యపూజకు చదువవలసిన స్తోత్రాలు (90 g)   15/-
34. పురుషసూక్త – రహస్యం (280 g)   42/-
35. శ్రీసూక్త – రహస్యం (90 g)   36/-
36. శ్రీవిష్ణు సహస్రనామ స్తోత్రం (130 g)   30/-
37. శ్రీలక్ష్మీ సహస్రనామ స్తోత్రం (80 g)   20/-
38. యదార్థ భగవద్గీత (తెలుగు భగవద్గీత) (hard bound) (375 g)   45/-
39. ప్రాచీన భగవద్గీత Vol. I (Revised Edition) (290 g)   65/-
40. ప్రాచీన భగవద్గీత Vol. I & II (hard bound) (revised edition) (650 g)   116/-
41. శ్రీ విష్ణుసహస్రనామ నవనీతవ్యాఖ్యానము Vol.-I (260 g)   120/-
42. శ్రీ విష్ణుసహస్రనామ నవనీతవ్యాఖ్యానము Vol.-II (300 g)   120/-
43. మన్యుసూక్తవిధాన శివపూజా రహస్యములు (300 g)   75/-
44. గాయత్రీ మంత్రానుష్ఠాన విధానము (220 g)   50/-
45. శ్రీ సత్యనారాయణవ్రత రహస్యం–అంతరార్థం (120 g)   25/-
46. నవగ్రహ శాంతి విధానం (120 g)   20/-
47. సత్సంగం (70 g)   15/-
48. సాయినాథ చరిత్ర (పారాయణ గ్రంథం) (270 g)   60/-
49. తిరుప్పావై (ధనుర్మాసవ్రత పారాయణగ్రంథం) (210 g)   45/-
50. వినాయక చతుర్థి – గణేశ మంత్రాలు (50 g)   10/-

III. మన సంస్కృతికి దర్పణాలు

51. మనదేశం – మనసంస్కృతి (235 g)   60/-
52. మన – పండుగలు (200 g)   40/-

పూజ్యశ్రీ వేదవ్యాస గురుదేవుల – రచనలు

పూజ్యశ్రీ వేదవ్యాస గురుదేవుల – రచనలు

కాపీలకు : పుస్తకం ఖరీదు + పోస్టేజి కలిపి **Y. సాంబశివరావు**, హైదరాబాదు పేర D.D. తీసి ఈక్రింది అడ్రసుకు పంపాలి.

"శుభవార్త"–ఆధ్యాత్మిక మాసపత్రిక (విడిప్రతి : రు.7/-, సంవత్సర చందా : రు.84/-)
రు.84/- లు సెక్రటరీ, USCEFI, Hyderabad పేర D.D. తీసి ఈక్రింది అడ్రసుకు పంపాలి.

For Copies : **Smt. Sikha Pushpavati**, No. 5/2, Chandramouli Nagar, Gunturu - 522 001. Ph : (0863) 2351108